साठोत्तरी मराठी वाङ्‌मयातील प्रवाह

(संपादन)

डॉ. शरणकुमार लिंबाळे

दिलीपराज प्रकाशन प्रा. लि.
२५१ क, शनिवार पेठ, पुणे ४११ ०३०.

Sathottari Marathi Vangmayatil Pravah
By Sharankumar Limbale
sharankumarlimbale@yahoo.com

प्रकाशक
श्री. राजीव दत्तात्रय बर्वे.
मॅनेजिंग डायरेक्टर ,
दिलीपराज प्रकाशन प्रा. लि.,
२५१ क, शनिवार पेठ,
पुणे - ४११ ०३०.

प्रकाशन दिनांक - १५ जून २००७

द्वितीय आवृत्ती -

प्रकाशन क्रमांक - १५२३

ISBN - 978 - 81 - 7294 - 610 - 4

मुद्रक -
Repro India Ltd,
Mumbai.

टाईपसेटिंग -
पितृछाया मुद्रणालय,
९०९, रविवार पेठ,
पुणे ४११ ००२.

मुखपृष्ठ - धनंजय गोवर्धने.

रेखाटने - भ. मा. परसवाळे

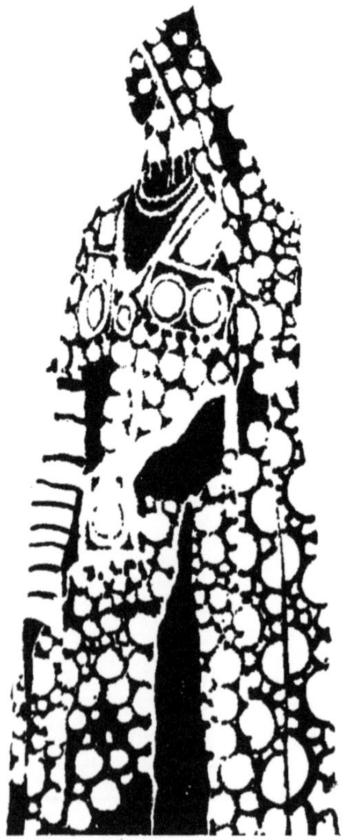

‘उदात्त जीवनमूल्ये व सांस्कृतिक मूल्ये आपल्या साहित्य प्रकारांतून आविष्कृत करा. आपलं लक्ष आकुंचित, मर्यादित ठेवू नका. ते विशाल बनवा. आपली वाणी चार भिंतीपुरती राखू नका. तिचा विस्तार होऊ द्या. आपली लेखणी आपल्या प्रश्नांपुरतीच बंदिस्त करू नका. तिचं तेज खेड्यापाड्यातील अंधार दूर करील, असे परावर्तीत करा. आपल्या या देशात उपेक्षितांचं, दलितांचं फार मोठं जग आहे, हे विसरू नका. त्यांचं दुःख, त्यांच्या व्यथा नीट समजावून घ्या आणि आपल्या साहित्याद्वारे त्यांचे जीवन उन्नत करण्यासाठी झटा. त्यातच खरी मानवता आहे.’

डॉ. बाबासाहेब आंबेडकर

❑ शरणकुमार लिंबाळे यांचे प्रकाशित साहित्य

कविता : उत्पात (१९८२), श्वेतपत्रिका (१९८९), उद्रेक (२००८)

कथा : बारामाशी (१९८८), हरिजन (१९८८), रथयात्रा (१९९३), दलित ब्राह्मण (२००४).

कादंबरी : भिन्नलिंगी (१९९१), उपल्या (१९९८), हिंदू (२००३), बहुजन (२००६), झुंड (२००९)

आत्मनिवेदने : अक्करमाशी (१९८४), राणीमाशी (१९९२), पुन्हा अक्करमाशी (१९९९).

संपादने : दलित प्रेम कविता (१९८६), दलित पँथर (१९८९), दलित चळवळ (१९९१), दलित साहित्य (१९९१), प्रज्ञासूर्य (१९९१), भारतीय रिपब्लिकन पक्ष (१९९२), विवाहबाह्य संबंध : नवीन दृष्टिकोन (१९९४), गावकुसाबाहेरील कथा (१९९७), ज्ञानगंगा घरोघरी (२०००), शतकातील दलित विचार (२००१), साठोत्तरी मराठी वाङ्मय प्रवाह (२००६), सांस्कृतिक संघर्ष (२००९), भारतीय दलित साहित्य (२०१३).

समीक्षा : दलित साहित्याचे सौंदर्यशास्त्र (१९९६), साहित्याचे निकष बदलावे लागतील (२००५), ब्राह्मण्य (२००६), दलित आत्मकथा : एक आकलन (२००९), वादंग (२०१०)

❑ शरणकुमार लिंबाळे यांच्या साहित्याचे भाषांतर

इंग्रजी : द आऊटकास्ट (२००३), टुवर्डस् अॅन अॅस्थिटिक्स ऑफ दलित लिटरेचर (२००४), हिंदू (२०१०)

हिंदी : अक्करमाशी (१९९१), देवता आदमी (१९९४), दलित साहित्य का सौंदर्यशास्त्र (२०००), नरवानर (२००३), हिंदू (२००४), दलित ब्राह्मण (२००४), छुआछूत (२००८), बहूजन (२००९), दलित साहित्य : वेदना और विद्रोह (२०१०), प्रज्ञासूर्य (२०१३)

कन्नड : आक्रम संतान (१९९२), दलित ब्राह्मण (२०१३), हिंदू (२०१४)

पंजाबी : अक्करमाशी (१९९६).

मल्याळम : अक्कमाशी (२००५), हिंदू (२००५), बहुजन (२०१२)

तमिळ : अक्करमाशी (२००३), दलित साहित्याचे सौंदर्यशास्त्र (२००८)

गुजराती : अक्करमाशी (२०००), दलित साहित्याचे सौंदर्यशास्त्र (२००९)

।। प्रस्तावना ।।

भारत स्वतंत्र झाल्यानंतर भारतीय समाज आणि माणसाच्या मनात राजकीय आकांक्षा वाढल्या. प्रत्येक पंचवार्षिक योजना, निवडणुका, सत्तेचं विकेंद्रीकरण, लोककल्याणकारी योजना, शिक्षणाचा प्रसार यामुळे भारतीय जनमानसात आमूलाग्र बदल झाला. लोकशाही शासनपद्धतीमुळे सर्वसामान्य माणसाला हक्क अधिकाराची भाषा कळू लागली. तळागाळात प्रचंड जागृती निर्माण झाली. स्वातंत्र्य प्राप्तीमुळे 'आम्ही स्वतंत्र झालो आहोत' या भावनेने स्वातंत्र्योत्तर काळ भारावला होता. स्वातंत्र्य मिळाल्यामुळे आपले सर्वच प्रश्न सुटतील अशी आशा पालवली होती. पण काळाबरोबर अनेक समस्या वाढत गेल्या. बेकारी, दारिद्र्य, वाढती लोकसंख्या, भ्रष्टाचार, जातीय दंगली, जातीयवादी राजकारण, पुनरूज्जीवनवादी शक्तींचं थैमान, दलितांवर वाढलेले अत्याचार आणि दुष्काळ यामुळं माणसाचा स्वातंत्र्य आणि लोकशाहीवरील विश्वास डळमळीत झाला. आपल्या प्रश्नांच्या सोडवणुकीसाठी लोकांच्या चळवळी संघटित होऊ लागल्या.

शिक्षण आणि लोकशाहीचा विचार अनेक सामाजिक घटकांपर्यन्त पोहचला होता. निरनिराळ्या प्रदेशातील लोक, खेडी, खेड्याबाहेरील दलित, भटके, विमुक्त आणि आदिवासी शिक्षणामुळे जागे होऊ लागले. शेतकरी, स्त्रिया आणि कामगार वर्गातही शिक्षणाचं लोण पसरलं. शिक्षणाचे लोकशाहीकरण सुरू झाले. 'एक माणूस एक मूल्य' हा विचार सर्वत्र फैलावला; पण सामाजिक परिस्थिती मात्र विषमच होती. 'समता, स्वातंत्र्य, न्याय आणि स्वाभिमान' ह्या मानवी मूल्यांची जाण झाल्यामुळे राष्ट्र, समाज आणि व्यक्तीच्या जीवनात क्रांतिकारक बदल घडून येऊ लागला. 'विषमव्यवस्था आणि त्या विरूद्धचे असमाधान' ह्यामुळे समाजमनात वेदना आणि विद्रोहाने पेट घेतला. याचेच वाङ्मयीन रूप म्हणजे स्वातंत्र्योत्तर काळातील 'वाङ्मय प्रवाह' हे होत.

पारतंत्र्याच्या काळात स्वातंत्र्यासाठी चळवळी झाल्या. गांधीवादाने माणूस भारला. याचाही साहित्य निर्मितीवर परिणाम झाला. पारतंत्र्याच्या काळात महाराष्ट्रातल्या समाज सुधारकांनी ज्या चळवळी केल्या, त्याचाही वाङ्मय निर्मितीवर परिणाम झाला. पारतंत्र्याच्या काळात मराठी वाङ्मयात जीवनवादी वाङ्मयाचा एक सशक्त प्रवाह निर्माण झालेला दिसतो. स्त्री, शूद्र आणि अतिशूद्राची बाजू घेऊन मराठी लेखकांनी विपूल लेखन केल्याचे दिसते. दुसऱ्या महायुद्धाचाही मराठी साहित्य निर्मितीवर परिणाम झाला आहे. महायुद्धात झालेली भयंकर मनुष्यहानी, संहारक शस्त्रास्त्रे आणि माणसाला प्राप्त झालेलं क्षूद्रपण ह्याचाही आविष्कार साहित्यातून व्यक्त झाला. महानगरामधलं अभद्र आणि बिभत्स जगणंही वाङ्मयातून व्यक्त झालं. मराठी वाङ्मयाचा चेहरा बदलण्याचं संपूर्ण श्रेय हे स्वातंत्र्योत्तर काळातील संक्रमण अवस्थेत असलेल्या सांस्कृतिक समस्यांकडे जाते.

इंग्रजी आणि संस्कृतची प्रभूसत्ता संपली. सामान्य माणूस, त्याची बोली, त्याचा परिसर आणि त्याचे प्रश्न हे साहित्याच्या केंद्रस्थानी येऊ लागले. वाङ्मयात अभिजन आणि बहुजन असे दोन ठळक वर्ग पडले. अनेक समाज घटकांमधून नवीन लेखक उदयाला आले. ह्या लेखकांनी आपली भाषा, आपला प्रदेश, आपली परिस्थिती आणि आपले प्रश्न आपल्या साहित्यातून मांडले. मनोरंजनासाठी साहित्य वाचणाऱ्या वाचकाला ह्या नव्या साहित्याने हादरे दिले. शेतकरी, दलित, आदिवासी, भटके, विमुक्त आणि कामगार ह्या वर्गातून नवा लेखक वर्ग उदयाला आला. त्याची भाषा, त्याचे अनुभव आणि त्याची अभिव्यक्त होण्याची पद्धत रूढ वाङ्मयापेक्षा भिन्न होती. त्यामुळे त्याचे साहित्य चर्चित ठरले. ख्रिस्ती, मुस्लिम, जैन आणि वीरशैव धर्मातील लेखकांनीही आपल्या अनुभवांना शब्दात वाट करून दिली. स्त्रियाही मोठ्या संख्येने लिहू लागल्या. पुरुषांचे अनुनय करणारे साहित्य मागे पडले. नव्या स्त्रीवादी जाणिवा निर्माण होऊ लागल्या. स्त्रीमुक्तीची चळवळ आणि स्त्रीवादी साहित्य लक्षवेधी ठरले. स्त्रिया आपल्या व्यथा - वेदना साहित्यातून धीटपणे मांडू लागल्या. स्त्री स्वातंत्र्याचा सूर प्रकट होऊ लागला. विज्ञानाचा सर्वच क्षेत्रात शिरकाव झाला. त्याचाही परिणाम झाला. विज्ञानही साहित्यातून व्यक्त होऊ लागले. कामगार आपल्या कामगार विश्वाविषयी लिहू लागले. ग्रामीण लेखक आपला गाव, गावगाडा आणि शेती ह्याविषयी लिहू लागले. हजारो वर्षे ज्यांना ज्ञानाचा अधिकार नाकारला होता असे दलित लेखक आपल्या अन्याय-अत्याचाराविरूद्ध आग ओकू लागले. व्यवहारी जगाच्या घाईगर्दीत मुले परकी व पोरकी ठरली. त्यांच्याही मनाची आणि संस्काराची गरज लक्षात घेऊन 'बाल साहित्य' निर्माण होऊ लागले. प्रसार माध्यमाचं जाळं वरचेवर वाढू लागलं. वर्तमानपत्रे आणि

नियतकालिकांची संख्या वाढली. साहित्यिक संस्था आणि संघटना, सार्वजनिक वाचनालये आणि साहित्य संमेलने ह्याद्वारे साहित्याच्या विकासाला नवी चालना मिळाली. शिक्षणाचा प्रसार व प्रचार झाल्यामुळे नवा वाचक वर्ग वाढला. हा वाचक वर्ग निरनिराळ्या सामाजिक स्तरातला होता. त्याची अभिरूची भिन्न स्वरुपाची होती. रुढ वाङ्मयात त्याला त्याची प्रतिमा दिसत नव्हती. नव्या वाचकांच्या वाङ्मयाकडून नव्या अपेक्षा होत्या. साहित्यात व्यक्त झालेले तेच ते पांढरपेशे अनुभव त्याला आपले वाटत नव्हते. ह्या सगळ्याचा तत्कालिन वाङ्मय निर्मितीवर परिणाम होऊ लागला.

१ मे १९६० रोजी महाराष्ट्र राज्याची स्थापना झाली. मराठी माणूस आणि मराठी भाषा ह्याला राजकीय महत्त्व प्राप्त झाले. त्यामुळे मराठी मनात एक नवी सळसळ निर्माण होऊ झाली. संयुक्त महाराष्ट्राच्या चळवळीने मराठी माणसाच्या मनात चैतन्य निर्माण केले होते. महाराष्ट्राच्या स्थापनेमुळे मराठी लेखकाच्या मनात नव्या जाणिवांनी जन्म घेतला. महाराष्ट्रातल्या सर्वच सामाजिक स्तरांत सांस्कृतिक हालचाल सुरू झाली. महाराष्ट्राच्या समाजकारणात आणि अर्थकारणात आपल्याला स्थान मिळाले पाहिजे, महाराष्ट्राच्या राजकारणात आपल्या प्रश्नांची सोडवणूक झाली पाहिजे ह्या उद्देशाने विविध चळवळी, संघटना, संस्था आणि सामाजिक घटक सक्रिय झाले. सन १९६० नंतर महाराष्ट्रातल्या समाज जीवनाला प्रचंड भरती आली. वेगवेगळे सामाजिक स्तर आणि वर्ग आपले प्रश्न घेऊन मैदानात उतरले. संपूर्ण महाराष्ट्र चळवळमय होऊ लागला. ह्याचे प्रतिध्वनी मराठी वाङ्मयात निनादू लागले.

पांढरपेशा मराठी साहित्यामध्ये निरनिराळ्या घटकांचं साहित्य येऊ लागलं. ह्या साहित्याचा आशय, विषय आणि अभिव्यक्ती रूढ वाङ्मयीन परंपरांना धक्के देणारी आणि सर्वस्वी निराळी होती. ह्या साहित्याचं नवं आणि वेगळेपण लक्षात घेऊन त्याची चर्चा सुरू झाली. त्यांची संमेलनं, विशेषांक, परिसंवाद, संघटना आणि संघटनांच्या शाखा ह्या माध्यमातून त्यांच्या साहित्याची तरफदारी सुरू झाली. त्यामुळे मराठी वाङ्मयात अभूतपूर्व जागृती निर्माण झाली.

कुठल्याही साहित्यात प्रवाह निर्माण होणे हे जिवंतपणाचे लक्षण असते. नव्या प्रवाहांमुळे वाङ्मयाच्या कक्षा रुंदावतात आणि अभिरूची बदलते. नव्या प्रवाहांचं जसं समर्थन केलं जातं, तशी त्यावर टीकाही होते. त्याचा समीक्षेवर परिणाम होतो. समीक्षेचं वर्तुळ विस्तारतं. नव्या प्रवाहामुळे भाषिक भर पडते. नव्या अनुभवांमुळे वाङ्मयाची उंची वाढते. नव्या लेखकांच्या उत्साहामुळं आणि त्यांच्या नवनवीन उपक्रमांमुळे साहित्याला चळवळीचं स्वरूप प्राप्त होतं.

मध्यमवर्गीय मराठी लेखकांच्या त्याच त्या अनुभवांमुळे मराठी साहित्यात साचलेपणा निर्माण झाला होता. ह्या साचलेपणाला पहिला हादरा नवसाहित्याने

दिला. त्यामुळे साहित्यामध्ये ढवळाढवळ सुरू झाली. नवलेखकाचा बिनधास्तपणा आणि बेडरपणा ह्यामुळे मराठी वाचक विस्मयचकित झाला. नवसाहित्यातील विद्रोह आणि नवेपणा वाचकाला वेगळा वाटला. नवसाहित्याने प्रस्थापित साहित्याला हादरे देऊन त्याचे दरवाजे किलकिले केले.

सन १९६० नंतर युवकांच्या चळवळींना उधाण आल्याचे दिसते. लोकांचे प्रश्न ऐरणीवर येताना दिसतात. समाजाच्या हालचालीचे प्रतिबिंब साहित्यातही पडताना दिसते. त्यामुळे मराठी साहित्याचा साचलेला डोह दुथडी भरून वाहताना दिसू लागतो.

एखादा वाङ्मयप्रवाह, जेव्हा निर्माण होतो तेव्हा त्यावर प्रस्थापितांकडून टीका होऊ लागते. जेव्हा हा प्रवाह स्वत:चे वेगळं स्थान निर्माण करतो. तेव्हा 'वेगळी चूल कशासाठी?' असा प्रश्न उपस्थित केला जातो. एकदा का हा प्रवाह सर्व प्रश्नांना सामोरे जाऊन स्थिर झाला की त्याची स्तुती सुरू होते आणि हळूहळू हा वाङ्मयप्रवाह पूर्णपणे स्वीकारला जातो.

कुठल्याही वाङ्मय प्रवाहाची निकोप वाढ होण्यासाठी 'टीका प्रतिटीका' महत्त्वाची भूमिका बजावत असते. वेगळ्या अनुभवांचे साहित्य हे पारंपारिक चौकटीत बसत नाही. त्याची चर्चा व चिकित्सा करायची असेल तर ती वेगळीच झाली पाहिजे. वाङ्मयप्रवाहाला वेगळे काढून त्याच्या वैशिष्ट्याचे मूल्यमापन करणे यात वाङ्मयाची हानी नसून, ही वाङ्मय समृद्ध करणारी कृती ठरते. नव्या प्रवाहांची स्वतंत्रपणे दखल घेतली गेली नाही तर ह्या प्रवाहाचा विकास होणार नाही.

स्वातंत्र्योत्तर काळातील वाङ्मयप्रवाह हे जीवनवादी आहेत. मानवी मूल्यांवर या साहित्याची निष्ठा आहे. सामाजिक प्रश्नांचं हे साहित्य आहे. हे साहित्य वास्तववादी आहे. माणसाच्या शोषणाविरूद्ध हे साहित्य प्रकट झालं आहे. नव्या जाणिवांनी हे प्रवाह मोहरलेले दिसतील. व्यक्तीचे दैन्य-दारिद्र्य, समाजाचे दैन्य-दारिद्र्य आणि परिसराचे दैन्य-दारिद्र्य ह्या साहित्यात प्रकट झालं आहे. स्वातंत्र्योत्तर काळातील काही वाङ्मयप्रवाह हे स्वातंत्र्यपूर्व काळातही होते. हे खरे असले, तरी स्वातंत्र्योत्तर काळातील बदलत्या रेट्यामुळे ह्या प्रवाहाचं समग्र रूप पालटलेलं दिसतं. प्रादेशिक साहित्यातही हा बदल झालेला जाणवेल.

ज्ञान-विज्ञानाचं सर्वच क्षेत्रात आक्रमण झालं आहे. नव्या ज्ञानामुळे आणि तंत्रज्ञानामुळे जगण्याच्या कल्पना बदलत आहेत. जे अशक्य वाटत होतं ते शक्य होत आहे. एकेकाळी रोटी-बेटी व्यवहाराचे नियम अत्यंत कडक आणि कठोर होते. स्त्रियांवर आणि अस्पृश्यांवर भीषण प्रकारचे अन्याय अत्याचार होत होते. स्त्रियांना आणि अस्पृश्यांना दुय्यम मानलं जात होतं. सामाजिक बदलामुळे हे चित्र पालटत आहे. जीवनाच्या सर्वच क्षेत्रात स्त्री आणि अस्पृश्य आघाडीवर येत असल्याचे

दिसतील. विज्ञानाची आश्चर्यकारक प्रगती सुरू आहे. विज्ञानाचे विध्वंसक परिणाम पाहून विश्व हादरले आहे. विज्ञानामुळं जग जवळ येत आहे. माणसाचं विज्ञानमय होणं वरचेवर वाढत आहे. विज्ञानानं आपलं सर्व विश्व व्यापलं असलं, तरी अजूनही विज्ञाननिष्ठ मानसिकता निर्माण होत नाही. यंत्रवत माणूस, जगण्यातली यांत्रिकता, विज्ञानाची वाढती क्षेत्रे ह्यामुळे विज्ञान साहित्याची निर्मिती होत आहे. ह्या साहित्याला भवितव्य आहे. निसर्ग आणि विज्ञान हा मानवी कुतुहलाचा विषय आहे.

प्रस्थापितांविरूद्ध विस्थापितांचा लढा सुरू आहे. जोपर्यंत समाजात विषमता आहे, तोपर्यंत संघर्ष होत राहणार आहे. ह्या संघर्षातून साहित्याची निर्मिती होणार आहे. स्त्री, शूद्र, अतिशूद्र, भटके, विमुक्त, आदिवासी, कामगार आणि अल्पसंख्यांक मानव समूहांचे प्रश्न तीव्र स्वरूप धारण करणार आहेत. त्यांच्या सोडवणुकीसाठी हालचाली होणार आहेत. ह्या हालचालींचे पडसाद विस्थापितांच्या साहित्यात पडणार आहेत. ह्यामुळे साहित्याचे स्वरूप आणि वैशिष्ट्ये बदलणार आहेत. ह्यामुळे नव्या मूल्यमापनाची गरज निर्माण होणार आहे.

स्वातंत्र्योत्तर काळात मराठी वाङ्मयात निर्माण झालेले वाङ्मय प्रवाह, मराठी लेखकांनी केलेले प्रयोग आणि वाङ्मयीन वादविवाद ह्याकडे नजर टाकली असता मराठी वाङ्मयाचा अभूतपूर्व कायापालट होताना जाणवतो. दलित साहित्य, ग्रामीण साहित्य, स्त्रीवादी साहित्य, आदिवासी साहित्य, ख्रिस्ती साहित्य, मुस्लिम साहित्य, बालसाहित्य, विज्ञान साहित्य, कामगार साहित्य, भटक्या विमुक्तांचे साहित्य, जन साहित्य, समकालिन साहित्य असे विविध प्रवाह ह्या प्रवाहातील वाङ्मय प्रकार ह्या बरोबरीने होणारे वाङ्मय प्रयोग ह्यामुळे अन्य प्रादेशिक भाषांपेक्षा मराठी भाषेतील साहित्य सकस आणि समृद्ध झाल्याचे दिसते. तळागाळातील हालचाल आणि वाटचाल अधिक सशक्त आणि प्रभावी स्वर छेडताना दिसते. विसाव्या शतकातील पहिल्या अर्ध शतकात झालेले सामाजिक, राजकीय प्रबोधन ही ह्या वाङ्मय व्यवहाराची पूर्व पिठीका आहे. विसाव्या शतकातील दुसऱ्या अर्ध शतकात झालेल्या लोकांच्या चळवळी, त्यांचे प्रश्न आणि त्यांचा आत्मसन्मान ह्यामुळे मराठी वाङ्मयाचा विकास आणि विस्तार झाला आहे. प्रस्थापित परंपरेने आम्हाला न्याय दिला नाही म्हणून त्याविरूद्ध विद्रोह व्यक्त करत ह्या वाङ्मयीन चळवळी झालेल्या दिसतात. प्रत्येक वाङ्मयीन चळवळ आत्मभान आणि आत्मविश्वासातून आकाराला येताना दिसते. स्वत्वाची भाषा, हक्क अधिकाराची जाणीव आणि लोकशाही व्यवस्थेचे समर्थन करत हे प्रवाह रूढ होताना दिसतात. ह्या प्रवाहांना लाभलेले जनसमर्थन पाहाता मराठी साहित्याची समृद्धी आणि श्रीमंती लक्षात येऊ शकते. इतक्या प्रकारांचे, इतक्या स्वरांचे, इतक्या जाणिवांचे ओंथबून

व्यक्त झालेले हे साहित्य आहे. त्यामुळे साठोत्तरी मराठी वाङ्मयाला उधाणाचे स्वरूप आल्याचे दिसेल.

स्वातंत्र्योत्तर मराठी वाङ्मयाकडे नजर टाकली असता हे साहित्य समृद्ध आणि जीवनांच्या विविध स्तरांना स्पर्श करणारे दिसते. आजवर व्यक्त झालेले अनुभव ह्यामध्ये व्यक्त झालेले दिसतात. अनेक सामाजिक स्तरातला, व्यावसायातला, वर्गातला लेखकवर्ग उदयाला येताना दिसतो. त्यामुळेच पांढरपेशा साहित्यापेक्षा ह्या वेगळ्या, नव्या लेखकांच्या अनुभवांनी वाचकांचे लक्ष वेधल्याचे दिसते. आजवरच्या साहित्यात आमच्याविषयी लिहिले नाही, जे लिहिले ते विकृत आणि चुकीचे होते म्हणून आम्हीच आमचे साहित्य लिहित आहोत. आमचे साहित्य हे आमच्या प्रश्नांचे साहित्य आहे. आम्ही जे जगलं, भोगलं त्याची ही अभिव्यक्ती आहे. त्यामुळे आमचे साहित्य आम्हीच लिहू शकतो अशी स्पष्ट भूमिका घेऊनच हे लेखन झाल्याचे दिसते. त्यामुळे ह्या साहित्यात प्रस्थापित चौकटीविषयी आक्रोश प्रकट होताना दिसतो.

मराठीतल्या दलित साहित्याने स्वातंत्र्योत्तर काळात आपला स्वत:चा दबदबा निर्माण केलेला दिसतो. मराठी दलित साहित्याचा अन्य भाषांमध्ये अनुवाद झाला आहे. त्यामुळे अन्य प्रादेशिक भारतीय भाषांमध्ये दलित साहित्याच्या उदयासाठी अनुकूल पार्श्वभूमी निर्माण झाली. इतकेच नव्हे, तर मराठी दलित साहित्याच्या वादळी रूपामुळे मराठीतले अन्य वाङ्मय प्रवाहही प्रभावित झाल्याचे दिसतात. दलित साहित्यामुळे मराठी भाषेतील जीवनवादाचा स्वर भक्कम झाला. स्वातंत्र्योत्तर काळातील वाङ्मय प्रवाह जनवादी भूमिका घेऊन व्यक्त झाले आहेत. असे असले तरी ह्या काळात पारंपरिक स्वरूपाचे साहित्यही मोठ्या प्रमाणात प्रकाशित झालेले दिसते. साठोत्तरी मराठी वाङ्मयातील प्रवाहांमुळे नवीन लेखक, वाचक वर्ग उदयाला आला.

साठोत्तरी मराठी वाङ्मयातील प्रवाह भिन्न स्वरूपाचे असले तरी त्या सर्व प्रवाहांचे प्रयोजन हे मानव मुक्तीचे असल्याचे दिसेल. माणसाला केंद्र मानून हे प्रवाह उदयाला आले आहेत. ह्या प्रवाहांची भाषा वाङ्मयीन कमी, सामाजिक अधिक असल्याची दिसते. राजकीय हक्काने प्रेरीत झालेल्या मनांची ही अभिव्यक्ती आहे. स्वतंत्र भारतातील लोकशाही व्यवस्था आणि सार्वजनिक शिक्षण ह्यामुळे मराठी वाङ्मयाने कूस बदलल्याचे दिसते. म. फुले, राजर्षी शाहू महाराज आणि बाबासाहेब आंबेडकर ह्यांच्या विचार आणि कार्याचे अधिष्ठान ह्या वाङ्मय प्रवाहांना लाभल्याचे दिसते. ह्या सगळ्या वाङ्मय व्यवहारात भालचंद्र नेमाड्यांच्या देशीवादाची चर्चाही तितकीच लक्षवेधी आणि बहुचर्चित ठरल्याची दिसते. 'प्रादेशिक साहित्य' आणि 'जन साहित्य' ह्याही पेक्षा 'विज्ञान साहित्य' वाचकप्रिय होण्याची शक्यता निर्माण

झाली आहे.

जागतिकीकरणामुळे साठोत्तरीतरी वाङ्मय प्रवाह क्षीण होताना दिसतात. मुक्त अर्थव्यवस्था आणि माहिती तंत्रज्ञानाच्या जाळ्यामुळे मराठी भाषेची चिंता भेडसावू लागली आहे. जगातले उत्तमोत्तम साहित्य अनुवादाच्या रूपाने वाचकांना मिळू लागले आहे. अनुवादित साहित्य वाचणारा एक वर्ग निर्माण झाला आहे. अन्य समाज आणि संस्कृती समजून घेण्यासाठी ह्या अनुवादित साहित्याची गरज आहे. मोठ्या प्रमाणात अनुवादित साहित्य प्रकाशित होऊ लागल्यामुळे अनुवादित साहित्याची स्वतंत्र ओळख निर्माण होत आहे, हे ही जाणून घेतले पाहिजे.

शिक्षण आणि स्वातंत्र्याचा प्रचार व प्रसार जसजसा सर्वसामान्य लोकांपर्यंत पोहचेल तसतसे अनेक सामाजिक घटक जागे होतील. निरनिराळ्या जाती-जमाती आणि सामाजिक स्तर अजूनही मुके आहेत. त्यांना वाचा मिळेल. हे सामाजिक स्तर आपलं जगणं-भोगणं साहित्यात आणल्याशिवाय राहणार नाहीत. गाव पातळीवरील राजकारण, पंचायत समिती, जिल्हा परिषद, नगरपालिका, सहकारी संस्था, साखर कारखाने, विविध निवडणुका, राजकीय पुढारी, वेगवेगळ्या कमिट्या, कार्यकर्ते आणि राजकारणातील सत्ता स्पर्धा ह्याविषयी लिहिण्याची निकड आहे. विविध स्तरात पसरलेला आणि पोसलेला भ्रष्टाचार अजूनही साहित्याचा विषय होत नाही. माणसाचं आणि शिवराचं उद्ध्वस्त होणं अजून नेटानं मांडलं जात नाही. प्रत्येक प्रवाह आपल्या मर्यादांमध्ये मश्गुल होत आहे आणि आपल्या वेगळेपणाला गोंजारतो आहे. ह्या प्रवाहाचं एकमेकांशी काहीच देणं लागत नाही. इतक्या वेगळ्या पद्धतीने ह्या प्रवाहाची स्वतंत्र चर्चा होत आहे. ह्या प्रवाहातील लेखक प्रवाहाबाहेर पडायला तयार नाहीत. साहित्य निर्मिती आणि संशोधन एका ठराविक कप्प्यांमध्ये साचेबंद होत आहे. ह्या प्रवाहांनी समग्र समाजाचा विचार केला पाहिजे आणि माणसाच्या शोषणाविरूद्ध आवाज उठवला पाहिजे. मानवी जीवनाला उन्नत करण्यासाठी निर्माण झालेले सर्व प्रवाह समांतर वाहत आहेत. त्यांचा संगम दृष्टिक्षेपात दिसत नाही. जीवनातल्या नव्या क्षितिजांमुळे साहित्याला नवा मोहर येईल. पालवी वृक्षाखाली गळाली तरी हरकत नाही, पण सुगंध सर्वत्र दरवळला पाहिजे. नव्या प्रवाहातला समन्वय आणि सुसंवाद ह्यामुळे नवी वाङ्मयीन संस्कृती निर्माण होऊ शकते. असा समन्वय आणि सुसंवाद साधण्यासाठी प्रस्तुत संपादनाची मदत होऊ शकते.

-डॉ. शरणकुमार लिंबाळे

।। अनुक्रमणिका ।।

१

समकालीन साहित्य

मदन कुलकर्णी

मराठी साहित्याच्या अध्यापनात बहुश्रुतता आणि ऐतिहासिकदृष्ट्या तारतम्य या गोष्टींची नेहमीच उणीव जाणवते. त्यामुळे साहित्याच्या विवेचनाला व विश्लेषणाला संकुचिततेचा दोष प्राप्त होतो आणि अपेक्षित असलेली व्यापक सरस रसज्ञता येत नाही. वाङ्मय हे जीवनाइतकेच विविध स्वरूपी असते आणि कालमानाप्रमाणे व युगधर्माप्रमाणे ते वेगळे स्वरूप धारण करीत असते. अशा साहित्याकडे युगधर्माच्या जाणिवेतून जर पाहिले नाही, तर त्याचा रसास्वाद घेणे कठीण जाते. कारण साहित्य हा मानवी आकांक्षांचा भाषिक आविष्कार असून जीवन आणि स्थळ-काळाच्या अनुबंधातच त्याला फुलोरा येत असतो. समकालीन साहित्याच्या आस्वादासाठी व्यापक रसज्ञता, ऐतिहासिक दृष्टीकोन आणि कालिक युगभान म्हणजे युगप्रवृत्तींची जाणीव असल्याखेरीज वाङ्मयास्वादाची प्रक्रिया पूर्ण होत नसते. समकालीन साहित्याचा अभ्यास करताना त्याचे स्वरूप, वैशिष्ट्य, तत्कालीन विचारप्रणाली आणि साहित्यविषयक समस्यांचे स्वरूप समजावून घेणे आवश्यक ठरते. समकालीनता ही शाश्वत तसेच स्थिर व गतिमान तत्त्वाच्या आकलन व मूल्यमापनाने बद्ध झालेली असते. समकालीनता आणि तात्कालिकता तसेच सर्वकालिकता यांच्या स्थिती गतीच्या संघर्षांच्या संदर्भात साहित्य आपली भूमिका कशी वठवते हाच खरा प्रश्न असतो.

विसाव्या शतकामध्ये साहित्याच्या अभ्यासात समकालीनत्वाचा आग्रह वाढत गेला. त्यामुळे समकालीनत्वाची व्याख्या करणे आवश्यक होऊन बसले.

'समकालीनता' म्हणजे काय?

तसे पाहता समकालीनता म्हणजे काय याचे उत्तर देणे कठीण आहे. कारण समकालीनत्वाचे नेमके स्वरूप स्पष्ट करता येत नाही. विशेषत: समकालीनतेचा विचार करताना डोळ्यासमोर कालविषयक कल्पना उभी राहत असल्याने या

साहित्याच्या मर्यादा कोणत्या हे उमजणे शक्य नाही. कारण समकालीनतेची मुळे वर्तमानकाळात पसरलेली असतात. त्या अगोदर ती भूतकाळात रुजलेली असतात आणि भविष्यकाळाच्या दिशेने त्या मुळांची वाढ होत असते. म्हणूनच समकालीनत्वाचा संकुचित अर्थ घेऊन चालणार नाही. समकालीन या संज्ञेला व्यापक अर्थ आहे आणि ही व्यापकता साहित्याचा अभ्यास करणाऱ्या व्यक्तीला टाळता येणार नाही. समकालीनता केवळ स्वकाळापुरती मर्यादित नसते, तर ती स्वकालाने अंकित झालेली असते. याचा अर्थ असा की समकालीनतेची छाप तत्कालीन साहित्यावर पडलेली असते. विविध प्रवृत्ती आणि प्रवाह यांच्या स्वरूपात समकालीनत्वाला स्वातंत्र्योत्तर काळातच खऱ्या अर्थाने मान्यता लाभली आहे. हा शब्द आता वरवर कालवाचक वाटला तरी तो प्रवृत्तिवाचक झालेला आहे आणि हा प्रवृत्तिवाचक शब्द समकालीन साहित्यात व्यामिश्रता आणि सखोल जाणिवांची अभिव्यक्ती करणारा म्हणून आज मान्यता पावला आहे. ही प्रवृत्ती सर्जनाच्या पातळीवर काळाला जिवंतपणा देणारी एक शक्ती आणि सृजनशील निर्मात्याच्या संदर्भात उपयुक्त असे तत्त्व असून साहित्यकृतीला ती नाविन्य प्राप्त करून देते.

समकालीनता ही एका बाजूने आपला परिवेश आणि काळ यांच्याद्वारे घटना, स्थिती आणि प्रवृत्ती यांचे आकलन करीत आपल्या काळाच्या गाभ्याशी भिडते आणि कालस्वरूपच होऊन जाते, तर दुसऱ्या बाजूने स्वकालाने प्रभावित होऊनही ही आपल्या निर्मितीला मुखर करीत असते. समकालीन लेखक गतकाळाबद्दल नवे संस्कार धारण करतो आणि वर्तमान जीवनाला अतिरिक्त ऊर्जा आणि सामर्थ्य प्राप्त करून देतो, तसेच भविष्याची नवी वाटही दर्शवितो. अशा प्रकारे समकालीनतेचा एका बाजूने सर्जकतेशी आणि नव्या प्रतिकात्मकतेशी संबंध असतो, त्यामुळेच त्याला अन्वर्थकता लाभते. दुसऱ्या बाजूने समीक्षक व सहृदय आस्वादक समकालीन साहित्याचे नवे अर्थ शोधून काढतो आणि नव्या अर्थाच्या साह्याने जुन्या कलाकृतीला नवे संदर्भ प्राप्त करून देतो. समकालीनतेचे हे तत्त्व एकाच वेळी लेखक, समीक्षक व आस्वादक यांच्या प्रतिभाशक्तींना नवोन्मेष देण्यास कारणीभूत ठरू शकते. एकंदरित, असे म्हणता येईल की, समकालीनता एक मौलिक तत्त्व असून ते कलाकृतीला नवता, आकर्षकता व स्थैर्य प्राप्त करून देते आणि तिच्यामध्ये अक्षरत्वाचा गुणही निर्माण करते. मात्र शाश्वतता व तात्कालिकता या दोन बिंदूंच्यामध्ये समकालीनतेचा स्थिर बिंदू नसतो. उलट तात्कालिकतेला आपल्यात सामावून घेण्याची गतिशीलता समकालीनतेत असते. समकालीन साहित्याची प्रतिभा समकालीन संदर्भाशी सन्मुख असते. म्हणून समकालीन या संज्ञेत स्थिरतेची कल्पना नसून गतिमानतेची कल्पना असते, हे विसरता येत नाही. लेखकाने समकालीन होणे

म्हणजे आपल्या कालखंडातील केंद्रवर्ती प्रकृतीला म्हणजेच सारतत्त्वाला ओळखणे आणि नव्या प्रवृत्तींना आविष्कृत करण्यास कारणीभूत ठरणे होय.

समकालीन साहित्य म्हणजे काय?

आपल्या आणि आपल्या आसपासच्या बदलत्या कालखंडातील व्यक्ती, घटना, प्रसंग, जीवन-जाणिवा, विचारप्रणाली,भावानुभूती यांचे चित्रण, युगभान सांभाळून ज्या साहित्यात केलेले असेल ते साहित्य समकालीन साहित्य ठरेल. असे साहित्य हे समकालीन वाचकांचे सांस्कृतिक आणि सामाजिक-वाङ्‌मयीन (Cultural and Socio-literal) असे आत्मचरित्रच असते. मानवी सुख-दुःख हे सनातन असले तरी आजच्या समाजाच्या सुख-दुःखाचे स्वरूप हे पूर्वीच्या समाजाच्या सुख-दुःखापेक्षा वेगळे असेल. पूर्वीच्या साहित्यातील मानवी जीवनसमस्या कदाचित आजच्या वाचकांना आपल्या वाटणार नाहीत. त्यामुळे त्यांचे आत्मभान जागे होणार नाही. याचा अर्थ पूर्वीच्या साहित्य वाचनाने आजच्या वाचकांना आनंद होणारच नाही असे मात्र नाही. रामायण, महाभारतासारख्या अक्षर कलाकृती, ज्ञानेश्वर-तुकारामाची कविता, हरिभाऊंच्या कादंबऱ्या, केशवसुत-मर्ढेकरांचे काव्य, चिपळुणकर-लोकहितवादी, विष्णुबुवा ब्रह्मचारी, महात्मा फुले यांचे निबंध वाङ्‌मय काळाला न जुमानता आजही लोकप्रिय आहेत. काळाच्या ओघात कलाकृतीचे नवे-नवे पैलू वाचकांसमोर येतात. बदलत्या काळानुसार नवीन दृष्टीने साहित्याकडे पाहिले जाते आणि नवे अर्थ आकलन होतात. अशी कलाकृती आपण अक्षर कलाकृती मानतो. साहित्य जेव्हा काळाच्या कसोटीवर टिकते याचा अर्थ बदललेल्या काळाच्या अभिरूचीवर ते टिकले असा त्याचा अर्थ असतो. म्हणजे ते वाङ्‌मय केवळ काळ-कसोटीवर टिकत नाही, तर वाङ्‌मयीन अभिरूचीच्या कसोटीवरही ते टिकून असते.

सारेच अक्षरसाहित्य वाचले जातेच असे नाही. परंतु समकालीन साहित्य आपल्या कालखंडातील साहित्य म्हणून उत्सुकतेपोटी का होईना वाचले जाते. माणूस म्हणून जगताना समाज, संस्कृती, भाषा यांच्या माध्यमातून काही साहित्य आपल्यापर्यंत येऊन पोहोचते. अशावेळी ते वाचनीय होते, कारण आपले भावानुभव आणि सुखदुःखाचा वेध अशा साहित्यातून घेतलेला असतो. मूलभूत मानवी भावनांना वर्तमानाच्या बदलत्या स्थितीमुळे जे नवीन 'कलाकार किंवा आकृतीबंध लाभलेले असतात ते महत्त्वाचे असतात. समकालीन साहित्य असे समकालीन समाजाशी निगडित असते. 'चक्र' मधील 'अम्मा', 'वावर' मधली 'इवली', 'कोसला' मधील 'पांडुरंग सांगवीकर' अशी वस्तुनिष्ठ पात्रचित्रणे वाचून व त्यांचे जीवन पाहून आपण अंतर्मुख होतो. ग्रेस, शनवारे, कोल्हटकर यांची कविता, तेंडुलकर, एलकुंचवार,

अळेकर, मतकरी यांची नाटके, दलितांची आत्मकथने असे विविध साहित्य आपल्या मनाला हलवून सोडते. वाचकांच्या व्यक्तिगत कक्षा येथे कोलमडून पडलेल्या असतात. अशा साहित्याचे मूल्यमापन वाचक डोळसपणे करू शकतो. अशा साहित्याशी वाचकांचे जवळचे नाते असते. म्हणूनच असे साहित्य मर्यादित अर्थाने समकालीन समाजाचे आत्मचरित्र असते असे म्हटले जाते.

समकालीन साहित्य हे उत्सुकतेपोटीच वाचले जाते. अशा वाचकांची संख्याही मर्यादित असते. साहित्याच्या विशाल वर्तुळातील एका आंतर वर्तुळातील हे साहित्य असते आणि हे साहित्य समजून घेण्यासाठी विशिष्ट अभिरूची असलेला वाचकवर्ग हा समकालीन साहित्याबरोबर निर्माण होणाऱ्या रंजनपर साहित्याचा वाचकवर्ग असतो. समकालीन साहित्यविषयक अभिरूची त्या साहित्याच्या वाचनानेच निर्माण होऊ शकते. तसेच वाचन, आस्वाद आणि चिंतन याद्वारे ही वाङ्मयाभिरुची प्रगल्भ होऊ शकते. समकालीन साहित्याच्या अध्ययन, आकलन व आस्वादाची प्रकृती ही त्या साहित्याच्या अभिरुचीच्या जिवंतपणाची खूण असते.

समकालीन साहित्याबरोबर अक्षरवाङ्मयही वाचले जात असते. कदाचित आजचे समकालीन वाङ्मय काळकसोटीवर उद्या अक्षरवाङ्मय ठरू शकेल. तसेच हे साहित्यातील नव्या प्रवृत्ती व प्रवाहाला जन्म देण्यालाही कारणीभूत ठरू शकेल. समकालीन साहित्यातील 'आधुनिकता' व 'नवीनता' या दोन संकल्पना विचारात घेतल्याशिवाय समकालीन साहित्याचे विवेचन पूर्ण होणार नाही.

आधुनिकता

'आधुनिकता' ही कालसापेक्ष अशी संकल्पना आहे. समकालीन साहित्यात आधुनिकता असतेच. यालाच आपण 'युगप्रवृत्ती' दर्शन म्हणू शकतो. उदा. मर्ढेकरांच्या कवितेतील यंत्रदर्शन हे नव्या मूल्यांचे प्रतीक आहे. त्यामुळे काव्यात यंत्रनिष्ठ प्रतिमासृष्टी येणे हे सुद्धा आधुनिकतेशी निगडित आहे. विद्यमान काळातील वैचारिक प्रक्षोभही अशा साहित्यातून प्रगट होतो. अशा वेळी पद्यावर गद्याचे आक्रमण होते. परंपराप्राप्त अभिव्यक्तीचे विघटन होते. कल्पकता, धारणाशक्ती यावर विज्ञानाचा प्रभाव आढळतो, आणि कलेच्या आशयाचे माध्यम विज्ञानाची सेवा बजावीत घडत जाते. आधुनिकतेच्या संपर्कामुळे ते साहित्य मग नवीन वाटते.

नवीनता

साहित्यातील 'नवता' ही आशयसापेक्ष आणि अनुभवाविष्कारसापेक्ष असते. साहित्य प्रकारात कालमानानुसार नेहमीच उतार-चढ होत असतात. नवे-जुने ठरत

असते आणि जुन्यातून पुन्हा नवे जन्माला येत असते. म्हणून नाविन्य हे कालसापेक्ष आणि गुणसापेक्ष असावे अशी अपेक्षा असते. नवसाहित्यासंबंधी 'वाङ्मयीन नवता आणि आनन्तर्य' या लेखात सु.श्री. पांढरीपांडे लिहितात -

"नवसाहित्य, नवकाव्य किंवा कादंबरी या आज रूढ झालेल्या शब्दप्रयोगांमधील 'नव' हे विशेषण एका विशिष्ट आणि महत्त्वपूर्ण अर्थाने आनन्तर्य सूचक आहे असे मला वाटते. अर्थात हे आनन्तर्य केवळ कालिक नसून काहीसे ज्ञानात्मक आणि भावनात्मक आहे. वेगळ्या शब्दात सांगायचे झाल्यास ज्या साहित्य प्रकाराला आज आपण 'नव' हे विशेषण योजतो ते साहित्य केवळ कालमानाने नव्हे तर, एका वेगळ्या दृष्टीने फ्राईड, औद्योगिकरण आणि अस्तित्ववाद या तीन घटितांनंतरचे साहित्य आहे ....मानवाच्या ज्ञानाच्या क्षेत्रात आणि सामाजिक संबंध व भावजीवन यांच्या प्रांतात या तिन्ही घटितांनी अभूतपूर्व क्रांती घडवून आणली."

साहित्यात आलेली ही नवता अशा प्रकारे समकालीन साहित्याला वेगळे करण्यास कारणीभूत ठरली. नवता ही अशा प्रकारे गुणसापेक्ष आहे. 'नाटकातील नवता म्हणजे काय?' या लेखात डॉ. चंद्रशेखर बर्वे यांनी नवतेसंबंधी केलेले विवेचन येथे उल्लेखनीय ठरते. "नवतेचा संबंध अर्वाचीनतेशी असतोच असे नाही. पण आधुनिकतेशी अवश्य असतो. अर्वाचीनता हीं कालविषयक संकल्पना असून आधुनिकता ही आशयस्वरूपविषयक संकल्पना आहे. अलीकडच्या काळातील ते अर्वाचीन व आशयदृष्ट्या जुन्याहून भिन्न ते आधुनिक होय. नवता ही अर्वाचीनतेवर अवलंबून असतेच असे नाही, पण आधुनिकतेवर मात्र ती अवलंबून असते."

जे अलीकडचे ते सारे आशयदृष्ट्या जुन्यापेक्षा भिन्न असेलच असे नाही. जेथे आशयदृष्ट्या जुन्यापेक्षा भिन्नता असेल तेथेच नवता दिसेल. तेव्हा नवतेचा विचार करताना आशयाचा विचार डावलून चालणार नाही.

"बहुधा मानवी जीवनातील नवतेला कलेतील किंवा साहित्यातील नवता ही समांतर असते, कदाचित त्या समरूपही असतील."

एकंदरीत आधुनिकता आणि नवीनता यांचे दर्शन समकालीन साहित्यातून घडते असे दिसून येते. समकालीन साहित्य हे नव्या प्रवृत्ती व प्रवाहांची निर्मिती करते याचा उल्लेख वर आलेलाच आहे. या अनुषंगाने वाङ्मयीन प्रवृत्ती म्हणजे काय आणि वाङ्मयीन प्रवाह म्हणजे काय याविषयी स्पष्टीकरण करणे आवश्यक ठरेल.

वाङ्मयीन प्रवृत्ती म्हणजे काय?

कोणत्याही साहित्यिकाच्या जाणिवा काळाशी निगडित असतात. साहित्यिक हा जीवनातील वैचारिक प्रवृत्तींचा नागरिक प्रथम असतो आणि नंतर साहित्यातील

प्रवृत्तींचा सभासद असतो. कोणताही वाङ्मयप्रकार लिहिणारा साहित्यिक असो, त्याने जीवनात कोणतीतरी भूमिका स्वीकारलेली असते. ही भूमिका जीवनसंबद्ध असते. आपल्या जीवनानुभवाच्या अभिव्यक्तीतून कवीची भूमिका व्यक्त होत असते. लेखकाच्या साहित्याचा संबंध त्याच्या जीवनदृष्टीशी निगडित असतो. ही जीवनदृष्टी जेव्हा वाङ्मयदृष्टीशी निगडित होऊन साहित्यातून आविष्कृत होते तेव्हा तिला वाङ्मयीन प्रवृत्ती म्हणून संबोधले जाते. प्रवृत्तीचा संबंध जीवनदृष्टीमुळे निर्माण होणाऱ्या वाङ्मयीन वैशिष्ट्यांशी असतो. एखाद्या विशिष्ट कालखंडातील अनेक कलाकृतींमधून एखादे वैगुण्य किंवा वैशिष्ट्य प्रामुख्याने व प्राचुर्याने प्रगटते तेव्हा तिला प्रवृत्ती म्हणता येईल. उदा. कौटुंबिक चित्रण प्रवृत्ती, ऐतिहासिक चित्रण प्रवृती, पापपूजक साहित्य-प्रवृत्ती इत्यादी वाङ्मयीन प्रवृत्ती म्हणजे अनुभूती व जाणिवांचा नवा आविष्कार होय. वाङ्मयीन प्रवृत्ती म्हणजे वाङ्मय-मूल्य नव्हे. जेव्हा साहित्य-विषयक किंवा मूल्यविषयक संकल्पनांनी प्रभावित होऊन नव्या जीवनदृष्टीचा स्वीकार करून साहित्य-निर्मिती केली जाते तेव्हा ती साहित्यातील नवप्रवृत्ती समजावी. वाङ्मयीन प्रवृत्तींना बहर आल्यावरच त्यांचे मूल्यमापन करता येणे शक्य असते. पुष्कळदा एखाद्या कलाकृतीतून वाङ्मयीन प्रवृत्ती प्रकट होत असली तरी कलाकृतींचा प्रवाह निर्माण झाल्याखेरीज त्या प्रवृत्तीचे अस्तित्व टिकून राहात नाही. अलीकडच्या मराठी साहित्यातून मार्क्सवादी, अस्तित्ववादी, दलित व प्रादेशिक प्रवृत्तींचे प्रवाह निर्माण झालेले दिसतात.

नवप्रवृत्ती का निर्माण होतात?

ज्यावेळी वाङ्मय-प्रवाहांमध्ये आवर्तित्वाचा दोष येतो त्यावेळी साहित्यात काही प्रतिभावंत जाणिवपूर्वक प्रयोगशीलता स्वीकारतात. तर कधी कधी नकळतपणे, अगदी योगायागाने साहित्यात नाविन्य निर्माण होते आणि तशी कलाकृती वाचकप्रिय ठरली त्या प्रकारच्या लिहिण्याची प्रवृत्ती वाढीला लागते. अशा सामान्यत: नवीन अनुभवांच्या आकाराचा नवप्रवृत्ती म्हणून निर्देश करता येऊ शकतो.

कधी कधी युगप्रवाह व नवे जीवनानुभव शोधण्याच्या प्रवृत्तीतूनही साहित्यात नवता येते आणि तशा प्रकारच्या कलाकृतींची संख्या वाढत गेली की त्या प्रवृत्तीचा प्रवाह निर्माण होतो.

'प्रवाह' म्हणजे काय?

विशिष्ट जीवन-जाणिवांनी प्रवृत्त होऊन जेव्हा आशय अभिव्यक्तीचे प्रयोग करणाऱ्या कलाकृतींची साखळी निर्माण होते तेव्हा त्याला वाङ्मय-प्रवाह असे

संबोधले जाते. वाङ्मयीन प्रवृत्ती हे वाङ्मयीन वैशिष्ट्य तर प्रवाह हा विशिष्ट वाङ्मयीन दृष्टीशी संबद्ध असतो. काही समान पण विशिष्ट प्रवृत्ती व प्रेरणांनी प्रभावित होऊन विविध प्रकृतीच्या लेखकांच्या साहित्यकृतीत समान वैशिष्ट्ये येण्याने साहित्यात प्रवाह निर्माण होतात.

विशिष्ट वाङ्मयीन प्रवृत्ती अनेक वाङ्मय-प्रकारात पुनरावृत्त होतात. जसे अस्तित्ववादी प्रवृत्ती ही कविता, कथा, कादंबरी, नाटक इत्यादी सर्व वाङ्मय-प्रकारांमध्ये आढळते. त्यांचे समृद्ध प्रवाह आज निर्माण झालेले आढळतात. काही विशिष्ट वाङ्मयीन प्रवृत्ती विशिष्ट वाङ्मय-प्रवाहापुरत्याच मर्यादित राहतात. जसे प्रादेशिक प्रवृत्ती कथा-कादंबऱ्यांमधून अधिक आढळते. काही वाङ्मयीन प्रवृत्ती तात्कालिन असतात. काही साहित्यकृतीतूनच त्यांचे दर्शन घडते आणि पुढे त्या लोप पावतात किंवा त्यात परिवर्तन होते. वाङ्मयीन प्रवृत्तीच्या प्रवाहाला प्रयोगशरण प्रवृत्ती फार मोठ्या प्रमाणात कारणीभूत होऊ शकते.

वाङ्मयीन प्रवृत्ती जेवढी रसिकमान्य ठरेल तेवढ्या प्रमाणात त्या प्रवृत्तीचा प्रवाह निर्माण होणे संभवनीय असते. प्रयोगशीलतेतून वाङ्मयीन प्रवृत्ती व प्रवृत्तीतून प्रयोगशीलता येणे यातून वाङ्मय-प्रवाह निर्माण होत असतात.

समकालीन साहित्य म्हणून ओळखल्या जाणाऱ्या साहित्य संभारात अशा नव्या प्रवृत्ती आणि प्रवाहाचा समावेश होत असतो.

समकालीन साहित्याची वैशिष्ट्ये

जीवनदृष्टी आणि वाङ्मयीनदृष्टीला अनुसरून साहित्य लिहिल्यामुळे साहित्य समकालीन ठरते. समकालीन साहित्याची ठळक वैशिष्ट्ये अगदी वरवरच्या अभ्यासानेही लक्षात येतात. प्रयोगशीलता, प्रतिभाप्राधान्य, दुर्बोधता आणि अश्लीलता ही वैशिष्ट्ये सांगता येतात. अर्थातच यापैकी 'दुर्बोधता' व 'अश्लीलता' अशी ही चार वैशिष्ट्ये मानायची का? हा वादाचा प्रश्न ठरू शकतो. कारण ही साहित्याची गुणव्यंजक विशेषणे ठरू शकणार नाहीत. मात्र समकालीन स्वातंत्र्योत्तर साहित्याची समस्या म्हणून यांचा विचार करता येणे शक्य आहे. या गोष्टीचे अवधान बाळगूनच पुढे यथास्थळी त्यांचा विचार केलेला आहे.

१) प्रयोगशीलता - साहित्यात जेव्हा साचलेपण निर्माण होते, आवर्त निर्माण होतात तेव्हा त्यातूनच प्रयोगशील प्रवृत्ती जन्माला येत असते. मराठी साहित्यात मर्ढेकर आणि गाडगीळ यांच्यावर प्रयोगधार्जिणेपणाचा आक्षेप घेतला गेला. नाविन्याची हौस आणि पाश्चात्त्यांचे अनुकरण यातून ही प्रयोगप्राधान्याची टूम

निघाली असा आक्षेप घेतला गेला. यावर करंदीकर आणि कवी अनिल यांनी आपापल्यापरी उत्तरे देण्याचा प्रयत्न केला. मर्ढेकर त्या फंदात पडले नाहीत.

प्रयोगशीलतेची व्याख्या

ज्यावेळी कलात्मक आविष्कार साधत असताना रूढ अभिव्यक्तीची साधने कलावंताला असमाधान निर्माण करणारी वाटतात तेव्हा त्याला नव्या मार्गांचा अवलंब करावा लागतो. नव्या अभिव्यक्ती साधनांचा शोध घ्यावा लागतो यालाच आपण वाङ्मयातील प्रयोगशीलता म्हणू शकतो.

वाङ्मयीन प्रयोगात जाणिवपूर्वकता असावी लागते. साहित्यातून जाणिवपूर्वक आणलेली मौलिकता म्हणजे प्रयोगशीलता होय. ही मौलिकता सहजपणे आली तर तो प्रयोग होत नाही तो योगायोग ठरतो. प्रयोगशीलतेचा संबंध जसा आशयाशी असतो तसाच अभिव्यक्तीशीही असतो. त्यातही प्रयोगशील साहित्य लिहिणाऱ्या कलावंतांच्या जीवनदृष्टीशी असतो. विशिष्ट जीवनदृष्टी स्वीकारूनच असे प्रयोग केले गेले पाहिजेत. केवळ आविष्कारपद्धतीचे प्रयोग अथवा केवळ आशयशून्य प्रयोग हे निष्फळ ठरू शकतात. तेव्हा जाणिवपूर्वकता, मौलिकता यांनी युक्त अशी आशय व अभिव्यक्तीची परिवर्तने म्हणजे प्रयोगशीलता होय असे म्हणता येईल.

विशिष्ट कालखंडात 'प्रयोग' या घटनेला महत्त्व मिळते. तेव्हा दुसरा कालखंड सुरू झाल्याचेच ते द्योतक असते. बदलत्या काळात बदलती परिस्थिती हीं प्रयोगशीलतेला उपयुक्त ठरत असते. बदललेली कलावंताची अभिव्यक्ती पारंपरिक भाषेत आणि आकृतीबंधात व्यक्त होत नाही. अशा वेळी भाषा आणि कलाकृतीचे आकृतीबंध यांची जुनी रूपे नव्या जीवनानुभूतीशी सुसंगत राहात नाहीत. अशा वेळी लेखकाला नवे मार्ग स्वीकारावे लागतात. प्रयोग म्हटला की त्यात कृत्रिमता अभिप्रेत असतेच. पण तरीही खरी प्रयोगशीलता ही आवश्यकतेतूनच निर्माण होत असते.जी अनुभूती स्वत:चे नवे रूप शोधते तीच खरी प्रयोगशीलता होय. अनुभूतीतून प्रयोग घडणे हे वाङ्मय विकासाच्या दृष्टीने नितांत आवश्यक असते.

वाङ्मयीन प्रयोगशीलतेचा विचार करताना पारंपरिकतेचा विचार लक्षात घेतला पाहिजे. कारण त्यामुळे प्रयोगशीलतेचे स्वरूप कळण्यास मदत होते. पारंपरिकतेच्या विरोधी गुण प्रायोगिकतेत असतो. प्रायोगिकता ही जाणिवेशी निगडित संज्ञा आहे. उदा. 'मर्ढेकरांशी जाणीव प्रायोगिक आहे.' किंवा 'तेंडुलकरांची काही नाटके प्रायोगिक आहेत.' असे आपण म्हणतो तेव्हा केवळ त्या कलाकृतींच्या बाह्यस्वरूप बदलापुरताच आपण विचार करीत नाही, जाणिवेच्या अदृश्य भागाचाही आपण त्यात विचार करीत असतो. अभिव्यक्तीचा बदल, रचनापद्धती, भाषा या दृश्य

घटकांशीही संबध्द असतो. उदा. अनिलांचा 'मुक्तछंद' - 'दशपदी', र. कृ. जोशींच्या 'अक्षर कविता' इत्यादी अभिव्यक्तीचे प्रयोग आहेत. अभिव्यक्तीसापेक्ष असलेली प्रायोगिकता हीं कलावंतांच्या जाणिवेशीही सापेक्ष असते. अशावेळी रूढ अभिव्यक्तीचे पारंपारिक आकृतीबंध नाकारावे लागतात किंवा जुन्याची ओळख पटवीत नाविन्याच्या खुणा उमटवाव्या लागतात. मात्र केवळ वैचित्र्याच्या पोटी केलेले अभिव्यक्तीचे प्रयोग, हौसेपोटी केलेले प्रयोग हे रूढ होत नाहीत. लोकप्रिय तर नाहीच नाही. उदा. करंदीकरांच्या 'विरूपिका', 'मुक्त-सुनिते' हे प्रयोग पुरेसे यशस्वी झाले असे दिसत नाही. सामान्यत: कथा, कादंबऱ्या मधून प्रयोगशीलतेला वाव असतो. कवितेत प्रयोगशीलता जास्त आढळते. नाटकात प्रयोगशीलता आणणे धाडसाचे असले तरी त्यातच प्रयोगशीलता अधिक आढळते. ज्या साहित्याचा प्रसार अधिक त्या साहित्यात प्रयोगशीलता कमी असते. कारण बहुतांश वाचकांशी अभिरूची ही तरल न राहता गतानुगतिक साहित्याशी निगडित राहते. उदा. कादंबरी साहित्यात प्रयोग कमी त्या तुलनेत नाटकात 'प्रयोग' करण्यास अधिक वाव असतो. 'शांतता कोर्ट', 'एक शून्य बाजीराव', 'लोककथा-७८', 'घाशीराम कोतवाल', इत्यादी नाटकातून प्रयोगशीलता जाणवते. पु.शि.रेगे यांची 'सावित्री', नेमाडे यांची 'कोसला', कमल देसाई यांची 'काळा सूर्य व हॅट घातलेली बाई' अशा काही कादंबऱ्या प्रयोगशीलच म्हणाव्या लागतील. या कादंबऱ्या अचानक संपलेल्या वाटल्या तरी वाचकांच्या मनाच्या रंगमंचावर त्यापुढे सुरू राहतात. पु. शि. रेगेंसारख्या कादंबरीकाराच्या कादंबऱ्या भावकाव्याचे रूप घेतात. एकीकडे त्या व्यामिश्र रूप घेतात आणि त्याच वेळी भावकाव्याच्या तरलतेचा व सूक्ष्मतेचाही प्रत्यय देतात. तर 'कोसला' सारख्या कादंबरीतून अस्तित्ववादी जाणिवेचा प्रत्यय देत कादंबरीकार जीवनानुभवाचा विस्तार वाचकांना सादर करतो. अशी प्रयोगशीलतेची उदाहरणे विविध वाङ्मय प्रकारांतून आढळून येतात.

ज्यावेळी एखाद्या वाङ्मय-प्रकारच्या काही किंवा सर्व शक्यता संपुष्टात येतात किंवा त्या वाङ्मयप्रकाराचा आवाका मर्यादित वाटतो किंवा अतिव्याप्त वाटतो तेव्हा साहित्यात अभिव्यक्तीचे प्रयोग आवश्यक वाटतात. (केवळ अभिव्यक्तीची खेळणी म्हणून 'प्रयोग' करणे अनिष्ट ठरू शकते. साहित्यातील असे प्रयोग वाचकांनी धुडकावून लावणे संभवनीय असते.) समकालीन साहित्याच्या निर्मितीमागे ही प्रयोगशीलतेची प्रेरणा महत्त्वाची असते. या प्रयोगशीलतेमुळेच हे नव-साहित्य समकालीन साहित्य ठरत असते. असे प्रयोग हे साहित्यात जाणिवपूर्वक केलेले प्रयोग असतात. मराठी साहित्यात पारंपारिक पद्धतीने केलेल्या लिखाणाबरोबरच प्रयोगशील समकालीन साहित्याचा प्रवाहसुद्धा आपल्याला पाहायला मिळतो.

२) **प्रतिमाप्राधान्य** - समकालीन स्वातंत्र्योत्तर साहित्याचे प्रतिमाप्राधान्य हे वैशिष्ट्य होऊन बसले आहे. गंगाधर गाडगीळ, जी.ए.कुलकर्णी यांच्या कथा चिं.त्र्यं. खानोलकर, पु.शि. रेगे यांच्या कादंबऱ्या, चिं. त्र्यं. खानोलकर, विजय तेंडुलकर, सतीश अळेकर यांची नाटके, काही लेखकांच्या एकांकिका यातून ही नव प्रतिमासृष्टी आढळते.

प्रतिमा म्हणजे काय?

वाङ्मयकृतीचा आशय विशेषत्वाने अभिव्यक्त करणारा, आशयाची विशेष प्रतीती देणारा घटक म्हणजे प्रतिमा होय. विवक्षित संस्कारशीलता हे प्रतिमेचे वैशिष्ट्य असते. वाङ्मयकृतीतील आशय मानसगोचर करण्याचे कार्य प्रतिमा करीत असतात. तसेच आशय इंद्रियगोचर करण्याचे सामर्थ्यही या प्रतिमांमध्ये असते. पंचसंवेदनांचे आभास साहित्यातील प्रतिमा आपल्याला देतात. परंतु साऱ्या प्रतिमा केवळ इंद्रिय संवेदनानिष्ठ असतातच असे नाही. प्रतिमा हे आशय-सापेक्ष पद आहे. प्रतिमांमध्ये अर्थव्यक्तीचे सामर्थ्य असते. उदा. 'रणांगण' मध्ये 'काळे'पणाची प्रतिमा कधी 'रंग' म्हणून तर कधी 'वंश' म्हणून बेडेकरांनी वापरली आहे. तसे पाहता 'रणांगण' हे शीर्षकच एक 'प्रतिमा' आहे. चित्रेंच्या एका कवितेत 'मृत्यूचे कमळ' ही प्रतिमा अर्थपूर्ण होऊन आलेली आहे. 'प्रतिमा'चे क्षेत्र हे काव्याचे क्षेत्र असते. प्रतिमा म्हणजेच काव्य असेही म्हणता येईल. प्रतिमा अलंकरणरूप असतात. तरी अलंकारांना अर्थकक्षेची मर्यादा असते. ही स्थिर अर्थकक्षा दुसऱ्या शब्दांनी वर्णिता येते, परंतु प्रतिमांची अर्थकक्षा प्रसरणशील, विकसनशील, स्पंदनशील, अर्थतरंगशील असते. ती कविनिष्ठ असते तशीच रसिकनिष्ठही असते. प्रतिमांचा संबंध व्यंजनशक्तीशी असतो तर अलंकार लक्षणेशी निगडित असतात. 'प्रतिमा' ही कवीची निर्मिती असली तरी तिच्या अर्थवत्तेचा संबंध रसिकसापेक्षच करावा लागतो.

प्रतिमा-प्राधान्य का निर्माण झाले?

साहित्यातून अनुभवांची अभिव्यक्ती करताना आणि त्यातही नेणिवेतील चेतन, सजीव, विकसनशील अनुभव व्यक्त करताना ते वाच्यार्थाने (क्वचित लक्ष्यार्थानेसुद्धा) सांगता येतातच असे नाही. विज्ञान आणि औद्योगिकरणामुळे बाह्य वास्तव बदलेले आणि त्याबरोबर साहित्यिकांच्या आंतरवास्तवाच्या कल्पनाही बदलल्या. आता केवळ तर्क आणि संवेदना एवढ्याने हे आंतरवास्तव कळत नाही. त्याला नेणिवेतील हे वास्तव प्रगट करण्यासाठी प्रतिमांचा आधार घेणे आवश्यक वाटले. ती कलात्मक गरज ठरली. नेणिवनिष्ठ प्रतिमाप्रधान शैलीची आवश्यकता त्यातूनच

निर्माण झाली. कधी कधी संपूर्ण कलाकृतीला व्यापून टाकणाऱ्या प्रतिमाही कलाकृतीत येतात. प्रतिमांचे विविध प्रकार मानले गेले आहेत. त्यात आदिम - प्रतिमा, केंद्र-प्रतिमा, पुराणकथात्मक - मिथक-प्रतिमा, निसर्ग प्रतिमा अशी विभागणी करता येण्यासारखी आहे.

३) दुर्बोधता : समकालीन साहित्यात येणारी 'दुर्बोधता' हा गुण मानावा की दोष हा प्रश्नच आहे. शिवाय दुर्बोध म्हणजे नेमके काय? दुर्बोधतेचा वेध कसा घेता येईल हाही एक प्रश्नच आहे. अपरिचितता, क्लिष्टता, दूरान्वय, विसंयोग, परभाषिक शब्दांचे मिश्रण, विक्षिप्त कल्पना इत्यादी अनेक कारणांनी दुर्बोधता निर्माण होऊ शकते. दुर्बोध म्हणजे गूढ नव्हे. गूढकाव्यातील अपरिचितता आशयासापेक्ष अनाकलनीयता असते. संतकाव्यातील गूढाची अनुभूती मुद्दाम आणलेली नसते. उदा. ज्ञानेश्वर जेव्हा 'अवचित परिमळ आला । मी म्हणे गे माय गोपाळा' किंवा 'वारा वाजे रूणझुणा' म्हणतात तेव्हा हा वाचकांच्या दृष्टीने केवळ शब्दानुभव ठरतो, पण त्याची प्रतीती आपणास येऊ शकत नाही. कारण हा परिचित शब्दात सांगितलेला अनुभव वाचकांच्या पातळीवर दुष्प्राप्यच ठरतो, म्हणून वाचकांना तो गूढ वाटतो.

दुर्बोधता म्हणजे कुटता नव्हे. कूट प्रश्नाचा उलगडा झाला की मग कुटता उरतेच कोठे. परंतु दुर्बोधतेचा अर्थ संदिग्धता असेल तर तो काव्यदोषच मानला पाहिजे. अभिव्यक्तीची घाई, अभिव्यक्तीचे तोकडे सामर्थ्य, कलावंताच्या सामर्थ्याचा अभाव, स्वत:चा अनुभव स्वत:लाच स्पष्ट नसणे इत्यादी कारणांनी साहित्यात दुर्बोधता येऊ शकते. कवितेच्या संदर्भात हा दुर्बोधतेचा दोष एक समस्याच होऊन बसली आहे.

दुर्बोधता म्हणजे 'अर्थरहितता' असे म्हणणेही बरोबर नाही. र. कृ. जोशींनी ज्या ध्वनिकविता लिहिल्या त्या वाचकांच्या पातळीवर अर्थरहित ठरतात. या ध्वनींचे स्पष्टीकरण सूत्र जर कवीला द्यावे लागत असेल तर तो कवीचा पराभव म्हणावा लागेल. भारतीय साहित्यशास्त्राने तर ध्वनींचे सुमारे साडेदहा हजार प्रकार सांगितलेले आहेत. त्यांची मांडणी म्हणजे काव्य म्हणण्याचा अनास्था प्रसंग निर्माण होण्याची शक्यता अशा तथाकथित ध्वनिकाव्यामुळे होऊ शकते.

एकंदरित दुर्बोधता ही दोषास्पद, वैरस्यकारी-विरस करणारी ठरते. परंतु हीच दुर्बोधता कौशल्याने योजली असेल तर वैचित्र्यही निर्माण करू शकते. मर्ढेकरांच्या कवितेतून जाणवणारी दुर्बोधता, ग्रेसच्या कवितेतील बिकटता ही मोहक आहे. ईलियट तर अशी रचना मुद्दाम करायचा. अशी दुर्बोधता बौद्धिक पातळीवरची, कल्पनेच्या पातळीवरची असते. सामान्य वाचकांना अशी दुर्बोधता गोंधळात टाकते.

व्यक्तिगत जाणिवेच्या पातळीवरील अनुभव जेव्हा कवी सूत्ररूपाने मांडतो तेव्हा त्यामुळेही ही दुर्बोधता येते, पण ती दुर्बोधता समग्र कवितेच्या अनुभवातून केंद्रविषयाकडे वळले की आपोआपच आल्हाददायी ठरते.

ऑडेन हा 'दुर्बोध' कवी आहे या टीकेला उत्तर देताना स्पेंडर म्हणतो, "Mr. Auden is obscure, but his obscurity is of intellectual kind, it arises through the compression of an idea or as the result of some private reference which is inadequately explained." (Making of a Poem : S. Spender) स्पेंडरचे हे ऑडेन संबंधातील विधान सर्वच कलात्मक दुर्बोधता योजणाऱ्या मराठी कवींनाही लागू आहे. मर्ढेकर-ग्रेस कवींच्या संदर्भात तर असे म्हणता येईल, की त्यांनी आपल्या काव्यातून अशी मोहक बिकटता मुद्दामच गोवली असावी. कदाचित ती नकळतही आली असणेही संभवते. 'शापच आहे मला संगमरवरात स्वप्न लपवून ठेवण्याचा' हे 'ग्रेस' यांचे काव्यविधान त्यांच्या कवितेला खऱ्या अर्थाने लागू पडणारे आहे. असो.

एकंदरित अशी दुर्बोधता ही दोषास्पद मानण्याचे कारण नाही. समकालीन साहित्यात अशा दुर्बोधतेचे दर्शन अनेकदा घडते म्हणून वैशिष्ट्य म्हणूनच त्याचा विचार करावा असे सुचवावेसे वाटते. यात विरस करणारी दुर्बोधता निषेधार्हच ठरेल.

४) अश्लीलता : समकालीन साहित्याच्या संदर्भात अश्लीलतेचा एक प्रश्न विचारात घ्यावा लागतो. इथे मात्र अश्लीलता हे गुणवैशिष्ठ नसून ती दोषास्पद बाब आहे असे वाटते.

जे साहित्य वाचकांच्या लैंगिक प्रेरणांना विकृत व गलिच्छ रूप देते, वासनांना चेतविते असे साहित्य अश्लील समजले जाते. अशा साहित्यातून सामान्यत: सामाजिक जीवनात ज्या गोष्टींची सामान्यत: वाच्यता केली जात नसते त्यांचा, शिष्टसंमत नसलेल्या शब्दांचा साहित्यात वापर केला जात असतो आणि त्यामुळे समाजधारणेसाठी आवश्यक असणारे सभ्यपणाचे संकेत सैल होण्याची, समाजजीवनावर त्याचा विकृत परिणाम होण्याची शक्यता असते असे साहित्य अश्लील समजले जाते. अश्लीलता ही क्रीडाव्यंजक व जुगुप्साव्यंजक अशी दुहेरी कुपरिणाम साधणारी असू शकते.

साहित्याच्या संदर्भात काही अश्लीलवादी म्हणतात की, त्यांच्या दृष्टीने साहित्यकला अश्लील असूच शकत नाही. साहित्याला उपयुक्त असे अनेक सोज्वळ विषय जीवनात आहेत. सूचकतेच्या मर्यादा सांभाळून, अमंगळ व अशिवाचाही सोज्वळ आविष्कार करता येतो तर कलेच्या स्वातंत्र्याचे पुरस्कर्ते म्हणतात की, साहित्याच्या क्षेत्रात बऱ्या-वाईट कृती येणारच! साहित्यकृती तिच्यात अभिप्रेत

असलेल्या मूल्यांचा स्वीकार करावा असा आग्रह धरीत नाही. दुसरे म्हणजे साहित्यकृतीच्या वाचकांच्या मनावर होणाऱ्या संस्काराचे स्वरूप वेगळे असते. या संदर्भात गंगाधर गाडगीळ लिहितात, "एकंदरित लैंगिक प्रेरणा हीं माणसाची मूलभूत आणि अत्यंत प्रभावी प्रेरणा आहे. माणसाच्या अनुभवविश्वात तिला फार महत्त्वाचे स्थान आहे. पुन्हा माणसाचे अनुभव संमिश्र स्वरूपाचे असतात. त्यामुळे अन्य प्रकारचे अनुभव व लैंगिक अनुभव ह्यांचे अनेकदा मिश्रण झालेले आढळते. तेव्हा अश्लीलतेवर निर्बंध घातले तर नुसत्या लैंगिकच नव्हे तर सर्व प्रकारच्या अनुभवांच्या अभिव्यक्तींवर त्यांचा अनिष्ट परिणाम होतो." ('खडक आणि पाणी' - पृ. १२७)

याचा अर्थ असा की कलाकृतीचा विचार कलात्मक औचित्याने झाला पाहिजे. हे औचित्य सामाजिक संकेतांवर आधारलेले नसून कलाकृतीच्या अंत:स्थ आशयावर अवलंबून असते हे लक्षात घेतले जावे अशी ही भूमिका आहे. परंतु अनेकदा कलाकृतीची गरज म्हणून, सौंदर्याच्या व कलात्मकतेच्या नावाखाली उदात्त भावनांऐवजी हीन भावनांचे प्रदर्शन केले जाते. अनितीपर, अश्लील व भडक वर्णने केली जातात. औचित्यभंगाचा दोष पत्करून हे सारे केले जाते. त्याची तरफदारी केली जाते. असे वाङ्मय हे लिंगपिसाटांचे वाङ्मय आहे असेच म्हणावे लागेल.

समकालीन साहित्यात ही अश्लीलता ठळकपणे का जाणवते याचा शोध घेता असे लक्षात येते की, अनुभवाची मानसशास्त्रीय पूर्णता आणि कलात्मक आवश्यकता याचे भान साहित्यिकाला राहात नाही. मानसशास्त्राच्या पातळीवर विकृततेचे चित्रण करण्यासाठी नव-साहित्यिकांनी ही वास्तवता साहित्यात आणली. दुसरे म्हणजे माणसाच्या अंतर्मनाचे चित्रण करताना ज्या असामाजिक प्रेरणा माणसाच्या मनामध्ये असतात त्या संस्कृती दडपायला लावते. फ्राईडचा आधार घेऊन अशा अनेक गंड विकृतींचे चित्रण साहित्यातून यायला लागले. यातून पावित्र्य-विडंबनाचेही प्रकार घडले. कलात्मकतेच्या नावाखाली त्याचा पुरस्कारही केला जाऊ लागला. पण वाचकांनी त्याला प्रतिसाद दिला नाही.

पावित्र्य-विडबंन म्हणजे काय?

परंपरेने रूढ असलेल्या पापविषयक संकल्पनांना धक्का देऊन धर्म भावना दुखावणे किंवा ज्या नात्यांमध्ये लैंगिक संबंध वर्ज्य मानले जातात अशा नात्यांमधील लैंगिक संबंधांचे वर्णन करणे पावित्र्य-विडंबनाचाच प्रकार ठरतो. उदा. वडील-मुलगी (काळा-सूर्य), भाऊ-बहीण (वासनाकांड) अशा वर्ज्य संबंधांचे चित्रण कितीही कलात्मक केले तरी ते पावित्र्य विडंबनाच्या दोषास पात्र ठरते. स्त्री-पूजनात

रंगलेल्या समाजाला वास्तवाचे (?) चित्र दाखवून पावित्र्य व नैतिकतेच्या कल्पनांना हादरा देण्याचे कार्य काही लेखकांनी केलेले आढळते. व्यक्तिमानसाचे रहस्य शोधण्याचा नवसाहित्याच्या वृत्तीतून कधी कळत-नकळत हे पावित्र्य-विडंबन घडले. मनोविश्लेषण आणि मानवा-मानवातील संबंध चित्रण करण्याचा हा शुद्ध वाङ्मयीन प्रयत्न आहे अशीही एक बाजू मांडण्यात आली. पण इथेच वाङ्मयीन सचोटीचा प्रश्नही निर्माण झाला. अश्लीलतेचा प्रश्न हा अभिरुचीचा प्रश्न आहे. साहित्यकृतीच्या संदर्भात एखादा भाग अश्लील नसेलही पण तो अभिरुचीला न पटणारा असू शकतो असे श्री.के. क्षीरसागर यांनी म्हटलेले आहे. अशा साहित्यामुळे अप्रगल्भ मन दूषित होण्याची शक्यता असते. सामाजिक, सांस्कृतिक, नीतीमत्तेला त्यामुळे धोका संभवतो.

समकालीन साहित्यातील अश्लीलतेच्या संदर्भात पुढील शिफारस केली जाते.

१) समकालीन साहित्यातून येणारी अश्लीलता ही मूल्यांच्या संदर्भात येते. मानवी जीवनातील अशिव, बीभत्स, गावंढळ, अश्लील या सर्वांचे परिस्थितीजन्य चित्रण या साहित्यात अपरिहार्यतेने आलेले आहे. त्यामुळे ते क्षम्य मानावे, असे या अश्लीलतेचे समर्थन करणारे म्हणतात.

२) समकालीन अश्लीलयुक्त साहित्य पापपूजकांचे साहित्य आहे. आपण ज्याला पाप मानतो त्याला हे लेखक पाप समजत नाहीत. यात बंडखोरी नाही असेही या समर्थकांचे मत आहे. वास्तविक नीतीची कल्पना लिंगवाचक असू नये, असे नवमतवाद्यांचे मत नव्हते. त्यांना स्त्रीचे स्वातंत्र्य अभिप्रेत होते. परंतु समकालीन साहित्यिकांनी संस्कृतीने ज्या गोष्टी निषिद्ध मानल्या तीच नीती आहे असे मानले. 'पाप' हे त्यांच्या दृष्टीने पुण्य आहे आणि ते केल्याशिवाय जीवनाला पूर्णता नाही, म्हणून त्यांच्या साहित्यातील अशा पापाचे लेखक समर्थन करतात. त्यामुळे दुर्बोधतेपेक्षा अश्लीलता हीच समकालीन साहित्याची एक समस्या होणे संभवनीय आहे.

❖❖❖

२

लघुनियतकालिकांची चळवळ

निशिकांत ठकार

नामकरण

या चळवळीत जी चाळीस-पन्नास नियतकालिके प्रकाशित झाली ती सर्व अनियतकालिके होती. मुळात या चळवळीची एक प्रेरणा पाश्चात्य वाङ्मयीन चळवळीत होतीच. इंग्रजीत लिटल मॅगेझिन्स निघत. यातील लिटल हे विशेषण इंग्रजीत केवळ 'लघु' या अर्थाचे नव्हते. त्याला वाङ्मयीन परंपरेत मार्मिक अर्थ होता. प्रयोगशील आणि अनिर्बंध लेखनाचे, नव्या प्रतिभांचा शोध घेऊन त्यांना विकासात वाव देण्याचे, वाङ्मयीन चळवळी सुरू करण्याचे माध्यम लिटल मॅगेझिनचे होते. सुरूवातीच्या काळात 'लिटल् मॅगेझिन' हा शब्द जसाच्या तसा स्वीकारण्यात आलेला होता व या विषयावरच्या वादविवादात सर्रास 'लि. मॅ. वाले' असा प्रयोग केला जात होता. या मासिकाचे स्वरूप लहान असल्यामुळे त्याला 'लघुकालिक', 'छोटे नियतकालिक', 'लहान मासिक', 'न्हानं मासिक' अशी अनेक नावे देण्यात आली. हिंदीत 'लघुपत्रिका' असे रूढ झाले. डॉ. चंद्रकांत पाटलांना हा शब्द सोपा सुटसुटीत वाटला, पण त्यांनी स्वत:च या विषयावरच्या आपल्या लेखाला 'लघुनियतकालिके' असा शब्द वापरला आहे. 'अनियतकालिक' असाही शब्द काहीजणांनी रूढ केला कारण ही मासिके कधीही म्हणजे 'वाट्टेल तेव्हा' निघणार, त्यांचे एक किंवा अधिक कितीही अंक निघणार व ती सर्व सतत बंद पडत जाणार. छोटेपणा आणि अनियतपणा ही त्यांची वैशिष्ट्ये म्हणून काहीजणांनी लघुनियतकालिके असेही नामकरण करून पाहिले. पण शेवटी 'लघुनियतकालिके' हा शब्द रूढ झाल्यासारखा दिसतो. 'लिटल मॅगेझिन'चे ते समांतर रूप वाटते. 'नियतकालिक' शब्दाचा मूळ अर्थ जरी नियमित वेळेला निघणारे असा असला तरी आता त्याचा रूढार्थ मॅगेझिन किंवा पत्रिका असा झालेला आहे. आर्थिक कारणांमुळे ही मासिके लघु आकारात निघतात असे समजणे पुरेसे नाही. आपल्या संकल्पनेप्रमाणे साहित्य

मिळत नसेल तर जेवढे आहे तेवढेच छापायचे. आकार आणि नियमित रतीब यासाठी उगीचच छापत राहायचे हे या प्रकारात मंजूर नाही. अव्यावसायिकतेचीच ही लक्षणे आहेत. तेव्हा 'लघुनियतकालिक' हा शब्द पुरेसा अर्थपूर्ण वाटतो.

कालखंड

कोणत्याही चळवळीला एका विशिष्ट कालखंडात जोर चढतो. त्या चळवळीची बीजे जरी आधीच्या कालखंडात सापडली किंवा काही पूर्वसूर सापडले तरी त्यांचा विकास समकालीन स्थळकाळपरिस्थितीत होत असतो. तसेच ही चळवळ ओसरण्याची कारणे ही जशी त्या चळवळीच्या आत्मशक्तीत असतात तशीच ती बदलत्या परिस्थितीतही असतात. चळवळीची गरज संपते किंवा संपवली जाते.

१९६० ते १९७५ हा साधारणपणे पंधरा वर्षांचा कालखंड मराठी वाङ्मयाच्या इतिहासात लघुनियतकालिकांच्या चळवळीचा कालखंड म्हणून नोंदवला जाईल. १९६० मध्ये अशोक शहाणे यांनी 'अथर्व' या लघुनियतकालिकाचे प्रकाशन केले. तेथूनच या चळवळीला प्रारंभ झाला. त्या आधी १९५५ मध्ये रमेश समर्थ यांनी 'शब्द' हे कविता प्रसाराला वाहिलेले लघुनियतकालिक काढले होते. त्याला मराठीतील पहिले लघुनियतकालिक असे काहीजण मानतात. पण त्यापासून चळवळीची परंपरा सुरू झाल्याचे दिसत नाही. 'शब्द' मध्ये लघुनियतकालिकाची बाह्य वैशिष्ट्ये होती. त्याचा आकार, त्याचे चक्रमुद्रित रूप, नव्या कवींना वाव देणे वगैरे लघुनियतकालिकासारखे होते खरे, पण त्यात बंडखोरी नव्हती. सत्यकथेचीच संवेदनशीलता त्यात जोपासली जात होती. आणि अखेरीस पुन्हा हीच संवेदनशीलता या चळवळीतल्या नियतकालिकातून डोके वर काढू लागली. तेव्हा चळवळीचे महत्त्व संपले. चंद्रकांत पाटील यांच्या शब्दात 'शब्द' हा लघुपत्रिकांचा पूर्वसूर होता असे फार तर म्हणता येईल. 'दिशा' या नियतकालिकाचीही स्थिती अशीच आहे. नव्या जाणिवा, नवी मूल्ये, नवा आशय यांचे त्यात स्वागत होते हे खरे, पण प्रतिष्ठित लेखकांचे वैचारिक साहित्यच त्यात प्रकाशित होत होते. ते तरुणांच्या बंडखोरीचे नियतकालिक नव्हते.

अमेरिकेत १९२० च्या सुमारास जशी स्थिती होती तशी आपल्याकडे १९६० च्या सुमारास असल्यामुळे लघुनियतकालिकांचा जन्म झाला, एवढेच पुरेसे नाही. १९६० च्या सुमारास इंग्लंड अमेरिकेतही बीटल्स, बीटनी आणि हिप्पी यांचा उद्रेक झालेला होता आणि त्यामुळे ही चळवळ या काळात सगळीकडेच फोफावली होती. इंग्लंड अमेरिकेतल्या साहित्यावर या चळवळीचा जेवढा प्रभाव पडला तेवढा आपल्याकडे पडला नाही. प्रकाशक, वाचक, टीकाकार यांनी या

चळवळीकडे जेवढे लक्ष द्यायला हवे तेवढे दिले नाही. त्यामुळे ही चळवळ थांबली; एवढेच नव्हे तर या चळवळीवर फार थोडे साहित्य लिहिले गेले.

वाङ्मयीन लघुनियतकालिकांमध्ये बंडखोरी, प्रयोगशीलता, उन्मुक्तपणा, रूढी आणि परंपरांचा आविष्कार, समकालीन जगण्याशी थेट संबंध, बिनधास्त आविष्कार या सारख्या प्रवृत्ती नसतील आणि त्या पाठीमागे काहीएक गंभीर विचार नसेल तर केवळ लघुआकाराच्या वा अनियमित नियतकालिकांचा या चळवळीच्या संदर्भात विचार करण्याचे कारण नाही. १९६९ साली भारतीय भाषांतील लघुनियतकालिकांचे एक प्रदर्शन दिल्लीत भरले होते. त्यात 'सत्यकथे'चा समावेश केला गेला होता. हा गमतीचा किस्सा विजया राजाध्यक्षांनी आपल्या लेखात नोंदवला आहे. ही गोष्ट अनियतकालिकांच्या चळवळीतील लोकांना फार लागणे स्वाभाविकच होते. आजतर सर्वच वाङ्मयीन नियतकालिकांची अवस्था लघुनियतकालिकांसारखी बाह्य स्वरूपात तर होऊ लागलेली आहे. त्यांना पुरेसे साहित्य मिळत नाही. त्यांच्या पाठीशी अर्थबळही उरलेले नाही व वाचक वर्गही मर्यादित झालेला आहे. पण म्हणून काही सर्वच वाङ्मयीन नियतकालिकांना लघुनियतकालिक असे म्हणता येणार नाही. साधनांचा प्रश्न सर्वच गंभीर नियतकालिकांना कठीण झाला आहे.

लघुनियतकालिकांची चळवळ हीं मुख्यत: वाङ्मयीन चळवळ होती. ज्यांनी विशिष्ट विचारधारा महत्त्वाची मानली ती 'भारूड' सारखी नियतकालिके या चळवळीबाहेर पडली. मराठी लघुपत्रिकांनी साहित्याव्यतिरिक्त इतर कुठल्याही कलांची दखल फारशी घेतली नाही हे निरिक्षणही बोलके आहे. लघुनियतकालिकांची चळवळ अनेक कारणांमुळे संपुष्टात आली. पुढेही काही तुरळक प्रयोगही होत राहिले पण चळवळ बारा-पंधरा वर्षांतच ओसरली.

पार्श्वभूमी

कोणतीही चळवळ ही त्या काळात प्रभावपूर्ण होत असलेल्या परिस्थितीच्या परंपरेच्या दबावाविरूद्धची प्रतिक्रिया असते. अशी परिस्थिती त्या आधीच्या काळात हळूहळू परिणत होत आलेली असते. म्हणून कोणत्याही चळवळीचा अभ्यास करताना तिला कारणीभूत होणाऱ्या पूर्वपरिस्थितीचे विश्लेषण करणे आवश्यक असते. समकालीन परिस्थितीमुळे तिचे पोषण-संवर्धन होते, पण पूर्वपरिस्थिती ही तिच्या जन्माचे - उद्रेकाचे कारण असते.

लघुनियतकालिकांची चळवळ ही मुख्यत: वाङ्मयीन चळवळ होती आणि ती तरुणांची चळवळ होती. या चळवळीची कारणे जशी मराठी वाङ्मयीन संस्कृतीतील

ऱ्हासप्रवृत्तीत होती तशीच ती तत्कालीन भारतीय सामाजिक, राजकीय, आर्थिक परिस्थितीत आणि नंतर राष्ट्रीय जाणिवेतही होती. स्वातंत्र्यप्राप्तीनंतरच्या काळात काँग्रेसने आपल्या दीर्घ राजवटीत नुसती घोषणाबाजीच केली होती. पंचवार्षिक योजनांची स्वप्ने दाखवली होती. आंतरराष्ट्रीय मोठेपणा मिळवला होता, पण देशात लोकांची आर्थिक स्थिती वाईट झालेली होती. गरीब अधिक गरीब होत होते. बेकारी, महागाई, दुष्काळ, अन्नधान्य तुटवडा वाढतच होता. धान्यांसाठी परकीय राष्ट्रांची मदत घेतली जात होती. जातीयवाद , सत्तेसाठी खुर्चीसाठी भ्रष्टाचार माजलेला होता. देशी वसाहतवाद सुरू झालेला होता. इतर पक्षातही आयारामगयारामच्या रूपाने सत्तेसाठीच सगळा झगडा चालू होता. राजकारण भ्रष्ट झालेले होते. गरिबी आणि महागाई यात सामान्य माणूस भरडून निघत होता.

देशाबाहेर जी परिस्थिती होती ती विज्ञानाचे भयंकर परिणाम दाखवणारी, हुकुमशाहीची क्रुर रूपे व नंगानाच प्रकट करणारी, भांडवलशाही, साम्राज्यवादी, वसाहतवादी सत्तांची स्पर्धा आणि आधुनिकतावादाचे दुष्परिणाम अधोरेखित करणारी होती. त्यामुळे नवीन सुशिक्षित भारतीय तरुण पिढीपुढे प्रक्षुब्ध होण्याशिवाय दुसरा मार्गच नव्हता. प्रक्षुब्ध होण्यातली अगतिकता आणि नाकर्तेपणा अनेक रूपांनी व्यक्त होत राहिला. त्याला क्रांतीचे स्वरूप येऊ शकले नाही हा भाग वेगळा, पण असंतोष आणि विद्रोह तर प्रकट झालाच.

सगळ्या जगभरच युवक क्रांतीची एक लाट या सुमारास उठलेली होती. अनेक देशांतील चळवळीत विद्यार्थी वर्ग पुढाकार घेत होता. दोन पिढ्यांमधले अंतर मोठ्या प्रमाणावर वाढलेले होते. त्यामुळे अपरिहार्य समस्या निर्माण झालेल्या होत्या. यांत्रिक, तांत्रिक, वैज्ञानिक प्रगतीमुळे माणसामाणसांतले संबंध बदललेले होते. कुटुंबव्यवस्थेला तडे जाऊ लागलेले होते. जुन्या पिढीच्या व्यवहारातील खोटेपणा, अंतर्विरोध, अर्थशून्य, रूढी स्पष्ट होऊ लागल्या होत्या. सगळी सत्ता मात्र या पाखंडी पिढीच्या हातातच एकवटलेली होती. त्यामुळे नव्या तरुण पिढीने विद्रोह केला. भारतीय परिस्थितीतही अशा विद्रोहाचे वारे वाहणे स्वाभाविकच होते.

लघुनियतकालिकांची चळवळ हे या विद्रोहाचे एक रूप होते. प्रस्थापित व्यवस्थेविरूद्ध बंड हे वाङ्मयीन व्यवस्थेपुरतेच मर्यादित राहिल्यामुळे या चळवळीला मोठेपणा लाभला नाही. मराठीत तर हे बंड फक्त समस्येपुरतेच आहे की काय असा संशय निर्माण झाला होता. या विद्रोहाचा विकास होऊ शकला नाही हा पुढचा इतिहास आहे, पण वाङ्मयीन संस्कृतीमध्येही हा विद्रोह परिवर्तनासाठी आवश्यकच होता. ज्या एका सामाजिक, राजकीय परिस्थितीमध्ये सहाव्या दशकातील मराठी साहित्य लिहिले जात होते, त्याचा प्रभावही त्या काळातील बेगडी साहित्याच्या

रूपाने प्रकट होत होता. या काळातील ऱ्हासशील वाङ्मयीन प्रवृत्तींचा नेटका वेध डॉ. चंद्रकात पाटील यांनी घेतलेला आहे. लघुकथेचा सुवर्णकाळ समजला जाण्याच्या या कालखंडात सत्यकथेचे रूपवादी वर्चस्व प्रस्थापित झालेले होते. कादंबऱ्या रंजनवादी किंवा अकृतिवादी जंजाळात अडकलेल्या होत्या. नाटक हा प्रकार तर अविकसितच राहिला. प्रयोगधर्मितेच्या नावाखाली रंजकतेचा पुरस्कार करणारी नाटके भरभरटीला आली. प्रचंड प्रमाणावर कविता लिहिली गेली, पण तिच्यात गती नव्हती, तिला सामजिक वास्तवाचे भान नव्हते. समकालीनतेशी तिचे नाते नव्हते. प्रतिमांचा अतिरेक, अलंकरणशीलता, अर्थक्षय, क्षीण आशय यासारख्या रोगांनी ती पछाडलेली होती. नवकाव्याच्या ऱ्हासाचे हे युग होते. सत्यकथेला विरोध हा वस्तुतः सत्यकथानिष्ठ संवेदनशीलतेला विरोध होता. त्यांची संवेदनशीलतेची मुळे ब्रिटीश वसाहतवादापर्यंत शोधता येतात. डॉ. भालचंद्र नेमाडे यांनीही या वाङ्मयीन संस्कृतीच्या अध:पाताचा सविस्तर विचार आपल्या लेखनातून मांडलेला आहे. वाङ्मयीन संस्कृतीत नव्या तरुण लेखकांची कोंडी झालेली होती. तात्पर्य, 'अशा अधोगामी वाङ्मयीन संस्कृतीत चांगले सरस निरोगी वाङ्मय निर्माण होणे अशक्य होते, हे ओळखूनही काही स्वतंत्र विचार करणाऱ्यांना या संस्कृतीविरूद्ध बंड करून उठण्याची निकड भासू लागली होती.' हा डॉ. पाटील यांचा निष्कर्ष लघुनियतकालिकाच्या जन्माची कारणमीमांसा नीटपणे मांडतो.

नव्या जाणिवांच्या नव्या आविष्कारासाठी, जुन्या रूढ परंपरांच्या जडवादाच्या विरोधात त्यांच्याशी कोणत्याही तडजोडी न करता आपले म्हणणे स्पष्टपणे मांडण्यासाठी नवी अभिरुची घडवण्यासाठी,नवी भाषा घडविण्यासाठी, व्यवस्थेची प्रतिष्ठाने उद्ध्वस्त करण्यासाठी, नव्या बंडखोरीला व्यासपीठ मिळावे यासाठी प्रस्थापितांची मक्तेदारी मोडून काढण्यासाठी लघुनियतकालिकांचा जन्म अपरिहार्यपणे झाला. याला मराठी नियतकालिकातील परिस्थितीहीं जबाबदार असल्याचे विजया राजाध्यक्ष यांनी म्हटले आहे. 'सत्यकथे'शिवाय बाकीची वाङ्मयीन नियतकालिके बंद पडलेली होती. ६०-६१ नंतर नव्या लेखकांची प्रयोगांची संख्या वाढली त्याला सत्यकथा पुरे पडले नाही. नवे लेखन प्रसिद्ध करण्यासाठी अनियतकालिकांची गरज निर्माण झाली असे त्यांनी म्हटले आहे. ही वस्तुस्थिती मान्य होण्यासारखी आहे.

लघुनियतकालिकांच्या चळवळीचे श्रेय

साठनंतर अस्तित्वात आलेल्या आणि पंधरावीस वर्षांत संपुष्टात आलेल्या या चळवळीने काय दिले हे पाहणे आजच्या वाङ्मयीन संदर्भात मोलाचे ठरेल. या चळवळीने मराठी साहित्यात प्रत्यक्ष अप्रत्यक्षपणे मूलभूत परिवर्तन घडवून आणलेले

आहे आणि या चळवळीचा आपल्या वाङ्मयीन संस्कृतीवरही दूरगामी परिणाम झालेला आहे असा निष्कर्ष या बाबतीत डॉ. चंद्रकात पाटील यांनी काढलेला आहे. चळवळ का थांबली किंवा तिची व्याप्ती वाढत सामाजिक-राजकीय क्षेत्रात का झाली नाही हे वेगळे मुद्दे आहेत. पण वाङ्मयीन क्षेत्रात तिने निश्चितच खळबळ माजवली. डॉ. अशोक केळकर यांना या चळवळीचे स्वरूप चांगल्या अर्थाने नकारात्मक वाटते. ही चळवळ एकाच वेळी गंभीरपणे आणि व्रात्यपणे वागायला शिकवत होती असे त्यांनी म्हटले आहे. या चळवळीला गांभीर्य अवखळपणे साधायचे होते त्याचबरोबर व्यक्ती आणि समाज यांच्या संबंधात त्यांचा दुसरा नकार होता. व्यक्तिकेंद्री कार्यपद्धतीची सांगड सामाजिक मनाशी घालून त्यांनी आपल्या आधीच्या पिढीच्या द्वंद्वांची वासलात लावली असेही त्यांनी म्हटले आहे. तथापि या चळवळीचे श्रेय केवळ नकारात्मक नाही. तसेच या चळवळीत काही उथळ, आत्मलुब्ध, आचरट, अत्युत्साही, दाखलेखोरी आणि विध्वंसक प्रवृत्ती असल्या तरी 'त्यांनी जे काही विधायक केले ते विसविशीत होते' असेही म्हणता येणार नाही.

लघुनियतकालिकातून प्रामुख्याने कविताच प्रसिद्ध होत असल्यामुळे काव्यक्षेत्रात या चळवळीने कवितेचे स्वरूपच बदलून टाकले. 'लघुअनियतकालिकातील कविता' या (समकालीन साहित्य: प्रवृत्ती आणि प्रवाह. पृ. ८१ ते १०७) लेखात डॉ. अक्षयकुमार काळे यांनी या कवितांचा परिश्रमपूर्वक वेध घेऊन त्यांच्या प्रवृत्तींचे वर्गीकरण- विश्लेषण करण्यासाठी प्रयत्न केला आहे, पण त्यांनी निश्चित अशी भूमिका घेतलेली नाही. अखेरीस ही कविता मर्ढेकर कुलोत्पन्न आहे; पण तिच्याजवळ मर्ढेकरी श्रद्धाही नाही आणि रचनेचे सामर्थ्यही नाही. मात्र हा प्रवाह अंतिमत: मर्ढेकरांचाच आहे व तो आशयाच्या दृष्टीने या कवींनी विकसित केला आहे असे त्यांनी नि:शंकपणे म्हटले आहे.

लघुनियतकालिकातून इतक्या विविध प्रकारची व विविध कवींची कविता प्रसिद्ध झाली आहे की तिच्याबद्दल सारांशाने काही म्हणणे तसे अवघड आहे. लघुनियतकालिकांचे कविताप्राधान्य स्वाभाविक समजण्यासारखे आहे. त्यामुळे या चळवळीचे प्रमुख श्रेय कवितांमधूनच शोधावे लागेल. पहिली गोष्ट म्हणजे या कवितेची अखंड प्रयोगशीलता, पारंपरिक, प्रतिष्ठित काव्यस्वरूपापेक्षा एकदम वेगळी, आशय व आविष्काराचे अनंत प्रयोग करणारी कविता लिहिली गेली. टायपोग्राफिक्स प्रयोग अमेरिकेत ई. ई. कमिंग्जने केले असले तरी मराठीत ते मोठ्या प्रमाणात याच चळवळीत दिसून आले. र. कृ. जोशी यांचे दृश्यकवितेचे प्रयोगही दखल घेण्यासारखे होते. कवितेला दृश्यात्मक परिणाम असते हे लक्षात घेतले गेलेच नव्हते. या आधी या अनियतकालिकांनी भाषांतरित कवितेवर एवढा

भर का दिला? असा प्रश्न निर्माण करून विजया राजाध्यक्ष विचारतात, ''त्यांना मराठी कविता अर्थहीन वाटली म्हणून?'' ते तर आहेच पण आजपर्यंत मराठीत इंग्रजीशिवाय इतर भाषातल्या कविता प्राय: भाषांतरित झालेल्या नव्हत्या. मर्ढेकर म्हणाले त्याप्रमाणे पुरेशी परपुष्टताही नव्हतीच. या भाषांतरांनी एक विश्वजाणीव मराठीत प्रथमच निर्माण केली. जागतिक वाङ्मयीन संस्कृतीशी नाते जोडण्याच्या प्रक्रियेला प्रारंभ झाला. या भाषांतराचा सृजनशील कवींनाही फायदा झाला. आपल्या भाषेच्या शक्यता त्यामुळे लक्षात येऊ लागल्या. अरुण कोल्हटकर, भालचंद्र नेमाडे, नामदेव ढसाळ, राजा ढाले, चंद्रकांत पाटील इ. व्यक्तींच्या काव्यातून कवितेचे समकालीन वाचकाशी, स्वत:च्या जगण्याच्या प्रक्रियेशी सृजनशील संबंध स्पष्ट होत गेले. आणि त्यामधून काव्यविषयक जाणिवांचा विस्तार झाला, मर्ढेकरांशी नाते सांगणाऱ्या नवकाव्याच्या सौंदर्यवादाच्या विरोधातच या कवितेची वाटचाल झालेली आहे.

आयुष्य हाही एक संभोग असतो...

लघुनियतकालिकातील बंडखोरीचे एक प्रमुख स्वरूप कामप्रवृत्तीच्या मुक्त अनियंत्रित आणि परंपरेविरूद्धच्या आविष्कारात दिसून येते. संभोगक्रियेला महत्त्व येऊन इंद्रियोपनिषद रचणाऱ्या या काव्यात रोमँटिक कामोत्सव मात्र आढळत नाही. जगण्याच्या प्रक्रियेत यौनकामना ही अनेक जाणिवांपैकी एक जाणीव असली तरी ती या काव्यात वरचढ झालेली आहे. सगळी पिढी लाचार, गांडू आणि मैथून जाणीवेने स्त्रैण झालेली असली आणि अशोक शहाणे यांनी 'गांडूचे गाऱ्हाणे' ''मधे ... आम्ही सगळेच मात्र । सिद्धगांडू । सगळेच मात्र हस्तमैथून करणारे'' असे म्हटले असले तरी किंवा किंबहुना त्यामुळेच त्या काव्यात खऱ्याखोट्या संभोगाची, काल्पनिक कामुकताभावाची चित्रे पाहायला मिळतात. यात बंडखोरी केल्याची भावना येते. चंद्रकांत खोत म्हणतात, ''कृष्णराव मराठ्यांचे बोचे पुसण्यात धन्यता मानणाऱ्यांनी मराठी साहित्य प्रांतात हगून ठेवलेले असताना मराठीतील लिटल मॅगेझिनांनी दाखवलेल्या बंडखोरीच्या पालखीतील मी एक सामान्य वारकरी आहे. याचा मला सार्थ अभिमान वाटतो... सेक्सवर बोल्डपणे लिहिण्याचे धाडस मी करतो हे पाहून मलाच बरे वाटते.'' सतीश काळसेकरांच्या इंद्रियनिष्ठ कवितांमध्येही हा हव्यास आहे पण ते लैंगिक जाणिवेच्या मूळ आदिम स्त्रोताकडे जाण्याचा प्रयत्न करतात असे वाटते. वेश्यांबद्दलची सहानुभूतीही या काव्यातून ''ईश्वरा हे इतकं करच की । आमचा पुनर्जन्म वेश्येच्या लडिवाळ गर्भाशयात'' यासारख्या ओळीतून ओसंडताना दिसत असली, तरी एकंदरीत स्त्रीच्या संबंधातील चित्रणात स्नेह,

आत्मीयता, यापेक्षा वासना, क्रीडा, शारीरिकता यांचाच वरचष्मा दिसतो. विजया राजाध्यक्ष म्हणतात, ''आत्महत्या, संभोग इ. शब्द या मंडळींनी वैगुण्याने वापरले. पण त्यामुळे धीटपणाखेरीज दुसरे काय सिद्ध झाले? या लेखनामागे कोठे डी.एच्. लॉरेन्सच्या संभोग विषयीच्या तत्त्वज्ञानासारखे एखादे तत्त्वज्ञान आहे का? वेश्यांविषयीचे लिखाण हेही फक्त सनसनाटीच आहे. त्यामागे कोणतीही गंभीर जाणीव नाही.'' तुलसी परब सारख्या एखाद्या कवीच्या कवितेत क्वचित असे सामाजिक परिमाण आढळते. 'आयुष्य हाही एक संभोग असतो सुहास/फसलेल्यांचा आणि जेत्यांचा/ मात्र त्यांना एकमेकांबरोबर झोपता येत नाही.' किंवा 'गांधी मला भेटला' कवितेत अशोक शहाणे विदारकपणे म्हणतात, ''गांधी मला/छत्रपती शिवाजी विडीचे झुरके घेत? फोरास रोडवर १८० नंबरच्या कमऱ्यात/रंगरंगोटी केलेल्या लोकशाही नावाच्या रांडेकडे भेटला/...'' असे काही अपवाद सोडले तर एकंदरित रतिक्रीडेला प्राधान्य देणारी ही कविता म्हणजे एक प्रकारचा पलायनवादच होता. रोमँटिक प्रवृत्तींना विरोध करताना एक व्याज-रोमँटिक प्रवृत्ती पण मूळ धरतच होती.

कामभावनेचे बिनधास्त चित्रण बीट कवींनी अगदी टोकाला जाऊन केले, गिन्सबर्ग, केरूआ, कोर्सो, विल्यम बरोज इ. कवींच्या कवितांत योनी, स्तन, संभोग इत्यादी अनके अनिर्बंध प्रतिमा आढळतात. अण्वस्त्रांमुळे अनिश्चित झालेले भविष्य आणि युद्धजन्य परिस्थितीमुळे मानवी जीवनाचे झालेले अवमूल्यन यामुळे क्षुद्र वासनांचे प्राधान्य वाढलेले दिसते. यामुळेच बीटनीक आणि हिप्पी पिढीत कामुकता, भोगवाद, विपरीत प्रकारचे सेक्स, नशेचे विविध प्रकार वाढलेले दिसतात. काव्यातच नव्हे तर सर्वच कलाप्रकारात काम रोगाचे थैमान माजलेले, समलिंगी संबंधांना मान्यता मिळू लागलेली,त्यांचे साहित्य मोठ्या प्रमाणात प्रकाशात येऊ लागलेले. या सर्वांचा प्रभाव लघुनियतकालिकांच्या पिढीवरही पडला. संभोग माणसाला पशूच्या पातळीवर आणतो. त्याचे चित्रण अश्लील आणि विकृत होऊ शकते. येथेच कलावंताच्या सृजनशीलतेची कसोटी असते. अनियतकालिकांचे श्रेय एवढेच की त्यांनी या संबंधातले सेन्सॉर व टॅबू नष्ट केले.

भाषेचे पुरोभूमीकरण

ग्रांथिक भाषेविरूद्ध बंड करून बोली भाषा प्रस्थापित करण्याचे फार मोठे काम या चळवळीने केले. शुध्दलेखनाचे नियम पाळायचे नाहीत ही जरी एका टोकाची भूमिका असली तरी या बंडाच्या मुळाशी भाषेवरच्या प्रतिष्ठितांची आणि प्रस्थापितांची नियंत्रणे उठवणे, सेन्सॉर्स हटवणे या प्रवृत्ती होत्या. यातूनच महानुभावी गद्याशी जवळीक साधली गेली व भाषेचे मराठीकरण घडवण्यात आले. ग्रांथिक

भाषेची मोडतोड करण्यात आली, पण ही भाषा चार मित्रांतच अडकून राहिलेली आहे अशा प्रकारचे आक्षेपही घेण्यात आले, पण सर्वांगीण दृष्टीने पाहिले तर गद्याचे, देशी वळणाचे, नव्या कवींचे खूप चांगले प्रयोग या काळात घडले. भाषेला जीवनसन्मुख केल्यामुळे भाषेत जिवंतपणा आला. भाषेतील या सर्व प्रयोगांचे महत्त्व आहेच; शिवाय डॉ.पाटील म्हणतात त्याप्रमाणे "या भाषेने नव्या प्रयोगशील वाङ्मय निर्मितीसाठी पुरोभूमीकरण-फोरग्राउंडिंग केले." हे श्रेय निर्विवादपणे लघुनियतकालिकांच्या चळवळीलाच जाते.

मध्यंतरीच्या काळात ज्यांचे महत्त्व विसरले गेले किंवा दुर्लक्षित राहिले अशा मनमोहन, लक्ष्मीबाई टिळक, साने गुरूजी इत्यादींच्या भाषिक सामर्थ्याकडे लक्ष वेधले गेले.

कादंबरी,नाटक या सारख्या मोठ्या फॉर्मच्या क्षेत्रात काही करणे लघुनियतकालिकांसाठी अवघड काम होते. तरीही 'वाचा'ने काही कादंबऱ्यांची प्रकरणे छापून नव्या दिशा दाखवल्या. मध्यमवर्गीय मानसिकतेतून आणि संकुचितपणातून वाङ्मयाला मुक्त करण्याचा मोठाच प्रयत्न या चळवळीने केला. त्यामुळेच कलावादाला, रूपवादाला, सौंदर्यवादाला तिचा ठाम विरोध होता. मराठी कांदबरीला नवे वळण देणारे लेखक भाऊ पाध्ये,भालचंद्र नेमाडे याच चळवळीतून पुढे आले. वृंदावन दंडवते यांच्या एकांकिकांनाही परिवर्तनाचे श्रेय जाते. विविध प्रकारचे गद्यलेखन या चळवळीतून पुढे आले. त्यात अशोक शहाणे, राजा ढाले आणि भालचंद्र नेमाडे यांचे समीक्षालेखन अत्यंत स्पष्ट, सडेतोड आणि विचारपूर्वक होते. या लेखांचे प्रतिध्वनी पुढे कितीतरी काळापर्यंत निनादत राहिले.

लघुनियतकालिकांची चळवळ देशी?

लघुनियतकालिकांची चळवळ ही एक देशी चळवळ होती असे डॉ. चंद्रकांत पाटील यांनी मुद्दाम नमूद केले आहे. या चळवळीची पाळेमुळे परदेशी शोधण्याचा प्रयत्न करणाऱ्या भाष्यकारांनी तिचा संबंध ब्रिटनमधल्या लिटल रिव्ह्यूपासून सुरू होणाऱ्या, अमेरिकेतल्या हॅरिअटमन्रोच्या 'पोएट्री' पासून सुरू होणाऱ्या, फ्रान्समधल्या दादाइझमपासून सुरू होणाऱ्या, कॉर्सो, गिन्सबर्ग-केरावापासून सुरू होणाऱ्या किंवा बंगालीच्या हंग्री जनरेशनपासून सुरू होणाऱ्या चळवळीशी लावून मराठी लघुनियतकालिकाचे आंदोलन, कनिष्ठ, हिणकस, परावलंबी, आयात केलेले वगैरे म्हणण्याचा अप्रामाणिकपणा केला असे त्यांना प्रामाणिकपणे वाटते. असा अपसमज पसरवणारे १९५० ते १९६० या काळातील मराठी साहित्य संस्कृतीच्या अध:पतनाकडे आपमतलबीपणे दुर्लक्ष करतात असेही त्यांचे मत आहे. या चळवळीचा उगम

परदेशी शोधणे म्हणूनच त्यांना हास्यापद वाटते.

डॉ. पाटील यांचा मुद्दा जरी बरोबर असला तरी या चळवळीवरील परदेशी प्रभाव नाकारता येण्यासारखा नाही. मुळात अशी चळवळ उभी करणे ही पाश्चात्य वाङ्मयीन परंपरेतील घटना आहे. अशा चळवळीला सर्वात अनुकूल काळ हा सहाव्या दशकातील अध:पातामुळे निर्माण झाला हे डॉ. पाटील यांचे म्हणणे निर्विवादपणे खरे आहे. पण म्हणून काही या चळवळीला विशिष्ट अर्थाने 'देशी'चळवळ म्हणता येणार नाही. लघुनियतकालिकासाठी आरंभी 'लिटल मॅगेझिन' हा शब्दच वापरण्यात येत होता. त्याला पूर्वीची देशी परंपरा उपलब्ध नव्हती. दुसरे म्हणजे याप्रकारच्या चळवळी याच सुमारास हिंदी, बंगाली, तेलगू इ. भारतीय भाषांतही जोर धरू लागल्या होत्या आणि या चळवळीतील लोकांचा एकमेकांशी संपर्क होता. गिन्सबर्ग भारतात येऊन गेलेला होता आणि त्याचाही काही प्रभाव होता. लघुनियतकालिकांनी केलेले एक महत्त्वाचे कार्य म्हणून डॉ. पाटील विविध भारतीय आणि जागतिक भाषांतील साहित्याच्या अनुवादांकडे अंगुली निर्देश करतात. यातूनच साहित्याची एक वैश्विक जाणीव निर्माण होण्यास मदत होते. ज्या स्व. गजानन माधव मुक्तिबोधाचे उदाहरण डॉ. पाटील 'रावण के घर पानी भरने से इन्कार' म्हणून देतात त्याच मुक्तिबोधांनी राष्ट्रीय संवेदना ही आन्तरराष्ट्रीय संवेदनेपासून वेगळी करता येणार नाही व सांस्कृतिक वेगळेपणाचे कूप मंडूकपणाचे दिवस संपले असल्याबद्दलही स्पष्टपणे म्हटले आहे. डॉ. पाटील यांनी ज्या लेखकांचे अनुवाद लघुनियतकालिकांतून सादर झाले त्यांची एक यादीच दिली आहे. 'रिल्के, एझरा पाऊंड, पाब्लो नेरूदा, किर्केगार्द, ओर्तेगा गॅसे, इओनेस्को, ब्रेख्त, पिरांदेल्लो, ज्याँ जेने, अन्तोनी आर्तो, कॉर्सो, गिन्सबर्ग, ले राच जोन्स, नॉर्मन मेलर, निजिन्स्की वगैरे अनेक. शिवाय कामू, काफ्का, सार्त्र, गोगोले, दोस्तोएवस्की आहेतच. आता या प्रभावांमुळे भाषेकडे बघण्याचा चिंतनगर्भ दृष्टीकोन निर्माण होत असेल, अभिरुचीचा स्तर उंचावत असेल, एकूणच वाङ्मयीन संस्कृती संपन्न होत असेल व त्याचबरोबर देशी परंपरांचे पुनर्मूल्यांकन होऊन त्यांचा समकालीनतेशी संबंध प्रस्थापित होत असेल तर तेवढ्यासाठी ही चळवळ देशी चळवळ होती असे म्हणणे मर्यादित अर्थानेच सार्थक ठरते.

स्वत: डॉ. पाटील यांनीही अखेरीस जगभराच्या लघुपत्रिका चळवळीच्या भूमिकेशी नाते जोडण्याचा प्रयत्न केलेला आहेच. वस्तुत: जगभराच्या लघुपत्रिकांचा उद्देश 'आदर्शवादी उदारमतवादाचा' प्रचार करणे आहे ही जॉन एल कपूरची भूमिका त्यांना मान्य आहे. कपूर म्हणतो, "The little Magazines seek, identify and expose the non-humanistic aspects of the existing social systems and their proposal for change is based upon exposing these decandent elements" मराठी लघुनियतकालिकांच्या चळवळीत अशी भूमिका अपवादात्मक होती याबद्दल त्यांनी जी खंत व्यक्त केली आहे तिच्याशी कुणीही सहमतच होईल. ही चळवळ जगभर ज्या पद्धतीने नामशेष होते त्याच पद्धतीने मराठीतही नामशेष झालेली आहे, हे पाहिले म्हणजे तिला अट्टाहासाने देशी चळवळ म्हणण्याची गरज उरत नाही. देशी परंपरांकडे तिने डोळसपणे पाहिले हे महत्त्वाचे. तिचा विद्रोह अर्थातच इथल्या वाङ्मयीन अध:पाताशी होता.

लघुनियतकालिके आणि बांधिलकी

लघुनियतकालिकांची चळवळ ही वाङ्मयीन अराजकाची निदर्शक होती. विद्रोहाचे क्वचित गंभीर, बरेचेसे उथळ आणि काहीसे हास्यास्पद स्वरूपही त्यातून प्रकट होत होते. त्यानंतरच्या काळात मराठी साहित्य-समीक्षेत सामाजिक बांधिलकीचा प्रश्न महत्त्वाचा ठरून त्यावर भरपूर चर्चा होत राहिली. प्रबोधनवादी, मार्क्सवादी व दलित साहित्य समीक्षकांनी बांधिलकीचा पाठपुरावा केला तर कलावादी समीक्षकांनी बांधिलकीचा संबंध कलेशी, आत्मजाणिवेशी जोडला. लघुनियतकालिकांच्या चळवळीशी या दोन्ही प्रवृत्तींचा संबंध होता. नवकाव्य, नवकथा, नवसमीक्षा या प्रकारच्या साहित्यातील प्रवृत्ती प्रस्थापित होऊन वर्चस्व गाजवू लागल्या तेव्हा त्याच्या विरोधात लघुनियतकालिकांची चळवळ उभी राहिली. स्वातंत्र्योत्तर कालखंडातल्या या मधल्या काळात लघुनियतकालिकांची चळवळ फोफावली.

वास्तविक राजा ढोले, नामदेव ढसाळ यांनी याच चळवळीतून आपल्या प्रेरणा घेतल्या, बळ घेतले पण नंतर लघुनियतकालिकांची चळवळ ही दिशाहीन, अराजकी आणि बांधिलकी न मानणारी असल्याचे स्पष्ट होत गेल्यामुळे तिच्याविरूद्ध आघाडी उघडणे दलित समीक्षकांना भाग पडले. यशवंत मनोहर यांनी 'मराठीतील लिटल मॅगझिन्स आणि बांधिलकी' (साहित्य: बांधिलकी आणि विद्रोह पृ. ८४-९१) या लेखात या चळवळीच्या आधी मराठी साहित्यात ऱ्हासाचे दालन उघडले गेले होते हे मान्य केलेले आहे. शहरी पारंपरिकांचे वर्चस्व असणारे आकृतिवादी, अध्यात्मवादी, नियतिवादी प्रवृत्तींना पोसणारे हतबलांचे साहित्य, अनुभव, आशय या गोष्टींना साहित्यातून बाद ठरवणारे आणि परिवर्तनवादी चळवळीकडे दुर्लक्ष करणारे पराभूतांचे सौंदर्यशास्त्र यासंबंधीचे विवेचन मान्य होण्यासारखेच आहे, पण लिटल मॅगेझिन्सवाल्यांनी स्थितिवाद्यांचा वारसा स्वीकारला हे म्हणणे पूर्णत: खरे नाही. कारण या स्थितीवाद्यांच्या विरोधात तर लघुनियतकालिकांची चळवळ उभी राहिली होती. आता हे खरे आहे की या काळातली बरीचशी कविता मर्ढेकरी

कवितेचेच पुनरूज्जीवन करीत राहिली. पण त्यातली महत्त्वाची कविता आकृतिवादाच्या विरोधात उभी होती. प्राधान्याने मध्यमवर्गीय शहरी तरुणाची ही चळवळ होती पण त्यांनी आविष्कारात आणि आशयात मोकळेपणा आणला आणि धर्मजातिभेदातील अशी संवेदनशीलता आणण्याचा प्रयत्न केला. लघुपत्रिकांच्या विद्रोहशीलतेत दलित साहित्याला विकासाच्या वाटा अनुकूल झाल्या. हा मुद्दा मांडताना प्रा. चंद्रकांत पाटील म्हणतात,''लघुपत्रिकांच्या चळवळीनेच पुढे अन्याय विषमता-दांभिकता, आर्थिक असंतुलन आणि अमानवीकरणाविरूद्ध विद्रोहाचे शस्त्र उगारले आणि याच्या परिणामातूनच राजा ढाले व नामदेव ढसाळने महाराष्ट्राच्या विकलांग समाजावर आघात करणारी 'दलित पँथर' सारखी संघटना स्थापना केली. दलितांच्या मुक्तीसाठी आणि प्रतिष्ठेसाठी सर्व पातळ्यांवर संघर्ष करणाऱ्या या संघटनेमुळे दलितांना आपल्या पोटसंस्कृतीची आणि हक्कांची योग्य जाणीव होऊन 'दलित साहित्या'चा जोमाने विस्तार सुरू झाला.'' (आणि म्हणूनच,पृ. ४०) दलित साहित्याची मूळ प्रेरणा अर्थातच आंबेडकरांच्या विचारात आहे. त्यामुळे लघुनियतकालिकांना श्रेयाचा वाटा देण्यास काही समीक्षक तयार होणार नाहीत. तरी पण ऐतिहासिकदृष्ट्या हेही खरेच आहे की आंबेडकरांचे विचारधन याही आधी होतेच. पण दलित साहित्याची चळवळ लघुनियतकालिकांच्या चळवळीनंतरच फोफावली. त्यामुळे अगदी कार्यकारणभाव जरी प्रस्थापित केला नाही तरी लघुनियतकालिकांनी साहित्यात जो विद्रोह मांडला, वाङ्मयीन भाषेचे सोवळेपण निकालात काढले व साहित्यातील प्रस्थापित अवरोध बाजूला सारले त्या वातावरणाचा व स्वातंत्र्याचा लाभ दलित साहित्याच्या वाढीसाठी लाभदायक ठरला असे म्हणता येईल. डॉ. पाटील यांनी लघुनियतकालिकांच्या संघर्षाला यासंदर्भात थोडे झुकते माप दिले आहे हे समजण्यासारखे आहे. पण डॉ. मनोहर या चळवळीला पूर्णपणेच मोडीत काढतात हे समजण्यासारखे असले तरी ते पूर्णपणे खरे नाही.

या चळवळीला मोडीत काढण्याचे श्रेयही डॉ. मनोहर दलित साहित्य चळवळीलाच देतात. एवढेच नव्हे तर सामाजिक जीवनात दलितोत्थानाच्या अनुषंगाने जे सिद्ध होऊ लागले होते त्यापासून महाराष्ट्राला डायव्हर्ट करण्याचा हा प्रयत्न होता असेही त्यांचे म्हणणे आहे. वस्तुत: हे आंदोलन अनेक आंतरिक व बाह्य कारणांनी पंधरा-वीस वर्षांत ओसरून गेले. दलित साहित्याचा जोमदार प्रवाह वेगाने पुढे आल्यामुळे विद्रोह-संघर्ष यांचे प्रभावी आविष्कार त्यातून साकार झाले व लिटल मॅगझिनवाल्यांचा विद्रोह-संघर्ष या आगडोंबापुढे अर्थातच फिका पडला. मार्क्सवादी साहित्याने मराठीत कधीच नीट मूळ धरले नव्हते. 'मागोवा' 'तात्पर्य' यासारख्या नियतकालिकांची चळवळ संपुष्टात येणे ही मराठी वाङ्मयीन संस्कृतीची

हानी होती हे डॉ. मनोहर नीटपणे लक्षात घेत नाहीत, कारण त्यांनी एक विचारधारा स्वीकारलेली आहे. त्यातून येणारा कट्टरपणा वस्तुस्थितीनिदर्शक नसण्याची भीती असते. त्यामुळे ते बेधडकपणे असे विधान करू शकतात की 'परिवर्तननिष्ठ बांधिलकीच्या वादळात लिटल मॅगझिन्सची चळवळ बेचिराख झाली! त्यापेक्षा मराठी साहित्याच्या रोमँटिक मध्यवर्ती प्रवाहावर काही प्रहार होणे हे महत्त्वाचे होते. दलित साहित्याची वेगळी चूल मांडली गेल्यामुळेही प्रवाह तसा सुरक्षितच राहिला. आपली विचारधारा सर्वांनी स्वीकारण्यातच त्यांचे कल्याण आहे असाही दुराग्रह निर्माण होतो. त्यामुळे या चळवळीतल्या कवींनी १९५६ च्या धर्मांतराशी बांधिलकी सांगितली असती तर वाङ्मयाचा इतिहास निराळा झाला असता, हे या चळवळीचे दुर्दैव होय' असे कल्पनात्मक विधानही हे करतात. छप्पनच्या धर्मांतराचे परिणाम अजूनही दलित साहित्यात ठामपणे दिसताहेत असे म्हणता येण्यासारखी परिस्थिती नाही. दलित साहित्य अजूनही भुक्तभोगांची गाथाच बनून राहिलेले आहे. 'मागोवा' 'तात्पर्य' यासारखेच मनोहरांचे 'समुचित' हे नियतकालिक लिटल मॅगझिनचे सुधारित संस्करण म्हणूनच पुढे आले आणि त्यालाही लिटल मॅगझिन्सवाल्यांना ज्या अडचणींना तोंड द्यावे लागले त्याच अडचणींना तोंड द्यावे लागत आहे. प्रस्थापिताविरूद्ध आवाज उठविण्याची धांदल लघुनियतकालिकांनी केली त्यामुळे वाटा मोकळ्या झाल्या. तात्पर्य, समुचित मागोवा घेतला तर आपण या चळवळीच्या मुळाशीच पोहोचतो हे तथ्य नाकारण्यात स्वारस्य नाही.

दलित साहित्याला अर्थपूर्ण आकार येण्याआधी व त्याचे मानदंड निश्चित होण्याआधी दलित कवी लघुनियतकालिकातूनच आपले लेखन करीत होते ही वस्तुस्थिती अमान्य करण्यात अर्थ नाही. वाङ्मयक्षेत्रात हवी ती संधी आपणास मिळत नाही. एवढ्याच प्रामाणिक दुःखापोटी ही चळवळ उभी राहिली असे भलेही यशवंत मनोहरांना वाटो, हे दुःख दलित जाणिवेलाही होतेच. राजा ढाले, नामदेव ढसाळ, बाबूराव बागूल इत्यादी अनेकांचे लेखन लघुनियतकालिकांतूनच पुढे आले. राजा ढाले यांनी 'असो'च्या पोटात 'आत्ता' 'व' 'येरु', 'चक्रवर्ती' वगैरे लघुपत्रिका काढून काही महत्त्वाचा असा वाङ्मयीन विचार व्यावहारिक समीक्षेतून मांडला. डॉ. चंद्रकांत पाटील यांना तर असे वाटते की राजा ढाले सर्जनशीलतेकडे डोळेझाक न करता, तर कदाचित मराठी दलित कवितेला एक वेगळंच गंभीर परिमाण लाभलं असतं. हा विचारही अर्थातच कल्पनारम्य आहे. कारण नामदेवच्या कवितेत अदलित जाणिवा आल्या की दलित समीक्षक त्याला नाकारतात. दलित लेखनाच्या अशा चौकटी दृढ होत गेल्या तशी ती चळवळ अनियतकालिकांशी फटकून वागू लागली. एवढेच नव्हे तर तिच्यावर हल्लेही चढवू लागली. 'समाजातील घडामोड कवितेची

घडामोड घडवते, कारण या कवितेची पाळेमुळे जीवनाच्या तळाशी साचलेल्या विषमतेत आणि सांस्कृतिक दुभंगलेपणात खोल लपलेली आहेत.' अशी भूमिका घेऊन पँथर कवींची कविता सांस्कृतिक लढ्यासाठी कटिबद्ध झालेली दिसते. त्यामुळे राजा ढालेची 'सत्यकथेची सत्यकथा' विसरली गेली आणि दलित साहित्याचा वेगळा प्रवाह विकासाची वाटचाल करू लागला. त्यात पुढे अवरोध, आवर्त, घोषणाबाजी आणि शैलीच्या भाषेची गिरवलेली वळणे वगैरे गोष्टी येत गेल्या. मराठी कवितेला तिने एक वेगळे परिमाणही दिले पण तो पुढचा इतिहास झाला. 'भारूड' सारख्या काही विरळ नियतकालिकातून मार्क्सवादी लेखन क्षीणपणे प्रसृत होत राहिले. राजा ढालेने सुर्वे यांच्या कवितांचा पंचनामा केलाच होता. लघुनियतकालिकांच्या मूळ स्त्रोतातून दलित प्रवाह जसा जोमाने बाहेर पडला तसा डावा प्रवाह पडू शकला नाही. 'निशासूक्त की सूर्यगर्जना' या लेखात सुधीर बेडेकरांनी परखडपणे लिहूनही या प्रवाहाला सृजनाचे बळ लाभले नाही.

चळवळ का थंडावली?

ही चळवळ थंडावण्याचे एक कारण म्हणजे ती मार्क्सवादी किंवा दलित चळवळीची वाङ्मयीन बाजू नव्हती असेही काहीजणांना वाटते. लघुनियतकालिकांनी अशी बांधिलकी मानण्याचे खरे तर काहीच कारण नाही. त्यांचा जन्म त्यासाठी झाला नाही. त्यांचे क्षेत्र वाङ्मयातील प्रस्थापिताच्या विरूद्ध संघर्ष एवढेच होते. त्यातही पुढे पुढे 'सत्यकथा' विरोध एवढाच स्थूलपणा राहिला आणि ज्या सत्यकथावादी प्रवृत्ती होत्या त्याच वेगवेगळ्या मुखवट्यातून या पत्रिकांमधून पाझरत राहिल्या; त्यामुळे निश्चित विचारधारा मानणाऱ्या सुधीर बेडेकरांनी "स्पष्ट बोलायचं तर लि. मॅ. वाल्यांचं बंड हिजड्यांचं तांडव आहे. त्याने जमीन हादरत नाही की आकाश डळमळत नाही' असे म्हटले तर त्यात आश्चर्य नाही. लघुनियतकालिकांची चळवळ करणाऱ्यांच्याजवळ निश्चित अशी विचारधारा नव्हतीच मुळी! तशी अपेक्षा करणेही बरोबर नाही. परिवर्तनवादी पर्यायी सामाजिक व्यवस्थेचा पुरस्कार करण्यासाठी त्यांचा जन्मच नव्हता. अशी बांधिलकी मानणारे पुढे कसे स्थितिस्थापकत्ववादी होतात हे आपण अनेकदा पाहिलेले आहे. 'मागोवा', 'तात्पर्य' मधल्या लेखकांनी राजकीय पक्षाच्या चिरेबंदी कोंडवाड्याविरूद्ध बंड करून मुक्त मार्क्सवाद्यांचा नवा प्रवाह उदयाला आणला. याच्या मुळाशी लघुनियतकालिकांची चळवळ आहे असे डॉ. चंद्रकांत पाटील यांनी दाखवून दिले आहे.

बांधिलकी नको याचा अर्थ कुठलाच विचार नको असा घेतला गेल्यामुळे लघुनियतकालिकातील साहित्याचा दर्जा सुमार होत गेला. हिणकस, रद्दी, बेताल,

अश्लील, अनैतिक, मूल्यहीन लेखन प्रामुख्याने कवितांच्या रूपाने काही काळ वाहत राहिले. असे अप्रतिबद्ध साहित्य पुन्हा त्याच आवर्तात सापडल्याचे दिसून येते. अप्रतिबद्ध असणे म्हणजे कोणतीच नैतिक वा तात्त्विक भूमिका नसणे असा समज काहीजणांनी करून घेतला तर काहीजणांनी अप्रतिबद्धतेला कलावादाच्या, वा सौंदर्यवादाच्या वा रूपवादाच्या दावणीला बांधले. रीड व्हिटमोअरने लघुपत्रिका म्हणजे गंभीर मासिक व गंभीर मासिक म्हणजे लघुपत्रिका अशी जी व्याख्या केली आहे ती मराठीतल्या फार थोड्या मासिकांना लागू पडण्यासारखी आहे; कारण गंभीरपणा हा वैचारिक भूमिकेशिवाय शक्य नसतो. एकदम दृढ पक्षीय विचारधारात्मक बांधिलकी किंवा एकदम चिंतनशून्य बागडूपणा यापेक्षा वेगळी अशी मुक्त, गंभीर, उदारमतवादी,सेन्सिबल अवस्था असू शकते व ती प्रामुख्याने लघुनियतकालिकांची भूमी आहे हे कुणी नीटसे लक्षातच घेतले नाही. बांधिलकी नसल्यामुळे ही चळवळ संपुष्टात आली किंवा या चळवळीतले जबाबदार लोक कृतिशील चळवळीकडे वळले आणि त्यांनी आपल्या विद्रोहाच्या सीमा विस्तारत नेल्यामुळे वाङ्मयक्षेत्रीय मूल्याधिष्ठित संघर्ष फैलावत जाऊन त्याने सामाजिक, आर्थिक, राजकीय समस्यांना कवेत घेतले. त्यामुळे ह्या चळवळीला नंतर आलेल्या अडाणी लोकांनी मूठमाती दिली या म्हणण्याला फारसा अर्थ नाही. कारण तोही बांधिलकीचा एक प्रकार होय. कारण ही चळवळ आपले वाङ्मयीन स्वरूप जसजसे बाजूला टाकत जाते तसतशी तिची बांधिलकी दृढ होऊ लागते. वाङ्मयाच्या माध्यमातून समाजातील व्यवस्थेविरूद्ध, प्रस्थापितांविरूद्ध, अमानुष प्रवृत्तींविरूद्ध अप्रतिबद्ध संघर्ष करता येतो. हा व्यक्तीचा एकाकी लढा असतो. त्यामुळे तो बांधिलकीतून येणाऱ्या ऱ्हासास्पद प्रवृत्तींच्याही विरोधात उभा राहू शकतो. बांधिलकी स्वीकारली की त्याला समूहनिष्ठेचे स्वरूप येते आणि मग त्याला विरोध करणे अवघड होऊन बसते. समाजाचे आचार आणि अनाचार उघड्यावर आणण्याचे धैर्य अप्रतिबद्धालाच होऊ शकते. असा कलावंत व्यक्तिवादी किंवा अस्तित्ववादीच असला पाहिजे असे नाही. पण तो प्रामाणिक असणे मात्र फार अगत्याचे आहे. ज्या वाङ्मयीन संस्कृतीत लघुनियतकालिकांची नावनिशाणी दिसत नाही त्या संस्कृतीने आपल्या आरोग्याची फेरतपासणी करणे फार अगत्याचे आहे.

लघुनियतकालिकांची चळवळ संपवण्याचे श्रेय प्रस्थापित वाङ्मयीन व राजकीय व्यवस्थेलाही देण्यात आले हे लक्षात घेण्यासारखे आहे. नवलेखकांना देण्यात येणारी अनुदाने, शासकीय पारितोषिके, नव्या लेखकांना आपल्या कळपात ओढणे, त्यांना आत्मसात करून घेणे हे जे काही प्रकार आहेत त्यातून तथाकथित बांधिलकी न मानणारे उरले सुरले लोकही आपली विद्रोहाची आणि संघर्षाची भाषा

विसरून जातात किंवा त्यांच्या भाषेची धारच बोथट होऊन जाते किंवा त्यांचे बंड म्हणजे निव्वळ विदुषकी वाटू लागते. नवे रस्ते शोधण्याचे बिनदिक्कत साहस असे संपुष्टात आले की लघुनियतकालिकांची गरज सरते.

चळवळ चालू राहायला हवी

लघुनियतकालिकांची चळवळ बंद पडली याची खंत कोणालाही नाही, कारण ही चळवळ प्रस्थापिताच्या विरूद्ध असल्यामुळे स्वत: प्रस्थापित झाली की बंद होणे अटळच आहे. बंद पडण्याच्या कारणांची काही मीमांसा झालेलीच आहे. निकड असेल तेव्हाच ही चळवळ चालू राहणार. व्याज-लघुनियतकालिकांनी ही चळवळ अधोगतीला नेली हे तर खरेच. या चळवळीत पुढे हौशे, नवशे आणि गवशे शिरले आणि त्यांनी ही चळवळ हास्यास्पद करून टाकली. 'ही नियतकालिके निकड नसतानाच जन्माला आली आणि काही चालू राहायला हवी असतानाही बंद पडली यामुळे या चळवळीचे नुकसान झाले.' असे विजया राजाध्यक्ष यांना वाटते ते बरोबरच आहे. पण लघुनियतकालिकांच्या जन्माची कारणे आणि भूमिका पाहिली तर त्यांचे आयुष्यमान फारसे असणार नाही हेही उघडच होते. 'छोटी नियतकालिके आणि नवे लेखक' या 'वाचा'च्या शेवटच्या अंकातील लेखात चंद्रकांत पाटील यांनी परखडपणे या चळवळीला ओहोटी का लागली, तिच्यात कोणत्या उणिवा होत्या आणि तिची नंतर वाताहात का झाली याची कारणमीमांसा केलेली आहे. 'वामकुक्षी निर्वेध चालू आहे.' या रुची (१९७८) च्या दिवाळी अंकातील लेखात अशोक शहाणे यांनीही या विषयाचे विश्लेषण केलेले आहे. "आपल्या कोंदट वाङ्मयीन संस्कृतीचा या चळवळीने दंभ स्फोट केला... आजचे सगळे मोठे कवी आणि कित्येक मोठे गद्यलेखक याच चळवळीतले आहेत." असे सांगून भालचंद्र नेमाडे यांनी ही चळवळ मंदावण्याची जी कारणे सांगितली आहेत त्यात चळवळीतील अत्यंत बुद्धिमान माणसांचा परस्पर मत्सर, 'सहवीर्यं करवावहै' हे लिटररी क्लिक्सचे धूर्त धोरण नसणे आणि नंतर मूर्ख लोकांनी या चळवळीचे अनुकरण करणे, याचबरोबर प्रतिष्ठित मासिकांनी एकदम अबाऊट टर्न करून नवनव्या लोकांना तात्काळ छापायला सुरुवात करणे ही महत्त्वाची कारणे आहेत. कोणतीही तात्त्विक भूमिका नसलेल्या उत्साही अंधानुकरण करणाऱ्यांनी ही चळवळ संपवली तशीच ती प्रस्थापितांच्या समावेशक धोरणामुळेही संपुष्टात आली. लघुनियतकालिकांची गरज संपली कारण व्यवस्थेने त्यांना आत्मसात करून घेतले. विद्रोह पुरस्कृत केले. विद्रोह विखरला गेला.

प्रसारमाध्यमांच्या विस्फोटामुळेही लघुनियतकालिकांचे आवाहन क्षीण झाले

असे म्हणता येईल काय? वस्तुत: लघुनियतकालिकांची चळवळ थांबली तेव्हा प्रसारमाध्यमांचा जोर एवढा नव्हता. आणि हा जोर जरी वाढला तरी लघुनियतकालिकांची गरजही त्या प्रमाणात वाढायला हवी. लघुनियतकालिकांच्या चळवळीतून ज्या काही नव्या वाटा, नवी संवेदनशीलता, नवे आशय, नवी रूपे, नवी भाषा, नव्या शैली आल्या त्या व्यवस्थेने आत्मसात करून घेतल्या. व्यवस्थेने या प्रवृत्तींना विरोध केला नाही तर धूर्तपणाने अंगीकृत करून घेतले. याला लघुनियतकालिकांची शोकांतिका असे म्हणता येईल काय?

"लघुनियतकालिक हे गंभीर नियतकालिक असते आणि गंभीर नियतकालिक हे लघुनियतकालिक असते. या प्रकारची व्याख्या अडाणीपणाची वाटेल, पण लघुनियतकालिकाच्या बहुतेक वाचकांना जवळची वाटेल अशी ही व्याख्या आहे." असे व्हिटमोअरचे उद्धरण चंद्रकांत पाटलांनी दिले आहे. अशा प्रकारच्या गंभीर लघुनियतकालिकांची संख्या या चळवळीत हाताच्या बोटांवर मोजण्याएवढीच असली तरी अशा प्रकारच्या लघुनियतकालिकांची गरज नेहमीच भासत राहणारी असते. कारण वाङ्मयीन संस्कृतीतही एकंदर सामाजिक, राजकीय पर्यावरणाच्या परिणामी प्रस्थापित व्यवस्था आपल्या अस्तित्वासाठी काही तडजोडी करीत धूर्तपणे काही व्याज-मूल्ये सजवीत असते. अभिरुचीला वळण देण्याच्या नावाखाली आपली मानसिकता रूढ करू पाहात असते. जगण्याचे प्रश्न बिकट करून प्रलोभने दाखवत असते. संस्कृतीच्या विकासासाठी नियोजनपूर्वक योजना आखून आपल्या आसनाला अनुकूल वातावरण निर्माण करीत असते. अशा सांस्कृतिक प्रदूषणाच्या काळात मानवी जीवनाचा, कलेचा, संस्कृतीचा गंभीरपणे बिनधास्त विचार करणाऱ्या धाडसी, नवोन्मेषी, रूढिभंजक बिनिवाल्यांची-अवाँगार्दची नेहमीच गरज असते. लघुनियतकालिकांचा आवाज म्हणजे या अंधयुगातल्या अध:पाताविरूद्धचा हुंकार असतो. यासाठी ही चळवळ चालू राहायला हवी असे सूज्ञांना वाटत राहते.

❖❖❖

३

प्रादेशिक साहित्य

भास्कर शेळके

महाराष्ट्राचे भौगोलिकदृष्ट्या प्रमुख चार विभाग पडतात. हे चार विभाग पुढीलप्रमाणे आहेत. : १) विदर्भ, २) मराठवाडा, ३) पश्चिम महाराष्ट्र, ४) कोकण (गोव्यासह). या चारही विभागांचे प्रादेशिक - ग्रामीण जीवन भिन्न स्वरूपाचे आहे. हे भिन्न स्वरूप त्या त्या प्रदेशांच्या भौगोलिक वैशिष्ट्यांमुळे निर्माण झाले आहे. त्यामुळे तेथील निसर्ग, समाज, संस्कृती, शेती भिन्न भिन्न झाली आहे. या भिन्नतेचे दर्शन त्या त्या प्रदेशामधील ग्रामीण प्रादेशिक कादंबऱ्यातून दिसून येते.

१९२५ ते १९९० या पासष्ट एक वर्षांच्या काळात स्वातंत्र्यपूर्व प्रादेशिक ग्रामीण जीवन आणि स्वातंत्र्योत्तर प्रादेशिक ग्रामीण जीवन यात खूप फरक पडत गेला आहे. विशेषत: स्वातंत्र्योत्तर प्रादेशिक ग्रामीण परिसर खूप बदलला गेला आहे. ग्रामीण परिसरात विविध सुधारणा झाल्या आहेत. त्यामुळे प्रादेशिकतेच्या पुढील घटकांच्या आधारे प्रादेशिकता तपासता येईल : अ) भू-वैशिष्ट्य, ब) निसर्ग, क) समाजजीवन. हे प्रमुख तीन घटक आहेत. समाजजीवन पुढील विविध उपघटकांनी तपासता येईल-

१) राजकीय जीवन २) घटना, प्रसंग, व्यक्ती, कुटुंबविशेष ३) सांस्कृतिक जीवन ४) आर्थिक जीवन ५) शैक्षणिक जीवन ६) भाषाविशेष. अर्थात, हे प्रादेशिकतेचे घटक संदर्भानुसार बदलणे शक्य आहेत.

"ज्या भू-भागाची निवड कथानकाच्या पार्श्वभूमीसाठी करावयाची त्या भू-भागाच्या नैसर्गिक सृष्टीचे यथावत चित्रण करीत असतानाच तेथील समाजजीवनाचे, चालीरीतींचे, संस्कृतीचे व प्रसंगी तेथील विशिष्ट बोलीभाषेचे प्रतिबिंब कादंबरीत उमटल्यानेच ती कादंबरी 'प्रादेशिक कादंबरी' या नावाला सार्थ ठरते."[१] बापट-गोडबोले यांनी भू-भाग, निसर्ग, समाजजीवन, चालीरीती, संस्कृती आणि बोलीभाषा या घटकांना प्रादेशिकतेचा विचार करताना अधिक महत्त्व दिले आहे. प्रा. ल. ग.

जोग यांनी प्रादेशिकतेचे वेगळेपण 'कादंबरी' या ग्रंथात स्पष्ट केले आहे. प्रा. जोग म्हणतात, "हे प्रदेश सुधारलेल्या जीवनापासून अलग असतात. ते मागासलेले असतात. गतिमान जिवंत समाजात नेहमी बदल होत असतात. विवक्षित समाजाच्या उन्नत्यावनतीची ही चक्रे वर-खाली होत असतात. त्या त्या समाजात वेळोवेळी मागासलेले समाज बदलत जातात... व्यक्तीपेक्षा साऱ्या समूहाचेच चित्रण करू लागले. नावीन्याची हौस असल्यामुळे लेखक नवेनवे जीवन हेरीत जातात. ह्या आजवर दुर्लक्षित बंधनाच्या पलीकडच्या जानपद जीवनाने नव्या लेखकांचे लक्ष वेधून घेतले. मुक्त जीवनाच्या सोन्याची ही खाणच उपलब्ध झाली. त्या त्या समाजाच्या, जाती-जमातींच्या चित्रणाने मराठी कादंबरी सजली. लेखकाच्या अनुकंपेतून ह्या जीवनचित्रणाला रंग भरला. हे जीवन रंगविणारे बहुतेक सर्वजण ते 'भोगून', 'अनुभवून' जाणिते झाले होते. त्यामुळे प्रचितीचे बोल सहानुभूतीच्या जीवनात भिजून आले व प्रादेशिक साहित्यातले नवे जीवन शब्दगत झाले... आता ही भाषा मोकळी झाली. ही मोकळी भाषा शब्दांच्या अवगुंठनामागचे असभ्य चित्रण मोकळेपणाने करू लागली... या भाषेत, एक प्रकारचा जोर होता, भावनादर्शन तीव्र होत होते... ही भाषा रांगडी, जोरदार, सांकेतिकतेच्या, सभ्यतेच्या मर्यादांना न जुमानणारी होती. पहिल्यापहिल्याने ह्या नव्या भाषेनेही प्रादेशिक कादंबरीचा वेगळेपणा जाणवायला मदत झाली."[२] प्रा. ल. ग. जोगांच्या सविस्तर विवेचनाचा अर्थ थोडक्यात पुढीलप्रमाणे सांगता येईल. भौगोलिकतेत काही वेगळे घटक असतात. प्रादेशिक वेगळेपण महत्त्वाचे असते. प्रदेशात काही बदल होतात. त्याबरोबर प्रश्न-समस्या बदलतात. प्रादेशिक वाङ्मयात समूहाला विशेष महत्त्व असते. नव्या जीवनाचे दर्शन प्रादेशिकतेमुळे घडते. बोलीभाषेच्या वेगळेपणामुळे प्रादेशिक कादंबरी वैशिष्ट्यपूर्ण ठरली. म्हणजे प्रादेशिक कादंबरीत नवे यंत्रदूर जीवन, भौगोलिकता, मागासलेपणा, जमातचित्रण, सामूहिकता, नवे रांगडे जीवन, वेगळी भाषा ही सर्व वैशिष्ट्ये येतात. प्रा. जोगांनी बापट-गोडबोले यांच्यापेक्षा प्रादेशिकतेचे वेगळे घटक सांगितले आहेत, तसेच काही समान घटकही सांगितले आहेत.

डॉ. अ. रा. तोरो यांनी आपल्या अप्रकाशित प्रबंधात प्रादेशिकतेचे स्वरूप निश्चित करण्याचा प्रयत्न केला आहे. 'प्रादेशिकतेचा नवा प्रवाह' डॉ. तोरो यांनी साधार स्पष्ट केला आहे.[३] १९२५ पासून मराठी ललित वाङ्मयात ग्रामीण किंवा प्रादेशिक या नावाने नवे वर्गीकरण करण्यात येऊ लागले. मराठी ललित वाङ्मयात प्रामुख्याने कादंबरीत ही प्रादेशिकता व्यक्त झाल्याचे दिसते. मानवी मनाला आकार देणाऱ्या विशिष्ट प्रदेशाचे जिवंत चित्रण मराठीत प्रामुख्याने कादंबरीत आढळते... विशिष्ट भूप्रदेशातील विशिष्ट बोलीभाषेने माणसाचे वेगळेपण व्यक्त होते. त्यामुळे

बोलीभाषा हा प्रादेशिक कादंबरीचा एक महत्त्वाचा घटक आहे. प्रादेशिक साहित्य असा शब्दप्रयोग व कथानक यांना सौंदर्याचे एक वेगळे परिमाण लागते... व्यक्ती आणि कृती यांच्याशी मातीचे उत्कट नाते प्रदेशाच्या जिवंत चित्रणानेच व्यक्त होते... म्हणून त्या 'प्रादेशिक' तेचे एक घटकमूल्य मानून प्रादेशिक कादंबरीचे एक वेगळे परिशीलन करणे अपरिहार्य झाले आहे. प्रादेशिक साहित्याची आरंभीची प्रेरणा ही जीवनातील वास्तववादी अनुभूतीतूनच निर्माण झालेली आहे असे म्हणता येईल. प्रादेशिक ही वर्तमानयुगाची प्रमुख प्रेरणा असली तरी प्रादेशिकतेचे तत्त्व वा प्रवृत्ती प्राचीनच होय. मानवी जीवनाच्या प्रारंभ काळापासूनच ही प्रवृत्ती आहे व परिस्थितीनुरूप ती बदलत राहते. प्रादेशिक साहित्यातील प्रादेशिकता ही विश्वव्यापी रोमँटिक चळवळीची अभिव्यक्तीच होय. रोमँटिक तत्त्वज्ञानात 'व्यक्ती' ला महत्त्व असूनही ते व्यक्तीवादी नाही. प्रादेशिक साहित्यात सामान्य माणसाला अग्रस्थान मिळाले त्याचे हेच कारण होय. सामान्य माणसाचे अवगुण व अज्ञान हा टीकेचा विषय न बनता नवे कलावंत या सामान्य माणसाच्या अंधश्रद्धांना, रीतिरिवाजांना कलात्मक अभिव्यक्ती देऊ लागले. सामान्य माणूस आपल्या निसर्गसिद्ध प्रदेशात फुलतो, नव्हे त्याच्या संपूर्ण जीवनाला निसर्गच आकार कोरीत असतो. प्रकृती हीच त्याच्या जीवनाची अंतिम नियंत्रक शक्ती ठरते. त्यामुळे निसर्ग, वातावरण, भूमी हे प्रादेशिक साहित्याचे अंगभूत असे महत्त्वाचे घटक होत. 'भाषे' च्या संदर्भातही या नव्या रोमँटिक आंदोलनाने स्पर्श केला.[३] डॉ. अ. रा. तोरो यांनी प्रादेशिक साहित्याची काही गुणवैशिष्ट्ये वरील विवेचनात सपष्ट केलेली दिसतात. प्रामुख्याने भू-प्रदेश, बोलीभाषा, प्रदेशाचे कलात्मक चित्रण, वास्तववादी अनुभूती, सामान्य रीतिरिवाज, निसर्ग, वातावरण आणि भूमी हे प्रादेशिक साहित्याचे अंगभूत घटक डॉ. तोरो यांनी सांगितले आहेत आणि प्रादेशिक वाङ्मयाच्या निर्मितीमागील प्रेरणा सांगितल्या आहेत. तसेच प्रादेशिकतेचे तत्त्व, स्वरूप व वैशिष्ट्ये स्पष्ट केली आहेत. 'निर्णायकी वर्तमानकाळानेच नवा नायक शोधण्याची प्रेरणा वाङ्मयाला दिली. आजच्या ऐतिहासिक व प्रादेशिक वाङ्मयाच्या निर्मितीमागील प्रेरणा अशा रीतीने वर्तमान युगाशीच निगडित आहेत हे ध्यानात येते. स्वातंत्र्योत्तर भारतात सांस्कृतिक पुनरुज्जीवनाचे नवे प्रयत्न सुरू झाले. प्रादेशिक वाङ्मयनिर्मितीमागेही ही सांस्कृतिक पुनरुज्जीवनवादाची प्रेरणा नि:संशय आहे. प्रादेशिक साहित्य हे प्रादेशिक संस्कृतीच्या इतिहासाचे साहित्य आहे.'[४]

प्रादेशिक वाङ्मयाच्या प्रेरणा स्पष्ट केल्यानंतर डॉ. तोरो यांनी 'प्रदेश' म्हणजे काय? हे स्पष्ट केले आहे. 'प्रदेश म्हणजे भू-भाग, एका भू-भागाचे जीवन म्हणजे 'प्रादेशिकता' आणि हे जीवन ज्यात चित्रित झाले आहे ते 'प्रादेशिक

साहित्य'. व्यवहारातील प्रदेश हा भौगोलिक आणि राजनैतिक क्षेत्रांनी व्यापलेला एक घटक आहे; तर साहित्यातील प्रदेश हा प्रामुख्याने सामाजिक आणि सांस्कृतिक धाग्यांनी विणलेला एक घटक आहे. प्रादेशिक साहित्यातील 'प्रदेश' हा यंत्रयुगापासून दूर, परंपरेपासून तुटलेला असतो.''[५] त्याचप्रमाणे प्रादेशिक साहित्याचा स्वरूपाबद्दल डॉ. तोरो यांनी संक्षिप्त विवेचन केले आहे, 'प्रादेशिक कलाकृती एका विशिष्ट प्रादेशिक जीवनातून साकार होते. त्या प्रदेशातील जीवनाचा वैशिष्ट्यपूर्ण 'स्वाद' त्या साहित्याला असतो. त्या प्रदेशातील लोकांचे आचारविचार, त्यांच्या भावभावना, त्यांच्या श्रद्धा-समजुती, त्यांचे सण-उत्सव, त्यांचे राग-द्वेष या सर्वांचे मिळून एक अपूर्व रसायन तयार होते. त्या प्रदेशातील लोकांची मनोरचना या रसायनाने घडविलेली असते. त्यांचा एक वैशिष्ट्यपूर्ण जातिस्वभाव बनतो. या स्वभावाचे जिवंत चित्र प्रादेशिक कलाकृती उभी करते.'[६] थोडक्यात, प्रत्येक भू-प्रदेशाचे व्यक्तिमत्त्व, निसर्गसौंदर्य आणि मानवी जीवनही स्वतंत्र असते. सांस्कृतिक आणि सामाजिक जीवन अजोड असते. ह्या वेगळेपणाचे निरीक्षण करून प्रतिभावंत नवनिर्मिती करतो. डॉ. तोरो यांनी प्रादेशिक साहित्याची व्याख्या पुढीलप्रमाणे केली आहे. ''भौगोलिकदृष्ट्या अस्तित्वात असलेला एक वैशिष्ट्यपूर्ण भूप्रदेश, तेथील मानवसमूह, त्याची वैशिष्ट्यपूर्ण बोली, निसर्ग, संस्कृती यांचे समुचित व संघटित असे भावमय चित्रण जे ललित साहित्य करते ते 'प्रादेशिक' होय.''[७] डॉ. तोरो यांनी वरील व्याख्येतून प्रादेशिकतेचे महत्त्वाचे पाच घटक सांगितले आहेत. वैशिष्ट्यपूर्ण भूप्रदेश, मानवसमूह, बोली, निसर्ग आणि संस्कृती हे मुख्य पाच घटक आहेत.

डॉ. द. भि. कुलकर्णी यांनी आपल्या 'तिसऱ्यांदा रणांगण' या ग्रंथात 'सध्याची मराठी कादंबरी' या लेखात प्रादेशिक कादंबरीच्या स्वरूपाविषयी पुढीलप्रमाणे विवेचन केले आहे. 'वास्तविक कादंबरी' या वाङ्‌मप्रकाराचा उदय मुळी एका सामाजिक जाणिवेतून झाला आहे. मानवाला स्वतःच्या समाजसापेक्ष सुख-दुःखांबद्दल जेव्हा उत्कट आणि स्वान्त आस्था निर्माण झाली, त्यानंतरच्या काळात त्यामागोमाग कादंबरी प्रकाराचा उदय झाला. कादंबरीतील या सामाजिकतेचे एक खास वैशिष्ट्य म्हणजे तिचे समकालीन जीवनाशी असलेले अचूक, अतूट नाते... प्रादेशिक कादंबरीत असाच एक अर्धपरिचित वैशिष्ट्यपूर्ण प्रदेश तपशीलवारीने साकार होतो. पौराणिक-ऐतिहासिक कादंबरीतील जीवनानुभवाचा वरचा थर असाच रोमँटिक निसर्गवर्णनाने घडविलेला असतो. सध्याची पौराणिक-ऐतिहासिक कादंबरी वाचकाला अर्धपरिचित आणि ऐश्वर्यशाली, स्थलकालाच्या मुखवट्यात, तर ही सध्याची कादंबरी वाचकाला अर्धपरिचित, निसर्गमग्न स्थळांच्या मुखवट्यात रंगविते. झोपडपट्टी कादंबरी यांच्यातील एक महत्त्वाचा फरक म्हणजे निसर्गमग्न व बहुधा रोमँटिक, रम्य

वातावरणाचा झोपडपट्टी कादंबरीतील अभाव. ऐश्वर्यशाली वातावरण आणि निसर्गधुंद वातावरण या आकर्षणाची कसर ही झोपडपट्टी कादंबरी बेताल लैंगिक संबंधाच्या तपशीलनिष्ठ चित्रणाने भरून काढते!''[८]

प्रा. जोग, बापट-गोडबोले, डॉ. तोरो यांच्यापेक्षा डॉ. द. भि. कुलकर्णी यांनी प्रादेशिकतेच्या काही नवीन घटकांचा विचार केला आहे असे दिसते. कादंबरीच्या उदयामागे सामाजिक जाणिवेचा भाग अधिक आहे. आत्मनिष्ठ भावनेतून कादंबरी जन्माला आली. प्रादेशिक कादंबरीतून वाचकाला नवीन असलेल्या प्रादेशिक भागाचे दर्शन घडते. निसर्गवर्णनाने वेगळी छाप वाचकांवर पडते. डॉ. कुलकर्णी यांना झोपडपट्टी कादंबरी प्रथम प्रादेशिक वाटते, त्याचेच पुढे ते खंडन करतात, कारण शहरापासून दूर ग्रामातीलच निसर्गाच्छादित कादंबरी ते प्रादेशिक कादंबरी मानतात. भू-प्रदेश आणि रोमँटिक निसर्ग हे दोन घटक डॉ. द. भि.कुलकर्णी यांना महत्त्वाचे वाटतात.

'गारंबी आणि बापू'[९] या लेखात डॉ. द. भि. कुलकर्णी म्हणतात- हा ग्रामीण कादंबरीचा अधिक वास्तवपूर्ण अविष्कार होय, असे आपण मानतो आणि म्हणूनच भौगोलिकदृष्ट्या अस्तित्वात असलेला एक वैशिष्ट्यपूर्ण भूप्रदेश, तेथील मानवसमूह, त्याची वैशिष्ट्यपूर्ण बोली, तेथील वैशिष्ट्यपूर्ण निसर्ग यांची अपेक्षा आपण प्रादेशिक कादंबरीकडून करीत असतो. या अपेक्षेला धरूनच प्रादेशिक कादंबरीत निसर्गदृष्टी हवी, ते एक महत्त्वाचे पात्र व्हावे, असे आपण समजतो. या आपल्या अपेक्षा रास्तच असतात. परंतु प्रादेशिक कादंबरीचे एवढ्याने भागत नाही. प्रादेशिक कादंबरीत प्रादेशिक मनाच्या सामुदायिक गजराला विशेष महत्त्व असते.

डॉ. आनंद यादव यांनी 'प्रादेशिक कादंबरी म्हणजे काय?' हे स्पष्ट करण्याचा प्रयत्न केला आहे. प्रा. ल. ग. जोग, बापट-गोडबोले, डॉ. तोरो किंवा डॉ. द. भि. कुलकर्णी यांच्यापेक्षा डॉ. यादवांनी प्रादेशिकतेच्या वेगळ्या घटकांचा विचार केलेला दिसतो. 'एखाद्या विशिष्ट प्रदेशातील लोकजीवन, संस्कृती, परंपरा, जीवन-संकेत, रीती, समूह-जीवनातील भावभावना आणि या सर्वांतून निर्माण झालेल्या समस्या आणि जीवननाट्य यांचे दर्शन घडविण्याच्या उद्देशाने ज्या कादंबऱ्या लिहिल्या जातात, त्यांना प्रादेशिक कादंबऱ्या म्हणता येईल. प्रादेशिक कादंबरीतील लोकजीवन वास्तवाच्या पातळीवरचे, काहीसे प्रातिनिधिक स्वरूपाचे असावे, अशी अपेक्षा असते.[१०] वरीलप्रमाणे व्याख्या सांगून डॉ. यादव शहरी जीवनचित्रविरहित, निसर्गाच्या सान्निध्यातील, उद्योगप्रधान संस्कृतीपासून दूर असलेल्या कादंबरीला प्रादेशिक मानतात. म्हणजे ग्रामीण स्वरूपाच्या लोकजीवनाची अपेक्षा प्रादेशिक कादंबरीकडून ते करतात. प्रादेशिक कादंबरी 'ग्रामीण कादंबरी'च मानवी लागते, असेही ते म्हणतात. डॉ. यादव

प्रादेशिक कादंबरीचे घटक स्पष्ट करताना निसर्गाला सर्वाधिक महत्त्व देतात. एक अंगभूत अवयव मानतात. मातीची ओढ असणाऱ्या व्यक्तिरेखाटनाची ते अपेक्षा करतात. तसेच मानवी मनाचा तळ गाठण्याच्या सामर्थ्यावर भर देतात. तसेच प्रदेशातील बोली ही लोकजीवनाचाच एक भाग असतो असे मानतात. म्हणजेच भू-प्रदेशातील निसर्ग, भू-प्रदेशाने प्रभावित व्यक्ती किंवा पात्र, मानवी अंतरंगाचे दर्शन घडविणे आणि या सर्वांबरोबर बोली-भाषेचा माध्यम म्हणून स्वीकार करणे आणि वापर करणे या घटकांवर डॉ. यादव भर देतात.

डॉ. यादव यांच्या 'ग्रामीण साहित्य आणि वास्तव' ग्रंथाच्या प्रस्तावनेत स. शि. भावे म्हणतात,[११] "प्रादेशिकतेसाठी स्थळकाळाचा निकष अपूर्ण ठरतो. त्यानंतर वातावरणाचा विचारही सहजच पुढे येतो. 'वातावरण' म्हणजे वातावरणाचा जिवंतपणा, वेगळेपणा. हा जिवंत वेगळेपणा आणि त्याचा संवेदनशील कोष हाच खरा कोणत्याही कलाकृतीचा संदर्भ. विशेषणे लागायची तर ती या 'जिवंत' वातावरणाला लावणे योग्य होईल. हे जिवंत वातावरण आनुवंशिक पिंडावर सांस्कृतिक परंपरेचे संस्कार होता होता तयार होते. तसेच धर्म, जात, गाव, आर्थिक वर्ग, व्यवसाय इ. सामाजिक संस्थांच्या प्रभावातून तयार होते." म्हणजेच स. शि. भावे निसर्ग, वातावरण, पात्र, सामाजिकता, आनुवंशिकता या घटकांना विशेष महत्त्व देतात.

म. सु. पाटील यांनी 'अक्षरवाटा' या ग्रंथात 'बनगरवाडी' कादंबरीच्या संदर्भात विवेचन करताना प्रादेशिक कादंबरीच्या स्वरूपाविषयी विचार मांडले आहेत. त्याचा संक्षेपाने पुढीलप्रमाणे विचार करता येईल. 'प्रादेशिक कादंबरी ही खरी म्हणजे ग्रामीण, अनागर जीवनावरील कादंबरी होय. प्रादेशिक हा शब्द प्रचारात येण्यापूर्वी या जीवनाचे चित्रण करणाऱ्या वाङ्मय प्रकारामागे ग्रामीण अथवा जानपद हे विशेषण लावले जाई. कादंबरीच्या क्षेत्रात १९४० च्या पूर्वकाळात या प्रकारचे लेखन अत्यल्प झाले. तेही फारसे समाधानकारक नाही. त्यातून ग्रामीण जीवनाचे खरेखुरे दर्शन होण्याऐवजी ग्रामीण पार्श्वभूमीवर मध्यमवर्गीयांच्याच प्रेमकथा रंगविलेल्या आढळतात. हे लिखाण करणारे लेखक बरेचसे मध्यमवर्गातले होते. त्यांचे जीवन बहुतांशी शहरात व्यतीत झालेले होते. त्यांनी या जीवनाकडे जे थोडेबहुत पाहिले ते मध्यमवर्गीयांच्या चष्म्यातून, त्यामुळे त्यांच्या चित्रणात समरसता येण्याऐवजी कळवळाच अधिक होता. काहींनी तर ग्रामीण पार्श्वभूमीच्या भांडवलावर स्वप्नरंजनाचा उत्तम व्यापार केला.' ग्रामीणतेचे हे स्वरूप उपरे, ग्रामीणतेचा नक्षीसारखा उपयोग करणारे होते, असे म. सु. पाटलांना वाटते, म्हणून सविस्तर विवेचन करताना ते लिहितात, "१९३५-४० या काळात सर्वच साहित्य एक प्रकारच्या आवर्तात सापडले होते. कृत्रिमता पराकोटीस पोहोचली होती. याबद्दलच्या असंतोषाने

कलावंतांनाही अस्वस्थ करून सोडले होते. मर्ढेकरांच्या 'वाङ्मयीन महात्मता' या निबंधाचा परिणाम साहित्यिक जगतावर झाला. लेखकवर्ग आपल्या अनुभवाचे आणि अवलोकनाचे क्षेत्र धांडोळून पाहू लागला. काहींना आपले स्वत्व गवसले आणि त्या आनंदात ते एक प्रकारच्या बेहोशीत लिहू लागले. बोरकरांची 'भावीण', दिघ्यांची 'सराई', पेंडशांची 'गारंबीचा बापू' आणि माडगूळकरांची 'बनगरवाडी' या अशा बेहोशीत लिहिलेल्या कादंबऱ्या होत. यात आलेल्या अनुभवविश्वाचे चित्रण करणारे लेखक त्या त्या प्रदेशात जन्मले होते, वाढले होते. त्यांचे संस्कारक्षम वय त्या ठिकाणीच व्यतीत झालेले होते. त्यामुळे त्यांच्या अनुभवात आपोआपच अस्सलपणा आला, सकसपणा आला. खऱ्याखुऱ्या ग्रामीण किंवा प्रादेशिक कादंबरीचा जन्म झाला.

या कादंबरीतील जीवन विशिष्ट भौगोलिक प्रदेशाशी संबद्ध झाले. तेथील हवा, पाणी, निसर्ग यांच्याशी संवादी होऊन अवतरले. माणसाची स्थूल स्वभाववैशिष्ट्ये त्या त्या प्रदेशानेच जणू निश्चित केली. कद्रूपणा, अतिथ्यशीलता, रुक्षपणा, आळशीपणा, बेफिकिरी हे जणू त्या मातीचेच गुण म्हणून प्रकट होऊ लागले.

नागर जीवनापासून दूर असलेली, शहरी सुधारणांचे आणि शिक्षणांचे संस्कार न लाभलेली, दारिद्र्य, अज्ञान, परंपरा आणि रूढी यांच्या गुंतवण्यात सापडलेली ही माणसे शेती, बागायती, मोलमजुरी, मेंढ्या-गुरे वळणे यांसारख्या व्यवसायात सारे आयुष्य काढणारी आहेत. आपले स्वयंकेंद्रित छोटेसे जग स्वयंपूर्ण समजून जगणारी आहेत. त्यांच्या सभ्यतेचा कल्पना वेगळ्या आहेत. हे जीवन एक प्रकारे मुक्त आहे. तेथील माणसांच्या वागण्या-बोलण्यात एक प्रकारचा रासवटपणा आहे... हे जीवन अनेकदा सामान्यांचे असते. सामान्य माणसे ज्या पातळीवरून जीवन जगतात, त्याच पातळीवरून बहुधा हे चित्रित केले जाते. या सामान्यांच्या खिजगणतीत नसलेली एखादी स्त्री किंवा एखादा नगण्य पुरुष या कादंबरीच्या केंद्रवर्ती असू शकतो. कधी कधी ते लोकसमूहाचे चित्रण असते. बहुधा निसर्गाच्या कुशीत या जीवनाचा जन्म होतो. म्हणून की काय ते ऋतुचक्राच्या फेऱ्यात सापडल्यासारखे दिसते. अशा कादंबरीत मग निसर्ग एक पात्र म्हणून येतो. त्याची नादरूपगंधमय विस्तृत आणि विपुल चित्रे येतात. मात्र, ती निसर्गवर्णनांसाठी हपापलेल्या वाचकवर्गाला तृप्त करण्यासाठी येत नाहीत किंवा गाव सोडून नोकरीसाठी शहरात आलेल्या वाचकाला पुन:प्रत्ययाचा आनंद देण्यासाठीही ती अवतरत नाहीत. येथील अनुभवविश्वाचा एक अपरिहार्य घटक म्हणूनच त्यांना या कादंबरीत स्थान लाभते.

या जीवनाचे चित्रण करणारा आजचा लेखक या जीवनाकडे बऱ्याचशा प्रमाणात निर्मळ डोळ्यांनी पाहणारा आहे. जानपद माणूस म्हणजे भोळाभाबडा

माणूस हे समीकरण त्याने पार खोडून काढले आहे. येथेही राजकारण, लबाडी, टगेगिरी इ. गोष्टींना अवसर आहे हे त्याने ओळखले आहे. या साऱ्या गोष्टींचा समरसतेने अनुभव घेऊन कलात्मक अलिप्तपणाने त्यांना आकार देण्याचा तो प्रयत्न करीत आहे. त्यामुळे वास्तववादी संप्रदायात सामील न होताही त्याची कादंबरी निखळ वास्तवाचे चित्रण करू लागलेली आहे. ते करीत असताना त्या अनुभवाच्या भाषेतही प्रादेशिक शब्द अटळपणे अवतरत आहेत.''

म. सु. पाटील यांनी केलेल्या विवेचनाचा अर्थ पुढीलप्रमाणे थोडक्यात सांगता येईल. प्रसंगचित्रण, व्यक्तिदर्शन, समरसता, निसर्गवर्णन, वातावरण आणि बोलीभाषा हे प्रादेशिक कादंबरीचे घटक म. सु. पाटलांना महत्त्वाचे वाटतात. प्रादेशिक कादंबरी ग्रामीण, अनागर जीवनावरील कादंबरी आहे. भू-प्रदेशानुसार माणसाची स्वभाववैशिष्ट्ये घडत जातात. हे जीवन शहरी संस्कृतीपासून दूरचे असते. स्वतंत्र संस्कृती असून त्यांचे जग स्वयंपूर्ण असते. त्यांचे जीवन मुक्त असते. त्यात रासवटपणाही असतो. सामान्य स्त्री-पुरुष किंवा समाज किंवा निसर्ग हेच या कादंबरीचे नायक असतात.

भू-प्रदेशातील संस्कृतीचे, सामाजिक जीवनाचे सूक्ष्म निरीक्षण करून कलात्मक अलिप्ततेने अटळ प्रादेशिक शब्दांत चित्रण करण्यावर म. सु. पाटील विशेष भर देताना दिसतात; तर डॉ. मदन कुलकर्णी यांनी प्रादेशिकतेची संकल्पना, 'प्रदेश' शब्दाची व्याख्या, प्रादेशिकता म्हणजे काय? प्रादेशिकतेची तत्त्वे, प्रादेशिकता आणि नागर पार्श्वभूमी, प्रादेशिकतेशी संबंधित संज्ञाचा विचार, प्रादेशिक कादंबरी : काही मतमतांतरे इ. मुद्द्यांचे स्पष्टीकरण केले आहे.

प्रादेशिकता हे वाङ्मयीन मूल्य नव्हे तर ती एक प्रवृत्ती आहे. वाङ्मयीन अपरिहार्यतेतून प्रादेशिक साहित्याची निर्मिती झालेली आहे. 'प्रदेश' म्हणजे विशिष्ट भू-भागावरील विशिष्ट निसर्ग असलेला व मानवी जनजीवनावर प्रभाव गाजविणारा प्रभावी घटक होय. प्रादेशिकता हे साहित्याला प्राप्त झालेले एक वैशिष्ट्य आहे. नैसर्गिक व सांस्कृतिक वातावरणाला महत्त्व देणारी ती एक प्रवृत्ती आहे. औद्योगिक जीवनापासून दूर असलेल्या भागाचा समावेश प्रादेशिकतेत होतो. विशिष्ट प्रदेशातील ज्वलंत समस्या, त्यांच्यातील अंतर्विरोध, तेथे होणारे आर्थिक, सामाजिक व राजकीय बदल, जुळणारे-बिघडणारे मनुष्या-मनुष्यांतील संबंध, नीतिमूल्ये यांबरोबरच तेथील भौगोलिक व नैसर्गिक स्थिती, तिचा जनमनावरील होणारा परिणाम व तेथले मागासलेपण, अर्धमागासलेपण यांतून ही प्रादेशिकता आविर्भूत होत असते. एखाद्या साहित्य प्रकाराच्या लेखनासाठी पार्श्वभूमी म्हणून एखाद्या प्रदेशाची निवड करून त्या प्रदेशातील नैसर्गिक सृष्टीचे यथावत चित्रण करीत असतानाच तेथील समाजजीवन,

चालीरीती, परंपरा-श्रद्धा इत्यादींचे तसेच तेथील बोलीभाषेचे प्रतिबिंब साहित्यात उमटल्याने प्रादेशिकतेचे तत्त्व निर्माण होत असते. प्रादेशिकतेत विशिष्ट प्रदेशाच्या सांस्कृतिक, पारंपरिक व भाषिक वैशिष्ट्यांचा अढळ होतो.

डॉ. मदन कुलकर्णी यांनी प्रादेशिकतेची तत्त्वे सांगितलेली आहेत-

१) भौगोलिकता, २) मागासलेपण आणि समस्या, ३) निसर्ग, ४) लोकसंस्कृती, ५) सामूहिकता, ६) भाषा. 'प्रादेशिकता' ही 'वास्तवतेचे प्रगटीकरण' आणि 'नावीन्य' या दोन कारणांनी वाङ्मयात आली असे सांगून डॉ. मदन कुलकर्णी जाती-जमातीवरील कादंबऱ्यांचाही प्रादेशिक कादंबरीत समावेश करतात. परंतु, नागर जीवन किंवा त्यानिमित्ताने वाढणारी झोपडपट्टी यांवरील कादंबऱ्यांचा समावेश प्रादेशिक कादंबरी प्रकारात करण्यास ते विरोध करतात. या उलट प्रादेशिक जीवन शतकानुशतके चालत आलेले सांस्कृतिक जीवन असते. ते नैसर्गिक व स्वाभाविक असते. प्रगत जीवनाचा त्या जीवनावर प्रभाव जेव्हा होतो, तेव्हा तर प्रदेश संस्कृतीचे प्राचीनत्व अधिकच उजळून निघते. प्रगतीतही आपले स्वरूप जपण्याचा प्रयत्न ग्रामीण जीवन करीत असते. त्यात भूत-प्रेत, हिंसा-प्रतिहिंसा, न्याय-अन्याय, पाप-पुण्य, दुःख व वेदना इ. गोष्टी असतात. पण त्याबरोबर त्यात गोडवाही असतो. सणवार, उत्सव साजऱ्या करण्याच्या विशिष्ट पद्धती असतात. त्यावेळी लोकगीते गायली जातात. लोकसंगीताच्या तालावर नृत्ये केली जातात. या सर्वांचे चित्रण प्रादेशिक कथा-कादंबऱ्यांतून येते, जे नागर जीवनाच्या तुलनेत एकदम वेगळे असते. म्हणूनच शहरी-नागर पार्श्वभूमीचा प्रादेशिकतेत समावेश करणे ही गोष्ट चुकीची ठरते असे स्पष्टीकरण डॉ. मदन कुलकर्णी यांनी केले आहे.[१३] तसेच प्रादेशिकतेची संज्ञा त्यांनी पुढीलप्रमाणे मांडली आहे- "प्रदेश म्हणजे विशिष्ट भू-पृष्ठ, खनिजपदार्थ, अरण्य, अन्नधान्य यांमुळे ही वैशिष्ट्ये प्राप्त होऊ शकतात. आर्थिक, सांस्कृतिक, प्राकृतिक अशा काही वैशिष्ट्यांनुसार प्रदेश विभागला जाऊ शकतो. संयोगी व पूरक अभिरुचीतूनही प्रदेशाला पाहता येते. एखाद्या देशातील प्रांतभाग 'प्रदेश' म्हणून संबोधला जाऊ शकतो. हे प्रदेश विशिष्ट दृष्टीने पूर्णपणे स्वतंत्र असे घटक मानता येतात. पुष्कळदा असे प्रदेश उपेक्षित राहिलेले असतात. या प्रदेशांचे नावीन्यपूर्ण सौंदर्य, तेथील लोकसंस्कृती, भाषा, प्रश्न इत्यादी गोष्टींचे दर्शन जेव्हा साहित्यिक घडवू लागतात, तेव्हा त्या साहित्याला प्रादेशिक हे विशेषण लावले जात असते. प्रादेशिक साहित्य चित्रण लेखकाच्या कलात्मक प्रवृत्तीचा आविष्कारच मानावा लागतो."[१४] सारांश -जानपद ग्रामीण आणि इतर संज्ञाचा समावेश 'प्रादेशिक' मध्येच करावा, असे डॉ. मदन कुलकर्णी म्हणतात. कारण सर्व संज्ञांचा कल हा प्रादेशिकतेकडेच असतो.

विषय-विस्ताराची जाणीव ठेवूनच पुनरावृत्ती टाळून फक्त डॉ. मदन कुलकर्णी यांनी प्रादेशिक कादंबरीची सांगितलेली व्याख्या पाहू. 'विशिष्ट भू-प्रदेशाचे अथवा ग्रामाचे, तेथे वास्तव्य करणाऱ्या लोकजीवनाचे, भूगोल व निसर्ग यांसह सामाजिक व सांस्कृतिक वैशिष्ट्यांचे सामूहिक रूपाने चित्रण करणारी, तेथील लोकसमाजाच्या समस्या, चालीरीती, रूढी, परंपरा, सणवार व उत्सव, जत्रा-मेळे, अंधश्रद्धा, भूतप्रेतविषयक कल्पना, देवदेवस्की आणि अन्य लोकतत्त्वे इत्यादींचे तसेच नवजागृतीचे, स्थानिक बोलीभाषेद्वारे अथवा प्रमाण भाषेद्वारे सामगऱ्याने वास्तवपूर्ण चित्रण करणाऱ्या कादंबरीला प्रादेशिक कादंबरी म्हणता येईल.''[१५] थोडक्यात, ग्रामीण स्वरूपाचे लोकजीवन अभिव्यक्त करणाऱ्या कादंबऱ्यांना 'प्रादेशिक' हे विशेषण लावावे लागते. प्रदेश जीवनाचे सखोल चित्रण करणाऱ्या कादंबरीला सामान्यत: 'प्रादेशिक कादंबरी' संबोधता येईल, तसेच विशिष्ट मागासलेल्या जाती-जमातींची चित्रणे करणाऱ्या कादंबऱ्यांचाही समावेश प्रादेशिक कादंबरीत करता येतो. या कादंबऱ्यांमधील प्रादेशिकता, जीवनपद्धतीशी संबंद्ध आहे. प्रादेशिक कादंबऱ्यांमध्ये प्रादेशिक पार्श्वभूमी, निसर्ग व लोकजीवनाच्या चित्रणाला फार महत्त्व असते.

डॉ. नागनाथ कोत्तापल्ले[१६] यांनी 'प्रादेशिक'ते विषयी विचार मांडले आहेत. ते पुढीलप्रमाणे : 'प्रादेशिकते' चे ग्रामीणत्वाशी निश्चितच काही बाबतीत साम्य असते. प्रादेशिक साहित्य ग्रामजीवनाला, ग्रामसंस्कृतीला फारसे महत्त्व देत नाही, तर ते महत्त्व देते ते एका विशिष्ट प्रदेशाच्या समग्र टप्प्याला. कधी ग्रामजीवन आलेच तर ते स्वतंत्रपणे येत नाही. ते येते ते त्या प्रदेशातील समग्र संस्कृतीचा एक भाग म्हणून. येथे ग्रामसंस्कृतीपेक्षा त्या प्रदेशाचा टापू अधिक महत्त्वाचा असतो. त्या दृष्टीने प्रादेशिक साहित्यातून व्यक्तीकेंद्रितता दिसत नाही. तर समूहकेंद्रितता हे या साहित्याचे वैशिष्ट्य असते. या साहित्यातून एखादी व्यक्ती प्रमुख असली, तरी तिच्यातून ध्वनीत होत असताना ती व्यक्ती स्वतंत्रपणे नजरेत भरेलही, परंतु शेवटी ती त्या प्रदेशाशीच बांधलेली आहे हेच अधिक नजरेत भरते. एक सबंध प्रदेशच्या प्रदेश लेखकाच्या व्यक्तिमत्त्वात मुरून गेलेला असतो. प्रदेशाचे स्वत:चे असे एक व्यक्तिमत्त्व असते. डॉ. स. रा. गाडगीळ आणि प्राचार्य बोराडे यांच्या मतांच्या आधारे डॉ. कोत्तापल्ले यांनी वरील विवेचन केले आहे, तर नामदेव व्हटकरांच्या मताचा हवाला देऊन डॉ. कोत्तापल्ले म्हणतात की, सृष्टीचा लोकसमुदायावर परिणाम होतो. निसर्गाशी माणूस आपले नाते प्रस्थापित करीत असतो किंवा निसर्ग त्याच्यावर सर्वार्थाने परिणाम करीत असतो. एक विशिष्ट असा भौगोलिक पट्टा एखाद्या लेखकाला घडवू शकतो. त्यामुळे त्याच्या साहित्यातून तो भौगोलिक पट्टा एक प्रदेश म्हणून अवतरू शकतो. म्हणजेच प्रादेशिक साहित्याच्या दृष्टीने भौगोलिक

असा एक संपूर्ण प्रदेशच्या प्रदेश महत्त्वाचा ठरतो. त्या संबंध प्रदेशाचे मिळून जे लोकजीवन झालेले असते ते महत्त्वाचे असते. ही संस्कृती नागर संस्कृतीपेक्षा वेगळी असते. प्रादेशिकतेमध्ये एका भौगोलिक प्रदेशात, तेथील सांस्कृतिक वेगळेपणाला जसे महत्त्व असते, तसे सामुदायिकतेला, निसर्ग आणि बोलीलाही महत्त्व असते. प्रादेशिक वाङ्मय व्यक्तिकेंद्रित न राहता, समूहकेंद्रित असते. एक सबंधच्या सबंध असा भौगोलिक पट्टा तेथील सामग्र्याने संस्कृती आणि समूहमनाचा गजर प्रकट करते. असे प्रमुख घटक डॉ. कोत्तापल्ले यांनी साधार स्पष्ट केले आहेत.

'साहित्यातील प्रादेशिकता-सामाजिक दृष्टिकोनातून विचार'[१७] लेखनातून डॉ. द. ता. भोसले यानी आपले विचार मांडले आहेत. ग्रामीण आणि प्रादेशिक साहित्याचे साम्य आणि वेगळेपण त्यांनी दाखविले आहे. 'प्रादेशिक साहित्यात विशिष्ट प्रदेशातील लोकजीवन, संस्कृती, परंपरा, शेती, समूहभावना, त्या विशिष्ट प्रदेशातला निसर्ग या सर्वांतून निर्माण झालेले प्रश्न आणि जीवननाट्य यांचे दर्शन घडविण्यावर भर दिलेला असतो. प्रादेशिक साहित्य हे ग्रामीण साहित्याप्रमाणे वास्तव असले, तरी ते काहीसे प्रातिनिधिक पातळीवरचे असते.' थोडक्यात, प्रादेशिक साहित्य म्हणजे प्रदेशाचे चैतन्यरूप आणि त्या प्रदेशातून साकार झालेल्या समाजमनाचे चैतन्य जिथे एकात्म स्वरूपात व्यक्त झालेले आहे ते साहित्य. विशिष्ट प्रदेश, समाजमन, पात्रांच्या वृत्ती-प्रवृत्तींवरील प्रदेशाचे संस्कार, समाजजीवन, प्रदेश केवळ पार्श्वभूमी नसतो तर साहित्यानुभवांशी आणि घाटाशी एकरूप असतो, संस्कृती, समूहमनाचा आविष्कार, निसर्ग यांशिवाय प्रादेशिकता अपूर्ण राहते. डॉ. द. भि. कुलकर्णी यांच्या प्रमाणे डॉ. द. ता. भोसले हेही नागर जीवनातील प्रादेशिकतेस विरोध करतात. प्रादेशिकतेचा लेखकाच्या संवेदनशीलतेवर परिणाम होत असतो आणि त्यातून कलावंत आपल्या साहित्यकृतीतील पात्रांना त्या विशिष्ट प्रदेशाचे, निसर्गाचे रंग बहाल करतो. त्या मातीचे विशिष्ट गुणधर्म तो आपल्या पात्रांच्या व्यक्तिमत्त्वाला बहाल करीत असतो, असे डॉ. द. ता. भोसले म्हणतात.

प्रादेशिकता म्हणजे केवळ एखादा विशिष्ट असा भौगोलिक पट्टा नव्हे, प्रादेशिकता म्हणजे केवळ निसर्ग नव्हे, तर प्रादेशिकता म्हणजे त्या प्रदेशातला माणूस, त्या माणसाची संस्कृती, त्याचे उपजीविकेचे साधन, त्या माणसाची भाषा आणि या साऱ्यांना कवेत घेणारा निसर्ग या साऱ्यांच्या परिपाकातून साहित्यात ही प्रादेशिकता निर्माण होत असते. त्यातून एक सामाजिक रीतिरिवाज, सणसोहळे, अन्नपदार्थ, वस्त्र, मानसिकता तयार होत असते. त्यातून सांस्कृतिक आणि सामाजिक वातावरण तयार होत असते व हे वातावरण प्रादेशिकतेला आकार देते.' थोडक्यात, प्रादेशिकता म्हणजेच निसर्ग आणि तज्जन्य परिस्थितीतून साकार झालेली सामाजिकता

होय. त्या विशिष्ट प्रदेशातील माणसाने प्राप्त परिस्थितीला शरण जाऊन स्वत:च्या सोयीसाठी आणि सुखासाठी जे जीवनव्यवहार व जीवनमूल्ये स्वीकारली असतील, त्या साऱ्यांचे कलात्मक पातळीवर 'युनिट' दर्शन म्हणजे प्रादेशिकता होय. ज्या प्रदेशाच्या मातीत वाढलेल्या लोकसमूहाचे स्पंदन, त्याचे निसर्गाशी असलेले संवाद-विसंवाद अन् त्यातून त्याला लागणारे वेगळेपण यातच प्रादेशिकतेचे रहस्य सामावलेले आहे. प्रादेशिकतेमध्ये सामूहिकता, प्रतिनिधिकता व सांस्कृतिक जीवन यालाही महत्त्वाचे स्थान असते. या तीन बाबींशिवाय साहित्यातील प्रादेशिकता पूर्ण स्वरूपात अवतीर्ण होत नाही. प्रादेशिकतेविषयीचे प्रा. स. शि. भावे यांच्या मताचा हवाला देऊन डॉ. द. ता. भोसले यांनी सविस्तर विवेचन करताना म्हटले आहे. 'प्रादेशिकतेच्या निकषांमध्ये सामाजिकतेला महत्त्वाचे स्थान आहे आणि ही सामाजिकता निसर्ग, समाज आणि व्यक्ती यांच्या परस्पर देवाणघेवाणीतून साकार होते व ती पत्राद्वारे साहित्यात जिवंत बनते.'

डॉ. भोसले यांनी बोलीभाषेलाही महत्त्वाचे स्थान दिले आहे, कारण भाषा एक सामाजिक संस्था असल्यामुळे समाजाचे अनेक गुणधर्म नकळत भाषेमध्ये संक्रांत होत असतात. म्हणून प्रादेशिकतेमध्ये बोलीभाषा महत्त्वाची ठरते.

डॉ. द. ता. भोसले यांनी अस्सल आणि खोट्या, कृत्रिम, उपऱ्या प्रादेशिकतेविषयी विवेचन केले आहे. 'अनुभवाशी एकरूप न झालेली, सजावटीसाठी, पार्श्वभूमी म्हणून आलेली प्रादेशिकता कृत्रिम होय. लेखक त्या प्रदेशाशी, तिथल्या माणसाशी, तेथील संवेदनांशी आणि मानसिकतेशी कितपत प्रामाणिक आहे, यावर त्यातली प्रादेशिकतेची अस्सलता अवलंबून असते. ती खरीखुरी प्रादेशिकता म्हणता येईल. या प्रदेशाच्या चित्रणाबरोबरच त्या प्रदेशात वाढलेल्या माणसांचे स्पंदन, संवाद-विसंवाद आणि त्यातून निर्माण झालेली जीवनदृष्टी व्यक्त होण्यात प्रादेशिकतेचे यश सामावले आहे.[१८] प्रादेशिकतेच्या अस्सलपणाचा एक विशेष आहे की, 'विशिष्ट कलाकृतीतील व्यक्तिदर्शन सहज शक्य व्हावे इतकी ती प्रादेशिकता जिवंत हवी आणि त्याचबरोबर त्यातील पात्रांचे व्यक्तित्त्व आस्वादताना ती प्रादेशिकता आपोआप पुसली गेलेली असावी. ते व्यक्तिमत्त्व आस्वादताना प्रादेशिकतेचा ठसा आपल्या मनावर उमटता कामा नये. शिवाय लेखकाच्या निर्मितीप्रकियेवर जर या प्रादेशिकतेची काही बंधने पडत असतील तर तीदेखील पडणार नाहीत, असे तिचे चित्रण झालेले असावे.[१९] ही खरीखुरी प्रादेशिकता होय, असे भाव्यांना वाटते. ती एका अंगाने जिवंतही असली पाहिजे अन् दुसऱ्या अंगाने आस्वादनावेळी ती मनावरून पुसलीही गेलेली असावी, असा वरील विवेचनाचा अर्थ होतो. डॉ. द. ता. भोसले यांना मान्य असलेली व्याख्या अशी,[२०] 'जे चित्रण आपणाला त्या विशिष्ट प्रदेशातील लोकजीवन,

संस्कृती, सणसोहळे, जीवनधारणा, तेथील लोकांचे रीतिरिवाज, त्यांचे निसर्गस्थित आयुष्य, कपडेलत्ते, भाषा इ. बाबींचा जिवंत, स्वाभाविक, वास्तव आणि कलात्मक स्वरूपात प्रत्यय आणून देते आणि तद्नंतर या वास्तवाच्या पलीकडे झेप घेऊन मानवी मनाची मूलभूत स्पंदने आणि गाभा गाठण्याचा प्रयत्न करते, ती प्रादेशिकता अस्सल प्रादेशिकता मानता येईल. व्यापक, सनातन आणि मूलभूत असे मानवी संबंध सूचित करणारी प्रादेशिकता ही खरीखुरी मानता येईल यात शंका नाही.''

डॉ. द. ता. भोसले यांच्या प्रादेशिकतेच्या स्वरूपाविषयी विस्तृत विवेचनाचा अर्थ असा की, नागर जीवनातील प्रादेशिकता त्यांना मान्य नाही. विशिष्ट भूप्रदेशातील निसर्ग, सांस्कृतिक आणि सामाजिक जीवन, बोलीभाषा, उपजीविकेची साधने, शेती, परंपरा, समूहभावाचे स्पंदन, तेथील प्रश्न आणि जीवननाट्य, आचार-विचार, चालीरीती, समाजमनाचा आविष्कार, मानसिकता, अन्नपदार्थ रीतिरिवाज सणसोहळे, वस्त्रप्रावर्ण, मानवी मनाची स्पंदने आणि गाभा गाठण्याचा प्रयत्न इ. प्रादेशिकतेच्या घटकांना महत्त्व दिले आहे. प्रादेशिकतेचा लेखकाच्या संवेदनशीलतेवर परिणाम होतो आणि कलावंत आपल्या साहित्यकृतीतील पात्रांना त्या विशिष्ट प्रदेशाचे-निसर्गाचे रंग बहाल करतो, त्या मातीचे विशिष्ट गुणधर्म तो आपल्या पात्रांच्या व्यक्तिमत्त्वाला बहाल करीत असतो. व्यापक, सनातन आणि मूलभूत असे मानवी संबंध सूचित करणारी प्रादेशिकता द. ता. भोसले यांना महत्त्वाची वाटते.

डॉ. रवींद्र ठाकूर यांनीही प्रादेशिक साहित्यकृतीविषयी काही विचार मांडलेले आहेत. जसे-

१) प्रादेशिकता म्हणजे विशिष्ट भौगोलिक परिसीमांनी नियत झालेल्या ग्रामीण परिसरांची अनेकांगांनी युक्त अशी अनन्यसाधारण विशेषता होय. ही विशेषता तेथील लोकजीवन काही तत्त्वांच्या रूपाने अस्तित्वात असते. अशा प्रदेशाचे जीवन जेव्हा एखाद्या साहित्यकृतीत साक्षात होत असेल, तेव्हा त्या साहित्यकृतीस प्रादेशिक साहित्यकृती म्हणता येईल.''[२१]

२) एखाद्या विशिष्ट भूप्रदेशाच्या व्यक्तिमत्त्वाला प्राधान्य देऊन जेव्हा एखादी साहित्यकृती निर्मिली जाते, तेव्हा त्या साहित्यकृतीला आपण प्रादेशिक साहित्यकृती म्हणतो.'[२२]

३) ''जेव्हा एखाद्या साहित्यकृतीतून एखादा विस्तीर्ण भूप्रदेश, तेथील निसर्ग, समाजजीवन आदी सर्व वैशिष्ट्यांसह साक्षात होत असेल, तेव्हाच त्या कलाकृतीस प्रादेशिक साहित्यकृती म्हणता येईल.''[२३]

डॉ. ठाकूर यांच्या वरील तीन व्याख्यांतून असे दिसते की, प्रादेशिक साहित्यकृतीतून विस्तीर्ण भू-प्रदेश, निसर्ग, समाजजीवन, लोकजीवन यांच्या चित्रणाची

ते अपेक्षा करतात, तर डॉ. रवींद्र शोभणे यांनीही 'प्रादेशिक कादंबरी' : स्वरूप व संकल्पना' या लेखातून प्रादेशिक कादंबरीचे व्यवच्छेदक लक्षण व व्याख्या स्पष्ट केली आहे. जसे, "प्रादेशिक कादंबरीत कुठला तरी भू-प्रदेश प्रामुख्याने चित्रण होणे आवश्यक असते. केवळ भू-प्रदेशाचे वर्णन म्हणजे प्रादेशिकता ठरत नाही, तर त्या प्रदेशाचा तेथील लोकजीवनावर झालेला अमीट परिणाम, त्या प्रदेशामुळे निर्माण झालेली तिथली संस्कृती, रीती यांचेही चित्रण होणे आवश्यक ठरते. तेथील माणसांच्या जगण्याच्या प्रेरणा तिथल्या प्रदेशाशी संबद्ध झालेल्या असतात.'[२४] प्रादेशिक कांदबरीविषयीच्या डॉ. आनंद यादवांच्या मताचा हवाला देऊन डॉ. शोभणे म्हणतात, "मानवी जीवनाचा अन्वयार्थ प्रादेशिक लोकसंस्कृतीच्या व परंपरांच्या पातळीवर लावणे प्रादेशिक कादंबरीच्या दृष्टीने अतिशय महत्त्वाचे ठरते." शहरी संस्कृतीतील जीवनापासून दूर असलेल्या कादंबरीस डॉ. शोभणे प्रादेशिक मानतात आणि म्हणतात, "प्रादेशिक कादंबरीचा मुख्य स्थायीभाव म्हणजे कुठला तरी विशिष्ट प्रदेश. प्रादेशिक कादंबरीत प्रदेश हा जरी महत्त्वाचा घटक असला तरी फक्त प्रदेश हाच एकमेव घटक ठरू शकत नाही. तेथील भूप्रदेश किंवा निसर्ग म्हणजे ही प्रादेशिक कादंबरी होत नाही, तर या कादंबरीत चित्रित होणाऱ्या माणसाचे विश्व, इथल्या प्रादेशिक आणि निसर्गाचे अमीट संस्कार झालेले असावेत. तसेच प्रादेशिक कादंबरीला येणारे जीवनचित्र हे समूहात्मक स्वरूपाचे असावे. विवक्षित किंवा व्यक्तिवादी जीवनदर्शन हे प्रादेशिक कादंबरीत वावडे ठरते."[२५] थोडक्यात भू-प्रदेश, त्याचा लोकजीवनावरील परिणाम, संस्कृती आणि शेती हे घटक डॉ. शोभणे यांनी महत्त्वाचे मानले असून, प्रदेशातील माणसाचे भावविश्व, निसर्गाशी असलेले नाते, दैनंदिन व्यवहार यांनाही महत्त्व दिलें आहे. समूहात्मक स्वरूपाच्या जीवनचित्रणाला अनन्यसाधारण महत्त्व दिले आहे.

'प्रदेश' संज्ञेचा विचार केल्यानंतर ओघानेच 'प्रादेशिकता' म्हणजे काय हे तपासणे क्रमप्राप्त ठरते. 'प्रादेशिक' हे विशेषण नाही. प्रदेश मूलभूत घटक किंवा नायक असतो. प्रादेशिकतेत विविध घटकांचा समावेश होतो. डॉ. तोरो म्हणतात, "एका भूभागाचे जीवन ज्यात चित्रित झाले आहे ते प्रादेशिक साहित्य होय." तर डॉ. मदन कुलकर्णी म्हणतात, "प्रादेशिकता' हे वाङ्मयीन मूल्य नव्हे तर नैसर्गिक आणि सांस्कृतिक वातावरणाला महत्त्व देणारी एक प्रवृत्ती आहे. 'प्रादेशिकता' हे साहित्याला प्राप्त झालेले एक वैशिष्ट्य आहे." तर डॉ. द. ता. भोसले यांच्या मतानुसार, "संस्कृती, समूहमनाचा आविष्कार आणि निसर्ग, व्यक्ती व समाज यांच्या परिमूलातून प्रादेशिकता आकार घेते." थोडक्यात, विशिष्ट प्रदेशांतील निसर्गचित्रण म्हणजे प्रादेशिकता नव्हे, तर इतरही घटकांचा अंतर्भाव प्रादेशिकतेत होतो.

संदर्भ -

१. बापट-गोडबोले, 'मराठी कादंबरी : तंत्र आणि विकास'

२. जोग ल. ग. 'कादंबरी'

३. तोरो अ. रा. 'आधुनिक मराठी ललित वाङ्मयातील प्रादेशिकता, उद्गम आणि विकास'

४. तत्रैव

५. तत्रैव

६. तत्रैव

७. तत्रैव

८. कुलकर्णी द. भि. 'तिसऱ्यांदा रणांगण'

९. तत्रैव

१०. यादव आनंद 'ग्रामीण साहित्य' : स्वरूप आणि समस्या

११. भावे स. शि. 'साहित्य आणि प्रादेशिकता' (ग्रामीण साहित्य आणि वास्तव -प्रस्तावना - आनंद यादव)

१२. पाटील म. सु. 'अक्षरवाटा'

१३. कुलकर्णी मदन 'मराठी प्रादेशिक कादंबरी : तंत्र आणि स्वरूप'

१४. तत्रैव

१५. तत्रैव

१६. कोत्तापल्ले नागनाथ - 'ग्रामीण साहित्य, स्वरूप आणि शोध'

१७. भोसले द. ता. 'ग्रामीण साहित्य - एक चिंतन'

१८. तत्रैव

१९. तत्रैव

२०. तत्रैव

२१. ठाकूर रवींद्र - 'र. वा. दिघे यांच्या कादंबरीचा चिकित्सक अभ्यास.'

२२. तत्रैव

२३. तत्रैव

२४. शोभणे रवीन्द्र, 'म. सा. पत्रिका, पुणे'

२५. तत्रैव

❖❖❖

४

प्रादेशिक साहित्य

श्रीराम गुंदेकर

श्रीराम प्रादेशिक साहित्य हा शब्द मराठी साहित्यात इ. स. १९४० च्या आगे मागे रूढ झाला. याच काळात आणि त्यानंतरही लिहिल्या गेलेल्या विशिष्ट प्रकारच्या साहित्यासाठी 'प्रादेशिक साहित्य' ही संज्ञा वापरली गेली. या काळात स्वदेश, स्वभाषा याविषयी आत्मीयता वाढत होती त्याचप्रमाणे माझी माणसे, माझा प्रदेश याविषयी ममत्व वाटणे स्वाभाविकच होते. पाश्चात्य विचारवंत 'निसर्गाकडे चला' असे आवाहन करत होते, तर महात्मा गांधीजी राष्ट्र उभारणीच्या चळवळीचे अंग म्हणून 'खेड्याकडे चला' असे सांगत होते. याचा परिणाम त्या काळातील लेखकांवर झाला. गांधीजींच्या विचारसरणीचा जसा या काळातील लेखकांवर प्रभाव पडला, तसाच सावरकरांच्या विचारांचा आणि मार्क्सवादाचा प्रभावही पडला आहे.

मानवी जीवन, मानवी संबंध, व्यक्ती आणि समष्टी यांच्या संबंधांतील गुंता, निसर्ग आणि मानव यांचे संबंध, सभोवतालच्या पर्यावरणात माणसाच्या हालचाली आणि भावांदोलने, क्षणोक्षणी घडणाऱ्या आणि बदलणाऱ्या मानवी कृती, प्रत्येक घटनेचा मानवी जीवनाच्या संदर्भात लावला जाणारा अर्थ यासाठी लेखक किती समर्थ आहे हे महत्त्वाचे असते. त्यासाठी लेखकाला वैज्ञानिक दृष्टीकोन आणि विश्वव्यापक मानवता उपयोगी पडते. वादाच्या मर्यादा लेखकाच्या आकलनाला पडतात म्हणून 'वादाचे' सामर्थ्य आत्मसात करून जीवनातील रहस्य आणि गुंतागुंती यांचा अर्थ लावण्याचे बळ लेखकाजवळ असले पाहिजे.

प्रादेशिक साहित्याची प्रेरणा

प्रादेशिक साहित्याची प्रेरणा गांधीवादात नाही. ग्रामजीवनात निसर्ग सान्निध्यात वाढलेला माणूस जेव्हा लेखक म्हणून घडत गेला तेव्हा आपण जगलेले अनुभव प्रादेशिक रस, रूप, गंध, ध्वनी आणि स्पर्शासह साहित्यात साकार करावेत असे

त्याला वाटणे स्वाभाविक होते. १९४० पर्यंतच्या मराठी साहित्यावर 'मुक्तामाला' आणि 'मंजूघोषा' या कादंबऱ्यांचा प्रभाव होता. अद्‌भुतरम्यता, काल्पनिकता, चमत्कृती व भाषेच्या बोजडपणामुळे मराठी साहित्याला कृत्रिम स्वरूप प्राप्त झाले होते. त्यानंतर हरिभाऊ आपटे, वा. म. जोशी, श्री. व्यं. केतकर, भा.वि. वरेरकर यांनी तत्त्वचिंतनात्मक काहीशा बोधपर कादंबऱ्या लिहिल्या. मात्र या लेखकांनी संपूर्ण कलात्मकतेचे भान राखले नाही.

१९४० च्या आसपास स्वदेशी चळवळींच्या वातावरणात सामान्य जनता, तिची भाषा आणि आचार-विचार साहित्यातून व्यक्त होणे अपरिहार्य झाले होते. बोलीभाषा आणि जानपद गीतांना साहित्यात स्थान मिळाले. काही नवे, रसरशीत वाचित-अनुभवित आहोत याची जाणीव वाचकांना झाली. समूह जीवनाचे चित्रण करणे ही एक महत्त्वाची भूमिका प्रादेशिक साहित्यातून व्यक्त झाल्याचे दिसून येते.

प्रादेशिक साहित्याची प्रेरणा शोधताना आणखी एका गोष्टीचे भान असणे आवश्यक आहे. जानपदात जन्मलेले लेखक पुढे नोकरी-व्यवसायाच्या निमित्ताने नागर जीवनात स्थिरावले. पण त्यांची ओढ ही गाव-प्रदेशातील होती. आपल्या अंतर्मनाची ओढ व्यक्त करण्यासाठी व आपल्या प्रदेशाशी नाते ठेवण्यासाठी प्रादेशिक लेखन करणे ही त्यांची मानसिक गरज होती आणि यात अनैसर्गिक असे काहीच नाही. काही लेखक गाव-प्रदेशात राहून अवतीभवतीच्या लोकांचे-प्राण्यांचे जीवन, निसर्गाशी दोस्ती आणि संघर्ष इत्यादी प्रसंग, जगण्याचाच अनुभव साहित्यात मांडत होते.

प्रादेशिक साहित्याचे स्वरूप

प्रादेशिक साहित्याची सर्वमान्य होईल अशी व्याख्या झालेली नाही. तरीही स्थूलमानाने प्रादेशिक साहित्याचे स्वरूप, वैशिष्ट्ये समजू शकेल अशा व्याख्या करण्यात आल्या आहेत.

१) एखाद्या विशिष्ट प्रदेशातील लोकजीवन, संस्कृती, परंपरा, जीवन, संकेत, रिती, सूमह जीवनातील भावभावना आणि सर्वांतून निर्माण झालेल्या समस्या आणि जीवननाट्य याचे दर्शन घडविण्याच्या उद्देशाने ज्या कादंबऱ्या लिहिल्या जातात, त्यांना प्रादेशिक कादंबऱ्या म्हणता येईल. प्रादेशिक कादंबरीतील लोकजीवन वास्तवाच्या पातळीवरचे काहीसे प्रातिनिधिक स्वरूपाचे असावे अशी अपेक्षा असते - आनंद यादव (यादव आनंद-ग्रामीण साहित्य : स्वरूप आणि समस्या, पृ. ८०)

प्रादेशिक साहित्यात प्रादेशिकता हा प्रमुख घटक असतो. साहित्यातील

पात्राप्रमाणेच प्रादेशिकतेला महत्त्व असते. पात्राशिवाय प्रादेशिकता रुक्ष असते तर प्रादेशिकतेशिवाय पात्रे निर्जीव असतात. प्रदेशाच्या भौगोलिक, नैसर्गिक लकबी - वैशिष्ट्यांसह पात्रे वावरत असतात. पात्रे सबंध मानवी समूह जिवंत करत असतात. प्रादेशिक साहित्यात प्रामुख्याने कादंबरीचा उल्लेख होतो. काही कथांमध्येही प्रादेशिकता व्यक्त झालेली आहे.

प्रादेशिक साहित्य आणि ग्रामीण साहित्य

'प्रादेशिक साहित्यात वर्ण्य प्रदेश त्याच्या संपूर्ण वैशिष्ट्यांसह समूर्त झालेला असतो. तेथील ऋतुचक्र, पीकपद्धती, हंगाम, पक्षी, प्राणी, त्यांची बोली भाषेतील नावे, नद्या, प्रदेश, लोकांची आहारपद्धती, पोषाखपद्धती, बोलण्याच्या ढबी, लकबी यात येतात. विशिष्ट प्रदेशातील नागर जीवनाची बहुतेक मोठी व उद्योगप्रधान शहरे ही कमी अधिक प्रमाणात त्या त्या प्रदेशापासून तुटून, उद्योगप्रधान वैश्विक संस्कृतीची बेटे झालेली असल्याने ती प्रादेशिक वैशिष्ट्ये' (यादव आनंद - ग्रामीण साहित्य : स्वरूप आणि समस्या - पृ. ८०) संपूर्ण नव्हे तर मोठ्या प्रमाणात गमावून बसलेली असतात हे आनंद यादव यांचे मत योग्य वाटते.

प्रादेशिक साहित्यात ग्रामीण जीवनदर्शन घडावे असेच अभिप्रेत असते. प्रादेशिक साहित्य हे ग्रामीण साहित्यच असते असे म्हणता येईल? कारण प्रादेशिक साहित्यातील लोकजीवनाचे चित्रण हे व्यापक, सर्वसमावेशक आणि प्रातिनिधिक असते. प्रादेशिक साहित्यात व्यक्तिजीवनाऐवजी समष्टीच्या चित्रणावर अधिक भर असतो. त्यामुळे प्रादेशिक साहित्य हे ग्रामीण साहित्य आहे असे म्हणता आले तरी ग्रामीण साहित्याला 'प्रादेशिक साहित्य' म्हणता येणार नाही. दोन्ही साहित्यात शेती आणि शेतीशी संबंधित लोकजीवन हा सामान्य विषय असतो, पण ग्रामीण साहित्यात 'ग्रामीण जाणिवा' व्यक्त करण्यावर अधिक भर असतो. ग्रामीण साहित्यात सबंध प्रदेश त्याच्या रूपा-गुणासह व्यक्त झालाच पाहिजे अशी अपेक्षा नसते. उदाहरणार्थ, र. वा. दिघे यांची 'सराई' वाचताना पुण्याजवळचा परिसर, ठाकर, कातोडी यांचे जीवन समग्रपणे प्रादेशिक, भाषिक, सांस्कृतिक वैशिष्ट्यांसह साकार होते. श्री. ना. पेंडसे यांची 'हद्दपार' वाचताना निसर्गसमृद्ध पण दारिद्र्याने गांजलेला कोकण साकार होतो. व्यंकटेश माडगूळकर यांच्या 'बनगरवाडीत' व्यक्तिवैशिष्ट्यांसह सबंध माणदेश जिवंत झालेला दिसतो, पण आनंद यादव यांच्या 'गोतावळा' किंवा रा. रं. बोराडे यांच्या 'पाचोळा' मध्ये सबंध प्रदेश साकार होत नाही. त्या प्रदेशातील भाषिक वैशिष्ट्यांमुळे त्या कादंबरीतील घटना अनुक्रम कोल्हापूर आणि लातूर जिल्ह्यात घडतात एवढेच कळते. तरी सर्वार्थाने त्यांना प्रादेशिक कादंबऱ्या म्हणता

येणार नाही. त्यात प्रादेशिकता येणे अपेक्षित नाही.

प्रादेशिक साहित्याचा प्रारंभ काळ

र. वा. दिघे यांच्या 'पाणकळा' (१९३९) या कादंबरीपासून प्रादेशिक साहित्याचा खऱ्या अर्थाने प्रारंभ झाला असे मानावे लागते. कातोडी या वन्य जातीचे समूहजीवन हा या कादंबरीचा विषय आहे. निसर्ग आणि वन्यजमाती यांचे सहजीवन, भावपूर्ण एकरूपता लक्षणीय आहे. त्याची शब्दकळा पाणकळेप्रमाणेच नितळ, पारदर्शी, प्रवाही आहे. डोंगर, झाडी, प्राणीसृष्टी, पक्षी, भातशेती, धबधबे, दऱ्याकपारी, गुहा, लोकांचे धाडसी जीवन, त्यांचे दारिद्र्य आणि निरामय, स्वच्छंदी भावजीवन चित्रमय पद्धतीने साकार झाले आहे. 'सराई' (१९४३) ही कादंबरी प्रादेशिक कादंबरीच्या वैशिष्ट्यांचा उच्चांक गाठणारी कादंबरी मानली जाते. 'पाणकळे' तील कल्पनारम्यता, अद्‌भुत रोमांचकता आणि अतिभावुकता 'सराई'मध्ये दिसत नाही. या कादंबरीत ठाकरांचे जीवनदर्शन घडविले आहे. ठाकरांच्या सांस्कृतिक जीवनात गाण्यांना महत्त्वाचे स्थान आहे. आदिवासी वन्य जीवनात गाणे-वाद्य-संगीत या कलांना महत्त्वाचे स्थान आहे. स्त्री-पुरुष सहजीवन स्वाभाविकपणे जगतात. गाण्यांसह आणि लोकांच्या रूप-गुण-कला सौंदर्यासह र.वा. दिघे व्यक्तीरेखा चित्रित करतात. त्यांनी अपरिहार्यता म्हणून बोलीभाषेचा उपयोग केला आहे. त्यांच्या भाषेला 'प्रादेशिक' म्हणून हिणवले गेले. (यादव आनंद - मराठी साहित्यः समाज आणि संस्कृती, पृ. १३८) याचा अर्थ 'प्रादेशिक' हा शब्द हिणवण्यासाठी वापरण्यात आला. पुढे हाच शब्द मराठी साहित्यातील निराळ्या जीवनाविषयीच्या साहित्याचा संज्ञावाचक ठरला. प्रादेशिक साहित्य इंग्रजी वाङ्मयाच्या परिचयाने मराठीत अवतरले आहे हेही लक्षात घेणे आवश्यक आहे.

ग.ल. ठोकळ हे दुसरे महत्त्वाचे प्रादेशिक कादंबरीकार आहेत. 'गावगुंड' ही कादंबरी त्यांनी १९४४ साली लिहिली आणि १९४६ साली प्रसिद्ध झाली. या कादंबरीतहीं अद्‌भुतरम्यता, अतिरंजित वर्णने, कल्पनाविलास, अपघात, योगायोग यांची गर्दी आहे. मनोरंजन हे या कादंबरी लेखनाचे उद्दिष्ट होते. सातारा जिल्ह्यात घडणाऱ्या घटनांचे वृत्तांत ऐकून पुण्यात बसून कल्पनेने जुळवाजुळव करून ही कादंबरी आकाराला आली आहे.

ठोकळ-दिघे हे दोघेही लेखक शेतकरी कुटुंबातील होते. र.वा. दिघे यांचा सुधारणावादी आणि रोमँटिक दृष्टीकोन होता, तर ठोकळ हे जास्त रोमँटिक दिसतात. साने गुरूजींच्या 'शामची आई' मध्ये प्रादेशिकता झुळझुळू वाहताना दिसते.

श्री. ना. पेंडसे यांची प्रादेशिक कादंबरी लक्षणीय ठरली आहे. निसर्गवर्णनातील

बारकाव्यांसह त्यांनी मानवी मनातील बारकावे टिपले आहेत. निसर्गाचा व्यक्तिमनावर आणि भावभावनांवर होणारा परिणामही त्यांनी टिपला. त्यांच्या कादंबऱ्यातील जिवंत निर्सगवर्णने ही लोकजीवनाचा अपरिहार्य भाग म्हणून येतात. दापोली, हर्णे, मुरूड, आंजर्ले, मुर्डी इत्यादी बंदरे आणि सभोवतालचा प्रदेश श्री. ना. पेंडसे यांच्या कादंबऱ्यात जिवंत होतो. त्यांची शैली साधी आणि सहजस्फूर्त आहे. वास्तवता, नवे युग, नवनीतीमूल्ये याचे भान त्यांच्या कांदबऱ्यातून आढळते. तरीही रोमांचकपणा, भव्यता यांचे आकर्षण त्यांना आहे. व्यक्तिमन, अंतरंग यावर त्यांची पकड आहे. सर्व पात्रांकडे ते माणसुकीच्या जिव्हाळ्याने आणि कलावंताच्या तटस्थपणाने पाहतात. 'एल्गार' (१९४७), 'हद्दपार' (१९५०), 'गारंबीचा बापू' (१९५२), 'रथचक्र' (१९६२), 'तुंबाडचे खोत' (१९८८) या त्यांच्या महत्त्वाच्या कादंबऱ्या आहेत. कामविकाराने, कामगंडाने पछाडलेली पात्रे ते आपल्या कादंबऱ्यात चित्रित करतात. तो कोकणातील लोकजीवनाचा महत्त्वाचा घटक मानावा की लेखकाचे कुतूहल मानावे? १९५० साली बा. भ. बोरकर यांची 'भावीण' कादंबरी प्रसिद्ध झाली. कोकणाच्या पार्श्वभूमीवर भावीणीचे भावमधुर, कोमल, हळवे, काव्यमय, उदात्त, करुण जीवन त्यात आले आहे. मराठवाड्यातील परभणीचे बी. रघुनाथ यांनी 'ओढ', 'हिरवे गुलाब', 'उत्पात', 'बाबू रडके', 'म्हणे लढाई संपली', 'जग काय म्हणेल' या कलाकृतींना मराठवाड्याचा वास्तववादी परिवेश दिला. त्यांनी निजामी राजवटीतील हृदयशून्य, सागंकाम्या नोकरशाहीचे, निर्वाहासाठी संघर्ष करणाऱ्या माणसांचे प्रभावी चित्रण केले. पण काही तडजोडी केल्यामुळे ते लक्षणीय कादंबरीकर होऊ शकले नाहीत.

व्यंकटेश माडगूळकर यांची 'बनगरवाडी' (१९५५) प्रसिद्ध झाली आणि कादंबरीतील व्यक्तीरेखांएवढाच निसर्गही अपरिहार्य घटक म्हणून कादंबरीत आला. सबंध माणदेशच्या माणदेश रूपरसगंधस्वादस्पर्शासह अनुभवावयास मिळतो. सौंदणकर हा आदर्शवादी शिक्षक बनगरवाडीत येतो. मेंढपाळ धनगरी जीवनाशी समरस होतो. ही माणसे निसर्गाशी संघर्ष आणि दोस्ती कशी करतात ते पाहातो. काव्यात्म भाषा, चित्रमयी वर्णने, आशयघनता, नेमकेपणा आणि कलात्मकता यांना समाजवास्तव बाधा आणीत नाही ही गोष्ट या कादंबरीने स्पष्ट केली. 'डिपांग डिपांग डिचिबाडी डिपांग'च्या तालावर सबंध माणदेश लेझीम खेळताना दिसतो. स्वातंत्र्योत्तर काळातील परिवर्तनाची दिशाही या कादंबरीत प्रतिबिंबित झाली आहे.

रणजित देसाई यांची 'माझा गाव' (१९५९) प्रसिद्ध झाली. त्या अगोदर त्यांची 'बारी' प्रसिद्ध झाली होती. रणजित देसाई श्रीमंत इनामदार कुटुंबात जन्मले. शेती करण्यासाठी कोल्हापुरहून परत कोबाडला आले. संगीत, चित्र या अभिजात

कलांमध्ये रुचि असलेले त्यांचे व्यक्तिमत्त्व होते. अफाट वाचनाचे वेड होते. शेतकी जीवन जवळून माहिती होते. बेरडांशी त्यांचा संबंध होता. शेती, पिके, जनावरे, पक्षी, गावकरी यांच्याविषयी अपार माया होती. त्यामुळे त्यांच्या प्रादेशिक कादंबऱ्यांमध्ये विविध हालचाली, सूक्ष्म निरिक्षण, बारकावे लक्षणीय आहेत. संवादलेखन चटकदार आणि हृदयस्पर्शी आहे.

ना. रा. शेंडे हे आणखी महत्त्वाचे कादंबरीकार आहेत. 'तांबडा दगड' ही त्यांची १९५७ साली प्रसिद्ध झालेली कादंबरी. भंडारा जिल्ह्यातील प्रतापगड डोंगरातील आदिवासी जीवन हा त्यांच्या कादंबरीचा विषय आहे. दलित चळवळीतील जातनिष्ठ - जाणिवेने त्यांनी लेखन केले आहे. दलितांपेक्षा उपेक्षित जीवन जगणारे आदिवासी हा त्यांच्या कादंबरीचा विषय व्हावा यातूनच त्यांचा मानवमुक्ती लढ्याचा ध्यास प्रकट होतो. कादंबरीतही त्या जाणिवांचा कलात्मक पातळीवरून आविष्कार होतो. 'तांबडा दगड' ही मनुष्यबळीची प्रतिमा आहे. त्याला शुश्रुषागृहाची जोड देऊन ना. रा. शेंडे यांनी विश्वमानवतेच्या जाणिवेचा अर्थपूर्ण आविष्कार केला आहे.

याच काळात लक्ष्मणराव सरदेसाई प्रादेशिक लेखन करीत होते. त्यांची 'मांडवी! तू आटलीस' ही कादंबरी प्रसिद्ध झालेली आहे. त्यांच्या कथांना प्रादेशिकतेचा सुंदर परिवेश लाभलेला आहे.

चिं. त्र्यं. खानोलकर यांच्या कादंबऱ्यांनी प्रादेशिक कादंबरीला वेगळे परिमाण प्राप्त करून दिले. काव्यात्म भाषाशैली, अर्थपूर्ण प्रतिमांची योजना, दुभंगलेल्या, उद्ध्वस्त झालेल्या व्याकूळ व्यक्तिरेखा आणि नियतीचा गूढ खेळ ही त्यांच्या कादंबऱ्यांची महत्त्वाची वैशिष्ट्ये आहेत. विविध प्रकारच्या कामगंडाने पछाडलेली पात्रे त्यांच्या कादंबऱ्यात वावरत असतात. पती-पत्नीतील वितुष्ट, विजोड जोडपी, विवाहबाह्य संबंध आणि अपयशी कामजीवनाचे वर्णन करतांना चिं.त्र्यं. खानोलकर स्त्री देहाचे, मनोविकाराचे परिणामकारक दर्शन घडवितात. त्यामुळे त्यांच्या कादंबऱ्या कामवासना चाळविणाऱ्या आहेत असे म्हटले जाते आणि ते खरेही आहे. कोकणचा प्रदेश त्यांच्या कादंबऱ्यात चैतन्याने सळसळतांना दिसतो. प्रादेशिकतेच्या पलीकडे जाऊन मानवी मनाचा ठाव ते घेतात. मानवी मनाच्या खोल डोहात बुडी मारतात. तरीही माणूस हा नियतीच्या हातातील खेळणे आहे. गूढ अशा शक्तीने मानवी जीवन नियत केलेले असते असा त्यांचा जीवनविषयक दृष्टीकोन आहे. दुःख, दारिद्र्य, अज्ञान, अतृप्त कामभावना, असाध्य आजार इत्यादींनी ग्रस्त अशा व्यक्तींचे मृत्यूही वाचकांना व्यथित करतात. 'रात्र काळी घागर काळी', 'कोंडुरा', 'चानी', 'पाषाणपावली', 'अगोचर', 'भागधेय', 'अजगर', 'त्रिशंकु', इत्यादी कादंबऱ्या त्यांनी इ.स. १९६३ ते १९७७ या कालावधीत लिहिल्या आहेत.

व्यक्तींचे स्वभावदर्शन, प्रवाही, कथानक, मधुर भावदर्शन, कोमल संवेदनशीलता, अर्थपूर्ण प्रतिमा, तरल काव्यात्मकता, अकृत्रिम निसर्गवर्णनांमुळे खानोलकरांच्या कादंबऱ्या या प्रवाहात लक्षणीय ठरल्या आहेत.

प्रादेशिकतेचे गहिरे रंग, त्या प्रदेशातील माती आणि त्या मातीने जन्माला घातलेली मनस्वी माणसे यांचे अत्यंत स्वाभाविक दर्शन गो. नी. दांडेकर यांच्या कादंबऱ्यांतून घडते. त्यांनी गाडगे महाराजांबरोबर प्रदीर्घकाळ भ्रमंती केली. जिज्ञासूवृत्तीने, कुतुहलाने मानवी जीवन, जीवनाच्या तऱ्हा, जगण्याचा अर्थ त्यांनी समजून घेतला. 'आपण सर्वांचे आणि सर्व आपुले' या संतवृत्तीने त्यांनी जगण्याचे ठरविले होते. अपरिग्रहवृत्ती आत्मसात केली होती. त्यामुळे मानवी जीवनाविषयी कुठेही कटुता दिसत नाही. उलट इह जीवनाविषयी अपार प्रेम त्यांना वाटते. सर्व प्राणीमात्रांविषयी जिव्हाळा वाटतो. ते जिथे जिथे गेले, तिथे तिथे तेथलेच होऊन राहिले. त्यामुळे त्यांच्या कादंबऱ्यात पुणे, अहमदनगर, मराठवाडा, खानदेश,विदर्भ येथील भाषेच्या अस्सलपणासह मानवी सृष्टी साकार होते. 'पडघवली', 'पवनाकाठचा धोंडी', 'पूर्णामायची लेकरे', 'कुणा एकाची स्मरणगाथा', 'भ्रमणगाथा', 'जैत रे जैत', या त्यांच्या मनोरम्य कादंबऱ्या आहेत. गोड, हळवी, सहजसुंदर बोलीभाषा, चित्रमयी प्रसंगवर्णने, संतांच्या भाषेतील कोवळीक, कोमलता, सहजता, हळवेपणा, काव्यात्मकता, रंजक शैली, यामुळे त्यांच्या कादंबऱ्यात भावानुभव आणि चिंतनशीलता यांचा सुरेख मेळ झाला आहे. गो. नी. दांडेकर यांच्या हिंदुत्ववादी दृष्टीकोनाचा प्रभाव त्यांच्या लेखनात अभावाने दिसतो. लेखन करताना ते फक्त लेखक म्हणून त्यांचे मोठेपण आहे.

वि. शं. पारगावकर यांची 'अंतरिता', जयवंत दळवी यांची 'सारे प्रवासी घडीचे', (१९६४), मधु मंगेश कर्णिक यांची 'देवकी' (१९६४), शंकरराव खरात यांची 'हातभट्टी', हमीद दलवाई यांची 'इंधन', द. ता. भोसले यांची 'इथे फुलांना मरण जन्मता', चंद्रकुमार नलगे यांची 'चंद्रबनातल्या सावल्या', 'अनंत मनोहर यांची 'राब', महादेव मोरे यांची 'एकोणिसावी जात', म. भा. भोसले यांच्या 'समरांगण, उघड्या जगात, काळ्या आईची लेकरे' या कादंबऱ्यातही लक्षणीय प्रादेशिकता आहे. प्रादेशिक कादंबरी केवळ निसर्गवर्णनावर भर देत नाही तर मानवी भावभावनांवरही लक्ष केंद्रित करते. निसर्ग आणि माणूस, प्रदेश आणि समाजजीवन, त्या त्या प्रदेशातील सण, उत्सव, ते साजरे करण्याच्या पद्धती, वाद्य, नृत्य, गीत, संगीत यासह सबंध लोकजीवनाचा पट प्रादेशिक कादंबरीतून साकार होतो. कादंबरीतील पात्रांचे जीवन त्या त्या प्रदेशाच्या पार्श्वभूमीवर व्यतीत होत असते. कादंबरीच्या कथानकाला प्रादेशिकतेचे पदर असतात.

शंकर पाटील यांची 'टारफुला' (१९६४) ही एक महत्त्वाची प्रादेशिक कादंबरी आहे. त्या कादंबरीत बोडोली, तारदाळ, गडहिंग्लजचा प्रदेश येतो. त्या भागातील व्यक्तिरेखा त्यांच्या त्यांच्या व्यक्तिवैशिष्ट्यांसह येतात पण व्यक्तिवैशिष्ट्यात प्रादेशिकतेची काही वैशिष्ट्ये मिसळलेली असतात. भाषिक वैशिष्ट्ये तर असतातच; पण व्यक्ती-व्यक्तीतील स्त्रीपुरुष संबंध, लोकमर्यादा, जनरिती, लोकरूढीही असतात त्याप्रमाणे त्या व्यक्ती आचरण करीत असतात. शंकर पाटील यांचे संवादलेखन अर्थपूर्ण आणि व्यक्तींना जिवंतपणा देणारे असते. वर्णनातील बारकावे, सूक्ष्म निरिक्षण, प्रसंगातील नाट्यात्मकता ही आणखी काही त्यांच्या कादंबरीची वैशिष्ट्ये आहेत. पाटीलकी, भाऊबंदकी, कुलकर्ण्याचा पेशवाई तोरा, राष्ट्रवादी तरुण विरूद्ध सरंजामदारीवृत्ती, पाटील आणि दरोडेखोर यांचे नाते इ. विषय या कादंबरीत आहेत.

उद्धव शेळके यांच्या 'धग' मध्ये प्रादेशिकतेची वैशिष्ट्ये मोठ्या प्रमाणात आहेत. रा. रं. बोराडे यांच्या 'पाचोळा' कादंबरीचा आणि उद्धव शेळके यांच्या 'धग' या कादंबरीचा विषय एकच आहे. 'माणूस' ही मनोहर मल्हार यांची कादंबरी, सुभाष भेंडे यांची 'जोगीण' ही कादंबरी यातही प्रादेशिक वैशिष्ट्ये व्यक्त झालेली दिसतील. राजन गवस यांच्या 'चौंडक' आणि 'भंडारयोग' यातही प्रादेशिक रंग आले आहेत. मधुकर वाकोडे यांची 'झेलझपाट' ही कादंबरी आदिवासी आणि त्यांचे वन्यजीवन यांचा प्रभावीपणे वेध घेते. प्रादेशिक साहित्यात निसर्गातील बारकावे तपशिलाने येतात. त्यामुळे मूळ कथानकाचा प्रवाह कधी कधी खंडित होतो.

प्रादेशिक साहित्यात बोलीभाषेचा आवश्यक तिथेच आणि आवश्यक तेवढाच उपयोग केला जातो. निवेदन प्रमाण भाषेत असले तरी ते बोली भाषेशी मिळते-जुळते असते. प्रादेशिक साहित्याची भाषा निव्वळ ग्रामीण किंवा निव्वळ प्रमाण भाषा नसते. इंग्रजीत प्रादेशिक साहित्यात येणारी प्रादेशिक वैशिष्ट्यता शास्त्रीय कसोट्यांवरही टिकते. भूप्रदेश, मातीचा प्रकार, प्राणी, वनस्पती, पिके याबाबत भूगोल, समाजशास्त्र या विषयात झालेल्या संशोधनाचा आधार लेखक घेतात. लेखकाचा त्या प्रदेशातील अनुभव आणि शास्त्रीय प्रमाणबद्ध माहिती यामुळे लेखनात नेमकेपणा व जिवंतपणा येतो. इतकी मेहनत मराठी लेखक घेताना दिसत नाहीत.

प्रादेशिक साहित्याचा विचार करताना प्रामुख्याने कादंबरीचाच विचार होतो. पण कथांनाही प्रादेशिक साहित्याची वैशिष्ट्ये असतात. हे पुष्कळदा लक्षात घेतले जात नाही. प्रादेशिक साहित्याची वैशिष्ट्ये असणाऱ्या कथा प्रामुख्याने दीर्घ कथा आहेत. त्याशिवाय कथांना कथासूत्र आणि निसर्गवर्णन हे पेलणार नाही. मराठीत ज्यांनी यशस्वी प्रादेशिक कादंबऱ्या लिहिल्या त्यांनीच यशस्वी प्रादेशिक कथाही लिहिल्या आहेत. जी.ए. कुलकर्णी यांनी मात्र फक्त कथा हाच वाङ्मयप्रकार

हाताळला. त्यांच्या कथेतही प्रादेशिकतेचे रंग,गंध,स्पर्श, रूप, रस आहेत. त्यांच्या कथेत गूढता, दैववाद, कामगंडाने पछाडलेल्या, अतृप्त, अभावग्रस्त व्यक्तिरेखा आहेत. ते मानवी जीवनाचा अर्थ गूढवादाच्या आणि दैववादाच्या आधारे शोधतात - र. वा. दिघे, ग. ल. ठोकळ, लक्ष्मणराव सरदसाई, चिं. त्र्यं. खानोलकर, जी.ए. कुलकर्णी, गो.नी. दांडेकर, व्यंकटेश माडगूळकर, मधु मंगेश कर्णिक, अण्णाभाऊ साठे, द. ता. भोसले, आनंद यादव, रा. रं. बोराडे, उद्धव शेळके, चंद्रकुमार नलगे, चारुता सागर, म. भा. भोसले, बाबा पाटील, सखा कलोल यांच्या काही कथांमधून प्रादेशिक साहित्याची वैशिष्ट्ये स्पष्टपणे आढळतात. कथेचा आवाका कादंबरीपेक्षा लहान असतो. त्यामुळे प्रत्येक कथेत सबंध प्रदेशच्या प्रदेश काही ना काही वैशिष्ट्यांसह साकार होणे अशक्य असते. कादंबरी आणि लघुकादंबरी, लघुकादंबरी आणि दीर्घ कथा, दीर्घकथा आणि कथा यांच्या सीमारेषा नेमकेपणाने ठरविणेही सोपे नाही. असे असले तरी कथांना प्रादेशिक साहित्याची वैशिष्ट्ये लाभलेली असतात हे लक्षात घेणे आवश्यक आहे.

प्रादेशिक साहित्यात कविता असते का? असाही प्रश्न उपस्थित करता येईल. बहिणाबाईच्या कवितेतील वऱ्हाड, विठ्ठल वाघांच्या कवितेतील विदर्भ, बा. भ. बोरकर यांच्या कवितेतील कोकण प्रदेशाची वैशिष्ट्ये जाणवताना दिसतील. जानपद कविता ही अशाच स्वरूपाची आहे. अलीकडच्या सोपान हाळमकर, इंद्रजित भालेराव व प्रकाश होळकर यांच्या कवितेत मानवी मूल्ये, श्रद्धा व जगण्याच्या नाना तऱ्हा व्यक्त होताना दिसतात.

प्रादेशिक साहित्यातील व्यक्तिरेखा त्या त्या प्रदेशातील पर्यावरणात घडलेल्या असतात. मानवाच्या भावभावना त्रिकालबाधित असल्या तरी प्रदेशाचे रंग, गंध त्यात मिसळलेले असतात. व्यक्तीची जशी व्यक्तिविशिष्टता असते तशीच प्रदेशाची प्रादेशिक विशिष्टता असते. निसर्गाच्या अनुकूल-प्रतिकूलतेचा मानवाच्या जडण-घडणीवर परिणाम होत असतो. शरीर प्रकृती, पोशाख, आहार, सण, समारंभ, देवदेवता, पूजापद्धती या गोष्टीही प्रादेशिकतेने निश्चित केल्या जातात.

प्रादेशिक साहित्याचे प्रयोजन

प्रादेशिक साहित्याचे प्रयोजन प्रेरणातच सापडते. खरे तर सर्वच ललित कलांचे आणि साहित्य कलांचे जे प्रयोजन तेच प्रादेशिक साहित्याचे प्रयोजन असते. मानवी जीवनातील सत्याचे आकलन, मानवी कल्याणाचा वेध आणि सौंदर्यस्थळांचा शोध हे प्रमुख प्रयोजन होय. दुसऱ्या महायुद्धानंतरच्या जागतिक पातळीवरच्या घडामोडी, झपाट्याने होणारी कुटंबांची विभक्तता, यांत्रिकीकरण, वाढती विफलता

या पार्श्वभूमीवर प्रादेशिक साहित्याने निसर्ग, निसर्गात जगणारा सबंध प्राणी आणि मानवी समूह, निसर्ग, प्राणी आणि मानव यांचे संघर्ष आणि मैत्री हे पाहणे महत्त्वाचे आणि मनोरंजक, उद्‌बोधक तसेच अर्थपूर्ण आहे. त्यांच्या संबंधातील कार्यकारणभाव, तार्किकता, विवेकनिष्ठा, शास्त्रीयता, भावपूर्णताही हृदयस्पर्शी ठरते.

शिवाय एक किंवा काही व्यक्ती कशा जगतात, त्यांचे विचारविश्व आणि भावविश्व पाहण्यापेक्षा सबंध भौगोलिक प्रदेश, त्या प्रदेशाची विविध वैशिष्ट्ये, त्या वैशिष्ट्यानिशी जगणारा संपूर्ण समूह, त्या समूहाचे सुख-दुःख, राग-लोभ, यश-अपयश, सण-उत्सव इत्यादी पाहणे लेखकांना आवाहक आणि आनंददायी वाटते. सबंध समूहजीवन प्रादेशिक वैशिष्ट्यांसह यशस्वीपणे चित्रित करण्यात लेखक समर्थ असेल तर वाचकांनाही कलानंद मिळतो. शिवाय एकूण मानवी जीवनाच्या संदर्भात त्या समूहांच्या विचार भावनांना जे सेंद्रिय, समूर्त स्वरूप कलाकृतीत प्राप्त होते, ते समजून घेण्यातही आनंद मिळतो.

वाढत्या औद्योगीकरणाचा, संगणकीकरणाचा, भांडवलीकरणाचा प्रतिकूल परिणाम ग्रामीण आणि प्रादेशिक साहित्यावर होणार आहे. बदलत्या प्रादेशिक जीवनाबरोबर साहित्यातील आशय, अनुभव, प्रसंग बदलतील. प्रदेशांचा चेहरामोहरा बदलेल. पण प्रदेश आहे तोपर्यंत प्रादेशिक साहित्य असेल. सर्व प्रदेशांचा चेहरामोहरा एकसारखा होत गेला तर प्रादेशिक साहित्याला फार उज्ज्वल भवितव्य राहणार नाही. आज जिला सर्वार्थाने प्रादेशिक कादंबरी म्हणता येईल अशी रचना, 'पांगिरा', 'झाडाझडती' असे अपवाद वगळले तर, आढळत नाही.

❖❖❖

९

ग्रामीण साहित्य

वासुदेव मुलाटे

स्वातंत्र्योत्तर काळात एकूण साहित्यामध्येच काही परिवर्तने आली. साहित्याकडे बघण्याचा दृष्टीकोन बदलला. मराठी साहित्याच्या संदर्भात जरी बघायचे झाले तरी ही बाब लक्षात येण्यासारखी आहे. विशेषत: स्वातंत्र्यानंतरच्या पंधरा-वीस वर्षांच्या काळात मराठी साहित्यात काही नवीन प्रवाह निर्माण झाले, आणि हे सर्व एकाएकी घडले नाही. या नवीन प्रवाहांच्या पाठीमागे काही वैचारिक बैठक आहे. हीं वैचारिक बैठक त्या त्या वैचारिक-सामाजिक चळवळीतून त्यांना प्राप्त झालेली आहे.

या चळवळींची निर्मितीसुद्धा एका विशिष्ट सामाजिक पर्यावरणातून झालेली आहे. परंतु या चळवळीने तरुण सृजनशील आणि संवेदनशील मनाला अंतर्मुख केले, आत्मभान दिले ही गोष्ट दृष्टीआड करुन चालणार नाही. स्वातंत्र्यप्राप्तीनंतर सुशिक्षित झालेली ही संवेदनशील आणि सृजनशील तरुण पिढी लिहू लागली, निर्मिती करू लागली. त्यांच्या साहित्यातून व्यक्त होणाऱ्या जाणिवा नव्या होत्या. साहित्याची निर्मिती करणारी ही तरुण पिढी नुसतीच सुशिक्षित नव्हती तर विशिष्ट अशा संस्काराने संस्कारित झालेली पहिली पिढी होती. या पिढीमध्ये ज्यांच्या घरात शिक्षणाची परंपरा होती त्या मूठभर, मोजक्या विशिष्ट समाजातील तरुण जसे होते, त्याप्रमाणेच ज्यांना केवळ स्वातंत्र्यानंतरच्या शासनाच्या शिक्षण प्रसारामुळेच शिक्षण घेता आले असेही तरुण होते. त्यांच्या घरात शिक्षणाची परंपरा नव्हती. बहुजन समाज आणि समाजाच्या तळागाळातून आलेली ही तरुण मंडळी होती. त्यांच्या घरातील बहुधा ते पहिलेच शिक्षणाने संस्कारित झालेले होते.

या नवशिक्षितांना प्रकर्षाने जाणवले ते हे, की शिक्षण घेत असताना अभ्यासाच्या निमित्ताने किंवा अवांतर वाचनाच्या निमित्ताने आपण जे वाचले, वाचतो आहोत त्यातून येणारे जीवन आणि प्रत्यक्षातले आपले जीवन वेगळे आहे. मुळात आपल्या सारख्यांचे, आपल्या समाजाचे चित्रण साहित्यातून अभावानेचे आले

आले आहे. जे आले आहे ते फार वरवरचे आणि आपल्या समाजावर अन्याय करणारे असे आहे. गैरसमज पसरविणारे आहे. हे थांबले पाहिजे. हे थांबवायचे तर असे चुकीचे चित्रण का होते याची कारणे शोधली पाहिजेत. ही कारणे शोधत असताना लक्षात येणारे पहिले कारण असे की, बहुजन समाजाचे, समाजाच्या तळागाळातील समाजाचे चित्रण करणारी साहित्यिक मंडळी बव्हंशाने समाजाच्या वरच्या वर्गातून, उच्चवर्णीयांमधून शहरातून आलेली आहेत. त्यांना या समाजाचा प्रत्यक्ष अनुभव नाही. त्यांना या समाजाबद्दल कधी आत्मीयता वाटली नाही. या समाजाबद्दलची तुच्छतेची भावना या उच्चवर्णीय, शहरी साहित्यिकांच्या मनात होती, आहे. म्हणून एकतर या समाजाला कधी लेखनविषय करावा असे वाटले नाही, आणि वाटले तरी गांभीर्याने त्यांचे चित्रण करावे असे वाटले नाही. या समाजातील व्यक्तींचे प्रश्न, त्यांच्या भाव-भावना, सुख-दुःखे त्यांना कळली नाहीत. ती कळावीत, समजावीत असाही त्यांनी कधी प्रयत्नही केला नाही. मग आपण ज्या उच्चवर्गातील, मध्यम वर्गातील पांढरपेशा, शहरी जीवनाचे चित्रण करतो ते जीवन आणि त्याचे साहित्य हेच खरे जीवन चित्रित करणारे साहित्य आहे असा समज त्यांनी करुन घेतला. वाचकांचा करुन दिला. वास्तववादी साहित्य हेच, साहित्याची मुख्य धारा हीच असा समज पसरविण्यात उच्चवर्णीय पांढरपेशी समाजातील समीक्षकांनी अधिक हातभार लावला.

जाणत्या, संवेदनशील, निर्मितीक्षम मनाला हे एक प्रकारचे आव्हानच होते. मी, माझा समाज, साहित्याचा विषय का होत नाही? आमचे जीवन, आमच्या जीवनातील समस्या व सुखदुःखे यांना काहीच का अर्थ नाही? या आणि अशा सारखे नानाविध प्रश्न या परंपराहीन नवशिक्षित लेखक मनाला भंडावून सोडीत होते. त्यामुळे ते बैचेन होत होते. या अस्वस्थतेतून त्यांना आणखीही असे जाणवू लागले की या सर्वाला एक शोषणाचा संदर्भ आहे. उच्चवर्णीय समाज निम्नस्तरातील समाजाचे शोषण करतो तशीच शहरातील माणसे ग्रामीण, दीन-दुबळ्या, दऱ्याखोऱ्यातून राहणाऱ्या माणसांचे शोषण करतात. एक प्रकारचे जेतेपण त्यांच्या ठिकाणी आहे. मग जेते कशी जितांची-शोषितांची गाणी गातील? गाणी तर जेत्यांची गायची असतात.

एकोणिसाव्या शतकाच्या उत्तरार्धात निर्माण झालेल्या एकूण मराठी साहित्यावर तत्कालीन सुधारणावाद्यांच्या विचारांचा परिणाम असलेला दिसतो. शहरी मध्यमवर्गीय पांढरपेशा उच्चवर्णीय समाज म्हणजेच एकूण मराठी समाज नाही. भारत हा खेड्यांचा देश आहे आणि या देशातील बहुसंख्य जनता ही खेड्यापांड्यातून, दऱ्याखोऱ्यातून आणि रानावनातून राहाते. या खेड्यापाड्यातून, दऱ्याखोऱ्यातून आणि रानावनातनू राहणाऱ्या लोकांचे प्रश्न आणि त्यांचे जीवन शहरी, मध्यमवर्गीय

पांढरपेशा, उच्चवर्णीयांच्या जीवनापेक्षा वेगळे आहे. ते शहरी माणसांपेक्षा अधिक कष्टमय, दु:खभोगी व अनेकपरिने अभावग्रस्त असे आहे. या समाजाचे शोषण करणारा समाज उच्चवर्णीय व शहरात राहाणारा आहे याकडे म. ज्योतिबा फुले यांनी लक्ष वेधले. ग्रामीण जीवनाच्या केंद्रस्थानी शेतकरी आहे. कारण शेती हाच तेथील मुख्य व्यवसाय आहे. या व्यवसायाला पूरक, त्याला जोडून इतर लहान मोठे व्यवसाय येतात. शेती पिकली तर सर्व आबादी-आबाद. ती न पिकली तर मात्र सर्वत्र बरबादी असे ग्रामजीवनाचे सूत्र आहे. अशा केंद्रस्थानी असलेल्या शेतकऱ्याचे शोषण शेटजी, भटजींकडून कसे होते आणि अज्ञानामुळे शेतकरी स्वत:च्या दुर्दशेला कारणीभूत ठरतो, त्यासाठी त्याला स्वत:ला आत्मभान येण्याची गरज आहे आणि शासनाने त्याला या कामी मदत करण्याची कशी गरज आहे या संबंधाने अत्यंत तर्कसुसंगत व परखड विचार म. फुल्यांनी त्यांच्या 'शेतकऱ्याचा आसूड' सारख्या ग्रंथात मांडले आहेत. याच ग्रंथात शासकीय कर्जधारक शेतकऱ्याच्या दैन्यास्थेचे, त्याच्या हतबल मनोवस्थेचे, त्याच्या घराचे इतके वास्तवदर्शी, चित्रमयी वर्णन केले आहे की त्यामधून म. फुल्यांच्या ठिकाणी सुप्तावस्थेत असलेल्या ललित लेखकाचीही ओळख पटावी. आधुनिक ग्रामीण साहित्याची बीजे पहिल्यांदा दिसतात ती या 'शेतकऱ्याच्या आसूड' मध्ये.

कृष्णराव भालेकर हे म. फुल्यांच्या अनुयायांपैकी एक. १८८८ मध्ये दीनमित्रच्या अंकात 'बळीबा पाटील' आणि '१८५७ चा दुष्काळ' या नावाची कादंबरी त्यांनी क्रमश: प्रसिद्ध केली. एकीकडे महाराष्ट्रात पुन:पुन्हा येणारा दुष्काळ आणि या दुष्काळातही स्वत:च्या स्वार्थासाठी कष्टकरी शेतकऱ्यांची गावकामगार व तत्सम ग्राम जीवनाशी संबंधित शासकीय अंमलदाराकडून कशी पिळवणूक व छळ होतो याचे चित्र जसे कृष्णराव भालेकरांनी रेखाटले, तसेच भयावह दुष्काळामुळे होणारी खेडुतांची वाताहात यांचेही वास्तवदर्शी चित्र रेखाटले. अर्थात अशा प्रकारची वास्तवदर्शी कादंबरी लिहिण्यामागे ग्राम जीवनाविषयी त्यांच्या मनात जशी अनुकंपा दिसून येते तद्वतच म. फुल्यांच्या विचारांनी त्यांना लेखनासाठी मिळालेली दिशाही दिसते.

हरिभाऊ आपटे यांनी जरी प्रामुख्याने शहरी पांढरपेशा, उच्चवर्णीय समाजासंबंधाने लेखन केले असले तरी त्यांनी 'काळ तर मोठा कठीण आला' या शीर्षकाची कथा १८९८ च्या आसपास लिहिली. ही कथा १८९७ च्या सुमारास महाराष्ट्रात पडलेल्या दुष्काळासंबंधीच्या एका शासकीय पाहणी अहवालावरुन त्यांना सुचली होती असे म्हटले जाते. या कथेतही दुष्काळामुळे एका शेतकऱ्याच्या कुटुंबाची आणि घरादाराची कशी वाताहात झाली याचे चित्र हरिभाऊ आपट्यांनी अत्यंत अनुकंपेने रेखाटले आहे.

'काळ तर मोठा कठीण आला' ही कथा एका प्रकारे वाङ्मयीन अपघातच होता. या कथेप्रमाणेच १९०३ साली 'पिराजी पाटील' या धनुर्धारी (रा. वि. टिकेकर) यांच्या कादंबरीमध्येही अज्ञानी, दरिद्री, धर्मभोळ्या, कष्टकरी ग्रामीण माणसांच्या लुबाडणुकीचे चित्र रेखाटले आहे.

परंतु या दोन्हीं साहित्यकृती म्हणजे जाणीवपूर्वक निर्माण केलेल्या ग्रामीण साहित्यकृती नाहीत. या साहित्यकृतींच्या निर्मितीमागील प्रेरणा म्हणजे केवळ मानवतेच्या पातळीवरुन वाटणारी अनुकंपा हीच होय. कारण हरिभाऊ आपटे काय किंवा धनुर्धारी काय यांच्या अनुभवाचे क्षेत्र वेगळे होते. तो काळच असा होता की त्या काळात ग्रामीण माणूस हा लेखन विषय व्हावा असे वाटणारी परिस्थिती नव्हती. असे म्हणण्याचे कारण असे की इतरत्रही ग्रामीण माणसाविषयी आत्मीयतेच्या भावनेतून फारसे लेखन झालेले दिसत नाही. ग्रामीण माणसाच्याही काही समस्या असू शकतात, त्याचेहीं जीवन साहित्याचा विषय होऊ शकते याचे फारसे भान या काळात लेखन करणाऱ्यांना नसावे, याचे कारण म. फुले आणि त्यांची सत्यशोधक चळवळ सोडली तर ग्रामीण जनतेसाठी सुधारणा सुचवणारे, सुधारणा घडवून आणू शकतील असे समाजसुधारक नव्हते. मुळात जे सुधारक होते. ते स्वत:च जसे पांढरपेशा वर्गातील आणि उच्चवर्णी शहरातून राहणारे होते. तसेच या काळातील लेखन करणारे लेखकही बहुसंख्य प्रमाणात पांढरपेशी वर्गातील आणि उच्चवर्णीय व शहरातून राहाणारे होते. त्या सुधारकांच्या सुधारणांचा प्रदेश मर्यादित होता, विशिष्ट होता. त्यांच्या समोर असणाऱ्या, त्यांना जाणवणाऱ्या समस्याही मर्यादित अशा उच्चवर्णीय, पांढरपेशा समाजाच्या होत्या. त्यामुळे तत्कालीन मराठी साहित्यातही तेवढेच प्रतिबिंबित झाले. शहराच्या बाहेर खेड्यापाड्यातून आणि रानावनातून कष्टणारा निम्न स्तरावरचे जीवन जगणारा एक मोठा समाज आहे याची त्यांनी दखलच घेतली नाही.

१९२० नंतर मात्र ही परिस्थिती बदलली. या काळात देशात गांधीजींच्या नेतृत्वाचा प्रभाव पडू लागलेला होता. महाराष्ट्रातही टिळक युगाचा अंत झालेला होता. अर्थात महाराष्ट्रावरही गांधीजींच्या नेतृत्वाचा प्रभाव पडत होता. भारत हा खेड्यांचा देश आहे. अधिकांश जनता ही खेड्यातून राहते. खेड्यातील जनता कष्ट करते, हाल सोसते आणि शेतीतून पीक काढते. त्यांनी पिकविलेल्या शेतीवर, शेतीच्या अन्नधान्यावर शहरे जगतात. भारतीय संस्कृतीची खरी जपणूक खेड्यातच होते. म्हणून खरा भारत खेड्यात आहे. यासाठी खेडी सुधारली पाहिजेत. तेथील लोकांचे जीवन उन्नत झाले पाहिजे. तेथील छोटे छोटे उद्योगधंदे सुधारले पाहिजेत. ग्राम व्यवस्थेच्या केंद्रस्थानी असलेला शेतकरी आणि त्याच्या भोवताली असणारा

कष्टकरी समाज सुधारला पाहिजे. एकूण माणसात जागृती झाली पाहिजे. हे सर्व करावयाचे असेल तर राजकारण्यांनी, समाज सुधारकांनी खेड्यात जाण्याची गरज आहे. खेड्यात जाऊन तेथील समाजाला समजून घेतले पाहिजे. प्रत्यक्ष खेड्यातील जीनवानुभव घेतला पाहिजे. या जाणिवेतून गांधीजींनी आपल्या अनुयायांना 'खेड्याकडे चला' अशी हाक दिली. या हाकेचा परिणाम म्हणून मोठ्या प्रमाणात राजकारणी मंडळींचे आणि समाज सुधारकांचे लक्ष खेड्याकडे वेधले गेले. ग्रामीण जीवनातील विषमता, अज्ञान, दारिद्र्य, अनिष्ट रुढी आणि परंपरानिष्ठता,अभिमानशून्यता इ. नष्ट करुन त्यांची अस्मिता जागृत करण्याचे, आत्मभान देण्याचे प्रयत्न सुरू झाले. मार्क्सवादी, साम्यवादी विचारसरणीच्या मंडळींनीही आपला मोर्चा खेड्यांकडे वळवला. गरीब शेतकरी आणि शेतमजूर यांच्या प्रश्नांकडे त्यांनी विचारवंतांचे लक्ष वेधले. समाजवादी मंडळीही या संदर्भात मागे राहिली नाहीत. शाहूमहाराज, भाऊराव पाटील यांनीही खेड्यापाड्यातील सामान्य बहुजन समाजाच्या आणि मर्यादित स्वरुपात तळागाळातील समाजाच्या मुलामुलींच्या शिक्षणासाठी प्रयत्न सुरू केले. एकूण ग्रामोद्धाराचेच वातावरण निर्माण झाले.

या स्थित्यंतराचा परिणाम साहित्यावरही झाला. खेडे, खेड्याचा परिसर, निसर्ग यांचे दर्शन घडवून नाविन्याचा प्रत्यय देत वाचकाचे कुतूहल जागवणारा एक लेखकवर्ग निर्माण झाला. तर दुसऱ्या लेखकवर्गाने ग्रामीण जीवनासंबंधाने काही अंदाज बांधले, समस्या निश्चित केली आणि तेथील ग्रामजीवन, निसर्गरम्य वातावरण, लेखकमनाला जाणवणाऱ्या समस्या, कशा सोडवता येतील याचे अंदाज बांधून लेखन करावयास प्रारंभ केला.

१९२५ ते १९४० या काळात निर्माण झालेले ग्रामीण साहित्य बघितले तर त्याचा प्रत्यय येतो. १९२५ च्या सुमारास जानपदगीते किंवा ग्रामीण गीते, गिरीश, यशंवत या रविकिरण मंडळातील कवींनी लिहिली ती केवळ नाविन्यापोटीच. १९३३ साली प्रसिद्ध झालेला व ग.ल. ठोकळ यांनी प्रसिद्ध केलेला 'सुगी' हा प्रातिनिधिक कवितांचा संग्रह म्हणजेही याच प्रयत्नातील एक भाग होय. ग. ह. पाटील यांचा १९३४ साली प्रसिद्ध झालेला 'रानजाई' हा काव्यसंग्रह मात्र ग्रामीण जीवनाचे वस्तुनिष्ठ दर्शन घडवणारा आहे. रानजाई नंतर चार वर्षांनी प्रसिद्ध झालेल्या ग.ल. ठोकळांच्या 'मीठ-भाकर' या संग्रहाचाही या ठिकाणी उल्लेख करता येईल, किंवा त्याही पूर्वी भा. रा. तांब्यांच्या 'गुराख्याचे गाणे', चंद्रशेखरांचे 'काय हो चमत्कार' हे खंडकाव्य इ. चा उल्लेख करता येऊ शकेल. परंतु या कवितेचे सर्वसाधारण स्वरुप हे माहितीवजा, तपशील पुरविणारे असेच अधिक होते. ग. ह. पाटलांची रानजाईमधील कविता याला अपवाद म्हणता येईल, कारण ती स्वत:शी प्रामाणिक

राहात, आत्मप्रत्ययातून आणि स्वानुभवातून अवतरलेली कविता होती.

१९४०-४५ या काळात नजरेत भरावी अशी ग्रामीण कविता फारशी लिहिली गेलीच नाही. उल्लेखच करावयाचा झाला तर १९४१ च्या दरम्यान प्रसिद्ध झालेला के. नारखेडे यांच्या ‘शिवार’‘ या कवितासंग्रहाचा करता येईल. परंतु या संग्रहातील कवितांच्या विषयाची हाताळणीच इतकी स्थूल आणि बटबटीत आहे की त्या एकूण कविताच सामान्य दर्जाच्या वाटतात.

श्री. म. माटे यांनी अत्यंत निरपेक्ष भावनेने आणि माणुसकीच्या नात्याने दीन-दलित आणि उपेक्षितांची सेवा केली. ही सेवा करताना त्यांना प्राप्त झालेल्या स्वानुभवातून त्यांनी कथालेखन केले. त्यांचा पहिला कथासंग्रह ‘उपेक्षितांचे अंतरंग’ १९४१ साली प्रसिद्ध झाला. या संग्रहामधून आणि नंतरच्या ‘माणुसकीचा गहिवर’ या संग्रहातील कथांचे स्वरुप न्याहाळले तर असे दिसते, की त्या सर्व कथा ग्रामीण, दलित उपेक्षितांच्याविषयी वाटणाऱ्या आंतरिक उमाळ्यातून लिहिल्या गेल्या आहेत. ग्रामीण माणसांच्या अंतरंगाचा ठाव घेऊन लिहिलेल्या या कथा होत. मराठी साहित्यात हे पहिल्यांदाच घडत होते. या पूर्वीच्या लेखकांनी केवळ ग्रामीण समाजाविषयीच्या सहानुभूतीपोटी परंतु शहरी माणसाच्या चष्म्यातून ग्रामीण जीवनाकडे बघितले होते. खऱ्या ग्रामीण मनाचे त्यांना आकलन झाले नव्हते. म्हणून माट्यांना ‘ग्रामीण कथेचे जनक’ म्हणतात. ते योग्यच आहे. या काळातच कोकणच्या समुद्रकिनाऱ्यावरच्या परिसराला चित्ररुप देऊन काव्यात्म पातळीवरच्या कथा लिहिल्या. त्याचप्रमाणे ग. ल. ठोकळ यांनी ग्रामीण पातळीवरचा संघर्ष, ग्रामीण माणसाचा रांगडेपणा, रानदांडगेपणा, जुलूम, जबरदस्ती, रंगेलपणा चित्रित करणाऱ्या, नाट्यमय घटना असणाऱ्या कथा लिहिल्या. दिघे आणि ठोकळ यांच्या कथांचे समान धागे शोधावयाचे तर असे दिसते की, दोघांच्याही कथेत निसर्गाची वर्णने, व्यक्तिवर्णने यांची रेलचेल असून काव्यात्मता आणि कल्पकतेचा त्यात वापर आहे. दोघांनाही अद्‌भुतता, रंजकता यांचा सोस आहे. त्यामुळे सर्वसामान्य वाचकाचे या कथांमुळे मनोरंजन घडून त्या विलक्षण रीतीने वाचकांच्या मनाचा ठाव घेतात. या कथांनी ग्रामीण कथेला लोकप्रिय करण्याचे मोठेच कार्य केलेले आहे. ना. सी. फडक्यांच्या कथांचा फार मोठा परिणाम विशेषत: ठोकळांच्या कथेवर दिसून येतो. या दोघांच्या बरोबरीनेच वामन चोरघडे, द.र. कवठेकर, य.गो. जोशी यांनीही अपवादात्मक स्वरुपात ग्रामीण कथांचे लेखन केले. परंतु त्यात फारसा कस आहे असे म्हणता येणार नाही. याच काळात बी. रघुनाथ यांनीही काही ग्रामीण जीवनाचे चित्रण करणाऱ्या कथा लिहिल्या आहेत. त्यांनी आपल्या कथांमधून मराठवाड्यातील ग्रामीण जीवनाचे चित्रण केले आहे. विशेषत: मराठवाड्यात त्या काळी असलेल्या

निजामी राजवटीतील ग्रामीण जीवनाचे प्रतिबिंब या कथांमधून उमटले आहे. याच काळातील म. भा. भोसले यांच्या कथा मात्र सांकेतिक स्वरुपाच्या व नागरी रंजक कथांचे अनुकरण करणाऱ्या आहेत.

या काळात प्रादेशिक स्वरुपाच्या कादंबऱ्यांमधून चित्रित झालेल्या ग्रामीण जीवनाचे स्वरुप फारसे वेगळे नाही. र.वा. दिघे यांच्या 'पाणकळा', 'सराई' या कादंबऱ्यांनी ग्रामीण कादंबरी अधिक लोकप्रिय केली. ग.ल. ठोकळांची 'गावगुंड', म.भा. भोसले यांची 'समरांगण', द.र. कवठेकर यांची 'रेशमाच्या गाठी', श्रीराम अत्तरदे यांची 'सावलीच्या उन्हात', वि. द. चिंदरकर यांची 'महापूर' इ. कादंबऱ्या याच काळात प्रसिद्ध झाल्या. या कादंबऱ्यांमधून ग्रामीण जीवनाच्या विविधांगांना स्पर्श करणारे, ग्रामीण खेडूत माणसाबरोबरच ठाकूर, वारली, कातकरी, आदिवासी जमातीचेही चित्रण करणारे लेखन आले. स्वप्नरंजन, तत्त्वज्ञान आणि अद्‌भुतता इ. च्या मुक्त वापराने ते कमी अधिक प्रमाणात डागाळलेले होते. या काळातील माटे, बी. रघुनाथ आणि काही प्रमाणात र. वा. दिघे यांच्या लेखनातून ग्रामीण माणसाची होणारी उपेक्षा, त्याच्या हालअपेष्टाचे चित्रण करणे हीच प्रेरणा दिसून येते. मात्र ग.ल. ठोकळ, म. भा. भोसले यांचे कथाविषय चांगले असूनही त्यांनी आपले साहित्य करमणूकप्रधान कसे होईल या ध्यासातूनच लेखन केले आहे.

१९४६ च्या आसपास एकूण मराठी साहित्यातच परिवर्तन झालेले दिसते. नवकविता, नवकथा असे शब्दप्रयोग करुन त्यांची व्यवच्छेदक लक्षणे मांडण्यात येऊ लागली. मर्ढेकरांनी नवकविता आणि एकूणच साहित्याच्या स्वरुपासंबंधीचा विचार मांडला. जीवनातील वास्तव, सूक्ष्म विविधांगाने चित्रित करणे महत्त्वाचे मानले जाऊ लागले.वस्तुनिष्ठतेबरोबरच अनुभवनिष्ठा विचारात घेऊन साहित्याची निर्मिती होऊ लागली. मानवी मनाच्या दर्शनाला, त्याच्या ताणतणावाला महत्त्व देऊन लेखन होऊ लागले. कथेच्या संदर्भात तर घटनेपेक्षा भावावस्थेला अधिक प्राधान्य देण्यात येऊ लागले. व्यक्तीचे जीवन आणि समाज यांच्या संबंधाचे दर्शन घडविण्यात येऊ लागले. कथानकाच्या साच्यातून कथेची मुक्तता झाली. अंतर्मुख आणि आत्मनिष्ठ शुद्धाकलावादी प्रेरणेतून साहित्याची निर्मिती होऊ लागली.

एकूण मराठी कथेबरोबरच ग्रामीण कथाही बदलली. व्यंकटेश माडगूळकर यांनी नवकथेच्या सुरुवातीच्या काळातच ग्रामीण कथेत परिवर्तन घडवून आणले. ग्रामीण कथा स्थूलतेकडून सूक्ष्मतेकडे वळली. ग्रामीण माणसाचे मन, त्याचे चालणे, बोलणे, वागणे, त्याच्या भोवतीचा परिसर, त्याची संस्कृती यांचे उत्तम आकलन असलेली कथा लिहिली.

१९४६ ते १९६० च्या दरम्यान व्यंकटेश माडगूळकरांबरोबरच शंकर

पाटील, द. मा. मिरासदार, रणजित देसाई, अण्णाभाऊ साठे, इ. नी ग्रामीण कथा लिहिल्या. शंकर पाटलांची मानवी मनाची गुंतागुंत व त्याचे ग्रामीण जीवनाशी जुळलेले अनेक पदर, त्यातून त्याच्या जीवनाला प्राप्त झालेले परिणाम यांच्या कथांची प्रकृती व अनुभवविश्व भिन्न भिन्न असले तरी ती वेगवेगळ्या कारणाने रंजकतेच्याच पातळीवर जाते. मिरासदारांच्या कथांमधून खेड्यातून चावडीत बसून किंवा घरापुढल्या ओट्यावर बसून पचकन् थुंकत किंवा विड्यांचा धूर सोडीत गप्पा मारणारी, इरसाल, गप्पीष्ट माणसे जागोजागी भेटतात. त्यांना काहीतरी चमत्कारिक व विलक्षण घडवायचे असते. भुताखेतांच्याविषयी गप्पा मारणारी, दारुडी मंडळीही त्यांच्या कथांमधून भेटतात.

१९६० ते १९७० या काळात ग्रामीण वातावरणात आणखी बदल झाला. मध्यमवर्गीय समाजातील लेखकांबरोबरच प्रत्यक्ष कष्टकरी ग्रामीण समाजातून आलेले संवेदनशील लेखकही लिहू लागले. रा. रं. बोराडे, आनंद यादव, शंकरराव खरात, बाबा पाटील, मधु मंगेश कर्णिक, महादेव मोरे, बाबुराव बागूल, सखा कलाल, चंद्रकुमार नलगे, द. ता. भोसले, चारुता सागर, इ. लेखक त्यांच्या कथा-कादंबऱ्यातून ग्रामीण वास्तव चित्रित करू लागले. ग्रामीण माणसाच्या मूलभूत जाणिवा व्यक्त करणे त्यांना महत्त्वाचे वाटत होते. 'धग', 'माझा गाव', 'टारफूला', 'गोतावळा', 'पाचोळा', इ. कादंबऱ्यांचा या दृष्टीने विचार करता येईल. याशिवाय यंत्र आणि विज्ञान यामुळे खेड्यातून आलेल्या सुधारणा, बदल आणि यातून निर्माण झालेल्या नवीन समस्या, ग्रामीण मनावर झालेला परिणाम यांचेही प्रत्ययकारी दर्शन घडविणारे ग्रामीण साहित्य लिहिले जाऊ लागले. निवेदनासाठी बोलीचा वापर केला जाऊ लागला.

१९७० ते १९८० च्या दशकात ग्रामीण साहित्यात आणखी काही निर्मितीकारांची भर पडली. योगिराज वाघमारे, बा. ग. केसकर, आनंद पाटील, सतीश तराळ, बाबाराव मुसळे, उत्तम बंडु तुपे, भास्कर चंदनशिव, नागनाथ कोत्तापल्ले, वासुदेव मुलाटे, श्रीराम गुंदेकर इ. लेखक नव्या जोमाने आणि विचाराने लिहू लागले. याच काळात म्हणजे १९७७ च्या सुमारास ग्रामीण साहित्याची चळवळ सुरू झाली. ग्रामीण जीवनातील दु:ख आणि समस्या यांचे स्वरुप बदलले होते. या बदलाचे दर्शन या दशकात नव्याने लिहू लागलेल्या लेखकांच्या लेखनातून घडू लागलेले होतेच. त्याला दिशा देण्याचे कार्य ग्रामीण साहित्याच्या चळवळीकडून घडू लागले. म. फुल्यांच्या बरोबरच राजर्षी शाहू महाराज, विठ्ठल रामजी शिंदे, डॉ. बाबासाहेब आंबेडकर, कर्मवीर भाऊराव पाटील इ. च्या विचारांशी ग्रामीण साहित्य चळवळ बांधिलकी मानते. या वैचारिक बांधिलकीतून हे लेखक लिहू लागले.

खेड्यातील खासगी सावकारी, धरणग्रस्तांचे प्रश्न, दुष्काळामुळे होणारी होरपळ,शासकीय योजनांमधून घडणारे अपहार आणि ग्रामीण माणसाला त्यापासून वंचित ठेवणारी वृत्ती, शैक्षणिक संस्थांमधून चालणारा गैरव्यवहार, सरकारातून निर्माण झालेले प्रश्‍न इ. चे चित्रण अत्यंत संयमाने आणि नेटकेपणाने हे लेखक करू लागले.

१९८० नंतर तर या ग्रामीण माणसाच्या शोषण मुक्तीसाठी महाराष्ट्रात घडणाऱ्या घटनांचे पडसाद टिपणारे साहित्य कथा,कादंबरी,कविता आणि तुरळक प्रमाणात नाट्य या स्वरुपात निर्माण होत असलेले दिसते. नव्या लेखकांबरोबर डॉ. आनंद यादव, रा. रं. बोराडे, मनोहर तल्हार, चंद्रकुमार नलगे यांच्या लेखनानेही एक नवीन वळण घेतलेले दिसते. डॉ. आनंद यादवांचा 'उखडलेली झाडे' हा कथासंग्रह आणि नंतरच्या 'झोंबी', 'नांगरणी', 'घरभिंती', इ. आत्मचरित्रात्मक कादंबऱ्या, रा. रं. बोराडे यांच्या 'सावट', 'आमदार सौभाग्यवती', 'चारापाणी' या कांदबऱ्या, महादेव मोरे यांची 'झोंबड', ही कादंबरी, 'हाल्या हाल्या दुधू दे' ही बाबाराव मुसळे यांची कादंबरी, 'गांधारीचे डोळे' ही नागनाथ कोत्तापल्ले यांची कादंबरी, 'कुणाच्या खांद्यावर' ही वा. ग. केसकर यांची कादंबरी, वासदेव मुलाटे यांची 'विषवृक्षाच्या मुळ्या' ही कादंबरी, भास्कर चंदनशिव यांचे 'जांभळढव्ह', 'मरणकळा', 'अंगारमाती', 'नवी वारुळे' हे कथासंग्रह, श्रीराम गुंदेकर यांचा 'उचल', आणि सोपान हाळमकर यांचा 'सपन' हा कथासंग्रह या सर्वांमधून आजच्या ग्रामीण समाजाचे निकडीचे प्रश्‍न आणि ग्रामीण भागातील राजकारण, ग्रामीण माणसाचे अपेक्षाभंगाचे दुःख, तरुण ग्रामीण मनाचा उद्रेक चित्रित झाला आहे.

याशिवाय पुरुषोत्तम बोरकर, राजन गवस, गणेश आवटे, विश्वास पाटील, इंद्रजित भालेराव, रामचंद्र पठारे इ. नव्या दमाचे दमदार ग्रामीण साहित्याचे जनक आपापल्या लेखनाद्वारे ग्रामीण साहित्याची भूमी संपन्न करीत आहेत. या दृष्टीने 'मेडइंडिया' ही पुरुषोत्तम बोरकरांची ग्रामीण पातळीवरील राजकारणाचे उपहासात्मक चित्रण करणारी कादंबरी, 'चवंडक', 'भंडारभोग', या राजन गवस यांच्या कादंबऱ्या, 'पाचर' ही रामचंद्र पठारे यांची कादंबरी, साहित्य अकादमीचा पुरस्कार प्राप्त झालेली विश्वास पाटील याची धरणग्रस्तांच्या प्रश्नावरील 'झाडाझडती' ही कादंबरी, 'कागूद' हा गणेश आवटेंचा कथासंग्रह आणि शेतकरी जीवनाची दाहक दुःखे व्यक्त करणारे 'पीकपाणी' व 'आम्ही काबाडाचे धनी' हे इंद्रजित भालेराव यांचे काव्यसंग्रह इ. लेखनकृतींचा आवर्जून उल्लेख करावा लागेल.

या सर्व नवनिर्मितीला ग्रामीण साहित्य चळवळीचा प्रत्यक्ष अप्रत्यक्ष असा स्पर्श आहे हे कुणालाही नाकारता येणार नाही. एका नव्या जोमात शहरी पांढरपेशा संस्कृती विरुद्ध नव्हे तर एकूण ग्रामीण माणसाच्या शोषणात सहभागी असणाऱ्या

वृत्ती-प्रवृत्तीं विरुद्ध ग्रामीण, कष्टकरी समाजाला संघर्षसिद्ध करण्यासाठी हे ग्रामीण साहित्याचे निर्मितीकार आपल्या लेखण्या झिजवीत आहेत. अर्थात ग्रामीण साहित्याच्या चळवळीने तथाकथित प्रत्येक थोर नेत्याचे, विचारवंताचे विचार जसेच्या तसे व सर्वच न स्वीकारता जेवढे आणि जे योग्य वाटते तेवढेच स्वीकारले आहेत. काळाच्या पातळीवर ते पारखून घेतले आहेत.

माणसाचे शोषणकर्ते बदलू लागले आहेत, बदलले आहेत. म. फुल्यांच्या काळात असणारा शोषकवर्ग आता तेवढासा समर्थ राहिलेला नाही. मूळचा खेडूत खेड्यातून आलेला, लोकशाहीच्या नावाखाली राजकारण करुन विविध सत्तास्थाने, अर्थस्थाने बळकावणारा हा शोषकवर्ग आहे. तो अधिक धूर्त, अधिक चाणाक्ष आणि वेळप्रसंगी कोणत्याही मार्गाचा नीती-अनितीचा अवलंब करणारा आहे. या नव्या शोषकाकडून आपले शोषण, आपली पिळवणूक थांबवणे हे अधिक अवघड काम आहे. कारण अन्याय करणारा हाच मुळी शेतकऱ्यांच्या घरातला आहे. घरातलाच माणूस जर अन्याय करीत असेल तर दाद तरी कुणापुढे मागायची? आणि विरोध तरी कुणाला करायचा? स्वातंत्र्यानंतर स्वातंत्र्याची गोड फळे खायला मिळतील अशा भ्रमात असणाऱ्या मंडळींचा भ्रमनिरास झालेला होता. अपेक्षाभंग झालेला होता. स्वातंत्र्योत्तर काळात जन्मलेली व तारुण्यात पदार्पण केलेली पिढी बेकार बनून दिशाहीन अवस्थेत फिरत होती. या उद्रेकाचा स्वर १९७५ नंतरच्या ग्रामीण साहित्यात उमटू लागला. आणि आता १९९०-९२ च्या काळातील ग्रामीण साहित्याने गांभीर्याने विद्रोहाचा सूर आळवायला सुरुवात केली आहे. आता रान पेटून उठले आहे.

आपला देश हा खऱ्या अर्थाने खेड्यांचा देश आहे. कृषिकेंद्रित खेड्यातील माणसांची मानसिकता इतरजनांपेक्षा वेगळी असते. शहरातील काही सुखसोयी आणि सुधारणा खेड्यात आल्या म्हणजे खेड्यांचे रुपांतर शहरात होते हे म्हणणे सर्वार्थाने खरे नाही. खेड्यातील शेती करणारा, छोटेमोठे व्यवसाय करणारा ग्रामीण माणूस शहरात जाऊन झोपडपट्टीत राहिला, कामगार-मजूर झाला किंवा सुशिक्षित होऊन पांढरपेशा बनला तरी त्याची मानसिकता फारशी बदलत नाही. संख्येने मोठा असलेला, खेड्यातून राहाणारा, शहरात येऊन उपऱ्यासारखे जीवन जगणारा सामान्य माणूस अखेरी शोषितच ठरतो. म्हणून या ग्रामीण शोषित माणसाचे चित्रण करणारे ग्रामीण साहित्य या सर्व नव प्रवाहात अधिक समर्थ असण्याची गरज आहे. त्यातील सामर्थ्याला अधिक धार येण्याची गरज आहे.

❖❖❖

६

ग्रामीण साहित्य

प्रल्हाद जी. लुलेकर

१

मानवी जीवन विविध घटकांनी बद्ध असल्याने आणि या घटकांनी संस्कारित होत असल्याने त्याचे आविष्करण साहित्यासाठी महत्त्वाचे असते. हे आविष्करण सामाजिक पर्यावरणातील राजकीय, सामाजिक, आर्थिक, धार्मिक, सांस्कृतिक घटकांनी घडविलेले असते. या पर्यावरणात त्यांच्या जाणिवेची जडणघडण होत असते. ही जाणीव मानसिक संरचनेवर अवलंबून असते. फुले-आंबेडकर यांच्या विचाराने संस्कारित, प्रेरित झालेली मानसिक संरचना, धार्मिक, सामाजिक, आर्थिक, सांस्कृतिक गुलामीच्या विरोधात संघर्ष करण्याच्या जाणिवेचीच असते. समाजाने निर्मिलेला सांस्कृतिक अंतविर्रोध साहित्यनिर्मितीला कारण बनत असतो. त्याच्या साहित्याच्या प्रेरणा आणि प्रयोजन सामाजिक-सांस्कृतिक पर्यावरणाच्या संबंधाने आविष्कारण याच स्वरूपात असतात. हे सामाजिक, धार्मिक, राजकीय पर्यावरण सभोवती असणाऱ्या परिस्थितीने घडविलेले असते. परिस्थितीचा परिणाम जीवनपद्धतीवर आणि पर्यायाने मानवी जीवनावर होत असतो. ही परिस्थिती स्थळ-काळानुसार भिन्न असतेच. भूगोल आणि इतिहास मानवी संस्कृतीला आकार देत असतात. हे परिस्थितीचे घटक म्हणून ग्राह्य धरावे लागतात. भूगोल आणि इतिहास मानवी जीवनावर आणि जाणिवांवर परिणाम करतात. त्यातून त्याच्या संस्कृतीला परिमाण लाभते. डोंगर, दऱ्या, समुद्र आणि सपाट भूप्रदेश वेगवेगळ्या स्थिती निर्माण करतात. त्यातून घडणारा इतिहास वेगळा असतो. इतिहासातील जय-पराजय, पराक्रम यातून वेगळी मानसिकता घडत असते. हीच मानसिकता तेथील रितीरिवाज, प्रतिष्ठेच्या कल्पना, सत्ताकेंद्र, स्त्रीपुरुष संबंध कल्पना, जीवननिष्ठा निश्चित करून टाकते. त्यातून संस्कृतीचे वेगळेपण आकाराला येते. भारतीय संस्कृती, चिनी

संस्कृती, जपानी संस्कृती आदींसह विविध संस्कृतींचे प्रकार असेच आहेत, राजकीय, ऐतिहासिक, धार्मिक आदीपैकी काही घटकांनी त्यांचा परिघ निश्चित केला आहे.

या परिघांतगर्त छोटे-छोटे अनेक परीघ असतात. त्यांनी त्यांच्या जाणिवांमधून, अनुभवांमधून त्यांची संस्कृती वेगळी केलेली असते. त्या संस्कृतीने निर्माण केलेल्या सामाजिक पर्यावरणाचा वेगळेपणा निश्चित होत असतो. राजकीय, आर्थिक, सांस्कृतिक, सामाजिक वेगळेपणा त्याची ओळख आणि परिणाम निर्माण करीत असतात. त्यातूनच वेगवेगळ्या भागांची वेगवेगळी मानवी संस्कृती अस्तित्वात येते. अशी वेगळी मानवी संस्कृती वेगळ्या आविष्कारांना वाट करून देते. त्यातून शिल्प, साहित्य, उत्सव, सण, भाषा यांसह साऱ्यांचा वेगळेपणा प्राप्त होतो.

मराठी संस्कृतीच्या परिघातही असे छोटे परीघ आहेत. ते मराठी प्रदेशाच्या भूगोलाच्या आणि इतिहासाच्या परिमाणाने निश्चित केले आहेत. प्रारंभी मराठवाड्याच्या भूप्रदेशात सातवाहन, राष्ट्रकूट, चालुक्य, यादव यांच्या राजवटीत परिमाण लाभलेली आद्य महाराष्ट्रातील संस्कृती हीच आता महाराष्ट्राची संस्कृती झाली आहे. त्यात छत्रपती शिवाजी महाराजांनी घडविलेल्या इतिहासाने पराक्रमी मराठी माणसाची प्रतिमा तयार झाली आणि मराठी संस्कृतीला एक नवे परिमाण लाभले.

मराठी संस्कृतीच्या अंतर्गत असणाऱ्या मराठवाडा, खानदेश, वऱ्हाड, माणदेश, कोकण,मुंबई, पुणे अशा विविध परिघांनी ही संस्कृती अधोरेखित होते. संपूर्ण मराठी संस्कृतीतही पुन्हा पाच-सात शहरांची वेगळी नागरी आणि बाकीची ग्रामीण अशा वेगवेगळ्या परिघांची संस्कृती आहे. त्यामुळेच वेगळ्या प्रदेशाची संस्कृती वेगळ्या जाणिवा देत राहिली. अर्थात मानवी कृती, मानवी स्वभाव, मानसिकता आणि मानवी वर्तन यातून ही संस्कृती घडली आहे. त्यातूनच वेगळ्या जाणिवा निर्माण होतात. वेगळ्या जाणिवांमधून वेगळे संवेदन आणि वेगळ्या संवेदनेतून वेगळे साहित्य निर्माण झाले आहे. जीवनाचे परिमाण वेगळे असल्याने साहित्यातून व्यक्त होणारे जीवनही वेगळेच आहे. हे वेगळे सांगण्याची गरज नाही. या वेगळ्या असणाऱ्या साहित्याला ग्रामीण साहित्य असे नामकरण प्राप्त झाले. अशा वेगळ्या ग्रामीण साहित्याचा अभ्यास अपरिहार्य ठरतो. साहित्यनिर्मिती ही मानवी जीवनातील महत्त्वाची सांस्कृतिक घटना असते आणि 'साहित्य' संस्कृतीचा महत्त्वाचा घटकही आहे. त्यामुळे त्या त्या भागाचे वेगळे अस्तित्व लाभलेले लोक वेगळी साहित्यनिर्मिती वेगवेगळ्या घटकांच्या परिमाणातून करतात. या संदर्भात सदा कऱ्हाडे म्हणतात, आपण 'समाज' म्हणतो तेव्हा समाजातील 'लोक' असे आपल्याला अभिप्रेत असते आणि 'संस्कृती' असे म्हणतो तेव्हा आपल्याला 'लोकांचे वर्तन' अभिप्रेत असते. समाज हा ओळखता येण्यासारखा लोकसमुदाय असतो. तो

आदिम समाज असेल, भटक्या विमुक्त असेल अथवा आधुनिक समाज असेल, खेड्यातील कृषी जीवनाशी निगडित ग्रामीण समाज असेल अथवा आधुनिक समाज असेल; पण समाज म्हणजे एका अर्थी परिमित लोकांची संस्थाच (Finite body of people) असते. आणि संस्कृती म्हणजे विवक्षित लोकसमुदायाची अथवा समाजजीवनाची विवक्षित पद्धती असते. या जीवनपद्धतीत कला आणि साहित्य यांना अविभाज्य आणि अपरिहार्य असे स्थान असते.

माणसांच्या जाणिवांचे हे विकसन अभिजनांपेक्षा बहुजनांच्या संबंधाने अभिप्रेत आहे. शेतीप्रमाणे शेतीशी निगडित असलेल्या समाजाने निर्माण केलेली समूहाची, लोकसमूहाची संस्कृती अभिव्यक्त होत असते. एका व्यक्तीला एकटेपणाने या संस्कृतीत जगताच येत नाही. एकापेक्षा अनेकांनी एकत्र जगण्यावर ते अवलंबून असतात. शेतीतील लावणी असो की कापणी, उफणणी असो अन्य काही यांचा संबंध समुहाशी येतो. एका व्यक्तिमत्त्वाची मुद्रा असण्यापेक्षा समूहाची मुद्रा महत्त्वाची ठरते. त्यातूनच सामूहिक जीवन अपरिहार्य ठरते. त्यामुळे लोकसंस्कृती एका प्रदेशाला आकार देत परीघ निर्माण करते. या परिघावर व तेथील भूमी, तेथील निसर्ग, तेथील स्थानिक परंपरा, स्थानिक शेती परिणाम करतात. समुहाच्या परिणामामुळेच कीर्तन, प्रवचन, जागरण-गोंधळ यांचा प्रभाव या लोकसंस्कृतीवर अधिक आहे. लोककला- वगनाट्यही प्रभावी ठरतात. हे सारे समुहाशी निगडित आहे. समाजही एकजिनसी असण्यापेक्षा बहुजिनसी असला तरी समूह मुद्रा त्यावर उमटलेली असते. समूहाच्या आचार-विचारांचा आविष्कार समूह मनाला भावतो आणि विविध रूपांनी तोच व्यक्त होतो. यातून लोकमानस आविष्कृत होते. स्थिती-गतीने बद्ध झालेला आणि त्यातही आपले जीवनव्यवहार सुरळीत पार पाडणारा समूह विशिष्ट जीवन मूल्यांसाठी आग्रहाने जगत असतो.

या साऱ्यांतून त्याचा जीवनाविषयीचा दृष्टीकोन, या दृष्टिकोनातून निर्मिलेले सण-सोहळे, सोहळ्याच्या निमित्ताने होणारे विधी, साऱ्यांना व्यापून राहणारा निसर्ग त्याच्या जीवनावर परिणाम करणारे ठरतात. पर्यायाने याची संस्कृती यातून आकारते. आकाराला आलेला संस्कृतीचा आविष्कार साहित्यातून अवतरतो.

लोकांनी आपल्या वर्तनातून आपल्या प्रदेशात संस्कृती निर्माण केलेली असते. त्याचा परिणाम माणसाच्या जाणिवांच्या विकसनावर होत असतो. त्यातून येणारे साहित्य, संस्कृतीची जोपासना तर करतेच पण तिचे संवर्धन करीत असते. प्रत्येक मानवी समूहाचे आणि उपसमूहाचे आचारविचार, रीतीरिवाज, नीतीअनीतीच्या कल्पना भिन्न असतात. असे असले तरी एकूण मानवी संस्कृतीशी त्यांचे नाते असते. हेच साहित्याच्या संदर्भात आहे. ग्रामीण साहित्यातून त्या त्या ग्रामव्यवस्थेचे,

प्रदेशाचे, तेथील लोकसंस्कृतीचे, कृषिसंस्कृतीचे चित्रण येते; पण एकूण मानवी संस्कृतीतून निर्माण होणाऱ्या साहित्याशी त्याचे नाते असतेच. या संदर्भात ग्रामीण साहित्याचा विचार करावयाचा आहे.

ग्रामीण परिसराचे वेगळेपण भौगोलिक पर्यावरणाने सिद्ध केलेले असते. त्या त्या प्रदेशातील डोंगर, दऱ्या, नद्या, नाले यातून निर्माण झालेला सुपीक किंवा वाळवंटी भूभाग त्या त्या संस्कृतीवर परिणामकारक ठरतो. त्या प्रदेशातील विहिरी, त्यातून लाभलेली आर्थिक स्थिती यातून संस्कृती आकार घेते. त्या संस्कृतीच्या जाणिवातून साहित्य निर्मिती होते. 'हरित तृणांच्या मखमालीचे' चित्रण मराठवाडी ग्रामीण साहित्यात आलेले दिसणार नाही. त्याचे कारण इथला भूगोल आहे. कोकणातील रितीरिवाजानुसार समुद्रपूजन येईल, तर मराठवाड्यात गोदापूजन येईल. हे इथल्या भूगोलाने निश्चित केले आहे.

पावसाचे, ऋतुमानाचे वैविध्य संस्कृतीमध्येही निर्माण करीत असते. साधारण पावसात ज्वारी, कापूस तर अधिक पावसात तांदूळ पीक अधिक घेतले जाणार हे स्पष्ट आहे. त्यातूनच त्यांची समृद्धी येत असते. अधिक समृद्धी, अधिक आधुनिकता आणत असते, प्राप्त करून देत असते, त्याचा साहित्याच्या निर्मितीवर परिणाम होत असतो. साहित्यातील चित्रण तेथील जीवनानुभव व्यक्त करीत असते.

इतिहासही भूगोलाच्या परिमाणातून घडत असतो. सपाट प्रदेशातील युद्धे समोरासमोर, तर डोंगराळ प्रदेशातील युद्धे गनिमी काव्याने लढली तरच जिंकता येतात. सुपीक जमिनीच्या प्रदेशात अजिंठा-वेरूळच्या लेण्यांची निर्मिती किंवा 'ज्ञानेश्वरीची' निर्मिती होत असते. त्या प्रदेशाची मानसिकता त्या प्रदेशातील इतिहासाने संस्कारित होते. गुजरातचा गरबा, पंजाबचा भांगडा, महाराष्ट्राचा पोवाडा, लावणी ही अशा संस्कृतीच्या परिणामातून झालेली असते.

यासोबतच उत्पन्नाची साधने संस्कृती घडवण्यात महत्त्वाचे घटक ठरतात. जेथे जीवनाचा आधार शेती आहे तेथे कला, तत्त्वज्ञान, साहित्य हे त्या अनुषंगाने घडत जातात. मानवी जीवनात त्याला महत्त्वाचे स्थान आहे. शेती चांगली स्थिती प्राप्त करून देते; मात्र दुष्काळ पडला तर उपासमार, दारिद्र्य निर्माण होते. सततचा दुष्काळ केवळ शारीरिक आरोग्य बिघडत नसतो. तर आर्थिक, सामाजिक, सांस्कृतिक स्वास्थ्य संपवतो. त्यातून मानवी वर्तन बिघडते. हे वर्तन छळवणूक, पिळवणूक जन्माला घालते. संस्कृतीने निर्मिलेले आचारविचारांचे, नितिमूल्यांचे सारे मानदंड संपतात. राजसत्ता आधंळी बनते. या साऱ्या जीवनानुभवाचा आविष्कार साहित्यातून येतो. या अनुषंगाने सामाजिक, आर्थिक, राजकीय, सांस्कृतिक जीवन त्या प्रदेशाला वेगळी ओळख देत असते.

सामाजिकदृष्ट्या वर्णव्यवस्था कनिष्ठ वर्गाचे शोषण करीत असते. वरिष्ठ वर्गीयांची अहंवृत्ती वाढत जाते. अभिजन आणि बहुजन अशी वर्गवारी होते. पूर्वी या वर्गात जन्माने उच्चवर्गीय, वतनदार, राजे, सरदार यांचा वर्ग बुर्ज्वा किंवा भ्रष्टरूपातील अभिजन होता. तर आज बागायतदार, पुढारी, अधिकारी, सावकार, उद्योगपती, यांचा वर्ग अभिजन आहे. प्रत्येक प्रदेशात त्याची रूपे वेगवेगळी आहेत. पूर्वी जातिव्यवस्था शोषणाचे केंद्र होती तर आता सत्ताव्यवस्था अशा शोषणाचे केंद्र झाली आहे. बहुजनांतील सत्ता त्यांच्याच माणसांची कामे करीत नाही. जिल्हा परिषद, जिल्हा मध्यवर्ती बँका, सहकारी कारखाने बुहजनांच्या शोषणाची आणि मूठभरांच्या उन्नतीची केंद्रे बनली आहेत.

त्यातून आर्थिक स्थिती घडविण्याचे आणि बिघडविण्याचे कार्य पूर्वापार चालत आले आहे. त्या त्या प्रदेशातील उत्पन्नाची साधने आर्थिक स्थिती आणि सत्ताकेंद्र निर्माण करतात. शेतीप्रधान व्यवस्थेत ऊस, मोसंबी,संत्री, कापूस, द्राक्षे अशी वेगवेगळ्या प्रदेशांची वेगवेगळी केंद्रे आहेत. त्यानुसार अर्थसत्ता निर्माण झाली. त्या त्या ठिकाणाचे पुढारी व उद्योगपती यांची मानसिकता आणि सामान्यांची मानसिकता भिन्न आहे. ही भिन्नता प्रदेशानुसार आकाराला आली आहे. त्यामुळे मानवी जाणिवाही भिन्न आहेत. या जाणिवांचे आविष्करण भिन्नत्वाने होते. त्या त्या प्रदेशाला चित्रित करण्याचे कार्य साहित्य-कला याद्वारा होते.

आधुनिक युगात नवेच जीवन वाट्याला आले. शहरी जाणिवांतून आलेले शिक्षण ग्रामीण जाणिवांशी विसंवादी आहे. मुंबई-नागपूर,पुणे-औरगांबादच्या रूळलेल्या शहरी मानसिकतेतून आलेले शिक्षण किनवट, हादगाव, सोयगाव, जव्हार, अहीर, अल्लापल्ली, नागेपल्ली, दोंडाईचा येथील माणसासाठी दिले गेले. भिन्न जाणिवांच्या संस्कृतीने भिन्न जाणिवांचे रोपण केले गेले. त्यातून हा विसंवाद झाला. नवी मानसिकता नवे ताण आणि नवे संघर्ष घेऊन आली. त्यामुळे वेगवेगळ्या प्रदेशांत वेगवेगळ्या समस्या निर्माण झाल्या. ग्रामीण माणूस वेडगळ आहे ही शहरी माणसाची समजूत; तर शहरी माणूस अधिक 'शानपना' करतो, ही ग्रामीण माणसांची विसंवादी समजूत झाली. आपले काहीच होत नाही या समजातून पुढारी, अधिकारी, सावकार, उद्योगपती अहंकारी झाले. वेगवेगळ्या प्रदेशात यातूनही वेगवेगळ्या ग्रामीण जाणिवा निर्माण झाल्या. मानवी समूहाने संस्कृतीतून निर्मिलेल्या मानवतेला स्मितित केले.

ग्रामीण, दलित साहित्य वास्तवाचे भान देत असताना अभिजनांच्या दृष्टीने ते प्रचारकी आहे. फुले-आंबेडकरी, मार्क्सवादी प्रेरणेचे साहित्य कलात्मक नाही, प्रचारकी आहे, हा सूर अभिजनांचे वर्चस्व संपुष्टात येऊ नये यासाठीचा आहे. स्वत:चा स्वार्थी सुरक्षितता हा यामागचा हेतू आहे. ग्रामीण साहित्य असत नाही, ते

कलात्मक नाही,त्याचा वेगळा मानदंड नाही, अशी हाकाटी अभिजन प्रवृत्तीच्या पुरस्काराने होत असते. मानवी जीवनाच्या वास्तवाचा अस्वीकार यामागे आहे. जीवनातील वास्तव मानवी वर्तन निश्चित करते आणि वर्तनातून संस्कृती आकार घेते. मानवी संस्कृती आकार घेते. मानवी संस्कृती जाणिवा घडवत असते.

जाणिवातून साहित्यनिर्मिती होते. ही विसंवादी स्थिती ग्रामीण भागाला व्यक्त करणारे साहित्य चित्रित करीत असतो.

मानवी संबंधातून मानवी संस्कृती विस्तारत जाते. त्यातूनच लोकसंस्कृती विकसित होते. रीतीरिवाज,सण, उत्सव यांना मानवाने स्वीकारले ते मानवी भावभावना व्यक्त करण्यासाठीच. धर्म, तत्त्वज्ञान, कला, साहित्यनिर्मितीचे, संस्कृतीसंवर्धनाचे कार्य समाजाने अव्याहतपणे चालू ठेवले. त्यात त्यांची संस्कृती आहे. प्रत्येक प्रदेशाने आपली संस्कृती निर्मिली. त्यात त्याची लोकपरंपरा, रितीरिवाज, निष्ठामूल्ये, जीवननिष्ठा, सणउत्सव यासह अनेक बाबींचा समावेश होतो. लग्न समारंभातील विविध प्रथा, जीवनातील अनेक उत्सव, त्यानिमित्ताने म्हणायची गाणी, गाण्यावर असलेल्या स्थानिक मुद्रा, स्त्री-पुरुष संबंधातील नीतीविषयक कल्पना, कामजीवनासंबंधी बंधनासह आलेल्या संकल्पना हे सारे यात समाविष्ट होईल.

स्थळ, काळ, वातावरण यांचाही परिणाम ग्रामजीवनावर होत असतो. प्रदेशातील जीवनावरही होत असतोच. ब्रिटीशपूर्व कालखंडात, ब्रिटीश कालखंडात, निजाम कालखंडात (मराठवाड्यापुरता), स्वातंत्र्योत्तर कालखंडात इथल्या संस्कृतीवर परिणाम झाला. समूहाचे जीवन जगणारी माणसे व्यक्तिकेंद्रित झाली. ही स्थिती काळामुळे झाली आहे, होणार असते. असाच परिणाम स्थळ, वातावरणाचाही होतो. खेड्यातला माणूस मुंबईत अधिक काळ राहिला तर त्या स्थळाचा आणि वातावरणाच्या परिणामाने बदलून जातो. विविधतापूर्ण संपर्कातून खेड्यातील माणूस इंग्रजी शब्द सहजपणे वापरतो - ऑपरेशन, इंजेक्शन, चेक, डी.डी., टाईम, लाईन, एस.टी.डी., पी.सी.ओ. अशा विपुल शब्दांचा वापर त्याच्या बोलण्यातून होतो आहे.

म. फुले, शाहू महाराज, डॉ. आंबेडकरांनी जातिभेद, स्पृश्यास्पृश्यता, विषमता, याविरूद्ध नवी सामाजिक जाणीव समाजात निर्माण केली. आर्थिक, धार्मिक, सांस्कृतिक शोषणाविरूद्ध मानस तयार केले. शेती, शेती सुधारणा यासंबंधीचे प्रश्न उपस्थित केले. यातून नव्या शिक्षित वर्गात नवी जाणीव निर्माण झाली. स्वातंत्र्योत्तर कालखंडात खेड्यातून शिकलेली नवी पिढी जागरूक झाली. स्वत:च्या प्रश्नांची, समस्यांची मांडणी करायला शिकली. पुढारी, सावकार, उद्योगपती, अधिकारी यांच्या धोरणाने खेडी उद्ध्वत होत आहेत. हे चित्र वेगवेगळ्या ग्रामीण भागातून लेखक/कलावंतांनी साहित्यातून चित्रित केले.

भाषा हे साहित्याचे साधन आहे. मानवी भावभावना व्यक्त करण्यासाठी, आपली सुख-दु:खे मांडण्यासाठी आणि आपल्या जीवनातील संघर्ष सांगण्यासाठी भाषेसारखे दुसरे साधन नाही. स्थानिक शब्द, त्याचा शब्दप्रयोग, त्यांची लय,संवादाची पद्धत आणि खास शैलीतील निवेदन यातून भाषा नटते. त्या नटण्यातून विविध छटा प्रकट होतात. ग्रामीणांची ओळख भाषेद्वारा अधिक होत असते. मराठवाड्यातील मराठी भाषेवर दख्खनी बोलीच्या परिमाणातून आलेले वेगळेपण उमरगा, भोकर, हादगाव, किनवट, देगलूर भागात गेले की जाणवते. वेगवेगळ्या सामाजिक स्तरातील लोकांची भाषा वेगवेगळी असते. असे असले तरी त्या भागाची त्याच्या भाषेवरील मुद्रा कायम राहते.

२

ग्रामीण साहित्य अशी संकल्पना आज सर्वसामान्य आणि रूढ झाली आहे. ही संकल्पना समजून घेताना ग्रामीण जीवन समजून घ्यावे लागते. ग्रामीण जीवनाबद्दल आपण फारच ढोबळमानाने विचार करतो. तो असा- "माणसं वेडगळ आहेत. त्याचा पेहराव तसाच गबाळा आहे. त्या माणसाचा पुस्तकाशी काही संबंध आलेला नाही, तो अंधश्रद्ध आहे. जीवनाबद्दलच्या त्याच्या खास अशा कल्पना नाहीत. त्याला फारसे कळत नाही. कष्ट करणे हे त्याचे ब्रीद आहे. फलनिष्पत्तीची फारशी अपेक्षा नाही. घरादार साधारण आहे. वेड्या प्रतिष्ठेच्या तो मागे आहे. दारिद्र्यात जगणारे अधिक असले तर तिथे प्रतिष्ठा सांभाळून साऱ्या गावावर वजन टाकणारा दुष्ट पाटील आहे. दलितांच्या तो विरोधात असून तो त्यांची पिळवणूक करणारा आहे. निसर्ग मात्र तिथे भरपूर आहे." अशी कल्पना सर्वसाधारण नागरी जीवन जगणाऱ्याच्या डोक्यात कायम घर करून असल्याने त्याची चेष्टा करणे हा जन्मसिद्ध हक्क लोकशाहीने नागरी माणसांना प्रदान केला आहे असे चित्र आहे.

शेती हे तर ग्रामीण जीवनाचे मुख्य सूत्र आहे. स्वातंत्र्यपूर्व काळात भारतीय ग्रामीण जीवन प्राय: रूढीपरंपरांच्या जुलमाखाली दबलेले आहे. त्यात फारसा बदल झालेला नाही. असे स्वातंत्र्योत्तर काळात म्हणणे वेडेपणाचे ठरणार आहे. त्यात आमूलाग्र बदल झाले असल्याने ग्रामीण जीवन जगणारी माणसं कुस बदलू लागली आहेत. मतदानाचा हक्क, शिक्षण, सहकार, बँका, शेतीविषयक साधनात झालेला बदल या आणि अन्य तत्सम कारणांनी ग्रामीण जीवन बदलले आहे. ग्रामीण माणसाचा पेहराव बऱ्याच प्रमाणात बदलतो आहे. त्या संदर्भात ग्रामीण जीवनाची कल्पना समोर ठेवली पाहिजे. त्या दृष्टीने ग्रामीण जीवन खालील गटात विभागावे

लागते म्हणजे ग्रामीण जीवनाचे स्वरूप ध्यानात येते.

अ) पूर्वापार चालत आलेल्या परंपरांना तडे न जाऊ देणारे लोक संस्कृतीने घडविलेले, 'जात' ही महत्त्वाची अस्मिता जपणारे, देव आणि दैव यात अवघडलेले, विविध प्रदेशात निर्माण झालेल्या विविध संकेतात अडकलेले, समूहाच्यामुळे व्यक्तिविकासाला कुंठित करणारे, शिक्षणापासून वंचित झालेले, धार्मिकदृष्ट्या ब्राह्मणी वर्चस्वाखाली असणारे, आर्थिकदृष्ट्या सावकारी पाशात दबलेले, सरंजामशाही वातावरणात वावरणारे जीवन.

ब) स्वातंत्र्योत्तर काळात 'स्व' जागृत करणाऱ्या विविध जाणिवांमुळे फुलू पाहणारे, पण पूर्वीच्या हितसंबंधांना बाधा येईल या भीतीने व्याकुळलेले जीवन तद्वतच या द्विस्तरीय जाणिवांच्या ओढग्रस्ततेने निर्माण झालेल्या संघर्षात कण्हणारे, दुःखाने दबलेले जीवन, या दोन्ही जीवनात ऊर फुटेपर्यंत जीवनाचा गाडा ओढणे आपल्या माथी दैवानं लिहिलं आहे, ते सहन केलं पाहिजे, ही जाणीव असलेलं आणि तरीही सर्वांना सामावून घेणारं जीवन.

क) स्वातंत्र्योत्तर काळातील पहिली काही वर्षे जाणिवाच्या ओढग्रस्तीत अडकले जीवन नंतर थोडे मुक्त झाले. स्वातंत्र्योत्तर काळात जनजीवन हळूहळू नव्या जाणिवा स्वीकारीत गेले. त्यातून नवी जाग येत गेली. ग्रामीण जीवन जगणाऱ्या माणसांच्या जाणिवांना नवे उन्मेष फुटले. त्यातून नवेच चित्र ग्रामीण जीवनाचे उभे राहते, ते असे -

सहकार, शिक्षण, बँक आणि अन्य अशा बाबी खेड्याच्या वेशीदारापर्यन्त आलेले, नवे शेतीविषयक तंत्र आलेले, जीवनातील दररोजचे प्रश्न दैवी नसून ते प्रयत्नातून दूर करता येतील ह्या जाणिवा स्वीकारलेले, नव्या क्षेत्राशी संबंध आल्याने थोडे व्यापक झालेले, अक्षर संगत झाल्याने बोलणे, लिहिणे प्राप्त झालेले, पूर्वापार रुढी जपू पाहणारे आणि ते अशक्य झाल्याने नवा विचार स्वीकारू पाहणारे, पूर्वापार माणुसकीने व्यापलेले, शेतमजुर, बलुतेदार यांच्याशी वेगळे संबंध निर्माण होणारे जीवन मूळच्या प्रश्नांची उत्तरे शोधताना नव्या प्रश्नांना, समस्यांना सामोरे जाणारे आणि भावजीवनाचा गुंता वाढलेले जीवन. लोकशाहीने ग्रामीण भागात आणून पोहचविलेल्या नेतृत्वाने निर्माण झालेल्या जाणिवा बदलते जीवन.

ड) स्वातंत्र्याच्या पावशतकानंतर ग्रामीण जीवन समस्याग्रस्त झालंय. पूर्वीच्या समस्या कायम राहिल्या, त्यात नव्या समस्यांची भर पडली. दररोजच्या व्यावहारिक जीवनात नवे बदल घडत गेले. आणि शेतीव्यवहारातील नवे बदल आले. त्यात मानसिक ओढग्रस्तता निर्माण झाली. सहकार,बँका,शिक्षण यांना धंद्याचे स्वरुप आले. संवेदनहीनता आणि मूल्यहिनतेतून माणुसकी संपत चालली हे ग्रामीण

माणसाच्या दृष्टीने धक्कादायक होते. पूर्वीच्या संस्काराने तयार झालेले ग्रामीण मन आणि नव्या अनुभवांना सामोरे जाणारे ग्रामीण मन यात विसंवाद निर्माण झाला. कृषिसंस्कृतीवर आधारलेली ग्रामसंस्कृती ढासळत असल्याची जाणीव विसाव्या शतकाच्या शेवटी निर्माण झाली. ग्रामजीवनाचे हे चित्र त्रि. ना. आत्रेंच्या, 'गावगाडा', नारायण गोविंद चाफेकर यांच्या 'आमचा गाव बदलापूर', वि. म. दांडेकर आणि म. भा. जगताप यांच्या 'गावरहाटी' आणि प्रभाकार मांडे यांच्या 'गावगाड्याबाहेर' या पुस्तकात समाजशास्त्रीय आणि अर्थशास्त्रीय पद्धतीने विचार झाला. एकूण ग्रामरचनेत आणि ग्रामरचनेत निर्माण झालेल्या संस्कृतीत ग्रामीण माणूस उभा केला होता. त्याच्या जाणिवा व्यवस्थेनुरूप घडविल्या होत्या, त्याचा विचार येथे महत्त्वाचा ठरतो.

३

'ग्राम' हे एकंदर भारतीय संस्कृतीचे आदिपीठ आहे. त्या संस्कृतीच्या व्यक्तिमत्त्वाचे अनन्यसाधारण सर्वसमावेशी रूप आहे. हे जीवन लोकसमूहातून निर्माण झालेल्या संकेतांवर रुढी-परंपरांनी बद्ध झालेले आहे. तेथील रीती, संस्कृती यामुळे जे जीवन घडले त्याबरोबरच नव्या जाणिवांना नवे उन्मेष फुटले.

ग्रामीण जीवनात शेतीला अत्यंत महत्त्वाचे स्थान असल्याने ग्रामीण साहित्यातही ते आहेच. शेती हाच महत्त्वाचा घटक मानून साहित्यात चित्रण आले आहे. ते अपरिहार्यही होते. तसे झाले नसते तर पूर्वीची अपराध्याची भूमिका कायम राहिली असती. भारतीय जीवनाचा आधारच मुळी शेती हा आहे. शेतीच्या संपन्नतेवर आपल्या जीवनाची संपन्नता अवलंबून आहे. यातूनच 'बळीराजा' हे नामाभिधान शेतकऱ्यास लाभले. शेतीवर जीवापाड प्रेम करणारा ग्रामीण माणूस बराचसा दुर्लक्षित राहिला. झगमगाटाची आस असलेला माणूस नागरी जीवनातील प्रश्नावर केंद्रित झाला. त्यामुळे ग्रामीण माणसाचे काही प्रश्न असू शकतात असे कुणाला काही काळ वाटले नाही. ही जाणीव निर्माण झाली नाही. त्यातून ग्रामीण माणसाच्या जीवनात आर्थिक, सांस्कृतिक, धार्मिक, वैज्ञानिक मागासलेपण आले. त्या संदर्भात साधी निकोप दृष्टीही त्याला लाभली नाही. तो मागास राहिला. त्याला प्रगतीची दालने अपरिचित राहिली. त्यामुळे अठराविश्वे (१८*२० =३६० दिवस) दारिद्र्य त्याच्या वाट्याला आले. दारिद्र्यात जगणाऱ्या माणसाला अवकळा येत असते. जग आणि जीवन आपलेच असल्याने ते उपभोगण्याचा अधिकार आपला आहे / नाही. ही जाणीव दैववादी आणि विज्ञान विन्मुखतेने संपुष्टात आणली. आळस, दैववाद, मरगळ, क्षुद्र, दुबळा या कुंपणात समग्र ग्रामीण जीवन कोंडले गेले. शेती आणि

निसर्ग या बंधनापल्याड जीवन आहे किंवा त्यालाही वेगळे परिमाण देता येते ही कल्पना संवेदनाहीनतेने त्याने स्वीकारली, तर मातीशी नाते तोडून आपणच समग्र मानवी जीवन बदलून टाकू पाहणारा, नागरी विचारातील स्वप्नील आरास मांडणारा माणसांचा तांडा तयार झाला. हे म्हणजे उज्ज्वल भविष्य ह्या शेतीशी, मातीशी नाते सांगणारा नव्हे, त्यात गाडून घेणाऱ्या माणसाला खुणावीत असते. पण ते त्याला त्यानेच निर्माण केलेल्या परिस्थितीमुळे दिसले नाही.

ह्या शेतीशी नाते असणाऱ्या माणसाचे चित्रण ग्रामीण साहित्याचा महत्त्वाचा भाग आहे. शेती हेच महत्त्वाचे सूत्र मानून ग्रामीण साहित्याला चालावे लागते. ग्रामीण जीवनात शेती महत्त्वाची मानली की स्थितीवादी भूमिका महत्त्वाची ठरते. शेत सोडून जाता येत नाहीच, उलट तिथेच गाडून घ्यावे लागते. म्हणून शेतीशी असणारे त्यांचे संबंध भावविश्व ग्रामीण साहित्याचा केंद्रबिंदू होते.

शेतीवर असलेले त्याचे प्रेम, त्याचे भावविश्व घडवत असते. काळी माती त्याला माता वाटते. त्यामुळे शेतात पिकणाऱ्या हिरव्या धनाशी त्याचे जसे अतूट नाते आहे. तसेच त्याचे तिथे येणाऱ्या विविध संकटांशी नाते आहे. त्यातून येणारी सुख-दुःखे त्याच्या जीवनाची होतात.

ग्रामीण जीवनातील सारे संदर्भ शेतीभोवती गुंफले आहेत. त्यामुळे शेतीला महत्त्वाचे स्थान आहे. त्यातून ग्रामीण जीवनातील माणसे पाहता येतील. त्याचे हेवेदावे, संघर्ष-मित्रत्व ह्यांचा संबंध प्रस्थापित होतो. ग्रामीण माणसे यातून उभी करता येतील. अर्थात शेतीशी प्रत्यक्ष संबंध नसलेले काही घटकही ग्रामीण जीवनात आहेत. त्या संदर्भातही लिहिले पाहिजे. लिहिले जाते आहे. ग्रामीण जीवन जगणारी माणसं बोलताना शेतीच्या प्रतिमातूनच बोलतात.

आपल्या सर्व भावभावनांना तो व्यक्त करीत असतो. तारुण्याचा संबंध तो हुरड्यातून, म्हातारपणाचा संदर्भ वृक्षातून, एकाकीपणाचा संदर्भ निष्पर्ण वृक्षातून व्यक्त करतो. त्यामुळे वैशाखात 'लगीनसराई' असते. मुसमुसणारे तारुण्य हुरड्याच्या प्रतिमेतून तर अस्फूट तारुण्याचा संबंध पोटऱ्यातील पिकातून व्यक्त होत असतो. जीवनातील सर्व आशानिराशांचे अनुबंध शेतीशी निगडित असतात. जीवनाचे साफल्य आणि वैफल्य शेतीमधून व्यक्त होते. दुःखाच्या भावना, आनंदाच्या भावना, शेतीच्या माध्यमातून व्यक्त होताना, घर गळले तरी चालेल, पण शेती भिजवली पाहिजे ही जाणीव प्रखर असते.

त्याच्या जीवनाच्या साऱ्या पैलूंना शेती मुखरित करीत असते. मुख्य सूत्र शेती आहे ते याचसाठी. मुलामुलींचे विवाह शेतीच्या 'सराई' वर अवलंबून असतात. कर्जाची फेड त्यावर अवलंबून असते. शेती नसलेल्यांची मजुरी त्यावरच असते.

कामजीवनही शेतीच्या पिकण्याबरोबर फुलत जाते. मुलांचे शिक्षण सुरू ठेवणेही शेतीच्या पिकण्याशी संबंधित असते. सबंध जीवनाची दिशा शेती ठरवत असते.

'माणूस' म्हटलं की भावभावनांचा आविष्कार अपरिहार्य आहे. त्याला माणूस म्हणून जगण्यासाठी ज्या आदिम गरजा आहेत त्याचे चित्रण साहित्यात महत्त्वाचे आहे. मानवी जीवनात अन्नक्षुधा आणि कामक्षुधा अत्यंत महत्त्वाचा भाग आहे. या दोन्हीही गरजांचे उत्कट चित्रण ग्रामीण साहित्यात आहे.

कामक्षुधा आदिम मानूनही ग्रामीण जीवनातील ह्या भावनेच्या या चित्रणाला उपहासाने पाहण्याची दृष्टी अनेक मराठी रसिकांना लाभावी यात नवल काय? 'सायंकाळच्या वेळेला मावळत्या सूर्याच्या साक्षीने प्रेयसीच्या हाती हात देत उगवत्या चंद्राचे दर्शन होईपर्यंत आम्ही आणाभाका घेतल्या आणि चन्द्रकिरणांसोबत आमच्या मनात प्रणयाचे बीजारोपण झाले. त्यातूनच आम्ही चन्द्रकिरणांनी पाहता पाहता पृथ्वीला व्यापून टाकावं तसं एकमेकांना व्यापून टाकलं.' असं वर्णन एखाद्या बागेच्या गुलमोहराखाली आलं तर जिभल्या चाटीत वाचणार आणि भावविरेचन झाल्याच्या आनंदात रमणार. पण ह्यापेक्षा उभ्या पिकात ग्रामीण माणसानं कामक्षुधेला वाट मोकळी करून दिली तर त्याला रानटी म्हणणार, ही झाली नागरी दृष्टीला लागलेली कावीळ.

ग्रामीण साहित्यिकांनी मात्र कामवासनेचे चित्रण त्याज्य न मानता ते अपरिहार्य मानले. नीतिमत्तेच्या नावाखाली गोपनीयतेचे स्वरूप देणाऱ्यापेक्षा ग्रामीण जीवनात तशी गोपनीयता नाही. उलट अधिक मोकळेपणा याबाबतीत आहे. मुलगा/ मुलगी मोठी झाली की त्यांच्या भावना ध्यानी घेणारा माणूसही तेथे आहे. या भावनांना उत्सवाचे स्वरूपही दिले जाते. गरोदरपणातील डोहाळ जेवण, मुलाचे बारसे, लग्न ह्यात उधाण आलेले दिसेल. मामाची मुलगी आपल्या हक्काची बायको समजून बोलणे आणि तिचे लाजणे चालू असते. अनेकपदरी कामजीवन ग्रामीण साहित्यातून आले आहे. आर्थिक अडचणीने मुलीचे लग्न थांबले तर कामक्षुधेने व्याकुळ झालेली माणसेही आहेत. त्यामुळे सरळ भोगाची पूर्तता करणारी माणसं विकृत म्हणून दाखविण्यापेक्षा त्याची गरज म्हणून तर कधी कधी विकृतही दाखविली आहेत. त्यात मात्र पशुत्व नाही. कामभावना पूर्ण झाली नाही तर जीवाची होणारी तगमग आणि पूर्ण झाली तर तृप्तता हेही व्यक्त होते. हे सारे व्यक्तविताना शेती आणि निसर्गाच्या संदर्भाने दाखविले जाते. 'कुपाटी तोडून डाभ्भ्यात शिरणाऱ्या ढोरागत हे सारे' असे संबंध येणारच. हे नैसर्गिक आहे. ह्या नैसर्गिक भावनेची शेकडो रूपं ग्रामीण साहित्यात चित्रित झाली आहेत.

स्वांतत्र्योत्तर काळात वास्तव ग्रामीण जीवनाच्या चित्रणाला फार मोठे स्थान

मिळाले आहे. नव्या जाणिवा आल्याने स्वप्नमयतेचा भागच संपला आहे. ग्रामीण जीवनात सर्वार्थाने समृद्धता, संपन्नता आहे हा समज आता बाद झाला आहे. संबंध ग्रामीण जीवन दारिद्र्यात आहे. ऊनपावसाच्या खेळासारखे त्याचे जीवन पिकावर अवलंबून आहे. हातची पिके गेली, विहीर खोदून पाणी लागले नाही तर तो उद्ध्वस्त होत जातो. ह्या उद्ध्वस्तेचे विविध पैलू ग्रामीण साहित्यात आले आहेत. त्याचा संबंध भाकरीशी आहे. शेतकरी, शेतमजूर, दलित, बलुतेदार हा भाकरीच्या चाकाभोवती फिरतो आहे. आजच्या भाकरीचा प्रश्न सुटला, उद्याची सोय काय? ही जाणीव त्याला टोकरत असते. कपडे कोणते? घरे कशी? उकाण्डा कुठे? गोठा कसा? यापेक्षा 'भाकरीचे काय?' हा प्रश्न ह्या जीवनात महत्त्वाचा होतो. त्यामुळे ह्या जाणिवेला ग्रामीण लेखकाने नेमके हेरले आहे. त्यातून आर्थिक प्रश्नाला हात घातला गेला आहे. सातत्याने राबून शेवटी कामावर जगणारा, वेळप्रसंगी उपाशी राहणारा माणूस तिथे आहे. दारिद्र्य हा त्याच्या जीवनाचा अविभाज्य घटक, तर पोटभर अन्नाचा न संपणारा प्रश्न त्याच्यासमोर आहे. कुटुंबाच्या जगण्याचा जगविण्याचा प्रश्न त्याला भेडसावत असतो. त्यांची जबाबदारी तो नाकारत नाही. उलट त्यासाठी तो जिवाचा आटापिटा करतो, पण पैसा कमावण्याच्या लबाड्या त्याला शक्य नाहीत. माणूस म्हणून जगण्याची त्याची तीव्र इच्छा कायम असते.

काम आणि अन्नक्षुधा मानवी जीवनालाच आकार देत असतात. ही जाणीव ग्रामीण जीवनात तपासली पाहिजे. त्यातील नेमकेपणा ग्रामीण साहित्यातून चित्रित झालेला दिसतो. ह्या दोन्ही भावनांचा संबंध मानवी मनाशी आहे.

४

सर्वसाधारण असे हे ग्रामीण जीवन आहे. ह्या समग्र जीवनाला चित्रित करणारे ते ग्रामीण साहित्य आहे. ग्रामीण साहित्यासंबंधीची संकल्पना यावरील मुद्द्याच्या आधारे मांडावी लागेल. ही संकल्पनाही ग्रामीण साहित्यावर दृष्टीकटाक्ष टाकून ठरवावी लागेल. मराठी साहित्यात आजपर्यंत लिहिलेल्या ग्रामीण साहित्याच्या स्वरूपावरून ठरेल. आजपर्यंतच्या ग्रामीण साहित्याचे स्वरूप आधी तपासावे लागेल.

अ) नागरी जीवनाच्या चित्रणात व्यस्त असलेल्या लेखकांना आणि त्यात रस घेणाऱ्या रसिकांना रूचिबदल हवा होता. त्यामुळे प्रारंभी आलेले ग्रामीण साहित्य प्रामुख्याने काल्पनिक आणि ढोबळ स्वरूपाचे राहिले. मनमोहक निसर्गवर्णने, अलंकारितेचा सोस असणारी भाषा, अद्भुत घटनांनी व्यापलेले ग्रामीण जीवन, त्या जीवनातील रगेलपणा, रंगेलपणा, आरोग्यवर्धक वातावरण, भरदार पुरुष, तर

लावण्यवती पण कष्ट करणाऱ्या निरोगी स्त्रिया असे चित्र अधिक प्रमाणात कल्पनेने रंगवले आहे. रूढी परंपराच्या विळख्यात ते सापडले आहे.

ब) चित्रण वरीलप्रमाणे असले तरी रूढ परंपरेच्या कचाट्यातून ग्रामीण माणूस सोडविला पाहिजे, त्या उदात्त हेतूने, करुणेची झूल पांघरून सुधारणांच्यासाठी निघालेल्या मन:पिण्डी समाजोद्धारक प्रवृत्ती.

क) रुढी परंपरांनी जखडलेल्या जीवनात लोकजीवनाचे रुढ संकेतहीं मिसळले आहेत. ह्या वास्तव कल्पनेतून लोकसाहित्याचे पदर धरून आलेले साहित्यही यात आहे. इथेही मांगल्य, उदात्तता यांचा आविष्कार वास्तवतेपेक्षा अधिक आहे.

ड) नव्या जाणिवा, नवी क्षेत्रे ग्रामीण जीवनाला स्पर्शून गेल्याने ग्रामीण जीवनात निर्माण झालेली जागृती आणि त्याची व्यापकता, दररोजच्या जीवनातील वाढत जाणाऱ्या त्याच्या समस्या, ग्रामीण माणसाचे भाबडे भावविश्व चित्रित करण्यापेक्षा त्याच्या मनात निर्माण झालेली नवी आंदोलने, नव्या क्षेत्राशी संबंधित प्रयत्न, पल्लवित झालेल्या त्याच्या नव्या स्वप्नांना आणि जाणिवांना पूर्णत्व प्राप्त झाले नाही म्हणून त्याचा झालेला भ्रमनिरास, हे सारे ग्रामीण साहित्याचे विषय झालेत. ग्रामीण जीवन समृध्द-संपन्न होत नसून ते उद्‌ध्वस्त होते आहे. ही जाणीव विविध बारकावे हेरून आली आहे. त्याबरोबरच नागरी जीवनातील काही बाबी ग्रामीण जीवनात शिरकाव करू लागल्याने त्यात ग्रामीण माणसाची होणारी ससेहोलपटही चित्रित होत आहे.

इ) ग्रामीण जीवनावर लिहिताना अनेकदा विनोदी लेखनही झाले आहे. त्याचे स्वरूपही वेगवेगळे आहे. १) ठोकळेबाज लिहिणाऱ्यांनी ग्रामीण जीवनातील माणसं ही वेडगळ असतात हे गृहीत धरून त्या माणसाची तशाच स्वरूपाची विनोदी चित्रे कल्पनेतून रेखाटली. यात ना बारकावे आहेत, ना स्वभावाचे विविध रंग आहेत. २) ठोकळेबाज लिहिणाऱ्यांचे बोट धरून त्यात वास्तवता मिसळून मनोरंजक ठरलेले साहित्य. ३) ग्रामीण जीवनात भेटलेली वास्तव बेरकी माणसे, त्यांच्या अंधश्रद्धा आणि संकेत यावर विनोदी पद्धतीने लिहिले गेलेले साहित्य.

ह्या साऱ्यामधून आपणास ग्रामीण साहित्याची संकल्पना स्पष्ट करता येईल.

५

'ग्रामीण साहित्य झपाटून टाकत नाही. ग्रामीण जीवनात संघर्ष असताना हे विद्रोह त्या साहित्यात नाही. दलित साहित्याप्रमाणे ते नाही. त्यात सारे ढेपाळलेपण आहे.' असा तक्रारीचा सूर जाणकार (?) लावत असताना दिसतात. ग्रामीण

जीवनाचा अभ्यास, त्या जीवनाचे चिंतन, त्याचे बारकावे माहीत नसणाऱ्यांना हा सूर लावता येईल. त्यांच्या म्हणण्याचा अर्थ एवढाच आहे की त्यांनी हे जीवन समजून घेतलेले नाही. ग्रामीण जीवन सामान्य माणसाचे आहे. तेथे फार मोठे शौर्य नाही आणि क्रौर्यही नाही.आहे ते समूहाचे जीवन, कुटुंबव्यवस्थेने बंदिस्त केलेले, चाकोरीबद्ध आणि मर्यादशील जीवन जगणे अपरिहार्य मानणारी माणसं तेथे आहेत. समाज काय म्हणेल? हा प्रश्न त्यांचे जीवन घडवत असतो. कुटुंबाने केलेल्या संस्काराचा फार मोठा परिणामही तेथे असतो. त्यामुळे ही जाणीव ज्यांना आहे, त्यांना ग्रामीण साहित्याची कल्पना ह्या स्वरूपाची कल्पना येऊ शकेल.

आळस, दैववाद आणि सामाजिक बंधने ह्या चौकटीत बद्ध झालेले संवेदनाहीन जीवन असामान्य कर्तबगारी उदयाला येऊ देत नसते. तसेच नागरी जीवनातील चकाकी आणि बौद्धिक चापल्य आपल्यात नसल्याचा न्यूनगंडही त्याला अतिअस्तित्वाची जाणीव निर्माण होऊ देत नाही. ग्रामीण जीवनात वावरणारी माणसं लोकविलक्षण नसतातच. असामान्य जिद्दीचीही नसतात. त्यामुळे फार मोठे क्रौर्य वा शौर्य तिथे नसते. तिथे कुटुंबाच्या संस्कारातून समूहाची जाणीव महत्त्वाची असते. मुलगा कितीही मोठा झाला तरी वयात आलेल्या मुलापेक्षा लहान मुलीचे लग्न अगोदर करणे भाग आहे ही समूहाची जाणीव लग्नासाठी योग्य झालेल्या मुलाला ठेवावी लागते. तो त्यामुळे होणारा आपल्या भावनांचा कोंडमाराही सहन करतो. साऱ्यांना बाजूला ठेवून तो काही करण्याच्या विचारात नसतोच त्याचे व्यक्तिमत्त्व हे करण्याला तयार नसते. समूहभावनेचा फार मोठा प्रभाव त्याच्यावर असतो. लोकजीवनातील संकेत, श्रद्धा, परंपरा यांच्या प्रभावाने तो आपल्या अब्रुचे मानदण्ड ठरवीत असतो. त्यातच आपले भले आहे असे त्याला वाटत असते.

समूहाची जाणीव सातत्याने मनात ठेवून जगणारा ग्रामीण माणूस व्यक्तिगत पातळीवर दुबळा असतो. त्यामुळे तो असामान्य आणि विलक्षण कर्तबगारी करणारा नाही. सामान्यांची कर्तबगारी हीं आपल्या कौतुकाचा विषय कधीच झाला नाही. जी वाद्ये आपण पाहिली नाहीत त्याचे सूर अंत:करणात भिडून आपणच झपाटतो, पण गोंधळ, आराधी, पोतराजाचे सूर आपणाला बेसूर आणि प्रभावहीन वाटतात. सामान्याचे असेच असते. काही घटना मात्र अपवादात्मक असतात. ज्या लोकविलक्षण वाटतील. ह्या साऱ्या सामान्यांना रेखांकित करताना येणारे साहित्य आपल्या नाटकी झपाटलेपणाच्या अपेक्षा पूर्ण करणार नाही. वास्तवापासून दूर जाण्यापेक्षा वास्तवाचे चित्रण करणे महत्त्वाचे आहे. कुटुंबविषयक, समूहविषयक मर्यादा पाळणारी ग्रामीण जीवनातील माणसं ग्रामीण साहित्याने उभी केली आहेत. हे नाकारणे वेडेपणाचे ठरणार आहे.

नागरी जीवनात यंत्राने प्रवेश केला आणि जीवन आमूलाग्र बदलले असे नाही. सकृतदर्शनी हे जीवन बदलले, पण प्रवृत्ती बदलली नाही. प्रवृत्ती न बदलल्याने माणूस यंत्राचे फायदे घेत असतानाच किडलेला झाला. 'स्व' भोवती फिरणारा आणि 'स्वतृप्त' झालेला माणूस इतरांबद्दल आपल्या तत्त्वज्ञानाने तक्रार करीत राहिला. यंत्राळलेले एक वेगळे विश्व तयार झाले. याच्या परिणामातून नागरी जीवनात एक वेगळी भावनिक उलथापालथ झालेली दिसते. त्याचे चित्रण आलेही. ग्रामीण जीवनात हे आले नाही असे नाही. सहकारी बँक, कारखाने, शिक्षण, दवाखाने, कुटुंब नियोजन, विविध प्रवृत्तींचे अधिकारी ह्यामुळे ग्रामीण जीवनाचे चित्र बदलले, पण बदलते चित्र पूर्णत्वाने विकासात्मक नसले तरी अधिक प्रमाणात ते तसे आहे.

असे का झाले? ग्रामीण जीवन जगणाऱ्यांचा भूतकाळ निद्रिस्त होता. त्याला आपल्या भोवतालच्या गर्दीच्या जीवनाला आलेल्या रूग्ण रूपावरून आपणही त्यापैकी एक या भावनेतून जगतो आहोत ही जाणीव होती. ही जाणीव जागृती संपवणारी होती. कोणी उपाशी झोपला याचे दुःख ग्रामीण जीवनात कधीच नव्हते. साधारण माणसाचे ते नेहमीचेच. एखाद्याने जेवणावळीतून साऱ्यांना तृप्ती दिली तर त्याचे अप्रुप होते. हीं जाणीव जीवन उभारणीपेक्षा जीवन संपवणारी होती. गुलामाला गुलामीची जाणीव नसावी, उलट ते त्याच्या जीवनाचे अलंकार ठरतात. ग्रामीण जीवनाला दुःखाने घेरले आहे. हे त्याला कधीच जाणवले नाही. दुःख नसणे ही त्याला नेणीव वाटली. पण स्वातंत्र्य मिळाले आणि आशा-आकांक्षा काही काळ दिसणाऱ्या इंद्रधनूसारख्या फुलून गेल्या. काही काळानंतर पाऊस न पडणाऱ्या ढगांच्या गर्तेत त्यांच्या जाणिवा अंधारल्या. हे दुःख दुःखाच्या जाणिवेनंतर आले. टाचा फुटल्यावर त्यातून वाहणाऱ्या वेदनाप्रवाहाची ठणक अंगभर पसरली. आपल्या आशाआकांक्षाना तडा जातो आहे. ही जाणीव महारोग झालेल्या माणसासारखी उद्ध्वस्त करून गेली. आशा-आकांक्षाना भग्न अवशेषांवर ग्रामीण माणूस उभा आहे. त्याला विकासाच्या प्रवाहाचे प्रारूप मांडून दाखविले तरी प्रारुपाकार सौदेबाजीची बुद्धी घेऊन आला आहे असे त्याला वाटते. दुःखांच्या, वेदनांचा महापूर जीवनात होताच. महागाई आदि प्रश्नांनी तो वाढता झाला.

धर्मप्रचारकांनी आपणास खुळे बनविले ही जाणीव झाली तरीही त्यातील धुंदी त्याला त्यातून बाहेर येऊ देत नाही. वास्तव आणि स्वप्न यात झालेली ओढाताण यात ग्रामीण माणूस सापडला. नवी यंत्रे, नवे ज्ञान आले, त्याला जवळ गेले. पण जुने सोडताना दुःखेही झाली. जुन्या तंत्रातून विकास झाला नाही तर नव्या तंत्रातून विकासाची हमी नाही, विश्वास नाही अशा द्विधा स्थितीत तो सापडला.

दुसऱ्या महायुद्धाने जगाला दिलेला अविश्वासार्हतेचा शाप इथेही पोहोचला. मानवी मूल्यांची आणि मानवी मनाची पडझड होताना ग्रामीण माणूस हबकून गेला ह्या साऱ्यांचे चित्रण ग्रामीण साहित्यातून आले. विशेषत: नवी पिढी ह्या स्थितीचे चित्रण करते आहे. ही स्थिती 'झपूर्झा'सारखीच आहे. ह्याचे भान ग्रामीण माणसांना आहे.

सारे अंग ठणकत आहे. वेदनांचे बेण्ड झाले आहे. ते पिकले नसले तरी पूर्ण कच्चे नाही. ते ठसठस करते आहे. अशी ग्रामीण जीवनाची अवस्था ग्रामीण साहित्यात येते आहे. ग्रामीण जीवनात सध्या दु:ख इतके आहे की, मृत्यू नाही पण रक्त ओकणे चालू आहे. आणि दुसऱ्या बाजूला शिक्षण, सहकारी बँका, विविध बंधारे योजना, कृषिविषयक उद्योग या आणि यासह ग्रामीण जीवनातील समस्यांचा अंत करणारी नवी व्यवस्था आली. त्यासोबत नव्या समस्याही आल्या. नवे मानसिक ताण-तणावही निर्माण झाले. पूर्वापार चालत आलेल्या परंपरा, रीती-रिवाज क्रमाने संपुष्टात आले. गोवर्धन करंगळीवर उचलणाऱ्या कृष्णाचे बळ अंगी असणाऱ्याच्या वाट्याला इतरांच्या हाताकडे पाहण्याचे दिवस आले. स्वातंत्र्यानंतरच्या पन्नास वर्षांत ग्रामीण जीवनात स्थित्यंतर आले, मात्र ते जुजबी आणि वरवरचे स्थित्यंतर ठरले. त्यामुळेच ग्रामीण जीवनात असंख्य प्रश्न निर्माण होत आहेत. या सर्व प्रश्नांचे नीट आकलन नव्याने झाले पाहिजे. खाजगीकरण, उदारीकरण, जागतिकीकरणाचा 'हाल्या' दूध देण्यापूर्वी ग्रामीण जीवनाचे प्रश्न मार्गी लावायला हवे आहेत. लोकशाहीमुळे, शिक्षणामुळे, पारंपरिक आणि नवीन जातीव्यवस्थेने, निसर्गाच्या लहरीपणामुळे, शासनाच्या विविध योजनांमुळे, शेतीमालाच्या भाव ठरविण्याच्या बाजारू पद्धतीमुळे अनेकानेक प्रश्न निर्माण झाले. नवे-नवे दुखणे वाढत गेले. या साऱ्यांचे आकलन ग्रामीण साहित्याने करून घेत आपला परीघ संवर्धित केला पाहिजे. शेती, शेतीवर जगणारा शेतकरी, शेती व्यवसायावर अवलंबून असणारा बलुतेदार, अलुतेदार, शेतमजूर यांच्या वाढलेल्या समस्यांसह बुडणाऱ्या व्यवसायाचे वास्तव भान ग्रामीण साहित्याला यावे लागेल. आत्मभान, आत्मभानातून आत्मशोध, आत्मभान आणि आत्मशोध यातून दारिद्र्याविरूद्ध संघर्ष असा पुढचा प्रवास ग्रामीण साहित्याला करावा लागणार आहे. तेच त्यांचे रणांगण राहणार आहे.

६

ग्रामीण साहित्य स्वातंत्र्योत्तर काळात अधिक आले. विशेषत: १९७५ नंतर यामध्ये अधिक सामर्थ्य आले. ग्रामीण साहित्याची चळवळ पूर्वसूरीचा आधार घेत उभी राहिली. या चळवळीला अजूनही पाहिजे तितका वेग आलेला नाही. ग्रामीण

व्यवस्थेतील प्रश्नांसारखे या चळीवळीतही प्रश्न आहेतच. ग्रामीण व्यवस्थेत संघटित होण्याचा मोठा प्रश्न आहे तसाच इथेही आहे. ग्रामीण जीवनाचा व्यापक परीघ आणि या परिघांतर्गत असणारे नानाविध छोटे परीघ हे यामागचे कारण आहे. असे असले तरी ग्रामीण साहित्याची चळवळ निर्माण झाली. क्रमाने ती विकसितही होईल, व्यापकही होईल. अशावेळी ग्रामीण साहित्याचा अनुकूल आणि प्रतिकूल विचार करणारे सतत प्रश्न विचारतात की, ग्रामीण साहित्याच्या प्रेरणा कोणत्या आहेत? या प्रश्नाचे उत्तर दलित साहित्याच्या प्रेरणांच्या उत्तराइतके सोपे नाही. 'माणूस' हे मूल्य मानून त्याच्या स्वातंत्र्याआड येणाऱ्या, विकासविरोधी असणाऱ्या साऱ्या बाबींना विरोध करणारी, विषमाधिष्ठित व्यवस्थेविरूद्ध विद्रोह करणारी आणि सामाजिक न्यायाची उभारणी डॉ. आंबेडकरांची, म. फुल्यांची प्रेरणा दलित साहित्याची प्रेरणा आहे हे स्पष्ट आहे. तसे ग्रामीण साहित्याचे उत्तर देणे अवघड आहे. त्याची कारणेही विविध आहेत.

ग्रामीण साहित्याचा अभ्यास करणाऱ्यांनी, ग्रामीण साहित्यिकांनी ग्रामीण साहित्याच्या अभ्यासात अनेक प्रश्न निर्माण केले. ग्रामीण साहित्याची परंपरा शोधताना, ग्रामीण साहित्याची समीक्षा करताना, ग्रामीण साहित्याचे स्वरूप स्पष्ट करताना, ग्रामीण आणि प्रादेशिक या संकल्पना वापरताना स्पष्ट अशी, काटेकोर अशी भूमिका घेतलेली नाही. कधी कलावादी तर कधी जीवनवादी कधी दोन्हींची सरमिसळ करीत ग्रामीण जीवनाची नेमकी गुंतागुंत ध्यानी आली नसल्याने हा सारा गोंधळ झालेला दिसतो. या गोंधळात भूमिकांचाही त्यामुळे गोंधळ झालेला आहे. ग्रामीण जीवनातील निसर्ग, रानातील पिके, शेतीतील विविध घटकांशी संबंधित असणारे विधी आणि तेही वर्णनाच्या पातळीवरच थांबलेले. या 'पल्याड' असणाऱ्या ग्रामीण माणसांच्या व्यथा-वेदनांशी ग्रामीण साहित्य, साहित्यिकांची भूमिका पोहचली नाही. त्या साहित्याला ग्रामीण साहित्य परंपरेशी जोडले गेले. सहज म्हणून, रुचिपालट म्हणून, तेच तेच लिहिण्याचा 'काळ' बदलावा म्हणून आलेले साहित्य ग्रामीण साहित्य झाले की, ' काळ मोठा कठीण' येतो. त्यांचे 'सराई'त रुपांतर न होताच माती तोंडात जाऊनही मातीतले चैतन्य गायिले जाते. जीवनमूल्यांचे भान न ठेवता फडके परंपरेतील प्रेमाची कथा 'सराई'त असतांना ग्रामीण साहित्य परंपरेत महत्त्वाचा भाग म्हणून अभ्यासात स्वीकार होतो.

रुची बदल म्हणून आलेले, दयाबुद्धीने ग्रामीण जीवनाविषयी अनुकंपा दाखविणारे साहित्य ग्रामीण साहित्य असणार नाही ही भूमिका ग्रामीण साहित्याला आणि या चळवळीला कधीतरी घ्यावी लागेल. कितीही आधुनिकता आली तरी शेती अजून युगानुयुगापासूनच्या पोशींदा असलेल्या बैलावरच अवलंबून आहे हे

भान ठेवावे लागते तसेच, सहकारी संस्था आल्यातरी शेतीत पिकणाऱ्या आणि फळाला येणाऱ्या 'पुण्यवंत' मालाची किंमत 'मोंढा' ठरवितो हे वास्तव समजून घ्यावे लागते. या पार्श्वभूमीवर ग्रामीण जीवनाच्या प्रश्नांची रणभूमी आणि रणभूमीवरील ग्रामीण माणसांचे शत्रू ठरवावे लागतात. हे सारे पाहिले, अभ्यासले तर ग्रामीण साहित्याच्या प्रेरणा निश्चित करता येतील आणि ग्रामीण जीवनाचे 'मिटलेले आकाश' मोकळे होईल, कुळाच्या मुक्तीची गाथा निर्मिली जाईल.

१९७५ नंतर उभारलेल्या ग्रामीण साहित्याच्या चळवळीचे स्वरूप आणि ग्रामीण साहित्याच्या परंपरेचे स्वरूप अभ्यासल्यानंतर ग्रामीण साहित्याच्या प्रेरणा याप्रमाणे सांगता येणे शक्य होईल:

१. 'माणूस' हे मूल्य मानत जीवनाच्या सर्वंकष स्वातंत्र्याचा आणि समतेचा विचार मांडणाऱ्या, शोषणमुक्त समाजासाठी विषमाधिष्ठित विचारांना छेद देणाऱ्या, शेती आणि शेतीशी निगडित असणाऱ्या शेतकरी, शेतमजूर, अलुतेदार,बलुतेदार यांच्या जीवनासंबंधी समग्र मूलगामी विचार देणाऱ्या आणि त्यासाठी चळवळ उभारणाऱ्या म. फुले यांची प्रेरणा ग्रामीण साहित्याची प्रेरणा आहे. ग्रामीण माणसाच्या दास्याची अचूक मीमांसा करीत शोषणमुक्त समाजाची, ज्ञानसमृद्ध समाजाची नवी मानसिकता तयार करण्याची कार्यप्रेरणा या विचारात आहे. शूद्रातिशूद्र, स्त्रियांसोबत शेतकऱ्यांच्या दु:खाची, कुंठित जीवनाची अभूतपूर्व विद्रोही मांडणी म. फुले यांनी भारताच्या इतिहासात प्रथमच घडवली. हा विचार उशिराने सर्वदूर खेड्यापर्यंत पोहचला. त्यामुळे ग्रामीण साहित्यातून त्याची पेरणीही उशिराने झाली. विषमताग्रस्त समाजाला समता आणि न्यायावर आधारित समाजात परावर्तित करण्यासाठी म. फुले यांचे कार्य आणि विचार भविष्य निर्माणासाठी प्रेरक आहेतच. ग्रामीण साहित्याची प्रेरणा या विचारात आहे.

२. भारतीय समाजाशी विखंडात्मक रचना शोषणाला आणि विषमतेला संधी देणारी आहे. त्यामुळे जातीजातीमध्ये विभाजित झालेल्या समुहाने जात संपवून संघटित व्हावे. त्याशिवााय ग्रामीण जीवनात परिवर्तन अशक्य आहे. शोषण थांबविण्यासाठी सर्वांनी संघटित व्हावे, समता, सामाजिक न्यायावर आधारित समाज असावा हा विचार म. फुले यांच्यानंतर ग्रामीण माणसांच्या परिवर्तनासाठी राजर्षी शाहू-महर्षी विठ्ठल रामजी शिंदे, डॉ. बाबासाहेब आंबेडकर यांनी आग्रहपूर्वक प्रतिपादन केला. शेती व्यवसायाशी निगडित असलेल्या बलुतेदार, अलुतेदार, शेतमजूर यांच्या शोषणाची मीमांसा त्यांनी केली. या शोषणाविरूद्ध स्वातंत्र्य - समता न्यायाचा विचार त्यांनी मांडला. हा विचार आणि त्यांनी उभारलेल्या चळवळी ग्रामीण साहित्याची प्रेरणा आहेत.

३. ग्रामीण जीवनातील समस्यांकडे, प्रश्नांकडे साऱ्या देशाचे लक्ष वेधून घेणाऱ्या आणि त्यासाठी जाणीवपूर्वक अनेकांना कार्यप्रवण करणाऱ्या म. गांधींच्या प्रेरणाही ग्रामीण साहित्याची प्रेरणा आहे. भारत खेड्यात आहे, खेड्यातील जीवन समजून घेतले पाहिजे. तेथील माणूस समजून घेतला पाहिजे. त्यासाठी राजकारण्यांनी, समाजधुरीणांनी खेड्यात गेले पाहिजे ही जाणीव 'खेड्याकडे चला' म्हणत प्रथम म. गांधींनी दिली. त्यामुळे राष्ट्रीय पातळीवर ग्रामीण जीवनासंबंधीच्या प्रश्नांची जाणीव पोहचली. त्यातून ग्रामीण साहित्याला प्रेरणा मिळाल्या आहेत.

४. म. फुल्यांपासून ते स्वातंत्र्यानंतरच्या काळापर्यंत विविध विचारातून शेतीप्रश्नांसंबंधी, ग्रामीण जीवनासंबंधी विविध चळवळी झाल्या. जेधे-जवळकरांची ब्राह्मणेत्तर चळवळ असो की शरद जोशी यांची शेतकरी संघटनेची चळवळ असो, भूमिहिनांच्या गायरानाच्या मागणीसाठीच्या चळवळी असोत की टिकेत यांच्यासह उभारलेल्या शेतीसंबंधीच्या चळवळी असोत या साऱ्या चळवळी ग्रामीण साहित्याच्या प्रेरणा आहेत.

५. ग्रामीण जीवन, ग्रामीण जीवनाचा मूलाधार असलेली शेती, शेतीला पूरक असणारा गावगाडा, गावगाड्यातील बलुतेदार, अलुतेदार, गावगाड्याबाहेर असणारे मागते-भटके आदींसह साऱ्यांच्या उत्थापनासाठी मांडलेला विचार आणि उभारलेल्या चळवळी या साहित्याच्या निर्मितीसाठी महत्त्वाच्या ठरल्या आहेत.

या साऱ्या पार्श्वभूमीवर ग्रामीण साहित्याच्या दिशा आणि नवी वाटचाल निश्चित होते आहे. १९७५ नंतर ग्रामीण साहित्याची चळवळ संघटित करण्याचा झालेला प्रयत्न महत्त्वाचा आहे. पूर्वसूरींची परंपरा महत्त्वाची आहेच. त्या परंपरेच्या बळावर १९७०-७५ नंतरची सशक्त ग्रामीण साहित्य निर्मिती झाली आहे. म. फुले यांचे 'शेतकऱ्याचा आसूड' पासून कृष्णराव भालेकर, दिनकरराव जवळकर, मुकुंदराव पाटील, ताराबाई शिंदे, धनुर्धारी यांच्यापर्यंतचा प्रवास गावाची गावकळा चित्रित करून गेला. १९७० नंतर आणि विशेषत: १९७० नंतर हा प्रवास अधिक व्यापक झाला, त्याचा परीघ वाढत गेला. या साहित्याचा प्रवाह अधिक वास्तव होतो आहे. वर निर्देशित केलेल्या प्रेरणांचा आणि ग्रामीण वास्तवाचा विचार गांभीर्यपूर्वक करूनच ग्रामीण साहित्याच्या परंपरेची नव्याने मांडणी करावी लागेल. 'दोन एकर' 'वावर' असणारा 'शेतकरी' 'विषवृक्षाच्या मुळ्या' मध्ये अडकत जातो. बघ्यांनी त्याच्या प्रश्नांकडे 'गांधारीचे डोळे' घेऊनच पाहिल्याने 'नवी वारूळं' तयार झाली. त्यामुळेच मनात 'अंगारमाती' असली तरी 'नांगरात पडलेलं शतक' अशी नोंद 'मेड इन इंडिया' मध्ये होत जाते. 'हाल्या हाल्या दूदू दे' म्हणत योजनांना पान्हा फुटेल याची वाट पाहत 'कोरड्या नक्षत्र' मध्ये 'कृत्रिम वर्षा'चा प्रयोग होत

राहतो आणि कुणी तरी 'साहेबराव पाटील' आत्महत्या करतो. या आत्महत्येने हादरून गेलेल्या समाजाला 'भूकंपाची गाणी' आणि 'भंगलेले अभंग' ओठावर आणण्याशिवाय पर्याय नसतो. त्यातून आलेला 'हुंदका' 'झाडाझडती' घेत असतो आणि ग्रामीण माणसाची 'तहान' 'बारोमास' 'बळीवंत' असणाऱ्यांची 'उलघाल' चालू ठेवते. अशावेळी लोकगीतांची लय आणि शब्दकळा कामगिरी पद्धतीने देऊन गेय पद्धतीने आत्महत्त्येचा गळा काढू गहिवर गायला लागला की चीड येते. हे कसले ग्रामीण साहित्य? असले प्रश्न चिंता निर्माण करतात. आतले कढ 'कळवाहीं' होऊन 'हिरवे रान' होतात ते केवळ स्वप्नात आणि 'चारापाणी' चे प्रश्न सतावतात, छळतात. 'हागणदारी मुक्तीचा' प्रश्न 'तूर्तास' शिल्लक राहतो.

ग्रामीण जीवनाची आणि या जीवनातील नव्या प्रश्नांची, नव्या समस्यांची गुंतागुंत समजून घेत, समजावून देत नवे ग्रामीण साहित्य येते आहे. लोकशाही येऊनही, नवे कायदे येऊनही आणि नवी व्यवस्था येऊनही जीवनातले विसंवाद संपत नाहीत. संपविले जात नाहीत. कोट्यावधीच्या जनतेच्या प्रश्नांकडे दुर्लक्ष करीत कोट्याधीश उद्योगवाल्यांचे लाड करणारे नेते, नव्या व्यवस्थेत निर्माण झालेले दलालांचे वर्ग, लालफितीसह व्यवस्थेला बधीरता आणणारे साहेब, शोषण हाच हक्क आहे असे मानणारे सावकार-व्यापारी याविरूद्ध आता नवी भूमिका साहित्यात येत आहे. या शोषणाविरूद्धचे नवे युद्ध, नवी भूमिका आता अपरिहार्य आहे. शोषणावर समृध्द झालेल्या आपल्याच माणसाविरूद्ध हे युद्ध, अक्षरांचा संग्रह आहे. त्यासाठी या साहित्याची निर्मिती आहे. भविष्यातील ग्रामीण साहित्याला भुईवर जगणाऱ्या आणि भईशी संबंधित असणाऱ्या 'भूमिया' च्या आणि 'भुईच्या कळ पोटात' घेऊनच लिहिते व्हावे लागेल. हे आत्मभान आणि ही आत्मशोधाची मोहीम वास्तवभूमीवरून आत्मसन्मानासाठी चालविण्याची गरज आहे. ही भूमिका नव्या ग्रामीण साहित्यातून येते आहे. ते अधिक यावे एवढेच!

❖❖❖

७

दलित साहित्य

सूर्यनारायण रणसुभे

भारतीय दलित साहित्याचे स्वरूप ठरविण्यापूर्वी आपणास त्या घटकाची मानसिकता समजून घ्यावी लागेल, जो घटक या साहित्याची निर्मिती करीत असतो. ही एक मान्य अशी वस्तुस्थिती आहे की जशी समाजरजना असेल, जशी तेथील व्यवस्था असेल, तेथे त्याच प्रकारच्या साहित्याची निर्मिती होत असते. विशिष्ट अशा समाजव्यवस्थेतून विशिष्ट अशी मानसिकता तयार होत असते. ही समाजव्यवस्थाच व्यक्तिची 'दृष्टी' निश्चित करीत असते. त्या विशिष्ट अशा समाजव्यवस्थेतून, जी तथाकथित 'मूल्ये' तयार होत जातात, त्यातूनच तो समाज नियंत्रित आणि सक्रीय होत असतो. अशा समाजव्यवस्थेत जगणारा जो संवेदनशील लेखक असतो, त्याची मानसिकता देखील ती व्यवस्थाच तयार करीत असते. आपल्या अवतीभोवती पसरलेल्या इतर घटकांकडे पाहून हे संवेदनशील मन वेगवेगळ्या प्रकारे प्रतिक्रिया देत जाते. हा संवेदनशील लेखक जर व्यवस्थेकडून तयार झालेल्या पारंपरिक मानसिकतेच्या बाहेर येऊन तटस्थपणे समाजजीवनाकडे पहात असेल, तर त्याचे चित्रण इतरांपेक्षा नक्कीच वेगळे असेल. पण जर त्याचे मन आणि त्याची दृष्टी तो ज्या घटकात, ज्या समाजात अगदी नेमकेपणाचे बोलावयाचे झाल्यास ज्या 'वर्ण', 'जातीत', जन्मलेला असतो, तेथपर्यंतच मर्यादित असेल तर त्याचे चित्रण देखील 'मर्यादित' स्वरूपाचे, वर्ण आणि जातीच्या प्रश्नातच अडकलेले असेल. आणि जर हे मन वर्ण, जात, धर्म, लिंग संस्कार या सर्व भिंतींना ओलांडून विशुद्ध माणुसकीच्या पातळीवर जात असेल, तर त्याच्या साहित्याला आपोआपच एक वैश्विक परिमाण लाभत जाते. प्रश्न असा आहे की भारतीय साहित्य खरोखर सर्व सीमांना ओलांडून वैश्विक पातळीवर जाऊ शकलेले आहे काय? वैश्विक तर जाऊ द्या, या देशात जो तळागाळाचा माणूस आहे, वर्णव्यवस्थेने नाकारलेला जो थर आहे, श्रमिकांच्या, शोषकांचा आणि शेतकऱ्यांचा जो थर आहे, तेथपर्यंत तरी पोहचले आहे काय?

काही अपवादात्मक लेखक सोडले तर असे किती लेखक आहेत ज्यांच्या साहित्यात संपूर्ण भारतीय समाजमनात खदखदणाऱ्या दुःखांना किंवा त्यात असणाऱ्या स्वप्नांना, आनंदाला वाचा फुटलेली असेल. मध्यकाळातील भक्ती साहित्याचा अपवाद वगळता आधुनिक भारतीय साहित्य हे १८५० पासून ते १९७० पर्यंत मध्यवर्गापर्यंत, विशिष्ट वर्णांतील, जातीतील प्रश्नांनी, सुख-दुःखाशी निगडित होते याचा शोध घेण्याचा आपण प्रयत्न केल्यास असे लक्षात येईल की येथील तथाकथित संवेदनशील लेखक हा दुभंगलेल्या व्यक्तिमत्त्वाचा आहे. तो एकाच वेळी समतेची भाषा बोलत असतो आणि त्याचवेळी आपल्या वर्णीय, जातीय अहंकारात देखील जगत असतो. त्याच्या 'जगण्यात' आणि 'बोलण्यात' कसल्याच प्रकारचे अद्वैत नसते. औद्योगिक क्रांतीनंतर युरोप सामंती मानसिकतेतून बाहेर पडत होता. सामंती मानसिकतेतून बाहेर येण्यासाठी त्याला फार मोठ्या बौद्धिक, मानसिक आणि धार्मिक संघर्षातून जावे लागेल. मुळात स्वत:च्या संस्काराशी केली गेलेली ती लढाई होती, जुन्या संस्कारातून बाहेर पडण्यासाठी म्हणनू स्वत:शी जो प्रदीर्घ संघर्ष करावा लागतो, ज्या अनेक मानसिक, बौद्धिक ताण-तणावातून जावे लागते, त्याचा येथे अभाव दिसून येतो. केवळ स्वत:सोबतचे हे युद्ध नसते, तर आपली संस्कृती, आपला धर्म, आपली समाजव्यवस्था या सर्वांचा नव्याने विचार करावा लागतो. असा विचार समाजातील काहीं मोजकी मंडळी करीत असतात. या अशा अभ्यासातून ते जुन्या टाकाऊ व्यवस्थेस नाकारत असतात, नवी मूल्ये देत असतात. त्यांचा हा जो प्रवास असतो, त्यात हळूहळू संपूर्ण समाज-सामील होत असतो. त्यांचे अनुनायी, आणि त्या काळातील व नंतरच्या काळातील बुद्धिवादी मंडळी देखील हा वैचारिक प्रवास जिद्दीने पार पाडत असतात. मंद गतीने का होईना तो समाज नवीन मूल्यव्यवस्था स्वीकारत जातो. अपवाद म्हणून दोन-चार टक्के लोक जुन्या व्यवस्थेबद्दल भाबडेपणाने बोलत जातात. पण हळूहळू ती एकटी पडत जातात. इतर देशाचा वैचारिक प्रवास असा झालेला असावा अशी माझी समजूत आहे. पण या देशातील वैचारिक प्रवास मात्र कमालीच्या गोंधळातून आणि ढोंगीपणातून झालेला आहे. होत आहे. तो असा की म. ज्योतिबा फुले, रा. शाहू महाराज, डॉ. बाबासाहेब आंबेडकर, म. गांधी या सर्वांनी वर्णव्यवस्थेच्या विरोधात, सामंती व्यवस्थेच्या विरोधात, विषमतेच्या विरोधात प्रखर अशी भूमिका घेतली. फुले-आंबेडकरांनी धर्मचिकित्सा केली, वर्णव्यवस्थेचा विचार केला, शास्त्रांचा अभ्यास केला, त्यांच्या मर्यादा स्पष्ट केल्या. विशुद्ध माणुसकीची भूमिका मांडली, समता, स्वातंत्र्य, बंधुता आणि लोकशाही मूल्यांचा उद्घोष केला. त्यांचा हा जो वैचारिक प्रवास झाला आणि त्यातून त्यांनी जी नवीन मूल्ये या समाजव्यवस्थेस दिली, त्याबरहुकूम जगण्याचा, त्यांना प्रत्यक्ष जीवनात

रूजवण्याचा प्रयत्न किती प्रमाणात झाला. उलट याची प्रतिक्रिया म्हणून जुन्या सामंती वर्णव्यवस्थेचे समर्थन करणारी फौज शिस्तीने येथे उभी राहू लागली. या नव्या मूल्यव्यवस्थेस स्वीकार केल्यामुळे ज्यांचे हितसंबंध धोक्यात येत होते, त्यांनी मात्र ढोंगी भूमिका घेण्यास सुरूवात केली. म्हणजे प्रत्यक्ष आचरणात एक भूमिका आणि वैचारिक पातळीवर दुसरी भूमिका, चेतन-अचेतन पातळीवर जाणिवेचे जे अद्वैत हवे होते, तेच येथील संवेदनशील मंडळी गाठू शकली नाहीत. परिणामी जाणीव पातळीवर एक भूमिका आणि नेणीव पातळीवर दुसरी भूमिका. ज्यांच्या जाणिवाच एढ्या दुभंगलेल्या आहेत, त्यांच्याकडून समग्र माणुसकीला आव्हान देणारे साहित्य निर्माण होण्याची शक्यता फार कमी असते. आणि त्याचाच परिणाम म्हणून मागील ५०-६० वर्षांत वैश्विक पातळीवर भारतीय साहित्य जाऊ शकलेले नाही. पण अलीकडे दलित साहित्याच्या काही साहित्यकृतींचा उल्लेख वैश्विक पातळीवर होऊ लागलाय. याला कारणच एवढे की या साहित्यात व्यक्त झालेल्या यातनांचे नाते जगभर पसरलेल्या मानवी यातनांशी कोठेतरी जुळत असते.

या देशातील दलितेतर माणसात वर्णवादी मानसिकता इतक्या खोलवर रुजलेली आहे की ती त्याच्या संवेदनाचा, अनुभव घेण्याच्या त्याच्या वृत्तीचा कायमचा एक भाग बनून गेलेली आहे. या मानसिकतेच्या बाहेर येऊन अनुभव घेण्याची त्याची क्षमताच जणू संपलेली आहे. आपल्या वर्णीय व वर्गीय परिसराबाहेर येणेच त्याला अवघड झालेले आहे. समतेचे मूल्य त्याच्या जाणिवांचा, जीवनदृष्टीचा अनिवार्य असा भाग होऊ शकलेला नाही. आणि त्यामुळे सृजनात्मक पातळीवर गेल्यानंतर देखील तो दुभंगलेलाच असतो किंवा तो त्याच्या वर्गीय, वर्णीय अहंकारातून बाहेर पडू शकत नाही. समतेचे मूल्य हे ज्यावेळी त्याच्या दैनंदिन आचरणाचा भाग बनेल तेव्हाच हे दुभंगलेपण संपू शकेल. यात अपवाद असू शकतात आणि आहेत देखील. भारतीय साहित्यात प्रेमचंद हे या दृष्टीने अपवादात्मक लेखक आहेत. इतर भारतीय भाषेत देखील एकदोन अपवाद मिळतील. पण एकूणच भारतीय साहित्यात विशेषत: १९७० पर्यंतच्या भारतीय साहित्यात- दलित चित्रण अपवादानेच आढळते.

या सैद्धांतिक चर्चेनंतर आपण भारतीय दलित साहित्याकडे वळूयात. जवळपास वीसेक वर्षांपूर्वी मध्यप्रदेश शासनाने दलित साहित्यावर इन्दौर येथे एक परिसंवाद घडवून आणला होता. मराठीतील अनेक लेखक-समीक्षकांना त्यांनी निमंत्रित केले होते. मीही त्यात होतो. त्यावेळी तेथे मला असा प्रश्न विचारला गेला होता की, "वर्णव्यवस्थेचे क्रूर रूप दक्षिणेत आणि त्यातही तामिळनाडूत होते. या वर्णव्यवस्थेच्या विरोधात अत्यंत आक्रमक अशी चळवळ तामिळनाडूतच सुरू झाली. ई. रामस्वामी नायकरांची ही चळवळ केवळ आक्रमक नव्हती तर विध्वंसक देखील होती.

चळवळीची ही अशी आक्रमक वृत्ती असताना देखील दलित साहित्याचा स्फोट तमिळ भाषेतून न होता मराठीतूनच का झाला?'' या प्रश्नाला उत्तर देताना मी म्हणालो होतो, की दलित साहित्याचा स्फोट तमिळनाडूत किंवा इतर भारतीय भाषेतून होणारच नव्हता. कारण तेथे फुले, आंबेडकर आणि शाहू महाराजांचे कर्तृत्त्व नव्हते. महाराष्ट्रातील दलित चळवळ ही कोणा वर्णाच्या, जातीच्या विद्वेषातून नव्हे तर माणसुकीच्या तेजस्वी अशा मूल्यातून सुरू होते. या तिघांनी आपल्या विचारातून, कर्तृत्वातून, चळवळीतून हे सतत पटवण्याचा प्रयत्न केलेला आहे, की दोष येथील शास्त्रांचा आहे, व्यवस्थेचा आहे, विषम समाजरचनेचा आहे. त्यामुळे आपल्यासमोर आव्हान म्हणून जे उभे आहे ते विषम समाजरचनेचा प्रचार-प्रसार करणारे तत्त्वज्ञान, शास्त्रग्रंथ, कर्मकांड आणि त्यातून आकार घेत गेलेली मानसिकता, सर्व वर्ण जातीतील मंडळींना यातून बाहेर काढायचे आहे. त्यामुळे महाराष्ट्रातील दलित चळवळीचा आरंभ माणुसकीच्या मूल्यांतून झाला आहे आणि याच मूल्यांतून साहित्याचा जन्मदेखील होत असतो. आणि त्यामुळे महाराष्ट्राच्या भूमीवरच या साहित्याचा जन्म होणे नैसर्गिकच होते.

भारतीय भाषेत पहिल्यांदा मराठी साहित्यातच दलित साहित्याचे सृजन का झाले याच्या मूळात उपरोक्त मुख्य कारणाशिवाय इतर कारणे देखील आहेत. म. फुल्यांपासून ते शाहू महाराज व डॉ. आंबेडकर यांनी उपेक्षित समाजाला जीवनातील सर्व क्षेत्रात ताकदीने उभे राहण्याची क्षमता बहुजनांच्याकडे आहे, पण आजपर्यंत त्यांना तशी संधीच उपलब्ध करून देण्यात आली नाही. प्रत्येक क्षेत्रात घुसण्याचा प्रयत्न करावा लागेल हे सतत येथे बिंबवण्याचा प्रयत्न झाला. इतर प्रांतात मात्र दलितांनी शिक्षण घेऊन, आरक्षणातील जागेची नोकरी पटकावयाची व शहरात येऊन राहायचे, एवढेच त्यांच्यावर बिंबवण्यात आले. आणि त्यामुळे जीवनाच्या प्रत्येक क्षेत्रात आज महाराष्ट्रातील दलित पूर्ण ताकदीनिशी उभे आहेत, असे दिसून येईल.

भारतीय दलित साहित्याचे स्वरूप निश्चित करण्यापूर्वी भारताच्या विविध प्रदेशातील दलित साहित्याची कुळकथा शोधण्याचा आपण प्रयत्न करूयात.

१. हिंदीभाषी प्रदेश

मुंबईतल्या एका साहित्यिक कार्यक्रमात बोलतांना दया पवार असे म्हणाले, की मराठीत जर प्रेमचंदसारखा लेखक असता, तर येथे दलित साहित्याचा स्फोट झालाच नसता. याचा अर्थ एवढाच की भारतीय भाषेत दलित व्यथांना, दलित संवेदनांना प्रखरपणे मांडणारा हा पहिला लेखक. दलितेतर लेखकाचे हे मोठेपण आज हिंदीतील काही दलित लेखक मान्य करण्यास तयार नाहीत. तो वादाचा मुद्दा

मी येथेच सोडून देतो. काही लेखक हे संवेदनेच्या पातळीवर सर्व भेदाभेदाच्या पलिकडे जाऊ शकतात. किंबहुना अशा भेदाभेदाच्या पलिकडे गेल्यानंतरच श्रेष्ठ साहित्याची निर्मिती होत असते. हे पटवून सांगण्याची गरज का भासावी असे वाटते. असो. प्रेमचंद सोडले, तर हिंदीत दलित संवेदनांच्या अभिव्यक्तीच्या संदर्भात १९८० पर्यंत आनंदी आनंदच आहे. तेथे हिंदीभाषी प्रदेशाचे आणखी एक वैशिष्ट्य नमूद करण्यासारखे आहे. भारताच्या जवळपास या अर्ध्या भौगोलिक क्षेत्रात विषम समाज व्यवस्थेच्या, वर्णव्यवस्थेच्या विरोधात आंदोलनाची, चळवळीचा प्रदीर्घ अशी परंपरा नाही. मध्यप्रदेश, उत्तरप्रदेश, बिहार, राजस्थान, हरियाना, हिमाचल प्रदेश आणि आता नव्याने अस्तित्वात आलेल्या उत्तरांचल किंवा छत्तीसगढ येथे मागील १००-१५० वर्षांत प्रबोधनाची, समाजसुधारकांची अशी कोणतीच परंपरा नाही. आर्य समाजाने जातीव्यवस्थेचा विरोध केला, तळागाळातील जनतेला शिक्षणाच्या सोयी उपलब्ध करून दिल्या. काही प्रमाणात आंतरजातीय लग्नेही लावली. जन्माधिष्ठिवर्ण व्यवस्थेच्या जागी कर्माधिष्ठित वर्णव्यवस्थेचा आग्रह धरला. मूलगामी परिवर्तनाचा आग्रह धरण्यापेक्षा भूतकाळात जाऊन त्यांनी वैदिक व्यवस्थेचाच आग्रह धरला. त्याचा परिणाम म्हणून आर्य समाजाचे आंदोलन हे इतिहासातच जमा झाले. हिंदी प्रदेशात सामाजिक सुधारणेचा प्रयत्न राजकीय पक्षाकडूच होत आहे. सामाजिक प्रबोधन हे मूलगामी परिवर्तनाचा आग्रह धरत असते आणि सर्वात महत्त्वाचे म्हणजे ते टिकाऊ असते. अर्थात् १९३५ पासून हिंदी प्रदेशात मार्क्सवादी व समाजवादी विचारांचा प्रचार-प्रसार फार वेगाने होतो आहे. पण यातून या प्रदेशातील दलितांना जो न्याय मिळावयास हवा होता तो मिळू शकला नाही. शिक्षणाच्या ज्या सोयी उपलब्ध करून द्यायच्या होत्या, ते देखील पुरेशा प्रमाणात झाले नाही. आणि मुख्य म्हणजे हिंदी प्रदेश सामंतिक मानसिकतेतून आजही मुक्त होऊ शकले नाहीत. तेथील दलितांना आत्मभान असणारे नेतृत्व तेथे मिळू शकलेले नाही. दक्षिणेत आणि त्यातही महाराष्ट्रात प्रबोधनाच्या चळवळीमुळे सवर्णांच्या मानसिकतेत जो बदल झाला तसा बदल हिंदी प्रदेशातील सवर्णात झालेला नाही. सामंती मानसिकता आणि वर्णीय अहंकार तेथे आजही खदखदत असतो. त्यामुळे हिंदीतील संवेदनशील मनाचे एक दलित कादंबरीकार श्री. मधुकर सिंह म्हणतात की, 'हिंदी प्रदेशात दलित नेते खूप आहेत पण दलितांचे नेते कोणीही नाहीत.' शिक्षणाचे अत्यल्प प्रमाण, सामंती वृत्ती यामुळे तेथे दलित साहित्याची सुरूवात होऊ शकली नाही. १९८५ मध्ये ओमप्रकाश वाल्मिकी यांची आत्मकथा 'जूठन' प्रकाशित होते आणि तेथून तेथे दलित साहित्याची सुरूवात होते. हे ओमप्रकाश महाराष्ट्रातील भुसावळ येथे केंद्र शासनाच्या अखत्यारीतील एका खात्यात कारकून

होते. येथून ते महाराष्ट्रातील दलित चळवळीच्या संपर्कात येतात. दलित साहित्य हा काय प्रकार आहे, हे त्यांना कळते आणि त्यापासून प्रेरणा घेऊन त्यांनी आपली आत्मकथा लिहिली. त्यामुळे हिंदीत दलित साहित्याची सुरूवात मराठीच्या संपर्कामुळे, मराठी दलित साहित्याच्या हिंदी अनुवादातून प्रेरणा घेऊन होते ही वस्तुस्थिती असताना आणि स्वत: वाल्मिकी आपल्या आत्मकथेत प्रामाणिकपणे ही वस्तुस्थिती नोंदवतात. पण अलीकडे मात्र ते मराठीचे हे देणे नाकारत आहेत. त्यांचे म्हणणे आहे की हिंदी दलित साहित्याची सुरूवात मी केलेली आहे. मीच त्याचा जन्मदाता आहे. मराठी साहित्याकडून प्रेरणा घेऊन आम्ही लिहित नाही. दलित साहित्याचे वाल्मिकी होण्याची त्यांची इच्छा जरी असली तरी ऐतिहासिक वास्तवास नाकारणे अवघडच आहे.

मराठी दलित साहित्याचा विकास चौफेर असा झाला आहे. कविता, कादंबरी, नाटक, लघुकथा, आत्मकथा, साहित्याच्या जवळपास सर्व आकृतीबंधातून दलित जाणिवा व्यक्त होत आहेत. पण हिंदीत आत्मकथा (त्याही मोजक्याच आहेत चार की पाच) कादंबरी आणि लघुकथा या तीनच गद्य प्रकारातून दलित संवेदना व्यक्त होत आहे. मराठीत नामदेव ढसाळांनी कवितेच्या माध्यमातून ज्या जाणिवा व्यक्त केल्या त्याला तोड नाही. दलित कवींची एक मोठी परंपरा मराठीत आहे. तशी हिंदीत किंवा इतर कोणत्याही भारतीय भाषेतून दिसून येत नाही. ही वस्तुस्थिती आहे की हिंदीतून सकस, अस्वस्थ करणाऱ्या साहित्याचा जन्मच झालेला नाही. पण तेथे दलित समीक्षा किंवा दलित प्रश्नावरची चर्चा मात्र खूप होत असते. श्योराजसिंह बेचैन हे हिंदीतील दलित लेखक दलित संवेदनांना व्यक्त करूच शकत नाहीत, हे ते हिरीरिने मांडतात. प्रेमचंदसारख्या लेखकामुळे त्यांची अडचण होते. आणि त्यामुळे ते प्रेमचंदांच्या साहित्यातील दलित संवेदनांच्या सच्चेपणावर प्रश्नचिन्ह लावतात.

हिंदीतील दलित साहित्य अजूनही प्राथमिक अवस्थेत आहे. खटकणारी बाब म्हणजे मराठीतून हिंदीत अनुवाद झालेल्या अनेक आत्मकथांचा उल्लेख ही मंडळी कादंबरी म्हणून करतात. दलित साहित्यावर होणाऱ्या तेथील चर्चादेखील खूपच बटबटीत असतात. तेथील सवर्ण मंडळी या साहित्याकडे अजूनही गांभीर्याने पहावयास तयार नाहीत.

२. पूर्व भारत

(आसाम व तेथील छोटी राज्ये) पूर्व भारत सात वेगवेगळ्या राज्यात विभागला गेला आहे. येथील ९९ टक्के जनता ही आदिवासी आहे, आणि त्यामुळे

तेथे वर्णवादी विषम समाजरचना नाही. येथील बहुतेक टोळ्या हे 'एस.टी.' या संवर्गात मोडतात. येथील अनेक बोली भाषांना लिपी नाही. असामी भाषा जर सोडली तर इतर भाषेतून लिखित साहित्याची परंपरा नाही. असामी भाषेतून दलित आदिवासींचे दुःख व्यक्त झाले आहे.

३. पश्चिम बंगाल आणि केरळ

दोन वेगवेगळ्या टोकावरच्या राज्यांचा एकत्र विचार करण्याचे कारण एवढेच की स्वातंत्र्यानंतर अनेक वर्षे हीं दोन्ही राज्ये डाव्यांच्या छत्राखाली आहेत. मार्क्सवादी तत्त्वज्ञान सामाजिक विषमतेच्या मुळात आर्थिक विषमता मानते. त्यामुळे या दोन्ही भाषेतील साहित्यात श्रमिकांच्या व्यथांचे चित्रण मोठ्या प्रमाणात झालेले आहे. फार पूर्वी महाराष्ट्र टाईम्समधून एक लेख प्रकाशित झालेला होता. बंगाली भाषेतून दलित साहित्याचा प्रवाह निर्माण होऊ शकला नाही. कारण मार्क्सवादी विचारसरणीमुळे आणि डाव्या पक्षांचे राज्य असल्यामुळे तेथे दलितांशी असा व्यवहार केला जात नाही, जसा व्यवहार इतर राज्यातून होतो. सामाजिक विषमता थोपवण्यात तेथील शासनाला यश आले आहे असा त्या लेखाचा आशय होता. आणि त्यामुळे वेगळे असे दलित साहित्य येथे शक्य नाही. वस्तुस्थिती काय असावी याची मला कल्पना नाही. पण १९६० नंतर बंगाली साहित्यात अनेक नवे प्रवाह आले. ते सर्व प्रवाह प्रस्थापित व्यवस्थेच्या विरोधातील होते. शोषणाच्या, विषमतेच्या विरोधात, कदाचित त्यामुळे तेथील दलितांना आपली वेगळी अशी व्यथा वेगळ्या रूपात व्यक्त करावीशी वाटली नसावी.

पण केरळची स्थिती मात्र वेगळी आहे. केरळमध्ये आजहीं धर्म आणि जातीचे राजकारण चालत असते. एके काळी येथील दलितांवर भयानक असे अत्याचार होत असत. अगदी अलिकडे मल्याळी भाषी इंग्रजी लेखिका अरूंधती राय यांची बुकर पुरस्काराची मानकरी The God of small things ही कादंबरी प्रसिद्ध झाली. आणि जगभर तिचे स्वागत झाले. या कादंबरीत दलित आणि ख्रिश्चन यांच्यातील सूक्ष्म संघर्ष चितारण्यात आलेला आहे. केरळमधील कॅथॉलिक ख्रिश्चन हे दलितांना किती क्रुरपणे वागवतात याचे भेदक चित्रण या कांदबरीतून झालेले आहे, केरळ मधील समाजजीवनाचे सूक्ष्म चित्रण या कादंबरीचे वैशिष्ट्य आहे. केरळला समाज प्रबोधनाची प्रदीर्घ अशी परंपरा आहे. आणि त्यामुळे मल्याळी साहित्यातून दलितांच्या जीवनाचे चित्रण स्वातंत्र्यापूर्वीपासूनच होत होते. मार्क्सवादी विचारांच्या लाटेमुळे दलितांकडे श्रमिक म्हणून पहायला सुरूवात झाली. नाटक, कथा-कादंबऱ्या, कविता यातून ही दलित संवेदना व्यक्त झालेली आहे.

४. कर्नाटक आणि आंध्र

कन्नड आणि तेलगू साहित्याचा दलित साहित्यप्रवाह मराठीच्या संपर्कातून सुरू झाला असे तेथील अभ्यासक मान्य करतात. कन्नड साहित्यातून धर्म आणि शास्त्रचिकित्सा फार पूर्वीपासून चालत आलेली नाही. वैदिक व्यवस्थेच्या आणि वर्ण व्यवस्थेच्या विरोधात बंड करणारा म. गौतम बुद्धानंतरचा थोर पुरुष म्हणून महात्मा बसवेश्वराकडे पाहिले जाते. त्यामुळे कन्नड साहित्याला एक वेगळी परंपरा लाभलेली आहे. शास्त्रवचनाच्या प्रामाणिकपणावर यू. अनंतमूर्ती 'संस्कार' मधून अनेक प्रश्नचिन्ह लावतात. तरीदेखील दलित साहित्य असा वेगळा प्रकार तेथे नव्हता. पण दलित संवेदना कन्नड भाषेतून व्यक्त होत होती. मराठीच्या दलित साहित्याचा अनुवाद कन्नडमधून प्रकाशित होऊ लागला आणि त्यातून संवदेनशील दलित तरुण अधिक लिहिते झाले.

तेलंगणा येथील आर्थिक विषमतेच्या विरूद्ध एक संघर्ष कम्युनिस्ट पक्षाने १९४५ पासून उभा केला होता. १९४७ नंतर हा संघर्ष खूपच तीव्र झाला होता. आजही नक्षलवाद्यांच्या रूपाने तेथे ही चळवळ सक्रीय आहे. आर्थिक विषमतेचा हा लढा धर्म, वर्ण, जात याच्या पलिकडे गेलेला दिसून येईल, तरी देखील हा लढा धर्मातून पसलेल्या विषमतेविरूद्ध फारसा बोलत नाही. तेलगू साहित्यात देखील दलित साहित्याचा प्रवाह १९८० नंतर दिसून येतो. डॉ. बाबासाहेब आंबेडकर यांच्या विचारांना प्रमाण मानून ज्याप्रमाणे प्रत्येक प्रांतात राजकारण केले जाऊ लागले, सत्तेत भागीदारी मिळवण्यासाठी न्यायलढे दिले जाऊ लागले, संघटन करण्यात येऊ लागले अगदी त्याचप्रमाणे १९८० नंतर कन्नड आणि तेलगू भाषेतून वेगळ्या दलित साहित्याचा प्रवाह सुरू होत असल्याचे दिसून येईल. याच्या मुळात एका पातळीवर डॉ. बाबासाहेब आंबेडकर यांचे विचार कारणीभूत आहेत तर दुसऱ्या पातळीवर मराठी साहित्यातील दलित प्रवाह देखील कारणीभूत आहे. तेलगूत दलित आत्मकथा नाही तर कविता आणि कादंबऱ्या बऱ्याच आहेत.

५. गुजरात

गुजराती आणि मराठीचा खूप जवळून असा संबंध आहे. आणि त्यामुळेच ज्या-ज्या नवीन अशा घटना या दोन्ही भाषेतील साहित्य, संस्कृती किंवा नाट्य साहित्यात घडत असतात, त्याचा परिणाम एकमेकावर होत असतो. गुजरातीत हा प्रवाह मराठीतूनच गेलेला आहे हे निश्चित.

६. पंजाब

पंजाबात सिक्ख धर्माचे अनुयायी असल्यामुळे आणि सिक्खांचा धर्म हा समतेच्या तत्त्वज्ञानाचा प्रचार-प्रसार करीत असल्यामुळे पंजाबी भाषेत दलित साहित्याचा वेगळा प्रवाह नसावा अशी अनेकांची कल्पना होती. माझी देखील तशीच होती. स्वत: डॉ. बाबासाहेब आंबेडकरांच्या मनांत या धर्माबद्दल विशेष असे आकर्षण होते. त्यामुळे सुरूवातीच्या काळात डॉ. बाबासाहेब शीख धर्मात जाणार अशी चर्चादेखील होती. इतर धर्माच्या तुलनेत सिक्ख धर्म हा खूपच आधुनिक असा आहे. हिंदू धर्मातील मंडळीच या धर्मात प्रवेश करायची. म्हणजे आपली पूर्वाश्रमीची जात घेऊनच ते या धर्मात प्रवेश करायचे. त्यामुळे तत्त्वज्ञानाच्या पातळीवर सिक्ख हा जरी समतेचा धर्म असला तरी प्रत्यक्ष आचरणाच्या पातळीवर तेथे जातीव्यवस्था आहे. दलित जातीची दैना आहेच. त्यांची गुरूद्वारेदेखील वेगळी आहेत. त्यामुळे तेथील सिक्ख पण जातीने दलित असणाऱ्याच्या जीवनाचे चित्रण, तेथील वास्तव १९५० नंतर मराठीतील दलित आत्मकथनांच्या पंजाबीतील अनुवादानंतर पंजाबी भाषेतून येऊ लागले.

७. उडिया आणि कश्मिरी

उडिया भाषेतून दलित संवेदनांची अभिव्यक्ती ठळक रूपात आजही दिसून येत नाही. ही वस्तुस्थिती आहे. तेथील तळागाळातील व्यथितांचे, शोषितांचे चित्रण उडिया साहित्यातून पहावयास मिळते. भारतात ग्रामीण साहित्याची सुरूवातच मुळी उडिया भाषेतील साहित्यापासून (फकीर मोहन मोहंती) होते. पण दलित संवेदनांची वेगळी अशी अभिव्यक्ती या समाजातील संवदेनशील तरुण-तरुणी करीत असल्याचे दिसून येत नाही.

निष्कर्ष

ही वस्तुस्थिती मान्य करावी लागेल की भारतीय दलित साहित्याचे जनकत्व मराठीकडे जाते. या साहित्याच्या मुळात म. जोतिबा फुले आणि डॉ. आंबेडकर यांचे विचार व राजर्षी शाहू महाराजांचे कर्तृत्त्व कारणीभूत आहे. भारतीय भाषेतून दलित साहित्याच्या निर्मितीची सुरूवात मुळी मराठी दलित साहित्याच्या त्या-त्या भाषेतील अनुवादातून होऊ लागली. वस्तुस्थिती ही आहे की मराठी दलित साहित्याची आत्मकथने अनुवादातून हिंदी/इंग्रजीत गेली आणि तेथून मग त्या त्या भाषेतील संवदेनशील दलित तरुणांनी आपल्या संवदेनांना आपापल्या भाषेतून व्यक्त करण्यास सुरूवात केली. येथे हेदेखील स्पष्टपणे नमूद केले पाहिजे की मराठीतील सर्व दलित

आत्मकथनात सर्वात जास्त चर्चा भारतीय भाषेतून पोहोचल्या. त्यामुळे शरणकुमार लिंबाळे, दया पवार, नामदेव ढसाळ या तिघांना राष्ट्रीय पातळीवर मान्यता मिळते. आणि त्यांच्या साहित्यातून प्रेरणा घेऊनच इतर भारतीय भाषेत दलित साहित्याचा प्रवाह सुरू होतो.

भारतीय दलित साहित्याचे स्वरूप

१. भारतीय दलित साहित्य डॉ. बाबासाहेब आंबेडकर यांच्या विचारधारेच्या पायावर उभे आहे. त्याशिवाय प्रत्येक भारतीय भाषांनी त्या-त्या प्रांतात समतेची चळवळ उभी करणाऱ्यांचे विचार देखील स्वीकार केलेले आहेत. उदा. मल्याळम साहित्य तेथील श्रेष्ठ समतावादी महापुरूष श्री. नारायण गुरू, तमिळ साहित्य ई. रामस्वामी नायकर, कन्नड साहित्य म. बसवेश्वर, यांची देखील ऋणी आहे. पण प्रत्येक प्रांतात असे महामानव असतातच असे नव्हे. उदा. हिंदीभाषी प्रदेश येथे कबीरापासून प्रेरणा घेतली जाते. आधुनिक काळात तेथे या प्रकारचे विचार मांडणारे कोणीच नाहीत. त्यामुळे कबीर, म. ज्योतिबा फुले आणि डॉ. बाबासाहेब आंबेडकर यांच्या विचारांना प्रमाण मानूनच त्यांचे लेखनही चाललेले आहे. मार्क्सच्या विचारसरणीस प्रमाण मानून लेखन करणाऱ्यांची संख्या देखील भारतीय लेखकांत फार मोठी आहे. मराठी व हिंदीतील दलित साहित्यकार या दोघांची सांगड घालण्याचा प्रयत्न करीत असतात. मराठीप्रमाणे हिंदीत देखील काही लेखक, कवि व 'चिंतक' मार्क्सला नाकारतात व केवळ आंबेडकरांनाच प्रमाण मानतात. यातील एक छोटासा गट असाही आहे जो आंबेडकर आणि म. गौतम बुद्धांच्या तत्त्वज्ञानास प्रमाण मानून लिहित असतो. अर्थात् भारतीय दलित साहित्याचा वैचारिक पाया म. गौतम बुद्ध, म. कबीर, म. फुले. कार्ल मार्क्स व डॉ. आंबेडकर यांच्या विचारावरच तयार होत असल्याचे दिसून येते.

२. भारतीय दलित साहित्याने 'आत्मकथा' या साहित्यरूपास अत्युच्च स्थानावर नेऊन बसवलेले आहे. यापूर्वी 'आत्मकथेकडे' गतकाळातील आठवणींचा संग्रह एवढ्याच मर्यादित अर्थाने पाहिले जात होते. आत्मकथा म्हणजे समाजजीवनाचे महत्त्वाचे असे दस्तावेज आहे, याची जाणीव दलित लेखकांनी करून दिलेली आहे. साहित्य प्रकारात दलित साहित्यापूर्वी आत्मकथा देखील उपेक्षित असा साहित्य प्रकार होता. काही समीक्षक तर 'कविता' आणि 'कादंबरी' या दोन साहित्यरूपांनाच साहित्य मानायचे. मराठी आत्मकथनापासून प्रेरणा घेऊन इतर भारतीय भाषांत दलित आत्मकथनांची सुरूवात होते. त्यामुळे भारतीय दलित साहित्याच्या प्रवासात आत्मकथने महत्त्वाचे दस्तावेज ठरलेली आहेत.

३. मराठी वगळता इतर भारतीय भाषेत कवितेच्या क्षेत्रात महत्त्वाचे असे नाव दिसून येत नाही. नामदेव ढसाळ व दया पवार यांनी आपल्या कवितेतून दलित व्यथांची मांडणी ज्या गांभीर्याने, तटस्थतेने आणि सूक्ष्म पातळीवर जाऊन केलेली आहे त्या तोडीचा एकही कवी, भारतीय भाषेत नाही. हिंदी, पंजाबी,गुजराती व तेलगूतील या विषयावरील कविता अगदी प्राथमिक स्वरूपाची आहे. नामदेव ढसाळांच्या नंतर या कवितेस सर्वश्री शरणकुमार लिंबाळे, त्र्यंबक सपकाळे, यशवंत मनोहर, वामन निंबाळकर व इतर डझनावरी कवींनी या काव्यप्रकारास जे परिमाण उपलब्ध करून दिले, तसे इतर भारतीय भाषेतून आढळून येत नाही.

४. मराठीत दलित रंगभूमी विकसित झाली. नाटकाच्या माध्यमातून या विषयास वाचा फोडण्यास यशस्वी प्रयत्न झाला. दत्ता भगत व रामनाथ चव्हाण या दोघांची नाटके भारतीय पातळीवर गाजत राहिली. हिंदीत या विषयावर स्वदेश दीपक यांचे 'कोर्ट मार्शल' हे नाटक आजहीं अनेकांना अस्वस्थ करीत असते. कन्नड, मल्याळम तेलगू व तामिळमधून देखील या विषयावर नाटके लिहिली गेली आहेत.

५. या विषयावर भारतीय पातळीवर गाजणारी एकच कादंबरी मला दिसून येते. ती देखील इंग्रजीतून आहे. अरूंधती रॉय यांची The god of small things. इतर भारतीय भाषेतील कादंबरीतून दलित जाणिवा व्यक्त झालेल्या आहेत. पण केवळ या विषयाला वाहिलेली आणि वाचक समीक्षकाकडून गौरवलेली एकहीं कादंबरी दिसून येत नाही. मराठीतून दलित प्रश्नांवर डझनावारी कादंबऱ्या प्रकाशित झाल्या. त्यात उल्लेखनीय अशी शरणकुमार लिंबाळे यांची 'हिंदू' ही छोटेखानी कादंबरी आहे.

६. लघुकथेच्या क्षेत्रात खूप सकस असे लेखन भारतीय भाषेतून झालेले आहे. बाबुराव बागुलांच्या लघुकथेपासून हा प्रवाह मराठीत सुरू होतो, आणि १९८० नंतर प्रत्येक भारतीय भाषेतून या विषयावर लिहिलेल्या अस्वस्थ करणाऱ्या लघुकथा प्रकाशित होऊ लागतात. हिंदीत सर्वश्री मुद्राराक्षस, श्योराजसिंह बेचैन, नैमिशराय यांच्या लघुकथा उल्लेखनीय आहेत. तमिळ, कन्नड, पंजाबी, तेलगू भाषेतून देखील अशा लघुकथा प्रकाशित झालेल्या आहेत. असे तेथील समीक्षकांचे म्हणणे आहे. बाबुराव बागुल या क्षेत्रातील भारतीय पातळीवरील गाजलेले लघुकथाकार आहेत.

७. भारतीय दलित साहित्यात मराठी साहित्याचे एक महत्त्वाचे वेगळेपण हे आहे की मराठीतील दलित साहित्याला दलित चळवळीची पार्श्वभूमी आहे. चळवळीच्या रेट्यातून निर्माण झालेला हा नीग्रो साहित्यानंतरचा दुसरा साहित्य प्रवाह. इतर भारतीय भाषेतील दलित साहित्याला अशी पृष्ठभूमी नाही. त्यामुळे तेथे वैचारिक अराजकता आणि बांधिलकीच्या बाबतीत गोंधळाची स्थिती आहे. मार्क्सवाद वाचून श्रमिकांच्या कथा-व्यथांना शब्द देणे आणि प्रत्यक्ष श्रमिक आंदोलनात सक्रिय राहून

लिहिणे यात गुणात्मक फरक असतो.

८. भारतीय दलित साहित्यातून प्रामुख्याने गावकुसाबाहेरच्या जीवनाची कथा-व्यथाच व्यक्त झालेली आहे. भारतीय समाज जीवनाचा एक उपेक्षित घटक हाच या लेखकांचा विषय आहे. ही वस्तुस्थिती मान्य करावी लागेल की पारंपरिक साहित्यात जसे दलित जीवनाच्या चित्रणाचा अभाव होता अगदी त्याचप्रमाणे दलित साहित्यातून सवर्णाच्या जीवनाचे चित्रण अभावानेच दिसून येते. म्हणजे चित्रण एकांगी किंवा समाजजीवनाच्या एक तृतीयांश भागाचेच आहे. संपूर्ण समाजजीवनाला केंद्रात ठेवून लेखन करणाऱ्यांचा येथेही अभाव आहे. अपवाद शरणकुमार लिंबाळेंची 'हिंदू' ही कादंबरी. झोपडपट्टी किंवा गावांतील दलित वस्ती यांचेच चित्रण प्रामुख्याने या साहित्यातून दिसून येते. मग ती आत्मकथा असो की कांदबरी की लघुकथा. हिंदीत देखील हीच स्थिती आहे.

९. मराठीत अलीकडे दलित स्त्री मोठ्या ताकदीने लिहित आहे. बेबी कांबळेपासून ते उर्मिला पवारपर्यंतची ही परंपरा आहे. हिंदीत आतापर्यंत स्त्रियांच्या दोनच आत्मकथा प्रकाशित झालेल्या आहेत. कौसल्या बैसंत्री यांची 'दोहरा अभिशाप' आणि कमल तेजस यांची 'गवाह तथागत'. कवितेच्या क्षेत्रात दोन-चार नावे आहेत. पण त्या कविता खूपच प्राथमिक स्वरूपाच्या आहेत. कथा-कादंबरी या क्षेत्रात तर आनंदच आहे. माझ्या माहितीप्रमाणे मल्याळम आणि तामिळमध्ये काही दलित स्त्रिया ताकदीने लिहित आहेत. इतर भारतीय भाषेत या विषयावर लिहिणाऱ्या स्त्रियांची नावे आढळून येत नाहीत.

१०. मराठीतील दलित साहित्यात स्त्री फारशी आलेली नाही. बाबुराव बागुलांच्या कथेतून, दया पवारांच्या काही कवितेतून तिचे दर्शन घडते. पण हिंदी आत्मकथनातून, कादंबरी आणि लघुकथांतून स्त्री मोठ्या प्रमाणात आढळते. सवर्ण पुरुषांच्या जाळ्यात अडकलेली, बलात्कारित, अपमानित अशा रूपातच ती आलेली आहे. यावरून एवढेच जाणवते की हिंदी प्रदेशात दलित स्त्री खुपच असुरक्षित अशी आहे. इतर भारतीय भाषेत या स्त्रीचे दर्शन केवळ श्रमिकांच्या, शोषितांच्या रूपातच आढळून येते.

११. जवळपास सर्वच भारतीय भाषेतील दलित लेखकांनी त्या-त्या प्रदेशातील प्रमाण भाषेस नाकारून आपापल्या बोली भाषेतून किंवा ती भाषा तेथे जशी बोलली जाते तशाच रूपात तिचा वापर केल्याचे आढळून येते. अपवाद हिंदीतील लेखक आहेत. त्यांनी मात्र पूर्णपणे प्रमाण भाषेचाच वापर केलेला आहे. भाषेच्या या आगळ्या-वेगळ्या प्रकारामुळे संबंधित भाषा अधिक समृद्ध झालेली आहे. अर्थात् भाषेचा असा प्रयोग अभिव्यक्तीच्या तणावातून मोकळे होताना अनायास रूपात

झालेला आहे. अगदी छोट्या समूहात वापरल्या जाणाऱ्या भाषेचा प्रयोग ज्यावेळी जाणूनबुजून लेखनात केला जातो, त्यावेळी वाचक भाषेतच अडकून पडण्याचा धोका असतो, असे विचित्र प्रयोग देखील मराठीतील काही लेखकांनी केले आहेत. लेखकास जे सांगायचे असते, ते सहजपणे वाचकापर्यंत पोहचले पाहिजे. कोणत्याही लेखकाची ही पहिली अट असते.

१२. भारतीय दलित साहित्याची सुरूवात होऊन जास्तीत जास्त ३०-३५ वर्षे झालेली आहेत. हिंदीत तर केवळ २० वर्षे. इतर भारतीय भाषेत देखील याची सुरूवात १९८०-८५ च्या दरम्यान झालेली आहे. काही भाषेत तर याची सुरूवात देखील झालेली नाही. इतर सर्व भारतीय भाषेतील लेखक-समीक्षकांना हे मान्य करावे लागेल की या साहित्य प्रवाहाचा जन्म मराठीतून झालेला आहे. त्यामुळे भारतीय साहित्याची जन्मदात्री मराठी भाषा आहे. मराठीतील प्रतिभासंपन्न दलित लेखक कवी यांनाच याचे श्रेय जाते. काही मंडळी मराठीचे हे ऋण मान्य करायला आज जरी तयार नसले तरी इतिहास मात्र याचे श्रेय मराठीलाच देणार. अर्थात दलित साहित्याचे आदि पुरुष डॉ. बाबासाहेब आंबेडकर आहेत हे सर्वच भारतीय भाषेतील लेखक मान्य करतात.

निष्कर्ष

भारतीय भाषेतील दलित साहित्य आज प्राथमिक अवस्थेत आहे. मराठीतील काही लेखक-कवी जर अपवाद म्हणून सोडले तर इतर भारतीय भाषेतून असे लेखक-कवी-नाटककार आढळून येत नाहीत ज्यांची नोंद भारतीय पातळीवर घेतली जावी. भारतीय दलित साहित्य आज अनेक अशा विसंगतीतून, द्वंद्वातून जात आहे. अनेक प्रश्नांवर आजही भारतीय दलित लेखकात मतभेद आहेत. हिंदीतील दलित लेखक हे मान्य करावयास तयारच नाहीत की अदलित लेखक देखील दलित जाणिवा व्यक्त करू शकतो. मार्क्स, आंबेडकर, व गांधी एकमेकास पूरक आहेत हेही मान्य करावयास तेथील अनेक लेखक मंडळी तयार नाहीत. भारतीय दलित साहित्य एका व्यापक अशा लढ्यापासून स्वत:ला अलिप्त ठेवण्याचा प्रयत्न करीत आहे. असा आरोप काही जणांचा आहे. या संदर्भात भारतीय दलित साहित्याची भूमिका स्पष्ट नाही. वर्णव्यवस्थेचा लढा वर्गव्यवस्थेसोबत जोडण्याचा काही जणांचा प्रयत्न आहे तर काही जणांचा यास विरोध आहे. वैचारिक अराजकतेची स्थिती आहे.

याशिवाय आपल्याहीपेक्षा आणखी उपेक्षित असे घटक या देशात अजूनही लाजीरवाणे जीवन जगत आहेत. आदिवासी, भटके विमुक्त, अल्पसंख्यक, दारिद्र्य

रेषेखाली जगणारे श्रमिक या सर्वांच्या व्यथांना शब्द देण्याची गरज आहे. प्रत्येक थरांतून संवेदनशील तरुण/तरुणी पुढे येत आहेत. त्यांचे लेखन ज्यावेळी समोर येईल त्यावेळी दलित साहित्याच्या कक्षा अधिक रुंदावत जातील. केवळ माझ्या जाती-जमातीचे दु:ख तेवढे गहिरे आहे या आग्रहातून बाहेर येण्याची वेळ आलेली आहे. भारतीय दलित साहित्याच्या कक्षेत येणारी नवी पिढी या साहित्यात आणखी रुंदावणार आहे. या साहित्यामुळे भाषा, समीक्षा, सौंदर्यदृष्टी या पारंपरिक साहित्यमूल्यांना तपासून पहावे लागत आहे. हे साहित्य पारंपरिक भारतीय साहित्यासमोर आव्हान म्हणून उभे आहे. त्यातील विद्रोह सकारात्मक कसा होत जाणार आहे हाच यापुढचा कळीचा प्रश्न ठरणार आहे.

❖❖❖

८

दलित साहित्य

प्रकाश खरात

दलित साहित्याचा उदय हा मराठी साहित्यातच नव्हे, तर भारतीय साहित्यात एक नवे अनुभवविश्व व एक मूल्यात्मक संवेदना देणारी घटना आहे. या साहित्याच्या जीवनदर्शनाने व वैचारिक तत्त्वज्ञानाने सामान्य माणसांचे जीवन बदलून टाकले. एका सांस्कृतिक भावनेने त्याला गतिमान केले. सामान्य माणसाला त्याच्या अस्तित्वाची जाणीव करून दिली. त्याला त्याच्या शोषणाचा शोध घेण्याची प्रेरणा दिली. माणसाने सर्वप्रथम चांगला माणूस म्हणून घडावे, स्वत:मधील मानवता विकसित करण्यात आयुष्य वेचावे, अशी एक वैश्विक संवेदना शिकविली. लोकशाही जीवनमूल्ये व पारंपरिक समाजातील कौटुंबिक जीवनमूल्ये यामध्ये असलेली फारकत, या मधील दोषांचा विचार करावयास शिकविले. दलित लेखकांनी आपल्या अनुभवांवर आधारलेल्या साहित्याचे नवे दालनच उघडून समोर ठेवले. या घटनेने संवेदनाक्षम व विचारी माणूस अंतर्मुख झाला.

'दलित साहित्य' संज्ञा विचार

दलित साहित्य ही संज्ञा घेऊन दलित लेखकांनी ही साहित्य चळवळ संपूर्ण मराठी भाषेत चालविली. महाराष्ट्रातील मोठ्या शहरांतील लेखक-कवींपासून ते ग्रामीण पातळीवरील लेखक या चळवळीत सामील झाला. त्याचसोबत पारंपरिक उच्चवर्णीय धनिक लोकांचे प्रतिनिधित्व करणाऱ्या लेखकांनी साहित्याची ही वेगळी चूल कशासाठी? दलित साहित्य असते का? असे प्रश्न विचारले. त्याची समर्पक उत्तरे दिली गेली. जगातील कोणतेही साहित्य हे साहित्यच असते. कोणत्याही भाषेत निर्माण झालेले साहित्य ते त्या भाषेचे असतेही व नसतेही. कोणत्याही राष्ट्रातील साहित्य ते त्या राष्ट्राचे असतेही व नसतेही. मुळात साहित्य हे साहित्य असते. त्याच्यावरचे हे लेबल फाडूनच वाचायचे असते. रवींद्रनाथ टागोर यांची

कविता ही बंगाली भाषेत असली तरी ती अबंगाली लोकांचीही आहे. शेक्सपिअरचे वाङ्मय हे इंग्रजी भाषेत असले तरी ते इंग्रज नसलेल्या लोकांचेही असते. त्याचप्रमाणे दलित साहित्य हे जरी दलित संज्ञेचे असले तरी ते विश्वातील सगळ्यांचेच असते. कारण त्यामध्ये एकाच विश्वातील मानवाची संवेदना आहे. एकाच विश्वमानवाची भावना आहे. एकाच मानवजातीच्या दु:खाची ती वेदना आहे. भारतातील समाजरचनेत प्रामुख्याने हिन्दू ब्राह्मणी धर्माने मानवाच्या अनेक पिढ्यांची जी वाताहत केली, त्याला पशूपेक्षाही वाईट वागणूक दिली, विसाव्या शतकाने त्याला जे शब्द सामर्थ्याचे बळ दिले, त्या हजारो वर्षांच्या धगधगत्या समाज जीवनाचे शांतपणे हिंसा न करता मांडली गेलेली ही दलित साहित्य कैफियत आहे. निखळ मानवतावादी मूल्यांचा निष्ठापूर्वक धरलेला लेखक-कवी प्रतिभावंतांचा आग्रह आहे. अशा महान घटनेची चर्चा होणे इतिहासाच्या स्वभावाला धरून योग्यच आहे. म्हणून दलित साहित्याला 'दलित' शब्द न वापरता 'बौद्ध साहित्य' म्हणावं, 'परिवर्तनवादी साहित्य' म्हणावं, 'आंबेडकर प्रेरणेचे साहित्य' म्हणावं, 'आंबेडकरवादी साहित्य' म्हणावं, 'भौतिकवादी साहित्य' म्हणावं, अशा अनेक संज्ञा सुचविल्या. ही सगळी नावे दलित साहित्याची किरणे झाली आहेत. दलित साहित्याचे विविध रंग ठरावे असेच त्यामधील बीजतत्त्व आहे. ह्या सगळ्या संज्ञा स्वत:मध्ये साठवून दलित साहित्य ही संज्ञा रुजली आहे.

'दलित' शब्दाची अर्थजाणीव व अन्वयार्थ

दलित या शब्दाचा पारंपरिक अर्थ गांजलेले, भरडलेले, दाबलेले, दळलेले असा मराठी शब्दकोषात दिला. तोच दृष्टिकोन समाज लोकजीवनात आहे. खरे तर कामगार, शेतमजूर, श्रम करणारे लोक हे जगाला सुंदर करतात. उंच उंच इमारती, शहराला जोडणाऱ्या सुंदर सडका, मोठी मोठी धरणे, कारखाने व उत्पादन श्रमातूनच घडवतात. तरीही ते दाबले जातात. दारिद्र्यात राहतात. दलित साहित्यात जसे आर्थिकदृष्ट्या पिळले गेलेले लोक हा अर्थ आहे, त्याचप्रमाणे सामाजिक, धार्मिक शोषणाखाली भरडलेले लोक हा अर्थसुद्धा आहे. दलितांच्या जीवनाकडे साहित्य-कला -संस्कृतीने जाणीवपूर्वक लक्ष दिले नाही. त्यामुळे खरी सांस्कृतिक मूल्ये घडविण्यात पारंपरिक साहित्य अपुरे ठरले. ती खरी सांस्कृतिक मूल्ये घडविण्यात दलित साहित्याने कार्य आरंभ केले. मानवतावादी जीवनमूल्ये घडविण्याची चळवळ सुरू केली.

दलित या शब्दाला नवी अर्थजाणीव दिली. नवा अन्वयार्थ दिला. दलित लेखक हा एका विशिष्ट जातीत अथवा समाजपरिस्थितीत जन्मास आल्यामुळे ठरत

नाही. जो शोषणाविरुद्ध बोलतो, शोषणाविरुद्ध लिहितो, आपल्या वाङ्मयातून मानवतावादी मूल्ये घडवितो, परिवर्तननिष्ठ जाणिवा घडवितो, वर्णव्यवस्था व जातीव्यवस्थेवर प्रहार करतो, अस्पृश्यता जन्मास घालणाऱ्या व जोपासणाऱ्या धर्माला नाकारतो, समता, स्वातंत्र्य व बंधुभाव या तत्त्वाने मानवी संवेदना घडवितो, माणसामाणसांतील नैसर्गिक सुंदर नाते शब्दांतून बांधतो, अशा जीवनमूल्यांचे दर्शन घडवितो, तो म्हणजे दलित लेखक व ती जाणीव म्हणजे दलित साहित्य, ही अर्थजाणीव दलित साहित्यात आहे. आर्थिक, सामाजिक, शैक्षणिक, धार्मिक, राजकीय व मानसिक दृष्टीने ज्याचे शोषण झाले असा मानवी समूह दलित आहे. या अशा समूहाप्रती निकोप संवेदना कलाकृतीच्या द्वारे मांडल्या जाव्यात, हा आग्रह दलित साहित्य चळवळ धरते. दलित शब्दाची अर्थजाणीव व अन्वयार्थ मानवतेच्या मूल्यांवर अधिष्ठित आहे. वाताहत झालेल्या दु:खी, कष्टी मानवी समूहावर आधारलेली आहे. आज त्याच वाताहत झालेल्या कुटुंबसंस्थेतून हे लेखक उदयास आले आहेत. दलित साहित्य व दलित जाणीव ही जन्मावर आधारित नसून ती मानव मुक्तीच्या तत्त्वावर आधारलेली आहे.

दलित साहित्याची प्रेरणा

दलित साहित्य चळवळीच्या उदयकाळात ज्याप्रमाणे अनेक प्रश्न उपस्थित केले, त्याचप्रमाणे दलित साहित्याची प्रेरणा कोणती? हा प्रश्न विचारला गेला.

डॉ. बाबासाहेब आंबेडकरांच्या नेतृत्वामुळे दलित शोषित समाजात एक प्रचंड वैचारिक क्रांती झाली. हजारो वर्षांपासून मुका असलेला समाज बोलू लागला. हातात लेखणी घेऊन लिहू लागला. पाण्याला स्पर्श करण्याचा माझा अधिकार आहे हे सांगू लागला. हिंदू धर्माची गुलामगिरी नष्ट करण्यास तयार झाला. डॉ. आंबेडकरांच्या आंदोलनामुळे व तत्त्वज्ञानांमधून शोषणाविरुद्ध बंड, विद्रोह, नकार ही सिद्धांत तत्त्वे उदयास आली. अनेक कवी-लेखकांच्या मनात स्वत:च्या शोषणाची मीमांसा उदयास आली. ही शक्ती डॉ. आंबेडकरांच्या चळवळीतून व वैचारिक लढ्यातून या लेखकांनी संपादन केली. आपली भावना ते काव्यरूपाने घडवू लागले. त्यामधील दारिद्र्य, दु:ख, शोषण हा प्रचंड आविष्कार पाहून दलित साहित्याच्या प्रेरणेचा प्रश्न निर्माण केला. तेव्हा दलित चळवळीतील पहिल्या पिढीतील लेखकांनी 'दलित साहित्याची प्रेरणा डॉ. आंबेडकर आहेत.' हेच मत आग्रहाने प्रतिपादन केले. दुसऱ्या व तिसऱ्या पिढीतील लेखकांच्या जीवनाची प्रेरणा डॉ. आंबेडकरच असल्यामुळे त्यांनीही दलित साहित्याची प्रेरणा डॉ. आंबेडकरच मानली आणि दलित साहित्याची प्रेरणा डॉ. आंबेडकरच, हे मत सर्वमान्य झाले. दलित लेखकांचे जीवन हे डॉ.

आंबेडकरांच्या तत्त्वज्ञानाने व्यापलेले आहे. समाजमूल्ये डॉ. आंबेडकरांच्याच चळवळीने घडविली आहेत. जीवन आणि साहित्य यांचा संबंध लक्षात घेतला, तर दलित लेखक व डॉ. आंबेडकर यांचे अतूट नाते आहे. म्हणून साहित्याची प्रेरणा डॉ. आंबेडकर यांच्याशिवाय दुसरी कोणतीही नसून एकमेव डॉ. आंबेडकर आहेत, असेच माझे मत आहे.

दलित साहित्याची पार्श्वभूमी

मराठी साहित्याच्या सातशे-आठशे वर्षांच्या इतिहासामध्ये दलितांच्या जीवनाबद्दल वाङ्मयीन पातळीवर व सामाजिक पातळीवर चांगला विचार केला नाही. त्यांच्यावर होणाऱ्या अन्यायाबद्दल फारसे लिहिले नाही. त्यांच्या जगण्या-मरण्याच्या प्रश्नांवर साहित्यनिर्मिती झाली नाही. दलित स्त्री, पुरुष, मुलं व त्यांच्या कुटुंबाबद्दल पोटतिडकीने बोलले नाही. या उलट त्यांच्यावर वर्णव्यवस्थेचा गळफास अधिक आवळला. त्यामध्ये वैदिक वाङ्मय, पुराण वाङ्मय, रामायण-महाभारत यासारख्या ग्रंथांनीही चातुर्वर्ण्य जोपासण्यास सांगितले. देव, धर्म, ईश्वर, कर्मविपाक, पाप-पुण्य इत्यादीनेच तुम्हाला हे जीवन दिले. ते तुम्ही या जन्मात चुपचाप सहन करा. हिन्दू धर्म व देवतांचे गुणगान भक्ती करा, अशी शिकवण दिली. या विषमतावादी वैदिक ब्राह्मणी हिन्दू वाङ्मयाच्या पार्श्वभूमीवर समतावादी दलित साहित्याचा जन्म झाला. इंग्रजी राजवटीतील फुले, आगरकर, लोकहितवादी, आंबेडकर यांच्या सामाजिक समता विचाराने दलित साहित्याला शक्ती दिली.

१९२० पासून डॉ. आंबेडकरांनी तळागाळातील सर्वहारा माणूस विकासाचा केन्द्र केला. महाडच्या चवदार तळ्याच्या सत्याग्रहापासून ते बुद्ध धम्म स्वीकारापर्यंत सामान्य माणसाला क्रांतीचा वाहक केले. समता, स्वातंत्र्य व बंधुभाव या मूल्यांचा सैनिक केले. या मधूनच दलित लेखक, कवी, विचारवंत घडू लागले. आंबेडकर संस्कृतीचा वाङ्मयीन प्रवाह म्हणून दलित साहित्य निर्माण होऊ लागले. समाजवादी जीवनाचे ते विचारपीठ झाले. लोकशाही जीवनमूल्यांचा प्रवाह म्हणून ते ओळखले जाऊ लागले.

अनेक समीक्षक त्या दिशेने मंथन करू लागले. १६ नोव्हेंबर १९६७ रोजी 'महाराष्ट्रातील आज-उद्याचा सांस्कृतिक संघर्ष आणि वाङ्मयीन समस्या' या विषयावर डिसेंबर १९६७ च्या अस्मिता अंकात हा परिसंवाद प्रकाशित झाला. तेथून दलित साहित्य चर्चेला बरीच गती आली. दलित साहित्याच्या विचारासाठी अनेक नियतकालिके व अनियतकालिके उदयास आली. दलित साहित्य लोकांपर्यंत झपाट्याने पोहचू लागले आणि १९६७ नंतर दलित साहित्याची वाङ्मयीन मूल्ये भारतीय साहित्याच्या

जगतात मान्यता पावली.

दलित साहित्याची पूर्वपीठिका

१९६७ नंतर दलित साहित्यातील मूल्यजाणीव मराठी साहित्यात व भारतीय साहित्यात गतिमान झाली. संख्यात्मक व गुणात्मक मौलिकता कलात्मकरूप घेऊन प्रकट झाली. मराठीतील दलित साहित्य हे हिन्दी, कन्नड, गुजराथी, पंजाबी, बंगाली, उडिया इत्यादी अनेक भाषांमधून साकार होऊ लागले. कारण डॉ. आंबेडकरांची चळवळ ही भारतभर पसरली होती आणि भारतभर दलित शोषितांची संख्या सामाजिक जीवनात हजारो वर्षांपासून नांदत आली होती. दलित साहित्य चळवळीची पूर्वपीठिका, डॉ. आंबेडकरांच्या चळवळीने तयार केली होती. मराठी भाषेत 'मूकनायक,' 'बहिष्कृत भारत,' 'जनता', 'प्रबुद्ध भारत' या साप्ताहिकांनी साहित्य जाणिवांच्या पाऊलखुणा पेरून ठेवल्या होत्या. १९३२-३३ पासून या साप्ताहिकातून कथा, कविता, लेख लिहिलेले आढळतात. दलित साहित्य चळवळीची पूर्वपीठिका, डॉ. आंबेडकरांच्या राजकीय, सामाजिक चळवळीबरोबरच जन्मास आली होती.

दलित साहित्याची परंपरा

दलित साहित्यातील वैचारिक सिद्धांतसूत्रे ही आंबेडकरांनी स्वीकारलेल्या बौद्ध साहित्य संस्कृतीत मिळतात. बुद्धपूर्वकाळात सिंधू संस्कृतीचा निर्माता दलित होता. बौद्ध झाल्यावर त्याने जातीयता, अस्पृश्यता, वर्णव्यवस्था या विषमतावादी तत्त्वाला विरोध केला. यज्ञसंस्थेतील हिंसेला विरोध केला. माणूस जन्माने श्रेष्ठ न होता गुणाने श्रेष्ठ होतो, हे बुद्धतत्त्व प्रतिपादन केले. त्यामुळे बौद्ध विरुद्ध वैदिक असा संघर्ष घडला. या संघर्षाचे स्वरूप वरवर पाहता वैदिक ब्राह्मण विरुद्ध बौद्ध असे जरी दिसत असले तरी त्यांचा संघर्ष हा न्याय विरुद्ध अन्याय असा होता. सत्य व असत्याचे ते भांडण होते. समता विरुद्ध विषमता असा तो प्राचीन संघर्ष होता. सामाजिक न्याय प्रतिष्ठित करण्यासाठी तत्त्वज्ञ बुद्ध जीवनभर संघर्ष देत राहिले. डॉ. आंबेडकरही सामाजिक न्याय स्थापन करण्यासाठी संघर्ष देत राहिले. वैदिक वाङ्मय वर्णव्यवस्थेचे जन्माधिष्ठित ब्राह्मण वर्चस्वाचे प्रतिपादन करीत होते व बौद्ध वाङ्मय हे प्रत्येक जातीला मानवतेचे अधिकार देण्याचे स्वातंत्र्य देत होते. मानवी जीवनातील दुःखाची कारणे शोधून ती नष्ट करणारी शिकवण देत होते. डॉ. आंबेडकरांच्या बुद्ध धम्म स्वीकाराने दलित माणूस आपल्या मूळच्या बुद्ध धम्मात आला आणि बौद्ध साहित्य, तत्त्वज्ञान, संस्कृती, शिल्प-चित्रकला या महान परंपरेचा वारसा त्याला प्राप्त झाला. सम्राट अशोक, हर्षवर्धन, सातवाहन, वाकाटक

ही बौद्ध सम्राटांची परंपरा त्याला लाभली. अजिंठा, वेरुळ, भाजे, कार्ले, पितळखोरे इत्यादी ठिकाणची बौद्ध स्थापत्य संस्कृती कलेचा इतिहास त्याला प्राप्त झाला. ही प्राचीन मराठी भाषिकांनी निर्माण केलेली परंपरा दलित साहित्याची परंपरा झाली आहे.

दलित साहित्याची वैचारिक परंपरा ही प्राचीन भारतातील तत्त्वज्ञ बुद्धाची आहे. नागार्जुन, दिग्ना, असंग, वसुबंधु, धम्मकीर्ती या विचारवंतांची आहे. अश्वघोष, बुद्धघोष या कवी प्रतिभावंतांची आहे. धम्मपद, मिलिंदप्रश्न, प्रमाणवर्तीकम, सद्धर्म, पुंडरीक, त्रिपिटक बोधीचार्यावतार इत्यादी प्राचीन ग्रंथांची आहे. प्राचीन भारतात जशी ही परंपरा आहे त्याचप्रमाणे आधुनिक भारतात फुले, शाहू महाराज या थोर विचारवंतांची व कार्याची आहे. हा दलित साहित्य परंपरेचा वारसा दलित साहित्याला निश्चितच शक्ती प्रदान करणारा आहे.

दलित साहित्याचे तत्त्वज्ञान

दलित साहित्याच्या तत्त्वज्ञानाने माणसाचे हरविलेले माणूसपण दिले. उपेक्षित स्त्री-पुरुषांना एक संघर्षाची ताकद दिली. जुन्या धर्मसंकल्पनावर प्रश्नचिन्ह ठेवून विचार करण्यास प्रेरित केले. दलित साहित्याचे तत्त्वज्ञान दारिद्र्य, अस्पृश्यता, जातिसंस्था, वर्णव्यवस्था यांना नाकारणारे आहे आणि समता, स्वातंत्र्य व बंधुभाव स्वीकारणारे आहे. भावनेतून व जीवनातून हाच संघर्ष कलाकृतीतून लेखक कवी मांडत आला आहे. जी खरी सांस्कृतिक मूल्ये इथे रुजू दिली नाही आणि कलाकृतीतून मांडू दिली नाही ते सर्वप्रथम दलित साहित्याने निर्भिडपणे मांडली. या देशातील स्त्री वर्गाला, आदिवासी समाजाला, शेतकरी-कष्टकरी समूहाला व दलित वर्गाला जे शोषणाखाली भरडले जात होते त्यांना क्रांतीजाणीव दिली, नवी प्रेरणा दिली. दलित साहित्याच्या तत्त्वज्ञानाने वर्णजाती या विषम तत्त्वज्ञानाला नाकारणारी भूमिका घेतली. दारिद्र्य, अन्याय यांचा विचार साहित्याच्या ऐरणीवर मांडला. मानवतावादी, समतावादी विचारतत्त्वे जी जीवनाला व साहित्याला व्यापणारी आहेत, अशाच बीजवृक्षांना समाजमनाच्या भूमीत रुजविण्याचा ध्येयवाद या साहित्याने स्वीकारला.

बुद्धी आणि मन यांचा सुंदर संगम म्हणजे साहित्य. विचार आणि भावना यांच्यामधील सुंदर नाते म्हणजे साहित्य. ज्याच्यामधून मानवतेचा विचार भरभरून वाहतो, तो शब्द म्हणजे खरा शब्द. ज्यामध्ये कपटाचा लवलेश नसून निसर्गाच्या सुंदर भावनांचा आविष्कार आहे, जेथे लहान-मोठा, श्रेष्ठ-कनिष्ठ ही धारणा नाही, असा ध्येयवाद ज्याला दलित साहित्याने आपले तत्त्वज्ञान केले आहे.

दलित साहित्याची पृथगात्मकता

१९६० नंतर गतिमान झालेले दलित साहित्य व पारंपरिक मराठी साहित्य यांचा विचार केला तर ते आचार, विचार, विषय, जीवनदर्शन, तत्त्वज्ञान, अभिव्यक्ती, भाषापद्धती इत्यादी विविध दृष्टीने पृथगात्म आहे. भारतीय साहित्यही पारंपरिक वर्णवादी मूल्यांचेच असल्यामुळे दलित साहित्य यांच्यापेक्षाही भिन्न आहे. पारंपरिक मराठी व भारतीय साहित्याचे नायक वर्णवादी विचाराचे आहेत. दलितांचा अनुभव संपूर्ण भारतीय साहित्यात वेगळा आहे. पारंपरिक वर्णवादी गढूळ पाण्यापेक्षा हे साहित्य स्वच्छ पाण्याचा झरा झाले आहे. हाच स्वच्छ पाण्याचा झरा जीवनाला अधिक सुंदर व निरोगी करणारा आहे. ही पृथगात्मकता भारतीय साहित्याचे क्षितिज विस्तारित करणारी आहे. नवे परिमाण प्रदान करण्यात यशस्वी झाली आहे.

दलित लेखकांची व्यक्तिगत दु:खं, वेदना भारतीय दलित समाजाची झाली. त्यांचा अनुभव हा दलित समूहमनाचा झाला आहे. या साहित्याला सामूहिक रूप प्राप्त झाले आहे. दलित आत्मचरित्र अथवा स्वकथने ही व्यक्तिगत जीवनाची जशी आहेत, त्याचप्रमाणे ती त्या त्या समूहमनाची झाली आहेत. दलित लेखकांचा अस्पृश्यतेचा जळता अनुभव समग्र अस्पृश्य ठरविलेल्या लोकमनाचा आहे. कनिष्ठ जात म्हणून होणारी हेटाळणी व द्वेष हा आत्मचरित्रातून येत असो की कथेतून प्रकट होत असो, ते दु:ख संपूर्ण दलित शोषित मनाचे रूप होऊन येते. 'मी' चा 'आम्ही' होतो. हे दलित साहित्याचे निराळेपण आहे. दलितांच्या अंत:करणातील व्यथा, वेदना, प्रक्षोभ, विद्रोह नकार यांना दलित साहित्याने साहित्यरूप दिल्यामुळे मराठी साहित्यापेक्षा त्याचे अंतरंग निराळे झाले आहे.

दलित कथेतील पात्रे प्रस्थापित व्यवस्थेविरुद्ध बंड करून उठली. दलित कवितेतील व्याकूळवेदना हजारो वर्षांचे दु:ख होऊन प्रकटली. विद्रोही झाली. दलित स्वकथने स्वत:च्या वास्तव जीवनात भोगलेले अनोखे जीवनदर्शन निर्भिडपणे सांगू लागली. त्यामुळे दलित साहित्याचे निराळेपण हे भारतीय साहित्यातील पृथगात्मकतेचा जीवननिष्ठ आविष्कार झाले आहे.

दलित साहित्यातील विविध साहित्यप्रकार

दलित साहित्यामध्ये कथा, कविता, कादंबरी, नाटक, निबंध, समीक्षा, स्वकथन (आत्मचरित्र) व ललित निबंध इत्यादी विविध वाङ्मय प्रकार आहेत. हे सगळे वाङ्मयप्रकार विविध प्रतिभावंतांनी आपल्या सृजनशील निर्मितीद्वारे समृद्ध केले. १९३३ पासून हे वाङ्मयप्रकार विकसित होताना आढळतात. १९६७ नंतरच्या काळात अधिक गतीने हे वाङ्मयप्रकार समृद्ध झाले. या वाङ्मयप्रकारांनी

दलित साहित्याला कोणते योगदान दिले? त्याचे स्वरूप काय? त्यांचे वेगळेपण काय? प्रवाह आणि प्रवृत्ती कोणत्या? त्यांचा थोडक्यात परिचय पुढीलप्रमाणे मांडता येईल.

दलित कविता

बहिष्कृत मानवांच्या भावनांना माणुसकीच्या संवेदनांनी विविध भावरूपे देणारी शब्दकळा म्हणजे दलित कविता. तळागाळातील माणसाला काव्यविषय करणे व त्याच्या जीवनातील चिरडलेली वेदना बोलकी करणे, त्याच्या हुंकाराला लोकशाही जीवनमूल्यांचे परिमाण देणे, मानवाच्या जाणिवांनी त्यांच्या स्पंदनाना नवी अर्थजाणीव देऊन भावव्याकूळतेचा परिणाम साध्य करणे म्हणजे दलित कविता. अशाच स्वरूपाचे अंतरंग दलित कवितेने वाचकाच्या हाती दिले आहे.

१९६० च्या पूर्वी दलित कविता 'जनता', 'प्रबुद्ध भारत' या साप्ताहिकांतून व इतर नियतकालिकांतून उदयास आली. किसन फागूजी बनसोड, वामन कर्डक, दीनबंधू शेगावकर, शाहीर हेगडे, सोकले, लखमापूरकर, मधु कांगारे इत्यादी कवींनी ही दलित कविता लिहिली. या कवितेचे स्वरूप प्राथमिक अवस्थेचे होते. या कवींमध्ये वामन कर्डक व दीनबंधू शेगावकर या दोन कवींच्या कवितेचे अंतरंग मात्र काव्यात्म व श्रेष्ठ अभिरुचीचे आढळते. १९६७ नंतर दलित साहित्याची चर्चा जोमात सुरू झाली व त्यासोबत विविध नियतकालिकांमधून व अनियतकालिकांमधून प्रचंड प्रमाणात दलित कविता लिहिल्या जाऊ लागली. काव्यरूपाने समर्थ वाङ्मय आविष्कार 'गोलपीठा' या नावाने नामदेव ढसाळांचा आढळतो.

दलित साहित्य चळवळीमुळे दलित कवींची एक समर्थ पिढी उदयास आली आणि तिने मराठी कवितेला एक नवा सामाजिक जाणिवांचा चेहरा दिला. 'जनता' व 'प्रबुद्ध भारत' या साप्ताहिकांमधून लेखन करणारी कवी मंडळी होती. हा ऐतिहासिकदृष्ट्या पहिला काव्य आविष्कार जरी असला तरी दलित कवींची पहिली पिढी बाबुराव बागूल, नामदेव ढसाळ हीच मानावी लागते. या पिढीने दलित कवितेला प्रचंड चालना दिली.

गोलपीठा (नामदेव ढसाळ), गावकुसाबाहेरील कविता, महायुद्ध (वामन निंबाळकर), उत्थानगुंफा, मूर्तिभंजन, जीवनायन, डॉ. आंबेडकर : एक चिंतन काव्य (यशवंत मनोहर), कोंडवाडा (दया पवार), उत्खनन (केशव मेश्राम), दस्तखत (प्रकाश जाधव), छावणी हालते आहे. (अर्जुन डांगळे), नाकेबंदी (ज. वि. पवार), पौर्णिमा (हिरा बनसोडे), दिशा, अजून वादळ उठले नाही. (ज्योती लांजेवार), अंतस्थ (प्रज्ञा लोखंडे), मला हवी असणारी पहाट (प्रतिभा राजानंद),

सुरुंग (त्र्यंबक सपकाळे), म्होरकी (उषाकिरण आत्राम), हुंकार वादळाचे, निखाऱ्यांच्या रांगोळ्या (भाऊ पंचभाई), आता होऊन जाऊ द्या (लोकनाथ यशवंत), चिंताक्रांत मुलखाचे रुदन (महेन्द्र भवरे), उजेड (सागर जाधव), ऊलगुलान (भुजंग मेश्राम), सायरनचे शहर, रॉक गार्डन (अरुण काळे), सूर्यकंकण, मार्शल रेस (केतन पिंपळापुरे), ऑडिट (प्रल्हाद चेंदवणकर), रापी जेव्हा लेखणी बनते, गल्ली बदललेला मोर्चा (राम दोतोंडे), क्रांतिपर्व (लहू कानडे), उत्पात, श्वेतपत्रिका (शरणकुमार लिंबाळे) इत्यादी अनेक काव्यसंग्रह प्रकाशित झाले आहेत.

दलित कवितेतून दलित विश्वाची एक संस्कृतीच साकार झाली आहे. दलितांचे स्वप्न-आचार-विचार, ध्येय-आकांक्षा, जगणे-मरणे, सुख-दुःख या त्यांच्या आयुष्याच्या इतिहासाचे पुस्तक दलित कविता झाली. सामाजिक, आर्थिक, धार्मिक, शैक्षणिक शोषणाचा बुलंद आवाज त्यामध्ये शब्दबद्ध झाला. आंबेडकर संस्कृतीचा इतिहास कवितेत प्रतिमांच्या रूपाने बोलका झाला. पिंपळपान, अजिंठा, दीक्षाभूमी, चैत्यभूमी, चवदार तळे, महाडचा सत्याग्रह, काळाराम मंदिर सत्याग्रह इत्यादी प्रतिमांनी, एक नवी परिवर्तनवादी संस्कृतीची वाटचाल आरंभ केली. या कवितेत आशय व नाद हा लोकशाही जीवनमूल्यांचा आहे. समता, स्वातंत्र्य, बंधुभाव या तत्त्वज्ञानाच्या उत्कट भावनेचा कल्लोळ या काव्याने निर्माण केला. क्रांतीचा व परिवर्तनाचा ध्यास व स्वप्न या कवितेने दिले. दुःख-वेदना व विद्रोह-बंड करून समतेची मूल्ये समाजाला दिली. मराठी व भारतीय जनतेला दलित कवितेने माणुसकीचा हुंकार दिला. हे चित्र दलित कवितेच्या वाटचालीतील प्रत्येक कवींच्या पाऊलठशात अलगद तरारून फुलले. छोट्याशा कालखंडात दलित कवितेची आशयमूल्ये व वाङ्मयमूल्ये यांची भरारी निश्चितच मराठी कवितेचे क्षितिज विस्तारित करण्यात यशस्वी ठरली आहे.

दलित कादंबरी

दलित साहित्यातील कादंबरी हा वाङ्मय प्रकार कविता व कथा या वाङ्मय प्रकारासारखाच गुणाने व संख्येने समृद्धपणे नसला तरी तिचे सामर्थ्य तरी नाकारता येत नाही.

दलित कादंबरीमधून जे जीवन दलित लेखकांनी रेखाटले ते मराठी कादंबरी विश्वापेक्षा भिन्न आहे. त्यामधील व्यक्तिरेखा भारतीय हिंदू समाजव्यवस्थेतील जहरी अस्पृश्यता भोगलेल्या आहेत. त्यामुळे त्या विद्रोह पुकारून न्याय हस्तगत करण्यात संघर्षरत झाल्या आहेत.

अण्णा भाऊ साठे यांची 'फकिरा' (१९६८) ही कादंबरी अस्पृश्य व्यक्तीच्या

पराक्रमाचे चित्रण करणारी आहे. अहंकार (१९६६), रत्ना, तारा (१९६७), माकडीचा माळ (१९६३), गुलाम (१९६४), फुलपाखरू (१९६७), आवडी (१९६३) इत्यादी कादंबरीचे त्यांनी लेखन केले. परंतु या कादंबरीचे स्वरूप मनोरंजन हे जरी भास असले तरी, त्यामधील जीवन, उपेक्षितांचे चित्रित केले आहे. त्यामुळे त्यांचे समाजशास्त्रीय मूल्य मोठे आहे. कारण त्यामधून भटक्या जमातीचे चित्रण आहे.

शंकरराव खरातांनी झोपडपट्टी, गावचा टिनोपाल गुरुजी, हातभट्टी, माणुसपणाची हाक (१९५७), मी माझ्या गावाच्या शोधात (१९८३) इत्यादी कादंबऱ्या लिहिल्या. ग्रामीण जीवनातील विषय व वातावरण त्यांच्या कादंबऱ्यांमधून आढळते. त्यांची भाषा, त्यांचे जगणे, अनुभव यामधून त्यांनी निराळे जीवन रेखाटले. एक वस्तुनिष्ठ चित्रणाचे मूल्य त्यांना प्राप्त झाले आहे.

निष्ठा (अशोक लोखंडे), काळगर्भ, कुस्ती (विजय सिरसाट), मुक्तिसंग्राम (हिं. गो. बनसोडे), सम्बुद्ध (सुशीला मूल), रमाई (बंधुमाधव), प्रभंजन (अनिरुद्ध पुनर्वसू), प्रबुद्ध (भा. द. खेर), युगप्रवर्तक (हिं. गो. बनसोडे), भीमाई-रमाई (नाना ढाकुलकर), रमाई (यशवंत मनोहर), सूड (बाबुराव बागूल), हाडकी हाडवळा (नामदेव ढसाळ), शूद्र (सुधाकर गायकवाड), पोखरण (केशव मेश्राम), मेलेलं पाणी (अशोक व्हटकर), कार्यकर्ता (मुरलीधर जाधव), युगविधान (बा. स. हाटे), एनकाऊंटर (एकनाथ साळवे), छेद, भेद, अनाथ (माधव कोंडविलकर) आग (बाबुराव गायकवाड), वाडा (माधव सुरकुंडे), टाहो (बाबाराव मडावी), सिद्धार्थाची यशोधरा (मुरलीधर भोसेकर), माझे गाव कुठाय, लाँगमार्च (योगेन्द्र मेश्राम), इस्कोट, चक्री (भीमसेन देठे), अमृतनाक, रायनाक (भि. शि. शिंदे) वकिल्या पारधी (लक्ष्मण गायकवाड), उपल्या, हिंदू व बहुजन (शरणकुमार लिंबाळे) इत्यादी अनेक कादंबऱ्या लिहिलेल्या आढळतात.

या कादंबऱ्यांमधून प्रामुख्याने आंबेडकरांच्या चळवळीचे दर्शन घडते. कादंबऱ्यांचे विषय बुद्ध आंबेडकर केलेले आढळतात. दलित चळवळीत सर्वसामान्य कार्यकर्त्यांची कशी कोंडी होते, प्रामाणिक माणसाला कशा यातना सहन कराव्या लागतात, आंबेडकर चळवळीने सामान्य माणसाच्या चेतना कशा ज्वालाग्राही झाल्या, याबद्दलचे चित्रण या कादंबऱ्यामधून घडते.

दलित कथा

दलित साहित्याच्या इतिहासात दलित कथा अतिशय समृद्धपणे व्यक्त झाली आहे. 'जनता', 'प्रबुद्ध भारत' सारख्या साप्ताहिकांतून ही कथा आपल्या सामाजिक

विशेषांनी प्रकट झाली. १९३३ ते १९५८ या काळात 'जनता', 'प्रबुद्ध भारत' या साप्ताहिकांत अनेक कथा आढळतात. एकशे पंधरा कथा 'दलित कथा: उगम आणि विकास' या ग्रंथांच्या परिशिष्टात डॉ. प्रकाश खरातांनी शोधून मांडल्या आहेत आणि दलित कथेचा उगम 'जनता' व 'प्रबुद्ध भारत' या साप्ताहिकांतील कथेत सांगितला आहे. या कथेचे स्वरूप डॉ. आंबेडकरांच्या सामाजिक परिवर्तनाच्या आंदोलनाने साकारले आहे. दलितांचा प्रत्यक्ष लढ्यातील संघर्ष विविध व्यक्तिरेखांच्या माध्यमातून मांडला आहे. त्यामुळे या कथेला ऐतिहासिक मूल्य प्राप्त झाले आहे.

अण्णा भाऊ साठे हे दलित कथेतील श्रेष्ठ कथाकार असून, त्यांनी एक उपेक्षित जगच कथेत निर्माण केले आहे. खुळवाडी, बरबाद्या कंजारी, नवती, चिरागनगरीची भुतं, गजाआड, भानामती, ठासलेल्या बंदुका, जिवंत काडतूस, लाडी, फरारी, रानवेली, आबी, गुऱ्हाळ, कृष्णाकाठच्या कथा इत्यादी त्यांचे कथासंग्रह आहेत. त्यांनी त्यामधून सामाजिक जाणीव जशी मांडली तशीच ऐतिहासिक दृष्टीही मांडली. मनोविश्लेषणात्मकता जशी रेखाटली त्याचप्रमाणे राजकीय विचाराचीही कथा लिहिली. त्यामुळे त्यांची कथा ही जीवनाचे विविध आयाम स्पष्ट करणारी ठरली आहे. दलितांचे, उपेक्षितांचे एक मोठे जग त्यांनी कथेत आणले. त्यांचे प्रश्न व भुकेच्या प्रश्नांचा आकांत कथेतून परिणामकारक मांडला. अण्णा भाऊंच्या कथेतील जीवनदर्शन व वैचारिक जाणीव ही आंबेडकरी चळवळीच्या डोळ्यांनी व्यक्त झाली. त्यामुळे ही कथा समाजशास्त्रीयदृष्ट्या व वाङ्मयीनदृष्ट्या मौलिक ठरली आहे.

शंकरराव खरात या सर्वश्रेष्ठ लेखकाने विविध विषयांवर लेखन केले. त्याचप्रमाणे कथासृष्टीही घडविली. त्यांच्या कथेचे स्थान अनन्यसाधारण असे आहे. त्यांनी बारा बलुतेदार (१९५९), तडीपार (१९६१), सांगावा (१९६२), टिटवीचा फेरा (१९६३), दौंडी (१९६५), गावशिव (१९७०), सुटका (१९६४) आडगावचे पाणी (१९७०) इत्यादी अनेक कथासंग्रह मराठी साहित्याला दिले. त्यांच्या कथासृष्टीने दलित कथा समृद्ध केली. अस्पृश्य, आदिवासी, भटक्या अशा उपेक्षित समाजाचे दर्शन घडविले. मांग, बेरड, वडार, महार, पोतराज, मुरळी इत्यादी बहिष्कृत जीवनातील जगणे त्यांनी कथेतून मांडले. त्यामुळे खरांताची कथा ही आदिवासी साहित्य प्रवाहाची उगम कथा ठरली आहे. सर्वसामान्य जनजीवनाचा आविष्कार असल्यामुळे जनवादी साहित्याची जननी ठरली आहे. ग्रामीण जीवनाचा आविष्कार असल्यामुळे ग्रामीण कथाही ठरली आहे. एक अनोखे उपेक्षित जीवनदर्शन व व्यक्तिदर्शन कथेतून मांडल्यामुळे खरातांच्या कथेचे स्वरूप जीवनवादी झाले आहे. दलित कथेतील श्रेष्ठ कथाकार म्हणून त्यांचे स्थान इतिहासाने गौरवावे, असे त्यांचे

वाङ्मयीन योगदान आहे.

बाबुराव बागूल हे दलित साहित्यातील व कथेतील एक प्रतिभाशाली व्यक्तिमत्त्व आहे. त्यांनी कथा, कादंबरी, कविता व वैचारिक लेखन अशी विविध प्रकारची वाङ्मय निर्मिती केली. जेव्हा मी जात चोरली होती (१९६३), मरण स्वस्त होत आहे (१९६९), आंबेडकर भारत (१९८१) इत्यादी कथासंग्रह त्यांचे आहेत. त्यांच्या कथेतून आशय, अभिव्यक्ती व तत्त्वविचाराचा सुंदर भावनात्मक आविष्कार आढळतो. त्यांची कथा ही दलित कथेची मानदंड ठरावी असे तिचे अंतरंग आहे. बंधु माधव हे 'प्रबुद्ध भारत'मधून सातत्याने कथा लेखन करणारे समर्थ कथाकार, 'आम्हीही माणसं आहोत.' हा त्यांचा कथासंग्रह मात्र १९८१ मध्ये प्रसिद्ध झाला. दलित साहित्य चळवळीच्या पूर्वी कथालेखन करणारे ते महत्त्वाचे कथाकार आहेत. बंधु माधव यांच्या कथा ह्या डॉ. आंबेडकरांच्या चळवळीतून जो परिणाम दलित समाजावर झाला तो बदल टिपणाऱ्या आहेत. पारंपरिक जीवन नाकारून नवे जीवन घडविणाऱ्या माणसांच्या आहेत.

वामन होवाळ हा दलित कथाकार विनोदी शैलीने ग्रामीण जीवनातील अनुभव मांडणारा लेखक आहे. त्यांच्या कथेचा चेहरा मोहरा जरा वेगळ्या ढंगाचा आहे. ग्रामीण जीवनातील साध्या घटना खुसखुशीत पद्धतीने त्यांनी मांडल्या आहेत. 'बेनवाड' (१९७३), 'येळकोट', 'वारसदार' असे तीन कथासंग्रह वामन होवाळांचे आढळतात. त्यांच्या कथेतील व्यक्तिरेखा बहुसंख्य ग्रामीण जीवनातील आहेत. भाषाशैली व प्रतिमासृष्टी बोलीभाषेतील शब्दकळा होऊन फुलली आहे. विषमतावादी तत्त्वातील खोटेपणा उघडा करणारी व प्रस्थापितांच्या मनातील दांभिकतेवर कोरडे ओढणारी असे त्यांच्या कथेचे स्वरूप आहे.

सुखराम हिरवाळे यांचा 'विश्वगंगेच्या काठी' (१९६१) हा कथासंग्रह आहे. १९६१ मध्ये 'पंचशील' या साप्ताहिकातून त्यांची पहिली कथा प्रसिद्ध झाली. बोरबन, आमराई, डोंगरमाया ह्या कथा सामान्य माणसाच्या जीवन जगण्यातील संघर्ष मांडतात. ग्रामीण भागातील गरीब माणूस प्रत्येक ऋतूत कसे वेगवेगळे श्रम करून कसेबसे पोट भरतो, त्याबद्दलची दाहकता त्यांची कथा मांडते.

केशव मेश्राम यांचा 'खरवड' (१९८०) 'कोळीष्टके' (१९९०), 'मरणकळा' (१९८८) हा कथासंग्रह, 'हकीकत आणि जटायू' ह्या दोन दीर्घकथा, याशिवाय त्यांनी कादंबरी, कविता, समीक्षा असे विविध वाङ्मय प्रकारांमधून लेखन केले. त्यांच्या कथेतील जीवनदर्शन हे सामान्यांचे आहे. त्यांच्या सुख-दुःखांना घेऊनच त्यांची कथा प्रकट झाली आहे. आंबेडकरी विचारांनी प्रेरित होऊन या कथासृष्टीतील संवाद, भावना व विचार प्रकट झाल्यामुळे या कथेला नवी जीवनदृष्टी लाभल्याचा

प्रत्यय येतो.

योगिराज वाघमारे यांचा 'उद्रेक' (१९७८), 'बेगड' (१९८१) इत्यादी कथासंग्रह प्रकाशित झाले. त्यांच्या कथांवर आंबेडकरी विचारसरणीचा खोल परिणाम झालेला आहे. सुशिक्षितपणाच्या अहंकारातून माणसं कधी कसे बेगडी वागतात. ते बेगडीपण दलित सुशिक्षित माणसातही कसे शिरते ते काही कथांमधून त्यांनी मांडले. दलितांची संसारचित्रे, त्यांची वैचारिक सांस्कृतिकता रेखाटणे हा त्यांच्या कथांचा विशेष आहे. दुसऱ्या पिढीतील महत्त्वाचा कथालेखक म्हणून त्यांची इतिहासात नोंद व्हावी असेच त्यांचे वाङ्मयीन कर्तृत्व आहे.

अर्जुन डांगळे यांचा 'ही बांधावरची माणसं' (१९८१) हा कथासंग्रह आहे. त्यामध्ये त्यांनी प्रामुख्याने दलित माणसांची व्यवस्था कशी कोंडी करते? स्त्रियांना कशी अनैतिक कृत्यांना प्रवृत्त करते? पोट भरण्याचे प्रश्न त्यांना कसे भेडसावतात? अशा अनेक प्रश्नांना घेऊन त्यांची कथा प्रगट झाली आहे.

योगेन्द्र मेश्राम यांचा 'रक्ताळलेली लक्तरे' (१९८०) व 'जगण्याचा प्रश्न' हे दोन कथासंग्रह आहेत. त्यांनी प्रामुख्याने दलितांचे प्रश्न कथात्मक पद्धतीने मांडले.

अमिताभ यांचा 'पड' (१९८०) हा कथासंग्रह. यामधून त्यांनी दलितांचे जीवन रेखाटले. त्यांच्या भुकेचे प्रश्न मांडले. आंबेडकर आंदोलनांनी जो वैचारिक संघर्ष दिला तो लोकमनात कसा रुजला ही भावना उलगडून मांडली व जातीयता येथील लोकांच्या मनात कशी खोल रुजली, हा आशय कथात्म आकृतीबंधात चपखलपणे सांगितला. त्यांच्या कथेने विदर्भातील जीवनाची वैशिष्ट्ये ध्वनित केली आहेत.

प्रकाश खरात यांचा 'अंधाराचा अस्त' (१९९३), 'अक्षरांची पहाट' (२००३), हे दोन कथासंग्रह आहेत. यामधून त्यांनी 'शेणातील दाणे' सारख्या कथेतून दारिद्र्याशी संघर्ष करणाऱ्या भुकेचे चित्रण केले आहे. रक्तपालवी, दंडकारण्यासारख्या कथेतून शंबूक व एकलव्य या प्राचीन नायकांचा नवा अन्वयार्थ विशद केला आहे. समाजशास्त्रीय व मानसिक जीवनाची कोंडी रेखाटली आहे. ऐतिहासिक दृष्टीने कथालेखन हे त्यांच्या कथांचे वैशिष्ट्य आहे.

चंद्रकांत वानखडे यांचा 'विटाळ' (१९८८) व 'मयतीची फुले' हे दोन कथासंग्रह आढळतात. यामधून प्रामुख्याने मातंग समाजाची दु:खे मांडली आहेत. आशय, अभिव्यक्ती व जीवनदर्शन इत्यादी दृष्टीने ही कथा महत्त्वाची आहे.

उर्मिला पवार यांचा 'सहावं बोट' (१९८८) 'चौथी भिंत' (१९९०) हे दोन कथासंग्रह आढळतात. या कथासंग्रहात काळाराम मंदिराचा सत्याग्रह करताना वाट्याला आलेला अन्याय रेखाटला आहे.

जालंदर सोनुने यांचा 'अशांत सागर', 'संवेदना' इत्यादी कथासंग्रह आहेत. त्यांनी प्रामुख्याने विदर्भ-मराठवाडा या सीमेवर राहणाऱ्या माणसांचे जीवनदर्शन घडविले. प्रामुख्याने त्यांच्या कथा ह्या व्यक्तिचित्रे वाटाव्यात अशा आहेत.

जळ (तु. लि. कांबळे १९८४), तांडव (वासुदेव डहाके १९९२), महासंगर (अविनाश डोळस १९८३), निखाऱ्यातील फुले (रमेश पाटील), कावस (प्रकाश मोगले), दलित ब्राह्मण (शरणकुमार लिंबाळे) इत्यादी अनेक कथाकार सातत्याने कथालेखन करीत आहेत. त्यामधून मराठी समाजाची बदलली रूपे साकार झालेली आढळतात १९३०-३३ ते २००७ पर्यंत म्हणजे जवळजवळ पाऊणशे वर्षांचे समाजजीवन दलित कथांमधून साकार झाले आहे.

दलित स्वकथने (आत्मचरित्र)

दलित आत्मचरित्र अथवा स्वकथने हे मराठी साहित्यातीलच नव्हे, तर भारतीय साहित्यामधील अतिशय महत्त्वाचा वाङ्मय आविष्कार आहे. या साहित्यप्रकाराने भारतीय समाजजीवनातील वास्तवता प्रथमच अतिशय निर्भिडपणे मांडली. समाजातील शोषणाखाली भरडलेल्या व्यक्तींनी स्वत:चे अनुभव, स्वत:चे जगणे अतिशय मोकळेपणाने कथन केले. ही संपूर्ण स्वकथनसृष्टीच मराठी वाङ्मयाचा चेहरा मोहरा बदलविण्यास कारणीभूत झाली. समाजशास्त्रीय अभ्यासाची अस्सल साधने झाली. हे संपूर्ण वाङ्मय भारतीय साहित्याला शक्ती देणारे ठरले आहे.

स्वकथन हे व्यक्तींच्या वास्तव जीवनाचा आयुष्यपट सांगणारा वाङ्मयप्रकार आहे. यामध्ये कळायला लागल्यापासूनचे जगणे आरंभ होते, तो आयुष्याच्या मावळतीकडे कललेल्या जीवनाचा प्रवास असतो. बालपण, तरुणपण, म्हातारपण, शालेय शिक्षण, महाविद्यालयीन शिक्षण, नोकरी, विवाह, आईकडील नातलग, वडिलांकडील नातलग, राहत्या प्रदेशातील चित्रण, जीवनात आलेले मित्र, मैत्रीण, पत्नी, प्रेयसी इत्यादी नाती, सुख-दु:ख, अन्याय-अत्याचार, दारिद्र्य, प्रेम, कौटुंबिक संघर्ष इत्यादी घटनांची वर्णनं आत्मचरित्रात आढळतात.

प्रत्येक लेखकाच्या जीवनपरत्वे प्रसंग बदलतात. लेखकाच्या कथनशैलीमुळे वाचकाच्या मनावर परिणाम साधतो. परंतु लेखकांच्या जीवनातील घटना, प्रसंगच एवढे अस्वस्थ करून जातात की, शैलीची भूमिकासुद्धा प्रभावी वाटत नाही. एवढे सामर्थ्य दलित स्वकथनामधून व्यक्त झाले.

आठवणीचे पक्षी (प्र. ई. सोनकांबळे), बलुतं (दया पवार), मुक्काम पोस्ट देवाचे गोठणे (माधव कोंडविलकर), गावकी (कस्तुम अचलखांब), जातीला जात वैरी (ना. म. शिंदे), माझ्या जल्माची चित्तरकथा (शांताबाई कांबळे), जिणं आमचं

(बेबी कांबळे), मिटलेली कवाडे (मुक्ता सर्वगोड), आदौर (नजूबाई गावीत), अक्करमाशी (शरणकुमार लिंबाळे), उपरा (लक्ष्मण माने), उचल्या (लक्ष्मण गायकवाड), आयरनीच्या घना (वैजनाथ कळसे), आभरान (पार्थ पोळके), गबाळ (दादासाहेब मोरे), फांजर (ना सं. झोडगे), बेरड (भीमराव गस्ती), महार वेटाळ (श्रीरंग रोडगे), कोल्हाट्याचं पोर (किशोर शांताबाई काळे), आमचा बाप आणि आम्ही (नरेन्द्र जाधव), वस्ती (वसंत मून), बावळट (गौतम कावळे), आकांत (बाबाराव मडावी), दे दान सुटे गिरान (आर. के. त्रिभुवन), झुंज (रामराव झुंजारे), तांडा (आत्माराम राठोड), भटक्या (मारोतराव जाधव), मातीचे आकाश (राम बसाखेत्रे), थोट्या (रामदास म्हात्रे), रात्रंदिन आम्हा (शांताबाई दाणी), मरणकळा (जनाबाई गिऱ्हे), माऱ्हुडा (पा. तु. मोरे), धुळीकडून ध्येयाकडे (निमगडे), बिराड (अशोक पवार) इत्यादी स्वकथने दलित साहित्यात साकार झाली आणि त्यांनी एक नवे अनुभवविश्व मराठी साहित्यात साकार केले. त्यामुळे एका उपेक्षित मराठी माणसांचे विशाल जग प्रकट झाले.

या स्वकथनांनी मराठी वाङ्मयाला ज्या मध्यमवर्गीय लेखनाच्या मर्यादा पडल्या होत्या, त्या मर्यादांच्या बाहेरचे दुःख व्याकूळ जीवन प्रथमच साहित्याने अनुभवले. मराठी व भारतीय वाचकाने असंख्य स्त्री-पुरुष, वृद्ध मुले, यांचा संघर्ष अनुभवला. स्वतंत्र भारतात पोट भरण्यासाठी दिला जाणारा संघर्ष व त्यामध्ये होणारा अन्याय यामध्ये होरपळणारी ही माणसं प्रथमच साहित्यातून पाहिली आणि जीवनात त्यांचा, त्यांच्या भाषेचा, त्यांच्या वस्तीचा, प्रत्यक्ष डोळ्यांनी ते जगणे पाहिले या जीवनाचा चिंतनातून, शोध घेण्याची प्रवृत्ती व त्यांना न्याय मिळावा ही भूमिका प्रत्येकांनी घेतली पाहिजे, ही दृष्टी या स्वकथनांनी प्रामाणिक वाचकाला दिली. हे या वाङ्मयप्रकाराचे योगदान मौलिक आहे.

दलित नाटक

दलित साहित्यात इतर वाङ्मयप्रकाराप्रमाणेच नाटक हा वाङ्मयप्रकारही विकसित झाला आहे. डॉ. आंबेडकरांच्या चळवळीसोबत आंबेडकरी जलसा विकसित झाला.

१८८५ साली महात्मा फुले यांनी 'तृतीय रत्न' हे नाटक लिहिले व यामध्ये शेतकऱ्यांचे दुःख मांडले. त्यांची होणारी फसवणूक व पिळवणूक दाखविली. दलित नाटकांचा उगम फुल्यांपासूनच झाला आहे. तेच आंबेडकरी रंगभूमीचे गुरू व प्रेरणा आहेत.

१९५५ साली म. भि. चिटणीस यांचे 'युगयात्रा' हे नाटक प्रसिद्ध झाले.

१४ ऑक्टो. १९५६ रोजी डॉ. बाबासाहेब आंबेडकरांच्या उपस्थितीमध्ये नागपूरच्या दीक्षाभूमीवर या नाटकाचा प्रयोग सादर केला. सहा लाख प्रेक्षक एकाच वेळेस हे नाटक पाहत होते. सहा लाख लोक नाटक पाहण्याचा हा प्रसंग जगाच्या इतिहासात एकमेव असावा. असा प्रसंग मराठी संस्कृतीत दलित आंबेडकरी नाटकाने असा घडविला.

दलित साहित्य चळवळीसोबत नाटके लिहिली जाऊ लागली. 'जिवंत झाल्या सावल्या' या नाटिकेत म. भि. चिटणीस यांनी आंबेडकरी विचार मांडला आणि दलित नाटकात ही विचारयात्रा विशाल पातळीवरून गतिमान झाली.

भूमिपुत्र, काळोखाच्या गर्भात, (भि. शि. शिंदे), खेळीया, वाटा-पळवाटा, अश्मक, आवर्त (दत्ता भगत), तनमाजोरी, देवनगरी, जयजय रघुवीर समर्थ, किरवंत, गांधी-आंबेडकर, घोटभर पाणी (प्रेमानंद गज्वी), मृगजळ, रिंगण (एम. जी. वाघ), थांबा रामराज्य येतंय (प्रकाश त्रिभुवन), कैफियत (रुस्तुम अचलखांब), सोन्याचा दात नसलेला कर्ण (भगवान हिरे), कोण म्हणतो टक्का दिला (संजय पवार), मरणवरात (भगवान सवई), उत्सव, सातासमुद्रापलीकडे (प्रभाकर दुपारे), क्रॉमेड जोशी (अमर रामटेके), अगा जे घडलेची नाही (योगिराज वाघमारे), आकांत, आक्रोश, बंड (चंद्रकांत पवार), शापित (सोमनाथ मुटकुळे), अंधाऱ्या सावल्या, विध्वंसक माणसं (हेमचंद्र खोब्रागडे), विद्रोहाचे पाणी पेटले आहे. (इ. मो. नारनवरे), सूर्यास्त (हेमंत खोब्रागडे), विसाव्या शतकावर, कालचक्र (हेमचंद्र खोब्रागडे), गाव नसलेला गाव (अविनाश डोळस), प्रकाशपुत्र (लक्ष्मण माने), सूर्यफूल जागे अंधारी (वसंत लोंढे), गणतंत्र (रघुनाथ आंबेडकर), हत्याकांड, नरबळी (कमलाकर डहाट) प्रतिबिंब (रा. का. क्षीरसागर), डॉ. आंबेडकर आणि गांधीजी (भालचंद्र फडके), सूर्योदय, पैदागीर (संजय जीवने), अंधारयात्रा (जॉनी मेश्राम) इत्यादी अनेक नाटके लिहिलेली आढळतात. आजही दलित नाटके सातत्याने लिहिली जातात व ती केली जातात. विदर्भातील चंद्रपूर, भंडारा, गडचिरोली या सारख्या भागात तरुण लेखक लेखन करताना आढळतात. बऱ्याच कलाकृतींना व हस्तलिखित नाटकांना पुस्तकाचे रूप मिळत नाही. असे एक खूप मोठे दलित नाटकाचे जग आहे. त्यांचाही अभ्यास मांडण्याची गरज आहे.

दलित नाटक एकाच वेळेस मनोरंजन, लोकशिक्षण, आंबेडकर विचार संस्कृतीचा संस्कार लोकांना देते, म्हणून या नाटकाचे स्वरूप लोकशाही जीवनमूल्यांचे झाले आहे. समाज जीवनात अस्पृश्यता, जातीवाद, श्रेष्ठ-कनिष्ठता, दारिद्र्य ह्या सगळ्या गोष्टींनी थैमान घालीत दलित माणसाला हजारो वर्षे जमीनदोस्त केले. साधे घोटभर पाणी मिळू दिले नाही. अन्न, वस्त्र, निवारा या आवश्यक गरजाही मिळू

दिल्या नाहीत. तो अधिकार प्राप्त करण्यासाठी डॉ. आंबेडकरांनी लढे उभे केले. स्वतंत्र भारतात दलित, आदिवासी, भटक्या विमुक्त माणूस खरोखर स्वतंत्र भारताचा समान अधिकार भोगणारा नागरिक होऊ शकला नाही. कायद्याने समानता दिली; परंतु पारंपरिक वर्णवादी समाजाने मध्ययुगीन मानसिकता सोडली नाही. श्रेष्ठ-कनिष्ठ दृष्टिकोन सोडला नाही. या दलित नाटकामधील संवाद, पात्रे, वातावरण आपल्या आयुष्याची वेदना मांडताना दिसतात.

दलित निबंध

मराठीतील दलित वैचारिक निबंध हा डॉ. आंबेडकर यांच्या तत्त्वज्ञानातून उदयास आला. 'सामाजिक लोकशाहीचे प्रणेते डॉ. बाबासाहेब आंबेडकर' या समग्र वाङ्मयामधून म. भि. चिटणीस यांचा वैचारिक निबंध आढळतो. डॉ. म. ना. वानखेडे यांनी दलितांचे 'विद्रोही वाङ्मय' या ग्रंथात वैचारिक व वाङ्मयविषयक निबंध लेखन केले. शंकरराव खरात यांनी डॉ. बाबासाहेब आंबेडकरांचे धर्मांतर, अस्पृश्यांचा मुक्तिसंग्राम या सारख्या ग्रंथातून वैचारिक लेखन केले.

त्रिशरण व रजनीशांचा उलटा क्रम (दीनबंधू शेगावकर) डॉ. बाबासाहेब आंबेडकर : आर्थिक विचार व तत्त्वज्ञान (नरेन्द्र जाधव), नवीन आर्थिक धोरण : आंबेडकरप्रणीत दृष्टिकोन (डॉ. भालचंद्र मुणगेकर), बुद्ध धम्मातील अनात्मवाद, ईश्वर (वसंत मून), झोत, आंबेडकरवाद तत्त्व आणि व्यवहार, आंबेडकर आणि मार्क्स, मानव आणि धर्मचिंतन (डॉ. रावसाहेब कसबे), रामायणातील संस्कृती संघर्ष (प्रा. अरुण कांबळे), मराठी साहित्य : प्रवाह आणि समीक्षा, आंबेडकरवाद : समाज आणि संस्कृती, बुद्ध धम्माची चिंतनयात्रा, डॉ. आंबेडकरांचा साहित्यविचार, बहुजनसमाज आणि साहित्यजीवन (डॉ. प्रकाश खरात), दलितांचा जाहीरनामा (प्रा. रामचंद्र क्षीरसागर), आंबेडकर चळवळ आणि साहित्य, आंबेडकरी चळवळीतील अंतर्विरोध (डॉ. यशवंत मनोहर), आंबेडकरी विचारांची दिशा, बाबासाहेबांचे राज्यघटनेतील योगदान (वामन निंबाळकर), समरसता की आंबेडकर (रमेश जीवने), मार्क्सवाद, फुले-आंबेडकरवाद (कॉ. शरद पाटील), देवाची संकल्पना : किती खरी किती खोटी (रूपा कुळकर्णी) इत्यादी अनेक पुस्तके दलित निबंध वाङ्मयाला संख्यात्मक व गुणात्मकदृष्ट्या समृद्ध करीत आहेत.

दलित निबंधाचे स्वरूप प्रामुख्याने लोकशाही जीवनमूल्यांचे आहे. मानवतावादी भूमिकेचे व दृष्टिकोनाचे आहे. समाजातील धर्मान्धता आणि त्याचे समाज व लोक जीवनावर होणारे परिणाम याबद्दलची मीमांसा या निबंधात आहे. वर्णव्यवस्थेने दुबळा झालेला माणूस व त्याचे समग्र जीवनाबद्दलचे भाष्य या निबंधात आहे.

वर्णव्यवस्था ही ब्राह्मणवर्चस्वाची व इतरांचे स्वातंत्र्य न्याय नाकारणारी तत्त्वधारा आहे. समता व बंधुता नाकारणारा हिंदू धर्म राष्ट्राला ऱ्हासाकडे घेऊन गेला. हिन्दू धर्माने लाखो लोकांचे व अस्पृश्य समाजाचे जीवन नरकमय केले, याबद्दलची परखड मीमांसा दलित निबंधात आहे.

दलित साहित्याची वैशिष्ट्ये

१९३० ते २००७ पर्यंत दलित साहित्य विविध वाङ्मयप्रकारांनी साकार होत आले आहे. पाऊणशे वर्षाचे वय या साहित्याचे झाले. इतिहासाच्या वाटचालीत हे वय अतिशय लहान आहे. साहित्य संस्कृतीच्या जीवनामध्ये ही वाटचाल तशी लहानच वाटते. सिंधू संस्कृती, वैदिक संस्कृती, बौद्ध संस्कृती साहित्य यांचा काळाच्या मोजमापावर विचार केला आणि त्याचे कर्तृत्व मोजले, तर या पार्श्वभूमीवर या चळवळीने बरेच वैचारिक मंथन घडवून आणले.

दलित साहित्य चळवळ १९६७ नंतर गतिमान झाली. या गतिमान चळवळीला अर्धे शतकही झाले. चाळीस वर्षे झालेल्या साहित्यानेच दलित साहित्याची वैशिष्ट्ये साकार झाली आहेत. ती पुढीलप्रमाणे मांडता येतील.

शोषितांच्या आयुष्याचे चित्रण

दलित साहित्याने व्यापक पातळीवर शोषित माणसाच्या प्रश्नांना महत्त्व देऊन वाङ्मयनिर्मिती केली. त्यामुळे दलित साहित्यात शोषित माणसाचे चित्रण वैशिष्ट्ये झाले आहे. भारत स्वतंत्र झाला. भारतीय जनतेने लोकशाही जीवनमूल्ये स्वीकारली. लोकांच्या सामान्य हिताला महत्त्व दिले पाहिजे हे धोरण अंगीकारले; परंतु सामान्य लोकांचे प्रश्न केन्द्रस्थानी दिसले नाहीत, तेव्हा दलित लेखकांनी लेखन करून वाचकांचे व देशाचे लक्ष वेधले. शंकरराव खरात यांनी 'बारा बलुतेदार', सांगावा' या सारख्या कथासंग्रहांमधून त्यांचे जीवनचित्रण केले. 'गोलपीठा' काव्यसंग्रहांतून नामदेव ढसाळ यांनी शोषितांचे जगणे रेखाटले. वामन निंबाळकरांनी 'माय' कवितेतून दलित स्त्रीचे आयुष्य साकारले. 'घोटभर पाणी', या नाटकातून प्रेमानंद गज्वीने पाण्याची वेदना सांगून शोषितांचे मन चित्रित केले. हे सगळेच चित्रण शोषितांची वास्तव जिवंत चित्रे आहेत, जे कधी वाङ्मयाचे विषय झाले नाहीत. दलित साहित्याने प्रामाणिक संवेदनाक्षम वाचकांना शोषित जगाबद्दल विचार करावयास प्रवृत्त केले.

सामाजिक व आर्थिक प्रश्नांना महत्त्व

आर्थिक व सामाजिक प्रश्नांना या साहित्यप्रवाहाने अतिशय महत्त्व दिले. त्या प्रश्नांची मांडणी केली. त्या प्रश्नांच्या उगमाचा शोध घेतला. जातीयता व अस्पृश्यतासारख्या सामाजिक प्रश्नांचा शोध घेणे त्याला साहित्य कलेद्वारे मांडणे हे कार्य दलित साहित्याने केले. 'जेव्हा मी जात चोरली होती.' या कथेतून बाबुराव बागूल यांनी या कथेतील नायकाचा मानसिक व शारीरिक छळ रेखाटला.

दलित साहित्याने माणसाच्या आर्थिक प्रश्नांना महत्त्व देऊन माणसाचे जगणे मांडले. 'भूक' सारख्या कथेतून बागूलांना भुकेचा संघर्ष पात्रातून उभा केला. 'शेणातील दाणे' या कथेतून प्रकाश खरात यांनी बैलाच्या शेणातील दाणे खाऊन जगणारी माणसे कथेत साकारली. दलित लेखकांनी साहित्यात मांडलेले हे त्यांचे भावविश्व हेलावून सोडणारे आहे म्हणून दलित साहित्याचे हे निराळेपण व वैशिष्ट्य झाले आहे.

वासनेपेक्षा भुकेचे चित्रण

दलित साहित्यातील पात्रे पोटाची भूक भागविण्यासाठी संघर्ष देताना आढळतात. मुलाला भाकर मिळावी, पोटाला अन्न मिळावे, या एकाच ध्येयाने ही माणसे हजारो वर्षांपासून तडफडत आहेत, व्याकूळलेली आहेत. त्यांची व्याकूळता दलित लेखकांच्या प्रतिभेला दिसली आणि त्यांनी आपल्या साहित्याचे विषय केले. ही भूक प्र. ई. सोनकांबळे यांच्या 'आठवणींचे पक्षी' या स्वकथनात आहे. लक्ष्मण माने यांच्या 'उपरा' या स्वकथनातील स्त्री-पुरुष चित्रणात आहे. लक्ष्मण गायकवाड यांच्या 'उचल्या' मधील पुस्तकात आहे. अशोक पवार ह्यांच्या 'बिराड' मध्ये आहे.

भुकेचे हे विराटचित्रण दलित साहित्याने मराठी साहित्याच्या दरबारात उभे केले. भारतीय साहित्यात स्त्री-पुरुष यांची शारीरिक भूक वाजवीपेक्षा जास्त रेखाटली गेली. परंतु पोटाची भूक जी लाखो लोकांना रात्र-दिवस छळते तो छळ दलित साहित्याने शब्दांच्या दवंडीने साहित्याच्या नगरानगरातून तळमळीतून सांगितला. हा लोकशाहीमूल्यांशी सुसंगत आहे. मानवतावादी मूल्यांशी सुसंगत आहे. माणसाच्या विवेकाशी सुसंगत आहे. समतामूल्यांशी सुसंगत आहे. स्वातंत्र्य या मूल्यांशी एकनिष्ठ आहे आणि हेच दलित साहित्याचे वैशिष्ट्य झाले आहे.

वास्तववादाशी झुंजणारी स्वभाववृत्ती

हे वास्तववादी जीवन समजून घेत घेत या साहित्यात विविध मने प्रकटली, विविध पात्रे बोलकी झाली. परस्परांशी संवाद साधीत बोलू लागली. आपल्या

वाट्याला आलेले समाजजीवन समजून घेत प्रगट होऊ लागली. 'पोखरण' या केशव मेश्राम यांच्या कादंबरीत वास्तवतेचा शोध आहे. 'शूद्र' या सुधाकर गायकवाड यांच्या कादंबरीत ऐतिहासिक वास्तवताच रेखाटली आहे. 'स्मशानातील सोनं' या अण्णा भाऊंच्या कथेत वास्तवतेचा संघर्ष आहे. 'उत्थानगुंफा' या मनोहरांच्या कवितेमधून वास्तवतेला समजून घेऊनच लढाऊ मनोवृत्ती प्रगटली आहे.

वेदना, विद्रोह व नकार दृष्टी

दलित साहित्याने वेदनेची, विद्रोहाची व नकारतत्त्वाची दृष्टी साहित्यातून मांडली. ही वेदना व दु:खी भावना जातीनं अपमानित केलेल्या माणसांची आहे. एका माणसाला जन्माने श्रेष्ठ करावयाचे व एकाला जन्माने कनिष्ठ करायचे ही वेदना अनेक मोठ्या समजलेल्या लेखकाला शब्दात बांधता आली नाही. ती वेदना शरणकुमार लिंबाळे यांना 'अक्करमाशी' स्वकथनातून मांडता आली. 'कोल्हाट्याचं पोर' या पुस्तकात किशोर काळे यांनी सांगितली. 'बलुतं' मधून दया पवार ती व्यक्त करतात. अशी वेदनाच दलित वाङ्मयाचे गाभातत्त्व ठरली आहे, वैशिष्ट्ये झाली आहे.

ज्या शोषणाचा हा सामान्य माणूस शिकार झाला, त्याबद्दल अश्रू ढाळत बसण्यापेक्षा त्याविरुद्ध विद्रोह करणे ही जाणीव दलित साहित्यात प्रखरपणे प्रकटली. 'उत्थानगुंफा' या कवितासंग्रहात विद्रोही भावना ओतप्रोत भरली आहे, भुजंग मेश्राम यांच्या 'ऊलगुलान' या काव्यसंग्रहात आहे.

भौतिकवादी जडवादी विचाराला प्राधान्य

भौतिकवाद, जडवाद हा विचार स्वत्त्वप्रवाह तत्त्वज्ञान क्षेत्रातील एक विचारधारा आहे. मानवी जीवन, आर्थिक, सामाजिक, शैक्षणिक इत्यादी विचारांनी समृद्ध होते व ते प्रत्येकाला मिळाले पाहिजे. जन्मापासून ते मृत्यूपर्यंत जीवन सुखी करण्यावर भर देणारी ही विचारसरणी आहे. जन्मापूर्वी व मृत्यूनंतर काल्पनिक विचार देऊन अभौतिकवादी चैतन्यवादी विचाराला महत्त्व न देणारी ही विचारधारा आहे. स्वर्ग, पूर्वजन्म, कर्मविपाक आत्मा इत्यादी भूलथापांना या विचारात प्राधान्य नाही. अशा या विचाराला दलित साहित्याने प्राधान्य दिले आहे. 'मराठी साहित्यप्रवाह आणि समीक्षा' या डॉ. प्रकाश खरात यांच्या पुस्तकात भौतिकवादीच चिंतन आहे. मानव आणि धर्मचिंतन (रावसाहेब कसबे), मार्क्सवाद, फुले-आंबेडकरवाद (शरद पाटील), बुद्ध धम्मातील अनात्मवाद (वसंत मून) इत्यादी वैचारिक निबंधामधून तो व्यक्त झाला आहे. चैतन्यवादी स्वर्ग देवांच्या गोष्टी इतरांना शिकवतात व स्वत: भौतिकवादी

सुख भोगतात, अशा ढोंगी प्रवृत्तीला विरोध करणारी भूमिका दलित निबंधामधून प्रकटली आहे. आंबेडकरवाद : समाज आणि संस्कृती (डॉ. प्रकाश खरात), उत्थानगुंफा (यशवंत मनोहर), मरण स्वत: होत आहे (बाबुराव बागूल), यासारख्या निबंध, कविता व कथा या पुस्तकांमधूनही भौतिकवादी विचारच प्रकट झाला आहे. म्हणून दलित साहित्याचे वैशिष्ट्य हे तत्त्वज्ञान झाले आहे. या देशातील दारिद्र्य, त्यांचे शोषण, अंधश्रद्धा यांचा विचार केला तर दलित साहित्यातील हा विशेष जीवन सौंदर्यपूर्ण करण्यावरच आहे. त्यामुळे या विशेषाचे महत्त्व दलित साहित्यातील अनेक पिढ्यांच्या कलाकृतींमधूनच आढळते.

बौद्ध संस्कृतीचा आविष्कार

भारतात जन्मास आलेली बौद्ध संस्कृती ही आशिया खंडातील चीन, जपान, सिलोन, थायलंड, कोरिया इत्यादी देशाची झाली. इ. स. पूर्व सहाव्या शतकात तत्त्वज्ञ बुद्धाच्या विचारातून ती जन्मली. इ. स. पूर्व ते तेराव्या चौदाव्या शतकापर्यंत ती भारतात नांदली व नंतर तिचा ऱ्हास झाला. विसाव्या शतकात १४ ऑक्टोबर १९५६ रोजी डॉ. आंबेडकरांनी ती स्वीकारली व लाखो लोकांना नागपूर येथे बुद्ध धम्म दिला.

दलित लेखकांनी बुद्धाचे समाजवादी तत्त्वज्ञान कथा, कादंबरी नाटकाचे विषय केले. भिक्षुणी वासवदत्ता (भि. शि. शिंदे) या नाटकातून बुद्ध विचार मांडला दलितांचे विद्रोही वाङ्मय (डॉ. म. ना. वानखेडे), सामाजिक लोकशाहीचे प्रणेते डॉ. आंबेडकर (म. भि. चिटणीस), आंबेडकरवाद : समाज आणि संस्कृती (डॉ. प्रकाश खरात) या पुस्तकातील विविध लेखांमधून बौद्ध तत्त्वज्ञान मांडले आहे. बौद्ध तत्त्वज्ञान हे समतेचे तत्त्वज्ञान असल्यामुळे दलित साहित्याचे ते स्वरूपच वैशिष्ट्य ठरले आहे.

मानवतावाद

मानवतावाद हा दलित साहित्याचे अंतरंग आहे. समता, स्वातंत्र्य व बंधुभाव ही मूल्ये दलित साहित्याची प्राणतत्त्वे आहेत. जातीवाद व विषमता यांना विरोध ही या साहित्याचे मुख्य लक्ष्य आहे.

मानवतेला जे जे पूरक त्या सर्व गोष्टींचे समर्थन व मानवतेला जे जे मारक त्याला विरोध, हाच आशय दलित आत्मचरित्र, कविता, कथा, नाटक, कादंबरी या दलित साहित्यातील विविध वाङ्मय प्रकारांमधून आढळतो. समान विकासाची संधी, समान अधिकार, समानतेला प्राधान्य, आर्थिक विषमता नष्ट करण्यावर भर,

सार्वजनिक शिक्षण या तत्त्वाचे समर्थन दलित साहित्यात आढळते. म्हणून दलित लेखक समाज जीवनातील विसंगती कलाकृतींमधून मांडतो. भुकेचा संघर्ष रेखाटतो. गरीब-श्रीमंतीमधील अंतराचे रूप मांडतो. ह्याचा प्रत्यय शरणकुमार लिंबाळे, प्र. ई. सोनकांबळे, बाबुराव बागुल यांच्या वाङ्मयातून येतो. म्हणून दलित साहित्याचे दुसरे नाव मानवतावाद असे झाले आहे. मानवतावाद व दलित साहित्य यांचे अतूट असे नाते अनेक प्रतिभावंतांनी घट्ट असे विणले आहे.

दलित कुटुंबदर्शन

दलित कुटुंबाचे दर्शन करावयाचे असेल, त्यांचे सामाजिक जीवन समजून घ्यावयाचे असेल, त्यांची घरं, नाती-गोती, आर्थिक परिस्थिती, सामाजिक दृष्टिकोन, त्यांचा शैक्षणिक दर्जा, त्यांच्याकडील उत्पादनांची साधने, उच्च सवर्ण माणसाची वागणूक, अस्पृश्यता, जातीयता, दारिद्र्य इत्यादी जीवन समजून घ्यावयाचे असेल तर दलित साहित्य हे समाजशास्त्र अभ्यासाचे मुख्य साधन आहे.

दलितांची कुटुंबसंस्था व त्यांचा छळवाद उपरा (लक्ष्मण माने), जिणं आमचं (बेबी कांबळे), अक्करमाशी (शरणकुमार लिंबाळे), कोल्हाट्याचं पोर (किशोर शांताबाई काळे), तांडा (आत्माराम राठोड) इत्यादी स्वकथनांमधून ते दर्शन घडते. अनेक कथांमधून अण्णा भाऊ साठे, बाबुराव बागुल, प्रकाश खरात इत्यादींनी कुटुंबदर्शन घडविलेले आढळते म्हणून दलित कुटुंबचित्रण हे दलित साहित्याचे वैशिष्ट्य ठरावे असेच त्याचे स्वरूप आहे.

मूल्यदर्शी अभिव्यक्ती

दलित साहित्यात परिवर्तनवादी जाणिवांची मूल्यदर्शी अभिव्यक्ती आढळते. सामाजिक, आर्थिक, धार्मिक जीवनातील विविध स्पंदने दलित साहित्यात आढळतात. नवी जीवनमूल्ये व नवी वाङ्मयमूल्ये यांचा आकृतीबंध सर्व प्रकारांमधून व्यक्त झाला आहे. नवे जीवन अनुभव त्यामध्ये आहेत. नव्या प्रतिमांची भाषा सर्वत्र प्रकटली आहे. विविध जीवनातील व व्यवसायातील शब्दसृष्टी दलित साहित्याने दिली आहे. आशय व अभिव्यक्ती जगण्यातून आल्यामुळे दलित साहित्याचे स्वरूप मूल्यदर्शी झाले आहे.

दलित साहित्याचा वैचारिक पक्ष हा भौतिकवादी, लोकशाहीवादी असल्यामुळे या साहित्याचे मूल्य स्वतंत्र झाले आहे. बौद्ध तत्त्वज्ञान संस्कृतीचा आविष्कार विविध साहित्यप्रकारांमधून गेल्या सातशे वर्षांच्या मराठी साहित्याने जो केला नाही तो त्या मोठ्या पातळीवरून व्यक्त झाला आहे. हे सगळेच भारतीय व मराठी साहित्यात

क्रांतिकारी ठरले आहे. त्यामुळे दलित साहित्याचे स्थान अनन्यसाधारण असे ठरले आहे.

सारांश

दलित साहित्याचा उगम मराठी भाषेत झाला आणि भारतातील विविध प्रांतिक भाषांमधून तो विकसित होत आहे. या साहित्याला मानवतावादी, लोकशाहीवादी, परिवर्तनवादी अशा तात्त्विक नावाने संबोधता येईल, असे त्याचे स्वरूप जिवंत आहे. त्याचप्रमाणे तत्त्ववेत्त्यांच्या नावाने म्हणजे आंबेडकरावादी साहित्य, बौद्धवादी साहित्य असेही संबोधता येईल, असे त्याचे अंतरंग आहे. समाजशास्त्रीयदृष्ट्या त्यामध्ये दलित जीवनदर्शन व दलित केलेल्या लोकांचे आंदोलनरूप प्रकट झाले म्हणून दलित साहित्यही म्हटले जाते. खरे तर या साहित्याचे हे विविध पैलू आहेत. दलित साहित्य या संज्ञेने हा साहित्याचा इतिहास घडविला. विविध वाङ्मयप्रकारांमधून अनेक लेखकांनी विकास केला. त्या विकासाच्या कालखंडात जेवढी साहित्य चर्चा व साहित्याची सृजनशील निर्मिती केली तेच दलित साहित्याचे स्वरूप सिद्ध झाले.

❖❖❖

९

दलित साहित्य

प्रभाकर मांडे

आज आपण 'दलित-साहित्य' हा जो शब्द वापरतो त्या शब्दाविषयी आतापर्यंत बरीच चर्चा झाली आहे. कधी या शब्दातील दलित या संज्ञेला व्यापक स्वरूप देण्यात येते, तर कधी हा शब्द जातीच्या समूहाचा वाचक मानण्यात येतो. (कधी कधी तर त्याचा संकोच होऊन तो जातीवाचक मानण्यात येऊ लागतो.) आपण येथे हे लक्षात घेतले पाहिजे की, दलित हा शब्द Proletariate या अर्थाचा वर्गवाचक नाही. किंवा केवळ जातीवाचकही नाही. दलित म्हणजे एक विशिष्ट सामाजिक स्थिती अनुभवीत असलेला समूह किंवा समाजगट. भारतातील समाजव्यवस्थेत या शब्दाला विशिष्ट अर्थ प्राप्त झाला आहे. अर्थात सामाजिक, धार्मिक, आर्थिक असा निरनिराळा आशय समाविष्ट आहे. दलित या समाजात विविध समाजगट येतात. ते केवळ आर्थिक दृष्टीने वर्ग (Class) या संज्ञेत येत नाहीत. तसेच त्याचा जातीवाचक आशय घेणेही चुकीचे ठरेल. त्यात दोन्हीही अर्थांचा समावेश असतो.

हिंदू समाजव्यवस्थेत परंपरेने काही जातींना अस्पृश्य मानले गेले. त्यांना समाजजीवनाच्या प्रवाहात सामावून न घेता समाजाच्या सीमेवर ठेवण्यात आले. या जातीत जन्माला येणाऱ्या व्यक्तींचा समाजगट इतरांपेक्षा निराळे जीवन जगत असतो. या समाजगटामध्ये जन्माला आलेल्या व्यक्तीला या समाजगटाचा घटक म्हणूनच समाजात ओळखण्यात येते. त्या समाजगटाने जगावयाचे जीवन त्याला जगावे लागते. माणूस म्हणून त्याला काहीही मूल्य असले तरी त्या समूहाचा घटक म्हणून त्याचे जीवन निश्चित झालेले असते. त्यातून त्याला बाहेर पडताच येत नाही. त्याला स्वत:च्या कर्तृत्वाने समाजातील स्थान मिळविण्यापासून वंचित केलेले असते. एका वर्गातील व्यक्ती दुसऱ्या वर्गात जाऊ शकते, ती समाजातील आपले स्थान स्वत: ठरवू शकते. दलित या समाजगटातील घटकरूप व्यक्तीला मात्र या समाजरचनेत हे स्वातंत्र्य दिलेले नाही. जन्माने प्राप्त अशी जीवनपद्धतीच त्याची

इच्छा असो नसो त्याला स्वीकारावी लागते. दलित या समाजगटात काही जातींतील व्यक्तींचा समावेश होतो. यात समाविष्ट असणाऱ्या जातींना एकच नाही तरी सारखेच जीवन जगावे लागते. या जातींत जन्माला आलेल्या व्यक्तींची जीवनपद्धती, त्यांचे समाजातील स्थान, त्यांचा समाजातील इतर समाजगटांतील व्यक्तींशी संबंध इत्यादी परंपरेने निश्चित केलेले असतात. याविषयीचा निर्णय त्या व्यक्तीच्या जन्मानेच जणू देऊन टाकलेला असतो. आर्थिक स्थितीतील बदलामुळे यात थोडा फरक होत असला तरी त्यांचे जीवन निराळे होत नाही. दलित म्हणजे अशा व्यक्तींचा समूह ज्यांचा माणूस म्हणून जगण्याचा हक्क हिरावला गेला आहे. ज्यांच्या जन्माने त्यांच्या वाट्याला या समाजरचनेत एकाच प्रकारचे जीवन आले आहे. माणूस म्हणून ज्याचे मूल्य अव्हेरिले गेले आहे, ज्यांना माणसासारखे मानाने जगणे नाकारले गेले आहे ते दलित. भारतातील समाजव्यवस्थेच्या संदर्भात हा शब्द आपण वरीलप्रमाणे जीवन जगत असलेल्या जातींचा समूह या अर्थाने वापरीत असलो तरी त्यात सामाजिक, आर्थिक अशा अर्थांचाही समावेश असतो. कारण हे समाजगट सामाजिक दृष्टीनेही दलित असतात, तसेच आर्थिक दृष्टीनेही दलित असतात.

दलित साहित्य हे अशा समाजगटातील व्यक्तींच्या अनुभवांना अभिव्यक्त करणारे असते. या अर्थाने हे साहित्य अशा एका समाजगटाचे साहित्य आहे. एखादी व्यक्ती ही दलित या समाजगटात जन्माला आली म्हणून केवळ त्याचे साहित्य दलित होत नाही. त्याचप्रमाणे त्याने दलित या समाजगटाशी संबंधित विषय घेतले म्हणूनही ते दलित साहित्य समजले जात नाही. किंवा विशिष्ट भूमिका त्यातून घेतलेली असली म्हणूनही ते दलित साहित्य मानले जात नाही. म्हणजे दलित साहित्य हे त्याच्या निर्मात्यावरून निश्चित होत नाही, तर त्याच्या अनुभवावरून, त्याच्या अनुभवाच्या निराळेपणावरून ठरते.

दलित साहित्यातील अनुभवांचे स्वरूप इतर वाङ्‌मयातील अनुभवांपेक्षा मूलत: निराळे असते. ह्यात व्यक्त झालेले अनुभव त्या समूहाचे असतात. हे साहित्य व्यक्तिनिर्मित असले तरी त्या व्यक्तींच्या मनाचे निराळेपण त्या साहित्यातून प्रकट होण्याऐवजी समाजगटाच्या अनुभवांचे निराळेपण त्यातून विशेषत्वाने जाणवते. भिन्न भिन्न व्यक्तींनी घेतलेले हे अनुभव आहेत. परंतु हे अनुभव ही व्यक्ती त्या समाजगटाची घटक आहे, म्हणून त्यांना आले आहेत. म्हणजेच त्या अनुभवांचे स्वरूप केवळ व्यक्तिमनांनी निश्चित झालेले नाही, तर समाजगटाच्या वाट्याला आलेल्या जीवनपद्धतीने नियमित झाले आहे. या व्यक्ती दलित नसत्या, तर त्यांना येणाऱ्या अनुभवांचे स्वरूप निराळे झाले असते. त्यांनी घेतलेले अनुभव हे त्यांचे

खरेच, परंतु ते एका समूहाचे अनुभव आहेत. या साहित्यात निर्मात्याच्या व्यक्तिगत जीवनाला महत्त्व नसते, तर तो त्या समाजगटाचा घटक असल्यामुळे त्याला जे अनुभव येतात त्यांना प्रामुख्याने स्थान असते. हे अनुभव प्रामुख्याने सामाजिक असतात, असे जे म्हटले गेले ते याच अर्थाने.

एका विशिष्ट क्षणी निर्मात्याची समूहभावना अधिक प्रभावी होते. तो समूहमनाशी एकरूपत्व पावतो व त्याला या समाजगटावर व आपण त्याचे घटक असल्यामुळे आपल्यावरही झालेल्या अन्यायाची तीव्र जाणीव होते. त्या जागृत समूहमनाचे आक्रंदन त्यातून अभिव्यक्त होते. त्यातील Suffering ही common असते. या दृष्टीने ही निर्मिती एक व्यक्तीमनाचा आविष्कार नसते, तर व्यक्ती आणि समाज यात स्थित असलेला समूह किंवा समाजगट त्याची ही अभिव्यक्ती असते. समूह निर्मिती करू शकत नाही. म्हणजेच ही एका व्यक्तीने केलेली समूहमनाची अभिव्यक्ती असते. त्याचे मनच समूहमनाच्या पातळीवर जाऊन समाजगटाच्या अनुभवाची अभिव्यक्ती करते. परंतु ही संपूर्णपणे समूहमनाची निर्मिती आहे काय? याचेही उत्तर नकारार्थी द्यावे लागते. कारण दलित साहित्यात व्यक्तिमनाचाही आविष्कार असतोच. त्याचे व्यक्तिविशेष त्यात असतातच. परंतु समूहमनाचे निराळेपण त्यातून विशेषत्वाने प्रकट होते.

लोकगीतातही समूहमन अभिव्यक्त होते. त्यात जनसमूहाच्या आशाआकांक्षा व्यक्त होतात. व्यक्तीच्या मनांना सामुदायिक पातळीवर लोकगीतांचा स्पर्श होतो. एकेकटी व्यक्ती वैयक्तिक पातळीवर त्याचा स्पर्श अनुभवू शकत नाही. ज्या समूहाची ती व्यक्ती घटक असते तो समूह अनेक दृष्टींनी एकरंगी असतो. तसे पाहिले तर कविता ही देखील कोणत्यातरी एका समाजगटासाठीच निर्माण होत असते. त्याच समाजगटाला ती जवळची वाटते, आपली वाटते. मात्र, अशा कवितेत आणि लोकगीतात एक महत्त्वाचा भेद असतो. कविता ही एकटी व्यक्ती तिच्या वैयक्तिक पातळीवर अनुभवू शकते. ते लोकगीत व्यक्तीला सामुदायिक पातळीवरच स्पर्श करीत असते. व्यक्तीच्या मनाला त्याचा स्पर्श झाला असे वाटत असले तरी अशा वेळी व्यक्तीचे मन व्यापक अर्थाने सामुदायिक पातळीवर गेलेले असते हेच खरे.

दलित साहित्य मात्र लोकगीत व इतर व्यक्तिनिर्मित वाङ्मय या दोहोंपेक्षा प्रकृतीने भिन्न असते. दलित साहित्यातून समूहमन अभिव्यक्त होते, तसेच व्यक्तिमनाचे निराळेपणही दिसते. त्यात व्यक्तींना सामुदायिक पातळीवर स्पर्श होतो त्याच वेळी त्याच साहित्यात त्या व्यक्तिमनाला त्यांच्या वैयक्तिक पातळीवरही अनुभव देण्याची क्षमता असते. याचे कारण त्यात व्यक्तिमनाचे व्यक्तिवैशिष्ट्य व समूहमनाचे

निराळेपण यांचे द्वंद्व असते. दोहोंचाहीं प्रत्यय यातून येतो. वरकरणी त्यातील भावना ढोबळ, एकसुरी, ठरावीक दिशेने उत्तेजित होणारी अशी दिसत असली तरी वाचकाच्या व्यक्तिमनास स्पर्श करायचे सामर्थ्य त्यात असते. निर्मात्याच्या व्यक्तिमनाचे निराळेपण त्या अनुभवातून व्यक्त होत असल्यानेच त्याला हे सामर्थ्य लाभते. कारण दलित लेखक समष्टीच्या भावनेचा प्रतिनिधी या नात्याने आविष्कार करतो, त्याचवेळी वैयक्तिक पातळीवर जीवनातील समस्येशी झुंज देत असतो. दलित लेखकाच्या व्यक्तिवादी व समूहवादी अशा दोन्हीही भूमिका एकाच वेळी त्याने निर्माण केलेल्या साहित्यातून व्यक्त होत असतात.

दलित साहित्याचा उगम दलित लेखकाच्या समूहभावनेत - उत्कट संघभावनेत असतो. त्यात समूहसंवेदन असते. परंतु केवळ याच संघभावनेतून साहित्याचा जन्म झालेला असेल तेव्हा ते एकसूरी, ढोबळ, व्यक्तिमनास स्पर्श करण्यास असमर्थ असे होते. समूहवादी प्रभावात त्यात सामान्यत्व येते. मात्र, ज्या वेळी कलावंताचे व्यक्तित्वही त्यातून व्यक्त होते, तेव्हा त्यात अपूर्वत्व येते. दलित साहित्यात व्यक्तित्व व समूहसंवेदन यांचे द्वंद्व सुरू असल्यामुळेच त्याच सामान्यत्व दिसत असूनही अपूर्वत्व असते. हा अनुभव त्या अवस्थेतील कोणत्याही दलित व्यक्तीचा असू शकतो आणि तरीही तो असतो मात्र निर्मात्याचा. म्हणून दलित साहित्यात तुलना होऊ शकते. हा विशेष यात नसता तर दलित लेखकांनी निर्माण केलेल्या वाङ्मयकृतीमध्ये तुलना होऊ शकली नसती.

दलित साहित्यातून समाजगटाच्या पृथगात्मतेचा प्रत्यय येतो. त्यामुळे दलित साहित्याचा श्रोता/वाचक दलित असेल, तर त्याला त्याच्याविषयी निर्मात्याचा आपलेपणा वाटतो. तो आपलाच अनुभव आहे असे त्याला वाटत असते. त्याच्या समाजगटाचे निराळेपण त्यातून व्यक्त होत असल्यामुळे त्याला आपल्या समाजगटाची identity किंबहुना स्वतःची identity दिसते. परंतु हा अनुभव एवढ्यापुरताच मर्यादित राहत नाही. कारण हा अनुभव केवळ याच पातळीवर राहील तर दलित वाचक/श्रोता दलित साहित्याचा आस्वादक होऊ शकला नसता, तो त्यात तुलना करू शकला नसता. दलित साहित्यात जेव्हा व्यक्तिमनाने घेतलेल्या अनुभवांचे अपूर्णत्वही असते, तेव्हा त्यातील अनुभव हा आपल्या अनुभवासारखा असला तरी आपला नव्हे असे दलित वाचक/श्रोता यास वाटत असते व तो श्रोता त्याचा आस्वाद घेऊ शकतो.

म्हणजे दलित साहित्याविषयी त्याला निर्मात्याचा आपलेपणा वाटत असला तरी तो त्याचा आस्वादकही होऊ शकतो. त्यातून व्यक्तिमनाचे अपूर्वत्व व्यक्त होत नसेल, तर दलित वाचक हा एकाच वेळी दलित साहित्याचा एका अर्थाने

निर्माता आणि आस्वादक दोन्हीही असतो. दलित साहित्यात व्यक्तित्त्व व समूहसंवेदन यांचे द्वंद्व असल्यामुळेच असे घडते.

दलित साहित्याच्या संदर्भात आणखीही एक प्रश्न निर्माण होतो. दलित लेखक व्यक्तिवादी असूनही प्रामुख्याने समूहवादी असल्यामुळे, एका अर्थाने तो दलितांचा प्रतिनिधिस्वरूप असल्याने, त्याच्या वाङ्मयातून तो ज्या समूहाचा घटक असतो, त्याची identity व्यक्त होते, हे आपण यापूर्वी पाहिले आहेच. दलित साहित्यातून जर एका समाजगटाची identity व्यक्त होत असेल, तर त्याला सामोरा जाणारा वाचक हाही कुठल्या तरी एका समाजगटाचा घटक असल्यामुळे त्याच्या समाजगटाची identity जागी होणार. तो व्यक्तिक पातळीवर राहू शकत नाही. तोही सामूहिक पातळीवरून त्याचा वाचक/श्रोता बनेल. अशावेळी तो त्या साहित्याचा आस्वाद घेऊ शकणार नाही. उलट तो ज्या समाजगटाचा घटक आहे, त्याची समाजजीवनात व्यक्त होणारी स्वाभाविक प्रतिक्रिया त्याच्याही मनात उमटेल. दलित साहित्याच्या संदर्भात असा थोडासा अनुभव असला तरी दलितेतर वाचक त्याचा आस्वाद घेऊ शकतो. याचे कारण काय? दलित लेखक पूर्णपणे समूहवादी नसतो, तर त्याच्या अनुभवात व्यक्तिकताही असते. त्यामुळे व्यक्तीच्या अनुभवाची अपूर्वता त्याच्या समूह पातळीवरुन त्याच्या व्यक्तिक पातळीवर आणते. त्यामुळे दलितेतर वाचक साहित्याचा आस्वादक होऊ शकतो.

De Saussure ह्यांनी वाणी (speech) आणि भाषा (Language) यामधील अंतर स्पष्ट केले आहे. त्यांच्या मते वाणी ही व्यक्तीची असते. त्याउलट भाषा ही समाजाची अर्जित आणि स्वीकृत संपत्ती असते. मात्र, वाणीच्या माध्यमाशिवाय भाषेत वाढ होत नाही. बोली ही दोन्हीच्या मध्ये सेतूसारखी असते. बोली वाणीप्रमाणे व्यक्तिगत नाही आणि भाषेप्रमाणे व्यापक, नियमबद्ध नाही. बोलीची मूळ प्रवृत्ती प्रामुख्याने मौखिक असल्याने मुक्त, बंधनरहित व चैतन्यपूर्ण अशी असते. व्यक्ती आणि समाज यांच्यामध्ये लहान लहान समाजगट असतात. जातींचे समूह असतात. त्यांच्यामध्ये आंतरिक सहसंवेदन प्रभावी असते. त्यामुळे त्यांचे एक समूहमन त्यातील व्यक्तींच्या माध्यमातून अभिव्यक्त होते. ही अभिव्यक्ती व्यक्तिविशिष्ट वाणी व समाजस्वीकृती भाषा यांमधून न होता बोलीमधून होते. दलित साहित्य ही व्यक्तिविशेषाच्या माध्यमातून झालेली समूहमनाची अभिव्यक्ती असल्यामुळे समूहाच्या बोलीतून अपरिहार्यपणे निर्माण होणार. दलित साहित्याची भाषा बोलीच्या जवळ जाते याचे कारण हेच होय.

जेव्हा वाङ्मयात नव्या जाणिवा घेऊन नवी पिढी उदयास येते, त्यावेळी तिला पूर्वीच्या पिढीचा कंटाळा आलेला असतो. नव्या पिढीतील लोकांना आधीच्या

पिढ्यांबद्दल उद्वेग, शिसारी आलेली असते. अशा नव्या पिढीतील काव्याच्या क्षेत्रात उदयास येणारा प्रत्येक प्रतिभावान कवी स्वत:चे नवे पर्व सुरू करीत असतो. त्याची निर्मिती ही एका अर्थाने पूर्वसूरीच्या निर्मितीवरील टीका असते. तो पूर्वसूरींवर हल्ला करतो, प्रहार करतो. सर्वार्थाने पूर्वपरंपरा तोडून नवे युग सुरू करणे कधीही शक्य नसते. तरीही त्यात लक्षणीय परिवर्तन करण्याचा प्रयत्न होत असतो. दलित साहित्याच्या संदर्भात असे दिसते की, सगळे मिळून वाङ्मयाच्या क्षेत्रात एक नवे पर्व निर्माण करीत आहेत. या अर्थाने दलित साहित्यात 'एक नवी कविता' निर्माण होत आहे असे म्हणता येईल.

पूर्वपरंपरेतील वाङ्मयनिर्मात्यासंबंधी त्यांच्या मनात चीड, संताप आहे. ज्यांच्यामुळे आपल्याला शतकानुशतके उपेक्षित जीवन जगावे लागले त्यांचे प्रतिनिधी असलेल्या या निर्मात्यांना-महाकवींना ते धारेवर धरतात. आतापर्यंत जे जीवन कधीही काव्याचा विषय झाले नाही ते स्वत:च्या कृतींमध्ये अभिव्यक्त करतात.

त्याचे स्वरूप त्या आधी निर्माण झालेल्या कवितेपेक्षा निराळे आहे. त्याचे स्वरूप 'लोकवाङ्मया'सारखे आहे. लोकवाङ्मय असणारे पारंपरिकतेचे तत्त्व मात्र यात नसते. एका लोकसमूहाच्या भावविश्वाचा आविष्कार असणे हा लोकवाङ्मयाचा विशेष त्यात असतो. म्हणजे एकाच वेळी ती व्यक्तिनिर्मित कलाकृतीही आहे आणि ही व्यक्ती ज्या लोकसमूहाची घटक आहे त्या लोकसमूहाच्या भावविश्वाचा आविष्कारही आहे. समूहाच्या अनुभवविश्वाची अभिव्यक्ती असूनही व्यक्तिमनाने घेतलेल्या अनुभवाची अपूर्वता त्यात असते. त्यामुळे त्या निर्मितीचे स्वरूप पृथगात्म असे झाले आहे.

प्रत्येक कलावंत हा त्या क्षेत्रातील प्रतिभावंत पूर्वसूरींच्या सावलीत वाढलेला असतो. त्याच्या वाङ्मयासंबंधीच्या जाणिवा पूर्वनिर्मित वाङ्मयकृतींतून सिद्ध झालेल्या असतात. वाङ्मयनिर्मिती करताना जुन्या वाङ्मयीन घाटावरच तो 'मेहनत' घेत असतो. आपला अनुभव या कलाघाटातून व्यक्त होत नसल्याच्या जाणिवेतून सतत झगडत असतो. दलित साहित्याच्या संदर्भात ही समस्या अधिक तीव्र बनते. वाङ्मयीन जाणिवा पूर्वसूरींच्या आणि अनुभव मात्र पूर्णपणे नवीन. अशा वेळी हा संघर्ष अधिक प्रखर होतो. ही झुंज अधिक तीव्र होते. त्यातून पूर्वप्राप्त कलाघाटांची मोडतोड सुरू होते. त्याविरुद्ध प्रतिक्रिया सुरू होते. शब्द जुने अर्थ नवा असा काहीसा प्रकार सुरू होतो. नवीन शब्द योजले जातात, घडवले जातात. प्रसंगी निषिद्ध समजल्या जाणाऱ्या शब्दांतून आशय व्यक्त करण्यासाठी धडपडावे लागते. या प्रयत्नातून दलित कवितेची एक नवी idiom सिद्ध होत आहे.

लौकिक जीवनामध्ये घडणाऱ्या घटना आणि साहित्यातील अनुभव यांचा कार्यकारणसंबंध असतोच. तो नाकारता येत नाही. दलित साहित्याच्या संदर्भात हा

संबंध विशेषत्वाने जाणवतो. या साहित्याची निर्मिती करणाऱ्या व्यक्तींचे लौकिक जीवन व ते निर्माण करीत असलेले साहित्य यांचा घनिष्ठ संबंध आहे. म्हणूनच या साहित्यातून त्यांच्या जीवनाचे दर्शन घडते. त्यांच्या जीवनाचा अभ्यास केला तर, ते जाणून घेण्याचा प्रयत्न केला, तर त्याचे या साहित्याच्या आकलनाला साहाय्य होते. (या साहित्याचा अभ्यास समाजशास्त्रीय पद्धतीने तसेच मानववंशशास्त्रीस पद्धतीने केला गेला पाहिजे असे समीक्षक सांगतात याचे कारण हे होय) तरीही काही भाग कळणार नाहीच. 'गोलपिठा' या काव्यसंग्रहाचे प्रस्तावना लेखक विजय तेंडुलकर यांचा अनुभव बोलका आहे.

या वाङ्मयाचा परिणाम श्रोता किंवा वाचक यांच्याही लौकिक जीवनावर होतो. आशययुक्त कलाकृतीमध्ये विशेषत: वाङ्मयाकृतीमध्ये ही प्रक्रिया अटळपणे ज्ञानात्मक आणि व्यवहारात्मक तत्त्वानुसार झालेली असते. साहजिकच आस्वादाची प्रतिक्रिया लौकिकच होते. या वाङ्मयाच्या वाचनाने किंवा श्रवणाने जी मन:स्थिती निर्माण होते तीच मुळी मूल्ययुक्त असते. सामाजिक जाणिवा हे ते मूल्य असते अशावेळी तिचे हे मूल्य साध्यनमूल्यच असते असे म्हणता येते. आशय आणि अभिव्यक्ती यांचे अशा वाङ्मयातील नाते साध्य साधनाचे असले तरी ते परस्परांना पूरक आणि औचित्ययुक्त असेल, तर अशा वाङ्मयकृती मूल्ययुक्त समजल्या जातात.

दलित साहित्य हे निर्माण झालेले नाही, ते प्रयोजन असलेले साहित्य आहे. म्हणजेच त्याला निश्चित असे प्रयोजन आहे. ते एक हत्यार आहे, शस्त्र आहे, सामाजिक जाणिवा व्यक्त करणे, वाचक/श्रोत्यांच्या मनावर विशिष्ट परिणाम घडवून आणणे, स्वकीयांना क्रांतीसाठी उद्युक्त करणे, त्यांच्यात अन्यायाविरुद्ध लढण्याची युयुत्सु वृत्ती निर्माण करणे, अशी विविध प्रयोजने या साहित्यनिर्मितीच्या मुळाशी असतात. अशा स्वरूपाच्या वाङ्मयाचा विचार करताना साध्य व साधन यांच्या चर्चेचा घोळ घालणे बरोबर होणार नाही. खरे पाहिले असता साध्य आणि साधने यांची कायमची विभागणी करता येणार नाही. वाङ्मय हे आशययुक्त असल्यामुळे त्याच्या संदर्भात हे आणखी कठीण होऊन बसते. दलित साहित्यात तर आशयाला विशेषच प्राधान्य असल्याने ही चर्चा अप्रस्तुत होऊन बसते.

ज्या वाङ्मयात आशयाला असे विशेष स्थान असते तेथे आशय प्रभावीपणे व्यक्त करण्याचा जाणीवपूर्वक प्रयत्न केलेला असतो. असे असले तरी आशय आणि अभिव्यक्ती यांच्या अनुरूपतेचे नाते असतेच. येथे अभिव्यक्ती ही अपरिहार्यपणे झालेली नसली तरी आशय जास्तीत जास्त अनुरूप अशा शब्दमाध्यमातून व्यक्त करण्याचा लेखकाचा प्रयत्न असतोच. अशावेळी हा प्रयत्न जितका अधिक यशस्वी

होईल तितकेच ते साहित्य प्रभावी आणि प्रत्ययकारी होते.

लेखक कवींच्या मनात निर्माण होणारे तणाव, आंदोलने व unrest यांची प्रभावी व अनुरूप शब्दामध्ये केलेली अभिव्यक्ती म्हणजेच साहित्य असते. व्यक्तिमनात निर्माण होणारे अनुभव त्याच्या सामाजिकतेमुळे होणाऱ्या द्वंद्वातून निर्माण होतात. हा अनुभव देखील त्याच्या लौकिक जीवनातून सिद्ध झाला असेल किंवा कल्पनानिर्मित असेल, तरीही ती एक वाङ्मयनिर्मितीला कारण होणारी घटना असते. काही व्यक्ती सहानुभव घेऊ शकतात. मात्र, केवळ त्यांनी प्रत्यक्ष जीवनातील अनुभव घेतला नाही म्हणून त्याचे वाङ्मय खोटे ठरत नाही. यासाठी वामन इंगळे यांनी तंबोऱ्याचा उत्तम दृष्टांत दिला आहे. दलित साहित्याचे निराळेपण हे त्यातील अनुभवाच्या निराळेपणावरून ठरते.

इतर साहित्यकृती आणि दलित साहित्यकृती यांतील अनुभवांचे स्वरूप भिन्न असल्याचे आपण पाहिले आहेच. त्याच दृष्टीने राष्ट्रीय कविता, कामगारांची कविता, सांप्रदायिक कविता यांचाही विचार करावा लागेल. एका विचारविश्वाने भारावलेल्या समाजगटाची ती कविता असते. तेथे समाजगटातील घटकव्यक्ती वैचारिक किंवा तात्त्विक दृष्टिकोनामुळे परस्परांशी बांधलेल्या असतात किंवा असे म्हणता येईल की, या समाजगटातील प्रत्येक व्यक्ती कोणत्या तरी एका विचाराला किंवा तत्त्वाला बांधलेली असते. त्यामुळे साहजिकच त्याच्या अनुभवांना समाजगटसंबद्ध निराळेपण येते. जेव्हा व्यक्तीची संवेदनशीलता समाजगटाच्या विचाराने भारावलेली असते तेव्हा वाङ्मयनिर्मिती एकसूरी, ढोबळ, स्थूल अशी होते. त्या समाजगटातील इतर व्यक्तींना त्या कृतीविषयक 'निर्मात्याचा आपलेपणा' वाटतो. त्याच्या मनाच्या व्यक्तिविशेषत्वामुळे अपूर्वत्व येते. तेव्हा निर्मिती मौलिक व अपूर्व होते. वाचक श्रोत्यांच्या समूहमनाबरोबरच त्याच्या व्यक्तिकालाही ती स्पर्श करते. अशा कृतीमध्ये समूहसंवेदन व व्यक्तिविशेषत्व यांचे द्वंद्व असते. तो अनुभव त्याचा असला तरी तो त्या विचारविश्वाने भारावलेल्या समाजगटाचा घटक असल्यामुळेच त्याला आलेला असतो. अर्थात, येथेही कल्पनांच्या साहाय्याने इतरांना अनुभव घेता येण्याची शक्यता नाकारता येत नाही हेही लक्षात घेतले पाहिजे.

दलित साहित्य ज्या समूहाचे आहे असे आपण म्हणतो त्या समूहाचे स्वरूप अजून फारच मर्यादित असे आहे. त्यात पूर्वस्पृश्य व आर्थिक दुरवस्थेत पिडलेल्या एकदोन जमातींचाच समावेश आहे. दलित साहित्यात व्यक्त होणारा निषेध, प्रक्षोभ, विद्रोह हा मर्यादित अशा वर्गाचाच आहे. त्यात अजून आदिवासी, भटक्या जमाती, गुन्हेगार समजल्या जाणाऱ्या जमाती यांचा समावेश नाही. त्यांच्या प्रक्षोभाला अजून वाचा फुटावयाची आहे. येथे दुसराही एक मुद्दा लक्षात घ्यावयास हवा तो हा,

की ही चीड समाजातील इतर वर्गासंबंधीची आहे. आपल्याच जीवनामध्ये जे लोकभ्रम प्रचलित आहेत, ज्या अंधश्रद्धा आहेत, जो दैववाद आहे त्याविरुद्ध अजून चीड निर्माण झालेली नाही. उपरोल्लेखित सर्व वर्ग आजच्या समूहात दाखल झाले तर आजचा एकजिनसीपणा कायम राहील की नाही अशी शंका आहे. त्यात अनेक सूर मिसळतील. त्यावेळी त्यात आजच्याप्रमाणे एकसंध समूहमनाचा आविष्कार असेलच असे नाही.

दलित साहित्यातील अनुभवाच्या निराळेपणाबरोबरच त्याचे अभिव्यक्त स्वरूपही निराळे असते हे लक्षात घेतले पाहिजे. ही कविता साधी, सरळ, नेमकी, ठसठशीत असून त्यात संकेतशरणता नाही. त्यात शैलीची दुर्बोधता नाही. काही वेळा तिचे स्वरूप विधानांचे असते. त्यात शब्दांच्या ध्वनि-घटकास महत्त्व नसते. त्यात वक्तृत्व असते. लेखक प्रामुख्याने स्पृश्यांसाठीच लिहितो. (कारण त्याचा संपूर्ण समाज निरक्षर असून वाचीतच नाही) म्हणून त्यात आव्हानाची भाषा येते. निषेधात्मक, विद्रोहात्मक अशा स्वरूपाच्या कवितेतील राग, संतोष प्रामाणिक असला तरी कधीकधी भडक, कृत्रिम असे स्वरूप असते. त्यातील अनुभव परिणामकारक, अस्वस्थ करून सोडणारा असतो.

एका अनुभवविश्व, भावविश्व असलेल्या आणि एका विचारविश्वाने भारावलेल्या समाजगटाचे हे साहित्य आहे. जेव्हा व्यक्तीची संवेदनशीलता प्रभावी होऊन त्या अनुभवाला व्यक्तिविशेषत्वामुळे अपूर्वत्व येते, तेव्हा ती वाङ्मयकृती मौलिक होते. तरीही त्याच समाजगटाचा ती व्यक्ती घटक असल्यामुळे समूहसंवेदन असतेच. कवीला हा अनुभव तो त्या विचारविश्वाने भारावलेल्या समाजगटाचा घटक असल्यामुळेच आलेला असतो. दलित साहित्यातील अनुभवामध्ये आणि इतर ललितकृतीतील अनुभवामध्ये गुणात्मक फरक असतो. राष्ट्रीय कविता, सांप्रदायिक कविता, कामगारांची कविता यांचे स्वरूपही असेच असते. या कवितांची मौलिकता आणि मर्यादा त्यांच्या अनुभवाच्या स्वरूपातच आहे.

❖❖❖

१०

स्त्रीवादी साहित्य

अश्विनी धोंगडे

साहित्य आणि समाज यांचा अन्योन्य संबंध अतिशय निकटचा आहे. कोणत्याही प्रकारच्या साहित्यकृतीवर त्या त्या कालखंडातील समाज व संस्कृतीची छाप स्पष्टपणे पडलेली असते, त्याचप्रमाणे एखाद्या प्रकारचा वाद (ईझम) तयार होण्यासाठीही त्या वादाच्या निर्मितीला परिपोषक अशी सामाजिक बैठक तयार होत आलेली असते. कोणताही वाद हा सुरुवातीच्या काळात बंडखोर असतो, पण त्याची पाळेमुळे समाजाच्या तथाकथित वैचारिक स्थैर्यावर हल्ला करुन नवीन विचारसरणी रुजवण्याइतकी अस्सल असतील तर ती समाज बदलविण्यासाठी दिशा देणारी ठरतात. स्त्रीवादी साहित्याचा अभ्यास म्हणूनच समाजनिरपेक्ष चौकटीत करता येत नाही, कारण समाजात वारंवार घडू लागलेल्या स्त्रियांच्या चळवळीशी त्याचा निकटचा संबंध आहे. १९७५ नंतर पुढे महाराष्ट्रात स्त्रियांच्या चळवळी अधिक जोमाने नेट धरु लागल्या व त्यानंतरच्याच कालखंडात स्त्रीवादी साहित्य ही नवीन संकल्पना दृढमूल होऊ लागली, तरीही स्त्रीवाद किंवा फेमिनिझम ही मूलत: आपल्याकडे रुजलेली किंवा आपण निर्माण केलेली कल्पना नाही. पाश्चात्यांकडून आपण ती आयात केलेली आहे, त्यामुळे स्त्रीवादाचा अभ्यास करताना ही कल्पना मुळामध्ये काय आहे याचा सर्वप्रथम विचार करायला हवा.

१९६० नंतर अमेरिकेमध्ये स्त्रीवादाचा विचार व प्रसार जोमाने झाला. त्यापूर्वीच्या १५, २० वर्षांच्या काळात अमेरिकन स्त्रीचे कौटुंबिक जीवन विलक्षण विसंगतीने भरलेले होते. खरे तर या काळापर्यंत स्त्रिया मोठ्या संख्येने उच्च शिक्षण घेऊ लागल्या होत्या, नोकऱ्या करू लागल्या होत्या, आर्थिक स्वातंत्र्यासाठी एकेकट्या राहण्याचे धाडसही करू लागल्या होत्या, पण आदर्श गृहिणीपदाची स्त्री समाजातील प्रतिमा इतकी बळकट होऊ लागली होती, की लवकर विवाह, भरपूर कमवणारा पती, उच्चभ्रू समाजात वावर, सुसज्ज आधुनिक घर, खूप मुले, उत्तम स्वैंपाक,

सुंदर दिसण्याची खटपट, शॉपिंग इत्यादी मिळवणे हीच स्त्रियांच्या आयुष्याची एकमेव महत्त्वाकांक्षा बनली. काही वर्षे या सुखसमाधानाच्या स्वप्नात गेल्यानंतर मात्र, मी कोण? या घरात माझं स्थान काय? माझ्या जीवनाचा अर्थ काय असे प्रश्न स्त्रियांना पडू लागले. घरकाम, संसार यातील असमाधान, अपूर्णता वैयक्तिक पातळीवर मोठ्या प्रमाणात मनात खदखदू लागली. दिवसभरात कुटुंबासाठी कराव्या लागणाऱ्या विविध भूमिका स्त्रीचा वेळ व शक्ती इतकी व्यय करणाऱ्या होत्या की त्यातून स्वत:चे छंद, आवडीनिवडी जोपासणे तर दूरच राहो, पण स्वत:साठीचा वेळ राखून ठेवणेही अशक्य आहे हे स्त्रियांना जाणवू लागले. नवरा, मुले यांच्यासाठी जगण्यात माणूस म्हणून स्वत:साठी जगणे हा विचारहीं अपराधीपणाचा वाटू लागला. शारीरिक गरजांपलिकडे आपली काही मानसिक भूक आहे आणि तिचा प्रचंड कोंडमारा आपण निर्माण केलेल्या स्त्रीत्वाच्या सापळ्यामध्ये होतो आहे. या विचारांच्या जाणीवेने स्त्री आपला मार्ग आपणहून शोधण्याची खटपट करू लागली. यातूनच आपल्या 'स्व'ची ओळख, स्व-तंत्राची आत्यंतिक गरज आणि स्वायत्ततेची नैसर्गिक जरुरी याकडे स्त्रियांचा प्रवास सुरू झाला. सामाजिक व राजकीय घडामोडींमध्ये स्त्रियांच्या क्रियाशील सहभागाची मागणी केली जाऊ लागली. 'स्त्री' म्हणून आपल्यावर लादलेल्या भूमिकांना नकार देण्याची ताकद स्त्रीमध्ये येऊ लागली. विवाहसंबंधांना आलेले फाजील महत्त्व, त्यातील स्त्रीची संपूर्ण शरणागतीची भावना, आईपणाला मिळणारे नैतिक मूल्य, 'सेक्स सिंबल' म्हणून स्त्रीकडे पाहण्याची वृत्ती या गोष्टींमधील ढोंगीपणाला स्त्रियांनीच आव्हान दिले व पुरुषांप्रमाणेच केवळ माणूस म्हणून जगण्याची आपली आंतरिक ओढ कृतीतून व्यक्त करायला सुरुवात केली. ह्या माणूसपणाची जाणीव होणे व ते मिळविण्यासाठी लढा देणे ही स्त्रीवादी विचारांची पार्श्वभूमी आहे व तिची मानसिक तयारी झाल्यानंतर स्त्रीवादी भूमिका ही आकार घेऊ लागते.

मानवजातीच्या इतिहासात स्वातंत्र्यासाठी अनेक लढे झाले व त्यात स्त्रियांनीही आपले महत्त्वाचे येगदान केले, पण स्त्रियांना स्वातंत्र्य मिळविण्यासाठी मात्र फार मोठे लढे लढले गेले नाहीत, किंबहुना असा लढा लढण्याची जरुरी अजूनही स्त्रियांनाही वाटत नाही हा यातील दुर्दैवाचा भाग आहे. स्वातंत्र्य, समानता आणि बंधुत्व या त्रयींचा संदेश जगाला देणाऱ्या लॉक, रुसो यांनाही स्त्रियांना स्वातंत्र्य व समता हवी याची जाणीव नव्हती. पुरुषांचा स्त्रीवरील अधिकार हा नैसर्गिक आहे अशीच भूमिका बऱ्याचशा पाश्चात्त्य विचारवंतांनी घेतलली आहे, तरीही एकूण जगाच्या राजकारणात समाजाचे लोकशाहीकरण होण्याची प्रक्रिया स्त्रीवाद्यांच्या दृष्टीने दिलासा देणारी होती. वर्षांनुवर्षे असलेले सरंजामशाहीचे वर्चस्व जर झुगारुन दिले जाऊ शकते, तर आज ना उद्या आपल्यावरील पुरुषाचे वर्चस्व झुगारुन टाकता

येईल अशी आशा त्यामुळे स्त्रियांच्या मनात निर्माण झाली. १९ व्या शतकापासून जॉन स्टुअर्ट मिल व हॅरिएट टेलर यांच्या लिखाणातून स्त्रियांच्या मतदानाच्या हक्काची मागणी केली गेली. त्यानंतर जवळ जवळ १०० वर्षे स्त्रियांना निवडणुकीच्या प्रक्रियेत सहभाग मिळविण्यासाठी धडपड करत घालवावी लागली. राजकीय व धार्मिक विरोधकांना तोंड द्यावे लागले. निग्रोंच्या चळवळीबरोबरीने समान हक्कांसाठी चळवळी कराव्या लागल्या. त्याचा परिणाम म्हणून आता विसाव्या शतकाच्या मध्यापर्यंत स्त्रियांना घटनेने कायदेशीर समानता मिळालेली आहे.

स्त्रियांच्या स्वातंत्र्याच्या चळवळींमधून स्त्रीवादी साहित्याची बैठक तयार होत गेली. स्त्री स्वातंत्र्य ही कल्पनाच समाजाला नवी, न पटणारी व गैरसोयीची असल्याने वैयक्तिक पातळीवरही जनमताच्या रेट्याला विरोध करण्याची भूमिका स्त्रीवाद्यांना घ्यावी लागली. साहित्याच्या संदर्भात स्त्रियांचा संबंध विविध पातळ्यांवर येतो.

१) स्त्रियांनी लिहिलेले साहित्य

२) पुरुषांनी स्त्रियांवर लिहिलेले साहित्य

३) स्त्रियांनी स्त्रियांसंबंधी केलेले लिखाण

४) प्रकाशनातील विविध प्रक्रियेत असलेला स्त्रियांचा सहभाग

५) वाचक म्हणून स्त्रियांची भूमिका

यामध्ये स्त्रीवादाची भूमिका स्पष्टपणे अशी सांगता येईल की एखादे लिखाण स्त्रीने लिहिले, म्हणून ते स्त्रीवादी होत नाही. तसेच पुरुषांनी स्त्रियांवर लिहिलेली पुस्तके स्त्रीवादी नव्हेत. (जरी ती स्त्रियांचा कड घेणारी असतील तरी) स्त्रियांनी स्त्रियांवर लिहिलेली पुस्तके स्त्रीवादी असतातच असे नाही. कारण ती पुरुष-प्रधानतेला आव्हान देणारी असतीलच असे नाही, आणि बऱ्याचशा लेखिका पुरुषांचे अनुकरण करतच लिहायला शिकल्याने पितृप्रधान संस्कृतीने निर्माण केलेल्या भाषिक व वाङ्मयीन ढाच्यातच लेखन करत असतात. स्त्री साहित्याची वाङ्मयीन परंपरा म्हणूनच स्त्रीवादी परंपरा नसते. स्त्रीकेंद्री साहित्य म्हणजे स्त्रीप्रधान साहित्य नव्हे. अनेक कल्पनारम्य रोमँटिक कादंबऱ्या स्त्रिया लिहितात, स्त्री प्रकाशक प्रसिद्ध करतात व मोठ्या संख्येने स्त्री वाचक वाचतात, पण स्त्रीवादी संकल्पनांशी त्यांचा काडीमात्रही संबंध नसतो, उलट स्त्रियांच्या वास्तव आयुष्याहून त्या अतिशय विसंगत व विकृत स्वरुपात स्त्रियांपुढे येऊन स्त्रीवादी विचारसरणीला मारक ठरतात. रोजॅलिंड कॉवर्डच्या 'आर वुमेन नॉव्हेल्स फेमिनिस्ट नॉव्हेल्स?' या निबंधात स्त्रीवादी लिखाण व स्त्रियांचे लिखाण यातील फरक चांगला दाखवला आहे. स्त्रीकेंद्री साहित्याचा स्त्री प्रधानतेशी (फेमिनिझम) काही संबंध असतोच असेही नाही व

स्त्रीवादी समीक्षा ही राजकीय हेतूंची समीक्षा असल्याने स्त्रीकेंद्री साहित्य त्यापासूनही दूर असते.

स्त्रीचा म्हणून असलेला खास अनुभव स्त्रीने सांगणे हे स्त्रीवादी साहित्य असे म्हणणे तितकेसे बरोबर नसले, तरी इथून स्त्रीवादी साहित्याची सुरुवात होऊ शकते. पितृप्रधान संस्कृतीत स्त्रियांचे अनुभव अनेकदा दाबले जातात, म्हणून स्त्रियांनी साहित्यातून आपले अनुभव व्यक्त करणे हा पितृप्रधान व्यवस्थेविरुद्धचा एक डावपेच आहे. स्त्रियांच्या अनेक सामाजिक चळवळींमध्ये स्त्रियांच्या मनामध्ये आपल्यावर होणाऱ्या अन्यायाबद्दलची जाणीव जागृती निर्माण करणे हा मुख्य भाग असतो, त्यामुळे अशी जाणीव झालेल्या स्त्रीचा पुरुषप्रधान व्यवस्थेतील अनुभवाचा आविष्कार हा स्त्रीवादी साहित्याकडे झुकू शकतो, अर्थात जाणीव जागृतीमधून स्त्रीवादी साहित्य निर्माण होतेच असे नाही. स्त्रीवाद ह्या संकल्पनेचा अर्थ लावण्यासाठी सामाजिक, सांस्कृतिक विचारसरणीची राजकीय बैठक थोडी समजावून घ्यावी लागेल, कारण स्त्रीचा अनुभव हा प्रामुख्याने पुरुष विरोधातून आकारत गेला तरी राजकीय उपपत्ती म्हणून त्या विचारातून जन्माला आलेली किंवा त्या विचारांचे प्रतिबिंब दाखविणारी म्हणून स्त्री-प्रधानता संकुचित करता येणार नाही.

लिंगभेदावर आधारित असे समाजाचे दोन घटक पडतात. एक स्त्री व दुसरा पुरुष. हे घटक अर्थातच शरीरभेदावर अवलंबून आहेत, पण तरीही परंपरेने या शब्दाच्या विशेषणांना शारीर भेदाव्यक्तिरिक्त काही सांस्कृतिक अर्थ चिकटलेले आहेत. उदा. पुरुषी किंवा मर्दानी शब्दांमध्ये शरीर सामर्थ्य, पराक्रम, बळकटपणा, धिटाई, रांगडेपणा, धसमुसळेपणा, अहंकारी वृत्ती, दुसऱ्यांवर वर्चस्व गाजविण्याची प्रवृत्ती इत्यादी अनेक अर्थछटा सामावलेल्या आहेत व बायकी शब्दांमध्ये शारीरिक सौंदर्य, दौर्बल्य, हळुवारपणा, भावनाप्रधानता, निष्क्रियता, नम्रपणा, आज्ञाधारकपणा इत्यादी गुणांचा (अथवा अवगुणांचा) समावेश होतो. संस्कृतीच्या इतिहासात असे साचे तयार होतात व जन्माला येणारी प्रत्येक व्यक्ती अशा साच्यात कोंबली जाते. या साच्यात ती फिट्ट बसली नाही, तर ती विकृती समजली जाते, व हेटाळणीचा विषय ठरते. या दृष्टिकोनातून विचार करता स्त्रीपणाच्या म्हणून काही विशिष्ट प्रतिमा समाजात तयार केल्या जातात व स्त्रीत्वाची आणि त्यांची हेतुत: गफलत केली जाते असे दिसेल. उदा. आदर्श माता, आदर्श पत्नी यांच्या संकल्पना आणि प्रत्येक स्त्रीचा स्त्रीपणा हा एकच आहे असे मानले जाते. म्हणजे आदर्श मातेच्या प्रतिमेला छेद जाणारे वर्तन एखाद्या स्त्रीने केले तर ते तिच्या स्त्रीत्वाच्या विरुद्ध समजले जाते, म्हणजेच लैंगिक वैशिष्ट्याशी नसलेला संबंध सांस्कृतिक वैशिष्ट्याशी जोडण्याचा प्रयत्न होतो. स्त्रीवादाचे असे आग्रहपूर्वक सांगणे आहे की सर्व स्त्रिया या

बाई असल्या तरी बायकी असतातच असे नाही, किंबहुना सिमॉन द बोव्हा म्हणते त्याप्रमाणे कोणतीही स्त्री बाई म्हणून जन्माला येत नाही तर ती बाई बनवली जाते. संस्कृतीने मान्य केलेली स्त्रीपणाची वैशिष्ट्ये मान्य नसल्याने स्त्रीपणाची व्याख्या करणे स्त्रीवाद्यांना जरुरीचे वाटत नाही, कारण तशी व्याख्या केली तर ती शेवटी बायकीपणाचीच व्याख्या होईल.

सांस्कृतिक परंपरेतील दुसरे मान्य गृहीतक म्हणजे स्त्री व पुरुष अथवा बायकी व पुरुषी या जोड्या विरोधी आहेत असे मानणे. (लहान मुलांना विरोधी जोड्या जमविताना परस्परविरोधी म्हणून असे शब्द अभ्यासक्रमातही दिले जातात.) पितृसत्ताक पद्धतीतील मूल्यपद्धतीशी ही विचारसरणी निगडित असून हे विरोध समपातळीवरचे नसून उतरंडीचे आहेत हे लक्षात येईल, कारण स्त्रीची बाजू ही प्रत्येक वेळी नकारार्थी व दुर्बलतेची आहे हे दिसून येईल. संस्कृतीच्या इतिहासात हे शब्द लिंगवाचक न राहता त्यांना लैंगिक राजकारणाचा संदर्भ प्राप्त होतो, कारण अशा प्रकारच्या विचारप्रणालीत एका गोष्टीचा अर्थ प्राप्त होण्यासाठी दुसऱ्या गोष्टीचा अंत करावा लागतो. पुरुषाला पराक्रमी ठरवायचे असेल तर स्त्रीला दुबळे व्हावे लागते. पुरुष क्रियावान म्हणून त्याला गौरवायचे तर स्त्रीला क्रियाशून्यताच स्वीकारावी लागते, म्हणजेच पुरुषाकडची विजयाची भूमिका ही स्त्रीच्या पराजयाच्या भूमिकेवरच उभी राहते, अशा प्रकारच्या विचारसरणीत स्त्री एकतर पूर्ण निष्क्रिय असते किंवा नसतेच. जीवनाभिमुखता, सत्ता, उत्साह, क्रियाशीलता यांच्या दिशेने स्त्रीची प्रतिमा उजळविणे, पितृसत्ताकामधील दुहेरी नीती मोडकळीला आणणे, स्त्रीचा केवळ स्त्री म्हणून विचार न करता माणूस म्हणून तिचं सामर्थ्य दृष्टोत्पत्तीला आणणे, लिंगविशिष्ट गुणांपासून निर्माण झालेल्या तिच्या प्रतिमा मोडणे वगैरे गोष्टी स्त्रीवादी विचारसरणीत वरील सामाजिक चौकटींच्या बंधनांपासून मुक्त होताना आलेल्या आहेत.

पितृप्रधान अध्यात्मवादाचे विघटन करणे ही स्त्रीवादाची आणखी एक बाजू आहे. सर्व धर्म,जातीत पुरुष हा श्रेष्ठ मानला जातो व स्त्रीकडे कनिष्ठता येते, किंबहुना पुरुषाची उत्पत्ती प्रथम व त्याच्या शरीरापासून स्त्रीचा जन्म अशा प्रकारच्या उपपत्त्याही अस्तित्वात आहेत. त्यासाठी शरीरविज्ञान, जीवशास्त्र, मानववंशशास्त्र, भाषाशास्त्र, मानसशास्त्र इत्यादी शास्त्रांचा आधार घेऊन स्त्रीवादी सिद्ध करू इच्छितात की शारीरिक बळाच्या, बुद्धिमत्तेच्या कोणत्याही कौशल्याच्या अगर कुठल्याहीं क्षमतेच्या बाबतीत स्त्रीही पुरुषापेक्षा कमी नाही, मात्र संधीच्या दृष्टीने तिला सतत मागे ठेवण्यात आले, पुरुषी वर्चस्वाखाली तिच्या क्षमता दडपण्यात आल्या व काही गोष्टी तिला पूर्णपणे नाकारण्यात आल्या,त्यामुळे आजच्या समाजातही सर्व क्षेत्रात

पुरुष स्त्रियांपेक्षा संख्येने व गुणात्मकदृष्ट्या पुढे दिसतात. सामाजिक शास्त्रांचा विकास करण्यात पुरुषांचाच पुढाकार असल्याने स्त्रियांचा समाज, व्यवसाय, मानसिकता यांचा सखोल अभ्यास कधीच झाला नाही. उलट 'स्त्री ही एक गूढ आहे व ती पूर्णत: कोणालाच समजू शकणार नाही.' अशा प्रकारची फायद्याची व सोयीची भूमिका स्वीकारल्याने पुरुषांना स्त्रियांवरची दडपशाही कायम ठेवता आली, व संपूर्ण जनगणनेत अर्धे स्थान असणाऱ्या एका जातीला बाजूला सारुन जगावरती पुरुषांच्या अर्ध्या जातीने राज्य केले. स्त्रीला मुख्य प्रवाहातून बाजूला लोटल्यामुळे स्त्रीकडे माणूस म्हणून न पाहता टोकाच्या दोन भूमिकांमध्ये पुरुष पाहू शकतो. एकतर ती अराजक म्हणजे शारीरिणी, वेश्या, पापी, हडळ वगैरे, तर दुसऱ्या टोकाला तिचे एकदम उत्थापन होऊन ती देवी, माता, तारक, शक्ती अशा स्वरुपात बघितली आहे. स्त्रीबद्दलच्या सत्याचा या दोन्हीशी काही संबंध नाही, पण तो आहे असा विश्वास साहित्य, दंतकथा, पुराणे यामधून निर्माण केला जातो. स्त्रीवादी विचारसरणी या दृष्टीकोनाला आव्हान देते, रचनात्मक पद्धतीत स्त्रियांच्या स्वातंत्र्य व समानतेची मागणी करते. पुरुषी व बायकी या फरकात्मक तत्त्वज्ञानाला नकार देते व फरकावर उभ्या राहिलेल्या 'स्त्रीपणा' या तकलादू कल्पनेचे उच्चाटन करते.

माणसांच्या जगात स्त्रीला समतेचे स्थान हवे आहे. तरीसुद्धा अनुभव घेण्याच्या फरकावर भर देण्याची स्त्रीला जरुरी वाटते. हा फरक ज्याने निर्माण केला, त्या पितृसत्तेला स्त्रीवादाचा विरोध आहे आणि या फरकावर विश्वास ठेवणे म्हणजे पितृसत्ताक पद्धतीची चाल खेळणे आहे, म्हणून जोपर्यंत समाजात पितृसत्ताकाचे प्राबल्य आहे तोपर्यंत स्त्रियांना शह देणे व स्त्रियांचे स्त्रिया म्हणून समर्थन करणे स्त्रीवादाला राजकीयदृष्ट्या आवश्यक वाटते. पारंपरिकदृष्ट्या 'पुरुषी' आणि 'बायकी' अशा विरोधात्मक ठरवल्या गेलेल्या मूल्यांवर हल्ला करणे व आपली राजकीय शक्ती पणाला लावून या भेदामधली वास्तवता नजरेसमोर आणणे स्त्रीवादाला महत्त्वाचे वाटते. जिथे तर्क, बुद्धी, तात्त्विक विवेचन या संकल्पना 'पुरुषी' समजल्या जातात. अशा विवेचनाकडून ज्या संकल्पनांना लिंगाधारित वैशिष्ट्ये चिकटवली जाणार नाहीत अशा समाजाकडे ही वाटचाल आहे.

स्त्रियांच्या म्हणून पुरुषांपासून वेगळ्या असलेल्या जाणिवा व्यक्त होण्यासाठी नवीन भाषा व नवीन वाङ्मयीन बंधाची स्त्रीवादी साहित्याला गरज वाटते. उपलब्ध वाङ्मयीन आकृतीबंध पुरुषांनी निर्माण केलेले असून आपल्या अनुभवांना आविष्कृत करण्यासाठी त्यांच्याच चौकटीत आपली निर्मिती बसविण्यापेक्षा आपल्या अनुभवांसाठी आवश्यक ती नवीन चौकट स्त्री साहित्यिकांनी निर्माण करावी अशी अपेक्षा आहे.

त्याप्रमाणे आतापर्यंत स्त्रियांसाठी उपलब्ध असलेली भाषा ही पुरुषांची मूल्ये आणि अनुभवांच्या पुरुषी संकल्पनांमधून व्यक्त झालेली भाषा आहे, म्हणून स्त्रीच्या नव्या भाषेची आत्यंतिक गरज निर्माण होते. स्त्रीने आपल्या शारीर माध्यमातून लिहावे, कारण स्त्रीचे शरीर हा तिच्या लेखनसामर्थ्याचा एक स्त्रोत बनू शकतो. गर्भारपण,बाळंतपण वगैरे विषयांवर फक्त स्त्रीच अधिकारवाणीने वास्तव लिहू शकते, म्हणून आपल्या अनुभवांना शब्दरुप देणारी, कातडीला चिकटणाऱ्या शब्दांचे श्वास शोधणारी भाषा स्त्रीवादी साहित्याला हवी.

स्त्रीवादी साहित्याची भूमिका जशी प्रस्थापितांविरोधी बंड करण्याची आहे, त्याचप्रमाणे 'शोधका'ची देखील आहे. हा शोध स्वत:चा आहे आणि आपल्याला मिळालेल्या दुय्यमत्वाची जाणीव झाल्यानंतरचा आहे. समाजाने स्त्रीकडून अपेक्षिलेल्या भूमिका पार पाडल्यावरहीं स्वत:ला समाधान न मिळाल्याचा साक्षात्कार जेव्हा स्त्रीला होतो, त्यावेळी मी स्वत:ला उणे करुन इतर चारचौघींसाठी जगते आहे हे तिला समजते व मग 'मला काय हवे आहे?' याचा स्वत:च्या मनात शोध सुरू होतो. स्वत:साठी घरातील एक राखीव कोपरा, स्वत:चा वेळ, स्वत:चा छंद, आवडीनिवडी यांच्या गरजेमधूनच स्त्रीची व्यक्ती म्हणून असलेली भूक जागी होते. आसपासच्या जगातली मिथ्या नाती उमगून येतात व पतीच्या पायावर आयुष्याचे सर्वस्व झोकून देणे म्हणजे जीवनाचे सार्थक नव्हे हे उमगते. स्त्रीवादी साहित्यात अशा प्रकारचा 'स्वयं'चा घेतलेला शोध स्त्रीला तिच्या माणूसपणाकडे नेणारा ठरतो.

स्त्रीला जसे वर्तनातले, निर्णय घेण्यातले स्वातंत्र्य हवे आहे, त्याचप्रमाणे लेखनातले स्वातंत्र्य ही स्त्रीवादाला अनुस्यूत आहे, जसे वाङ्मयप्रकारचे बंधन नको, तसेच स्त्री म्हणून तिच्या लेखनावर कोणतीही मर्यादा असू नये अशी तिची अपेक्षा आहे. त्यामुळे कोणताही विषय हव्या त्या मुक्तपणे हाताळण्याची सवय स्त्रीवादी साहित्याला आहे. पारंपरिक शिस्तीच्या चौकटीत असे करणे धक्कादायक वाटल्याने अशा प्रकारच्या लेखनावर कडक टीका होऊ शकते व संस्कृती संरक्षक असे लिखाण दडपण्याचा प्रयत्न करतात.

मराठी साहित्याच्या संदर्भात स्त्रीवादी साहित्याचा विचार करताना मराठी साहित्याची परंपरा यांचा विचार करावा लागेल. १९ व्या शतकाच्या मध्यापासून महाराष्ट्रामध्ये स्त्री शिक्षणासाठी प्रयत्न होऊ लागले व पुढील शंभर वर्षांच्या काळात ते सातत्याने होत राहून गेल्या चाळीस वर्षांत स्त्री शिक्षण ही समाजमान्य गोष्ट झालेली आहे. तरीसुद्धा महाराष्ट्रात अजूनही फक्त चाळीस टक्के स्त्रिया साक्षर आहेत व दहा टक्के स्त्रिया उच्च शिक्षण घेत आहेत ही गोष्ट नजरेआड करता येत नाही. त्यामुळे दडपलेपणाची जाणीव, समानतेची मागणी, स्वातंत्र्याचा झगडा याची

गंधवार्ताही नसलेल्या स्त्रियांची संख्याच अधिक आहे. सुशिक्षित मध्यमवर्गीय स्त्रीचा विचार करताना आजची स्त्री आर्थिकदृष्ट्या स्वतंत्र असली तरी मानसिक व शारीरिक स्वातंत्र्याची आंतरऊर्मी स्त्रियांमध्ये अजून निर्माण झालेली नाही असे खेदाने म्हणावे लागते. स्वातंत्र्याची सर्वंकष मागणी समाजाच्या सर्व थरातून आतून आल्यामुळे १९६० नंतर अमेरिकेत स्त्रीवाद रुजू शकला, पण अशा तऱ्हेने आपल्यावर होणाऱ्या अन्यायाविरुद्ध आवाज उठविण्याचे सार्वत्रिक प्रयत्न महाराष्ट्रामध्ये झाले नाहीत. जे थोडेफार झाले त्यांचे स्वरुप राजकीय व क्षीण स्वरुपाचे आणि तात्कालिक ठरले. यामागे अनेक कारणे असू शकतात. त्यापैकी भावात्मक म्हणजे मराठी पुरुष उदारमतवादी असून स्त्रियांवर दडपणूक करत नाही. अथवा अशा प्रकारे होत असलेली दडपणूक स्त्रियांना मान्य आहे व त्याविरुद्ध आवाज उठविण्याची त्यांची इच्छा/शक्ती नाही असेही असू शकते. या दोन्ही गोष्टी खोलात शिरुन अभ्यास करण्यासारख्या आहेत.

मात्र वरवर पाहता गेल्या पिढीतील स्त्रीपेक्षा आजच्या स्त्रीचे जीवन पुष्कळ बदललेले आहे व काही अंशी स्त्री स्वातंत्र्य उपभोगते आहे असे दिसून येईल. एकत्र कुटुंबपद्धतीकडून लघुकुटुंबाकडे झालेल्या वाटचालीत नैसर्गिकपणेच स्त्रीकडे पूर्वीपेक्षा वरचे स्थान आले. वाढत्या महागाईमुळे आर्थिक हातभार व आधुनिक सुखोसोयी मिळविण्याच्या धडपडीत नोकरी करणे अपरिहार्य झाल्याने स्त्रीला पूर्वीपेक्षा थोडे अधिक आर्थिक स्वातंत्र्य मिळाले. नोकरीमुळे समाजात व विशेषत: पुरुष आधिक्य असलेल्या समाजात मिसळावे लागल्याने स्त्रियांमध्ये अधिक धीटपणा आला. त्याचबरोबर शिक्षण व नोकरीसाठी एकटीने प्रवास करणे, रात्री-अपरात्री बाहेर राहणे, परपुरुषांच्या सहवासात पार्टी व सहलीसाठी जाणे, सभा संमेलने वा चर्चासत्रातून भाग घेणे वगैरे अनेक प्रकारच्या गोष्टींमुळे नवऱ्याव्यतिरिक्त अनेक पुरुषांशी स्त्रियांचे वेगवेगळ्या पातळीवर संबंध येऊ लागले. स्पर्धेमध्ये टिकून राहण्यासाठी आपल्या स्त्रीत्वाचा/सौंदर्याचा वापर करणे, पारंपरिक वेशभूषा सोडून देऊन प्रसंगी सोयीचे सुटसुटीत कपडे वापरणे, धकाधकीच्या जीवनात स्कूटर्स व मोटारीचा स्वत: वापर करणे, मुलांची सोय नोकरीच्या काळात पाळणाघरात करणे असे अनेक लहानमोठे निर्णय घेण्याचे स्वातंत्र्य स्त्रीला मिळाले की जे यापूर्वी तिच्या कक्षेत कधीच नव्हते. अर्थातच हे चित्र पाहूनही 'आजची स्त्री स्वतंत्र आहे का व तिला समाजात पुरुषाच्या बरोबरीने स्थान आहे का? या प्रश्नांची उत्तरे होकारार्थी देता येणार नाहीत ही गोष्टही तितकीच खरी आहे, कारण हे वरवरचे स्वातंत्र्य मिळाले तरी कुटुंब व समाज या दोन्ही स्तरावर आजही पुरुषांचेच अधिराज्य आहे व शारीरिक आणि भावनिक या दोन्ही पातळीवर होणारे स्त्रियांचे शोषण अजिबात

कमी झालेले नाही. बलात्कार, हुंडाबळी, शारीरिक अत्याचार, छळवणूक यांचे गुन्हे तर वाढलेले आहेतच, पण त्याचबरोबर न नोंदविता येणारी स्त्रियांची घरातील दडपणूक व मानसिक अत्याचार यांचे प्रमाणही वाढलेले आहे. सामाजिक असुरक्षितता व विधवा, परित्यक्ता आणि घटस्फोटिता यांना समाजात प्रतिष्ठा नसल्यामुळेही स्त्रीवरचे अन्याय दडपून ते मूकपणे सहन करण्याकडेच स्त्रियांची वृत्ती आहे असे दिसते. त्याप्रमाणे धार्मिक रुढी परंपरांनी सौभाग्य व योनिशुचिता या दोन गोष्टींना दिलेल्या अवास्तव मोठेपणामुळे माणूस बनण्यापेक्षा बायको बनून नवऱ्याच्या छत्राखाली राहण्याचे संस्कार स्त्रीवर अधिक गडद आहेत. पुरुषांच्या समाजात वावरायला लागल्यामुळेही अनेक ठिकाणी तोंड दाबून बुक्क्यांचा मार सहन करण्याचे प्रसंगही स्त्रीवर अनेकदा येतात. सारांश, काही अंशी स्त्रीचे जीवन मोकळे झाले असले तरी आजच्या स्त्रीचे जीवन अधिक असुरक्षित, धकाधकीचे, दडपणुकीचे व दुय्यम दर्जाचेच राहिले आहे. याविरुद्ध संघटित आवाज उठविण्याचे प्रयत्न स्त्री चळवळींच्या मार्फत काही वेळा झाले तरी स्वातंत्र्य व समानतेपेक्षा स्त्रियांच्या मूलभूत गरजा भागविण्याच्या दृष्टीनेच अधिक महत्त्वाची असलेली भूमिका निभावण्याची त्यांची पहिली गरज आहे.

या पार्श्वभूमीवर अमेरिकेमध्ये वा अन्य पाश्चात्त्य साहित्यामध्ये आलेली स्त्रीवादी साहित्याची चळवळ आपल्या समाजामध्ये जशीच्या तशी अपेक्षिता येणार नाही, साहित्यामध्ये समाजातील बदलाचे पडसाद उमटणे अपरिहार्य असते व समाजातील प्रश्न कित्येकदा समाजापुढे पुरोगामी साहित्यामधूनच प्रथम आलेले दिसतात. या दृष्टीने आधुनिक मराठी साहित्याकडे पाहिले तर स्त्रियांच्या बदलत्या आयुष्याची दखल काही एका मर्यादेपर्यंतच मराठी साहित्याने घेतलेली आहे असे दिसून येईल. स्त्रीच्या म्हणून असलेल्या, मानल्या गेलेल्या भूमिकांना नकार देणे, स्त्रीच्या दुय्यमत्वाचा धिक्कार करुन समानतेची मागणी करणे, आपल्यावर होणाऱ्या अन्यायाची जाणीव होणे व या अन्यायाला साहित्यातून वाचा फोडणे, सामाजिक निर्णय प्रक्रियेत स्त्रियांच्या सहभागाची मागणी करणे, स्त्रीच्या समजल्या जाणाऱ्या जुन्या प्रतिमांना आव्हान देणे, केवळ देवी वा शारीरिणी ही भूमिका सोडून आपल्या माणूसपणाची भूमिका स्वत: प्रयत्नपूर्वक स्वीकारणे व इतरांशी झगडून त्यांना स्वीकारायला लावणे, सामाजिक मुख्य प्रवाहात सामील होणे आणि या सर्वांचा अर्थ पुरुषी बनणे नव्हे तर आपल्या शारीरिक वैशिष्ट्यांसकट आपले वेगळेपण टिकवणे या विविध दृष्टिकोनातून साहित्यामध्ये स्त्रीवाद प्रकट होऊ शकतो.

मराठी कविता

स्वातंत्र्योत्तर मराठी कविता विशेषत: स्त्रियांकडून लिहिली गेलेली ही बरीचशी प्रेमपूजक आहे आणि प्रेमामध्ये स्त्रीची भूमिका सर्वस्व अर्पण करुन पुरुषापुढे स्वत:ला लीन करुन घेण्याची असल्याने वृक्ष-सावली, सागर-नदी, चंद्र-चकोर अशा प्रतिमांमधून स्त्रियांनी स्वत:कडे दुय्यम भूमिकाच वर्षानुवर्षे घेतलेली दिसते. भाववादी कवितेशी नातं सांगणारी मराठी कविता ही त्यामुळे वास्तवापासून दूर, तथाकथित भावुकता आळवणारी, अलंकारप्रचुर व गुळगुळीत गोड गोड शब्दांनी विनटलेल्या भावगीतांच्या पातळीवरच राहिली. पद्मा गोळे व इंदिरा संत यांनी मोजक्या चार-सहा कवितांमधून घेतलेला स्त्रियांच्या बदललेल्या जीवनाचा वरवरचा वेध सोडला तर संजीवनी मराठे, अनुराधा पोतदार, शांता शेळके आणि आजच्या काळातील अरुणा ढेरे यांची कविता पारंपरिक रोमँटिक कविता म्हणूनच साकारली आहे असे दिसेल. कविता हा एकच वाङ्मय प्रकार असा आहे की बहुसंख्य कवी-कवियित्रींनी रोजच्या जीवनापासून साहित्याला अनेक योजने दूर ठेवले आहे. कोणाचाही अपवाद न करता तद्दन सर्व पुरुष कवींनीही अपार प्रेमकाव्येच लिहिली व त्यातही स्त्रीच्या शारीरिक आकर्षणाचाच प्रामुख्याने प्रच्छन्न व कित्येकदा अप्रछन्नही आविष्कार झाला. बायको, प्रेयसी आणि त्या खालोखाल माता एवढ्या रुपांतच कवींनी स्त्रीकडे पाहिले. स्त्रीलाही मन आहे, भावना आहेत, तिचे प्रश्न आहेत, अनुभव आहेत, मैत्रीची ओढ आहे याचा जराही विचार पुरुष कवींच्या काव्यात कुठे उमटला नाही आणि आश्चर्य म्हणजे स्त्री कवीनीही आपली 'स्त्री' एवढीच प्रतिमा मान्य करुन आपल्या अनुभवांचे आविष्करण केले. यात पहिल्या सन्माननीय अपवाद म्हणजे मलिका अमरशेख! दलित काव्याने मराठी साहित्याला जे क्रान्तीकारी नवे वळण दिले त्याचे पडसाद मलिकाच्या आणि मलिकाच्याच काव्यात फक्त समर्थपणे उमटले. तिच्या 'वाळूचा प्रियकर' या काव्यसंग्रहाने मराठीत प्रथमच स्त्रीचं अनाम दु:ख वेशीवर टांगणारी कविता आली. शहरीकरणाने बकाल झालेलं आयुष्य, दारिद्र्य, शरीरमाध्यमातून प्रकट होणारे हुंकार आणि स्त्रियांच्या आयुष्याची झालेली दैना शहरी स्त्रीचं खरं जगणं दाखवणारी होती. त्यानंतर नीरजा यांच्या 'निरन्वय' या काव्यसंग्रहात शरीरच कोडे होणाऱ्या पांचालीच्या दु:खातून स्त्रियांची 'खास' दु:खे काही कवितांमधून व्यक्त झाली. त्यानंतर १९८८ मध्ये प्रसिद्ध झालेल्या अश्विनी धोंगडे यांच्या 'स्त्रीसूक्त' या काव्यसंग्रहातून प्रथमच शहरी जीवनातील मध्यमवर्गीय स्त्रीच्या जीवनातील विविध भूमिकांना आणि तिच्या प्रश्नांना वाचा फुटली. गतीचा कायदा मिळवणारी स्त्री, यंत्रवत झालेली स्त्री, गृहिणीच्या भूमिकेत स्वत:ला वजा करुन जपणारी स्त्री, कुटुंबाच्या गराड्यात राहूनही मानसिक एकाकीपणा सहन

करणारी स्त्री, जाहिरातीतून स्वत:ला विकणारी स्त्री इत्यादी जीवनाच्या अनेक अंगांनी स्त्री जीवनाचा विचार करणारा हा पहिला स्त्रीवादी काव्यसंग्रह म्हणता येईल. आसावरी काकडे, अंजली पेंडसे, विमल लिमये वगैरेंच्या व 'मिळून साऱ्याजणी' मध्ये प्रसिद्ध होणाऱ्या अन्य काही स्फुट कवितांचा दृष्टीकोन व्यक्तिवादी बनलेला आहे.

आत्मचरित्रे

आत्मचरित्रे या वाङ्मय प्रकारात स्त्रियांची परंपरा मोठी आहे. समग्र आत्मचरित्रांचा आढावा घेताना स्त्रियांची समाजातील दबलेली प्रतिमा चटकन नजरेत भरते, कारण बरीचशी आत्मचरित्रे ही त्या त्या लेखिकांची चरित्रे नसून प्रामुख्याने त्यांच्या नवऱ्यांची चरित्रे आहेत व आपला नवरा किती गुणवान, हुशार, उदार होता हे सांगताना स्त्रियांनी आपले आयुष्य त्याच्यामुळे किती बदलून गेले हा कौतुकाचा सूर लावलेला आहे. आमच्या आयुष्यातील काही आठवणी (रमाबाई रानडे) स्मृती तरङ्‌ग (अन्नपूर्णाबाई रानडे) या सदाशिव (इंदिराबाई भागवत) ही आत्मचरित्रे स्त्रीवादी दृष्टिकोनातून पुनश्च वाचली तर या स्त्रिया जुळवून घेण्यासाठी ध्येय म्हणून स्वत:ला गप्प बसवून दुबळेपणाच्या छायेत किती राहात होत्या हे लक्षात येईल. याला अपवाद म्हणजे लक्ष्मीबाई टिळकांचे 'स्मृतिचित्रे' हे आत्मचरित्र. टिळकांबद्दल प्रेम असूनही त्यांच्या दोषांची जाणीवही लक्ष्मीबाईंना होती. शिवाय लक्ष्मीबाईंच्या स्वभावाचे विविध पैलू, स्त्री म्हणून होणारी त्यांची कुतरओढ, संघर्षातून निर्माण झालेली स्वत:च्या माणूसपणाची जाणीव, निर्णय घेण्याची क्षमता, स्वत:चे असे स्वतंत्र कार्यक्षेत्र, बळकट आत्मविश्वास, स्वाभिमानी वृत्ती या विविध अंगोपांगामुळे स्वत:ला विसरुन पतीमध्ये लीन झालेली तत्कालीन स्त्री म्हणून स्वत:चे दर्शन न घडवता एका स्वतंत्र बाण्याच्या निर्भर स्त्रीचे दर्शन या आत्मचरित्रात प्रथमच झाले आहे. पतीवर आंधळी श्रद्धा व भक्ती न ठेवता डोळस प्रेम करणाऱ्या शीलवतीबाई केतकर 'मीच हे सांगितले पाहिजे' मध्ये दिसतात, तर बुद्धिवादी परंतु पारंपरिक स्त्रीचे दर्शन बाया कर्वे यांच्या 'माझे पुराण' मध्ये आहे. या पुढच्या पिढीतील आत्मचरित्रात व्यक्तिजीवनाची संसारात होणारी घुसमट, स्त्रीने आपल्यापरीने त्यातून शोधलेला मार्ग यातून स्त्रीची व्यक्तिवादाकडे सुरू झालेली थोडीफार वाटचाल दिसते. अजून चालतेचि वाट (आनंदीबाई विजापुरे), पानाआडचे फूल (आशा सावे), दुर्दैवाशी दोन हात (सरोजिनी शारंगपाणी), स्नेहांकिता (स्नेहप्रभा प्रधान) इत्यादी चरित्रे या दृष्टीने वाचनीय आहेत. स्त्री म्हणून स्वत:च्या असलेल्या मान्यवर भूमिका नाकारणारी व स्वत:ला हवी तीच वाट चोखाळणारी स्त्रीवादी म्हणता येईल अशी एक अपवादात्मक बाणेदार स्त्री 'चाकोरीबाहेर' (गंगूताई पटवर्धन) या आत्मचरित्रात

दिसते. लग्नातील विधी, वधूपक्षाची मानहानी पाहून त्या लग्न न करण्याचे ठरवितात. वडाची पूजा, हरतालिका या पारंपरिक व्रतांचे त्यांना हसू येते, परदेशगमन, बडोदा ट्रेनिंग कॉलेजच्या प्राचार्य, पटवर्धनांशी केलेला मैत्रीचा संसार या सर्व घटनांमधून एक व्यक्ती म्हणून, समाजातील परंपरा सोडून जगलेल्या स्त्रीचे दुर्मिळ दर्शन होते. या व्यतिरिक्त शिक्षण क्षेत्रातील कामगिरी (स्मरण साखळी - कमलाबाई देशपांडे) कामगार चळवळीतील कार्य (पण ऐकतो कोण - उषा डांगे), आदिवासींसाठी वेचलेले दिवस - (जेव्हा माणूस जागा होतो - गोदावरी परुळेकर) वगैरे अनेक कार्यक्षेत्रातील स्त्रियांनी आपापल्या कार्यकर्तृत्वाचा परिचयच आपल्या आत्मचरित्रातून दिला आहे. नाट्य व सिनेक्षेत्रातील अभिनेत्या स्त्रियांनी या क्षेत्रात होणारी स्त्रीची दडपणूक किंवा खेळलं जाणारं राजकारण यांचे दाखले काही वेळा आपल्या आत्मचरित्रातून दिलेले दिसतात. हल्लीच्या ५, ६ वर्षांत प्रसिद्ध झालेल्या आत्मचरित्रात 'नाच ग घुमा' (माधवी देसाई) व 'आहे मनोहर तरी' (सुनीता देशपांडे) यांचा उल्लेख करावा लागेल. एरवी चार-चौघींसारखं सामान्य स्त्रीचं जीवन जगणाऱ्या माधवींनी रणजित देसाईंसारख्या मनस्वी लेखकाशी पुनर्विवाह करताना दाखविलेला धीटपणा, त्यानंतरचे दोघांचे सहजीवन व घटस्फोट, यांचा विचार करता स्त्री म्हणून अन्यायाच्या टोकापर्यंत सहनशीलता दाखविणाऱ्या मध्यमवर्गीय स्त्रीचे दर्शन होते, व त्यानंतर तिला आलेले आत्मभान व लेखक म्हणून स्वत:च्या सामर्थ्याच्या आलेल्या प्रत्ययाची जाणीव माणूस म्हणून स्त्री घडण्यात महत्त्वाची वाटते. वरवर सुखी वाटणाऱ्या प्रतिष्ठित कुटुंबातही संवेदनशील असणाऱ्या नवऱ्याला आपल्या बायकोवर आपण नकळत किती अन्याय करतो, व तिला नकळत किती दुय्यमपणा देत असतो याची आलेली बधिरता सुनीता देशपांडे यांच्या लेखनातून प्रभावीपणे व्यक्त झालेली दिसते. नवरा या नात्यात पुरुषाशी मैत्री कशी अंतर्भूत होत नाही याचे स्पष्ट चित्र या पुस्तकातून व्यक्त होते. एकूणच मराठी आत्मचरित्रांची वाटचाल स्त्रीच्या समाजातील बदलत्या भूमिकेशी समांतर राहिली आहे, तिला आपल्या 'स्वत:चे' जितपत भान आहे तितपत प्रातिनिधिक लिखाणातून ते उमटले आहे. मात्र करिअर करणाऱ्या, संघर्षातून स्वत:ला शोधणाऱ्या, बदलत्या सामाजिक परिस्थितीत स्त्री म्हणून ज्यांच्या सामर्थ्याची कसोटी लागली अशा स्त्रियांचे दर्शन आत्मचरित्रातून घडलेले नाही, पण स्त्रीचे खरे जीवन आकलण्यास हा चांगला वाङ्मय प्रकार असल्याने पुढील काळात स्त्रीवादी म्हणावी अशी आत्मचरित्रे निर्माण होतील अशी आशा करायला वाव आहे.

कथा व कादंबरी क्षेत्रात स्त्रियांनी आपली लेखणी १९ व्या शतकापासूनच गाजवली आहे ही गोष्ट अनेकांना ठाऊक नसेल, आणि काळाच्या ओघात त्यातील

फारसे लेखन आता अस्तित्वात नसण्याची शक्यताही नाकारता येत नाही. विभावरी शिरुरकरांपासून आधुनिक स्त्रीच्या व्यथा कथारुपाने पुढे आल्यानंतर अनेक कथालेखिकांनी स्त्रीच्या घुसमटीला आपल्या कथांमधून वाचा फोडली. दुर्दैवाने पुरुषांच्या लेखनाचे अनुकरण करुन लिहिणाऱ्या अनेक लोकप्रिय लेखिकांनी अत्यंत सामान्य दर्जाच्या, उथळ, नाटकी, खोटे प्रश्न निर्माण करणाऱ्या, परंपरांच्या साच्यात स्त्रियांना घट्ट बसविणाऱ्या किंवा स्त्रीमुक्तीच्या सोप्या कल्पना वरवर दाखविणाऱ्या सनसनाटी कादंबऱ्या लिहिल्या. यामध्ये सुमती क्षेत्रमाडे, योगिनी जोगळेकर, शैलजा राजे, काही अंशी ज्योत्स्ना देवधर या स्त्रियांनी व्यापारी पद्धतीने लेखन करुन स्त्रीची अवास्तव प्रतिमाच समाजापुढे आणली. खऱ्या अर्थाने उच्च मध्यमवर्गीय स्त्रीचं संघर्षाचं जीवन आजच्या म्हणवल्या जाणाऱ्या आशा बगे, सानिया, अंबिका सरकार, प्रिया तेंडुलकर, गौरी देशपांडे यांच्या कथा कादंबऱ्यातून समर्थपणे झालेलं दिसतं. विवाहबाह्य संबंधात येणारे मानसिक तणाव व करावे लागणारे लैंगिक संघर्ष, विवाहविषयक रुढ समजूत जाणवणारा पोकळपणा, माणसात राहूनही वाटणारा आत्यंतिक एकाकीपणा, पारंपारिक नातेसंबंधांना केलेले आव्हान, घटस्फोटित स्त्रीला जगताना येणारे अनुभव अशा विविध जीवनानुभवाने नटलेली अत्यंत वजनदार वास्तव कथा लिहिणाऱ्या आज फक्त कथा लेखिकाच आहेत. एकदोन अपवाद वगळले तर कोणाही पुरुष लेखकात स्त्रीच्या किंवा पुरुषाच्याही अंतर्मनाचा वेध घेणारी कथा कादंबरी लिहिण्याचे सामर्थ्य आज तरी दिसत नाही. सर्व वाङ्मय प्रकारात स्त्रीवादी दृष्टीकोनाचा परिसस्पर्श झालेला हाच एक वाङ्मय प्रकार आहे असे म्हणावेसे वाटते. या सर्वच स्त्रियांचे लिखाण उद्याच्या स्त्रीला मानसिक सामर्थ्य देणारे व दिग्दर्शन करणारे असेच आहे.

वैचारिक क्षेत्रात स्त्रीवादी विचारसरणीचा वेध घेणारी काही पुस्तके आता उपलब्ध आहेत.

एकंदरीत पाहता आपल्या समाजातील स्त्री मानसिकरित्या अजून दुबळी आहे, तिच्यावर पारंपरिकतेचा व अंधश्रद्धांचा जोरदार पगडा आहे, त्यागाच्या खोट्या कल्पनांना ती अजून चिकटून आहे, प्रेम भावनेच्या अतिरेकी कल्पनांनी व्यक्तित्वविषयीच्या तिच्या जाणिवा बोथट झालेल्या आहेत, आहे त्या परिस्थितीत सुख शोधण्याची तिची तडजोडीची वृत्ती आहे. मुलांचा जन्म व संगोपन, घरकाम व अर्थार्जन या तिहेरी जबाबदारीखाली ती पूर्ण वाकून गेली आहे, आपले दु:ख हे शोषणामुळे व दास्यत्वामुळे आलेले आहे ही जाणीव तिला नाही, प्रेम करवून घेण्यातली सुरक्षितता तिला स्वत:च्या अवलंबीपणाच्या भावनेपासून दूर ठेवते असे म्हणता येईल. पण तरीही परिवर्तनाच्या नव्या काळाची नांदी वाजू लागली आहे

असे म्हणण्याइतकी आशादायक स्थितीही एका बाजूला निर्माण होऊ लागली आहे. स्त्रीवादी साहित्याचे स्थान हा नवा समाज निर्माण करण्यात अधिक महत्त्वाचे असेल.

संदर्भ

१) सर्व इंग्रजी पुस्तकांच्या व अन्य संदर्भासाठी डॉ. अश्विनी धोंगडे १९९२ - स्त्रीवादी समीक्षा - स्वरुप आणि उपयोजन, प्रकाशक - दिलीपराज प्रकाशन. शनिवार पेठ, पुणे ३०.

२) डॉ. विमल भालेराव - १९८६ - आधुनिक मराठी वाङ्मयातील स्त्रियांची आत्मचरित्रे, एक अभ्यास (१९१० ते १९७५) साहित्य प्रसार केंद्र, सीताबर्डी, नागपूर.

❖❖❖

११

स्त्रीवादी साहित्य

मंगला रमेश वरखेडे

मानवी संबंध व्यवस्थेचा मुळापासून वेध घेणारी स्त्रीवाद ही एक राजकीय विचारप्रणाली आहे. नवसमाज निर्मितीसाठी शोषणाची कारणे शोधणे आणि स्त्री अस्मितेचा पुरस्कार करणाऱ्या नव्या पर्यायांची मांडणी करणे हे स्त्रीवादाचे स्वरूप आहे. मात्र ही विचारप्रणाली एकरेषीय नाही. अनेक विचारप्रवाहांना सामावून घेणाऱ्या विविध अंतरवर्तृळांचे ते एक बृहद वर्तृळ आहे. स्पर्धेपेक्षा सहकार्यावर भर देणाऱ्या मवाळ स्त्रीवादापासून (Victim Feminism) पुरुषसत्तेचा पाया उखडून टाकण्याची भाषा करणाऱ्या जहाल स्त्रीशक्तीवादापर्यंत (Power Feminism) अनेक भूमिकांचा या बृहद वर्तृळात समावेश होतो. या विविध विचारप्रवाहांची वैचारिक सूत्रे स्थूलमानाने पुढीलप्रमाणे सांगता येतील.

१. मवाळ स्त्रीवाद

आत्मसमर्पणाची मवाळ मांडणी हे स्त्रीवादाचे एक टोक आहे. आत्मसमर्पणाची भूमिका स्त्रियांमधल्या निसर्गदत्त सहजीवनाच्या ओढीला उदात्त तत्त्वज्ञानाचे रूप देते. तसेच अपत्य निर्मिती ही स्त्रीच्या गुलामीचे कारण नसून ते स्त्रित्वाच्या श्रेष्ठत्वाचे लक्षण आहे अशी भूमिका घेऊन शांततामय सहजीवनाचा पुरस्कार करणारी हीं विचारसरणी आहे. स्त्री-पुरुषांना समान हक्क आणि विकासाच्या समान संधी प्राप्त झाल्या तर स्त्री-पुरुष विषमता नष्ट होईल, अशी मवाळपंथीयांची नेमस्त भूमिका आहे. प्रबोधन युगापासून चालत आलेल्या उदारमतवादी विचारप्रणालीशी सुसंगत अशी ही मांडणी आहे.

२. जहाल स्त्रीवाद

स्त्रियांच्या वाट्याला आलेल्या दुय्यमत्वाला नकार देऊन स्त्रीशक्तीचे दर्शन घडवणारी संघर्षशील भूमिका हे स्त्रीशक्तीवादी स्त्रीवादाचे (Power Feminism)

दुसरे टोक सागंता येईल. स्त्रियांनी आपल्या सामाजिक स्थानासाठी आर्थिक स्वावलंबनाचा मार्ग अवलंबून समर्थ पर्याय अवलंबवावा, आणि शिक्षण, रोजगार, आरोग्य, राजकीय सत्ता या सर्व क्षेत्रातल्या हक्कांसाठी संघर्ष करावा ही भूमिका आहे. Sexual Politics या ग्रंथातून केट मिलेट यांनी जहाल स्त्रीवादाची प्रथम मांडणी केली. सर्व सामाजिक व राजकीय संस्था ह्या पुरुषसत्तेचाच विस्तार असून संस्कृतीच्या वाटचालीत सर्व ठिकाणी पुरुषांचेच वर्चस्व राहिले आहे. त्यामुळे पुरुषसत्तेचा सर्व आघाड्यांवर प्रतिवाद करणे हे या स्त्रीवादाचे ध्येय ठरले. मातृत्व हे पुरुषकेंद्रीच असल्याने स्त्रीला व्यक्ती म्हणून मातृत्वाची ओळख देण्यापेक्षा ते संस्थात्मक प्रतिष्ठा देणारे साधनात्मक मूल्य आहे. त्यामुळे ते नाकारावे अशीही जहाल स्त्रीवादाची भूमिका आहे. साहित्याची भाषा ही आजपर्यंत पुरुषसत्ताक मूल्यरचनेतून घडलेली आहे. या पुरुषसत्ताक भाषेचे व्याकरण नाकारुन केवळ स्त्रियांच्या अनुभवांचे सत्व असलेले नवे स्त्री केंद्री भाषिक व्याकरण निर्माण करण्याचे ध्येय या भूमिकेतून पुढे आले. तसेच, पुरुषप्रधान साहित्याचे विपरित वाचन करुन त्यातील लिंगभेद उघड करणे मिथके, प्रतिमा यांचे विश्लेषण करुन स्त्रीचे देवता किंवा चेटकीण अशा स्त्री प्रतिमांमधला मतलबीपणा उघड करणे असा जहाल स्त्रीवादाने नवी स्त्रीवादी वाङ्मयीन मूल्ये पुढे आणण्यावर भर दिला.

३. मार्क्सवादी स्त्रीवाद

मार्क्सवादी स्त्रीवादामध्ये कुटुंबसंस्थेचा विचार भांडवलशाहीच्या संदर्भातच केला जातो. पुरुष हा भांडवलदार आणि स्त्री ही श्रमिक, त्यामुळे खाजगी मालमत्तेच्या हक्कांचा वाटा पुरुषाकडेच जातो आणि स्त्रियांना मात्र पुरुषांची गुलामगिरी करण्यापलिकडे पर्याय नसतो. जेव्हा स्त्री आणि पुरुष हे दोन्ही श्रमिक समान पातळीवर येतील, ते दोन्हीही डी-क्लास होतील तेव्हा आदर्श साम्यवादी समाज रचना अस्तित्वात येईल. या तत्त्वज्ञानानुसार ही विचारसरणी स्त्रियांचे आर्थिक परावलंबन दूर करण्यावर भर देते. घरकामास उत्पादक श्रममूल्य प्राप्त झाले पाहिजे, अपत्य निर्मिती हे एका अर्थाने श्रमिकांच्या पुरवठ्याचे काम असून ते स्त्री करीत असल्यामुळे त्यालाही विनियम मूल्य असले पाहिजे अशा प्रकारच्या मागण्या या विचारप्रवाहातून पुढे आल्या आहेत. साहित्यामध्ये स्त्रिया कमावत्या झाल्या तर त्यांचे शोषण थांबते अशा प्रकारची कथाबीजे घेऊन कथालेखन करण्यावर या प्रणालीतील लेखिकांचा भर आहे. आपल्याकडे विभावरी शिरुरकर यांच्या कथांमधून कमावत्या स्त्रिया घर उभे करण्यात हातभार लावतात आणि तरीही पुरुषसत्ताक समाजरचनेत एक स्त्री म्हणून तिचा जो कोंडमारा होतो त्याचे यथार्थ दर्शन घडविणारी आशयसुत्रे साहित्यात आणली आहेत.

४. कृष्णवर्णीय स्त्रीवाद

हा अमेरिकेतील स्त्रीवादी चळवळीचा विस्तार आहे. गौर स्त्रिया आणि कृष्णवर्णीय स्त्रिया यांच्यात जोपर्यंत समान पातळीपर्यंत भगिनीभाव नांदत नाही तोपर्यंत कृष्णवर्णीय स्त्रियांना आपली लढाई स्वतंत्रपणे लढणे भाग आहे (बेलहूक). केवळ लैंगिक विषमताच नव्हे तर वंश आणि वर्गिय विषमताही नष्ट केली पाहिजे व त्यासाठी शोषणाला प्रतिकार करणाऱ्या स्त्रीची प्रतिमा निर्माण करणे हे कृष्णवर्णीय स्त्रीवादाचे वाङ्‌मयीन ध्येय असल्याचा पुरस्कार या विचारप्रणालीने केला आहे. आपल्याकडे दलित स्त्रीमुक्तीचा या दृष्टीने विचार करता येईल.

५. पर्यावरणवादी स्त्रीवाद

वनस्पती आणि सृष्टीतील सुफलीकरण, प्रजनन, संवर्धन आणि जैविक वाढीच्या प्रक्रियेतील प्राकृतिकतेशी स्त्री शरीराचे सम्यक नाते आहे असे मानणारी ही विचारप्रणाली आहे. स्त्रीधर्मातील या प्राकृतिकतेचे भान ठेवून गर्भपात, गर्भजलपरीक्षा अशा अप्राकृतिक कृत्यांविरुद्ध या चळवळीने सामाजिक जनजागरण केले आहे. पुरुषकेंद्री, संस्कृतीत स्त्रीदेह हा विटाळाचा विषय मानला गेला. मासिकपाळी, बाळंतपण या जैविक स्थितींना नैतिक अर्थ प्राप्त होऊन स्त्रीचे शरीर हीच तिची नियती ठरली आणि व्यक्तीत्वविकासासाठी असणारा समान हक्क तिला नाकारला गेला. पर्यावरणवादी स्त्रीवादाने स्त्री शरीराला मिळणाऱ्या या दुय्यम स्थानाचा प्रतिवाद केला व स्त्री शरीराकडे न-नैतिकतेतून पाहण्याची दृष्टी दिली.

६. अस्तित्ववादी स्त्रीवाद

स्त्रिया या केवळ मनुष्यमात्र नसून मुख्यत: स्त्रिया आहेत या विचाराला केंद्रस्थानी ठेवून स्त्रीत्वाच्या अस्मितेच्या शोधाला प्राधान्य देणारी ही विचारधारा आहे. सिमॉन दी बोव्हा यांनी या विचारधारेचा पाया रचला. स्त्री ही जन्मत:च स्त्री नसते तर समाजव्यवस्थाच स्त्रीला ‘बाई’ म्हणून एक भूमिका प्रदान करते. ही भूमिका अर्थातच न्यूनत्वाची असते. ती कुणाची तरी बहीण, पत्नी किंवा माता असते. तिला स्वत:चे असतेपण असत नाही. ही दुय्यमत्वाची भूमिका पुसून टाकून स्त्रियांनी आपली नवी ओळख निर्माण करावी, स्वत:चा आत्मशोध घ्यावा, योग्य संधी मिळवाव्यात आणि सक्षम व्यक्ती म्हणून उभे राहावे यादृष्टीतून साहित्याने स्त्रीप्रतिमा रचाव्यात अशी ही भूमिका आहे.

वरील सहा प्रकारच्या ठळक विचारधारा लक्षात घेतल्या तर स्त्रीवाद हे एकरेषीय तत्त्वज्ञान नसून विषमतेच्या विविध पातळ्यांवर निर्णायक लढा देण्यासाठी

विविध पर्यायांचे खुलेपणाने स्वागत करणारा मानव मुक्तीचा सर्वसमावेशक विचारव्यूह आहे. केवळ आर्थिक विषमतेवर भर देणाऱ्या मानवतावादी तत्त्वज्ञानापेक्षा किंवा रंगभेद अथवा जातीव्यवस्थेविरुद्ध लढा देणाऱ्या मानवतावादी तत्त्वज्ञानापेक्षा स्त्रीमुक्तीवादी तत्त्वज्ञानाचा परिघ अधिक लवचिक आणि अधिक व्यापक आहे. धर्मसंस्था, विवाहसंस्था, कुटुंबसंस्था, राजकीयसंस्था, शिक्षणसंस्था यांच्या संस्थात्मक बांधणीतला पुरुषसत्ताक मतलबीपणा उघड करणे, रुढी, परंपरा, कायदा, तत्त्वज्ञान, सौंदर्यविचार, भाषा, इत्यादीतील पुरुषसत्ताक मूल्यांना प्रश्नांकित करणे आणि जीवनाच्या सर्वच क्षेत्रातील आचारविचारात दिसणारी स्त्री-पुरुष विषमतेतील विसंगती उघड करीत नवसमाज निर्मितीच्या विविध पर्यायांचा शोध घेणे हे स्त्रीवादी तत्त्वज्ञानाचे स्वरुप आहे.

स्त्रीवादाची पाश्चिमात्य पार्श्वभूमी

स्त्रीवाद हा संकल्पना व्यूह १९६० नंतर वेगाने पुढे आला असला तरी स्त्रीवादात अभिप्रेत असलेला स्त्री-पुरुष समतेचा विचार गेल्या ३०० वर्षांत हळूहळू उत्क्रांत होत गेलेला आहे. फ्रेंच राज्यक्रांतीतून पुढे आलेला १७८९ चा मानवी हक्कांचा जाहीरनामा स्त्रीवादी विचारांना प्रेरक ठरला. १७९० मध्ये 'ऑलिंच द गुंझ' या लेखिकाने स्त्रियांच्या हक्कांचा जाहीरनामा प्रसिद्ध करुन पुरुषांप्रमाणेच स्त्रीलाही एक स्वतंत्र व्यक्ती म्हणून सन्मानाने जगण्याचा हक्क असला पाहिजे अशी मागणी केली. इंग्लंडमध्ये १७९२ साली मेरी उलस्टोन क्राप्ट यांनी 'The Vindication of Woman' या ग्रंथात स्त्रियांच्या हक्कांचे समर्थन करणारी वैचारिक मांडणी केली. पुरुष हा विचारप्रधान, विवेकी, मर्दानी आणि स्त्री ही भावनाप्रधान, विकारी आणि नाजूक असते ह्या पारंपरिक समजुतींना नाकारुन स्त्री ही पुरुषाइतकीच विचारक्षम आणि विवेकी आहे असा विचार मेरी उलस्टोन क्राप्ट यांनी मांडला. ह्याही वैचारिक बैठकीतून स्त्री-पुरुषांना समान नागरी हक्क असावेत, शिक्षण व रोजगारांची समान संधी असावी ह्या राजकीय मागण्या पुढे आल्या. १८४८ मध्ये अमेरिकेतील गुलामगिरीविरुद्धच्या लढ्यात सहभागी झालेल्या स्त्रियांनी स्त्रियांच्या हक्काचा राजीनामा घोषित करुन मालमत्तेत समान वाटा आणि शिक्षण व रोजगारांच्या समान संधीची मागणी केली. १८९० मध्ये सफ्रेजेट चळवळीने स्त्रियांना मतदानाचा अधिकार असावा अशी थेट राजकीय हक्कांची मागणी केली. घटना दुरुस्ती करुन १९२० साली स्त्रियांना मतदानाचा हक्क प्राप्त झाला.

१८ व्या आणि १९ व्या शतकातील उदारमतवादी विचारांनी स्त्रीवादी विचारांची पायाभरणी करायला सुरुवात केली होती. प्रबोधनोत्तर युगातील मुक्ती लढे हे कुठल्या ना कुठल्या विषमतेच्या विरोधात उभे राहिले आणि मानवमुक्तीचा

विचार हा व्यक्तिलक्ष्यी, पारलौकिक व आध्यात्मिक न राहता समाजसापेक्ष, व्यवस्थानिष्ठ व समष्टीलक्षी झाला. माणसाला एक व्यक्ती म्हणून मुक्त व्हायचे नसून एक समाजघटक म्हणून मुक्त व्हायचे आहे. दलितमुक्ती, श्रमिकमुक्ती, स्त्रीमुक्ती यांतील मुक्ती ही संकल्पना अशी समष्टीवाचक आहे. (प्रा. यशवंत सुमंत ''स्त्रीमुक्तीकडून मानव मुक्तीकडे'', मिळून साऱ्याजणी, जानेवारी १९९९, पृ. १४) याचा अर्थ मुक्तीलढा हा केवळ एका व्यक्तिपुरता वा एखाद्या समाजघटकापुरता मर्यादित राहत नाही. समग्र मानवसमाजाच्या संदर्भातच स्त्रीमुक्तीच्या संकल्पनेचा आशय लक्षात घ्यावा लागतो. उदा. १८६९ साली जॉन स्टुअर्ट मिल यांनी Subjection of Woman या ग्रंथात विवाहसंस्था ही स्त्रियांच्या स्वांतत्र्यातली धोंड कशी आहे याची चर्चा केली असून एकूणच पुरुषसत्ताक व्यवस्थेला प्रश्नांकित केले आहे.

भारतातही १९ व्या शतकात स्त्रियांच्या परवशतेला पुरुषनिर्मित मूल्यव्यवस्थाच कशी जबाबदार आहे याचा उहापोह करणारा 'स्त्री-पुरुष तुलना' हा निबंध ताराबाई शिंदे यांनी लिहिला. ह्या निंबधात त्यांनी स्त्री-पुरुष विषमतेची सोदाहरण चर्चा करुन स्त्री-पुरुष समानतेची विवेकवादी भूमिका मांडली. तसेच उदारमतवादी विचारांनी प्रभावित झालेल्या सुधारकांनी धर्मसुधारणेच्या चळवळीतून आणि सामाजिक सुधारणांसाठी कायदे करण्याच्या मागणीतून स्त्रीमुक्तीची समष्टीवाचक मांडणी केलेली दिसते. १९२९ चा सतीबंदी कायदा, १८५६ चे भारतीय विधवा-पुनर्विवाहाचे विधेयक, १८६० चे संमती वयाचे बील हे राजकीय निर्णय भारतीय स्त्रीवादी चळवळीचे नांदीरुप आविष्कार आहेत असे म्हणता येईल.

२० व्या शतकाच्या उत्तरार्धात स्त्रीमुक्ती लढ्याला गती मिळाली. १९४९ साली सीमॉन दी बोव्हा यांनी 'दी सेकंड सेक्स' या ग्रंथातून स्त्रीत्वाची वेगळी ओळख (identity) स्पष्ट केली. स्त्री ही स्त्री म्हणून जन्माला येत नाही, ती घडवली जाते. ह्या वस्तुस्थितीमुळे तिच्या मागासलेपणाचे, शोषणाचे रहस्य स्त्री जातीयतेत आहे हा मुद्दा ठळकपणे पुढे आला. केवळ जीवशास्त्रीय दृष्टीतून स्त्रियांच्या अनुभवसृष्टीचे आकलन होणार नाही. संस्कृतीने घडवलेली स्त्री प्रतिमा आणि पुरुषसत्ताक मूल्यदृष्टीतील स्त्रीजातीयता (Feminine) लक्षात घेऊनच स्त्रियांच्या अनुभवसृष्टीचे परिणाम स्पष्ट केले पाहिजे ही नवी दिशा यातून पुढे आली. या भूमिकेमुळे स्त्रीवादी साहित्य आणि स्त्रीवादी समीक्षाविचाराला नवे परिमाण प्राप्त झाले. जीवनाच्या सर्वच क्षेत्रात पुरुषसत्ता केंद्रवर्ती राहिल्याने स्त्रियांच्या सर्जनशीलतेला व्यक्त होण्यासाठी अवकाशच कसा उरला नाही हे व्हर्जिनिया वुल्फ यांनी 'A Room of One's Own' या ग्रंथातून स्पष्ट केले आहे. साठोत्तरी कालखंडातील स्त्री चळवळी, स्त्रीवादी साहित्य आणि स्त्रीवादी साहित्य विचाराला या ग्रंथाने एक महत्त्वाचे वैचारिक अधिष्ठान प्राप्त करुन

दिले. १९६६ मध्ये National Organisation of Woman (NOW), स्वीडनमध्ये Group 18 आणि डेनमार्क मध्ये Red Stocking Group या संघटना अस्तित्वात आल्या. ह्या संघटनांचा मुख्य उद्देश स्त्रियांची राजकीय ताकद वाढविणे हाच होता. 'जे जे वैयक्तिक ते ते राजकीय' अशी भूमिका घेणाऱ्या या चळवळी आहेत. स्त्रियांच्या वाट्याला आलेल्या दुय्यमत्वाचा प्रतिवाद आणि स्त्रीशक्तीचे जागरण हे या चळवळींचे ध्येय राहिले. सिमॉन दी बोव्हानंतर बेटी फ्रायडन (1963: The Feminine Mistake), केट मिलेट (1969 : Sexual Politics), जर्मेनी ग्रिअर (1984 : Sex & Destiny), नैमी वुल्फ (1993 : Fire with Fire) इत्यादींनी स्त्रीवादी चळवळीचे राजकीय तत्त्वज्ञान म्हणून मांडणी केली. स्त्रीच्या व्यक्तित्वाची व निर्णयाची अवहेलना होऊ नये यासाठी लोकशाही मूल्यप्रणालीतील समान हक्काची मागणी, हे राजकीय तत्त्वज्ञानाचे मुख्य गृहितक आहे. यातूनच स्त्रीच्या शिक्षणावर, व्यवसायावर,संचारावर बंदी असता कामा नये ही मागणी करण्यात आली. या कायदेशीर हक्कांबरोबरच स्त्रीचा तिच्या शरीरावर हक्क आहे. मातृत्व ऐच्छिक असावं, ही स्त्रीच्या अस्मितेची नवी मागणी पुढे आली. इतकेच नाही तर कुटुंबव्यवस्था ही स्त्रीच्या व्यक्तित्त्व विकासातली धोंड आहे म्हणून कुटुंबसंस्थेलाच नकार द्यावा अशीही भूमिका मांडण्यात आली. प्रजोत्पादनासाठी स्त्रियांना गुलाम बनविणाऱ्या पुरुषसत्ताक व्यवस्थांना नकार हे या कालखंडातील जहाल स्त्रीवादाचे मध्यवर्ती आशयसूत्र राहिले. पुरुषाची घरातील सत्ता ही संपूर्ण समाजातील पुरुषसत्तेचाच प्रातिनिधिक अंश आहे. त्यामुळे लैंगिक स्वातंत्र्य, समलिंगी सहजीवन अशा भूमिका घेऊन पुरुषसत्ताक प्रभावांचा प्रतिवाद करण्यावर भर दिला जाऊ लागला. साठोत्तरी कालखंडातील स्त्रीवादी साहित्याला ह्या स्त्रीवादी चळवळींची पार्श्वभूमी आहे.

स्त्रीवादाची भारतीय पार्श्वभूमी

भारतीय स्त्रीवादाला पाश्चिमात्य स्त्रीवादी चळवळीची पार्श्वभूमी असली तरी भारतात स्त्री सुधारणेच्या १९ व्या शतकापासून ज्या चळवळी झाल्या त्यांची ही ठळक पार्श्वभूमी आहे. त्यामुळे 'भारतीय स्त्रीवाद' अशी स्त्रीवादाची एक स्वतंत्र शाखा म्हणून तिचा विचार करावा लागतो. महाराष्ट्रात १८१७ सालापासूनच बालविवाहाविषयीची चर्चा सुरू झाली. आणि १८९१ मध्ये संमती वयाचे बील पास झाले. वयात येण्यापूर्वीच स्त्रीला संसाराच्या जोखडात बांधण्याच्या परंपरागत रुढीला नकार देणारा हा सर्वसंमत कायदा होता. याचपद्धतीने नवऱ्याच्या मृत्यूनंतर सती जाण्याच्या प्रथेला पायबंद घालणारा 'सतीबंदी कायदा' करण्यात आला. राजा राममोहन रॉय यांच्या सारख्या सुधारणावादी समाजसुधारकांच्या पुढाकारामुळे हा

निर्णय होऊ शकला. कायदे करुन क्रमाक्रमाने स्त्रियांना दुय्यमस्थानावरुन बरोबरीच्या स्थानावर आणण्याचा प्रयत्न आजही सुरुच आहे. अगदी अलीकडे १९६१ साली हुंडाप्रतिबंधक कायदा अस्तित्वात आला. मातृत्वहितरक्षण कायद्यानुसार स्त्रियांना प्रसुतीकालीन हक्काची रजा मिळण्याची तरतूद झाली. १९७६ साली घटस्फोट व नोंदणी विवाह कायद्यात सुधारणा करण्यात आली. याच काळात समान वेतन कायद्यानुसार नोकरीतील स्त्री-पुरुष भेदाला बंदी करण्यात आली. फॅक्टरी कायद्यात दुरुस्ती होऊन ३० महिला कामगार असणाऱ्या कारखान्यात पाळणाघराची तरतूद झाली. पंचायत राज व्यवस्थेत ३३% महिलांना आरक्षण प्राप्त झाले. अजूनही लोकसभेत व विधानसभेत पुरुषांच्या बरोबरीने जागा मिळविण्याचा लढा चालूच आहे. त्यासाठीचे विधेयक अनेक वर्ष प्रलंबित आहे.

ताराबाई शिंदे : भारतीय स्त्रीवादाच्या प्रवर्तक

प्रबोधकारांनी स्त्रियांच्या शोषणाची वैचारिक मांडणी केली, त्याची सामाजिक, राजकीय मीमांसा केली. आगरकर, रानडे, फुले, कर्वे यांनी स्त्रियाच्या सन्मानाचा विवेकवादी विचार मांडला. त्याचे पडसाद हरिभाऊ आपटे, वा.म. जोशी, श्री.व्यं. केतकर, गोविंद बल्लाळ देवल यांच्या साहित्यातून उमटले. या सर्वांची एक ताकदवान वैचारिक मांडणी ताराबाई शिंदे यांनी १८२२ साली केली. त्यामुळे ताराबाई शिंदे या भारतींय स्त्रीवादाची मांडणी करणाऱ्या आद्य लेखिका ठरतात. 'स्त्री धर्म' म्हणजे काय? हा मूलभूत प्रश्न ताराबाई शिंदे यांनी प्रथमच आपल्या निबंधातून उपस्थित केला. 'निरंतर पतीची आज्ञा पाळणे आणि परमात्म्यासारखी त्याची मोठ्या हसतमुखाने देवासारखी पूजा करावी' या पारंपरिक समजुतीला त्यांनी आव्हान दिले. 'जर बायकोला नवराच देव तर नवऱ्याची वागणूक देखील देवाप्रमाणेच पाहिजे.' अशी स्त्री-पुरुष समानतेची भूमिका त्यांनी घेतली. 'पांडवांचे चुलते धृतराष्ट्र, आंधळे होते म्हणून गांधारीने डोळ्याला पडदे बांधावे' असल्या स्त्री प्रतिमा या परवशतेच्या प्रतिमा आहेत. त्यांना नकार देण्याची भूमिका त्यांच्या निबंधातून मांडली गेली. पुरुषसत्तेचा उपहासात्मक समाचार घेणारी जहाल भाषा ताराबाई शिंदे यांनीच प्रथम आपल्या निंबधातून वापरली. एका अर्थाने मराठीतील हा 'जहाल स्त्रीवाद' म्हणायला हवा. 'स्त्रियांची पुरुषांना सोबत नसेल तर सड्याफटिंगाला पुसतो कोण?' असा रोकडा प्रश्न विचारुन त्यांनी पुरुषी सहानुभूतीलाही उघडे पाडले. 'पुरुषांमध्ये कोणीतरी आपले बायकोचे प्राणाकरिता यमराजाचे दरबारात गेल्याची एकही हकीकत पुराणात नाही' याची आठवण करुन देऊन 'पुरुषांमध्ये कुठले मोठे अलौलिक गुण आहेत, कुठली भूतदया आहे?' असे प्रश्न विचारुन

त्यांनी पुरुषाचा दुटप्पीपणा उघड केला. 'पुरुषांना कलम बहाद्दर यापेक्षा भाकरी बहाद्दर हेच नाव खास साजते' अशा भाषेत त्यांनी पुरुषसत्तेचे धिंडवडे काढले. पुरुष प्रीती आणि स्त्री प्रीती यातला भेदही त्यांनी दाखविला. स्त्रियांची प्रीति समुद्रासारखी खोल पण पुरुषाची प्रीती आपमतलबी आणि घातकी. सुरुवातीला ते गुलामाप्रमाणे तिची मर्जी राखतील आणि मनोरथ पुरे झाल्यावर तिच्या यातना तिच्याकडे सोपवून आपण विंचवासारखे ढेकळाआड तोंडे लपवतील. या सर्व प्रतिवादानंतर स्त्रीजाती एक प्रतिशक्ती आहे अशी भूमिका या निबंधातून त्यांनी पुढे आणली आहे. ही शक्ती जेथे वास करील तिथले जीवन सुजलाम सुफलाम होईल म्हणूनच स्त्रियांना लक्ष्मी म्हणतात. मात्र परमेश्वराने गाईस सरंक्षणासाठी भाल्यासारखी तीक्ष्ण शिंगे व वाघासारख्याही बलाढ्य क्रूर पशुपासून दूर पळून जाण्याकरिता चार पाय व हरिणासारखी चपळ गती दिली आहे. पण स्त्रियांना तेही नाही. अशिक्षित,अज्ञानी, निर्बल अशा स्त्रियांनी आपल्या दृढ निश्चयाने सदाचरणी अग्नीसारखे शुचिर्भूत आंतरबाह्य निर्मळ राहून पुरुष जातीस लाजून खाली पहायला लावणे यावेगळे त्यांच्या लक्ष्मी नावास साजण्याजोगे दुसरे भूषण नाही. या निबंधातून ही जी मांडणी पुढे आली आहे ती पुरुषसत्तेचा उपमर्द करणारी जरुर आहे. परंतु त्याचबरोबर स्त्रीशक्तीचा मागोवा घेणारी व तिला पुरुषसत्तेचा प्रतिवाद करण्यासाठी नवी अस्त्रे शोधण्यास प्रवृत्त करणारी आहे. भारतीय स्त्रीवादाची ही वैचारिक चौकट प्रथम ताराबाई शिंदे यांनी पुरविली आहे.

ललित साहित्यातील भारतीय स्त्रीवाद

१८५७ साली बाबा पदमनजी यांनी यमुना पर्यटन या कांदबरीत हिंदू विधवा स्त्रियांच्या दु:स्थितीचे आशयसूत्र घेऊन मराठीतील पहिली कादंबरी लिहिली. विधवांना सन्मानाने जगण्याची सोय पारंपरिक हिंदू समाजव्यवस्थेत नाही. त्यामुळे धर्मांतराचा मार्ग स्वीकारला तरच हिंदू स्त्रियांना सन्मानाची वाट सापडेल असा पर्याय या कादंबरीतून त्यांनी मांडला. त्यामुळे ही कादंबरी बाटगी कादंबरी आहे. अशीही तिच्यावर टीका झाली. मात्र स्त्री-प्रश्नांना पुढे आणणारी कादंबरी म्हणून भारतीय स्त्रीवादी साहित्यात या पुरुषनिर्मित लेखकास निश्चितच स्थान आहे. पुढे हरिभाऊ आपटे, वा. म.जोशी इत्यादी सुधारणावादी लेखकांनी आपल्या कथा-कादंबऱ्यांतून स्त्रियांची परवड हे आशयसूत्र पुढे नेले. वा.म. जोशींनी तिची साहित्य-कला व्यवहारात पुरुषांच्या बरोबरीने सहभागी होणारी रागिणीची प्रतिमा चित्रित केली. अर्थात, सर्व वाङ्मय कृतीत स्त्रीप्रश्नांची सामाजिक बाजूच फक्त मांडली गेली. तिचे अंतर्मन,तिची घुसमट, तिचा स्त्रीत्व भाव हे विषय अस्पर्शित राहिले.

रमाबाई रानडे, लक्ष्मीबाई टिळक यांच्या आत्मकथनातून काही प्रमाणात स्त्रियांचे अंतर्मन जरुर प्रकट झाले. परंतु या वाङ्‌मयातही त्यांची पतीपरायणतेची पुरुषकेंद्री मूल्यदृष्टी बदलली आहे असे दिसत नाही. पुरुषकेंद्री साहित्यात ज्याप्रमाणे 'सिंधू प्रतिमा' केंद्रवर्ती राहिली. तशीच 'सिंधू प्रतिमा' या स्त्रियांच्या आत्मकथनातही कायम राहिली. या पुरुषकेंद्री स्त्रीप्रतिमेला पहिला छेद विभावरी शिरुरकर यांनी दिला. त्यांनी 'कळ्यांचे नि:श्वास' मधून स्त्रीच्या अंतर्मनाला प्रथम वाट दिली. बापाच्या संसारात हातभार लावूनही 'बाबांचा संसार माझा कसा होणार?' हा ठोस प्रश्न मांडून त्यांनी प्रौढ कुमारिकांच्या प्रश्नांची स्त्रीवादी मांडणी केली. त्यामुळे विभावरी शिरुरकर या मराठी स्त्रीवादी ललित साहित्याचा जनक ठरतात.

प्रमुख अंत:प्रवाह

मराठी साहित्यातील स्त्रीवादी जाणीवांचा संकल्पनात्मक नकाशा पुढीलप्रमाणे काढता येतो-

१९ व्या शतकापासून आजपर्यंतच्या मराठीतील स्त्रीवादी जाणिवांचा हा एक स्थूलमानाने रेखाटलेला संकल्पनात्मक नकाशा आहे. त्यावरुन मराठी साहित्यातील स्त्रीवादी आविष्कारांचे व्यवस्थापन करणे सोयीचे जाईल. ताराबाई शिंदे यांनी पुढे आणलेले विचारसूत्र आणि स्वीकारलेले भाषिक तंत्र पुढे गौरी देशपांडे, मेघना पेठे या काहीशा विद्रोही वाटेने जाणाऱ्या स्त्रीलेखिकांनी स्वीकारलेली आहे. मराठी स्त्रीवादाची पहिली वाट ही अशी मुळातच विद्रोही वळणाची आहे. गौरी देशपांडे यांनी आपल्या साहित्यात पुरुषपात्रांना जाणिवपूर्वक गौणत्व दिलेले आहे. किंबहुना पुरुषपात्रांना प्रसंगी नामे न देता केवळ सर्वनामांचा वापर करुन त्यांच्या अस्तित्वाचे दुय्यमत्व आपल्या साहित्यात रेखाटलेले आहे. त्यांच्या कथांतले प्रियकर हे म्हणूनच बिनचेहऱ्याचे प्रियकर म्हणून संबोधले जाऊ लागले. लग्नसंस्थेने जे एक मोठे बांडगूळ उभे केले आहे ते जर नसते तर स्त्री-पुरुष नाती ही कितीतरी अधिक व्हेरीड आणि इंटरेस्टिंग झाली असती असा त्यांचा दावा आहे. नवऱ्याची बायको, बापाची मुलगी यापेक्षा एक 'फिमेल बींग' म्हणून, एक 'मी' म्हणून आपल्या अस्तित्वाचे सत्व टिकवण्यावर या लेखिकेने भर दिला आहे. स्त्रीच्या शरीरस्वास्थ्याचे प्रश्न, तिचे लैंगिक शोषण, तिला मिळणारी हिंसक वागणूक याचे कारण स्त्रीदेहाला स्त्रीजातीयतेच्या स्वरुपात पाहणाऱ्या संस्थात्मक रचनेत आहे. म्हणून जीवनाच्या सर्व पातळ्यांवर या पुरुषसत्ताक व्यवस्थेचा प्रतिवाद करणे ही या विद्रोही व जहाल स्त्रीवादी लेखिकांची भूमिका राहिली आहे. पद्मजा फाटक यांनी आपल्या कथांतून असाच कडवटपणे पुरुषसत्तेचा समाचार घेतला आहे. 'मालकाच्या परवानगीवाचून

कालवड गाभणही राहू शकत नाही आणि गर्भपातही करू शकत नाही. शरीर आपलं, इतर हक्क त्यांचे, नावंही त्यांचं अणि एवढी सगळी वसुली करुन ऐनवेळी आपलं नामानिराळा.' (दिवेलागणी, १९८८, पृ.६८) कवयित्री निरजा हिने द्रौपदी, पांचालीच्या दु:खातून स्वत:च्या शरीरालाच प्रश्नांकित करणारी भाषा वापरली आहे. तुळस ही पारंपरिक स्त्री-प्रतिमा. पण तिचा स्त्रीच्या दु:खासाठी आविष्कारक वापर इंदिरा संतांनी केला. उदा. दिवसाच्या राखेमध्ये उभी तुळस वेल्हाळ, अरुणा ढेरे, ज्योती लांजेकर, प्रज्ञा लोंखडे, आसावरी काकडे या कवयित्रींनी पुराण प्रतिमांचे स्त्रीकेंद्री जाणीवेतून नवे वाचन केले व नवी विद्रोही मांडणी आपल्या कवितांतून आणली. सुनीता देशपांडे, कमल पाध्ये, उर्मिला पवार, कुमुद पावडे, मल्लिका अमरशेख, इत्यादी स्त्रियांनी आपल्या आत्मकथनातून पुरुषी दुटप्पीपणा उघड केला. ताराबाई शिंदे यांनी रचलेल्या वैचारिक पायाचे हे बृहद वर्तुळ म्हणायला हवे.

दुसरा टप्पा हा उदारमतवादी मूल्यदृष्टीतून आणि मार्क्सवादी, समाजवादी विचारधारेतून आकारला आलेला आहे. स्त्री-पुरुष विषमतेची कारणे शोधणे आणि त्याला पर्याय देणे हे विचारसूत्र घेऊन या लेखक-लेखिकांनी आपल्या साहित्याची आशयसूत्रे गुंफली आहेत. हरिभाऊ आपटे यांनी शिक्षणामुळे स्त्री-पुरुष विषमता संपेल हे प्रमेय समोर ठेऊन 'पण लक्षात कोण घेतो' ची रचना केली. जुन्या पिढीच्या शंकर मामांजींना बायकांचे शिक्षण ही विषवल्ली वाटते पण नव्या पिढीच्या सुधारक पुरुषांना तसे वाटत नाही. त्यामुळे यमूचा नवरा तिला ऋजुतेची वागणूक देणारा दाखविला आहे. रमाबाई रानडे यांच्या आत्मकथनातूनही शिकलेल्या नवऱ्याची ऋतुजा आणि पत्नीची पाठराखण हेच आशयसूत्र केंद्रवर्ती राहिले आहे. भा.वि. वरेरकर यांनी मुलींनी संस्कृत शिकून काय करायचं या पारंपरिक समजुतीला धक्का लावला आहे. मुलींनी पुराणं सांगितली तर कुठं बिघडलं? असा प्रश्न उपस्थित करुन शिक्षणाच्या माध्यमातून स्त्रियांचा जीवनस्तर उंचावण्याच्या भूमिकेचा पुरस्कार केला आहे. त्याचबरोबर स्त्रियांच्या दुर्दशेच्या कारणांचा शोध घेताना बाबा वाक्यं प्रमाणं ही आपली रुढीग्रस्त मनोवृत्ती हे मुख्य कारण असल्याचेही त्यांनी विधवा कुमारीसारख्या कादंबरीतून दाखवून दिले आहे. सामाजिक सुधारणेच्या प्रश्नाभोवती २० व्या शतकाच्या पूर्वार्धातील मराठी स्त्रीवाद फिरत राहिला आहे. जरठकुमारी विवाह, बालविवाह यासारख्या प्रतिगामी रुढींचा प्रतिवाद करणे, पुनर्विवाहाचा पुरस्कार, शिक्षण, आर्थिक स्वातंत्र्य अशा सुधारणावादी पर्यायांची कथासुत्रे या कालखंडात दिसतात. मात्र अशा बाह्य सुधारणांनी स्त्रियांचा आत्मसन्मान कितपत वाढेल याविषयीची साशंकताही अधूनमधून या साहित्यातून व्यक्त झाली आहे. उदा. ना. ह. आपटे यांच्या न पटणारी गोष्टमधील नीरा, पुनर्विवाहामुळे नवऱ्यापुरुषाचा

उपकार होईल पण उपकाराच्या बदली प्रेम निर्माण होईल का? या प्रश्नाचे तिला उत्तर मिळत नाही म्हणून ती पुनर्विवाह करीत नाही. वा. म. जोशी यांच्या 'सुशिलेचा देव' या कादंबरीतून अपत्यप्राप्तीसाठी विवाह हे पाप आहे हा विचार दिला. आपल्या लग्नसंस्थेचा पाया प्रेम नसून वारसा हक्काचा व्यवहार आहे या वास्तवाकडे ही कादंबरी निर्देश करते.

शिक्षणाने स्त्री-पुरुष विषमता संपेल, ती कमावती झाल्यामुळे ही विषमता संपेल या प्रकारच्या प्रमेयांचा फोलपणा उघड करणे हे मराठी साहित्यातील स्त्रीवादी आविष्कारांचे एक महत्त्वाचे वळण आहे. कमावत्या बायकोकडे पुरुष निकोपपणे पाहत नाहीत, प्रेमविवाह झालेल्या नवरा-बायकोच्या संसारातही नवरेपणा कायम राहतो हे वास्तव विभावरी शिरुरकरांनी शबरीसारख्या कादंबरीतून दाखवून दिले आहे. अरविंद गोखल्यांनी नोकरी करणाऱ्या मंजुळेलाही नवऱ्याकडून फक्त भुकेलेल्या सावजाची बळी होण्याचाच अनुभव कसा येतो हे दाखवून दिले. मंजुळेच्या नवऱ्याच्या लेखी बायको शिकलेली असली तरी ती फक्त शीण घालविण्याचा रामबाण उपाय एवढाच अर्थ असतो. तिच्या वृत्ती असल्या सहवासात मोहरुन येत नाहीत. पुरुषसत्ताक मूल्यसरणीतून जे स्वामित्व भावाचे प्रभुत्व आजुबाजूला नांदत असते त्यातूनच स्त्रीत्वाची कोंडी होते हा विचार अनेक लेखक-लेखिकांनी आपल्या साहित्यातून मांडला. अर्थार्जन करणाऱ्या स्त्रीयांचा मुलांच्या संगोपनावर होणारा अनिष्ट परिणाम हा विषय उर्मिला शिरुर, सुधा सोमण यांनी हाताळला. नवऱ्याला आणि कुटुंबाला पोसण्याची जबाबदारी स्वीकारुनही त्या सर्वांच्या नजरेत आपण केवळ दुबळी स्त्री एवढीच प्रतिमा शिल्लक उरते याची खंत विभावरी शिरुरकर, सरिता पत्की, सुनिती आफळे इत्यादी लेखिकांनी आपल्या कथावाङ्‌मयातून व्यक्त केली आहे. नोकरी करणाऱ्या स्त्रिया व ऑफिसातल्या पुरुषांशी असलेल्या त्यांच्या संबंधाकडे सांकेतिक वळणाने पाहणाऱ्या समाजाचे दर्शन उर्मिला शिरुर, लीला श्रीवास्तव, सरिता पत्की, प्रिया तेंडुलकर, कमल देसाई यांच्या कथांमधून व्यक्त झाले आहे. या सर्व पुरुषसत्ताक वर्चस्वामुळे होणारी गोची टाळण्यासाठी संस्थात्मक चौकटच मोडण्याचा पर्याय श्रीधर व्यंकटेश केतकर यांनी मांडला आहे. ताराबाई शिंदे यांच्या विद्रोही स्त्रीवादानंतरचा हा दुसरा विधायक पुनर्स्थापनेचा परिवर्तनवादी स्त्रीवाद आहे. ब्राह्मणकन्या या कादंबरीत त्यांनी या स्त्रीवादाची समाजशास्त्रीय मांडणी केली आहे. या कादंबरीतील कालिंदीचा वडिलांनी वेश्येबरोबर लग्न करुन रुढीला धक्का दिला असला तरी कालिंदीकडे मात्र समाज फक्त वेश्येची मुलगी म्हणूनच पाहतो. पुढे ती शिवशरणबरोबर लग्नाशिवाय राहण्याचा धाडसी निर्णय घेते, अविवाहित मातृत्वाचा धोका पत्करते. पण शिवशरण ही जबाबदारी झटकतो. आर्थिक पारतंत्र्य हे स्त्रीच्या

पारतंत्र्याचे एक मूलकारण आहे. म्हणून स्त्रियांची द्रव्यार्जनाची शक्ती वाढवून प्रतिष्ठा मिळवावी ह्या पर्यायाचा शोध घेतला जातो. पैसा आपण मिळवावा व कमी शिकलेल्या नवऱ्याबरोबर संसार करावा किंवा कायदा या सर्वच बाबतीत स्त्रियांना पुरुषी आपमतलबीपणाची शिकार होण्याची वेळ आलेली आहे. त्यामुळे स्त्रियांच्या स्वावलंबनासाठी मातृसत्ताक कुटुंबपद्धतीची नवी स्मृती रचण्याची गरज केतकरांनी या कादंबरीतून मांडली आहे. स्त्रियांच्या आत्मसन्मानाची नवी स्मृती स्त्रियांनीच रचण्याची नवी दिशा इथे सूचित झाली आहे.

श्री.व्यं. केतकर यांनी सुचविल्याप्रमाणे स्त्रियांची नवी स्मृती रचण्याचे काम गौरी देशपांडे, सानिया या साठोत्तरी कालखंडातील लेखिकांनी पुढे नेले आहे. गौरी देशपांडे यांनी शारीर मातृत्वाच्या ऐवजी अशारीर मातृत्वाचा पुरस्कार करुन पुरुषांच्या लैंगिक वर्चस्वाचा प्रतिवाद करणारे कथानक निर्माण करुन भाषिक स्वरुपात राजकीय कृतीच केली आहे. (कलिंगड/आहे हे असं आहे, १९८६) मुक्त मैत्रीचे समर्थन करणे, विस्तारित कुटुंबाचा नवा पर्याय पुढे आणणे, भगिनीभाव जागविणे इत्यादी आशयसूत्रे घेऊन स्त्रीची नवी स्मृती रचणारी कथानके या कालखंडात लिहिली गेली.

स्त्रीचे शरीरकेंद्री अनुभवविश्व मध्यवर्ती ठेवून ज्या स्त्रीवादी जाणिवा व्यक्त झाल्या आहेत त्यात कमल देसाई यांच्या कथा-कादंबऱ्या यांनी पहिले वळण घेतले आहे. रंग या कथेतील सुमित्रेचा प्रचलित संस्थात्मक चौकटीतला मुखवटा ही तिची रुढ स्त्री-प्रतिमा आहे. पण हा मुखवटा गळून गेल्यानंतर तिची जी खरी सत्वशील स्त्री-प्रतिमा आहे ती निखळपणे तिच्या स्त्री-शरीरकेंद्री अनुभवविश्वातच दडलेली आहे. खरी सुमित्रा आणि खोटी सुमित्रा यातला द्विधाभावाचा ताण ती कायम अनुभवत असते. पहिली सुमित्रा अलिप्तता धारण करणारी, चाकोरीत जगणारी आहे. हा मुखवटा नेहमीच कृतक असतो. दुसरी सुमित्रा ही आपल्या लैंगिक प्रेरणांचे उन्नयन न करता कुटुंबाच्या जबाबदाऱ्यांच्या ओझ्यात पिचून न जाता स्वत:ला स्वच्छपणे व्यक्त होऊ देते. श्रीरंगच्या मिठीत स्वत:ला विसर्जित करते. तेव्हा तिला स्त्रीत्व भाव दाबून, दडपून टाकणाऱ्या व्यावहारिक यशापलिकडच्या वासना-विकारांचे गरळ पचवणारा स्त्रीत्वभाव अधिक नितळ आणि स्वच्छ वाटतो. सखी आणि पत्नी या भूमिकांतल्या दुटप्पीपणा छाया दातार यांच्या 'लाराची गोष्ट' या कथेतून अशाच पद्धतीने मांडण्यात आला आहे. कमल देसाई यांची भुलावण ही याच वळणाची आहे. स्त्रीवादी दृष्टीकोनातून स्त्रियांचा आत्मसन्मान वाढविण्यासाठी तिच्या शरीरकेंद्री अनुभवाला भिडणे हा एक मार्ग आहे हे ओळखून वसुधा पाटील, वसुंधरा पटवर्धन, आशा बगे यांनी कथालेखन केले. कमल देसाई यांची 'रंग' आणि आशा बगे यांची 'रुक्मिणी' या दोन कथा यादृष्टीने प्रातिनिधिक म्हणता येतील.

समारोप

१९ व्या शतकातील स्त्रीवादाचा प्रारंभ उदारमतवादी जीवनदृष्टीवर आधारलेला असल्यामुळे स्त्री-स्वातंत्र्यासंबंधीच्या काही ढोबळ प्रमेयांवर बेतलेली आशयसूत्रे घेऊन प्रारंभीच्या वाङ्‌मयीन रचना झाल्यात. यातूनच केवळ आर्थिक विषमताच नव्हे तर लैंगिक विषमता दूर झाली पाहिजे हा विचार स्थिर झाला आणि त्यातून लिंगवर्चस्ववादाचा प्रतिवाद करणारी नवी आशयसूत्रे मराठी साहित्यात आली. दासी, राक्षसिणी, डोके नसलेली बाईपणाची पारंपरिक प्रतिमा पुसणे. पुरुषकेंद्री मतलबीपणा उघड करणे यासाठी लेखिकांनी पुरुषकेंद्री भाषिक व्याकरणाचा गोफणगोंडा परतवण्याचा पवित्रा घेतला. ताराबाई शिंदे यांनीच त्याचा प्रारंभ केला. 'कलमबहाद्दर की भाकरीबहाद्दर' असा उपहास-उपरोध पेरणारा भाषिक विद्रोह त्यांनी आणला. पद्मजा फाटक, मेघना पेठे, गौरी देशपांडे, उर्मिला पवार यांनी पुरुषकेंद्री भाषिक व्याकरणाचा प्रतिवाद करण्यासाठी पुरुषीभाषेतला दुटप्पीपणा उघड करणारी, त्यातील संकेतांचा निषेध व्यक्त करणारी विद्रोही, वक्र व व्याजोक्तीपूर्णप्रतिवादाची भाषारुपे योजून नवी स्त्रीभाषा घडवली. स्त्रीविशिष्ट भाषेचा शोध हे मराठी लेखिकांचे सगळ्यात मोठे वरदान आहे. स्त्रीयांची जी स्वशरीरनिष्ट अनुभवांची भाषा अद्याप मराठी साहित्यात आली नव्हती ती प्रथमच या लेखिकांनी आणली. त्यामुळे मराठी भाषा समृद्ध झाली. भाषा हेच वास्तव असते आणि तेच अनुभवाचे मूलद्रव्य असते याचे अचूक भान गेल्या तीन दशकांतील लेखिकांना आलेले दिसते. पुरुषसत्ताक समाजदृष्टीला भय वाटावे अशी मुक्त भाषा ताराबाई शिंदेंपासून मेघना पेठेंपर्यंत लेखिकांनी वापरली. स्त्री विशिष्ट दृष्टीकोनातून आलेली ही नवी जाग,नवी प्रयोगशिलता आणि नवी सत्वशीलता हे मराठी स्त्रीवादाचे योगदान आहे.

संदर्भ

१) सुमंत यशवंत (१९९९) : स्त्री मुक्तीकडून मानव मुक्तीकडे, मिळून साऱ्याजणी, जानेवारी.

२) वरखेडे मंगला (२००५) : स्त्रियांचे कथालेखन नवी दृष्टी, नवी शैली, औरंगाबाद, साकेत प्रकाशन.

३) वरखेडे मंगला, संपादक (२००३) : स्त्री प्रतिमेचा शोध,नाशिक.

४) Gunew Sheja [(ed)1991] : A Reader in Feminist Knowledge, Lonfon, Routiedge.

❖❖❖

१२

मुस्लिम साहित्य

फ. म. शहाजिंदे

ललित साहित्याचा आणि कोणत्याही जाती धर्माचा प्रत्यक्ष संबंध नसतो, हे जसे खरे आहे तसेच हेही खरे आहे की काही एक मर्यादेपर्यंत त्यांचा परस्परांशी संबंध असतो. कारण जात हा आपल्या संस्कृतीचा एक महत्त्वपूर्ण आणि अनिवार्य असा घटक आहे. म्हणून 'मुस्लिम साहित्य' ही संज्ञा ऐतिहासिक पार्श्वभूमीवर समजून घेतली पाहिजे.

प्राचीन काळात वारकरी सांप्रदायिक संत कवी 'योगसंग्राम'कार शेख महंमद यांनी 'याति मुसलमान! महाराष्ट्री वचने! ऐकती आवडीने!' असे म्हणून ठेवलेले आहे. या उद्‌गारारुन असे स्पष्ट होते की अगदी प्राचीन काळापासून ग्रामीण मुस्लिम समाज मराठी भाषिक आहे. तो संतांची भक्तिपूर्ण वाणी अगदी आवडीने ऐकतो. तसेच या उद्‌गाराचा दुसरा एक अर्थ असा होतो की, त्याला स्वत: मुसलमान असल्याची जाणीव आहे, मुसलमान समाजाची जाणीव आहे. अशाच प्रकारची जाणीव महिपतीबुवांनी व्यक्त केलेली आहे. 'लतीब शह मुसलमान । परम भाविक वैष्णव जन ।' जातीची जाणीव जशी वेगळी आहे तशी दोन भिन्न भिन्न जातीतील एकोप्याचीही जाणीव आहे. यासाठी शेख सलीम महंमद यांच्या 'आम्ही जातीचे ब्राह्मण । आमची सोयरे मुसलमान।' या काव्यपंक्तीचा दाखला देता येईल. अथवा 'शेख महंमद अविंध।' त्याचे हृदयी गोविंद।' या काव्योक्तीलाही विचारात घेता येईल ज्यावरुन जाणिवेच्या वेगळेपणाची खूण आपणाला पटू शकेल.

'मुस्लिम साहित्य' असा शब्दप्रयोग सर्वप्रथम सांगली येथील मुस्लिम लेखक सय्यद अमीन यांनी केलेला आहे. कारण सय्यद अमीन यांनी या शीर्षकाचे एक नियतकालिक सुरू केले होते. पण त्याचा फार काळ टिकाव लागू शकला नाही. सय्यद अमीन यांची ग्रंथसंपदा लक्षात घेतली तर असे लक्षात येईल, की एवढ्या चांगल्या दर्जाचा लेखक असूनही त्यांचा कुठेच काही बोलाबाला नाही. श्री. के.

क्षीरसागर यांनी सय्यद अमीन यांच्या मृत्यूची वार्ता ऐकून 'सत्त्वस्थ मुस्लिम साहित्यिक' असा एक लेख लिहिलेला आहे. इथे श्री.के.नी देखील 'मुस्लिम साहित्यिक' असाच शब्दप्रयोग केला आहे. इ.स. १९३६ मध्ये भाषाशुद्धी वादावरील एका वादग्रस्त लेखमालेत श्री. के. क्षीरसागरांनी सय्यद अमीन यांच्या 'पैगंबर चरिमा' मधील एक उतारा शुद्ध मराठी शैलीचा नमुना म्हणून दिला होता. तेव्हा त्यांना हा योगायोगच वाटला होता. म्हणजे सय्यद अमीन यांच्या वेगळ्या जातीच्या जाणीवेचा अगदी सूचकतेने उल्लेख झालेला आहे.

भारतीय स्वातंत्र्योत्तर काळात शिक्षण प्रसारामुळे दलितसदृश ग्रामीण मुस्लिम समाजात हळूहळू मध्यमवर्ग निर्माण होत गेला. त्यानंतर म. फुले यांच्या वैचारिक प्रेरणेने त्यांच्या पावलावर पाऊल ठेवून इ.स. १९७० साली हमीद दलवाई यांनी मुस्लिम सत्यशोधक मंडळाची स्थापना केली. त्यांनी प्रबोधनवादी विचार मांडला, मराठी भाषेचा आग्रह धरला. मेळावे, परिषदा यांच्या परिणामातून सांप्रदायिकत्वाच्या पंज्याखाली दबलेला मराठी भाषिक मुस्लिम मध्यमवर्गीय माणूस मोकळा झाला; बोलू लागला. प्रबोधनकार हमीद दलवाई यांनी या मध्यमवर्गीय मुस्लिम बांधवांना नुसता कंठच दिला असे नाही तर त्यांना विचार करायला भाग पाडले. हमीद दलवाई यांनी साहित्याची निर्मिती करुन साहित्यनिर्मितीचाही मार्ग मोकळा करुन दिला. तात्पर्य, मुस्लिम माणूस सत्यशोधक मंडळाचा असो की नसो तो बोलू लागला, लिहू लागला. याचाच योग्य असा परिणाम म्हणून की काय अवघ्या एका तपात, १९८३ साली 'पूर्वा' चा मुस्लिम साहित्याचा विशेषांक निघाला आहे. याच सुमारास प्रा. विद्या पाटांगणकर यांनी मुस्लिम साहित्य आणि दलित साहित्य या विषयावरील लेखन आपल्या दिवाळी अंकात प्रसिद्ध केलेले आहे. परवा जेव्हा डॉ. यु. म. पठाण अ. भा. म. सा. संमलनाचे अध्यक्ष झाले होते तेव्हा पुणे विद्यापीठाच्या वृत्तपत्र विद्या विभागाने मुस्लिम मराठी साहित्याविषयीचा एक अंक काढलेला होता. या सर्व प्रयत्नांमधून मी म्हणत असलेल्या वेगळ्या जाणिवेचा आविष्कार होत असलेला जाणवतो. म्हणजे 'मुस्लिम मराठी साहित्य'ही संज्ञा जरी अलीकडच्या काळातील वाटत असली तरी त्याला एवढा इतिहास आहे, हे विसरुन चालणार नाही असे मला वाटते. इ.स. १९९० साली सोलापूर येथे ऐतिहासिक असे पहिले मुस्लिम मराठी साहित्य संमेलन संपन्न झाले तेव्हापासून ही संज्ञा अस्तित्वात आलेली आहे, असे म्हणायला हरकत नसावी.

'मुस्लिम मराठी साहित्य' ही संज्ञा वर्णनात्मक का असेना पण संज्ञा आहे. ही संज्ञा आजच अस्तित्वात येण्याची कारणे आहेत. त्या कारणांमागे अनेक संदर्भ आहेत.

भारतीय मुसलमान हा तसा इथून तिथून एकजिनसी मानला जात असला तरी तसा तो अजिबात अस्तित्वात नाही. कारण भारतीय मुसलमान प्रांतोप्रांतातील विविध जातीस्तरात विखुरलेला आहे. या विखुरलेल्या भारतीय मुस्लिम समाजात विविध उच्चनीचतेच्या श्रेणी आहेत. जातीस्तर आहेत. १) मूळचे उच्च २) स्थिर धर्मांतरित ३) भटके धर्मांतरित ४) शहरी ५) ग्रामीण असे त्यांचे ढोबळ आणि ठळक भेद करता येतील. या संपूर्ण भारतीय मुसलमानांच्या संख्येत बहुसंख्या आहे ती ग्रामीण धर्मांतरित मुसलमानांची आहे. हा ग्रामीण धर्मांतरित मुस्लिम समाज ज्या प्रांतात राहतो त्या प्रांतिक भाषेशी, प्रांतिक संस्कृतीशी, स्थानिक व्यवस्थेशी घट्ट बांधलेला आहे. या कारणामुळेच त्याने आपापल्या प्रांतिक भाषेतून ही वाङ्मय निर्मिती केलेली आहे. इथेच धर्म आणि भाषा यांचा संबंध लुळा पांगळा पडतो. अशावेळी माती, माणूस, आणि भाषा यांचा प्रभावी संबंध डोळ्यासमोर येतो. 'मराठीत बेचाळीस मुस्लिम संत कवी आहेत' या विधानावर कुणाचा विश्वास बसेल काय? बसणार नाही. कारण आतापर्यंत आपण राजकीय इतिहासच अत्यंत महत्त्वाचा असून तो त्या समाजाच्या केंद्रिभूत असतो असे गृहीत धरत असल्यामुळे वरील सांस्कृतिक वाङ्मयीन सत्य सुस्पष्ट असतानाही लक्षात येत नाही. जरी समजा आले तरी आज आपले मन ते सहजासहजी मान्य करीत नाही. कारण इथे ज्याला त्याला ज्याचे त्याचे पडलेले आहे. तरीही त्याहून प्रभावी प्रांत, भाषा, माणूस यांचा परस्पर संबंध असल्यामुळे प्रांतोप्रांतीच्या मुस्लिम लेखकांनी वेगवेगळ्या कालखंडात आपापल्यापरीने आपापल्या प्रांतिक भाषेतून वाङ्मय निर्मिती केलेली आहे. ही वाङ्मय निर्मिती हिन्दी, मराठी, तेलगू, कन्नड, संस्कृत इत्यादीसारख्या भारतीय भाषांमधून झालेली आहे. तेव्हा भारतीय मुस्लिम समाजाच्यासमोर आजच्यासारखा अस्तित्वाचा प्रश्न निर्माण झालेला नव्हता. आज मुसलमान माणूस मराठी चांगली बोलतो, मराठीतून चांगली वाङ्मय निर्मिती करतो, भजन करतो, वगैर वगैरे बाबी कौतुकाच्या आहेत. उदाहरण घेऊन असे सांगता येईल की 'तुम्ही मुसलमान असूनही चांगली मराठी बोलता!' या उद्गारात कौतुकाबरोबर आणखीनच एक भाव आहे की तुम्ही इथले नाही आहात. म्हणून तुम्हाला इथली भाषा बोलता येणे शक्य नाही. तरीही तुम्ही बोलता म्हणजे आश्चर्यच आहे. असा हा अस्तित्वाचा प्रश्न आजच्यासारखा काल तीव्र स्वरूपात नव्हता. त्यामुळे मराठी वाङ्मयेतिहासात बेचाळीस मुस्मिल संत कवींची हेळसांड झालेली आहे तरीही त्याचे फारसे काही वाटत नाही, वाटत नव्हते. आता ज्ञानाची साधने वाढलेली आहेत त्यामुळे हे कळू लागले आहे. ही हेळसांड केवळ स्वातंत्र्यपूर्व काळातील मुस्लिम संत कवींची, शाहिरांचीच झालेली आहे असे नाही तर आजच्या मुस्लिम लेखकांचीही फारशी

दखल घेतली गेलेली नाही. 'बाळ रडल्याशिवाय आईसुद्धा दूध पाजत नाही' या न्यायाने आपली दखल घेतली जावी या प्रेरणेने, या कारणांमुळे 'मुस्लिम मराठी साहित्य' ही संज्ञा अस्तित्वात आली आहे, रूढ होत आहे.

'मुस्लिम मराठी साहित्य' ही संज्ञा रूढ होण्याचे दुसरे कारण असे आहे. की स्वातंत्र्य प्राप्तीनंतरच भारतीय समाजातील विविध समाज घटकात अस्तित्व रक्षणाची आणि आत्मविकासाची जाणीव तीव्र तीव्र होत गेलेली आहे. मुस्लिम समाज हा भारतीय समाजाचा एक घटक आहे. मुस्लिम समाज घटकातील या अस्तित्व रक्षण आणि आत्मविश्वास या दोन्ही जाणिवांवर परवापर्यंत अज्ञानीपणाची, फाळणीच्या अपराधपणाची, दारिद्र्याची, वेगळेपणाची पुटे चढलेली होती. जी आजही जाणवतात. यापैकी अज्ञानाची, फाळणीच्या अपराधीपणाची पुटे स्वातंत्र्योत्तर काळातील नवशिक्षण प्रसाराने जो नव्याने अल्पसा का असेना मध्यमवर्ग निर्माण झाला त्याला जाचक वाटू लागली. तो स्वत:शीच, एकेकट्यानेच असे प्रश्न करू लागला की,

१) फाळणीच्या आधी, फाळणीच्यावेळी अथवा फाळणीनंतर माझे आई वडील इथेच राहिलेले आहेत. म्हणजेच त्यांनी कळत न कळत द्विराष्ट्रवादाचा सिद्धांत नाकारलेला आहे, असा त्याचा अर्थ होतो की नाही?

२) पूर्वी कधी तरी प्राचीन भूतकाळात माझ्या पूर्वजांनी धर्मांतर केले त्यात माझा काय दोष आहे?

३) इथल्या कृषी-संस्कृतीचा, प्रांतिक भाषेचा मी एक अविभाज्य भाग असतानादेखील मला इथे परक्यासारखी वागणूक का म्हणून दिली जाते?

४) 'मी मुसलमान असूनही कसा चांगला?' हा तुम्ही मला केलेला प्रश्न म्हणजे माझे अस्तित्वच हिरावूनच घेतल्यासारखे होत नाही काय? या प्रश्नांसारख्या प्रश्नांमुळे मला सततची एक भीती सतावते आहे.

५) मी मराठी बोलतो, मराठी दिसतो, मराठी जीवन जगतो आहे तरी माझे या मातीतील अस्तित्व का नाकारले जात आहे? माझ्याबद्दल आणि माझ्या ग्रामीण मुस्लिम समाजाबद्दल एक विद्वेषाची भावना का म्हणून फैलावली जात आहे?

६) या देशाचे दोन सूत्रधार आहेत. एक सूत्रधार या समाजाचा सांप्रदायिक कट्टरपणा गोंजारतो, त्यांना अविकसित ठेवून सूत्रसंचालन करीत राहतो. दुसरा सूत्रधार या समाजाच्या सांप्रदायिक कट्टरपणास शिव्या घालतो आणि सूत्रसंचालन आपल्या हाती घेऊ पाहतो. दोघांनाही या मुस्लिम समाजाच्या विकासाचे वावडे आहे. असे का व्हावे?

अशा आणि यासारख्या प्रश्नांनी मुस्लिम मन भंडावून गेलेले मन आहे. त्या मनामागची तगमग अस्तित्व रक्षणाच्या जाणिवेवरची पुटे स्वच्छ करू लागलेली

दिसत आहे. त्यातूनच 'मुस्लिम मराठी साहित्य' ही संज्ञा रूढ होत आहे.

मुस्लिम मराठी साहित्य ही संज्ञा अस्तित्वात येण्याचे तिसरे कारण असे आहे की आपल्या महाराष्ट्रात म. फुल्यांचा अपवाद करता जातीनिहाय प्रबोधनाच्या चळवळीची परंपरा आहे. महाराष्ट्रातील या सत्यशोधक समाजाच्या प्रेरणेतून हमीद दलवाई यांनी मुस्लिम सत्यशोधक मंडळाची स्थापना केली. या मंडळाचे कार्य आजही चालू आहे. या मंडळाने गेल्या वीस बावीस वर्षांत समाज प्रबोधनाविषयीचे विचार मुस्लिम समाजाला पटो न पटो, मांडलेले आहेत. त्यांना विचार करायला प्रवृत्त केलेले आहे. या मंडळामुळे मुस्लिम समाज उलट सुलट का असेना विचार करू लागलेला दिसतो. तसेच इथे वेगवेगळी मराठी साहित्य संमेलने भरवली जात आहेत. हे महाराष्ट्रातील वास्तव मराठी भाषिक मुस्लिम लेखकांसमोर आहे. अस्तित्व रक्षणाच्या चिंतेने ग्रासलेल्या, आत्मविकासासाठी उत्सुक असलेल्या मुस्लिम मराठी लेखकांच्या मनात 'मुस्लिम मराठी साहित्य संमेलनाचे', 'मुस्लिम मराठी साहित्याचे' एक संकल्पन उभे राहिले. या संकल्पनाच्या आधारासाठी प्राचीन अर्वाचीन मुस्लिम मराठी लेखकांची यादी समोर आली. आज तर शेकडो मुस्लिम, मराठी लेखन करताहेत. त्यामुळे स्वतंत्र व्यासपीठ उभे करण्याचे धाडस त्यांच्यात निर्माण झाले. हे धाडस दोन समाजातील 'सेतू' म्हणून करण्यात आलेले आहे. आज महाराष्ट्रात दलित, बौद्ध, ख्रिस्ती, जैन, दलितख्रिस्ती, प्रादेशिक, जिल्हावार, ग्रामीण, आदिवासी मराठी साहित्य संमेलने मोठ्या उत्साहाने पार पडलेली आहेत. तसेच छोटासा का असेना मुस्लिम मराठी साहित्याचा प्रवाह महाराष्ट्रात वाहतो आहे. हा प्रवाह मुख्य प्रवाहालाच मिळणार आहे.

आज जरी जातीधर्माच्या माध्यमातून विचार करणे रूढ असले तरी 'मुस्लिम' या शब्दावर नजर स्थिरावते, कारण या शब्दामुळे तसा प्रभाव असल्याचे जाणवू शकते पण त्याचा तसा हेतू नाही. त्याचा हेतू तसा मूल्यात्मक आहे. कारण दोन समाजगटातील दरी सांधली जाण्याचा प्रयत्न वाङ्मयाच्या माध्यमातून शक्य आहे. आज साहित्यिक, भाषिक संवादाची गरज नाकारता येत नाही. कारण आज ब्राह्मण, मराठा, लिंगायत इत्यादींसारख्या प्रमुख जाती आपापल्या जातीधर्माच्या माध्यमातून विचार करतात तेव्हा त्यांच्यावर टीका होताना फारशी आढळत नाही. पण वरील मूल्यात्मक हेतूने घडत असलेल्या सांस्कृतिक घटनेला अनेक सुसंस्कृतांनी नाके मुरडली आहेत. यावरून संवाद होण्याआड किती आव्हाने उभी आहेत हे लक्षात येऊ शकते. तसेच आज मराठी भाषिक असणे, मराठी असणे, हा विषय काही कोण्या एका जाती धर्मांच्या मक्तेदारीचा विषय राहिलेला नाही, त्यामळे धर्म आणि भाषा यांच्या संबंधाहूनही जेथे भाषा आणि प्रांत, भाषा आणि माणूस यांचा संबंध

प्रभावी आहे तेथेच असे मुस्लिम मराठी साहित्य जन्माला येत असते, अर्थात मुस्लिम मराठी साहित्याच्या निर्मितीची जी विविध कारणे आहेत त्यात एक कारण प्रस्थापितांचे अनुकरणही आहे, हे लक्षात ठेवणे आवश्यक आहे.

आजकाल जाती, धर्म, संप्रदाय, पक्ष, इत्यादींसारखे घटक समाजजीवनात प्रभावीपणे कार्यरत आहेत तोपर्यंत त्यांना वगळून विचार करणे ही आत्मवंचना ठरेल. म्हणून या ज्या अलगतेच्या बेड्या आहेत त्या या आजच्या साहित्यातून, साहित्याच्या चळवळीतून तोडण्याचे प्राथमिक प्रयत्न चालू आहेत. या सर्व विवेचनावरून आता हे लक्षात येईल की अस्तित्व रक्षणाची जाणीव, जटिल प्रश्नांनी झालेली मानसिक तगमग, अस्तित्वातील विविध साहित्य घटक आणि दोन समाजगटातील दरी रुंदावली जात असता त्यांना जोडणारा सेतू उभारण्याच्या कारणांतून 'मुस्लिम मराठी साहित्य' ही संज्ञा रूढ होत आहे, झालेली आहे. ही संज्ञाही जैन, ख्रिस्ती, बौद्ध, दलित ख्रिस्ती इत्यादी सारख्या संज्ञांच्या अनुकरणातून वापरण्यात आली आहे, हे उघड आहे.

मुस्लिम मराठी साहित्य ही संज्ञा अस्तित्वात येण्याची ही कारणमीमांसा पाहिल्यानंतर या संज्ञेचा अर्थ निश्चित करायला हवा. या संज्ञेचा सर्वसमावेशक अर्थ असा आहे की मराठी भाषिक मुसलमान व्यक्तीने निर्माण केलेली वाङ्मयकृती म्हणजे मुस्लिम मराठी साहित्य हा अर्थ निश्चित करायला हवा. साहित्य हा अर्थ तसा व्यापक आहे. पण याहून अधिक समर्पक असा अर्थ हा की मुस्लिम समाजजीवनाचे चित्रण ज्या मराठी भाषिक मुस्लिम लेखकाने आपल्या मानसिकतेसह केलेले आहे त्याला मुस्लिम मराठी साहित्य असे म्हणायला हरकत नाही.

मुस्लिम मराठी साहित्याचे स्वरूप काय आहे? या प्रश्नाचे उत्तर शोधण्याआधी आजच्या मुस्लिम समाजाच्या स्वरूपाचा विचार करावा लागतो. कारण समाज आणि साहित्य यांचा तसा फार फार घनिष्ट संबंध असतो. म्हणजे साहित्याचा जगण्याशी फारच जवळचा संबंध आहे. आजचा मुस्लिम समाज दलित सदृश समाज आहे, ही सूर्यप्रकाशाइतकी स्वच्छ वस्तुस्थिती आहे. सर्वसाधारणपणे भारतीय मुसलमानांची पाच रूपे सांगितली जातात. १) आक्रमक म्हणून आलेले आणि इथे शासक म्हणून राहिलेले शासक रूप, २) फकीर अवलियांचे उदारमतवादी रूप, ३) जहागिरदार, नबाव, सरदार, दरकदार यांचे सरंजामी रूप, ४) कट्टर पंथियांचे सांप्रदायिक रूप, ५) धर्मांतरित ग्रामीण मुसलमानांचे दलित सदृश रूप. ही पाच रूपे आज शिल्लक नाहीत असे नाही तर आज कट्टर पंथियांचे सांप्रदायिक रूप शिल्लक आहे. या सांप्रदायिकांशी संबंध ठेवून असलेले हाताच्या बोटावर मोजता येतील असे सूत्रधारी जे स्वत:ला भारतीय मुसलमानांचे मनातल्या मनात संरक्षक, हितकल्याणकर्ते समजतात.

पण वास्तवात ते स्वार्थ आणि धार्मिक कट्टरतेपलिकडे काहीही करत नाहीत. असे हे अश्रफ मुसलमान उत्तर भारतात आहेत. या वर्गावरून सर्व भारतीय मुस्लिम समजाला तोलले जाते, मापले जाते. यांच्यावरूनच सर्व निर्णायक निष्कर्ष काढले जातात. पण यांच्याहून कितीतरी पटीने मोठा असलेला दुर्लक्षित, धर्मांतरित, ग्रामीण दलित सदृश असा मुस्लिम समाज आहे. या मुसलमान समाजाची मुळे, स्नेहबंध इथल्या मातीत खोलवर रूजलेली आहेत. हीच मंडळी आत्यंतिक दुर्लक्षित राहिलेली आहेत. यांची आठवण केवळ मतदानाच्यावेळी केली जाते. तसेच अधूनमधून काही समस्या निर्माण झाल्या तर तेव्हाही यांचीच आठवण केली जाते. या दोन गोष्टींशिवाय या समाजाची अलीकडील तबलीग जमात सोडली तर कुणी विचारपूससुद्धा करत नाही. ही तबलीग जमात त्यांना धार्मिक व्हायला सांगते आणि सर्व समस्या सुटतील असा दिलासा देते. या ग्रामीण मुसलमान समाजाला कुणी खिजगणतीतच धरत नाही. खरं तर त्यांना कुणी वालीच नाही. त्यामुळे हा समाज दलिताहूनही हीन पातळीवर जगत आहे. असा दलित सदृश मुस्लिम समाज अलीकडच्या काळात आखाती देशात, शहरी भागात स्थलांतर करतो आहे. तरीही त्यांची बहुसंख्या खेड्यापाड्यातूनच आहे. या ग्रामीणांची पाळेमुळे मात्र या मातीतच आहेत. हा मुद्दा मराठीतील प्रा. मुमताज रहिमतपुरे, दुसऱ्या मराठी साहित्य संमेलनाचे अध्यक्ष प्रा. आजीज नदाफ यांच्या साहित्यातून सिद्ध होऊ शकतो. तसेच वेगळ्या अर्थाने राजन खान, प्रा. फ. म. शहाजिंदे यांच्या लेखनातूनही हा धागा दृग्गोचर होताना दिसतो.

मुस्लिम मराठी साहित्याचे, प्राचीन काळातील संत कविता, शाहिरी कविता आणि आजचे मुस्लिम साहित्य असे तीन भाग करता येतील. या तिन्ही भागातील एकूण मुस्लिम मराठी साहित्य स्वरूपाचा विचार केला तर त्यांची चार रूपवैशिष्ट्ये नजरेत भरतात. ती अशी -

१) असे अनेक मुस्लिम मराठी लेखक आहेत की ज्यांच्या मराठी लेखनात त्यांच्या नावापलिकडे कुठलेच मुस्लिमपण जाणवत नाही. अगदी हिंदू मराठी लेखकांसारखेच त्यांचे लेखन असते. असे लेखक मध्ययुगीन मराठी साहित्यात जसे आढळतात तसे आजच्या काळातही आढळतात. अशा मुस्लिम मराठी लेखकांचे लेखन हे मराठी लेखकांच्या अनुकरणातूनच झालेले दिसते. त्यामुळे साहित्य स्वरूपाच्या दृष्टीने त्यांचे वेगळेपण फारसे नजरेत भरत नाही. कारण मुस्लिम म्हणून त्यांच्या अनुभवाचे वेगळेपण त्यांच्या लेखनात आढळत नाही. जसे मुस्लिम मराठी संतकवी, जे महाराष्ट्रातील विविध संप्रदायांशी बांधलेले होते, अशा मध्ययुगीन मुस्लिम कवींची एकूण संख्या बेचाळीस आहे. त्यात महानुभाव संप्रदायाशी बांधलेले कवी शहामुनी, वारकरी संप्रदायातील पदरचनाकार अलमखान इत्यादींची उदाहरणे

देता येतील. हीच तऱ्हा मुस्लिम मराठी शाहिरांची आहे. अगदी सर्वपरिचित असलेले आपले शाहीर अमर शेख यांची रचना लक्षात घेतली तर असे लक्षात येईल, की अमर शेख एवढे नावच मुसलमान आहे, ते त्या रचनेतून वगळले तर ती रचना मुस्लिम लेखकाची आहे म्हणून वेगळी उमटून पडणार नाही. अगदी आजच्या अनेक मुस्लिम लेखकांचीही हीच तऱ्हा आहे. तशी ती असू नये असे मुळीच नाही. याचा गुणवत्तेवर फारसा फरक पडत नाही हे खरे. पण वेगळेपणा म्हणून जो या साहित्यात असायला हवा तो हवाच आहे. मुस्लिम मानसिकताच हे वेगळेपण निर्माण करू शकते. असे वेगळेपण नसलेले खलील मोमीन यांचे 'निरालय', प्रा. नसीमा पठाण यांचे 'गोंदण', मिर्झा अटकली यांचा 'गुदगुल्या', मल्लिका अमर शेख यांचा 'वाळूचा प्रियकर' एवढ्या कविता संग्रहांचा उल्लेख करता येईल.

२. आधुनिक शिक्षण प्रसाराने, मुस्लिम समाजात जो मध्यमवर्ग निर्माण झालेला आहे तो मुस्लिम सत्यशोधक मंडळाच्या प्रबोधनवादी चळवळीच्या प्रभावाखाली आलेला आहे. याशिवाय महाराष्ट्रातील पुरोगामी चळवळींशी काही मुस्लिम मध्यमवर्गीयांचे संबंध निर्माण झालेले होते म्हणून त्यांना असे वाटू लागले, की आपला समाज जसा आहे तसा तो मराठी साहित्यातून चित्रित झालेला नाही, तो आपण करता आला तर करावा या प्रेरणेतून मोजके लेखक पुढे सरसावलेले दिसतात. यासाठी प्रथमच हमीद दलवाई यांचे नाव घ्यावे लागते, त्यांची 'इंधन' ही कादंबरी आणि 'सलमा' हा कथासंग्रह या दृष्टीने उल्लेखनीय आहे. डॉ. यु. म. पठाण, मुमताज रहिमतपुरे, राजन खान, प्रा. जावेद कुरेशी, रफिक सूरज मुल्ला आणि प्रा. शहजिंदे यांच्या नावांचा उल्लेखही करावा लागेल. कारण यांनी आपल्या साहित्यकृतीतून आपल्या मगदुराप्रमाणे मुस्लिम समाजाचे, मुस्लिम मानसिकतेचे प्रभावी दर्शन घडविलेले आहे. असे चित्रण आजच्या ग्रामीण साहित्य चळवळीच्या, दलित साहित्य चळवळीच्या अंगाने वाढत जाणार आहे. इ.स. १९७० नंतर मराठी वाङ्मयाकडे पाहण्याचा दृष्टीकोन बदलल्यामुळे वास्तव पातळीवर मुस्लिम समाजाचे चित्रण होऊ लागलेले आहे. यापूर्वी मराठी साहित्यात जी मुस्लिम पात्रे आलेली आहेत, विशेषत: ऐतिहासिक कादंबरी वाङ्मयात ती खलपात्रांच्या स्वरूपाची म्हणूनच आलेली आहेत. वामन चोरघडे, नाना गोरे इत्यादींसारखी काही नावे वगळली तर असे दिसते की जे मुस्लिमांचे चित्रण झालेले आहे ते पूर्वग्रह दूषितच आहे. त्यामुळे वास्तव पातळीवरून मुस्लिम समाजजीवनाचे चित्रण आजच्या एकूण परिस्थितीच्या संदर्भातही आवश्यक होते. म्हणून हे मुस्लिम मराठी साहित्य आजच्या विशिष्ट परिस्थितीच्या रेट्यातून साकारलेले आहे.

३. असे अनेक मुस्लिम मराठी लेखक आहेत की ज्यांनी केवळ मुस्लिम धर्माची खरी तत्त्वे, खरा आचार, लोकांपर्यंत पोहोचविण्याकरिता मराठीतून धार्मिक लेखन केलेले आहे. या अशा लेखनात धर्मप्रसाराचाही हेतू असतो. या लेखनात अनुवाद ग्रंथांचा फार मोठा वाटा आहे. या लेखनातून आजचा संदर्भ वगळून धर्म विचार भाषांतरित, अनुवादित, रूपांतरित स्वरूपात मांडलेला असतो. अशा लेखनाने अरबी, उर्दू ह्या भाषा न येणाऱ्या बहुसंख्य मुस्लिमांची सोय होते. असे लेखन मुंबई-पुण्याच्या स्वंतत्र प्रकाशन संस्था फार मोठ्या प्रमाणात अनुवादाचे फार मोठे कार्य हाती घेतले आहे. पवित्र कुराणाचा अनुवाद जगातील बहात्तर भाषांमधून केला जात आहे. याशिवाय अरबस्तान, पैगंबर चरित्र, हदिस सूत्रे इ. सारख्या विषयांवरील पुस्तिकाहीं प्रसिद्ध होत असतात. अशा सांप्रदायिक लेखनातून वर्तमानाचे संदर्भ नसतात. आजच्या संदर्भात तत्त्वांचा तसा अन्वयार्थही लावलेला नसतो. कारण हे सर्व ठरलेल्या, ठरवून घेतलेल्या आणि दिलेल्या पद्धतीने चाललेले असते. आजच्या संदर्भात उपयुक्त ठरतील अशा काही ग्रंथांचा अनुवाद साहित्य संस्कृती मंडळाने प्रसिद्ध केलेला आहे. ज्यांचा आवर्जून उल्लेख करावा लागेल.

४. असे अनेक मुस्लिम मराठी लेखक आहेत की ज्यांनी मुस्लिम समाजातील आपल्या जातीस्तरातील जाणिवा, इथल्या मूळच्या संस्कृतीशी असलेल्या आंतरिक नाते संबंधीच्या जाणिवा, आपल्या दलित सदृश अस्तित्वाच्या जाणिवा मोठ्या सूचकतेने आणि ताकदीने अभिव्यक्त केलेल्या आहेत. या संदर्भात प्रा. मुमताज रहिमतपुरे, प्रा. अजीज नदाफ, प्रा. जावेद कुरेशी या मुस्लिम साहित्यिकांनी आपल्या वाङ्मय निर्मितीत केवळ मुस्लिम मानसिकतेचे चित्रण केलेले आहे असे नाही, तर इथल्या मूळच्या मातीतील संबंधांचेही सूचकतेने चित्रण केले आहे. या मुस्लिम साहित्यिकांचे साहित्य आजच्या दलित साहित्याशी नाते सांगते, ग्रामीण साहित्याशी नाते सांगते. या स्वरूपाचे साहित्य मुस्लिम मराठी साहित्य म्हणून टिकू शकेल. या स्वरूपाच्या साहित्याशिवाय असलेले साहित्य आणि मराठी साहित्य यांच्यात कोणताही स्वरूपभेदाचा किंवा प्रयोजनभेदाचा मुद्दा आढळत नाही. जिथे वेगळेपण आहे तिथेच स्वरूपभेद आणि प्रयोजनभेद आढळतो, अन्य साहित्यकृतीत ते शक्य नाही.

भारतीय मुसलमानांचा प्रश्न इथून तिथून एकसारखा नाही. कारण उत्तरेकडील मुस्लिम आणि दक्षिणेकडील मुस्लिम यांच्यामध्ये फार मोठा फरक आहे. उत्तरेकडील मुसलमान खुष्कीच्या मार्गाने आले आहेत आणि ते आखाती प्रदेशातून आले आहेत. तसेच परत जाण्यासाठी आलेले आहेत. दक्षिणेकडील मुसलमान हे समुद्र मार्गाने आले, आफ्रिकी प्रदेशातून आले, परतायचे नाही या विचाराने आलेले.

त्यामुळे या दोहोंत फार मोठा फरक आहे. हा फरक दक्षिणेकडील प्रांतिक भाषेतील वाङ्मय समजून घेताना लक्षात घेणे आवश्यक आहे. आज मराठी भाषेतून मुस्लिम, दलित हे स्वत:च स्वत:च्या समाजजीवनाचे चित्रण करू लागले आहेत. मुस्लिम साहित्य दलित साहित्याहून संख्यात्मक व गुणात्मकदृष्ट्या फारच तोकडे आहे. पण इथे हे दोन्ही समाज घटक अस्पर्शच म्हणून गणले गेलेले आहेत. जी तीव्रता दलितांना सहन करावी लागली तेवढी मुस्लिम समाजाला सहन करावी लागली नाही, तरी दोन्ही समाज घटकांना सामाजिक विषमतेची खोल जखम सहन करावी लागत आहे. दोन्ही घटकांना आर्थिक हलाखीत दारिद्र्य रेषेखालीच जगावे लागते आहे. दोन्ही समाजांना आज नव्याने नव्या युगाच्या संदर्भात नवे अत्याचार सहन करावे लागताहेत. त्यामुळे निर्माण होत असलेल्या मानसिक कोंडीतून आगळे वेगळे साहित्य निर्माण होत आहे. दलितांना डॉ. आंबेडकरांसारखे नायक मिळाले पण मुस्लिम समाजाला वादग्रस्त ठरलेले हमीद दलवाई मिळाले. पण दुर्दैवाने ते अल्पायुषी झाले. त्यामुळे मुस्लिम समाज दलवाई यांच्या पूर्वी जेवढा कट्टर सांप्रदायिक होता त्याहून अधिक कट्टर झालेला आहे. कारण आज मुसलमानांनी धरून ठेवावा, ताणून धरावा असा दुसरा मुद्दाच नाही. ही मानसिकता लक्षात घेतली तर व्यामिश्र वाटणारी ही गुंतावळ उलगडू शकते. दलितांमध्ये ज्या प्रमाणात नवशिक्षण आले आहे तेवढ्या प्रमाणात मुसलमानांमध्ये आलेले नाही. त्याचे कारणही वरील मानसिकतेतच सापडू शकेल. म्हणून मुस्लिम साहित्याचे स्वरूप दलित आणि ग्रामीण साहित्याला जवळ जाणारे आहे. किंबहुना ते पुढच्या काळात त्यांचाच एक भाग म्हणून समोर येईल. जर दलितांसारखी आत्मकथने मुस्लिम लेखकांनी लिहिली तर हे माझे म्हणणे पटू शकेल. गेल्या दशकात दिलीप माणगावे यांचे फुटकळ लेखन प्रसिद्ध झाले होते. आई मुसलमान आणि बाप हिंदू यांच्यापासून झालेली संतती बहुतेक मुसलमान म्हणून जगते. अशी संतती महाराष्ट्रात बरीच आहे. जी अगदी दलितांसारखे बहिष्कृत जीवन जगते. अशा बहिष्कृत माणसाच्या लेखनात परकेपणाचा शोध असल्याचे प्रखरतेने जाणवते. इब्राहिम खान यांचे नव्यानेच एक 'मुस्लिम महार' या नावाचे आत्मचरित्र प्रसिद्ध झालेले आहे. ज्यामध्ये माणूस धर्मांतरामुळे परका होतो, दोन्हीकडून पोरका होतो आणि असे होणे खूपच जीव घेणे असते. तसेच ग्रामीण बुलुतेदारी समाजव्यूहाशी निगडित असलेली मुस्लिम मंडळी मराठी साहित्यातून चित्रित झाली पाहिजेत. मंद गतीने का असेना असे बहिष्कृत जीवन मुस्लिम लेखक चित्रित करीत आहेत. त्याचप्रमाणे मुस्लिम-हिंदूतील जे ताणतणाव आहेत तेही चित्रित होते आहेत. हिंदूने मुस्लिम स्त्री केली तर तिचा मुलगा त्याच्या बापाचा खरा वारसदार होऊ शकत नाही. पण हिंदू स्त्रीपोटी झालेला मुलगा इथल्या गादीचा

वारसदार होऊ शकतो. हा ताण उपरोल्लेखित संततीत असतो तो मराठी साहित्यात चित्रित होत आहे. तात्पर्य, मुस्लिम मानसिकता, प्रांतिक नातेसंबंध, बहिष्कृत जगणे, परकेपणा आणि परात्मभाव, अनुकरणशीलता इत्यादींसारख्या विशेषांचा आढळ मुस्लिम मराठी साहित्यात होत आहे. या स्वरूप वैशिष्ट्यांव्यतिरिक्त जी स्वरूप वैशिष्ट्ये आहेत ती प्रमुख साहित्यप्रवाहात चर्चिली जातातच, त्यांची चर्चा इथे करणे अप्रस्तुत ठरेल.

मुस्लिम मराठी साहित्याचे स्वरूप, त्याचे प्रयोजन काय आहे हे यावर ठरविले जाऊ शकते. म्हणून मुस्लिम मराठी साहित्याचा जन्म का झाला? या प्रश्नाचा शोध घेतला तर अगदी प्राचीन काळापासून दोन परस्परविरोधी मानव समुदाय यांच्यात समन्वय घडावा, सुसंवाद निर्माण व्हावा, म्हणून जी अनेक माध्यमे माणसाने वापरलेली आहेत त्यापैकी मराठी साहित्य हेही माध्यम म्हणून स्वीकारलेले आहे असे दिसते. मध्ययुगात जी भक्तीची लाट दक्षिण भारतात उसळली होती तीच संपूर्ण भारतात पसरली आणि त्यातून प्रचंड भक्तिसाहित्य प्रांतोप्रांती निर्माण झाले. महाराष्ट्रात जे अनेकविध पंथ निर्माण झाले त्यांच्या आसऱ्याने बेचाळीस मुस्लिम संतकवींची संत कविता मराठीत निर्माण झालेली आहे. या प्राचीन मुस्लिम संत कवितेचे संशोधन सध्या मराठीतील ख्यातनाम संशोधक डॉ. यु. म. पठाण करीत आहेत. या संशोधनाने हा मुद्दा अधिक स्पष्टपणे समोर येऊ शकेल.

भारतात वेगवेगळ्या काळात जी वेगवेगळी धर्मांतरे झालेली आहेत त्यांच्या कारणांचा शोध मुळात जाऊन घेतला जात नाही. वास्तविकत: हिंदू-मुस्लिम या परस्परविरोधी वाटणाऱ्या मानव समूहात तरीही प्रचंड प्रमाणात देवाण घेवाण झालेली आहे. ही देवघेव सांस्कृतिक तर आहेच शिवाय संपूर्ण जीवनांगांना वेढणारी आहे. आज जी काही ज्या प्रांतांची अस्मिता म्हणून ओळखली जाते त्यात त्या त्या प्रांतात राहणाऱ्या सर्व लोकांचा वाटा आहे. जे मूळचे इथलेच आहेत त्यांच्याबाबतीत तर आपण हा प्रश्न उपस्थित करू शकत नाही. हा मुद्दा मराठी शाहीरी परंपरेतील मुस्लिम कवींचा विचार केला तर अधिक स्पष्ट होईल. त्यांचे मन इथल्या मातीत गुंतलेले आहे आणि स्वीकारलेल्या धर्म परिणामातही गुंतलेले आहे. मराठीतून जी 'करबला गीते' लिहिली गेली आहेत त्यावरूनच समन्वय, सुसंवाद आणि सहजीवन या अपेक्षा मुस्लिम मराठी लेखकांच्या अंतर्मनात होत्या असे निश्चितपणे सांगता येईल. अशा प्रयत्नांच्या मालिका जीवनाच्या वेगवेगळ्या क्षेत्रात वेगवेगळ्या कालखंडातही आढळतात. या अशा प्रयत्नांचा प्रभाव मुस्लिम मराठी लेखकांवर होणे स्वाभाविक आहे. कारण कोणताही कलावंत हा त्या समाजाचा अविभाज्य घटक असतो.

मुस्लिम समाज आज अनेक प्रश्नांच्या भोवऱ्यात सापडलेला समाज आहे, तो जर असाच जिथल्या तिथे राहिला तर नष्ट होण्याची शक्यता आहे, असे बोलून दाखवले जाते. सगळीकडूनच उपेक्षित असलेल्या समाजाची दिशा काय असायला हवी हे ठरविणे देखील समाजाच्या हाती उरलेले नाही आणि तसे नेतृत्वही कुठे दिसत नाही. मुस्लिम मन गुदमरून जात आहे. त्याला इस्लामी मूलभूतवाद एकीकडून तर दुसरीकडून हिंदू मूलभूतवाद वेगवेगळ्या तऱ्हेने सतावत आहेत. असा हा सतावला जात असलेला मुस्लिम समाज अनेक समज-अपसमज यांच्या जाळ्यात अडकलेला आहे. हे सर्व मुस्लिम मराठी लेखकाला जाणवते आहे, पण अभिव्यक्तीची वाट त्याच्यासाठी मोकळी आहे का? त्याचा कंठ मोकळा झाला आहे हे खरे पण त्याच्या वाटेवरील काही अदृश्य अडथळ्यांचे काय? मुस्लिम मानसिकतेची अभिव्यक्ती झाली की तिचे नको ते अर्थ काढून, नको ते आरोप केले जातात. अशा प्रतिकूल परिस्थितीतही त्याला या सर्व जाणिवांसह आत्माविष्कार करायचा आहे, करतो आहे. आज राजन खान यांच्या 'शरीयत', 'यतिम' आणि 'काफर' यासारख्या कांदबरी लेखनाकडे मुस्लिम कर्मठ मूलभूतवादी दृष्टीने पाहतात. त्यामुळे जे कौतुक अपेक्षित असते ते तर होत नाहीच उलट मन:स्ताप होऊ लागतो. तसेच असे लेखन हिंदू मूलभूतवादी जरा वेगळ्या दृष्टीनेच पाहतो. त्यामुळे मुळात नसलेली गुंतागुंत अधिकच निर्माण होते. या अशा स्थितीत निर्मितीची बीजे कोमेजून जाण्याची शक्यता असते. इथे मूलभूतवादी शक्तिवान आहेत. त्यामुळे मुस्लिम मराठी लेखक मूलभूतवाद्यांचे भक्ष्य होऊ शकतो. या पाच दहा वर्षांत पुरोगामी लेखन करणाऱ्या मुस्लिम मराठी लेखकाने जिथे संपूर्ण समाजाचा उपहास केला आहे तो उपहास केवळ हिंदूंचा उपहास आहे असे समजून त्याला भारतद्वेषी ठरविले जात आहे. या दोन्ही वृत्तींना एकाकी पाडता यावे म्हणून संवादाची पायवाट मोकळी करण्याच्या हेतूने हे स्वतंत्र मुस्लिम मराठी साहित्य निर्माण होत आहे.

आज मराठीतून असंख्य मुस्लिम लेखक लिहित आहेत. तरीही महाराष्ट्रातील मुसलमानांनी मराठीतून काही लिहिलेले नाही. या उलट मुसलमान माणसाला मराठीच बोलता येत नाही, हाही समज सर्वदूर, पक्का आहे. ग्रामीण भागात सर्व व्यवहार मराठीतून चालत असतो. ग्रामीण मुसलमान दररोज मराठीतूनच बोलतो आणि घरी दख्खिनी बोलतो. तरीही मुसलमान माणसाला मराठी बोलता येत नाहीं असा समज आहे. खरे पाहिले तर एकूण ग्रामीण माणूसच पुणेरी मराठी बोलू शकत नाही. तरी त्याला असे म्हटले जात नाही की तू मराठी माणूस असूनही तुला शुद्ध मराठी बोलता येत नाही. आज मराठीतून दर्जेदार काव्यलेखन करणारी नावे आठवली तर खलील मोमीन, ए. के. शेख, मुबारक शेख, इलाहीं जमादार, अंजूम

मोमीन, सय्यद अल्लाउद्दीन, अजीम नवाज राही, मिर्झा बेग, कलीम खान, जुल्फी शेख, इत्यादींसारखी नावे सहज नोंदवता येतील. तेव्हा कुणी मुसलमान मराठीतून लिहित नाही असे म्हटले जाऊ नये एवढ्यासाठी हे मुस्लिम मराठी साहित्य निर्माण होत आहे. ही वाङ्मयबाह्य प्रयोजने आहेत असे वाटते, पण तसे काही नाही. कारण या प्रयोजनांचा प्रभाव वाङ्मयनिर्मितीवर आहे. वाङ्मयाच्या प्रयोजनाचा विचार जो नेहमी केला जातो तो तर या वाङ्मयाला लागू आहेच शिवाय ही अप्रत्यक्ष प्रभाव टाकणारी प्रयोजने आहेत.

मुस्लिम मराठी साहित्याचे स्वरूप व प्रयोजन खरे तर दलित साहित्याच्या पाऊलवाटेने जाणारे आहे. कारण, पवित्र कुराणाच्या 'सूर -अस-शुअरा' यात कवीबद्दल असे म्हटलेले आहे की 'तो इमानधारक असावा, तो सदाचारी असावा, तो ईशस्मरण करणारा असावा आणि जुलूम झाल्यास त्याचा प्रतिकार करणारा असावा' म्हणजे मुस्लिम साहित्यिक अन्यायाविरूद्ध बंड करून उठू शकतो आणि बंडातून साहित्यनिर्मिती करू शकतो. असे या महाराष्ट्रात होण्याची शक्यता आहे आणि त्याच्या पाऊलखुणा आज निर्माण होत असलेल्या मुस्लिम मराठी साहित्यातून आढळतात. कारण सर्वार्थाने दलित साहित्य जवळचे आहे. आज अनुकरणात्मकता असली तरी ती हळूहळू नाहीशी होईल. जेव्हा आंबेडकरांनी वापरलेला शब्द 'बहिष्कृत' आणि म. फुले यांनी वापरलेला शब्द 'स्त्री शूद्रातिशूद्र' याचा अर्थ मुस्लिम मराठी लेखक आपलासा करून वरील 'सूर-अस-शुअरा'शी त्याचा सांधा जोडतील तेव्हा मुस्लिम मराठी साहित्य खऱ्याखुऱ्या अर्थाने बहरेल, फुलेल.

❖❖❖

१३

मुस्लिम साहित्य

फक्रुद्दीन बेन्नूर

मुस्लिम मराठी साहित्याला १४ व्या शतकापासूनच्या प्रदीर्घ इतिहास असला तरी, १९९० मध्ये सोलापूर शहरांतून मुस्लिम मराठी साहित्य परिषदेची स्थापना करुन, पहिले अखिल भारतीय मुस्लिम मराठी साहित्य संमेलन घेतल्यानंतर मुस्लिम मराठी साहित्याची चर्चा सुरू झाली. सोलापूरांतील पहिल्या साहित्यसंमेलनाच्या वेळी महाराष्ट्रात अनेक प्रकारच्या उलट-सुलट प्रतिक्रिया आल्या. मुस्लिम मराठी साहित्य संमेलन का? मराठी मुस्लिम साहित्य संमेलन असे नाव का दिले नाही? इथपासून ते या साहित्य संमेलनाच्या निमित्ताने मुसलमांनाचा ''अलगतावाद'' किंवा ''फुटीरवाद'' हा स्पष्टपणे सिद्ध होतो, किंवा मराठी साहित्याला निर्माण झालेला 'हिरवा धोका' आहे किंवा हे साहित्य संमेलन म्हणजे काहीतरी संशयास्पद किंवा राष्ट्रद्रोही प्रकार आहे. अशा विविध प्रकारच्या प्रतिक्रिया प्रसारमाध्यमांतून वाचनात आल्या. यावरुन एक गोष्ट निश्चितपणे दिसून आली की, अगदी १४ व्या शतकापासून महाराष्ट्रातला मुसलमान मराठीतून लिहित आलेला होता, अनेक मुस्लिम मराठी संतकवी होऊन गेलेले होते, रियासतकार, भेदिक काव्य करणारे, लावणीकार आणि शाहिरी करणारे कितीतरी मोठ्या प्रमाणात मुस्लिमांची संख्या असूनदेखील त्याबद्दलचे अज्ञान तरी दिसून आले किंवा मुस्लिमांची कोणत्याही प्रकारे दखलच घ्यावयाची नाही, अशी वृत्ती त्यामधून स्पष्ट झाली.

महाराष्ट्रातील मुसलमानांच्या बाबतीत अशी दिसून येणारी वृत्ती, आणि उपेक्षा ही काही नवीन नव्हती. स्वातंत्र्य चळवळीच्या काळात जे जमातवादी राजकारण उदयास आले आणि त्यामधून जी भारताची फाळणी झाली, तेव्हापासून अशाप्रकारच्या उपेक्षेला आणि विरोधी प्रतिक्रियेला तोंड देतच मराठी मुसलमान जगत आलेला आहे, तसे पाहिल्यास भारताच्या फाळणीनंतर भारतात असलेल्या सर्व राज्यातील मुसलमानांची परिस्थिती बिकट झालेली आहे, भारताची फाळणी

उच्चवर्णीय पंजाबी आणि उत्तर भारतातील सरंजामदार, जमीनदार तसेच हिंदू समाजातील वरिष्ठ वर्णीय जमीनदार या दोन्ही गटांचे जमातवादी राजकीय पक्ष आणि ब्रिटिशांची कूटनीती यांच्या संकलित परिणामातून झालेली आहे. ज्यांना फाळणी पाहिजे होती असे मुस्लिम समाजातील वरिष्ठ वर्णीय घटक पाकिस्तानात निघून गेले. सर्वसामान्य बहुजन आणि तळागाळातील जातीजमातीत विखुरलेले प्रादेशिक मुसलमान, भारतातच राहिले. बहुजन मुस्लिम लोकसमूह ज्या प्रदेशातून राहत आलेले आहेत, त्या प्रदेशातील माती आणि संस्कृतीचा अविभाज्य भाग आहेत. त्यांच्या मनात भारत सोडून इतरत्र जाण्याची कल्पना नव्हती. त्यांचे अस्तित्व ते राहत असलेल्या प्रदेशातीलच होते. त्यांचा वरिष्ठ वर्णीय 'अश्रतफ' मुसलमानांशी संबंधही नव्हता. भारतातील या प्रादेशिक जीवनपद्धतीचा अविभाज्य भाग असलेले हे बहुजन मुसलमान हे पूर्वाश्रमीच्या हिन्दू शूद्र आणि अतिशूद्रातील धर्मांतरित घटकच होते व आहेत. परंतु फाळणी करणारे भारताबाहेर निघून गेले आणि फाळणीचे सर्व खापर इथल्या मुसलमानांच्या माथ्यावर मारण्यात आले. फाळणीला मुस्लीम-लीगप्रमाणे हिंदुत्ववादी पक्ष देखील जबाबदार होते, हे सत्य बासनात गुंडाळून ठेवले गेले. त्यामुळे इथला मुस्लिम समाज हिंदू-समाजाच्या दृष्टीने कायम संशयीत राहिला आहे. ज्यांनी आपली मातृभूमी आणि प्रदेश सोडला नाही तो ''संशयीत'' घटक म्हणून पाहिला गेला आहे, वास्तविक १७७३ च्या फकीर साधू यांच्या उठावापासून १८५७, १९२०, १९३०, १९४२ च्या आंदोलनात हजारो मुसलमानांनी भाग घेतलेला होता. हौतात्म्य पत्करले होते. त्यांचे ते सर्व योगदान फाळणीच्या धक्क्यामुळे पूर्णपणे नाकारले गेले.

या सर्व परिस्थितीमुळे महाराष्ट्रातील मुसलमानांची पूर्णपणे उपेक्षा झालेली दिसून येते. सुरुवातीला म्हटल्याप्रमाणे महाराष्ट्रातील मुस्लिम मराठी साहित्याचा इतिहास किमान १४ व्या शतकातील उत्तरार्धापासूनचा आहे. मुस्लिम मराठी साहित्याच्या विकासाचे साधारणपणे पाच टप्पे पडतात.

१) १४-१५ व्या शतकापासून उदयास आलेले मुस्लिम मराठी संतकवींचे साहित्य यामध्ये ४२ मुस्लीम मराठी संत झाल्याचा इतिहास आहे.

२) संत साहित्यानंतर १८ व्या शतकापासून निर्माण झालेले शाहिरी आणि लावणी साहित्य यामध्ये मुस्लिम मराठी शाहिरांनी, लावण्या, भेदिक लावण्या पोवाडे, अभंग कूटगीते, रियासती इ. सर्व प्रकार हाताळलेले दिसून येतात. या प्रकारातही अभ्यासकांनी ३०-४० मुस्लिम मराठी शाहिरांची नावे त्यांच्या काळासहीत दिलेली आहेत.

३) तिसऱ्या टप्प्यांत १९२० ते १९४८-४९ पर्यंतच्या स्वातंत्र्य चळवळीच्या

काळातील कवी-लेखकांचा समावेश होता.

४) चौथ्या टप्प्यांत स्वातंत्र्योत्तर काळातील १९५० ते १९८० या काळातील साहित्य येते.

५) पाचव्या टप्प्यांत साधारणपणे १९८५-८६ पासून उदयास आलेले मुस्लिम मराठी साहित्य येते.

अशाप्रकारे महाराष्ट्रातील मुस्लिम मराठी साहित्याला प्रदीर्घ परंपरा आहे तरी, परंतु वर निर्देशित केलेल्या राजकीय, सामाजिक परिस्थितीमुळे त्यांच्या साहित्याची उपेक्षा झालेली आहे. मुस्लिम मराठी साहित्याविषयी लिहित असताना किंवा विचार करीत असताना काही ठळक गोष्टी जाणवतात. त्यापैकी पहिली गोष्ट म्हणजे मुस्लिम मराठी साहित्य ते मध्ययुगातील असो किंवा आधुनिक युगातील असो, त्याचे स्वरुप मनोरंजनवादी किंवा कलावादी कधीच राहिलेले नाही. ते प्रारंभापासून मुसलमान लेखकांच्या जगण्याचे, संवेदनांचे आणि व्यथांचे आधार घेऊन उभे राहिले आहे. दुसरी गोष्ट म्हणजे पहिल्या तीन टप्प्यातील मुस्लिम मराठी साहित्य आणि चौथ्या पाचव्या टप्प्यातील मुस्लिम मराठी साहित्याचे स्वरुप फार वेगळे राहिलेले आहे. याच मुद्द्याचा परामर्श प्रारंभी घेणारे आहे. तत्पूर्वी आणखीन एक गोष्ट नमूद करणे आवश्यक आहे; तो म्हणजे मध्ययुगातील दोन चार मुस्लिम मराठी संतकवींचा अपवाद सोडल्यास बाकीचे सर्व कवी, शाहीर, लावणीकार, कवी आणि लेखक हे महाराष्ट्रातच जन्मले आहेत आणि सर्व साधारणपणे बहुजन वर्गातील आहेत. मुस्लिम मराठी साहित्यकारांत वरिष्ठ वर्णीय घटक अजिबात नाहीत. तसेच त्यांच्या लेखनावर उर्दू, अरबी, फारसी या भाषांचा प्रभाव पडलेला नाही. त्यांचा लेखनव्यवहार दखनी भाषेतून विकसित झालेला आहे. त्यामुळे भारतातील इतर प्रदेशातील अन्य प्रादेशिक भाषांतून मुस्लिम लेखकांनी केलेले लिखाण आणि महाराष्ट्रातील मुस्लिम मराठी लेखकांचे लिखाण यामध्ये मूल्यात्मक फरक दिसून येतो.

आमच्या दृष्टीने १९८५-८६ नंतर उदयास आलेले मुस्लिम मराठी साहित्य हे भारतीय मुसलमानांच्या सामाजिक, सांस्कृतिक इतिहासातील एक महत्त्वाचे योगदान आहे. कारण त्याचे स्वरुपच पहिल्या चार टप्प्यातील साहित्यापेक्षा वेगळे आहे. त्याचे विश्लेषण करीत असताना मुस्लिम मराठी साहित्य म्हणजे काय? मुस्लिम मराठी साहित्याचे ध्येय व तत्त्वज्ञान कोणते? या साहित्याची वैचारिक तत्त्वप्रणाली कोणती? आणि या साहित्याच्या अभिव्यक्तीचे स्वरुप काय आहे याची चिकित्सा करणे आवश्यक आहे?

१९९० मध्ये मुस्लिम मराठी साहित्य परिषद स्थापन करीत असताना

आम्हा संयोजकांच्या मनांत काही विचार होते, साधारणपणे १९७० पासून लेखनाला सुरुवात केल्यानंतर माझ्या मनामध्ये आणि त्याचप्रमाणे डॉ. अजीज नदाफ किंवा मुबारक शेख यासांरख्या कवी व लेखकांच्या मनामध्ये विचारांची जी आवर्तने निर्माण होत होती त्यामधूनच साहित्य परिषदेची स्थापना केली गेली. मुस्लिम मराठी साहित्य परिषदेची स्थापना करण्याची गरज ही मराठी सारस्वताने मुस्लिम कवी आणि लेखकाची जी उपेक्षा चालवली होती त्यामधून निर्माण झालेली आहे. मराठी मुसलमानांना आपल विचार,व्यथा, सुखदु:खे व्यक्त करण्यासाठी व्यासपीठच नव्हते. प्रसारमाध्यमे तर मुस्लिम मराठी लेखकांपासून दूरच होती. १९८६-८७ च्या कालखंडात मुस्लिम समाज ज्या परिस्थितीतून जात होता, ज्याप्रकारच्या प्रचाराला, विरोधाला आणि सर्वप्रकारच्या अडचणींना तोंड देत होता. त्या सर्व व्यथा आणि कथा प्रकट करण्यासाठी संवेदनाक्षम तरुण धडपडत होते. त्या व्यथेमधूनच मुस्लिम मराठी परिषदेची स्थापना झाली.

त्यामुळे परिषदेच्या स्थापनेपासूनच महाराष्ट्रातील तरुण मुस्लिम लेखकांनी स्वीकारलेला दृष्टीकोन हा वैशिष्ट्यपर्ण आहे. महाराष्ट्रात ललित साहित्य व वैचारिक साहित्य यांचा विचार करण्याची साचेबंद समीकरणे त्या काळात तयार झालेली होती. कलेसाठी कला की जीवनासाठी कला हा वाद महाराष्ट्रात वर्षांनुवर्ष गाजत होता. ७० च्या दशकात दलित साहित्याचा उदय होण्यापूर्वी मुख्य प्रवाही मराठी साहित्यात, तळागाळातील बहुजनांना अभिव्यक्तीची संधीच नव्हती. त्यामुळे महाराष्ट्रात एक प्रचंड मोठी घुसमट खदखदत होती. फुले, आबेडकरांनी त्यांच्या काळात एक मोठा धक्का महाराष्ट्रातील साचेबंद व्यवस्थेला दिलेला होता. परंतु डॉ. आंबेडकरांच्या काळानंतर सामाजिक संघर्षांना तोंड फुटलेले होते. दलित आणि बहुजन मुस्लिम समाज हे दोन्ही घटक कोंडीत सापडले होते आणि त्यात हे १९८६चे 'शाहबानो प्रकरण' आणि 'बाबरी मशीदीचा वाद' यामुळे भारतातील आणि महाराष्ट्रातील समाजजीवन ढवळून निघालेले होते. ज्या बाबरचा इथल्या तळागळातील धर्मांतरित बहुजन मुसलमानांचा कसलाही संबंध नव्हता आणि नाही, वांशिकदृष्ट्या भाषिक आणि सामाजिकदृष्ट्या ते पूर्णपणे वेगळे असूनदेखील ''बाबर की औलाद'' म्हणून त्यांना हिणविले जाऊ लागले होते. बाबरी मशिदीचा प्रश्न राजकारणांसाठी पुढे आणला गेला होता. हिंदू आणि मुसलमानांचे धर्मवादी आणि जमातवादी घटक, त्या राजकारणात सामील होते. त्या प्रश्नावरुन दंगली पेटविल्या गेल्या. समाजात प्रचंड उलथापालथ सुरू झाली. शाहबानो खटला हा मुसलमान समाजातील स्त्रीला समान न्याय देण्याचा होता. त्याचा संबंध समाजांतर्गत स्त्री-पुरुष समतेच्या लढ्याचा होता. भारतातील वरिष्ठ वर्णीय मुस्लिम समाजात आणि त्यांचे अनुकरण करू

पाहणाऱ्या सर्वसामान्य मुसलमानांत पुरुषसत्ताक प्रवृत्ती प्रबळ होत्या. आणि आहेत. त्यामुळे शाहबानोचे निमित्त करुन मुस्लिम स्त्रीला समान न्याय देण्याच्या निर्णयाला त्यांनी विरोध केलेला होता. हा समाजसुधारणेचा प्रश्न भारत व महाराष्ट्रातील हिन्दूत्ववादी आणि समाजवादी घटकांनी "राष्ट्रद्रोहाचा" आणि "राष्ट्रीय एकात्मतेचा" प्रश्न केला. मुसलमान हे "राष्ट्रीय एकात्मतेच्या" विरोधी आहेत. असे ढोल बडविणे सुरू झाले. चारीबाजूंनी विरोधाची वादळे घोंगावत येऊ लागली. दोन वेळेला जेवणास महाग असलेले गरीब मुसलमान 'राष्ट्रद्रोही' म्हणून पाहिले जाऊ लागले. जे काही मूठभर शिकलेले तरुण होते. त्यांच्या नोकऱ्यांचे आणि अर्थाजनाचे प्रश्न अत्यंत बिकट झाले. अज्ञान, निरक्षरता, मुस्लिम पुढारी आणि धर्मगुरुंचे धर्मवादी राजकारण आणि १९८५ नंतर शिरजोर होत गेलेल्या मुस्लिम विरोधी हिंदुत्ववादी संघटना यांच्या परिणामांनी मुस्लिम समाज ढवळून निघाला. मुस्लिम मराठी साहित्य परिषदेचा उगम यामधून झालेला आहे.

आधुनिक काळातील १९८५-८६ नंतर उदयास आलेल्या मुस्लिम-मराठी साहित्याचे स्वरुप व्यामिश्र आहे. त्यासंबंधी महाराष्ट्रात उलटसुलट मतप्रवाह आहेत. काही समीक्षकांच्या मते १९९० मध्ये हमीद दलवाईनी मुस्लिम सत्यशोधक मंडळाची स्थापना करुन सुधारणांची जी सामाजिक चळवळ सुरू केली, त्याच्या परिणामातून ही साहित्य चळवळ सुरू झाली. या मत प्रवाहामुळे दोन अडचणी आहेत. महाराष्ट्रात मुंबई, पुणे, औरंगाबाद, नगर, मालेगाव सारख्या काही शहरात उर्दू माध्यमाच्या शाळा होत्या. परिणामी उर्दू माध्यमातून शिक्षण घेणारा तथाकथित मध्यमवर्ग हा संख्येने खूप लहान होता. आणि आजही उर्दू माध्यमातील शिक्षणसंस्था वाढल्या तरी या माध्यमातील मध्यमवर्ग लेखनाकडे फारसा वळत नाही. तेव्हा सत्यशोधक मंडळाने "मराठीचा आग्रह" धरला म्हणून मराठीतून लेखन सुरू झाले असे म्हणणे फारसे बरोबर नाही. कारण वरील शहराचा अपवाद सोडल्यास बाकीची सर्व शहरं आणि तालुक्यातील ठिकाणे आणि लहान मोठी गावे यामधून जे काही मुसलमान शिकत होते त्यांचे माध्यम मराठीच होते. महाराष्ट्रात मध्य युगापासून मुस्लिम मराठी संतकवी १८व्या, १९व्या, शतकातील शाहीर, लावणीकार, स्वातंत्र्य चळवळीच्या काळातील लिहिणारे डझनावारी लेखक, कोकणातील ३०/ ४० लेखक हे मराठीतून लिहितच आले होते. उलट सत्यशोधक चळवळीच्या एकांगी प्रचारामुळे, धर्मवादी मंडळाने महाराष्ट्रात ठिकठिकाणी उर्दू माध्यमांच्या शिक्षणसंस्था सुरू केल्या. महाराष्ट्रात उर्दू माध्यमाची मोहीम १९७० नंतरच सुरू झाली. एखाद दुसरा अपवाद सोडल्यास १९८५-८६ नंतर उदयास आलेले मुस्लिम मराठी कवी आणि साहित्यिक हे अन्य शहरातील आणि विशेषकरुन

ग्रामीण आणि तालुका परिसरातील आहेत. या मत प्रवाहातील दुसरी एक अडचण म्हणजे सत्यशोधक मंडळाच्या चळवळीवर ब्राह्मणी सुधारणा प्रवृत्तींचा प्रभाव होता आणि आहे. सत्यशोधक मंडळाने गृहीतच धरले होते की महाराष्ट्रातला मुसलमान हा ''राष्ट्रीय प्रवाहाच्या'' बाहेर आहे. हे त्यांच्या ''इस्लाम धर्मामुळे'' घडलेले आहे. म्हणजे भारतातल्या ब्राह्मणी विचारवंताप्रमाणे हिंदू आणि मुसलमान यांचे धर्म भिन्न असल्यामुळे हे दोन्ही समाज भिन्न आहेत. अशाप्रकारचे धर्माचे ''मोनोलिथ'' त्यांनी स्वीकारलेले होते. त्यामुळे सत्यशोधक मंडळाच्या प्रतिपादनात स्त्री सुधारणेच्या आणि मुस्लिम स्त्रियांना समान न्याय देण्याचा मुद्दा हा जोरदारपणे पुढे आलेला होता. परंतु त्याचा संबंध राष्ट्रीय प्रवाहाशी जोडल्यामुळे मुसलमान समाजाचे प्रश्न आणखी जास्त गुंतागुंतीचे झाले.

सत्यशोधक मंडळाच्या चळवळीमुळे मुसलमान तरुणाच्या अभिव्यक्तीला अनेक प्रकारच्या मर्यादा पडल्या. किंबहुना त्यामुळे गावागावातून अर्धउपाशी राहणारे, मोलमजुरी करणारे मुसलमानांचे आर्थिक आणि सामाजिक प्रश्न यांना प्राधान्यच दिले गेले नाही. मुसलमान समाजात बलुतेदारी आणि जातीव्यवस्थेचे गंभीर प्रश्न होते. प्रचंड आर्थिक आणि सामाजिक विषमता होती. आणि साधारणपणे १९७१च्या काळात पाकिस्तानच्या युद्धामुळे हिंदू जमातवादानं तोंड वर काढलेले होते. त्याचे परिणाम महाराष्ट्रातील गावांगावातील आणि शहराशहरांतील मुसलमानांना भोगावे लागत होते. वास्तविक महाराष्ट्रातला मुसलमान हा पूर्णपणे महाराष्ट्रातील जीवनाशी एकरुप झालेला आणि जातीजातीत विभागलेला होता आणि आहे. कै. धनजंयराव गाडगीळ यांनी एकदा म्हटले होते की वेषभूषा, केशभूषा इ. सर्व बाबतीत महाराष्ट्रातला मुसलमान, विशेषत: ग्रामीण भागातील मुसलमान हा इतका मिसळून गेलेला आहे की त्याचे वेगळेपण दाखविता येत नाही. अशी परिस्थिती असल्यामुळे महाराष्ट्रातील मुसलमानांची दुहेरी कोंडी झाली होती. एका बाजूला आर्थिक आणि सामाजिक मागासलेपणा आणि भारताच्या फाळणीमुळे जमातवादाचा भोगावा लागणारा त्रास, आणि दुसऱ्या बाजुला सत्यशोधक मंडळाच्या एकांगी प्रचारामुळे मुसलमानाचे ''नैसर्गिक राष्ट्रीयत्वच'' अडचणीत आले होते. जे काही मूठभर शिकलेले तरुण होते त्यांना ही कोंडी जाणवत होती. मुळातच समाजसुधारणेचा प्रश्न हा पुरुषसत्ताक सरंजामदारी व्यवस्थेमुळे निर्माण झालेला होता. इस्लामची मूळ शिकवणूक वेगळी होती. परंतु मुस्लिम धर्मगुरु आणि त्यांचे वरिष्ठ वर्णीय पुढारी हे धर्माचा गैरवापर करीत होते ही परिस्थिती स्पष्टपणे दिसत होती. अशा प्रकारची कोंडी चालू असताना १९८५ पासून शाहबानो आणि बाबरी मशीदीचे प्रकरण सुरू झाल्यानंतर सर्वत्र जातीय दंगली सुरू झाल्या. हिंसाचार वाढला. या दोन्ही प्रकारच्या कोंडीतून

सुटण्यासाठी जी सामाजिक आणि वैचारिक धडपड सुरू झाली. त्यामधून मुस्लिम मराठी साहित्य परिषदेची स्थापना होऊन मुस्लिम मराठी साहित्याची चळवळ सुरू झाली. सत्यशोधक चळवळीतील लेखक समान नागरी कायदा आणि तलाकच्या पुढे गेलेलेच नव्हते. आणि त्यांनी भारतातील सर्व मुसलमानांना एकाच मोजपट्टीने मोजलेले होते. त्यांनी भारतातील मुसलमान 'कम्युनल' कसा आहे, यावरच जास्त भर दिलेला होता. जोपर्यंत मुसलमान, त्यांचा धर्म-प्रतिगामी इस्लामच्या चौकटीबाहेर आल्याशिवाय ते राष्ट्रीय प्रवाहात येणार नाहीत, हा त्यांच्या चळवळीचा गाभा होता.

एक प्रकारे हिंदुत्ववादी लेखक आणि संघटना ज्या प्रकारे मुसलमानांचे अमानुषीकरण करीत होते. त्याचेच प्रतिबिंब सत्यशोधक चळवळीवर पडलेले होते. वास्तविक भारतातील मुसलमानांचे स्वरुप एक कधीच नव्हते आणि नाही. उत्तर भारतातील मुसलमानात जमातवादी घटक मोठ्या प्रमाणात होते. फाळणीपूर्व काळापासून तेथे जमातवाद पोसला गेलेला होता. उर्दूचे राजकारण उभे करण्यात आलेले होते. त्यांची संस्कृती आणि जीवनपद्धती भिन्न स्वरुपाची होती. महाराष्ट्रातील किंवा कर्नाटकातील मुस्लिम समाजाचे स्वरुप त्यापेक्षा वेगळे होते. म्हणून तर डॉ. मोईन शाकीर आणि इम्तियाज अहमद यांनी म्हटल्याप्रमाणे भारतातल्या मुसलमानांचे स्वरुप ''प्रादेशिक'' असते. त्यांची जीवनपद्धती आणि प्रश्न ते राहत असलेल्या प्रदेशाशी निगडित असतात. त्यांची फक्त उपासनापद्धती सारखी असते. हा घटक लक्षात घेणे महत्त्वाचे होते. इस्लामचा उदय हा अरबस्थानातील आहे. त्यांची धार्मिक शहरे, भारताबाहेर आहेत. दरवर्षी तेथे 'हज' यात्रेला जाण्याची परंपरा आहे. त्यामुळे धर्मांतर करुन मुसलमान झालेल्या जगातील सर्व मुसलमानांना या प्रदेशाचे धार्मिक आकर्षण असते. त्यामध्ये ''परकीय राजकीय निष्ठेचा'' प्रश्न नसतो. परंतु हिंदुत्ववाद्यांचा प्रचार तसा राहिला होता व आहे. सत्यशोधक मंडळाने हिंदुत्ववाद्यांचा तो मुद्दा आपल्या प्रचारात घेतला होता. आणि राष्ट्रीय प्रवाहाच्या संकल्पनेशी जोडलेला होता. त्यामुळे मुस्लीम समाजाची आणखीनच जास्त कोंडी झालेली होती.

या परिस्थितीतून मुस्लिम मराठी साहित्य चळवळीचा उदय झाला आहे. अगदी १९व्या शतकाच्या शेवटापासून हिंदुत्ववादी लेखक, विचारवंत आणि इतिहासकार हे प्रचंड प्रमाणात मुस्लिम विरोधी लिखाण करीत राहिलेले होते. मराठी साहित्यात तर मुसलमानांचे अत्यंत विकृत आणि नकारात्मक चित्रण केले गेले होते. १९८५-८६ नंतर वाढत गेलेले दुभंगलेपण, विरोधी लिखाणामुळे हिंदूच्या मनात वाढलेले संशयाचे वातावरण, नाकारल्या जाणाऱ्या संधी यामुळे अस्वस्थ झालेले नव्या पिढीतले मुस्लिम मराठी लेखक आपआपल्यापरीने लिखाण

करू लागले. त्या सर्वांना वैचारिक दिशा देण्यासाठी, त्यांच्या अभिव्यक्तीला व्यासपीठ देण्यासाठी मराठी भाषा आणि संस्कृती याबाबतीतले मुस्लिमांचे योगदान पुढे आणण्यासाठी साहित्य चळवळ सुरू झाली.

आमच्या दृष्टीने मुस्लिम मराठी साहित्याचे दोन अर्थ आहेत. एक म्हणजे मराठीतून लेखन करणाऱ्या मुसलमान लेखकांचे साहित्य म्हणजे मुस्लीम मराठी साहित्य होय. हा त्याचा ढोबळ अर्थ झाला, परंतु अभिव्यक्तीच्या दृष्टीने विचार केल्यास त्याची व्याप्ती वाढते. ती म्हणजे मराठी प्रदेशात जन्म घेतलेल्या, मराठी असणाऱ्या आणि धर्मानं इस्लाम धर्मीय असणारा मराठी माणूस आणि मुसलमान म्हणून जगत असताना जे ताणतणाव निर्माण होत आहेत ते व्यक्त करणारे साहित्य होय. तसेच इथल्या धार्मिक परंपरांनी निर्माण केलेले प्रश्न आणि इतिहासाने त्यांच्यावर 'परकेपण' लादण्याचे केलेले प्रयत्न आणि इथल्या सामाजिक वास्तवांतून चालत आलेली जातीव्यवस्था त्यांचे समाजावर झालेले परिणाम आणि १९८५, ८६ नंतरच्या काळातील जमातवादाच्या पुनरुत्थानामुळे वाढलेले हिंदू-मुस्लिम संघर्ष या सर्व अनुभवांचे चित्रण करणारे आणि त्यामधून समन्वय शोधण्याचा प्रयत्न करणारे साहित्य म्हणजे मुस्लीम मराठी साहित्य होय.

मुस्लिम मराठी साहित्याच्या या संकल्पनेमधूनच त्याचे तत्त्वज्ञान आणि उद्दिष्ट स्पष्ट होते. मराठी समाजात मुस्लिम म्हणून जगत असताना मुस्लिम समाजाचे आर्थिक, सामाजिक, धार्मिक आणि राजकीय प्रश्न आहेत. एक तर ग्रामीण आणि मध्यम आकाराच्या गावातील मुसलमानांचे मागासलेपण प्रचंड आहे. त्यांचा कोणताहीं निश्चित स्वरुपाचा संघटित व्यवसाय किंवा उद्योग नाही. काही मूठभर अपवाद सोडल्यास ग्रामीण भागातील मुसलमान एक प्रकारे शेतमजूर किंवा बलुतेदारी व्यवसायातीलच आहे. गावातील आणि मध्यम आकाराच्या शहरातील मुसलमान, सटर-फटर कामे आणि व्यवसाय करुन उदरनिर्वाह करीत असतो. त्यांच्यामध्ये शिक्षणाचे प्रमाण अतिशय कमी आहे. गेल्या दहा पंधरा वर्षांत मोठ्या शहरातून शिक्षित मध्यमवर्गाचा उदय होऊ लागला आहे. काही शहरातून बऱ्यापैकी मोठे व्यावसायिक पुढे येत आहेत, त्यामुळे एकंदर मागासलेपण आणि दारिद्र्य आहे. शाळातील मुलामुलींच्या गळतीचे प्रमाण फार मोठे आहे. त्यामध्ये पुन्हा शिकून नोकऱ्या मिळत नाहीत किंवा दिल्या जात नाहीत. म्हणून शिक्षणाकडे दुर्लक्षही होत आहे. शिक्षणाच्या माध्यमाचा कठीण प्रश्न आहे. १९७०-७५ नंतर महाराष्ट्रात मुस्लिम संघटनांनी सुरू केलेल्या उर्दूच्या राजकारणाचे परिणाम फार मोठे आहेत. मराठी मुसलमानांची भाषा ही ''दख्खनी बोली भाषा'' आहे. त्याचे उर्दूशी साम्य असले तरी, पुस्तकी उर्दूपेक्षा ती फार वेगळी आहे. आणि समाजात सर्वत्र मराठी

भाषाच असते. परिणामी त्याला नीट उर्दूही येत नाही अशा अडचणीत तो सापडला आहे.

सामाजिकदृष्ट्या महाराष्ट्रातील मुसलमानाची वेगळी परिस्थिती आहे. इस्लाममध्ये जातीसंस्था नसली तरी मुसलमानांमध्ये जातीव्यवस्था आहे. हिंदू समाजात जेवढ्या जाती आहेत तेवढ्या जाती मुसलमानातही आहेत. जातीजातीत वाद आहेत. श्रेष्ठ-कनिष्ठतेचे प्रश्न आहेत. जातीत विभागला गेला असल्याने सामाजिक समतेचे निर्माण झालेले प्रश्न आहेत. त्यामध्ये भर म्हणून मुसलमानाच्या धर्मगुरुंच्या वर्गाने आणखीन काही गोष्टी घातलेल्या आहेत. एका बाजूला जातीय मतभेद आणि दुसऱ्या बाजूला धर्मांधता यामुळे इथल्या मुसलमान समाजात सामाजिक ताणतणाव आहेत.

राजकीयदृष्ट्या, त्याच्याकडे 'फाळणीचे गुन्हेगार' म्हणून संशयाने पाहिले जाते. निवडणुकीत उपयोगी पडणारे अल्पसंख्यांक, किंवा अलगतावादी समाज आणि हिंदू विरोधी समाज अशा दृष्टीने त्याच्याकडे पाहिले जाते. १९९० नंतर भाजप आणि संघ परिवाराच्या मुस्लिम द्वेषाच्या राजकारणाने आणि दंगलीमुळे, मुस्लिम समाज पूर्णपणे अडचणीत आलेला आहे. शासन, नोकरशाही, पोलीस आणि उद्योगधंदे या सर्वांचे जमातवादीकरण झालेले असून शक्यतो मुस्लिमांना सर्व स्तरावर संधी नाकारल्या जात आहेत.

मुस्लिम मराठी साहित्यिकापुढील हे महत्त्वाचे प्रश्न आहेत. १९९० नंतर सुरू झालेल्या साहित्य चळवळीने आपआपल्या परीने हे प्रश्न मांडण्याचे प्रयत्न केलेले दिसून येतात. फ. म. शहजिंदे, अजीज नदाफ, जावेद कुरेशी, मुबारक शेख, एहेतेशाम देशमुख या लेखकांनी मोठ्या प्रमाणावर हे प्रश्न हाताळण्याचे प्रयत्न केलेले आहेत. बशीर मुजावर, रफीक सूरज, डी. के. शेख, सय्यद अल्लाबुद्दीन, बाबा मोहमंद अल्तार यांनी आपल्या कथांतून या व्यथा मांडलेल्या आहेत. अर्थात ही सुरुवात आहे असे असले, तरी हे साहित्य मराठी मुसलमानांच्या जीवनातल्या व्यथा घेऊन पुढे आलेले आहे. त्यामध्ये धार्मिक मुलतत्ववाद नाही किंवा इस्लामचा पुनरुज्जीवनवाद देखील नाही. उलट हे कवी आणि लेखक, मुस्लिम, धर्मगुरु आणि मुस्लिम जमातवादी पुढाऱ्यांवर तुटून पडलेले दिसून येतात. त्यांच्या लेखनात अस्मितेचे राजकारण देखील नाही. अस्मितेच्या राजकारणामधूनच सामाजिक अलगतावाद निर्माण होत असतो अशी धारणा त्यांच्या लेखनांतून दिसून येते. अस्मितेचाच विचार करावयाचा झाल्यास त्यांच्या साहित्यातून पूर्णपणे मराठीपण व्यक्त होते.

या प्रकारच्या लेखनातून आणि चळवळीच्या उद्दिष्टातून विकसित होऊ

पाहणारे मुस्लिम मराठी साहित्याचे तत्त्वज्ञान हे वैशिष्टपूर्ण आहे. सामाजिक, समता, व्यक्तिस्वातंत्र्य, धर्मस्वातंत्र्य, पोथीनिष्ठतेला विरोध, स्त्री-पुरुष समता आणि सर्व प्रकारच्या जमातवादाला विरोध ही तत्त्वे घेऊन ही मुस्लिम मराठी साहित्य चळवळ उभी राहिली आहे. जीवनाच्या मूलभूत प्रश्नांशी भिडावयाचे असेल तर आर्थिक आणि सामाजिक विषमतेचे प्रश्न हाती घेतले पाहिजेत, या विचारांचा पाठपुरावा व नमूद केलेले लेखक करीत असताना दिसून येतात. हे जे नव्याने उदयास आलेले साहित्यकार आहेत त्यांच्या प्रेरणा तीन महत्त्वाच्या महान विभूतींच्या विचारावर आधारित असलेल्या दिसून येतात. त्यामध्ये प्रेषित महंमदानी मांडलेल्या समतेचा, मानवतेचा, विश्वबंधुत्वाचा आणि स्त्रियांना समान न्याय देण्याचा विचार तसेच जगातील सर्व धर्मांची मूलतत्त्वे एकच आहेत हा विचार आणि फुले-आंबेडकरांचे तत्त्वज्ञान घेऊन ही मुस्लिम मराठी साहित्याची चळवळ विकसित होत गेलली आहे. मुस्लिम लेखकांनी यांत्रिक पद्धतीने कोणत्याही पाश्चात्य विचारप्रणालीचा वसा घेतलेला नाही. हे साहित्य खऱ्या अर्थाने प्रेषित महंमद आणि फुले-आंबेडकरांच्या विचारातून विकसित होऊ लागले आहे, त्या अथार्न मुस्लिम मराठी साहित्य हे अस्सल देशी साहित्य आहे.

मुस्लिम मराठी साहित्याने १९९०-९२ पासूनच मुस्लिमांतील जातीव्यवस्थेचा प्रश्न पुढे आणला. मुस्लिम मराठी साहित्याच्या चळवळीतून महाराष्ट्रात मुस्लिम ओबीसींचा, मुस्लिम मागास आणि भटक्या जातींचा प्रश्न पुढे आणला गेला. मुस्लिम धर्मगुरु आणि अभिजन वर्गाने मुस्लिमातील जात वास्तव नाकारण्याचा सातत्याने प्रयत्न केलेला दिसून येतो. एका बाजूला जात वास्तव नाकारायचे आणि दुसऱ्या बाजूला केवळ वरिष्ठ वर्गीय मुसलमानांचे राजकारणच पुढे रेटायचे आणि जातीजमातीत विभागला गेलेल्या मागासलेल्या व मुस्लीम बहुजनांना आपल्या स्वार्थासाठी वापरायचे असा प्रकार वरिष्ठ वर्गीय मुसलमान आणि धर्म मार्तंड करीत आलेले होते. तसेच या मुस्लीम अभिजन वर्गाने साम्राज्यवादी इतिहासकारांनी आणि हिंदुत्ववाद्यांनी मुस्लिम समाज म्हणजे केवळ एक अखंड एकजिनशी धार्मिक समूह असून तो पूर्णपणे इतरांपेक्षा वेगळा असतो. असा खोटा प्रचार चालविलेला होता. या प्रचाराला विरोध करण्यासाठी आणि मुस्लिमांतील जातीचा प्रश्न प्रकाशात आणण्यासाठी मुस्लिम मराठी साहित्य चळवळीने महाराष्ट्रात मुस्लिम ओबीसींची चळवळ सुरू केली. ही चळवळ प्रा. फक्रुद्दीन बेन्नूर, डॉ. नदाफ मुस्लिम, मराठी साहित्य परिषदेचे प्रमुख सल्लागार विलास सोनावणे, बशारत अहमद यांच्या प्रयत्नातून उभी राहिली. आणि त्यामधून मुस्लिम ओबीसीं संघटनेची स्थापना झाली. १९९२ मधील नागपुरात झालेल्या दुसऱ्या साहित्य संमेलनाच्या व्यासपीठावरुन

मुस्लिमातील जात वास्तवाचा आणि ओबीसींचा प्रश्न जाहीरपणे मांडण्यात आला. इस्लाममध्ये जातीव्यवस्था नसली तरी ती भारतीय मुसलमानांमध्ये आहे. भारत आणि महाराष्ट्रातील ९५% पेक्षा जास्त मुसलमान पूर्वीच्या मागास हिंदू जातीजमातींचे धर्मांतरित घटक आहेत. ते महाराष्ट्रात मराठी मातीचा दक्षिण आणि उत्तर भारतात तेथील प्रादेशिक मातीचा अविभाज्य अंश असून धर्मांतराने त्यांच्या उपासनापद्धतीत बदल झाले तरी त्यांची भाषा, व्यवसाय, आर्थिक आणि सामाजिक जीवन यांत बदल झालेले नाहीत, हे वास्तव मुस्लिम मराठी लेखकांनी आपल्या लेखनातून समाजासमोर मांडले. मुसलमानाबद्दल गैरसमज पसरवणाऱ्या मुस्लिम विरोधी लेखनाविरुद्ध आघाडी उघडली.

दुसरा असा एक प्रश्न विचारला जातो, की ज्याप्रमाणे डॉ. आंबडेकरांच्या चळवळीतून विद्रोही दलित साहित्य निर्माण झाले, तशा प्रकारचे मुस्लिम मराठी साहित्य का नाही? डॉ. आंबेडकरांच्या दलित चळवळीतून उभे राहिलेल्या दलित साहित्याची कल्पना, मुस्लिम मराठी साहित्याच्या बाबतीत करता येणार नाही. मुस्लिम-मराठी साहित्यात विद्रोहाची सुरुवात निश्चितपणे झालेली आहे. परंतु त्याचे स्वरुप वेगळे आहे. स्वातंत्र्यपूर्व काळातील हिंदू-मुस्लिम जमातवाद आणि फाळणीनंतरची विशिष्ट परिस्थिती, समाजाचे दुभंगलेपण आणि मागासलेपण यामुळे भारतातल्या आणि महाराष्ट्रातल्या मुसलमानांची एक वेगळी मानसिकताच तयार झालेली होती. उत्तर भारतातील वरिष्ठ वर्गीय सरंजामदारी मुसलमानांचे मुस्लिम लीग तर्फे चालविले गेलेले राजकारण, वरिष्ठ वर्गीय मुसलमानांनी पसरवलेले भ्रम, हिंदू जमीनदार, हिंदूमहासभा आणि संघपरिवाराचे राजकारण यामुळे दंगली होत राहिल्या. या सर्व गोष्टीतून देशाची फाळणी झाली. या फाळणीचा धक्का खऱ्या अर्थाने तळागाळातील मुसलमानांनाच बसला. पाकिस्तानाच्या निर्मितीनंतर याच बहुजन मुसलमानांना हिंदूंच्या संतापाला आणि अविश्वासाला तोंड द्यावे लागले. अशा कोंडीत सापडलेल्या मुस्लिम समाजात डॉ. आंबेडकरांसारखी दलित चळवळ आणि साहित्य निर्माण होणे कठीण होते. एक प्रकारची पराभूत भावना आणि सततच्या मुस्लिम विरोधी प्रचारामुळे निर्माण झालेली अपराधित्वाची भावना यामुळे दलित चळवळीसारखी घणाघाती चळवळ उभी राहणे कठीण होते.

आंबेडकरी चळवळीचे प्रतिमान, मुस्लिमांच्या बाबतीत घेता न येण्याचे आणखीन एक कारण म्हणजे डॉ. आंबेडकरप्रणीत दलित मुक्तीच्या क्रांती लढ्याचे स्वरुप भिन्न प्रकारचे आहे. भारतातील ''अस्पृश्यतेचा प्रश्न'' हा धर्माचा वापर करुन अस्पृश्यता ही ''अपौरुषेय' निर्मिती आहे. असे दाखवून तळागळातील जनतेवर गुलामगिरी लादण्यासाठी आणि त्यांचे कायमस्वरुपी शोषण करण्यासाठी

निर्माण केलेल्या समाजव्यवस्थेतून उदयास आली होती. त्यासाठी उच्चवर्णीय अभिजन, त्यांचा पुरोहित वर्ग आणि त्यांनी पद्धतशीरपणे तयार केलेले धर्मग्रंथ त्याला जबाबदार होते. डॉ. आंबेडकरांच्या धर्मसुधारणेच्या प्रयत्नांना देखील त्यांनी दाद दिली नाही. दलितांचे शोषण व त्यांच्यावरील अत्याचार थांबविले नाहीत त्यामुळे दलित मुक्तिसाठी डॉ. आंबेडकरांना हिंदू धर्म आणि ब्राह्मणी वर्चस्वाविरुद्ध लढा उभा करावा लागला. त्यासाठी त्यांनी एका संपूर्ण पर्यायी मूलव्यवस्थेची आणि तत्त्वज्ञानाची उभारणी केली. साहजिकच आंबेडकरी लढ्याच्या प्रेरणेतून निर्माण झालेले दलित साहित्य हे विद्रोही बनले.

स्वातंत्र्यानंतरच्या भारतीय मुसलमानांची त्यांच्याशी तुलना करता येणे कठीण आहे. भारतीय मुसलमानांत प्रमुख दोन गट होते. एक म्हणजे दोन चार टक्के असलेला वरिष्ठ वर्णीय अश्रफ, संरजामी मुसलमानांचा एक गट होता. याच गटाने अभिजनवादी हितसंबंधाचे राजकारण केले. दुसरा गट ९५% असलेल्या तळागळातील धर्मांतरित मुसलमानांचा होता आणि आहे. मुस्लिम सुफी संतांच्या शिकवणीमुळे आणि चातुर्वण्यांच्या अत्याचारापासून सुटण्यासाठी भारतातल्या कनिष्ठ जाती जमातींनी इस्लामाचा स्वीकार केलेला होता. त्यांनी इस्लामचा स्वीकार करुन देखील त्यांचे धर्मांतरापूर्वीचेच व्यवसाय आणि समाजरचना कायम राहिलेली होती. मुसलमानांतील वरिष्ठ वर्णीय गटांनी या तळागळातील धर्मांतरित बहुजन मुसलमानांचा आपल्या राजकीय स्वार्थासाठी सतत वापर करुन घेतलेला होता. स्वातंत्र्यानंतर देखील हीच परिस्थिती कायम राहिलेली होती. निरक्षरता आणि गरिबी यामुळे त्यांना वरिष्ठ वर्णीयांचे आणि धर्मगुरुंचे राजकारण कळत नव्हते. स्वातंत्र्यानंतर भारतात शिल्लक राहिलेले मुस्लिम नेतृत्व अगदी दुय्यम स्वरुपाचे आणि परप्रकाशी होते. गावांगावांतून आढळणारे धर्मगुरु देखील अगदी सामान्य कुवतीचे होते. अशा परिस्थितीत डॉ. आंबेडकरांसारखी चळवळ उभी राहणे शक्य नव्हते. मुळात १९८० पर्यंतच्या मुस्लिम मराठी साहित्याचे स्वरुप हे प्रतिबिंबवादी होते. त्यांच्या लेखनावर ब्राह्मणी विचारांचा प्रभाव पडलेला होता.

परिस्थितीच्या रेट्यामुळे मुस्लिम-मराठी साहित्याची जी चळवळ १९८६-१९९० पासून सुरू झाली, त्या चळवळीपासूनच मुस्लिम लेखकावरील ब्राह्मणी प्रभाव कमी होत गेला आणि मुस्लिम समाजाच्या समस्यांचे चित्रण करणाऱ्या साहित्याची सुरुवात झाली. या प्रक्रियेत इस्लाम धर्माचा घटक एक वेगळ्याप्रकारे महत्त्वाचा ठरलेला होता. डॉ. आंबेडकरांचा लढा तळागाळातील लोकांवर अन्याय करणाऱ्या हिंदू धर्माच्या चौकटीविरुद्ध होता. घणाघाती आघात केल्याशिवाय, विद्रोहाची कास धरल्याशिवाय ती चौकट मोडणे कठीण होते. स्वातंत्र्यानंतरच्या

आणि विशेषत: १९९० नंतरच्या महाराष्ट्रातील मुस्लिम समाजासमोर धर्माने निर्माण केलेल्या समस्या नव्हत्या. फाळणीचे दुष्परिणाम, हिंदू जमातवाद, नाकारलेपणा, दारिद्र्य आणि मागासलेपणा आणि १९८९ पासून संघपरिवाराचे सुरू झालेले मुस्लिम द्वेषाचे आक्रमक राजकारण या समस्या होत्या. त्यामुळे सर्वसामान्य बहुजन मुसलमान कोंडमाऱ्याच्या परिस्थितीत होता. या विलक्षण कोंडीत आजूबाजूचे सर्व कोसळत असताना केवळ धर्मच त्यांच्या अस्तित्वाचा आणि अंतिम समाधानाचा आधार बनला आणि त्यामुळे धर्माकडून काही चूक होऊ शकते किंवा धर्मगुरु हे धर्माचे चुकीचे अर्थ लावून आपली दिशाभूल करू शकतात. हे मुळातच मागासलेल्या आणि निरक्षर बहुजन मुसलमानांना कळणे कठीण होते. अशा परिस्थितीत इस्लाम धर्माविरुद्ध लढा देण्याचे प्रयोजन देखील नव्हते. मुसलमान समाजाची अधोगती, दारिद्र्य, मागासलेपणा, धर्मगुरुंचे धर्मवादाचे राजकारण आणि हिंदुत्ववाद्यांचे राजकारण यामुळे झालेली होती. १९९० नंतर उदयास आलेल्या मुस्लिम लेखकांच्या समोर हे प्रश्न होते.

१९९० पासून सुरू झालेली विरोधाची परिस्थिती वाढतच गेली. भाजपच्या काळात मुस्लिमांवरील अत्याचारात वाढ झाली. त्याचे पर्यावसान बाबरी मस्जिद पाडण्यात आणि पुढे गुजरातच्या हत्याकांडात झाली. पोलिसी अत्याचारात वाढ झाली आणि या कोंडीविरुद्ध व अत्याचाराविरुद्ध आवाज उठविणाऱ्या साहित्याची सुरुवात झाली. विर्दभातील कवी मन्सूर एजाज जोश यांनी घोषणा केली.

'मी भारतीय मुसलमान !
एक माणूस, माझा दुसऱ्या
कोणत्याही प्रकारचा मृत्यूला
नकार आहे..
हिंदुस्थानी पोलिसांच्या गोळीनेच मरणे
माझा जन्मसिद्ध अधिकार आहे.''

त्याने आणखीन लिहिले आहे की, 'ज्या वस्तीत मी राहतो आहे! त्या वस्तीचे सारे लोक! अंध नसून मुके आहेत! आणि मी देखील हळूहळू मूक बनत चाललो आहे!''

नागपूरच्या जावेद कुरेशीचे शब्द पहा, 'डॉ. आंबेडकर! तुमच्या विचारांचे शस्त्र हाती घेऊन! मी युद्धस्थ आहे!' जावेद कुरेशीने लिहिले आहे की, ''बाबरीचा! एक-एक गुंबद कोसळताना! ढसढसा रडलो होतो! मस्जिदीवर नाही तर या देशाच्या भवितव्यावर!'' एहेतेशाम देशमुख म्हणतात की, ''जेव्हा ते विचारतात तुम्ही मुसलमान असून मराठी कशी छान बोलता! ते विचारतात तुम्ही मुसलमान

असून इतके कसे चांगले वागता!'' मराठवाड्यातील कवी फ. म. शहाजिंदे यांनी दुवा मागितली आहे की, 'या परवरदीगार!' आज तुझी मी मराठीतून दुवा मागत आहे. ''गंगेच्या पाण्यात आबेजमजमचं पाणी मिसळून पिण्याची बुद्धि दे!''

२० व्या शतकाच्या शेवटच्या दशकापासून हिंदुत्ववादी शक्तींनी राष्ट्रवादाचा विकृत पाठ तयार केला आहे. त्यानुसार इस्लाम आणि मुस्लिम विरोध हा राष्ट्रवादाचा आधारभूत घटक बनलेला आहे. गुजरात असो किंवा मुंबई असो, सवर्ण हिंदू पोलिसांच्या अत्याचाराला सर्वसामान्य मुसलमान बळी पडत आहेत. आजचे मुस्लिम-मराठी-लेखक हळूहळू या समस्या मांडण्याचा प्रयत्न करीत आहेत. विद्रोहाला सुरुवात झालेली आहे. शासनाची दमनकारी यंत्रणा आणि सुशिक्षित हिंदूंचे होऊ लागलेले जमातवादीकरण, प्रसार माध्यमांचा पक्ष:पातीपणा आणि विशेष म्हणजे प्रादेशिक भाषेतील प्रसारमाध्यमांचा मुस्मिल विरोधी दृष्टीकोन यामुळे विद्रोहाचे आवाज दडपले जात आहेत. या कोंडीतून सुटण्यासाठी सुरू झालेली प्रक्रिया महत्त्वाची आहे. ती म्हणजे मुस्लिम समाजात आत्मपरिक्षणाची प्रक्रिया सुरू झालेली आहे. त्याचबरोबर हिंदुत्त्वावादी प्रचार यंत्रणेविरुद्ध आवाज उठविण्याचे प्रयत्न सुरू झालेले आहेत. इतिहासाच्या आणि धर्माच्या विकृतीकरणाला मिळेल त्या लेखन माध्यमांच्या आधारे उत्तरे दिली जात आहेत. दुसरी गोष्ट म्हणजे हिंदू समाजातील धर्मनिरपेक्ष आणि विवेकनिष्ठ लोक आणि संघटना यांच्याबरोबर एकत्रित येऊन निषेध व्यक्त केला जात आहे. तसेच एकत्रितपणे सामाजिक समतेच्या आणि धर्मनिरपेक्ष विचारांचे प्रत्यक्ष कार्यक्रम हाती घेतले जात आहेत. एका अर्थाने गुजरातच्या दंगली नंतर दहशतीची भावना सर्वसामान्य मुसलमानात निर्माण झालेली असली तरी फाळणीमुळे निर्माण झालेली कोंडी सुटू लागलेली आहे. आत्मविश्वासाने निर्धारपूर्वक उभे राहिल्याशिवाय अस्तित्वाचे आणि विकासाचे प्रश्न सुटणार नाहीत, घाबरुन चालणार नाही. संयमाने समविचारी लोकांबरोबर उभे राहिले पाहिजे ही भावना त्यांच्यात निर्माण होताना दिसत आहे. हा आत्मविश्वास दडपून टाकण्यासाठी सर्व मुस्लिम समाजालाच ''दहशतवादी आरोपीच्या पिंजऱ्यात'' उभे करण्याचे प्रयत्न चाललेले आहेत. परंतु संयमाने त्यांना तोंड देण्याचे प्रयत्न केले जात आहेत.

इतिहासाच्या या टप्प्यावर मुस्लिम-मराठी लेखक आणि कवी अभिव्यक्तीचे मार्ग शोधत आहेत. ते मुस्लिम समाजाच्या वास्तव प्रश्नांचा विचार करीत आहेत. स्वत:चे लेखन स्वत:च प्रकाशित करुन, समाजाचे प्रश्न लोकांसमोर मांडण्याचे प्रयत्न करीत आहेत. मुस्लिम मराठी साहित्य चळवळीचा हा प्रांरभीचा कालखंड आहे. शहाजिंदे, जावेद कुरेशी, डी.के. शेख सारखे कवी आणि लेखक आपल्यापरीने विद्रोहाचा आवाज उठवित आहेत. ही सुरुवात असल्यामुळे त्याच्यात अनेक उणिवा

आहेत. परंतु सत्तरीनंतर उदयास आलेल्या दलित साहित्याचा विचार करीत असताना एक महत्त्वाची गोष्ट लक्षात येते. ती म्हणजे, १९७० च्या सुमारास जेव्हा चारीबाजूंनी दलित समुहाची कोंडी झाली. त्यांच्यावरील अत्याचार वाढले. त्यामधूनच विद्रोही आणि क्रांतिकारी दलित साहित्याचा उदय झाला. तशीच परिस्थिती मुस्लिम लोकसमुहाची आहे. यामधूनच उद्याचे मुस्लिम मराठी साहित्य निर्माण होणार आहे.

शहाजिंदे विचारतात,

''जगात कुठेही धर्मावर राष्ट्र उभारणी झालीय काय? नसेल तर मग माझ्या निष्ठेचे प्रमाणपत्र उपकार केल्यासारखं का देऊ केलंत?''... गुपिते विकण्यात आणि कोट्यावधींची दलाली घेण्यात आमच्या सारख्यांचे हात गुंतलेत की काय?.... सत्ताधारी तुमचे, प्रशासक तुमचे! केवळ तुम्ही तुम्हीच असतांना का म्हणून माझ्या निष्ठेविषयी एवढा गदारोळ घालताय?... प्रांतोप्राती जो आगडोंब उसळलाय तोहीं आमच्यामुळेच काय? न्यायव्यवस्था भ्रष्ट झालीय ती आम्हीच केलीय काय?'' दुसऱ्या एका कवितेंत शहाजिंदे म्हणतात, ''निष्ठा! माझ्या आयुष्यात निर्माण केलेला प्रचंड मोठा प्रश्न! जो मला सतत सतावतो आहे, माझी निष्ठा मी कशी सिद्ध करू? मला निष्ठेचीच खोल जखम झाली आहे.''

तेव्हा ही सुरुवात आहे.!

❖❖❖

१४

ख्रिस्ती साहित्य

सुनिल श्यामसुंदर जाधव

ख्रिस्तीपणा कसा असतो, कसा दिसतो, कसा दिसावा, ख्रिस्ती साहित्यात कोणकोणत्या लेखनांचा अंतर्भाव असतो. ख्रिस्ती साहित्य कोणत्या साहित्याला म्हणावे, ख्रिस्ती साहित्य संमेलने कशासाठी भरतात, या प्रश्नांनी ख्रिस्ती समाजातील लेखक व विचारवंतांची कोंडी झालेली दिसते.

"मराठी साहिंत्यावर ख्रिस्ती साहित्याचे फार मोठे ऋण आहे. कारण आधुनिक मराठी साहित्याचा उदय आणि उगम ख्रिस्ती साहित्यातून झाला आहे. मराठी साहित्याच्या आज दिसणाऱ्या वटवृक्षाचे बीजारोपण महाराष्ट्रात आलेल्या ख्रिस्ती बांधवांनी केलेले आहे." असे उद्‌गार कवी कुसुमाग्रजांनी १९८८ साली काढले होते. मराठी भाषेतील ख्रिस्ती लेखकाचे पहिले पुस्तक, 'मॅथ्युचे शुभ वर्तमान' हे कलकत्त्याजवळील श्रीरामपूर येथे १८०५ मध्ये प्रकाशित झाले आहे. त्यानंतर महाराष्ट्रातील पहिले मराठी मुद्रण १८१७ मध्ये बार्डवेल या मिशनरीने केले आहे. मिशनरींनी ख्रिस्ती धर्माखेरीज मराठी संतांच्या चरित्र तत्त्वज्ञानाविषयी ग्रंथ निर्मिती केलेली आहे. क्रमिक अभ्यास, व्याकरण, शब्दकोश, इतिहास, भूगोल, खगोल, गणित याबरोबरच कायदा, वैद्यक, शिल्प आणि स्थापत्य या विषयींही मिशनरींनी ग्रंथ प्रकाशित केले आहेत. मेजर कँडी, विल्यम कॅरे, मोल्सवर्थ, जे. स्टीव्हन्सन, जॉन विल्सन, मरे मिचेल, निकल मॅक्निकल, जस्टीन ॲबट, जे. एफ. एडवर्डस आदि धर्मज्ञ विद्वानांनी मराठी साहित्याची सेवा केलेली आहे. संत भानुदास, एकनाथ, तुकाराम आणि रामदास यांची चरित्रे आणि लेखन मिशनरींनी इंग्रजीत नेले आहे. इतकेच नव्हे तर 'ज्ञानेश्वर', 'तुकारामबाबांचे धर्मविचार' आणि 'तुकाराम बोवांचा सेतू' असे मराठी ग्रंथही प्रकाशित केले आहेत.

ख्रिस्ती धर्माचा आशय विषय असलेले 'ख्रिस्त पुराण' हे दहा हजार श्लोकांचे महाकाव्य फादर टॉमस स्टीफन्स या पोर्तुगीज महाकवीने लिहिले आहे.

हे पुस्तक 'ज्ञानेश्वरी' इतके सरस आहे व उच्च दर्जाचे आहे. फादर कुवा यांचे 'सेंट पीटरच्या पुराणा' तूनही हिंदू धर्माची बौद्धिक चिकित्सा केलेली आहे.

ख्रिस्ती धर्मांतरितांची साहित्य वैशिष्ट्ये

गेल्या शतकामध्ये सुरुवातीच्या दोन दशकात मराठी मुद्रणाची सुरुवात झाल्यानंतर मराठी भाषिकांच्या धर्मांतराची एक प्रचंड लाट निर्माण झाली. हिंदू धर्मातील विविध स्तरांतील अनेकांनी ख्रिस्ती धर्माचा स्वीकार केला. भागोबा पवार, कृष्णाजी सांगळे, बाबा पद्मनजी, पंडिता रमाबाई, नीळकंठशास्त्री गोरे, नारायण शेषाद्रि, गणपतराव नवलकर, ना. वा. टिळक, आदिंनी ख्रिस्ती धर्माचा स्वीकार केला. तथापि केवळ धर्मांतर केले नाही, तर ख्रिस्ती साहित्याची व मराठी साहित्याची निर्मिती देखील केली. मराठी साहित्यातील पहिली कादंबरी 'यमुना पर्यटन' ही बाबा पद्मनजींनी लिहिली. 'अरुणोदय' हे मराठीतील पहिले आत्मकथनही त्यांचेच आहे. मराठीतील पहिले ख्रिस्तचरित्र देखील पद्मनजींनीच लिहिले. १९०७ मध्ये प्रथम प्रसिद्ध झालेले वेदशास्त्रसंपन्न विष्णुभट गोडसे वरसईकर यांचे 'माझा प्रवास' हे मराठी साहित्यातील पहिले प्रदीर्घ प्रवासवर्णन मानले जाते. तथापि गोडसे शास्त्रींनी त्यांचे लेखन प्रदीर्घ कालावधीनंतर ज्या वर्षी संपविले (शके १८०५) त्याच वर्षी पंडिता रमाबाईंनी इंग्लंडचा प्रवास सुरू केला होता, त्यांचे 'माझा इंग्लंडचा प्रवास' हे पहिले प्रवासवर्णनही प्रकाशित आहे.

'अभंगांजली' : संतकाव्याचा कायाकल्प, धर्मश्रद्धेचे काव्यशिल्प

या संदर्भात नारायण वामन टिळक हे अपवादित कविश्रेष्ठ आहेत. टिळकांच्या कवितेने केशवसुतांनाही स्फूर्ती दिली होती. दत्त आणि बालकवी यांची प्रेरणा टिळकांमध्येच होती. टिळकांना गुरू मानणाऱ्या, साक्षात "नारायण" मानणाऱ्या, निरक्षर असलेल्या, त्यांच्या अक्षरश: "लक्ष्मी" ने "स्मृतिचित्रा" च्या स्वरूपात स्वत:मधील साहित्यलक्ष्मीच प्रगट केली. "अर्वाचीन काव्य रचनेची सुरुवात खरे तर रेव्हरंड नारायण वामन टिळक यांनी प्रथम केली. केशवसुत नंतरचे. पण केशवसुतांना आपण अर्वाचीन काव्याचे जनक मानले. कविवर्य टिळकांची अत्युत्तम काव्यरचना पाहावयाची असेल तर त्यासाठी त्यांची "अभंगांजली"च शोधायला हवी."... आपण... "अभंगांजली" ची कदर कधी तरी केली काय? कधीच नाही. कारण एकच "टिळक ख्रिस्ती होते." "आपले पूर्वज टिळकांच्या नावामागची "रेव्हरंड" ही उपाधी बघताक्षणीच मागे सरले आणि टिळकांच्या काव्यरचनेला त्यांनी कधीच योग्य ती दाद दिली नाही." (प्रा. माधव मनोहर, "वसंत": ऑगस्ट

१९७९) ''टिळकांची 'अभंगांजली' संत कवींच्या अभंगाहून कोणत्याही रीतीने कमी धरता येणार नाही. उलट काही संतकवींच्या गाथ्यांतून जे रचनेचे प्रक्षेप व भावनेचे विक्षेप आढळून येतात, ते अभंगांजलीत मुळीच नसल्यामुळे, तिची योग्यता काही बाबतीत कदाचित अधिकच भरेल. तुकारामाची उत्कटता, श्रीधराचा प्रेमळपणा व मुक्तेश्वराची सफाई यांचा टिळकांच्या कवितेत मिलाफ झाला असल्यामुळे, त्यांचे कवित्व कोणत्याही जुन्या कवीच्या तोलाचे साधले आहे.'' (-भाऊसाहेब उर्फ ग. त्र्यं. माडखोलकर, ''ज्ञानप्रकाश'' १२ जानेवारी १९२४)

ईश्वराचे व भक्ताचे नाते हे सनातन आहे. धर्मामुळे किंवा धर्मांतरामुळे त्यात बदल होऊ शकत नाही, याची प्रचिती ''अभंगांजली'' त येते. तथापि त्यातील ख्रिस्ती संदर्भामुळे मराठी साहित्यात त्याचे मूल्यमापन यथायोग्य रीतीने झालेले नाही. तसेच हिंदू धर्मात जन्माला आलेल्या संतकवींची शब्दशैली हाच ''अभंगांजली''चा प्राण असल्यामुळे ख्रिस्ती साहित्यालाही त्याबाबत आत्मीयता वाटलेली नाही. ''अभंगांजली'' तील भक्तिभाव हा विश्वात्मक आहे आणि शब्दशैली ही आध्यात्मिक आहे. पण मराठी साहित्याला भक्तिभावनेतील ख्रिस्तीपण दिसावे आणि ख्रिस्ती साहित्याला शब्दशैलीतील हिंदुत्व जाणवावे, ही या संदर्भात मराठी साहित्याची असहिष्णुता आणि ख्रिस्ती साहित्याची अरसिकता मानली पाहिजे. खरे तर, ''अभंगांजली'' हा मराठी संतकाव्याचा कायाकल्प असून ख्रिस्ती धर्मश्रद्धेचे ते काव्यशिल्प आहे. ख्रिस्ती धर्मजीवनाशयाला मराठीचा अमृतस्पर्श होऊन जे मराठी ख्रिस्ती साहित्य निर्माण केले गेले ते पाहिले तर त्याची उदात्त उदाहरणे ''ख्रिस्तपुराण'' (प्रसिद्धी : १६१६) व ''अभंगांजली'' (लेखनपूर्ती :१९१९) हीच आहेत.

मराठी साहित्याशी नाते जोडणारी कवित्रिमूर्ती :

फादर स्टीफन्स यांच्यानंतर फादर कुवा व सालदाज्ज हे दोन कवी जसे उल्लेखनीय मराठी ख्रिस्ती साहित्यिक झाले, तसेच कविवर्य टिळक यांच्यापूर्वी कृष्णरत्न सांगळे व भागोबा पवार -किन्हीकर हे दोन कवी होऊन गेले. स्टीफन्स, कुवा व सालदाज्ज यांची साहित्य निर्मिती जशी एकाच - सतराव्या - शतकात झाली तशीच पवार, सांगळे, टिळक यांचीही साहित्यनिर्मिती एकाच - एकोणिसाव्या - शतकात झाली, इतकेच की धर्मांतरानंतर (१८९५) टिळकांची साहित्यनिर्मिती या विसाव्या शतकातील पहिल्या एकोणीस वर्षांपर्यंत - त्यांच्या मृत्यूपर्यंत चालूच होती. भागोबा पवारांची कविता बहुधा नष्ट झालेली असली तरी गावामधील फडाफडांवर फडफडली होती. टिळकही त्या काव्यरचनेने थक्क झाले होते. अशा अर्थाचा उल्लेख ख्रिस्ती समाजातील एक समीक्षक कवी शाहूराव उजगरे यांनी

केलेला आहे. सांगळे यांच्या सामाजिक स्वरूपाच्या कविता अत्यल्प असल्या तरी धार्मिक विषयांवरील त्यांच्या कविता जातिवंत असल्याचा निर्वाळाही शाहूरावांनी दिला होता. टिळकांनंतर समर्थ भाषा आणि काव्यगुण यांनी युक्त असलेली कविता रॉक कार्व्हालो यांच्याखेरीज एकाही ख्रिस्ती कवीने केलेली नाही आणि प्रॉटेस्टन्ट समाजात टिळकांना जेवढी कीर्ती मिळाली तेवढीच त्यांना त्यांच्या कॅथॉलिक समाजात मिळालेली आहे. निरंजन उजगरे आणि अनुपमा उजगरे हे महत्त्वाचे कवी आहेत.

साहित्यनिर्मितीमध्ये ख्रिस्ती कर्मठपणाचा व्यत्यय

परदेशातून आलेल्या ख्रिस्ती धर्माच्या स्वीकारामुळे मराठी साहित्य, मराठी संस्कृती, मराठी भाषा यांचा स्वत:शी काही संबंध उरलेला नाही. असा समज ख्रिस्ती धर्मीय कवीच नव्हे तर ख्रिस्ती धर्मीय लेखकही करून घेत आले आहेत. मराठी साहित्याचा अभ्यास करणे म्हणजे ते निर्माण करणाऱ्या हिंदू धर्मीय साहित्यिकांच्या भावना विचारांचा निदिध्यास घेण्यासारखे आहे. त्यात त्यांच्या धर्माचा, परधर्माचा विचार व संबंध निगडित होतो. तेव्हा त्यापासून दूर राहिलेलेच बरे असा पवित्रा, धर्मपावित्र्यासाठी ख्रिस्ती समाजातील लेखनकारांनी वर्षांनुवर्षे घेतलेला दिसतो. ''कवितेचे मार्मिक अध्ययन केले पाहिजे.'' आणि ''मराठी भाषेच्या आस्थापूर्वक अध्ययनावर भर दिला पाहिजे'' हे मनोहरराव उजगरे यांनी ख्रिस्ती समजाला सांगून बासष्ट वर्षे झाली. किती व्यक्ती, किती संस्था, किती नियतकालिके तद्नुरूप साहित्यिक वर्तन करीत आहेत हे ख्रिस्ती साहित्याच्या इतिहासावरून व वर्तमानातून स्पष्टच होत आहे. कर्मठ हा शब्द नेहमी हिंदू व्यक्तीला लागू करण्यात येतो. पण लक्ष्मीबाई टिळक यांच्या हिंदू व ख्रिस्ती या दोन्ही समाजाच्या अनुभवांवरून त्यांचे असे खात्रीपूर्वक मत झाले होते की, टक्केवारीनुसार हिंदूंपेक्षा कर्मठांची संख्या ख्रिस्ती समाजातच अधिक भरेल. कर्मठपणा हा ख्रिस्ती समाजाच्या संकुचित वृत्तीला अधिकाधिक कारणीभूत आहे. ''कुंकू लावले... कासोट्याचे लुगडे नेसले... महात्मा गांधींकरिता प्रार्थना केली म्हणून धर्म बुडाला'', ''धर्मबाह्य वर्तन झाले'' असे म्हणणारे ख्रिस्ती म्हणणारे ख्रिस्ती समाजात असल्याचा उल्लेखही त्यांनी केला होता. हा कर्मठपणा आजपर्यंत फारसा कमी झालेला नसल्यामुळे ख्रिस्ती जीवनाशयातील नाविन्यपूर्णतेने भरलेले मराठी साहित्य निर्माण करणारी मानसिक व बौध्दिक क्षमता ख्रिस्ती धर्मीय लेखक कवींमध्ये येण्यात व्यत्यय आलेला आहे.

''मराठी ख्रिस्ती साहित्याची नवी दिशा स्पष्ट करणारे एक महत्त्वपूर्ण भाषण स. ना. सूर्यवंशी यांनी एकदा मराठी ख्रिस्ती साहित्य परिषदेपुढे केले होते. (मुंबई : १७ जुलै १९७२) ख्रिस्ती समाजातील वाचकांमध्ये ख्रिस्ती साहित्याबाबतच

अनास्था निर्माण झाल्यामुळे वाचक, लेखक व प्रकाशन संस्था यांच्यात एकात्मता व एकसूत्रीपणा कसा आणता येईल याचा विचार करण्यासाठी ही परिषद भरविण्यात आली होती. महाराष्ट्र ख्रिस्ती साहित्य संमेलनाची परंपरा यापूर्वीच खंडित झालेली असल्यामुळे असा विचार करणारे व्यासपीठ व नेतृत्व उपलब्ध नव्हते. या पार्श्वभूमीवर प्रस्तुत परिषदेतील सूर्यवंशीचे भाषण हे वैचारिक उद्रेक निर्माण करणारे झाले. त्यामुळे त्याच वर्षी ख्रिस्ती साहित्य संमेलनाचे पुनरूज्जीवन झाले. (६ व ७ नोव्हेंबर १९७२)

ख्रिस्ती साहित्य या नावाने निर्माण झालेल्या भाषांतरित साहित्यावर सूर्यवंशीनी प्रखर टीका केली. ख्रिस्ती साहित्यातील ओसाडीबाबत तीव्र नापसंती व्यक्त केली, बालवाङ्मय, कथा, कादंबऱ्या, विनोद ही साहित्य स्वरूपे ख्रिस्ती साहित्यातून हद्दपार झाली असल्याचे त्यांनी निदर्शनास आणले. ख्रिस्ती लेखक ख्रिस्त्येवर वाचकांपासून अलग पडला आहे. त्यामुळे त्यांना आकर्षण करून घेणारी भाषा निर्माण करू या हे सांगत असताना 'क्रांतिकारी बना', 'पूर्ण वेळ द्या', 'दुष्ट वर्तुळ फोडा' असे मौलिक संदेशही त्यांनी दिले. तथापि भाषेचे लालित्य निर्माण करण्यासाठी, कथा कादंबऱ्यांची स्वरूपे अंगीकृत होण्यासाठी अभिजात मराठी साहित्याचे वाचन करण्याचे, शब्द योजना व वाक्यरचना यांचे मनन करण्याचे, जीवनातील वास्तव व साहित्यातील वास्तव यांचे चिंतन करण्याचे, कल्पना व कलात्मकता यांचे परिशीलन करण्याचे आवाहन ख्रिस्ती समाजाला त्यांनी केले नाही. उलटपक्षी ज्या अवाजवी व अतिरेकी धर्मप्रेमामुळे, ख्रिस्ती धर्मियांचे धार्मिक साहित्यच वाचले जात नाही, त्याच व तशाच धर्मप्रेमाचा आश्रय सूर्यवंशी यांनी घेतला. 'अनाचारी गोष्टी निखालस नष्ट करणारे लिखाण ख्रिस्ती लेखणीच लिहू शकेल', 'ख्रिस्ती लेखक आधी ख्रिस्त पाहिजे', 'जसे अनाठायी मीठ तसे ख्रिस्तेतरांठायी ख्रिस्ती बनून लिहू या', 'कुठल्याही समस्येचा अन्वयार्थ आम्हाला ख्रिस्ती दृष्टिकोनातून सागंता आला पाहिजे', 'राजकीय, आर्थिक, धार्मिक, सांस्कृतिक जीवनाचा ख्रिस्ती दृष्टिकोनातून, ख्रिस्ती तत्त्वाचा कस लावून विचार झाला पाहिजे' इत्यादी विधाने त्यांनी केली.

पुनरूज्जीवित झालेल्या ख्रिस्ती साहित्य संमेलनाच्या अध्यक्षपदावरून स. ना. सूर्यवंशी यांनी त्यांच्या पूर्व विचारांची धार अधिक तीक्ष्ण केली. धर्मनिष्ठ विवेचने केली, 'लेखणीने धर्मनिष्ठा जागवू या' असे आवाहनही केले. 'ख्रिस्ती लेखकच ख्रिस्ती साहित्य निर्माण करू शकतो' असे मत पूर्वपरिषदेत मांडून झाल्यावर 'ख्रिस्त्येतर लेखकी ख्रिस्ती साहित्य लिहू शकतो ही गोष्ट मला मंजूर केलीच पाहिजे.'' असे स्वयंविरोधी विधान सूर्यवंशी यांनी संमेलनात केले, इतकेच नव्हे तर 'येशूच्या करूणामय कृपेचा तो एक मोठा चमत्कार मी मानतो.' असे

म्हणून ख्रिस्ती धर्मियांना साहित्यिक विचारांपासून त्यांनी दूर नेले.

ख्रिस्ती साहित्य संमेलनाध्यक्षांच्या भूमिका

पूर्व परिषदेतील स. ना. सूर्यवंशी यांच्या भाषणामुळे ख्रिस्ती साहित्याच्या नव्या दिशेऐवजी वेगळीच दिशा निर्माण झाली. सामाजिक मूल्ये ढासळू लागल्यामुळे जसा दलित साहित्याचा जन्म झाला तसा ख्रिस्ती साहित्याचा वैचित्र्यपूर्ण पुनर्जन्म धार्मिक मूल्ये ढासळू लागल्यामुळे झाला. ख्रिस्ती जीवनाचे पडसाद व प्रतिबिंब अपरिहार्यपणे ख्रिस्ती साहित्यात प्रत्यक्ष किंवा अप्रत्यक्षपणे पडावे अशी अपेक्षा त्यानंतरच्या संमेलनाध्यक्षांनी फादर डॉमनिक ऑब्रीओ यांनी केली. (१९७३) आविष्कारातील सौंदर्याची, शैलीतील रसनिष्पत्तीची, मराठीवरील प्रेमाची, संत साहित्याच्या भाषाभ्यासाचीही अपेक्षा त्यांनी केली. पण साहित्यनिष्ठेचा विचार पुढील संमेलनाध्यक्षांनीही केला नाही. 'प्रभु येशूच्या शिकवणुकीच्या कसोटीस उतरणारे लिखाण करायला आमच्या साहित्यिकांनी ललितलेख, कथा, कादंबरी, नाटक व काव्य अशा साहित्याच्या साऱ्या दालनातून स्वैर संचार केला पाहिजे'' असे मनोगत भास्करराव जाधव त्यांनी मांडले. (१९७५) ख्रिस्तीसाठी स्वैर संचार केला की साहित्यिक गुणवत्ता आपोआप प्राप्त होईल. असा धर्मनिष्ठ विचार त्यांनी केला असण्याची शक्यता सूर्यवंशी संदर्भामुळे नाकारता येणार नाही. नंतरचे संमेलनाध्यक्ष रॉक कार्व्हालो यांनी ''धर्मवाचक उपाधी'' आध्यात्मिक वा धार्मिक लिखाणाखेरीज अन्य कोणत्याही साहित्याला लावणे तर्कशद्ध तर नाहीच, पण व्यवहार्य नाही आणि म्हणूनच उपयुक्तहीं नाही.'' असे नि:संदिग्धपणे सांगितले (१९७७). साहित्याच्या धर्मनिरपेक्षतेबाबतची वस्तुस्थितीही त्यांनी स्पष्ट केली. या संमेलनाध्यक्षांनी पूर्व संमेलनाध्यक्षांचा निर्देश न करता त्यांच्या धर्मनिष्ठ विचारातील फोलपणा प्रभावी रीतीने सिद्ध केला.

साहित्यापासून दुरावरलेला ख्रिस्ती साहित्याचा वाद

ख्रिस्ती समाजातील इतर सभा- शिबिरांतून व नियतकालिकातून ख्रिस्ती साहित्य, ख्रिस्ती साहित्यिक यांसारख्या सूर्यवंशीप्रणित मुद्यांवर उदंड चर्चा चालू राहिली. साहित्यशास्त्राऐवजी धर्मशास्त्राचाच विचार प्रकर्षाने केला गेला. साहित्यबाह्य निकष व उद्दिष्टे यांची कास धरली गेली. याच्या परिणामी संमेलने भरविणाऱ्या महाराष्ट्र ख्रिस्ती साहित्य परिषदेच्या नावातील ख्रिस्ती व साहित्य या शब्दांची फारकत करण्याचे काहींनी ठरविले. तसा ठराव संमेलनात मंजूर होऊन नामांतरित ख्रिस्ती समाज मराठी साहित्य परिषद निर्माण झाली. (१९८१) असंतोषाचे रूपातर

प्रक्षोभात झाले. नामांतर विरोधकांनी नामांतर समर्थकांना ख्रिस्तद्रोही ठरविले. परिषद फुटली. तथाकथित ख्रिस्तद्रोहींचे नामांतर समर्थकांचे संमेलन (१९८४) अवैध व मान्य ठरवून ख्रिस्त प्रेमींनी वेगळे संमेलन भरविले. (१९८६) ख्रिस्ती समाजातील नियतकालिकातील या संबंधातील लेखनातून बुद्धिभेद करण्यात आला. दिशाभूल केली गेली. ख्रिस्ती साहित्याच्या अर्थाबाबत, अस्तित्वाबाबत व अपेक्षांबाबत अनिष्ट व अतिरेकी मते मांडण्यात आली. धार्मिक कल्पना व धार्मिक निकष उराशी बाळगून साहित्यशास्त्रापासून दूर गेलेली स्पष्टीकरणे व दूर असलेल्या व्याख्या यांची प्रसिद्धी १९७२ पासून होतच राहिली होती. त्यात अविचारीपणा, असंबद्धपणा, अभिरूचिशून्यता, अनैतिहासिकता, तर्कदुष्टता, व्यक्तिगतपणा अशा अनेक लेखनदुर्गुणांची भर पडली.

'ख्रिस्ती साहित्य'च्या घनघोर वादामध्ये ख्रिस्तीधर्मीय लेखक-कवींच्या निर्मितीक्षमतेची अपरिमित हानी किमान चौदा वर्षे तरी झाली. त्यानंतरच्या गेल्या सहा वर्षांतही व्यासंगात वाढ होऊन साहित्यशास्त्राच्या त्यांच्या जाणिवा दृढ झालेल्या आहेत असे मानण्यात काही आधार नाही. 'ख्रिस्ती साहित्या'चे पारंपरिक स्वरूप आहे तसेच आहे. मराठी साहित्यिकांनी - स्वत:चा धर्म ख्रिस्ती नसताना ख्रिस्ती धर्माचा व ख्रिस्ती जीवनाचा जितका आशय मराठी साहित्यात व्यक्त करून ठेवला आहे तितका तो 'ख्रिस्ती साहित्यात' ही ख्रिस्तीधर्मीय लेखकांनी निर्माण केलेला नाही. याचे कारण साहित्यशास्त्राविषयीच्या ज्ञानाचा अभाव हेच आहे. साहित्यशास्त्राचा कोणत्याही धर्माशी संबंध नाही. ख्रिस्ती धर्माशी देखील नाही. ख्रिस्ती असल्यामुळे असतो असेही नाही. केवळ ख्रिस्ती धर्मप्रेमी, केवळ ख्रिस्ती श्रद्धावंत हाच साहित्य निर्मितीक्षम असू शकतो असे मानल्यास, मराठी साहित्य तर दूरच राहो- पण किमान ख्रिस्ती साहित्य तरी निर्माण करीत राहणे त्याला शक्य झालेले आहे का हा खरा प्रश्न आहे. धार्मिक अभिनिवेशातील याचे होकारार्थी उत्तर गृहीत धरले तर ख्रिस्ती साहित्यात ओसाडी का, भाषांतरेच कशासाठी केली जातात याची उत्तरे द्यावी लागतील. ख्रिस्ती धर्मतत्त्वे, ख्रिस्ती धर्मश्रद्धा, ख्रिस्ती धर्मसिद्धांत यांचा अंगिकार केल्यामुळे साहित्यनिर्मितीक्षमता प्राप्त होत असेल आणि ख्रिस्ती साहित्य विपुल झालेले असेल तर मराठी साहित्याच्या निर्मितीसाठी ख्रिस्तीधर्मीय लेखककवी उद्युक्त का झालेले नाहीत हेदेखील सांगता आले पाहिजे.

प्रयोजनभिन्नतेच्या बोधासाठी धर्मचिकित्सा आवश्यक

साहित्याची व धार्मिक साहित्याची प्रयोजने ही पृथगात्म आहेत. त्यानुसार मराठी साहित्याची व ख्रिस्ती साहित्याची प्रयोजने ही वेगळीच आहेत. या प्रयोजनभिन्नतेचे

अवधान बाळगले नाही तर निर्माण झालेल्या बुध्दिभ्रमाचे परिणाम कसे होतात हे ख्रिस्ती साहित्याच्या संदर्भात स्पष्ट झाले आहे. समग्र जीवनाला धर्माने व्यापून टाकले होते, त्या पुरातनकाळी साहित्याची व धर्माची प्रयोजने अभिन्न होती. धार्मिक साहित्यानंतर ज्ञानविज्ञान, चित्रणमुद्रण निर्मित व प्रगत झाले तेव्हा अन्य साहित्याचे वर्गीकरण होत गेले. याचा अर्थ असा की, धर्माची निर्मिती अज्ञानावस्थेत झाली. तथापी ज्ञानाचा अर्थच मूलत: भिन्न आहे. ईश्वरस्वरूपाविषयी झालेल्या बोधाला ज्ञान असे म्हटले जात होते. त्यानुसार ईश्वराविषयीचा बोध ज्याला झालेला नाही त्याला आजही अज्ञानी म्हणावे लागेल, ज्याला झालेला आहे त्याला सज्ञानी नव्हे ज्ञानी म्हणावे लागेल. एखाद्या धर्मानुयायामध्ये पराकोटीची धार्मिकता असेल आणि ईश्वरस्वरूपाविषयीचा बोध त्यांना जरी झालेला नसेल तरी त्यांना ज्ञानीच म्हणावे लागेल. तार्किक प्रतिवादाचा हा निष्कर्ष पराकोटीच्या धार्मिकालाही पटणार नाही. त्यानुसार धर्माची निर्मिती अज्ञानावस्थेत झाली हे त्यालाही मान्य करावे लागेल. अशा अज्ञानावस्थेत संत प्रेषितांनी मांडलेल्या तत्त्वसिद्धांतामध्ये निर्विवादपणा असू शकत नाही. अंतिम सत्य त्यातच असेल असेही नाही. "सर्वच धर्म आणि धर्मग्रंथ यांना कालखंड, सामाजिक परिस्थिती व तत्कालीन द्रष्ट्यांची विश्वविषयक संकल्पना यांच्या मर्यादा आहेत. आज विज्ञान, मानववंशशास्त्र, समाजशास्त्र यांनी प्रगतीची नवनवी शिखरे पादाक्रान्त केली आहेत. ही शास्त्रे सशाच्या गतीने धावत असताना, धर्माने कासवाच्या गतीने चालून कसे चालेल?यासाठी धर्माची टीकात्मक, कठोर, शास्त्रशुद्ध चिकित्सा व्हायला हवी. संशोधन करून तत्त्व आणि तपशील निश्चित करायला हवेत." फादर फ्रान्सिस दिब्रिटो,अध्यक्ष: मराठी ख्रिस्ती साहित्य संमेलन (पुणे १९९२)

ख्रिस्त, ख्रिस्तांचे तत्त्वज्ञान, ख्रिस्तांचे जीवन, ख्रिस्ताचा धर्म, ख्रिस्ती धर्मियांचे चरित्र व चारित्र्य, ख्रिस्ती समाजाची संस्कृती, बायबलमध्ये व्यक्त झालेल्या विचारधारणा, वर्णन केलेल्या विविध घटना अशा अनेक संदर्भाशयांनी समृद्ध असलेले कलात्मक ललित व संशोधन वैचारिक साहित्य मराठीमध्ये अवतरत आले आहे. ख्रिस्त्येतर मराठी साहित्यिकांनी हे लेखन केलेले असले तरी तसा निर्देश करणे वाङ्मयीन संस्कृतिशून्यतेचे लक्षण वाटते. ख्रिस्ती साहित्याच्या पारंपरिक स्वरूपाचे प्रयोजन ख्रिस्ती समाजाच्या धर्मजीवनासाठी असले तरी ख्रिस्ती जीवनाशयाने समृद्ध असलेल्या आणि आधुनिक साहित्यिक अर्थाच्या अपेक्षित ख्रिस्ती साहित्याचे प्रयोजन मराठी साहित्याची निर्मिती हेच असले पाहिजे.

❖❖❖

१५

ख्रिस्ती दलित साहित्य

अरविंद पी. निर्मल

आतापर्यंत पंधरा मराठी-ख्रिस्ती साहित्य संमेलने पार पडली. मग या पहिल्याच ख्रिस्ती दलित साहित्य संमेलनाचे प्रयोजन काय, असा प्रश्न कुणालाही पडू शकतो. या प्रश्नाचे उत्तर थोडक्यात असे. मराठी-ख्रिस्ती लोकांच्या सामाजिक जडणघडणीचा विसर या संमेलनांना पडला. ऐंशी टक्के मराठी-ख्रिस्ती समाज- नव्हे भारतीय एकूणच ख्रिस्ती समाज- शूद्र, अतिशूद्र आणि 'अस्पृश्य' म्हटलेल्या जाती-जमातींतून आलेला आहे, या वस्तुस्थितीचा विसर आमच्या साहित्यिकांना आणि साहित्य संमेलनांना पडला. या समाजाची मानसिकता दलित मानसिकता आहे. त्याच्या जाणिवा दलित जाणिवा आहेत; त्याचे इतर दलित समाजांशी एक अतूट नाते आहे; त्याचे सामाजिक, आर्थिक, राजकीय आणि इतर प्रश्न कुठल्याही दलित समाजाचेच प्रश्न आहेत; या वस्तुस्थितीचा विसर आमच्या साहित्य संमेलनांना आणि साहित्यिकांना पडला. आमच्या साहित्यिकांचा एक अभिजनवर्ग निर्माण झाला. आपल्या समाजाशी असलेली त्याची नाळ तुटली. आपल्या समाजाच्या दलित अवस्थेची त्याला लाज वाटू लागली. आपल्या अस्मितेचा त्याला विसर पडला. खोटी उसनी अस्मिता घेऊन तो वावरू लागला. तथाकथित प्रमुख साहित्यप्रवाहाच्या आवर्तात तो सापडला. या मुख्य साहित्यप्रवाहाचे अनुकरण हाच या अभिजनवर्गाचा धर्म बनला. आमच्या समाजाची जडण-घडण कशी आहे, तो जगतो कसा, तो राहतो कसा, तो वागतो कसा, तो बोलतो कसा, त्याचं जीवन किती भरडलेलं, चिरडलेलं आहे या गोष्टींचा विसर मराठी ख्रिस्ती साहित्याला अन् साहित्य संमेलनांना पडला. आमच्या साहित्यातून आमच्या समाजाचे, त्याच्या सुख-दु:खाचे, त्याच्या विविध समस्यांचे चित्रणच घडेना. याचे दुष्परिणाम आमच्या साहित्यावर झाले. आमचे बहुसंख्य लेखक, लेखिका आणि कवी धर्मतत्त्वचिंतनपर साहित्यनिर्मितीत मग्न झाले. असल्या साहित्यातही स्वतंत्र प्रतिभेचा आविष्कार

त्यांनी कधी घडवलाच नाही. पाश्चिमात्य भाषेचे आणि विचारांचे भाषांतर हाच या धर्मतत्त्वचिंतनपर साहित्याचा स्थायिभाव ठरला. येशू ख्रिस्ताविषयी बरेचसे शिळे साहित्य मराठी भाषेत निर्माण झाले; परंतु त्याच्या नावाने जगणाऱ्या मराठी-ख्रिस्ती समाजाच्या व्यथा-वेदना मराठी-ख्रिस्ती साहित्याला वर्ज्य असा विषय ठरला. पंचाऐंशी टक्के मराठी-ख्रिस्ती समाज अजूनही खेड्यापाड्यांत राहणारा गावकुसाबाहेरचा समाज आहे. हे मराठी-ख्रिस्ती साहित्याला आणि साहित्यिकांना कधी उमगलेच नाही. शहरातील ख्रिस्ती समाजही मिशन कपौंडसमधून वाढलेला आणि पाश्चिमात्य लष्करी छावण्यांच्या आश्रयाने जगलेला समाज आहे, हे आमच्या साहित्यिकांना कधी उमगलेच नाही. म्हणजे शहरातील ख्रिस्ती समाजही तसा गावकुसाबाहेरचाच.

मराठी-ख्रिस्ती साहित्याच्या परंपरेचा शोध घ्यायचा म्हटले तरीही अडचणी निर्माण होतात. फक्त प्रॉटेस्टन्ट पंथाच्या साहित्य परंपराचा विचार केला, तर तिचे आदर्श म्हणजे टिळक दांपत्य, नारायण वामन टिळक आणि लक्ष्मीबाई टिळक. प्रॉटेस्टन्ट पंथाच्या मराठी-ख्रिस्ती साहित्य परंपरेची ही दैवतं, आम्ही टिळकांचे साहित्य वाचले नाही तरी चालेल, त्यांचे संस्कृतप्रचुर काव्य वाचून समजले नाही तरी चालेल. परंतु न समजलेल्या टिळकांचा आणि त्यांनी निर्माण केलेल्या साहित्यपरंपरेचा अभिमान प्रत्येक मराठी-ख्रिस्ती माणसानं बाळगलाच पाहिजे. ही सक्ती. मग तो माणूस अनक्षर, निरक्षर का असेना. टिळकांविषयी माझ्या मनात नितांत आदर आहे. परंतु ते बहुजन मराठी-ख्रिस्ती समाजाशी, त्याच्या सुख-दुःखांशी, व्यथा-वेदनांशी समरस होऊच शकले नाहीत. हे मात्र नमूद केले पाहिजे. त्यांच्या काव्यसृष्टीतील प्रतिमांची परंपरा वर्णवादी ब्राह्मणी विचारांची आणि कल्पनांची होती.

'ख्रिस्तायना' च्या सुरुवातीलाच ते शारदास्तवन लिहितात.

"आता एक उपायन । सती शारदे कृपादान ।
दे दे सौंदर्याचे धान । चित्त लिहून ख्रिस्ताचे।
तुला न मानी मी दैवत । मानू नको विषाद यात ।
तू मी एकाचेच भक्त । घे प्रणिपात आनंदे । "

शारदा जर दैवत नाही तर तिला आनंदानं प्रणिपात करायचा तो कशासाठी?

वधस्तंभावर ख्रिस्ताने केलेल्या बलिदानाचा संबंध टिळक वेदातील "पुरुष-हवी" शी जोडतात. ख्रिस्तायनातल्या या पंक्ती पाहा :

"ख्रिस्त वधलेला कोकरा । जगाआधी धर्मगिरा ।
गम्य सर्वथा द्रष्टांरा । अगम्य इतरां जना तरी ।
वेदवक्ते महाकवी । म्हणती "पुरुष झाला हवी ।
आधी विश्वे मग आघवी । ही उपजवी स्वेच्छेने ।"

गायत्री मंत्राचे आकर्षण टिळक ख्रिस्ती झाल्यानंतरही कमी झालेले नव्हते. पुन्हा 'ख्रिस्तायना' त लिहितात :

"गायत्रीचे पुरश्चरण । परंपराचे ध्यान मनन ।
करीत असता रात्रंदिन । येई घडून नवल पहा."
(मूळ गायत्री मंत्र असा आहे.)
ओम् भुर्भूवः स्वः तत्सवितुर्वरेण्यं
भर्गो देवस्य धीमहि धियो
योऽन प्रचोदयात

'शारदा,' 'पुरुष-हवी' किंवा 'गायत्री मंत्र' यांचा ख्रिस्ती समाजाशी आणि साहित्याशी संबंध येतो तरी कसा? टिळक आम्हाला आणखी अडचणीत टाकतात. मातृभूमीवर लिहिलेल्या एका गाजलेल्या कवितेत ते म्हणतात.

"सामर्थ्य नामी तुझ्या आर्यभूमी असे पाहिले मी न कोठे तरी." भारत जर आर्यांचीच भूमी आहे, तर बहुसंख्य अनार्यांचा ज्यात भरणा आहे त्या मराठी-ख्रिस्ती समाजाला ती आपली का वाटावी? आणि टिळकही 'आपले' का वाटावेत?

टिळकांचा बाप्तिस्मा झाला तेव्हा त्यांनी एक गीत लिहिलं,

"शेवटी प्रभुराया ! बिलगलो तुझीयां पायां ।
गेले रे गेले माझे आजवरी जन्म वाया"

या त्या पद्यपंक्ती अगदी बाप्तिस्मा होतेवेळेही कर्मसंसार अन् अनेक जन्म या कल्पना त्यांच्या कवितेत रेंगाळत होत्या, याची साक्ष या पद्यपंक्ती देत राहतात. ही गोष्ट अर्थातच बॉम्बे ट्रॅक्ट ॲन्ड बुक सोसायटीच्या लक्षात आली. हे गीत सुधारण्याचा त्यांनी एक हास्यास्पद प्रयत्न केला. वास्तविक, 'जन्म' हा शब्द पुल्लिंगी. परंतु अनेक जन्मांची कल्पना ख्रिस्ती धर्ममतसंमत नसल्यामुळे त्यांनी 'जन्म' हे नाम नपुसकलिंगी एकवचनी बनवण्याचा प्रयत्न करून जुन्या शुद्धलेखन नियमानुसार 'गेले' या शब्दांतील 'ले' वर आणि 'माझे' या शब्दातील 'झे' वर अनुस्वार देऊन ठेवले. अद्वैतापासूनही टिळक फार दूर जाऊ शकले नाहीत. आपल्या 'कशाला अता मोह पापे कशाला' या गीतात 'पुन्हा उठला ख्रिस्त तो मीच आहे', असं टिळक सहज लिहून जातात. टिळकांची परंपरा ही अशी. तिचा मराठी-ख्रिस्ती साहित्यातील दबदबा मोठा. ह्या परंपरेच्या वाटेला मराठी-ख्रिस्ती लेखक-लेखिका, कवी-कवयित्री गेले नाहीत. उलट या परंपरेला वाट पुसतच त्यांनी आपला साहित्यिक प्रवास चालू ठेवला. या अनुकरणामुळे आपण आपली अस्सल अस्मिता गमावून उसनी नकली अस्मिता घेऊन वावरत आहोत, हे त्यांच्या लक्षात आलंच नाही. आपल्या दलित समाजाच्या वास्तवाचं भान त्यांना राहिलं

नाही. साहित्य आणि समाज यांचं एक अतूट नातं असतं, ही मूलभूत गोष्ट आमचे साहित्यिक पार विसरून गेले. भक्तिगीते आणि धर्मतत्त्वचिंतनपर गद्य यांच्या आवर्तात मराठी-ख्रिस्ती साहित्य सापडले. या प्रवाहाविरुद्ध पोहणारे एकांडे शिलेदार म्हणजे आचार्य सत्यवान नामदेव सूर्यवंशी. त्यांनी मात्र स्वत:ची अशी वेगळी वाट तुडवली. 'पत्र्याची चाळ', 'गोल देऊळ', 'धर्मशाळा' इत्यादी साहित्यातून त्यांनी दलितत्वाचा मागोवा घेतला. आपल्या पत्रकारितेतून दलित, शोषित, पीडितांच्या बाजूने ते समर्थपणे उभे राहिले. परंतु सूर्यवंशीचे हे प्रयत्न एकांगी ठरले. आजच्या दलित साहित्याची बीजे मात्र त्यांच्या अनेक कथा-कादंबऱ्यांतून शोध घेणाऱ्याला दिसू शकतात. पण सूर्यवंशी उपेक्षितच राहिले. त्याची ज्वलज्जहाल भाषा मराठी-ख्रिस्ती समाजाला पचली नाही. त्यांची भाषा 'ख्रिस्ती भाषा' नाही म्हणून त्यांची अवहेलना झाली. टिळक वर्तुळाच्या आवर्तात मराठी-ख्रिस्ती साहित्य अजूनही कैद आहे. या साहित्याला सामाजिक संदर्भ उरलेच नाहीत. ख्रिस्ती समाज आणि ख्रिस्ती साहित्य यांच्या आपसांतील संबंधाचा पुनर्विचार या पहिल्या मराठी-ख्रिस्ती दलित साहित्य संमेलनात व्हावा आणि ख्रिस्ती समाजाचे आणि ख्रिस्ती साहित्याचे नाते पुन्हा जुळून यावे, अशी एक अपेक्षा या संमेलनाकडून आहे. ख्रिस्ती भाषेत बोलायचे झाले, तर समाजाकडे पाठ फिरवून, उसनी अस्मिता धारण करून, साहित्याच्या सामाजिक संदर्भांना पायदळी तुडवून आपली साहित्यनिर्मिती करणाऱ्या आमच्या साहित्यिकांनी आता पश्चात्ताप करून समाजाभिमुख झाले पाहिजे. स्वसमाजाशी आणि त्याच्या व्यथा-वेदनांशी समरस होऊनच आपली साहित्यनिर्मिती केली पाहिजे. हे जर या संमेलनात घडून आले, तर या संमेलनाच्या प्रयोजनाचे सार्थक झाले, असे म्हणता येईल. या समाजातील आचार्य सूर्यवंशी, नंदकुमार शेडगे, देवदत्त हुसळे, 'रोज नवा आघात' हे चित्रगीत समर्थपणे लिहिणारे रमण रणदिवे अशा तुरळक साहित्यिकांचा अपवाद सोडला, तर आमचे साहित्यिक 'भावकवी', साम्यवादाचे गोडवे गाणारे 'भाट' आदी विशेषणांनी स्वत:ला मिरवून घेत आहेत. सामाजिक बांधीलकीला त्यांनी तिलांजली दिलेली आहे. या साहित्यिक मंडळींचे भान ठिकाणावर आणण्यात या संमेलनाला यश मिळाले तर उत्तम. निदान तथाकथित मुख्य प्रवाहातील ब्राह्मणी संस्कृतीच्या व परंपरेच्या मराठी-ख्रिस्ती साहित्याला पर्याय निर्माण करू शकणारी प्रेरणा आमच्या नवोदित लेखक-कवींना या संमेलनाने दिली तरी या संमेलनाचे प्रयोजन काय, या प्रश्नाचे उत्तर आम्हाला मिळेल.

'दलित' या शब्दाविषयी थोडेसे

दोन वर्षांपूर्वी महाराष्ट्रात 'ख्रिस्ती-दलित मुक्ती चळवळ' या राष्ट्रव्यापी

चळवळीचे आगमन झाले. या चळवळीला पूरक म्हणून 'ख्रिस्ती लोकहितवादी' या नावाचे एक नियतकालिकही 'समता विचार मंच' ने सुरू केले. मराठी-ख्रिस्ती समाजाची अस्मिता दलित अस्मिता आहे, हे सत्य जाहीरपणे सांगताच मराठी-ख्रिस्ती समाजाचे पारंपरिक ठेकेदार हादरले. 'दलित' या शब्दामुळे मराठी-ख्रिस्ती समाजावर धर्मसंकट ओढवले आहे, असा अपप्रचार त्यांनी सुरू केला. 'दलित' हा शब्द जातिदर्शक असून, ज्या जातिव्यवस्थेचा ख्रिस्ती धर्मात येऊन आम्ही त्याग केला ती जातिव्यवस्थाच आम्हांवर पुन्हा लादण्याचा प्रयत्न हा शब्द करतो आहे, असा गदारोळ या समाजठेकेदारांनी महाराष्ट्रात सुरू केला. वास्तविक 'दलित' या शब्दाला कोठेही जातीयतेचा वास नाही, शब्दकोशातील त्याचे अर्थ पुढीलप्रमाणे : १) तुटलेले, फाटलेले, फुटलेले, मोडलेले २) उघडलेले, प्रसरण पावलेले ३) दुभंगलेले ४) पांगलेले, परागंदा झालेले ५) पायाखाली तुडवलेले, चिरडलेले, भरडलेले, दळलेले, नष्ट झालेले ६) प्रकट केलेले, सजावटीने मांडलेले. शब्दकोशातील या शब्दांच्या अर्थावरून त्याच्या अर्थसंपन्नतेची कल्पना यावी. या अर्थांपैकी कोणताही अर्थ जातिनिदर्शक नाही. महाराष्ट्रातील 'दलित पँथर' ने जातिनिदर्शक शब्द टाळण्यासाठीच 'दलित' या शब्दाची निवड केली: 'महार', 'मांग', 'ढोर', 'चांभार', व 'भंगी' हे शब्द जातिनिदर्शक आहेत. 'दलित' हा शब्द नव्हे; चातुर्वर्ण्य व्यवस्थेबाहेरील सर्व भरडलेल्या, चिरडलेल्या, शोषित व पीडित जनांना सामावून घेऊन त्यांच्या सामाजिक, राजकीय व आर्थिक अवस्थेचे अचूक आणि योग्य वर्णन करणारा 'दलित' हा शब्द आहे.

'दलित' या शब्दामुळे मराठी-ख्रिस्ती समाजावर धर्मसंकट आले, अशी अफवा उठवणाऱ्या आणि तिचा प्रचार करणाऱ्या या स्वार्थी ठेकेदारांचे अज्ञान एवढे प्रचंड, की धर्मशास्त्र मानल्या जाणाऱ्या 'बायबल' मधील जुन्या करारात चिरडलेल्या, भरडलेल्या पददलितांसाठी या धर्मग्रंथांच्या मूळ इब्री भाषेत 'दल' आणि 'दलिम' हे 'दलित' या शब्दाशी मिळते-जुळते शब्द आहेत हे या समाजठेकेदारांच्या गावीही नाही. 'बायबल' हा 'देवाचा शब्द' म्हणून त्याची तोंड फाटेपर्यंत स्तुती करायची. पण त्याच्या सखोल अभ्यासासाठी लागणारा व्यासंग व तपश्चर्या ह्यांच्यापासून दूर पळायचे, अशी यांची अज्ञानोपासक वृत्ती. बायबलच्या मूळ भाषा इब्री आणि ग्रीक. या भाषांच्या अभ्यासासाठी धडपडावे लागते. ही धडपड टाळून केवळ सवंग लोकप्रियतेसाठी धादान्त खोट्या प्रचाराचे रान उठवून 'दलित' या शब्दाला विरोध करून आपणच धर्मरक्षक असल्याचा आव आणायचा ढोंगी कावा हे ठेकेदार करत असतात.

जुन्या करारातील इब्री भाषेतील 'दल' या शब्दाचे अर्थ आपण पाहू या.

‘दल’ म्हणजे अशवत, दुर्बल. हे अशक्तपण शारीरिक असू शकते. (उत्पत्ती ४१:९) ही दुर्बलता सामाजिक असू शकते. (नीतिसूत्रे १९:४). ही दुर्बलता सैन्य आणि युद्ध या संबंधातील असू शकते. (ईयोब ३२:१९-२०) ही दुर्बलता प्रीतीचा आणि न्यायाचा प्रतिसाद अपेक्षिते. ‘दल’ हा इब्री शब्द त्याच भाषेतील इतर शब्दांशी जोडला तर तो अधिक अर्थवाही बनतो. ‘एबिऑन’ शी तो जोडला तर गरजवंत गरीब असा अर्थ निघतो. ‘अनि’ शी तो जोडला तर नीच केलेला, ‘त्रस्त’, ‘पराजित’, ‘चुरगळलेला’ असे अर्थ निघतात. परंतु सर्वांत महत्त्वाची गोष्ट ही की, बायबलमधला परमेश्वर अशा अशक्त आणि दुर्बल घटकांच्या पाठीशी असतो (स्तोत्र ७२.१३). परंतु ‘दल’ हा शब्द अन्याय आणि अत्याचाराविरुद्ध संघर्ष करण्याची गरज प्रतिपादून दलितत्वाचे जोखड दूर भिरकावले पाहिजे, असेही सुचवितो.

आधुनिक दलित संघर्ष चळवळीत ‘दलित’ हा शब्द अधिकच अर्थसपन्न झाला आहे. माझे दलित कवी मित्र वामन निंबाळकर आपल्या ‘दलित साहित्य: स्वरूप व भूमिका’ या पुस्तकात लिहितात :

“सम्यक परिवर्तन घडवून आणण्यासाठी जो बद्धपरिकर झाला आणि ज्याने जाती, धर्म, भांडवलशाही किंवा अन्य मार्गाने होणारे शोषण थांबविणे हाच आपला जीवनमार्ग बनविला, तो दलित.”

“समता, स्वातंत्र्य, बंधुता व न्याय ही जीवनमूल्ये म्हणून जो स्वीकारतो, तो दलित.”

“‘दलित’ हा शब्द वेदना, विद्रोह आणि परिवर्तन यांचे द्योतक आहे. आपली अस्मिता जाहीर करण्यासाठी तो वापरला तर कुठलेही धर्मसंकट उद्‌भवत नाही. ‘दलित हा शब्द जातिनिदर्शक मुळीच नाही. उलट हा शब्द जात्यंतक आहे.

ख्रिस्ती धर्म आणि दलितत्व

ख्रिस्ती धर्मात दलितत्वाला जागाच नाही, असेही ख्रिस्ती समाजाचे पारंपरिक ठेकेदार घसा कोरडा होईपर्यंत ओरडून सांगत असतात. अर्थात, ते जेव्हा असे म्हणतात, तेव्हा ‘दलित’ हा जातिनिदर्शक शब्द आहे, असं त्यांनी गृहीत धरलेलं असतं. या गृहीताचं मूळ अज्ञानात आहे, हे सांगून झालंच आहे.

आपल्या म्हणण्याच्या पुष्ट्यर्थ ते संत पौलाला वेठीस धरतात. “तेव्हा कुणी यहुदी नाही की ग्रीक नाही; कुणी गुलाम नाही की स्वतंत्र नाही; कुणी पुरुष नाही की स्त्री नाही. कारण ख्रिस्त येशूशी एकरूप झालेले तुम्ही सारे एक आहात.” (गलती. ३:२८) संत पौलाचे हे वचन दलितत्व नाकारण्यासाठी, हे समाजठेकेदार

वापरतात. परंतु संत पौल फिलिप्पैकरांना लिहिलेल्या पत्रात, ''मीसुद्धा इस्त्राएली जमातीचा आहे; मी बन्यामिनाच्या वंशातील आहे; हिब्रुपेक्षाही जन्मजात हिब्रु आणि शास्त्रपालनाबाबत मी परुशी आहे,'' असंही लिहून जातो. गलतीकरांना लिहिलेल्या पत्रातील वचनाचा अर्थ एवढाच की, ख्रिस्ती धर्म सर्वांनाच खुला आहे. तो यहुद्यांना खुला आहे तसा ग्रीकांना (दलितांना) खुला आहे; पुरुषांना खुला आहे तसा स्त्रियांनाही खुला आहे; गुलामांना, दासांना खुला आहे तसा स्वतंत्र माणसांनाही खुला आहे. परंतु धर्म, ख्रिस्ती धर्मही कुणाचीही अस्मिता मिटवून टाकीत नाही. म्हणूनच जुन्या करारातील 'इस्त्राएल' लोक (देवाचे लोक) आपल्या विश्वासांगीकारात म्हणत राहतात : ''माझा पूर्वज अरामी जमातीतील एक फिरस्ता होता.'' (अनुवाद २६:५). आज आमच्या जीवनाला स्थैर्य मिळाले असेल; आज आम्ही 'इस्त्राएल' (देवाचे लोक) असू; परंतु आमचं मूळ भटक्या-विमुक्त अरामी जमातीत आहे. ती आमची कधी न मिटणारी अस्मिता आहे.

जी गोष्ट जुन्या कराराची तीच नव्या कराराची. दलित, विदेशी जमातींतून ख्रिस्ती झालेल्यांना संत पेत्र लिहितो :

''तुम्ही तर 'निवडलेला वंश, राजकीय याजकगण, पवित्र राष्ट्र' देशाचे 'स्वत:चे लोक' असे आहा.'' पेत्र पुढे असेही लिहितो, ''तुम्ही पूर्वी 'लोक नव्हता' आता तर 'देवाचे लोक' आहा'' (१ पेत्र २:९-१०). धर्मांतरामुळे आज आम्ही 'निवडलेला वंश', 'पवित्र याजकगण','देवाचे स्वत:चे लोक' वगैरे असू. परंतु एके काळी आम्ही 'लोक' या संज्ञेसच पात्र नव्हतो, तीच आमची अस्मिता होती, तोच आमचा सामाजिक दर्जा होता, ही आठवणही संत पेत्र करून देतो.

आद्य ख्रिस्ती मंडळी खूप आदर्श असावी, असं आम्हाला आपलं उगीचच वाटत असतं, परंतु तीतही जाती-जमातींचे तणाव होतेच. प्रेषितांची कृत्ये या पुस्तकातील पुढील भाग पहा:

''त्या दिवसांत शिष्यांची संख्या वाढत चालली असता हेल्लेणी यहुद्यांची इब्री लोकांविरुद्ध कुरकूर सुरू झाली; कारण रोजच्या वाटणीत त्यांच्या विधवांची उपेक्षा होत असे.'' (प्रेषितांची कृत्ये ६:१)

धर्म एकच, ख्रिस्ती. पण त्यात हेल्लेणी यहुदी आणि इब्री या दोन अस्मिता नांदत होत्या. अन् नेहमीप्रमाणे हेल्लेणी यहुद्यांवर (दलित अस्मितेच्या लोकांवर) अन्याय होत होता. तेव्हा कुठलाही धर्म आपली मूळ दलित अस्मिता पुसून टाकत नसतो, मिटवून टाकत नसतो. या संमेलनात एका परिसंवादाचा विषय 'धर्मांतराने दलितत्व गेले काय?' असा आहे. अर्थातच, धर्मांतर हे आमच्या दलितत्वामधून निर्माण झालेल्या सर्व समस्यांचे उत्तर नसते. परंतु ज्या धर्माने दलितत्व निर्माण

केले, चातुर्वर्ण्यव्यवस्था निर्माण करून धर्माच्या नावाखाली आमचे सामाजिक, आर्थिक, राजकीय शोषण करून पशुतुल्य जीवन आम्हांवर लादले, आम्हांला माणूस म्हणून जगायची सोय ठेवली नाही, त्या हिंदू धर्माला आम्ही आमच्या धर्मांतराने नकार दिला आहे आणि त्याच्याविरुद्ध विद्रोह केला आहे. धर्मांतराने आमचे दलितत्व गेले काय किंवा जाते काय हा प्रश्न महत्त्वाचा नसून, धर्मांतरातून प्रकट होणारे 'नकार', 'निषेध' आणि 'विद्रोह' अधिक महत्त्वाचे आहेत, असे मला वाटते.

खिस्ती धर्म आणि दलितत्व या प्रश्नाची दुसरीही एक बाजू आहे. हा धर्म दलितत्वाला कसा सामोरा जातो हे बघणेही महत्त्वाचे आहे. सर्वच माणसं परमेश्वराच्या प्रतिमेत आणि ती प्रतिमा धारण करून जन्मली आहेत, असं बायबल सुरुवातीलाच सांगून टाकते. माणूस 'सवर्ण' असो की 'अवर्ण', ब्राह्मण असो की शूद्र, इब्री असो की शमरोनी, तो परमेश्वरी प्रतिमा धारण करूनच वावरत असतो. असे असले तरी दीन, दुर्बल, विधवा, अनाथ, उपरे अशा दलितांसाठी परमेश्वर विशेष कणव बाळगतो. दलितांचे क्रंदन आणि त्यांचा आकांत तो तत्परतेने ऐकतो. त्यांच्या मुक्ती संघर्षात भाग घेऊन तो त्यांच्या संघर्षाचे व लढ्याचे नेतृत्व करतो. दलितांना न्याय मिळवून देण्यासाठी तो आपली न्यायपरायणता पणास लावतो. तो नेहमीच दलिताच्या पदरात झुकतं माप टाकतो. जुना करार म्हणतो; "चेपलेला बोरू तो मोडणार नाही. मिणमिणती वात तो विझवणार नाही." परमेश्वर न्याय मिळवून देणारा आहे. जुन्या करारातील एक उतारा खिस्ताविषयीचं भविष्य आहे असे खिस्ती श्रद्धा मानते. हा उतारा प्रत्यक्ष खिस्तालाच दलित स्वरूपात चितारतो :

"तुच्छ लेखलेला, माणसांनी झिडकारलेला, शोकमग्न झालेला, यातना काय असतात हे ठाऊक असणारा तो एक दुःखी पुरुष होता, त्याला पाहून लोक नाके मुरडते; त्याची छी थू करीत."

परमेश्वराचे दलित स्वरूप येशू खिस्तात प्रकट होते.

येशू खिस्ताच्या जन्मापूर्वी त्याच्या आईने, मरियेने जे स्तुतिगीत गायलं त्यातूनही परमेश्वराचा दलितांविषयीचा कळवळाच प्रकट होतो.

"मग मरिया म्हणाली, माझं मन प्रभूची थोरवी गातं!
त्यानं आपल्या दीन दासीची आठवण केली आहे."
"त्यानं आपल्या हातानं महत्कृत्ये केली आहेत,
गर्विष्ठांना त्यांच्या कारस्थानांसह उधळून लावलं आहे,
त्यानं सत्ताधीशांना सिंहासनावरून खाली ओढलं आहे,
पण दीन जनांना उच्च पदावर बसविलं आहे,

भुकेलेल्यांना त्यानं व्यवस्थित खाऊ घातलं आहे.
आणि श्रीमंतांना हात हलवीत पाठवलं आहे''

हा दलित मुक्तीचा जाहीरनामाच नव्हे काय?

आपल्या जीवनात येशू, दलितांसाठी झगडत राहिला. त्यांची बाजू घेऊन तत्कालीन पुरोहितशाही, याजकवर्ग, शास्त्री या उच्चवर्गीयांशी लढला. धर्म माणसासाठी आहे. माणूस धर्मासाठी नाही, असे स्पष्ट सांगत राहिला. तत्कालीन समाजाच्या तळागाळातील लोकांशी सर्रास समरस झाला. आणि त्यांच्या पंक्तीला बसला. धर्मश्रेष्ठींना हे अर्थातच मानवलं नाही. आपणहून नीच जातीच्या समजल्या जाणाऱ्या शमरोनी स्त्रीकडे पाणी मागितलं. 'चांगला शेजारी कोण?' या त्याच्या बोधकथेचा नायक शमरोनी, कनानी स्त्रीची श्रद्धा त्याला यहुद्यांच्या श्रद्धेहून श्रेष्ठ वाटली. पापी समजल्या जाणाऱ्या स्त्रीकडून त्यानं आपल्या पायांना तैलाभ्यंग करून घेतला. या सर्व गोष्टींचा परिणाम एकच. त्याचा अटळ मृत्यू. नव्या कराराचा एक लेखक लिहून जातो, ''स्वतःच्या रक्ताने लोक संस्कारित करावेत म्हणून येशूंनी वेशीबाहेरचे मरण सोसले. चला तर तटाबाहेर जाऊ या! त्याच्याबरोबर मानहानी सहन करायला.'' (इब्री. १३:१२-१३) गावकुसाबाहेरचे मरण. वेशीबाहेरचे मरण. मानहानीचे प्रतीक, एक दलित मरण. अन् या दलित दैवताचे दलित अनुयायी म्हणून त्याच्या मानहानीत सहभागी होण्याचे आम्हांला आमंत्रण. परंतु या वेदनेतून, या दुःखातून, या मानहानीतून, या वेशीबाहेरच्या मरणातून, या दलितत्वातून एक प्रचंड परिवर्तनशाली शक्ती निर्माण होऊन ती आमच्या समाजाचा, आमच्या अर्थव्यवस्थेचा, आमच्या राजकीय अर्थव्यवस्थेचा आणि संपूर्ण सृष्टीचा कायापालट करणार आहे. ही आहे ख्रिस्ती धर्माची श्रद्धा. ही श्रद्धा 'नवे आकाश', 'नवी पृथ्वी', 'नवा मानव', 'नवी उत्पत्ती' आमच्या प्रक्रियेतून व्यक्त होते.

माणसांचा न्याय होणार तो त्यांनी दलितांसाठी, अति कनिष्ठांसाठी काही केलं की नाही यावरून. भुकेले, तान्हेले, उपरे, उघडे-नागडे, रोगी आणि कैदी यांच्याशी संपूर्णपणे समरस होऊन, त्यांच्यासारखंच दलित होऊन येशू म्हणतो :

''माझ्या या दीन बांधवांतल्या एखाद्यासाठी ज्या ज्या वेळा तुम्ही हे केलंत त्या त्या वेळी ते तुम्ही माझ्यासाठीच केलंत.'' (मत्तय २५:४०)

दीन दलितांना बांधव म्हणून येशूने बंधुत्वाचे एक आगळे परिमाण आम्हापुढं ठेवलं आहे. ख्रिस्ती धर्माचं अन् दलितत्वाचं नातं हे असं आहे. म्हणूनच भारतीय दलितांना ख्रिस्ताचे अन् ख्रिस्ती धर्माचे आकर्षण वाटले अन् ते धर्मांतरित ख्रिस्ती झाले.

मराठी-ख्रिस्ती दलित समाज

भारतीय दलित चळवळ तीन ऐतिहासिक टप्प्यांतून आणि अवस्थांतून विकसित झाली आहे. चळवळीचा पहिला टप्पा १८६०-१८७० च्या दरम्यान सुरू होतो. या टप्प्याचं वैशिष्ट्य असं की, हिंदू धर्मातील अत्याचारांना आणि जाचाला कंटाळलेले दलित बहुसंख्येने इतर धर्मांकडे वळतात. धर्मांतराची एक लाटच उसळते. बहुसंख्य ख्रिस्ती होतात, परंतु काही दलित इस्लाम किंवा शीख धर्मांकडेही वळतात. परंतु हे सर्वच दलित माणुसकीच्या शोधात असतात. चळवळीचा दुसरा टप्पा १९०० च्या सुमारास सुरू होतो. धर्मांतराच्या लाटेमुळे सवर्ण हिंदू नेतृत्व खडबडून जागे होते. दलितांच्या जीवनात व राहणीमानात काही प्रगती व्हावी या दिशेने ते प्रयत्न करू लागतात. डिप्रेस्ड क्लासेस मिशन (१९०६), ऑल इंडिया शुद्धी सभा (१९०९) याच काळातल्या स्वयंसेवी संस्था होत. पुढे गांधीजी आणि हरिजन सेवक संघ (१९३२) यांच्याकडे या प्रयत्नांचे नेतृत्त्व जाते. दलित चळवळीचा तिसरा टप्पा १९२० पासून सुरू होतो. या टप्प्यात दलित संघर्षाची भाषा बोलू लागतात. बाबासाहेब आंबेडकरांचे झुंजार नेतृत्व त्यांना लाभतं.

मराठी-ख्रिस्ती समाज हा या चळवळीच्या पहिल्या टप्प्यातून निर्माण झालेला समाज आहे. ख्रिस्ती मिशने आणि त्यांचे मिशनरी यांनी तालुक्यांच्या गावी, जिल्ह्यांच्या गावी व शहरातून लष्करी छावण्यांच्या आश्रयाने आपली मिशने सुरू केली. शाळा उघडल्या. दवाखाने सुरू केले. विकास प्रकल्प सुरू केले. खेडोपाडीही मिशनरी जात पण ते तेथे राहत नसत. शिक्षणासाठी खेड्यातील काही निवडक मुली-मुले शहरात आणली जात. ती मिशन कंपौडमध्ये वस्ती करून राहत. हळूहळू शहरातल्या या मूठभर ख्रिस्ती दलित समाजाचं 'संस्कृतीकरण' झालं. हा समाज लिहू, वाचू लागला. परंतु 'संस्कृतीकरणाच्या' या प्रक्रियेत तो आपली अस्मिता हरवून बसला. इतर दलित बांधवांबरोबरची त्याची नाळ तुटली. दलितत्वाची त्याला लाज वाटू लागली. ख्रिस्ती समाजाचे नेतृत्व धर्मांतरित सवर्णांकडेच होतं. टिळक, मोडक, नवलकर, केळकर, गोऱ्हे, पंडिता रमाबाई, शेषाद्री ही मंडळी या मूठभर शहरी ख्रिस्ती दलितांची आराध्यदैवतं बनली. साहित्य क्षेत्रातही ही सवर्ण मंडळीच आदर्श होती.

इकडे खेड्यातील ख्रिस्ती दलित समाज मात्र होता तेथेच आहे. त्याची प्रगती झाली नाही. त्याचा विकास झाला नाही. तो पुढे सरकला नाही. साध्या शैक्षणिक सुविधाही त्याला मिळाल्या नाहीत. खेड्यापाड्यातले लाखो ख्रिस्ती दलित अजून साक्षरावस्थेला पोहोचले नाहीत. ''शिका, संघटित व्हा आणि संघर्ष करा'', असा मंत्र देणारा बाबासाहेब आंबेडकर त्यांना भेटलाच नाही. राजवट बदलली.

भारताला स्वातंत्र्य मिळाले. बाबासाहेबांची घटना देशात राबू लागली. दलितांना आणि भटक्या विमुक्त जाति-जमातींना सरकारी सवलती मिळू लागल्या. परंतु येथेही सवर्णांनी डाव साधला. हिंदू धर्मात राहणाऱ्या दलितांनाच फक्त या सवलती उपलब्ध होत्या. पुढं राष्ट्रपतींच्या या वटहुकूमात बदल झाला. शीख धर्मात गेलेल्या दलितांना या सवलती खुल्या झाल्या. परवा त्या नवबौद्धांनाही देण्यात आल्या. परंतु धर्मांतरित मुस्लिम आणि ख्रिस्ती दलितांना या सवलती अजूनही मिळत नाहीत. म्हणे आम्ही निधर्मी राष्ट्र आहोत!

आई जेवू घालीना अन् बाप भीक मागू देईना, अशी खेड्यातल्या ख्रिस्ती दलितांची अवस्था.

धार्मिक क्षेत्रातही तीच बोंबाबोंब. आमची पुरोहितशाही बिशपापासून तर डीकनपर्यंत शहरात वसते. ती खेड्यात जाऊन राहायला तयार नाही. उंटावरून शेळ्या हाकायलाही तयार नाही. वर्षानुवर्षे खेड्यातील ख्रिस्ती दलितांना संस्कार मिळत नाहीत. तरीही हे बहाद्दर ख्रिस्ती दलित कुठल्याही 'शुद्धी' चळवळीला बळी पडून हिंदू धर्मात परत गेले नाहीत. आपली धर्मश्रद्धा त्यांनी सोडली नाही. ख्रिस्ती मांगांनी डफडे वाजवायचे सोडून दिले. ख्रिस्ती महारांनी मेलेली जनावरे ओढण्याचे सोडून दिले. आंध्र प्रदेशातील कारमचेडू येथील ख्रिस्ती दलितांची, मादिगांची (मातंग) निर्घृण हत्या होते. आंध्र प्रदेशातीलच चुंदूर या गावी ख्रिस्ती दलितांची, मालांची (महार) सर्रास कत्तल केली जाते. त्यांची छिन्नभिन्न प्रेते पोत्यात कोंबून कालव्यात फेकली जातात. पण ते धर्म सोडत नाहीत. ते इतर समदुःखी दलितांना जाऊन मिळतात. दलित चळवळीचे सामर्थ्य वाढवतात. दलित क्रंदन, या दलित शौर्यगाथा आमच्या साहित्याचे विषय का होत नाहीत? आमच्या संवेदना एवढ्या बधिर कशा झाल्या आहेत? या खेडवळ ख्रिस्ती दलितांचीही साहित्य परंपरा आहे. ही परंपरा मौखिक आहे; लिखित नाही. रेवगावच्या अंध, निरक्षर बार्तिमसबाबांची काही रचना पहा:

"आनंदे वाजवा टाळी। चला जाऊ ख्रिस्ताजवळी।
बांधुन पापांची मोळी। टाकू त्या खांबाजवळी"
"जगाच्या शेवटी आमुचा प्रभु येशू येईल
ढगावर बसून भाव भक्ताचा पाहील
अनंत कोटी दूत संगती जयजयकार होईल"
"किती सामर्थ्य धन्य प्रभो तुला रे
मोठे नवल वाटते मला रे"
" तू माय मी लेकरु, रे देवा तुला कसा विसरु?"

टिळकांच्या 'ख्रिस्तायना'चे अन् फादर स्टिफन्सच्या 'ख्रिस्तपुराणा' चे पुनर्मुद्रण करण्यापेक्षाही ख्रिस्ती दलितांच्या या मौखिक परंपरेला आणि लोकसाहित्याला अक्षरबद्ध करणे अधिक महत्त्वाचे आहे, असे मी मानतो.

दलित साहित्याचा धर्मही दलित असतो अन् या दलित धर्माचं आराध्य दैवतही दलितच असू शकतं. यशया संदेषट्याच्या त्रेपन्नाव्या अध्यायातील 'सहनशील सेवकगीत' लिहिणारा कवी हमखास दलित असला पाहिजे. म्हणूनच त्यानं या सेवकाला दलित स्वरूपात पाहिलं अन् लिहिता झाला :

"तुच्छ लेखलेला, माणसांनी झिडकारलेला,
शोकमग्न झालेला, यातना काय असतात
हे ठाऊक असणारा तो एक दु:खी पुरुष होता
त्याला पाहून लोक नाके मुरडत;
त्याची छी थू करीत."

दलित मानसिकता अशी प्रवृत्ती एक आहे की ती आपल्या आराध्य दैवताला दलित स्वरूपातच पाहते. आपल्या दैवताशी जवळीक निर्माण करते. प्रसंगी या दैवताला आपला सेवकही बनवते. कारण दलित मानसिकतेचा एक स्थायीभाव, सेवावृत्ती असते. म्हणूनच संत जनाबाई म्हणू शकली :

"जनी डोईने गांजली । विठाबाई धाविन्नली ।
देव आले लवडी- सवडी ।उवा मारिती तातडी ।।"
जनी बैसली न्हायाला । पाणी नाही विसणाला।।
घागर घेऊनी हातात । पाणी आणी दीनानाथ ।।

दलितत्वातून निर्माण होणाऱ्या आत्मविश्वासाने सोयराबाई म्हणते :
"देव आले हो बाहेरी । मज नेले खांद्यावरी।"
आपलं दैवत दलितत्वाला असं जवळचं वाटत असतं.

उद्याच्या मराठी ख्रिस्ती दलित साहित्याची आव्हाने

मागच्या जानेवारीत पुण्यात झालेल्या पंधराव्या मराठी ख्रिस्ती साहित्य संमेलनावर प्रतिक्रिया व्यक्त करताना मी लिहिल होतं,

"खरी सामाजिक बांधीलकी उराशी बाळगणाऱ्या साहित्यिकांना एकत्र आणावे. पहिल्या मराठी-ख्रिस्ती दलित साहित्य संमेलनाचे आयोजन करावे. पंधरा मराठी ख्रिस्ती साहित्य संमेलनात आम्ही वाट चुकलो आहोत. आता नवी वाट तुडवायला हवी. मराठी-ख्रिस्ती साहित्याला नवी दिशा द्यायला हवी. आमच्या मूक-बधिर समाजाला लिहिते, वाचते, बोलते व ऐकते करायला हवे."

या माझ्या विधानाचा आता अधिक खुलासा करायला हवा. कोणत्या अर्थानं आम्ही वाट चुकलो, हे सांगायला हवं, सवर्ण साहित्य परंपरेशी आम्ही समन्वय साधला आणि तिचे भ्रष्ट अनुकरण करण्याचे अयशस्वी प्रयत्न केले. श्रीमती शांता शेळकेंनी मराठी-ख्रिस्ती साहित्य परंपरेचं विश्लेषण आणि विवेचन अगदी अचूक केलं होतं. त्या म्हणाल्या, ''फादर स्टिफन्सची 'पुराण' ही संकल्पनाच हिंदू होती. साहित्यातील ही समन्वयी भूमिका बाबा पदमनजी, रेव्हरंड ना. वा. टिळक, लक्ष्मीबाई आणि दे. ना. टिळक यांनीही पुढे चालू ठेवली. त्यामुळे मराठी माणसांमध्ये नि मराठी साहित्यामध्ये त्यांना प्रेमाचे आणि आदराचे स्थान मिळालेले आहे. साहित्यिकांनी म्हणूनच भेदभाव मानण्याचे कारण नाही.'' वर उल्लेखिलेली सर्व मंडळी म्हणजे सवर्ण धर्मांतरित ख्रिस्ती. त्यांना ख्रिस्ती धर्मात वैदिक धर्माची पूर्ती झाल्याचेही वाटले असेल. म्हणून त्यांनी ही समन्वयाची भूमिका चालू ठेवली. आम्ही दलितांनी मात्र ख्रिस्ती धर्म पत्करला तो चातुर्वर्ण्याधिष्ठित हिंदू धर्माला पर्याय म्हणून, त्याचेशी समन्वय साधायला म्हणून नव्हे. आमचे पहिले पाऊल म्हणजे समन्वयवादी मराठी-ख्रिस्ती साहित्य परंपरेचा त्याग. समन्वयाकडून संघर्षाकडे अशी वाटचाल आम्ही करायला हवी. याचा अर्थ असा नव्हे की, आम्हांला समेट नको आहे. समन्वय तडजोडीवर आधारित असतो, परंतु समेटाला न्याय अभिप्रेत असतो. संघर्षातून न्याय मिळवून मग आम्ही समेटाकडे वळू. समन्वय साधणाऱ्या सवर्ण ख्रिस्ती साहित्यिकांना मराठी साहित्यामध्ये 'प्रेमाचे आणि आदराचे स्थान मिळालेले आहे,' परंतु संघर्षाची वाट तुडविणारे सूर्यवंशी मात्र मराठी साहित्यात उपेक्षितच राहतात, हेदेखील येथे लक्षात घेतले पाहिजे.

नव्या पाऊलवाटेवरचे दुसरे पाऊल म्हणजे मराठी-ख्रिस्ती साहित्याच्या नव्या व्याख्येचा स्वीकार. आतापर्यंत ख्रिस्ती धर्मतत्त्वांचा ऊहापोह करणारे आणि बायबलवर शिळे पाश्चिमात्य भाषांतरित भाष्य करणारे साहित्य ते मराठी-ख्रिस्ती साहित्य, अशी आमची धारणा होती, अशी आमची ख्रिस्ती साहित्याची व्याख्या होती. आता आम्ही ख्रिस्ती साहित्याची व्याख्या माणूसकेंद्रित करायला हवी. ख्रिस्ती धर्माचा अंगीकार करून त्या धर्माच्या नावाने जगणाऱ्या माणसांच्या जीवनाचं दर्शन घडवणारं, ते जीवन चितारणारं, ते जीवन प्रतिबिंबित करणारं साहित्य ते ख्रिस्ती साहित्य अशी ही व्याख्या असेल. या व्याख्येत सामाजिक बांधीलकी आलीच. मराठी ख्रिस्ती साहित्याची ही व्याख्या आम्ही स्वीकारली तर महाराष्ट्रात ख्रिस्ती धर्म जगणारी बहुसंख्य माणसं दलित अस्मितेची, दलित मानसिकतेची, दलित जाणिवा उराशी बाळगणारी अशी त्रस्त, ग्रस्त माणसं आहेत, हेही आमच्या लक्षात येईल. त्यांच्या व्यथा-वेदना, त्यांची सुख-दुःख, त्यांची तडफड आणि त्यांची धडपड,

त्यांचा विद्रोह आणि त्यांचा नकार मग आमच्या साहित्यातून साकार होईल आणि आमच्या साहित्याला जिवंतपणा येईल. रसरशीतपणा येईल. आमचे साहित्य मग विद्रोहाची आग ओकू लागेल. ते विषमतेविरुद्ध बंड पुकारील. मग ही विषमता आणि अन्याय स्वसमाजातीलच असले तरीही आमची लेखणी त्यांची गय करणार नाही.

या नव्या वाटेवरील आणखी एक पाऊल म्हणजे आमच्या इतर दलित बांधवांशी आणि दलित साहित्याशी संबंध जोडणे. आंबेडकरी चळवळीतील दलित साहित्यिकांपासून आम्ही बरेच काही शिकू शकतो. त्यांची आत्मकथने त्यांच्या जीवनाचे प्रामाणिक आलेख आहेत. त्यांचं सामान्य सूत्र " जे जगलो, ते लिहिले" असं आहे. इतर दलितांशी नाते जुळवून आम्ही एक भारतव्यापी दलित साहित्यिक चळवळ निर्माण केली पाहिजे. निदान महाराष्ट्रापासून आम्ही ही सुरुवात करायला हवी. आमच्या धर्मप्रेरणा वेगवेगळ्या असतील, आहेत. त्या कुणी कुणावर लादायला नकोत. परंतु दलितत्व हे आमचं सामान्य नातं आहे आणि विषमता हा आमचा सामान्य वैरी आहे.

बहुसंख्य मराठी-ख्रिस्ती दलित खेड्यापाड्यांतून राहतात असे मी वर म्हटले आहे, ते बहुतेक निरक्षर आहेत. त्यांच्या मौखिक परंपरा आहेत. मराठी-ख्रिस्ती साहित्य म्हणूनच केवळ अक्षर वाङ्मयाच्या सीमारेखा स्वीकारू शकत नाही. अगदी खऱ्या अर्थाने मराठी-ख्रिस्ती साहित्य हे लोकसाहित्यसमावेशक असले पाहिजे. मौखिक परंपरा जतन करून, तो आमचा अमोल वारसा आहे असे मानून, तो अक्षरबद्ध करायला हवा. मौखिक परंपरा अतिशय संपन्न असून तिचे आकृतिबंधही (Forms) अनेक आहेत. पुराण, प्रवचन, पारायण, पाठ, ओवी, अभंग, पद, भूपाळी, पाळणे, पोवाडे, गण, गवळण, विराणी, श्लोक, गोंधळ, भारूड, भेदिक, जागरण, गोफ, लळित, कीर्तन असे नानाविध आकृतिबंध मौखिक परंपरेत आढळतात. खेड्यातील मराठी-ख्रिस्ती दलित समाजात अजूनही ही मौखिक परंपरा जिवंत आहे; किंबहुना या मौखिक परंपरेच्या आधाराने हा मराठी-ख्रिस्ती दलित समाज अजूनही आपली धर्मश्रद्धा जिवंत ठेवून आहे, असे म्हणावे लागेल. 'ख्रिस्तायन' आणि 'ख्रिस्तपुराण' पुनर्मुद्रित करण्यापेक्षा ही मौखिक परंपरा अक्षरबद्ध करणे अधिक महत्त्वाचे आहे, असे मी मानतो. आमच्या खेड्यापाड्यांत फिरून मौखिक परंपरेचे हाती लागतील तेवढे संग्रह करणे अगत्याचे आहे.

या नव्या वाटेने जाताना, आमच्या नियतकालिकांनी सक्रिय पाठिंबा देऊन त्याची भूमिका चोखपणे पार पाडली पाहिजे. पुस्तके-पुस्तिका यथावकाश प्रसिद्ध होत असतात. नियतकालिकाच्या प्रकाशनाला सातत्य असते. कोणताही नवा विचार

पेरून, रुजवून, विकसित करण्याचे अन् जनसामान्यांपर्यंत पोहोचवण्याचे काम नियतकालिके करीत असतात. पण या नियतकालिकांचे स्वत:चे असे क्रांतदर्शन असले पाहिजे. स्वत:ची अशी विशिष्ट 'लाईन' असायला हवी. शोधपत्रकारितेचे आमच्या नियतकालिकांना वावडे नसावे. आमच्या समाजातही प्रचंड अन्याय दडपला जातो. आमची भ्रष्ट पुरोहितशाही आणि आमचे भ्रष्ट संस्थाप्रमुख यांना आमच्या पत्रकारितेचा अंकुश हवाच. मात्र, यासाठी आमची पत्रकारिता झुंजार बनायला हवी. अंतर्गत सफाई आणि बाहेरची आव्हाने आणि बाहेरचे हल्ले, दोन्ही तिला ताकदीने पेलता आले पाहिजेत. आमचा 'ज्ञानोदय' आता दीडशे वर्षांचा होतो आहे. आनंद आहे. उद्या परवा मुंबईत त्याच शतकोत्तर सुवर्ण महोत्सव सोहळ्याचा सांगता समारंभ होतो आहे. आनंद आहे. परंतु एके काळचे हे झुंजार पत्रक ज्याने जातिव्यवस्था, विधवा केशवपन, हुंडा पद्धती, मद्यपान अशा विषयांवर कडाडून हल्ले चढवले ते आज शेळपट, नेभळट आणि बुळगं पत्रक कसे बनले, हा एक मनोरंजक इतिहास आहे. त्यात मी आता शिरत नाही. गेले वर्षभर 'ज्ञानोदय' जे काही प्रसिद्ध आणि प्रकाशित करीत राहिले, त्यावरून 'बेगाने शादीमें अबदुल्ला दिवाना, ऐसे मनमौजीको मुष्किल है समझाना' या गीताची आठवण झाली. शतकोत्तर सुवर्ण महोत्सवी वर्ष ज्ञानोदयाचे, अन् ज्ञानोदय, इतर संस्था आणि चर्चेसवर विशेषांक काढीत बसले. काय म्हणावे या विचार दारिद्र्याला! शेवटी खेदाने असे म्हणावे लागते की ख्रिस्ती नियतकालिक कसे असू नये, याचा उत्कृष्ट नमुना 'ज्ञानोदय'.

शेवटी सांगायचं ते एवढंच की, मराठी-ख्रिस्ती साहित्य एक चळवळ बनलं पाहिजे. त्याला चळवळीचं रूप आलं पाहिजे. ही चळवळही परिवर्तनवादी, पुरोगामी चळवळ बनायला हवी. आपल्या चळवळीनं मराठी-ख्रिस्ती समाजात स्वातंत्र्य, समता आणि बंधुभाव ही त्रयी रुजवून विकसित करायला हवी. या चळवळीत सहभागी होऊन परिवर्तनवादी साहित्य निर्माण करीत राहणे हे आमचे 'मिशन' बनायला हवे!

कसा शेवट करू मी या भाषणाचा? आमच्या जालन्यात ख्रिस्तजयंतीच्या वेळी मोठी धामधूम असते. ख्रिस्तजयंतीच्या पूर्वसंध्येला Caral rounds निघतात. ख्रिस्तजन्माची स्तुतिगीते गायली जातात. अशीच एक ख्रिस्तजयंती. मी माझ्या सासूबाईंच्या येथे होतो. बाहेर मुलांचं एक टोळकं मध्यरात्री आलं. ते गाऊ लागलं :

"उघडा हो दार आता । कुठवरी झोप घेता ।
अंगात एक बंडी । वाजते फार थंडी ।

नंतर गद्यात. 'आंटी, उघडा ना आता दार अन् द्या आम्हांला थोडीशी चिल्लर.' या गीताचा विषय ख्रिस्तजन्म नाहीच मुळी. पण माझ्या समाजाचं वास्तव

त्यात उघडं पडलं आहे. 'अंगात एक बंडी । वाजते फार थंडी ।' हा आहे माझा समाज. उघडा नागडा. थंडीत कुडकुडणारा. अंगात उष्णता नाही म्हणून चहा प्यायला रुपयाऐवजी चिल्लर मागणारा. ह्या समाजासाठी मी लिहिले पाहिजे. माझं लेखन मी 'मिशन' मानलं पाहिजे. अंगात बंडी घालून ख्रिस्तजयंतीला थंडीने कुडकुडणाऱ्या या समाजाच्या व्यथा-वेदना माझ्या साहित्यात उतरल्या पाहिजेत. याला म्हणतात सामाजिक बांधिलकी. साहित्यिक मित्रांनो, स्वीकाराल हे बांधीलकीचे व्रत? मराठी-ख्रिस्ती साहित्य आपण जीवनवादी आणि जीवनदायी करू या.

❖❖❖

१६

आदिवासी साहित्य

विनायक तुमराम

भारत हे अनेक जाती-जमातींचे, धर्म-पंथांचे, संस्कृती-संप्रदयांचे आगार आहे. जातिव्यवस्था हे भारतीय समाज व्यवस्थेचे प्राणतत्त्व आहे. आर्यांचे भारतातील आगमन, आर्य-अनार्य यांच्यात दीर्घकाळ चाललेला सांस्कृतिक संघर्ष, आर्यांनी केलेला अनार्य-आदिवासींचा क्रूर संहार आणि भीतीपोटी त्यांनी घेतलेला रानकुसांचा, गीरिकुहारांचा आश्रय या काही केवळ रंजनाखातर वाचून लगेच विसरून जाण्यासारख्या घटना नाहीत. येथूनच तर आदिवासींच्या सामाजिक दुर्दशेला खऱ्या अर्थाने प्रारंभ झाला. येथूनच तर त्यांच्या वनवासाची काळरात्र सुरू झाली. त्यांच्या सर्वांगीण मागासपलेपणाला सर्वार्थाने कारणीभूत असलेल्या वर्णव्यवस्थेचा अंमल येथूनच सुरू झाला. आणि त्यांना रानावनाकडे पिटाळणारे क्रौर्य तेव्हापासूनच येथे सन्माननीय ठरले.

शेकडो वर्षे उलटून गेलीत, मात्र अनार्य-आदिवासी रानावनात, गिरीकुहरात, जंगल-जिव्हाऱ्यात टोळ्या-टोळ्यांनी आजही जगताना दिसतात. 'दैत्य', 'पिशाच्च', 'राक्षस', 'असूर' अशा अनेक उपरोधिक शब्दांनी या अनार्य जीवनाच्या अस्तित्वाची नोंद वैदिक वाङ्मयात, रामायण-महाभारतात आढळते. यावरून या जीवनाकडे पाहण्याचा तत्कालीन समाजव्यवस्थेतील धुरिणांचा दृष्टीकोन कसा असावा हे सहज ध्यानात येईल. रामायणकारांनी व महाभारतकारांनी त्या व्यक्तित्त्वाचे हे भयावह चित्र रेखाटले आहे, यावरून त्यांच्याबद्दलची सहानुभूतीच बहुजन समाज गमावून बसला. रामायणातील भिल्लीण शबरी आणि महाभारतातील एकलव्य या व्यक्तिरेखा भारतीय समाजजीवनात सहानुभूतीस व आदरास पात्र ठरल्या असल्या, तरी त्यावरून समस्त आदिवासींबद्दल भारतीय समाजाला सहानुभूती व आदर होताच असे म्हणता यावयाचे नाही.

वास्तविक पाहता आधुनिक भारताच्या घडणीत अनेक जातीजमातींचा जसा

कमी अधिक सहभाग आहे तसा आदिम जमातींचाही आहे, हे अमान्य करून चालणार नाही. राष्ट्राच्या सांस्कृतिक घडणीतील या जमातींचा केवळ सहभाग नव्हे तर मायभूमीच्या रक्षणार्थ त्यांचा सर्वस्वत्यागही फार मोठा आहे. ब्रिटीश राजवटीच्या विरोधात प्रचंड बंड उभारून मातृभूमीला दास्यमुक्त करण्यासाठी स्वातंत्र्याच्या यज्ञवेदीवर चढलेले बाबुराव सेडमाके, बिरसा मुंडा, सिद्धु-कान्हु संथाळ, तंट्या भिल्ल, उमेड वसावा, शंकरशहा-रघुनाथशहा हे सर्व वीर आदिवासीच होते. गोंडवनात गोंडी-साम्राज्याची पायाभरणी करणारा महान पराक्रमी गोंड राजा कोलभिल्ल व त्याचा पुत्र भीम बल्लाळशहा, ज्यांनी आपल्या अचाट शौर्याने बावन गड काबीज करून अखेरपर्यंत आपल्या आधिपत्याखाली ठेवले तो महापराक्रमी गोंड राजा संग्रामसिंह, मातृभूमीच्या रक्षणासाठी मोघल-सेनेशी प्राणपणाने लढणारी व अखेर प्राणाचे बलिदान करणारी महाराणी विरांगना दुर्गावती या सर्व पराक्रमी व्यक्तिरेखा आदिवासीच नाहीत काय? ज्यांच्या राजकीय कर्तृत्त्वाचे ठसे इथल्या 'गोंडवाना', 'भिलवड' आणि 'कोळवण' म्हणून ओळखल्या जाणाऱ्या भू-प्रदेशावर उमटले आहेत, या देशाच्या इतिहासाला ज्यांचे गतकालीन वैभवी अस्तित्व ठाऊक आहे, आणि एका भक्कम, प्राचीनतम संस्कृतीचे जे उद्‌गाते आहेत, त्या आदिवासींची आधुनिक भारतातील स्थिती-गती अस्वस्थ करणारी आहे. त्यांचे एकूण दर्शनच केविलवाणे आहे.

आज 'आदिवासी' शब्द उच्चारताच आपणापुढे उभा राहतो तो प्रत्येक शतकाने छळलेला, नागवलेला अन् शेवटी जाणीवपूर्वक रानकपारीत डांबला गेलेला असंघटित माणूस. आपल्या स्वतंत्र परंपरांसहित हजारो वर्षांपासून गावकुसांपासून दूर किर्रर रानात जगणारा संदर्भहीन माणूस. एका विशिष्ट पर्यावरणाखाली आपल्या सामाजिक व सांस्कृतिक मूल्यांची प्राणाच्या मोलानं जतन करणारा निसर्गनिष्ठ, निसर्गनिर्भर माणूस. कमरेभोवती वीतभर चिरगूट गुंडाळून, पाठीवर आयुध घेऊन भक्ष्यार्थ वणवण भटकणारा शिकारी माणूस. एके काळी नेत्रदीपक राजकीय तथा सांस्कृतिक वैभवाने मिरवणारा कर्तृत्त्ववान माणूस; परंतु वर्तमानात नुसता लाचार, अन्यायग्रस्त अन् पशुपातळीवरचे जीवन जगणारा माणूस. एकंदरीत अवकळाप्राप्त असे त्याचे जीवन आहे. वेदनांनी बरबटलेले त्याचे लोकाचार आहेत.

सूर्यास्तासोबत गिरीकुहरात त्यांच्या हालचाली बंदिस्त होतात अन् सूर्योदयासोबत भक्ष्याच्या शोधार्थ रानातल्या अरूंद काटेरी पायवाटांनी त्यांचे अनवाणी पाय चालू लागतात. रानभर भक्ष्यासाठी फिरून-फिरून थकलेले पाय, रखरखत्या उन्हाने रसरसून तापलेली पाठ आणि खांद्यावर मिळालेच तर मृत सावजाचे ओझे असे आधुनिक भारतातील आदिवासी जीवनाचे केविलवाणे दर्शन आहे. दिवसभराच्या

भटकंतीमुळे आलेला शीण घालविण्यासाठी मंद-धूसर शेकोट्यांच्या प्रकाशात सजविली जाते धुंद मैफिल. त्या संगीत मैफिलीत देहभान विसरून आदिवासी स्त्री-पुरुष, मुले-मुली, तरुण-तरुणी व आबालवृद्ध सामूहिकरित्या नृत्य करतात, गातात व आपल्या सांस्कृतिक मूल्यांचे जतन करतात. ही मूल्येच त्यांच्या समूहजीवनाची खास अशी वैशिष्ट्ये आहेत. एक नव्हे तर अशा कित्येक आदिवासी पिढ्यांचा हा सांस्कृतिक आचार त्यांच्या समूहचेतनेला प्रेरणा देत आला आहे. त्यातून त्यांचे सांस्कृतिक वेगळेपण जन्माला आले आहे. हे सांस्कृतिक वेगळेपण हेच त्यांच्या समूहजीवनाचे आधारदेठ आहे.

आदिवासी कोण?

सद्य:स्थितीत 'आदिवासी' हा शब्द विशिष्ट पर्यावरणात राहणाऱ्या, विशिष्ट भाषा बोलणाऱ्या, विशिष्ट जीवनपद्धतींनी व परंपरांनी नटलेल्या आणि शेकडो वर्षे जंगलपहाडात जीवन जगत असताना आपली धार्मिक आणि सांस्कृतिक मूल्ये जोपासणाऱ्या मानवसमूहाची ओळख करून देण्यासाठी वापरला जातो. आणि फार मोठ्या प्रमाणावर त्यांच्या सामाजिक दु:खावर उद्ध्वस्त प्रपंचावर हळहळ व्यक्त केली जाते. त्यांच्या प्रश्न- समस्यांबद्दल कळवळून बोलले जाते. कधी अर्धनग्न राहून, कधी लंगोटी नेसून शिकार करण्यासाठी रानोमाळ भटकल्यामुळे त्यांना 'वनवासी' किंवा 'वन्यजमाती' म्हणून ओळखण्याचा प्रघात पडला आहे. कोणी त्यांना उपहासाने 'जंगली' किंवा 'लंगोट्ये' म्हणून संबोधतात. कोणी त्यांना सहानुभूतीने 'धरतीची लेकरे' किंवा 'वनराईची लेकरे' म्हणून त्यांना हाक मारतात. गिरिकुहरातील दीर्घ वास्तवामुळे त्यांना 'गिरिराज' म्हणणेहीं काहीजण योग्य समजतात. भारतमातेचे 'आदि संतान' म्हणूनही त्यांना ओळखले जाते. अलीकडे 'आदिपुत्र' किंवा 'वनपुत्र' ही नावेदेखील त्यांच्यासाठी वापरली जातात. 'जंगलचे अनभिषिक्त राजे' म्हणूनही कोणी त्यांचा गौरवपूर्ण उल्लेख करतात.

अनेक भारतीय आणि पाश्चात्त्य समाजशास्त्र व विचारवंतांनी 'आदिवासी कोण?' यासंबंधी सविस्तर चर्चा करून काही व्याख्या आपापल्या ग्रंथांमध्ये उद्धृत केलेल्या आहेत. त्यात गिलीन व गिलीन, डब्ल्यु. जे. पेरी, डॉ. रिव्हर्स, बोगार्डस, रॉल्फ पीडिंग्टन, डी. एन. मुजुमदार, डॉ. बी. एच. मेहता, डॉ. गुरूनाथ नाडगोंडे व डॉ. जी. एस. धुर्ये या अभ्यासकांच्या नावाचा आवर्जून उल्लेख करावा लागतो. या अभ्यासकांनी 'आदिवासी' या शब्दाच्या केलेल्या व्याख्या अर्थपूर्ण व समावेशक आहेत. याशिवाय इंपीरियल गॅझेट आणि भारतीय संस्कृतिकोशातदेखील आदिवासी कोण याविषयी चर्चा केलेली आढळते. भारतीय घटनेने त्यांना 'अनुसूचित जमाती म्हणून

संबोधले आहे.

एका विशिष्ट पर्यावरणात राहाणारा समान बोलीभाषा बोलणारा, समान जीवनपध्दतींनी नटलेला, समान देवदेवतांना मानणारा, समान सांस्कृतिक जीवन जगणारा; परंतु अक्षरओळख नसलेला एकजिनसी मानवसमूह म्हणजे आदिवासी असा विविध परिभाषांचा अर्थ सारांशाने सांगता येईल.

वस्तुतः आदिवासी हा आर्यपूर्व मानवसमूह आहे. तो या भूमीचा मूळ मालक आहे. तोच खरा क्षेत्राधिपती आहे. म्हणून काही अभ्यासकांनी त्यांना जे 'अबॉरिजिनल' (मूळ निवासी) म्हणून संबोधले आहे ते येाग्यच आहे. वनराईची ही लेकरे हीच या भूमीची आदी संतान होय. गोंड, भिल्ल, करेळी या आदिवासी जमातींच्या आर्यपूर्व वास्तव्याबद्दल महात्मा ज्योतिबा फुले यांनी फार मार्मिक उद्‌गार काढले आहेत. ते लिहितात,

"गोंड भिल्ल क्षेत्री होते मुळ धनी
इराणी मागुनी/आले तेथे
शूर भिल्ल कोळी शराने - तोडीले
हाकलून दिले रानोवनी"[१]

म. फुले. यांच्या वरील उक्तीत आदिवासी जमाती पूर्वी कोण होत्या व त्यांना वनवास कसा आला यांचे उत्तर सापडते. ज्यांनी या देशाचे सांस्कृतिक दालन समृद्ध केले त्याच आदिम जमातींना आज पोटासाठी रानोमाळ वणवण भटकावे लागत आहे, हे वास्तव अधिक भयावह व अंतर्मुख करणारे आहे.

दलित-आदिवासी जीवनावर दृष्टीक्षेप - सांस्कृतिक संदर्भासह

दलित साहित्य आणि आदिवासी साहित्य यांच्या मधील परस्परसंबंध तपासताना ज्या परिसरात, पर्यावरणात व परिस्थितीत दलित आणि आदिवासी यांच्या कित्येक पिढ्या शेकडो वर्षे वास्तव्य करीत आल्या आहेत, त्या परिसराचा, पर्यावरणाचा व परिस्थितीचा विचार आधी करणे आवश्यक आहे. कारण दलित साहित्यातील व आदिवासी साहित्यातील वातावरण (मग ते सामाजिक असो की सांस्कृतिक असो) परिसर, पर्यावरण व परिस्थिती यांनी नियंत्रित झालेले असते. वस्तुतः भिन्न भिन्न परिसरात, पर्यावरणात व परिस्थितीत वावरणारे आणि भिन्न भिन्न मानसिक पीळ असलेले दलित-आदिवासी हे दोन स्वतंत्र मानव गट होत. या दोन्ही मानव गटांच्या स्थिती-गतीत जशी काही साम्यस्थळे तशी भेदस्थळेही आहेत. वैचारिकतेत व मानसिकतेत फरक आहे, हे मान्य केले पाहिजे. दलितांच्या वाट्याला गावकुसाबाहेरचे

जगणे आले तसे आदिवासींच्याही वाट्याला गावकुसाबाहेर कित्येक मैल दूर रानावनातील, गिरिकुहारातील जगणे आले. वर्णव्यवस्थेची झळ जशी दलितांना पोचली, तशी ती आदिवासींना पोचली. वर्गबळी एकलव्य हे याचे बोलके उदाहरण होय. दलितांवर जसा अन्याय; अत्याचार झाला, जसे त्यांचे शोषण झाले तसा अन्याय, अत्याचार आदिवासींवरही झाला, तसेच शोषण त्यांचेही झाले. एवढेच की, या अन्याय अत्याचारांचे व शोषणाचे स्वरूप वेगळे व त्यांची तीव्रताही कमी-अधिक आहे. परंतु एक गोष्ट मान्य केलीच पाहिजे ती ही की, ज्या जातीव्यवस्थेने दलितांना जर्जर केले, त्यांचे माणूसपण नाकारले, हजारो वर्षं अस्पृश्य म्हणून जगण्यास भाग पाडले व पशुपातळीवरचे जीवन बहाल केले त्या क्रूर, कठोर जातिव्यवस्थेची झळ रानावनातील आदिम जमातींना फारशी पोचली नाही. ज्या विषमतेच्या वणव्यात दलित अक्षरश: भाजून निघाला तो विषमतेचा वणवा रानावनापर्यंत, गिरिकुहरापर्यंत तेवढ्या गती-वेगाने पोचला नाही. त्याची तीव्रताही आदिवासींना फारशी जाणवला नाही.

वर निरभ्र आकाशाचे छत, खाली धरित्री, सभोवताली वनराई, निळेशार पहाड व जलाशये, पशुपक्ष्यांनी गजबजलेला परिसर अशा मुक्त वातावरणात आदिवासी माणूस शतकानुशतके जगत आला आहे. निजायला धरित्री, उशाला धोंडा, पांघरायला तारांगणाने युक्त आभाळ, पोटाला कंदमुळे व कमरेला लाज झाकण्यापुरती दोन बोटांची लंगोटी एवढाच त्याचा जीवनप्रपंच. त्याच्या गरजाही मर्यादित. निसर्गाच्या आदेशांचे पालन करणे व तो जे देईल त्यावर गुजराण करणे; परंतु समाधानाने व समतोल वृत्तीने जगणे हेच त्याचे आचार तत्त्व. मनमुरादपणे निसर्गातील आनंद लुटणे, स्वच्छंदी पाखरासारखे रानभर भटकणे व नद्यानाल्यांमध्ये किंवा जलाशयांमध्ये मनसोक्त डुंबणे हाच त्याचा दैनंदिन आचार आहे. स्वाभाविकच बाहेरच्या जगाशी संबंध ठेवण्याची, त्यातील परिवर्तनांचा गांभीर्याने विचार करण्याची व त्यानुसार स्वत:मध्येही परिवर्तन घडवून आणण्याची गरज त्यांना फारशी भासली नाही. रानावनातील, जंगल-जिव्हाऱ्यातील मोकळे वातावरण हेच त्याच्या दृष्टीने समता-स्वातंत्र्याचे वातावरण होते. त्याची स्वत:ची न्यायव्यवस्थाही होती. विविधतेने नटलेल्या त्याच्या प्राचीनतम संस्कृतीने त्याचा जीवनमार्ग केव्हाच निश्चित करून टाकला आहे.

एक सत्य मान्य केलेच पाहिजे की, गावकुसाबाहेर जगतानासुद्धा गावकुसाच्या आतील जनजीवनाशी, व्यवहारांशी दलितांचा संपर्क, संबंध या ना त्या प्रकारे कायम होता. आदिवासी समूह मात्र गावकुसाच्या आतील जीवनापासून, त्या जीवनाच्या प्रभावक्षेत्रापासून शेकडो योजने दूर होता. गावकुसाच्या आतील सामाजिक व सांस्कृतिक व्यवहारांशी दलित जसा निगडित होता तसा आदिवासी मात्र नव्हता.

आदिवासी जीवन-संस्कृतीच्या अभ्यासिका सौ. कुसूम नारगोळकर यांनी म्हटल्याप्रमाणे,

"अस्पृश्यांना हिंदू समाजाने शुद्र-सेवक म्हणून का होईना परंतु एक विशिष्ट सामाजिक स्थान दिले होते. परंतु आदिवासींना मात्र श्रेष्ठ अथवा कनिष्ठ असे कोणतेच स्थान नव्हते. ते उपेक्षित होते. ती माणसे आहेत ही जाणीवच आतापर्यंत निर्माण झाली नाही."[२]

परिणामी, आदिवासींच्या वाट्याला जे एकाकीपण आले त्याची तीव्रता दलितांच्या वाट्याला जे एकाकीपण आले त्याहून निश्चितच अधिक होती. म्हणूनच दलित व आदिवासी यांच्या जीवनदृष्टीत जो लक्षणीय फरक जाणवतो तो सांस्कृतिक भिन्नत्वामुळे. अनुभूतीतील वेगळेपणामळे. दलित-आदिवासी यांच्यात जाणवणाऱ्या भावनिक दुराव्याची कारणे म्हणूनच त्यांच्या मानसिकतेत शोधावी लागतात. त्या दोहोंच्याही वाट्याला जे एकाकीपण आले त्याच्या स्वरूपभिन्नतेत शोधावी लागतात. दोहोंच्याही जीवनसंघर्षात शोधावी लागतात.

२६ फेब्रुवारी १९८८ रोजी, महाराष्ट्र शासनाच्या आदिवासी संशोधन व प्रशिक्षण संस्थेच्या रौप्यमहोत्सवानिमित्ताने जव्हार, जि. ठाणे येथे आयोजित आदिवासी साहित्यिक प्रशिक्षण शिबिराचे उद्‌घाटन करताना दै. केसरी, पुणेचे संपादक डॉ. शरद्च्चंद्र गोखले यांनी काढलेले उद्‌गार फार मार्मिक आहेत, "दलित व आदिवासींच्या भोवतालची सांस्कृतिक चौकट व वातावरण वेगळे आहे. आदिवासींना समृद्ध संस्कृतीची चौकट आहे. आदिवासींच्या संस्कृतीला मातीचा सुगंध आहे. त्यामुळे आदिवासी साहित्य ही दलित साहित्याची नक्कल न होता त्याला स्वतःचं असं वळण व शैली असली पाहिजे."[३]

एकंदरीत, दलित-आदिवासींच्या जीवनाचे संदर्भ सारखे नाहीत. हे संदर्भ उजळून टाकण्याचे दोहोंचे सामर्थ्यही सारखे नाही. तथापि आपापल्या संपन्न वारशाचा वस्तुनिष्ठ वेध घेण्याची कुवत दोहोंच्याही ठायी आहे. दलित- आदिवासींच्या स्वत्व-स्वप्नांचे रक्तनाते नसले तरी समाजव्यवस्थेच्या पुनर्रचनेचे त्यांचे इरादे मात्र सारखे आहेत. नेक आहेत.

आदिवासी साहित्याचे स्वतंत्र्य व्यासपीठ हे वरील विवेचनावरून लक्षात येईल.

आजवरचा आदिवासींचा साहित्यप्रवास

महाराष्ट्राच्या गोंडवाना, सह्याद्री आणि सातपुडा या तीन प्रांतांत एकूण ४७ आदिवासी जमातींचे वास्तव्य आहे. स्वातंत्र्य मिळून आज चाळीस वर्षे लोटलीत. मात्र आदिवासींच्या एकूण जीवनमानात फारसा बदल झालेला दिसून येत नाही. वर्तमानातही त्यांची स्थिती अंतर्मुख करणारी आहे. अस्वस्थ करणारी आहे. त्यांच्या

सामाजिक जीवनातील चैतन्य हरपले आहे. शतकानुशतके मौन त्यांच्या वाट्याला आले आहे. सद्य:स्थितीचे कवच फोडून बाहेरच्या जगाकडे झेपावणाऱ्या चैतन्याचा उदय त्यांच्या समूहजीवनात अजून झालेला नाही. कालबाह्य रुढी-परंपरांच्या वेढ्यातून तो अद्याप बंधमुक्त झालेला नाही. आपल्या स्थिती गतीचे भान अद्यापही त्यांना आलेले दिसत नाही. स्वधर्मावरील अटळ श्रद्धा आणि स्व-संस्कृतीवरील आत्यंतिक प्रेम यामुळे आदिमांची आत्मजाणीव प्रस्थापित जीवनमूल्यांनाच कवटाळून आहे. ही जीवनमूल्ये नाकारण्यास आदिम मानसिकता अजूनही सज्ज झालेली नाही. गत शतकांची क्रूर कठोर दास्यबंधने अजूनही सैल झालेली नाहीत. ही दास्यबंधने झुगारून देणाऱ्या युद्धस्वी जाणीवेने अजूनही त्यांच्या समूहजीवनात मूळ धरलेले नाही. सर्वांगांनी हे जीवन उद्ध्वस्त होण्याच्या वाटेवर आहे. जीवनाच्या सर्वच क्षेत्रात एक प्रकारचा पराभव त्यांच्या वाट्याला येऊ लागला आहे. तेव्हा जीवनाच्या सर्व आघाड्यांवर सामूहिक लढा दिल्याशिवाय या जीवनाला ग्रासू पाहणारी भयानकता थोपविणे शक्य होणार नाही. हा नवविचार, क्रांतिविचार अलीकडे नवशिक्षित आदिवासी तरुणांमध्ये मूळ धरू लागला आहे. त्या दिशेने त्यांची कृतिशील वाटचाल सुरू झालेली आहे. त्यांची प्रज्ञा, प्रतिभा आदिम वेदनेशी नाते जोडण्यास धजावली आहे.

शिक्षणाच्या वाढत्या प्रसारामुळे हा समाज थोडा-फार शिकूसवरू लागल्यामुळे आपल्या स्थिती-गतीच्या परिक्षण चिंतनाची प्रक्रिया आदिवासी तरुणांमध्ये जोर धरू लागली आहे. पुराणमूल्यांना जाणीपूर्वक नकार देणारी नवी पिढी आदिवासींमध्ये उदयाला येऊ लागली आहे. या नवशिक्षित आदिवासी तरुणांच्या जीवनजाणिवा जशा टोकदार व विद्रोही आहेत तशा त्या नवनिर्मितीक्षमही आहेत. आपल्या संपन्न वारशाचा वस्तुनिष्ठ शोध घेत असतानाच प्रखर वास्तवाचे सतत भान राखणारी ही पिढी आहे. आर्यआक्रमणामुळे रानावनात फेकला गेलेला आणि तेव्हापासून अव्यक्त भयाने त्रस्त झालेला आदिम समूह या पिढीच्या अस्वस्थतेचा विषय झाला आहे. या जीवनाची चिरवेदना नवपिढीतील आदिवासी तरुणांच्या संवेदनशील मनाला घायाळ करू लागली आहे. ज्या समाजात आपण जन्माला आलो, वाढलो, शिकून सवरून पुढे आलो, त्या समाजाच्या वाट्याला आलेली दुरवस्था पाहून ही पिढी दुखावली आहे. बेचैन झाली आहे. हे दु:ख, बेचैनी, विद्रोह कुठे ना कुठे व्यक्त होण्याची गरज होती. ही गरज पूर्ण झाली ती आदिवासी साहित्याचे स्वतंत्र व्यासपीठ उभारून! ज्या दिवशी हे स्वतंत्र साहित्यपीठ उदयाला आले तो दिवस म्हणूनच आदिवासींच्या समग्र इतिहासात सुवर्णाक्षरांनी नोंद घेण्यासारखा दिवस आहे. १० नोव्हेंबर १९७९ हाच तो दिवस होय. याच दिवशी चंद्रपूर जिल्ह्यातील भद्रावती या

प्राचीन ऐतिहासिक नगरीत आदिवासींचे पहिले-वहिले साहित्य संमेलन सुरू झाले. या संमेलनाचे अध्यक्ष मा. कृष्णमूर्तीजी मिरमिरा, उद्‌घाटक ख्यातनाम दलित साहित्यिक डॉ. यशंवत मनोहर आणि प्रमुख अतिथी म्हणून प्राचार्य राम शेवाळकर हे उपस्थिती होते.

आदिवासींच्या शतकानुशतकांच्या मौनाला या संमेलनाने नवी वाट मिळाली. मराठी साहित्य जगताला एका वेगळ्या अनुभवाचा अस्सलपणा जाणवला. तो या पहिल्या आदिवासी साहित्य संमेलनामुळे. ज्यांच्या सामाजिक परिवर्तनाचे तत्त्वज्ञान संस्कृतीच्या भक्कम पायावर उभे आहे अशा आदिपुत्रांचा वनवासमुक्तीचा निर्धार या संमेलानात दृढावला. साहित्यक्षेत्राबाहेर जे कित्येक वर्षे वंचित म्हणून जगले, ज्यांच्या प्रज्ञा प्रतिभेच्या उत्थानाला मार्गच उरले नव्हते. त्या वनपुत्रांच्या वेदनेचे हुंकार या संमेलनात जागृत झाले. आदिवासी प्रतिभा दिलखुलासपणे या साहित्यपीठावर वावरली. आदिवासी कवी-लेखकांच्या भावभावनांची, व्यथा-वेदनांची जाणीव-प्रेरणांची व प्रश्न समस्यांची तीव्रता उपस्थितांना जाणवली. त्यांच्या अंतर्मनाचा तळतळाट हा सर्वांनाच अंतर्मुख करून गेला. एकंदरीत आदिवासींच्या सांस्कृतिक आणि वाङ्मयीन चळवळीला या संमेलनाने मुळारंभ दिला. ''म्हणूनच पहिले आदिवासी साहित्य संमेलन ही आदिवासींच्या वनवासमुक्तीची पहिली उठावणी होय. म्हणूनच अदिवासींच्या समग्र इतिहासाने आपल्या ओठी असू द्यावा अशाच या शतकाचा महिमा आहे.''[४]

यानंतरचे दुसरे आदिवासी साहित्य संमेलन वणी, जि यवतमाळ येथे २३ व २४ मे १९८४ रोजी व्यापक प्रमाणावर झाले. दलित साहित्य चळवळीतील एक सिद्धहस्त लेखक विचारवंत डॉ. रावसाहेब कसबे हे या संमेलनाचे अध्यक्ष होते. शब्दांच्या शक्तीवर नितांत विश्वास ठेवणारे आणि नव्या युगाच्या प्रस्तावनेसाठी शब्दाची गुंतवणूक करणारे प्रतिभाशाली कवी लेखक आदिवासी समाजानेही जन्माला घातले आहेत, याचा पुन्हा एकदा प्रत्यय या संमेलनात आला. हळूहळू आकारात येऊ लागलेल्या या आगळ्यावेगळ्या अनुभवविश्वाची दखल घेण्याच्या हेतूने महाराष्ट्र मानवविज्ञान परिषद, पुणे या संस्थेने १ व २ ऑक्टोबर १९८३ रोजी पुणे येथे ''महाराष्ट्रातील आदिवासींचे प्रश्न व त्यांचे साहित्यातील प्रतिबिंब'' या विषयावर चर्चासत्र आयोजित केले होते. महाराष्ट्रातील थोर विचारवंत व संतसाहित्याचे गाढ अभ्यासक गं.बा. सरदार यांच्या शुभहस्ते या चर्चासत्राचे उद्‌घाटन झाले होते. याप्रसंगी महाराष्ट्राच्या कानाकोपऱ्यातील उदयान्मुख आदिवासींच्या उद्‌ध्वस्त जीवन-संस्कृतीला न्याय मिळवून देण्यास, त्यांच्या ज्वलंत प्रश्न समस्यांना वाचा फोडण्यास पुढे आलेल्या आदिवासी कवी-लेखकांच्या वाङ्मयीन कार्याचा जवळून परिचय या चर्चासत्रात झाला.

त्यानंतर ६ व ७ जून १९८७ रोजी किनवट, जि.नांदेड येथे तिसरे आदिवासी साहित्य संमेलन घेण्यात आले. आदिवासी संशोधन व प्रशिक्षण संस्था पुणे चे संचालक डॉ. गोविंद गारे हे या संमेलनाचे अध्यक्ष होते. या संमेलनात पार पडलेल्या सर्व परिसंवादातून आदिवासी साहित्याचे स्वरूप या साहित्याची सामाजिक बांधिलकी व त्याचे भवितव्य, त्याच्या जाणिवा व प्रेरणा इ. विषयांवर भरपूर प्रकाश टाकण्यात आला. या संमेलनाला सह्याद्री, सातपुडा व गोडवाना या तीनही प्रांतांतून नवोदित आदिवासी कवी-लेखक उपस्थित झाले होते. आदिवासी साहित्याचा प्रवाह हळूहळू चळवळीचे रूप धारण करून मूळ धरू लागला आहे. याची साक्ष या संमेलनाने पटवून दिली.

हे संमेलन होऊन थोडा काळ लोटला असेल तोच ठाणे जिल्ह्यातील जठार येथे २६ ते २९ फेब्रुवारी रोजी 'नवोदित आदिवासी साहित्यिकांसाठी प्रशिक्षण शिबिर' आयोजित करण्यात आले. या शिबिराचे उद्‌घाटन दै. केसरीचे संपादक व नामवंत साहित्यिक डॉ. शरच्चंद्र गोखले यांच्या शुभहस्ते झाले होते. साहित्यावर प्रेम करणाऱ्या व सामाजिक बांधिलकी स्वीकारलेल्या आदिवासी साहित्यिकांचा तो एक क्रांत्युत्सवच होता. या प्रशिक्षण शिबिरात साहित्याचे स्वरूप, साहित्याचे प्रयोजन, कथा, कादंबरी, नाटक, चरित्र व ललित लेखन मार्गदर्शन, आदिवासी लोकसाहित्याचे संवर्धन, आदिवासी साहित्य व समाज इत्यादी महत्त्वाच्या विषयांवर साहित्यक्षेत्रातील नामवंत कथालेखक, कादंबरीकार, नाटककार, चरित्रलेखक व कवी यांनी उपस्थितांना मार्गदर्शन केले.

२६ ते २९ जानेवारी १९८९ रोजी नंदुरबार जि. धुळे येथे 'चौवथे आदिवासी साहित्य संमेलन' संपन्न झाले. 'उपरा' कार लक्ष्मण माने हे या संमेलनाचे अध्यक्ष होते. अतिशय व्यापक प्रमाणावर हे साहित्य संमेलन झाले. नव्यानेच स्थापन करण्यात आले. 'आदिवासी साहित्य परिषद' तर्फे हे संमेलन आयोजित करण्यात आले होते. याच परिषदेमार्फत गडचिरोली येथे १८ व १९ फेब्रुवारी १९८९ रोजी 'पहिला आदिवासी साहित्यिक मित्रमेळावा' आयोजित करण्यात आला होता. जनसाहित्य चळवळीचे एक धुरीण डॉ. सुभाष सावरकर यांच्या अध्यक्षतेखाली हा मित्रमेळावा संपन्न झाला.

परिषदेमार्फत पांढरकवडा, जि. यवतमाळ येथे डॉ. भाऊ मांडवकर यांच्या अध्यक्षतेखाली 'दुसरा आदिवासी साहित्यिक मित्रमेळावा' आयोजित करण्यात आला होता. अशी आदिवासी साहित्यिकांची आजवरची वाङ्‌मयीन वाटचाल आहे. साहित्यक्षेत्रातील या आदिवासींच्या बंडखोरीला वनवासमुक्तीचा आशय आहे. आयडेंटिटीचा प्रश्न या बंडखोरीचे लक्ष्य झाले आहे. ही बंडखोरी विध्वंसक नाहीं,

अट्टहासी नाही तर ती नवनिर्मितीक्षम आहे आणि वास्तवदर्शी आहे. शतकाशतकांच्या अन्याय-अत्याचाराविरूद्ध, छळ, शोषणाविरूद्ध ही बंडखोरी आहे. भारतीय आदिम समाजाची पुनर्घटना या बंडखोरीला अभिप्रेत आहे. उशिरा का होईना, आदिवासींना आलेले आत्मभान या बंडखोरीमागे तटस्थपणे उभे आहे.

आदिवासी साहित्य म्हणजे काय?

आदिवासी साहित्य हे वनसंस्कृतीचे नातलग साहित्य होय. आदिवासी साहित्य हे रानावनातील वंचितांचे साहित्य होय. ज्यांच्या प्रश्नांना भूतकाळाने कधी उत्तरेच दिली नाहीत, अशा दुर्लक्षितांचे हे साहित्य आहे. ज्यांच्या आक्रोशाला इथल्या समाजव्यवस्थेने कधी न्याय दिला नाही, अशा गिरीकुहरातील अन्यायग्रस्तांचे ते क्रांतिसाहित्य होय. इथल्या क्रूर कठोर न्यायव्यवस्थेने ज्यांच्या शेकडो पिढ्यांना आजीवन वनवास ठोठावला त्या आदिमसमूहाचे ते मुक्तिसाहित्य होय. ''वनवासीयांचे घायाळ आयुष्य ज्या संस्कृतीच्या कुसाआड राहिले त्या संस्कृतीच्या प्राचीन इतिहासाला मुळारंभ देणारे हे साहित्य आहे. आदिवासी साहित्य हे या भूमीने प्रसविलेल्या आदिम वेदनेचे, जाणिवेचे शब्दरूप होय.''[५]

आदिवासी साहित्याच्या रूपाने नवा विद्रोह दिवसागणिक आकारत आहे. वनवास मुक्तीचा नवा संकल्प या साहित्याच्या रूपाने आदिमांच्या मनामनात दृढावत आहे. आदिम भारताच्या नवनिर्माणाचे स्वप्नबीज आदिवासी साहित्याच्या रूपाने अंकुरित होऊ लागले आहे. ''पहाडांच्या कुसाकुसात आणि काटेरी झुडुपांच्या वस्त्यावस्त्यात ज्यांच्या आयुष्याचा प्रत्येक क्षण बेडीबंदी झाला अशा आरण्यकांना युक्तीचा दिलासा देणारे हे साहित्य होय.''[६] ज्यांच्या वनवासातील अंधार जिने कधी वेचलाच नाही, त्या वर्णव्यवस्थेशी निर्णायक युद्ध मांडणारे हे साहित्य आदिमांच्या सर्व तक्रारी सोबत घेऊन युगप्रवासाला निघाले आहे.

या साहित्यात वेदना आहे, विद्रोह आहे आणि अभिनिवेशही आहे. आदिपुत्रांना रानावनात, गिरीकुहरात,जंगल-जिल्ह्यात डांबणाऱ्या व्यवस्थेला दिलेला जाणीवपूर्वक नकारहीं आहे. एका उज्ज्वल परंपरेचे आपण पाईक असल्याची जाणीव आहे. सांस्कृतिक संघर्षात बळी गेलेल्यांच्या कुटुंबाशी आपले रक्तनाते आहे, हा भावनिक सूर त्यात आहे. आपल्या लक्तरलेल्या जिंदगीचे गाणे स्वत:च गाण्याची तयारी आहे. आणि आपल्या वैचारिक कुवतीने रानातल्या मौनाला बोलते करण्याच्या शपथाही आहेत. आदिमांना मानसिक बळ देणारे वैचारिक संकेत त्यात आहेत. आदिवासी साहित्यातील एकूणच वातावरण हे आदिम जीवनातील दु:खाचा शोध घेणारे, आदिम हुंकारांनी भडकलेले, आणि अंधाराशी झगडणारे आहे. अदिमांच्या

अंतर्मनाचा तळतळाट या वातावरणाने जोपासला आहे.

आदिवासी साहित्य हे जीवनवादी साहित्य होय. आदिमांच्या सर्वांगीण उत्थानाचा प्रश्न घेऊन हे साहित्य प्रस्थापित समाजव्यवस्थेला हाक मारू लागले आहे. सोबतच आदिमांच्या सामाजिक बांधणीचा आणि एकात्म जीवनाचा विचारही ते मांडू लागले आहे. वर्णरहित, जातीरहित समाजव्यवस्था आदिम समूहांमध्ये नांदावी हे या साहित्याचे स्वप्न आहे. जी आदिवासींची जीवनमूल्ये कधी नव्हतीच त्यांचा स्वीकार हे साहित्य कदापी करणार नाही.

आदिवासी साहित्य हे व्यापक स्वरूपाचे साहित्य आहे. मग ते कोरकु जमातीवरील साहित्य असो वा गोंड, भिल्ल, परधान, कोलाम, आंध, महादेव, कोळी, वारली या जमातीवरील साहित्य असो किंवा आणखी इतर कोणत्याही आदिम जमातीवरील साहित्य असो, त्या सर्वांचा समावेश आदिवासी साहित्यातच होईल. जगात जेथे जेथे आदिम समूह राहतात त्यांच्याशी संबंधित सर्व साहित्य हे आदिवासी साहित्यातच समाविष्ट असेल. आजवर अव्यक्त असलेल्या वेदनाविश्वाचे दर्शन घडवून देणारे हे साहित्य आहे व सुचविलेले आहे.

"आजचे आदिवासी साहित्य हे या नव्या प्रबोधनाचे उषासूक्त आहे."[७]

आदिवासी साहित्याच्या खऱ्याखुऱ्या प्रेरणा

आदिवासी साहित्याच्या प्रेरणा कोणत्या, या प्रश्नाचे उत्तर शोधण्यासाठी आदिम समूहाच्या प्रेरणांचा विचार आधी करावा लागतो. आदिवासी हा निसर्गनिर्भर मानवसमूह आहे. तो ज्या पर्यावरणात राहतो, त्यातील बदलांचा परिणाम कमी-अधिक प्रमाणात त्याच्या अंतर्सृष्टीच्या संरचनेवर होत असतो. रानातील पशुपक्षी, फळे-फुले, नद्या-सरोवरे यांचे चिरसान्निध्य आदिवासींना लाभले आहे. गिरीकुहरात जंगलजिहाऱ्यात त्याचे स्वत्व दिलखुलासपणे वावरले आहे. निसर्गसान्निध्यात ते आनंदून गेले आहेत. त्यामुळे त्यांचे निसर्गप्रेम हे विलक्षण व निसर्गनिष्ठा ही दृढ आहे. निसर्गाच्या सान्निध्यातच त्यांना अकृत्रिम मोकळेपणा जाणवतो. म्हणूनच,

"बामणाच्या जल्माला जाशी
व लिखून लिखून मरशी
मारवाडी होशी
तू तोलून तोलून मरशी
चमार होशी,
त नाड्या जोती करून मरशी
पर वारल्याच्या जल्माला जाशी

त जंगलाचा राजा होशी!"[८]

अशी त्यांची जीवनदृष्टी आहे. जीवनानुभूती आहे. या अनुभूतीचे, जीवनदृष्टीचे प्रतिबिंब त्यांच्या लोकवाङ्मयात दिसून येते. त्यांच्या सर्व जीवनव्यवहारांनाच या अनुभूतीने, जीवनदृष्टीने व्यापून टाकले आहे. म्हणूनच निसर्ग हेच त्यांचे जीवनसर्वस्व असल्यामुळे त्यांची पहिली प्रेरणा जर कोणती असेल तर ती नैसर्गिक प्रेरणा होय.

सभोवतालच्या निर्सगाची आणि स्वत:च्या परिस्थितीजन्य वैशिष्ट्यांची छाप घेऊन आलेली त्यांची प्राचीनतम् व समृद्ध संस्कृती आहे. हा सांस्कृतिक वारसा त्यांच्या अनेक पिढ्यांना लाभला आहे. कित्येक सामाजिक वादळी परिवर्तने झालीत मात्र हे जीवन अविचल राहिले आहे. या जीवनातील सामाजिक एकात्मता काळाच्या तुफान प्रवाहात अभंग राहिली आहे. तेव्हा या जीवनामागील प्रेरणा कोणती असावी हा प्रश्न उद्‌भवणे स्वाभाविक आहे. संस्कृती हीच या जीवनाचा एकमेव आधार व प्रेरणास्त्रोत आहे, हेच या प्रश्नाचे समर्पक उत्तर ठरेल.[९]

आदिम जीवन संस्कृतीच्या काही अभ्यासकांनी धर्म हीसुद्धा आदिवासीयांची प्रेरणा मानली आहे. परंतु सद्य:स्थितीत सपाटून सुरू असलेल्या नागरीकरणाच्या प्रक्रियेतून आदिवासी माणूसही ओढला गेला आहे. त्यामुळे नागरीकरणाच्या व शहरीकरणाच्या अतूट प्रक्रियेत आदिवासींच्या धर्म हळूहळू लोप पावत असल्याचे दिसू लागले आहे. त्यामुळे भविष्यात निर्माण होणाऱ्या आदिवासी साहित्याची धर्म ही प्रेरणा असेलच असे आजतरी ठामपणे सांगता येत नाही. जिथे आदिवासींच्या सांस्कृतिक मूल्यांचाच लोप होऊ लागला आहे तिथे धर्माच्या अस्तित्वाविषयी भविष्यकथन करणे चूक ठरेल.

आदिवासी जीवन हे अनेक कलाकुसरींनी युक्त आहे. त्यांच्या चित्रकला, संगीतकला, विणकाम कला, नृत्यकला, गायनकला इ. कला वाखाणण्याजोग्या आहेत. त्यांचे समृद्ध असे लोकसाहित्य आहे. लोककथा, लोकगीते, उखाणे, म्हणी यांनी ते ठासून भरलेले आहे. प्रत्येक आदिम जमातीचे स्वत:चे असे वैशिष्ट्यपूर्ण व परंपराप्राप्त लोकसाहित्य आहे. मौखिक परंपरेने लोकवाङ्मयाचा अमूल्य ठेवा या जमातींनी सांभाळून ठेवला आहे. त्यातून या वन्य जमातींच्या भाषिक वैशिष्ट्यांचाही शोध घेता येतो. लोककथा, लोकगीते, म्हणी, वाक्यप्रचार, उखाणे इत्यादींमधून या वन्य जमातींना नेमके काय सुचवायचे आहे, कोणता सामाजिक व सांस्कृतिक आशय व्यक्त करावयाचा आहे हे आदिवासी साहित्यिकांनी प्रथम समजून घेतले पाहिजे. त्यामुळे त्यातील जाणिवा-प्रेरणांचा शोध घेता येईल.

आदिम जीवनामागे जशा नैसर्गिक व सांस्कृतिक प्रेरणा आहेत तशा ऐतिहासिक प्रेरणाही आहेत. समग्र मानवी इतिहासात, आदिवासींचा खराखुरा इतिहास लुप्त

होणे शक्य नाही. कधी ना कधी तरी त्यांची नोंद घेतली जाईलच. आदिवासी वीरपुरुषांच्या ऐतिहासिक कर्तृत्त्वाचा परिचय आदिवासी साहित्य लेखनाच्या संदर्भात फार मोलाचा ठरणार आहे. त्यांनी उभारलेले मुक्तिसंघर्षाचे लढे हेही आदिवासी साहित्यिकांचा प्रेरणास्त्रोत ठरणार आहे. आदिवासी वीर पुरुषांचे राजकीय, सामाजिक आणि सांस्कृतिक योगदान आदिवासी साहित्याची प्रेरणा ठरू शकेल. आदिवासींच्या चळवळींना संघर्षाच्या विविध छटा आहेत. एकाच प्रकारच्या सामाजिक जाचातून त्यांचा विद्रोह जन्माला आलेला नाही. काही आदिम जातींनी आत्मसन्मानाच्या चळवळीं राबविल्या, काहींनी आपल्या धर्मसंस्कृतीवर होणारे परकियांचे आक्रमण थोपविण्यासाठी उठाव केले, तर काहींनी शोषणाविरूद्ध, विषमतेविरूद्ध लढे उभारले. त्यावरून आदिवासींच्या ध्येयधोरणांचा व आव्हानाच्या दिशेने झेप घेणाऱ्या त्यांच्या युद्धस्वी प्रवृत्तीचा परिचय होणे गरजेचे आहे. ते विसरून चालणार नाही. ज्यांच्या चिंतनातून पूर्वजांचा गतकाली इतिहास वजा होतो, त्यांच्या लेखणीतून उतरणारे साहित्य हे चेतनाहिन व संदर्भशून्य असते. प्रेरणाहीन असते. नव्या पिढीला नवे बल देण्याची क्षमता अशा साहित्यात नसते. अशा साहित्याचे भविष्यनिर्माणाचे स्वप्न केवळ स्वप्न असते. आपला इतिहास, आपला भूतकाळ विसरण्याची अक्षम्य चूक आदिवासीं कवी-लेखकांकडून होऊ नये. साऱ्याच ऐतिहासिक घटनांची वस्तुनिष्ठ दखल घेण्यावरच आदिवासी साहित्याची समृद्धी अवलंबून आहे. भूतकाळ समोर ठेवून वर्तमान लेखन झाले पाहिजे. भूतकाळातील खाचखळग्यांची जाणीव व धोक्याच्या वळणासंबंधीचे संकेत भावी पिढीला साहित्यातून दिले पाहिजेत. आदिवासी कवी-लेखकांनी हे निर्धाराने केले पाहिजे. आदिम संघर्षाच्या प्रेरणा शोधल्या पाहिजेत. त्या आदिवासी साहित्याच्या खऱ्याखुऱ्या प्रेरणा ठरतील.

आदिमांच्या अनेक बोलीभाषा आहेत. त्या भाषांमधून प्रगट झालेल्या आदिवासी लोकवाङ्मयाचा स्वतंत्ररित्या अभ्यास झाला पाहिजे. त्यातील जीवनजाणिवांचा व प्रेरणांचा शोध घेणे तितकेच महत्त्वाचे आहे. त्यातील जीवनसंघर्षाचे काटेरी संदर्भ आदिम प्रतिभेने अभिव्यक्तीसाठी वापरले पाहिजेत. त्यामुळे वास्तवाला भिडणारे साहित्य म्हणून आदिवासी साहित्याकडे बघितले जाईल. आदिमतेचे खरेखुरे दर्शन त्यातून घडेल.

काळ झपाट्याने बदलत आहे. या बदलत्या काळाचा परिणाम नवशिक्षित आदिवासी तरुणांच्या जीवनदृष्टीवर जीवनजाणिवांवर होऊ लागला आहे. निसर्गापासून दूर हा तरुण वर्ग शहरांमध्ये उच्चभ्रूंच्या, विकसितांच्या संपर्कात वावरू लागला आहे. सभोवतालच्या बदलत्या परिस्थितीशी, पर्यावरणाशी त्यांना जुळवून घ्यावे लागत आहे. ते स्वत:ला 'एडजेस्ट' करण्याच्या प्रयत्नात दिसू लागले आहेत.

त्यामुळे त्यांच्या जीवनसंघर्षाचे व प्रेरणांचे स्वरूप बदलणे स्वाभाविक आहे. तेव्हा त्यांनी निर्मिलेल्या साहित्यात एका नव्या संघर्षाचे चित्रण आढळल्यास नवल नाही. अनुभूतीचा प्रखरपणाही जाणवेल. सभ्य आणि सुसंस्कृतपणाचे दर्शनही त्यातून घडेल. विद्रोह आणि क्रांतीचे वातावरण त्यात असेल. आशय, अभिव्यक्ती व शब्दकळा या दृष्टीनेही ते साहित्य समृद्ध राहील. परंतु त्यातून सांस्कृतिक सूर हरविला जाण्याची शक्यताही नाकारता येत नाही. ही शक्यता वस्तुस्थिती होऊ नये याचे भान आदिवासी कवी-लेखकांनी राखले पाहिजे. अन्यथा आदिम समूहाची सांस्कृतिक भूक न भागविणारे केवळ ऊरबडवे साहित्य म्हणून ते ओळखले जाईल. म्हणून आदिवासी साहित्याने आदिमांची सांस्कृतिक समृद्धी जोपासली पाहिजे. तेवढीच तर समृद्धी त्यांच्याजवळ शिल्लक आहे. बाकी त्यांच्याजवळ आहे तरी काय? केवळ दारिद्र्य, दु:ख आणि वनवास!

आदिम-प्रतिभेने काय स्वीकारावे काय नाकारावे

साहित्य आणि समाज यांचे रक्तनाते काही नवीन नाही. साहित्य हे समाजाची धारणा करते. समाजाचे प्रबोधन करते. समाजाला वाचा देते व उत्थानाच्या दिशाही दाखविते. साहित्य हे समाजाचे प्राणतत्त्व आहे. तो समाजाचा आरसा आहे. त्यात समाजाला स्वत:चे रूप न्याहाळता येते. स्वत:च्या स्थिती-गतीची कल्पना समाजाला येत असते. डॉ. म. ना. वानखेडे यांनी म्हटल्याप्रमाणे, "समाजमनावर संस्कार करण्याचे फार मोठे सामर्थ्य साहित्यात असते. समाज जीवनाला सावरण्याचे, प्रेरणा देण्याचे, एवढेच नव्हे तर समाजक्रांती करण्याचे सामर्थ्य साहित्यात असते. साहित्य नवसमाजनिर्मितीची क्रांती घडवू शकते."

आदिवासी साहित्य आणि आदिवासी समाज यांचाही संबंध अशाच प्रकारचा आहे. तो अतूट आहे व नजीकचा आहे. किंबहुना आदिवासी समाजापासून आदिवासी साहित्य वेगळे राहूच शकणार नाही. आदिवासी साहित्याचा एक भाग समजल्या जाणाऱ्या आदिवासी लोकसाहित्याचा व आदिवासी समाजाचा अत्यंत नजीकचा संबंध आहे. या संबंधाला शतकाशतकांची साक्ष आहे. हे साहित्यच त्यांच्या प्रेरणा-प्रवृत्तींचे, जीवनसंघर्षाचे दर्शन घडविते.

नवशिक्षित आदिवासी तरुणांचे एकूणच साहित्य हे खऱ्या अर्थाने 'आदिवासी साहित्य' होण्यासाठी त्या साहित्यातील आदिम जीवनदर्शन प्रामाणिक असायला हवे. त्यात खोट्या वेदनांची तरफदारी असायला नको. त्यातील जीवनदर्शन हे वस्तुनिष्ठ, उत्कट आणि अस्मितेला आवाहन करण्याइतपत सामर्थ्यपूर्ण कसे होऊ शकेल याची जबाबदारी आदिवासी साहित्यिकांवर आपोआप येऊन पडते. कारण हे

साहित्य उद्याच्या आदिम पिढ्यांचे प्रबोधन करणार आहे. त्यांच्या मुक्तीचे हत्यार ठरणार आहे. तेव्हा आदिवासी साहित्य आणि आदिवासी समाज यांचा संबंध आदिवासी साहित्यिकांनी नीट समजून घेतला पाहिजे.

आदिवासी समाज रंजला-गांजला आहे. अनेक व्याधींनी जर्जर झालेला आहे. अन्याय-अत्याचाराने शिणला आहे व शोषणामुळे पोखरून गेलेला आहे. अंधश्रद्धा, आपल्याच रुढी-परंपरांना पालीसारखे चिकटून बसण्याची प्रवृत्ती, जादूटोणा, भुतेखेते व देवदेवतांवर विश्वास, नरबळी,पशुबळी अशा अनेक समाजविघातक बाबी आदिवासींमध्ये आजही अस्तित्वात आहेत. त्यांची पाळेमुळे आदिम समाजाच्या मनोभूमीत अगदी खोलवर रूजलेली आहेत. विज्ञानाचा प्रकाश अद्यापही त्यांच्या वस्त्यांमध्ये रूजू झालेला नाही. अशा विपरीत परिस्थितीत समाजजागृतीचे कार्य आदिवासी साहित्यिकांना आपल्या साहित्यानिशी करावे लागणार आहे. आदिम जीवनातील उणेपणा शोधून त्याला पूर्णत्व कसे प्राप्त करून देता येईल याचा शोध आदिम प्रतिभेने घेतला पाहिजे. आदिमांच्या वनवासांचे अनुभव तिने वेचले पाहिजेत. आदिमांच्या अनुभूतींशी ती एकरूप झाली पाहिजे.

आदिमांची लोकभाषा, त्यातील शब्दवैभव ही आदिवासी साहित्याची शक्तिस्थळे होत. या वैभवानेच आदिवासी साहित्य इतरांच्या नजरेत चटकन् भरणार आहे. हे वैभवी अस्तित्व आदिवासी साहित्यिकांनी टिकविले तरच या साहित्याला वाङ्मयीन वेगळेपण आणि सांस्कृतिकदृष्ट्या अर्थ व भविष्य असणार आहे. आदिमांच्या लोकप्रतिभेतून साकारलेले काव्यविश्व अधिक तेजोवर्धित झाले पाहिजे. आदिम लोकजीवनात शेकडो वर्षे तग धरून राहिलेल्या काही चांगल्या रुढी-परंपरांचे व लोकसमजुतीचे शेष-अवशेष अभ्यासणेही आवश्यक आहे. या रूढी-परंपरांच्या प्राचीन व अर्वाचीन आदिम लोकजीवनावर झालेल्या इष्ट-अनिष्ट परिणामांचा शोध घेण्यास त्यामुळे मदत होईल. कथा, कविता, चरित्र, नाटके, कादंबऱ्या व आत्मवृत्त या विविध वाङ्मयप्रकारांतून आदिवासी कवी-लेखकांनी आदिम लोकजीवनाचे व लोकसंस्कृतीचे जतन व संवर्धन करून आदिम लोकसूमहाच्या मानसिकतेचा शोध घेतला पाहिजे.

"आदिवासींच्या विविध बोली भाषांत वाङ्मय निर्माण झाले पाहिजे." असे आग्रही प्रतिपादन डॉ. रावसाहेब कसबे यांनी वणी येथील दुसऱ्या आदिवासी साहित्य संमेलनातील आपल्या अध्यक्षीय भाषणात केले होते. त्यासाठी साहित्य-समीक्षेचे मानदंड बदलण्याची पाळी आली तरी हरकत नाही. असे प्रखर विचारही त्यांनी त्यावेळी व्यक्त केले होते. खऱ्या अर्थाने आदिवासी साहित्याचे प्रेरणास्त्रोतच मुळी त्यांची संस्कृती आणि बोलीभाषा आहेत. तेव्हा वेगवेगळी सांस्कृतिक वैशिष्ट्ये

घेऊन आदिवासींच्या विविध बोली भाषांत प्रगटलेले लोकवाङ्‌मय आणि लिहिले गेलेले साहित्य हेच खऱ्या अर्थाने आदिवासी साहित्य असेल. तेच खरे वास्तववादी साहित्य असेल.

कोणत्याही लोकसमूहाशी भावनिक जवळीक साधण्यासाठी आणि त्या समूहाचा सामाजिक-सांस्कृतिक शोध घेण्यासाठी त्या लोकसमूहाच्या बोलीभाषेत साहित्य लिहिले गेले पाहिजे. तरच त्या समूहाच्या चेतनेचे प्रतिबिंब त्यात उमटेल आणि ते साहित्य वाङ्‌मयीन आणि सांस्कृतिक यशाच्या मान्य कसोट्यांवर उतरू शकेल. आदिवासी साहित्य या कसोट्यांना निश्चितच उतरेल यात शंका नाही. फक्त प्रश्न आहे तो आदिमांच्या बोलीभाषेत साहित्य निर्माण होण्याचा. आदिमांच्या बोलीभाषेत परांपराप्राप्त मौखिक लोकसाहित्याचे केवळ संकलन व जतन करूनच प्रश्न सुटणार नाही, ते परिपूर्ण आदिवासी साहित्य होणार नाही तर तो केवळ आदिवासी साहित्याचा भाग होईल. आदिवासी साहित्य हे सर्वार्थाने आदिवासी साहित्य होण्यासाठी आदिमांच्या बोलीभाषेत परिवर्तनवादी साहित्य आदिवासी साहित्यिकांनी लिहिले पाहिजे. आदिमांची अस्मिता जागविणारे क्रांतिकारी आदिवासी साहित्य जाणीवपूर्वक लिहिले जाण्याची गरज आहे.

आदिवासींचा उज्ज्वल इतिहास आणि त्यांची प्राचीनतम समृद्ध संस्कृती यांना उजाळा देण्यात आदिवासी साहित्यिकांनी आपली प्रज्ञा-प्रतिभा खर्ची घातली पाहिजे. जे आपले नाही ते जाणीवपूर्वक नाकारून जे काही आपले म्हणून आहे ते जाणीवपूर्वक स्वीकारले पाहिजे. प्रस्थापितांच्या संस्कृतीला उद्‌ध्वस्त करण्यातच आदिम प्रतिभा गुंतून पडू नये, तर आदिम संस्कृतीला पुनरूज्जीवित करण्यात व या जीवनाची अस्मिता जागविण्यात आदिम-प्रतिभा व्यस्त असायला हवी. कारण संस्कृती जगली तर आत्मविलोपाची समस्या उद्‌भवणार नाही. संस्कृती जगली तरच आदिमांचे सामाजिक अस्तित्व आणि 'स्वत्व' कायम राहील. त्यांचे संघटन मजबूत राहील. कारण स्वर्गीय नारायणसिंहजी उईके यांनी संस्कृतीच्या संदर्भात आदिवासींना फार मोलाचा इशारा दिला आहे तो असा, ''आदिवासींची संस्कृती आणि त्यांचा विकास यांचा संबंध फार जवळचा आहे. आदिवासींना संघटित करण्याची शक्ती फक्त त्यांच्या सांस्कृतिक अधिष्ठानात आहे. सत्ता-संपत्तीचे आकर्षण व भ्रष्ट मार्गाने व्यक्तिविकास आदिवासींना गर्तेत लोटील.''

स्व. उईके यांच्या कथनातील इत्यर्थ आदिवासी कवी-लेखकांनी समजून घेतला पाहिजे. आपले सांस्कृतिक वेगळेपण कसोशीने जपले पाहिजे, तरच आदिवासी साहित्य हे स्वतंत्र अस्तित्वाने व ताठ मानेने उभे राहू शकेल.

केवळ आदिम जीवनाच्या चित्रणात आपले शब्द व आपली प्रतिभा गुंतविणे

म्हणजे आदिवासी निर्मिती नव्हे तर ज्या समाजव्यवस्थेने आदिमांचे अस्तित्व नाकारले, त्यांना रानावनात, गिरीकुहरात डांबले, लंगोटीतील जगणे दिले व त्यांच्या वाट्याला कंदमुळे वाढून ठेवली, त्या व्यवस्थेचा विचार होणे गरजेचे आहे. आदिमांच्या सांस्कृतिक पराभवाची कारणे शोधण्याचा प्रामाणिक प्रयत्नही साहित्यातून झाला पाहिजे. त्यासाठी आदिम प्रतिभेने आदिमांच्या सांस्कृतिक परिसरात मोकळेपणाने वावरले पाहिजे. जसे दर्शन तसेच चित्रण झाले पाहिजे.

महत्त्वाचे म्हणजे आदिवासींमधील गोंड, बुरूड, परधान, वारली, भिल्ल ही जातीयतेची उतरंड आदिवासी साहित्यिकांनी नाकारली पाहिजे. जातीच्या अभिमानाला धिक्कारले पाहिजे. समाजबदलाचे हे काम जिद्दीने केले पाहिजे. अंतर्गत जातीयतेने सांस्कृतिक धारा कशी क्षीण होत जाते हे आदिवासी कवी-लेखकांनी आपल्या साहित्यकृतीतून पटवून दिले पाहिजे. जातीला कवटाळून बसणाऱ्या अडाणीपणाला समजूतदार केले पाहिजे. धर्मशरण व परंपराशरण वृत्ती-प्रवृत्तींना वठणीवर आणले पाहिजे. प्रवाह-पतित न होता आपल्या 'आयडेन्टीटीचा' शोध घेतला पाहिजे. आदिमांच्या विविध बोलीभाषा, त्या बोलीभाषेतील लोकवाङ्मय, त्यांच्या लोककला (नृत्य-गायन कला इ.), त्यांचे प्रश्न, त्यांच्या व्यथा-वेदना, सुख-दु:ख, आशा-आकांक्षा अशा अनेक विषयांवर भरपूर लिहिण्यासारखे आहे. त्यांच्या सांस्कृतिक जीवनाचे इतके अंत:प्रवाह आहेत की, ते सर्व समाजापुढे आणण्यासाठी स्वतंत्र लेखनाचीच गरज आहे. हे लेखन झाले पाहिजे. हे लेखन जितके समतोल, वस्तुनिष्ठ व सूचक होईल तितके ते प्रभावी होईल. आदिम स्वत्वाशी हितगुज करू शकणारे ते लेखन होईल. अशा लेखनाची परिणामकारकता वाचकांना जाणविल्याशिवाय राहणार नाही.

२६ फेब्रुवारी १९८८ रोजी जव्हार, जिल्हा ठाणे येथे आयोजित केलेल्या 'आदिवासी साहित्यिक प्रशिक्षण शिबिराचे उद्घाटन करताना दै. केसरी' चे संपादक डॉ. शरच्चंद्र गोखले यांनी फार मार्मिक उद्गार काढले आहेत, "लेखकांनी शब्दांच्या नादात गुतूंन जाऊ नये. उत्कट अनुभव, मग ते वैयक्तिक असोत की सामाजिक असोत, आपण जे रोजच्या व्यवहारात अनुभवतो याला दृष्टी लागते. अनुभवाला शब्दांचे पंख फुटावेत. सर्वसाक्षी वाचक व श्रोता हा आपल्या मनातील अनुस्यूत भाव आहे. उत्कट व जिवंत अनुभव ओळखण्याची क्षमता साहित्यिकाकडे असली पाहिजे."

डॉ. गोखले यांच्या कथनातील आशय आदिवासी साहित्यिकांना खरोखरच मार्गदर्शन करणारा आहे. स्वत्वशोधनाची निश्चित दिशा देणारा आहे.

संदर्भ

१. म.फुले समग्र वाङ्मय, संपा. धनंजय कीर व स. ग. मालशे, दि. आ. मुंबई १९८० पृ. ४९६.

२. जंगलचे राजे, कुसुम नारगोलकर व वसंत नारगोलकर प्र. आ. गारगोटी १९५५ पृ. १७६.

३. सुधीर जोग यांनी दिलेल्या जव्हार येथे संपन्न झालेल्या आदिवासी साहित्यिक प्रशिक्षण शिबिराच्या वृत्तांतावरून उद्धृत.

४. आदिवासी साहित्य : एक वेदना - विनायक तुमराम. सा. कुजबूज (दि. अं.) १९८२, वरोरा, पृ. ५

५. आदिवासी साहित्य - उद्गम आणि व्याप्ती- विनायक तुमराम, लोकमत साहित्यजत्रा, नागपूर, ५ डिसेंबर १९८२, पृ. ३.

६. आदिवासी साहित्य व कला उ. नि. पृ. ३.

७. पुरस्कार - राम शेवाळकर, गोंडवन पेटले आहे. प्र. आ. चंद्रपूर १९८७.

८. जंगलचे राजे - उ. नि. पृ. १.

९. आदिवासींच्या सांस्कृतिक जीवनाची घडण - विनायक तुमराम, आदिवासी संशोधन पत्रिका, खंड ६, क्र. १बी, मार्च १९८४ पृ. ३४.

❖❖❖

१७

आदिवासी साहित्य

सुमनोहर

आदिवासी समाज

आदिवासी समाज हा भारतातील मूळ निवासी असून आर्यांच्या आक्रमण काळात तो वनवासी बनला होता. आर्यांच्या क्रुरकर्मामुळे त्याला डोंगर-दऱ्या, जंगले, नदी-नाले यांचा आश्रय घ्यावा लागला. तेव्हापासून हा आदिवासी समाज जगातच नव्हे तर भारतातही जंगलाच्या आश्रयाने राहून, तो जंगलाचा अनभिषिक्त राजा बनला. महाराष्ट्रात गोंडवन, सह्याद्री व सातपुडा या पर्वतरांगांच्या परिसरात आदिवासींच्या वस्त्या आणि पाडे आहेत. अकोला, अमरावती, गडचिरोली, चंद्रपूर, नागपूर, बुलढाणा, भंडारा, यवतमाळ, अहमदनगर, पुणे, औरंगाबाद, जालना, ठाणे, रायगड, जळगाव, धुळे, नंदुरबार आणि नाशिक जिल्ह्यांच्या काही भागांमध्ये आदिवासी जमाती पूर्वीपासून वास्तव्य करून राहत आहेत. त्यामध्ये गोंड, कोरकू, बंजारा, महादेव कोळी, ठाकूर, भिल्ल, राजगोंड, परधान, हलबा, कवर, कोलाम, पावरा, तडवी, लमाणी, वारली, कातकरी, कोकणा, ठाकर, मल्हारकोळी, धोंडीया, दुबळा, गावीत, मावची धनका, आंध, काथोळी अशा ४१ जमातींचा समावेश आहे.

आदिवासी समाज हा शहरी व ग्रामीण समाजापासून अंतरलेला असून भारतीय समाजात त्याला शेकडो वर्षे स्थान नव्हते. तो शेती व मजुरीसारखी कष्टाची कामे करून तर कधी जंगलात हिंडणे, शिकार करणे, फळे-कंदमुळे आणि वनौषधी गोळा करणे हा त्याच्या चरितार्थाचा उद्योग असे. त्यामुळे तो निसर्ग व सजीव सृष्टीशी एकरूप झाला आहे. गावगाडा आणि गावगाड्याबाहेरच्याही समाजापेक्षा या जमातीची अवस्था मोठी भयंकर असल्याने त्यांना पुरातन काळापासून उपेक्षित राहावे लागले आहे. तो प्रस्थापित समाजाकडून अनेक कारणांनी छळला गेला असून पोटासाठी धडपडणाऱ्या या आदिवासींच्या वाट्याला लाचारी व भटकंती आली आहे.

प्रस्थापित व पुढारलेल्या समाजाशी या आदिवासींचा या ना त्या कारणाने संबंध आला तेव्हा त्यांचे शोषण केले गेले. सावकार, जमीनदार, व्यापारी व श्रीमंत शेतकरी यांनी या भोळ्या-भाबड्या प्रामाणिक जमातीची पिळवणूक व फसवणूक करून त्यांचे शोषण केले. त्यातूनच त्यांच्या वाट्याला अन्याय, दारिद्र्य, विवंचना, वेठबिगारी, गुलामगिरी आणि उपेक्षाच आली; परंतु या दुर्लक्षित आदिवासींचीही त्यागी, कष्टाळू, सहनशील, समूहप्रिय आणि शूरत्वाची अशी परंपरा होती. ह्याचा विसर एतद्देशीयांना पडला.

एकलव्यापासून सुरू झालेली ही शूरत्वाची परंपरा ब्रिटीश काळापर्यंत चालत आली. या काळात तर भिल्ल्याच्या टोळ्यांनी अन्याय व शोषण याविरूद्ध बंडाळ्या केल्या. सामाजिक व सांस्कृतिक रक्षण व संवर्धनासाठी, हक्क, अधिकार आणि विकासासाठी भिल्ल समाज सेवा मंडळे, आदिवासी समाज सेवा मंडळे स्थापन झालीत. जुलमी सत्तेविरूद्ध लढा देऊन सांस्कृतिक अस्तित्व टिकविण्यासाठी व स्वाभिमान कायम राखण्यासाठी त्यांनी एकत्रित प्रयत्न केले. तरीही त्याला राजकीय, आर्थिक प्रवाहात हवे तसे स्थान मिळू शकले नाही. स्वातंत्र्योत्तर काळात सरकारी योजनेचा, समाजाच्या सहानुभूतीचा आणि कोणाच्या तरी संशोधनाचा तो विषय बनला - प्रत्यक्षात मात्र- 'सरंजामशाही,वसाहतवाद, साम्राज्यवाद ह्याविरूद्ध लढणारा आदिवासी आज देशी वसाहतवादाचा बळी ठरलेला आहे. परंपरागत जगण्याचे साधन असलेल्या जंगल जमिनीवर शासकीय जमीनदारी प्रस्थापित झालेली आहे. विकासाच्या नावाखाली विस्थापन, मजुरीच्या नावाखाली वेठबिगारी व सुधारणेच्या नावाखाली मानसिक गुलामगिरी लादली जात आहे.[१]

अशा परिस्थितीतही आदिवासी समाज आपली प्राचीन परंपरा, सामाजिक व सांस्कृतिक संचित टिकवून ठेवून नव्या युगाला संघर्ष करीत सामोरे जात आहे. त्यांचा व्यवसाय, त्यांची घरे, घराची रचना, वेशभूषा, आचार-विचार, आहार-विहार, चालीरिती, धर्मकल्पना, देव-दैवते, उपासनापद्धती, रूढी, परंपरा, श्रद्धा, समजुती, अज्ञान, अंधश्रद्धा, सण, उत्सव, कला व संगीत ह्या परंपरागत गोष्टी अजूनही त्यांच्या जीवनात आढळून येतात. या परंपरेबरोबरच नवतेचा शिरकाव त्यांच्या दैनंदिन जीवनात झाला असला तरी त्यांच्या आदिम जीवनामागे नैसर्गिक आणि ऐतिहासिक स्वरूपाच्या सांस्कृतिक प्रेरणा आहेत म्हणून. आदिवासी समाज निर्धन असेल, निरक्षर असेल पण तो असंस्कृत नाही हे लक्षात ठेवले पाहिजे. त्याला स्वत:ची स्वतंत्र आणि अर्थपूर्ण संस्कृती आहे. स्वत:ची बोली आहे. रितीरिवाज आहेत. दैवत आणि धर्मविधी आहेत, सण समारंभ व साहित्य कला आहेत...[२]

असा समृद्ध संस्कृतीचा वारसा आदिवासी समाजाला लाभला आहे. त्यांच्या

ह्या लक्ष वेधून घेणाऱ्या समाजजीवनाकडे ब्रिटीश काळातील इंग्रजांनी वन्य जमातींना सामाजिक न्याय मिळावा म्हणून कायदे केले. या काळापासून आदिवासी समाजात जागृतीचे कार्य सुरू होऊन शैक्षणिक प्रसारही करण्यात आला. ख्रिस्ती-मिशनऱ्यांनी व समाजसुधारकांनी त्यांच्यासाठी शाळा काढल्या. स्वातंत्र्यप्राप्तीनंतर आदिवासींसाठी बाबासाहेब आंबेडकरांनी घटनेतच शैक्षणिक, आर्थिक, राजकीय व सामाजिक हक्क अधिकार आणि सवलतींची तरतूद करून ठेवली. त्यानुसार पंचवार्षिक विकास योजनांच्या नियोजनात लोकशाही सरकारने आदिवासी विकासांच्या खास योजना कार्यान्वित केल्या. त्यांच्या शिक्षणावर अधिक भर देऊन वसतीगृहे व आश्रमशाळा सुरू करण्यात आल्या. आज महाराष्ट्रातील आदिवासी हे शिकून सवरून प्रगतीकडे वाटचाल करीत आहेत. काही प्रमाणात का होईना त्यांच्या पाड्यांपर्यंत आणि वस्त्यांपर्यंत दळणवळणाच्या सुविधा, कच्चे रस्ते, वीज, पाणी व आरोग्य या प्राथमिक सुविधा पोचल्या आहेत. शिवाय टेप, टी.व्ही. रेडिओसारखी आधुनिक प्रसारमाध्यमे त्यांच्यापर्यंत पोचून राजकीय जाणिवा तसेच आधुनिक समाजजीवनाच्या जाणिवा यांचे वारे त्यांच्या पाड्यापर्यंत गेले आहे. त्यामुळेच- 'याचा परिणाम आदिवासींच्या राहणीमानावर तसेच आर्थिक, सामाजिक, सांस्कृतिक जीवनावर झालेला आहे असे दिसते. या सर्वांचा परिपाक म्हणूनच की काय महाराष्ट्राच्या सीमावर्ती भागात राहणारा आदिवासी राजकीयदृष्ट्या जागृत आहे असे आढळते.'[३]

वनवासी संबोधल्या गेलेला आदिवासी समाज आधुनिकतेचे वारे अंगावर झेलू लागला असला तरी तो आपल्या प्राचीन संस्कृतीचे भान ठेवून त्याचे जतन करीत नव्या सामाजिक प्रवाहात सामील होण्याचा आटोकाट प्रयत्न करीत आहे. शिक्षण, संघर्ष आणि चळवळ या माध्यमातून तो आपले स्वत्व, स्वाभिमान, अस्मिता आणि अस्तित्व टिकवून ठेवतो आहे. त्यामुळे आदिवासींच्या पारंपरिक आणि आधुनिक अशा दोन्ही स्वरूपाचे भान ठेवून आदिवासी लेखकांनी त्यांच्या अनुभवाची बीजे आपल्या नव्या-जुन्या समाजजीवनातूनच शोधायला हवी.

आजच्या साहित्याला आदिवासी लोकसाहित्याची फार जुनी व समृद्ध अशी परंपरा असून संगीत आणि नृत्यकलेचीही देणगी लाभली आहे. आणि ती आदिवासी साहित्यिकांची बलस्थाने ठरावीत इतकी आशयसंपन्न आहेत. या समाजाची सांस्कृतिक धारणा, रूढी, परंपरा, प्रथा, श्रद्धा, समजुती, सण, उत्सव, देव-दैवते या विषयीचे लोकसाहित्य फार मोठ्या प्रमाणात मौखिक परंपरेने चालत आलेले आहे. त्यात लोकगीते, लोककथागीते, लोककथा, उखाणे, म्हणी आणि वाक्यप्रचार यांचा समावेश आहे. विवाहगीते, मैत्रिणीची गीते, कौटुंबिक, जीवनविषयक गीते, मनोरंजनपर

गीते, पती, पत्नी, प्रियकर, प्रेयसीबद्दलची गीते व शेतीविषयक लोकगीते भरपूर असून विविध रूढी, परंपरा आणि प्रथेविषयी लोककथाही आहेत. असा आदिवासी लोकसाहित्याचा समृद्ध साठा जवळ ठेवून आजच्या कवी व लेखकांनी अस्सल साहित्यनिर्मिती करण्यासाठी पुढे आले पाहिजे. कारण ग्रामीण आणि दलित साहित्यिकांच्या तुलनेत आदिवासी साहित्यिकांचे प्रमाण फारच कमी दिसते.

अलिकडच्या काळात आदिवासी समाजात शिक्षण, चळवळ व जागृतीचे प्रमाण अधिक वाढल्याने आदिवासी माणूस लिहू, बोलू लागला आहे. त्याच्या साहित्यिक जाणिवा व्यापक बनल्या असून मराठी साहित्यातील प्रवाह आणि चळवळी याचे भान त्याला आहे. त्यातूनच त्याने स्वत:चे साहित्य निर्माण करण्यासाठी आदिवासी साहित्य संमेलने भरविली आहेत. १९७९ पासून तर १९९४ पर्यंत ६ आदिवासी साहित्य संमेलने भरविली गेली. याशिवाय आदिवासी साहित्यिक मेळावेही घेतले गेले. त्यानंतरही म्हणजे आजपर्यंत आदिवासी साहित्य संमेलने आणि मेळावे होत आले आहेत. त्यामुळे आदिवासी साहित्यिकांना एक विचारमंच निर्माण होऊन त्यांना साहित्य निर्मितीची दिशा व मार्ग मोकळा झाला आहे. एक हक्काचे स्थान मिळून त्यांच्या साहित्याविषयी आणि लेखननिर्मितीविषयी चर्चा केली जात आहे व बोलले जात आहे. म्हणनू आदिवासी लोकसाहित्यानंतर गेल्या दोन अडीच दशकापासून लिखित स्वरूपाचे मराठी आदिवासी साहित्यनिर्माण होऊ लागले आहे. परंतु प्रतिभावंत आदिवासी साहित्यिकांनी वाङ्मयाच्या इतर प्रकारातील कविचा हाच प्रकार जास्त जवळ केलेला दिसतो आहे.

'मोहोळ' ह्या आदिवासी प्रातिनिधिक कवितासंग्रहाबरोबरच भुजंग मेश्राम (आदिवासी कविता गोधड, उलगुलान), डॉ. उत्तमरा धोंगडे (वनवासी), प्रा. विनायक तुकाराम (गोंडवन पेटले आहे.), डॉ. नीलकांत कुलसगे (इंद्रियारण्य), विठ्ठलसिंह धुर्वे (जब मन विणा के), पुरूषोत्तम शेळमाके (वणसूर्य), प्रा. वामन शेळमाके. (जागवा मने पेटवा मशाली) आणि वाहरू सोनवणे गोधड यासारख्या आदिवासी कवींच्या कवितांचे संग्रह प्रसिद्ध झाले आहेत. त्याचप्रमाणे पत्रसंग्रह, चरित्रपर ग्रंथ, ऐतिहासिक, समाजशास्त्रीय व संशोधनपर ग्रंथलेखन तसेच आदिवासी लोकगीतसंग्रह, लेखसंग्रह आणि नाटक अशी साहित्यनिर्मिती झालेली दिसते; परंतु डॉ. विनायक तुकाराम यांनी १९८५ पर्यंतचा आदिवासी साहित्यिकांच्या साहित्यनिर्मितीचा जो तक्तारूपाने कालानुक्रम दिला आहे, त्यात कथा किंवा कादंबरी किंवा आत्मवृत्त कुठे दिसत नाही. म्हणूनच डॉ.विनायक तुकाराम यांनी असे म्हटले आहे की - 'आदिवासी साहित्यिकांचे फारच थोडे साहित्य उदा. लेख, कविता, प्रकाशित झालेल्या आहेत. आदिवासींचा सलग असा काव्यसंग्रह किंवा साहित्यकृती मागच्या

एक दोन वर्षांतच उपलब्ध झालेला आहे. ही साहित्यनिर्मिती फारच विरळ आहे. त्यामुळे मासिके आणि वृत्तपत्रे ह्यामधून प्रकाशित झालेल्या आदिवासींच्या लेखनावरच विसंबून रहावे लागते. ही साहित्यनिर्मिती अल्प प्रमाणात असल्यामुळे आदिम जीवनाचे अंत:प्रवाह सखोलपणे अभ्यासता येत नसले तरी 'दुधाची तहान ताकावर भागविणे' या म्हणीनुसार सध्यातरी हाती पडलेल्या व विखुरलेल्या आदिवासी साहित्यिकांच्या १९८५ पर्यंतच्या प्रकाशित साहित्यकृतींचाच तेवढा परिचय करून देण्यात आलेला आहे.'[४]

असे असले तरी यानंतरच्या काळातही नजुबाई गावीत यांच्या कादंबऱ्या (आदोर, तृष्णा) आणि मधुकर वाकोडे यांची 'झेल झपाट' ही कोरकू जमातीची परवड, शोषण आणि केरू व फुलय यांची प्रेमकथा सांगणारी कादंबरी आहे. या ठिकाणी ओरिसातील उडिया भाषेतील साहित्यिक गोपीनाथ महान्ती यांची साहित्य अकादमी पुरस्कार प्राप्त 'अमृत संतान' ही ८१४ पानांची कादंबरी ओरिसातील कंध जमातीचे जीवनदर्शन घडविणारी आहे. अशी साहित्यकृती मराठीत का होऊ नये? परंतु आदिवासी कथा-कादंबऱ्यांचा आपल्याकडे फारसा काही गाजावाजा झालेला दिसत नाही. त्या काही प्रतिभावंत आदिवासी लेखकांच्या उणिवा किंवा मर्यादा नाहीत. उलट साहित्य संमेलने आणि मेळावे यातून अंत:स्थ प्रेरणा घेऊन त्यांनाही आपले अस्सल अनुभव कथा, कादंबऱ्यातून मांडावेसे वाटतात. त्यांच्या दैनंदिन जीवनातील राजकीय, सामजिक घडामोडींचा त्यांना लेखनप्रपंच करण्याची आंतरिक उर्मी स्वस्थ बसू देत नाही; परंतु वाङ्मयीन क्षेत्रातील संपादक, प्रकाशक यांच्या बाजारूपणामुळे व प्रकाशनाच्या धंद्यामुळे अशा प्रतिभावान आदिवासी लेखकांच्या साहित्यकृतींना प्रकाशात आणण्याचे काम झालेले दिसत नाही. मी संशोधनासाठी एकूण २४० इतके ग्रामीण, दलित व प्रादेशिक स्वरूपाचे कथासंग्रह अभ्यासले असताना त्यात आदिवासी कथाकार व त्यांचे कथासंग्रह अभावानेच आढळले. म्हणेज दोन चारच. यात पंढरीनाथ तामोरे व जयवंत वैती हे दोन अदिवासी कोळी समाजातील कथाकार समोर आले आहते. कदाचित माझ्या शोध घेण्याच्या त्या मर्यादा असू शकतील. असे मानले तरी कथानिर्मितीच्या बाबतीत आदिवासी कथालेखक मागे आहेत किंवा ते अंधारात तरी आहेत असे नमूद करावेसे वाटते. पण आदिवासी कथेच्या बाबतीत फारच निराशा न बाळगता काही दलितेतर आणि दलित कथाकारांच्या आदिवासी जीवनविषयक कथांबरोबरच अस्सल आदिवासी कथांचाही याठिकाणी परामर्श घेणे योग्य ठरेल असे मी मानतो.

र. वा. दिघे यांनी 'वादळ'[५] या कथेत जैता, सारंग व नागेश यांच्या प्रेमाचा त्रिकोण चित्रित करून जैता व सारंग व पती पत्नीच्या प्रेमातील निर्माण झालेले

वितुष्ट आणि शेवटी त्यांचे साहस दर्शवून सौंदर्यपूर्ण वर्णन प्रसंग वर्णन केले आहे. पण जैता व सारंगच्या चित्रणातून कोळी समाजाचा व्यवसाय, त्यांची जातपंचायत याचे चित्रण आलेले नाही. तर 'दर्यातील झुंज'[६] या कथेतही प्रेमाचा त्रिकोणच साकार केला आहे. ओवळ ही हरीचेनवर प्रेम करते तर श्रीमंत गुंड तांडेल ओवळवर प्रेम करतो. असा प्रेमातील संघर्ष दाखवून, तांडेलचा अंत दाखवला असून त्यासाठी नाट्यपूर्ण घटनांचे वर्णन केले आहे. पण गावीत व कोळ्यांचे भावजीवन, दर्यातील मासळीचा दुष्काळ यावर त्यांनी लक्ष केंद्रित करून प्रकाश टाकलेला नाही. अर्थातच दिघे यांनी साहसपूर्ण घटना, गुंतागुतं आणि उकल यातून कथेत रंजकता आणली आहे. त्यामुळे कोळ्यांचे भावपूर्ण जीवन ते रेखाटू शकलेले नाहीत.

श्री. म. माटे यांच्या 'बन्सीधरा! तू कुठेरे जाशील?'[७] या कथेत कातकऱ्याचे जीवन आणि त्यांच्या पाठीमागे असलेल्या पोलीसांचा ससेमिरा याचे चित्रण येते. मात्र ते बन्सीधर या हरवलेल्या मुलाच्या निमित्ताने येत असून कातकऱ्यांच्या भावजीवनावर प्रकाश टाकलेला दिसत नाही. मात्र 'भुकेली भुते'[८] या कथेत पोटासाठी रात्री रानावनात मध गोळा करणाऱ्या कातकऱ्यांचे दारिद्र्य, उपासमार आणि दैन्य याचे चित्रण केले आहे. 'केवळ वंजारी म्हणून!'[९] या कथेत लमाण जमातीविषयी समाजाचा दृष्टीकोन व त्यांच्यावर चोर म्हणून बसलेला शिक्का यामुळे त्यांच्या वाट्याला आलेले दैन्य, दुःख आणि दारिद्र्य याचे वर्णन आले आहे. म्हणजेच श्री. म. माटे यांनी या आदिवासी जमातीतील लोकांच्या हालअपेष्टा आणि त्यांची उपेक्षा याचे सहानुभूतीने चित्रण केले आहे.

शांताराम यांच्या 'बळी'[११] या कथेत गोंड जमातीच्या जीवनाच्या अनेकविध रंगछटा साकार न होता नागोगोंड व झिमा यांच्यातील उत्कट प्रेमाचे चित्रण आले आहे. 'रेलॉरेलॉ' या संग्रहात चंद्रपूर, गडचिरोली परिसरातील गोंड जमातीच्या जीवनाचे चित्रण करून त्यांचे शोषण व परवड यावर प्रकाश टाकला आहे.

वामन चोरघडे यांनी 'मातीची भांडी' [१२] या कथेत गोंड जमातीतील अनिष्ट रूढी-परंपरेवर आणि श्रद्धा समजुतीवर प्रकाश टाकला आहे. या कथेतील १५-१६ वर्षांच्या काशीला कलंकित समजून तिला जातीच्या रूढी परंपरेप्रमाणे शुद्ध करण्याचा विधी केला जातो. तो असा की, तिला पाण्यात विवस्त्र बुडविले जाते. टोचून बोलले जाते. झोपडीत बसवून झोपडी पेटविली जाते व नंतर बाहेर काढून तिच्या केसांची बट कापली जाते. असे क्रूरकृत्य व कारुण्य याचे चित्रण लेखकाने केले असून ते कितीतरी बोलके आहे.

मधु मंगेश कर्णिक यांच्या 'सराई'[१२] या कथेत खैराच्या काताचा धंदा

करणाऱ्या व शिकार करणाऱ्या कातकऱ्यांचे दु:ख, दारिद्र्य आणि उपासमारीचे चित्र रेखाटले असून ते कातकरी काम मिळत नाही म्हणून चोरीचा मार्ग कसे स्वीकारतात यावर लेखकाने प्रकाश टाकला आहे.

आबाजी नाना पेडणेकर यांच्या 'गाज',[१३] 'म्हावरा'[१४] आणि 'शेलूक'[१५] या कथांतून कोळ्यांचा मासेमारी व्यवसाय, त्यांचा मांसाहार, त्यांच्यातील श्रद्धा, समज व संकेत यांचे दर्शन घडविले आहे.

दे. शि. दुधलकर यांनी 'सूड'[१६] कथेत पाटलाचा खून करणाऱ्या गोंडाचे उग्र रूपदर्शन घडविले आहे. पाटलाने सखाराम गोंडाच्या तरुण पोरीचा हात धरल्यामुळे गोंड संतापतो आणि त्याच्या मालकाचा खून करतो. असा हा इभ्रतीला जपणारा व संतापलेला गोंड डोळ्यासमोर उभा राहतो.

बाबुराव बागूल यांच्या 'भूक'[१७] कथेत एका कोळिणीचे दारिद्र्य, दु:ख वा कारुण्य याचे चित्रण येते. घरात खायला काहीच नाही म्हणून ती मुलांना घेऊन नदीच्या पुरातले मासे पकडायला जाते. मात्र रात्री मुलांना दिलेली माशांची भाजी नसून ती एका सापाची होती आणि मुलं मरणार या विचारानेच ती धसका घेऊन मरते.

अनंतराव पाटील यांच्या 'रूपा'[१८] कथेत आदिवासी तरुणीचे वस्तू म्हणून पाहणारे व तिचे लैंगिक शोषण करणारे पांढरपेशे लोक याविषयीचे रंजक वर्णन आहे. तर 'भिलाटी'[१९] कथेत पाटलाच्या शेतात काम करणारे, चोरून दारू गाळणारे व भुरट्या चोऱ्या करणारे भिल्ल यांच्या स्वच्छंदी जीवनावर प्रकाश टाकला आहे.

असे हे १९४० ते १९८० च्या काळात मराठी ग्रामीण-दलित कथाकारांच्या कथांतून प्रासंगिक रूपाने आदिवासी समाजातील एखादी व्यक्ती, घटना, किंवा प्रसंग घेऊन त्याचे रंजक, भडक तर कधी नाट्यपूर्णरितीने रेखाटन केले आहे. शिवाय त्यामागे काही प्रमाणात करुणा किंवा सहानुभूती प्रकट केली आहे. मात्र आदिवासींच्या आदिम जीवनाचे चित्रण करण्याची प्रेरणा या कथाकारांच्या कथालेखनामागे नाही. म्हणून या काळात आदिवासींचे लोकजीवन आणि लोकसंस्कृती याची डूब असणारी कथा निर्माण होऊ शकलेली दिसत नाही. तसेच आदिवासी समाजात शैक्षणिक व सामाजिक जागृती होऊनही आदिवासी समाजातून आपली अनुभवाभिव्यक्ती प्रकट करणारा कोणीही कथाकार पुढे आलेला दिसत नाही. शिवाय १९७९ नंतर आदिवासी साहित्य संमेलने सुरू होऊनदेखील अशा कथाकारांची उणीव भासते आहे. मात्र फारच निराश न होता पंढरीनाथ तामोरे आणि जयवंत वैती हे दोन कथाकार नजरेसमोर आहेत.

पंढरीनाथ तामोरे यांचे 'वाल्या', 'हिरवा कातळ' आणि 'तांडेल' असे ३ कथासंग्रह प्रसिद्ध झाले असून त्यांच्या कथेला सामाजिक चळवळीचे व कार्याचे अंग आहे. त्यामुळे त्यांची कथा सामाजिक प्रबोधनाची धार घेऊनच प्रकट होते. 'तांडेल'[२०] या कथासंग्रहातील कथा पाहिल्या म्हणजे याची प्रचिती येते.

या संग्रहातील 'स्फूर्तिदाता' या कथेतून उत्कर्ष साधणाऱ्या ध्येयवादी तरुणाचे चित्रण येते. 'चंद्रा' कथेत कष्टकरी, जिद्दी, व मुलांना शिकवणारी स्त्री दिसते. 'कृतार्थ' कथा मत्स्यव्यवसाय प्रशिक्षण व चळवळ यावर प्रकाश टाकते. म्हणजे कोळी समाजातील तरुण उच्च व तांत्रिक शिक्षण घेऊन नोकरीच्या मागे न लागता पारंपरिक मासेमारीचा व्यवसाय आधुनिक तंत्रपद्धतीने करून प्रगती साधतात. असा हा एक बोध लेखकाने यातून प्रकट केला आहे. 'काळ आला होता पण' या कथेत कोळी लोकांच्या श्रद्धा व समजुती यावर प्रकाश टाकला आहे. 'भूमीपूजन' या कथेत आधुनिक सुधारणा व औद्योगीकरण यांचा मासेमारी व्यवसायावर होणाऱ्या परिणामांची सूचकता दर्शवली आहे. तर 'सागर जेव्हा खवळतो' या कथेत मच्छिमार समाजाचा संघर्ष साकार केला आहे.

अशाप्रकारे तामोरे यांच्या कथेतून सामाजिक आशय प्रकट होत असून त्यातील घटना, प्रसंग व पात्रे हे सामाजिक दृष्टीकोनातून साकार होतात. तामोरे हे ज्या समाजातून पुढे आले तो कोळी समाज अजूनही प्राथमिक पातळीवर जगताना दिसतो; परंतु अलिकडे ज्या काही सुधारणा या समाजात घडून आल्या आहेत किंवा घडून याव्यात या दृष्टीने व उदात्त हेतूने लेखकाने उत्कट स्वरूपाच्या कथा लिहिल्या आहेत. त्या आत्मनुभूतीतून साकार झाल्याने त्याला वास्तवतेचा सहजस्फूर्त स्पर्श झाला आहे. ठाणे, पनवेल, डहाणू ह्या ठिकाणच्या मच्छिमार, कोळी, आदिवासी लोकांचे स्वभाव, त्यांची संवेदनशीलता, त्यांची जिद्द व कष्टाळूपणा याचा अस्सल प्रत्यय आणून देण्यासाठी पात्रानुगामी बोलीभाषेचा सहज वापर केला आहे. त्यामुळे एका अनोख्या बोलीचा गोडवा वाचक मनाला जाणवतो.

याचबरोबर जयवंत वैती यांचा 'भांग-उधाण'[२१] हा स्वतंत्र असा आदिवासी कथासंग्रह म्हणून लक्षात राहण्यासारखा आहे. या संग्रहाला बाबुराव बागुल पुरस्कार मिळाले आहे. मुंबईला ७२ वे साहित्य संमेलन होते त्यावेळी जयवंत वैती त्या संमेलनाच्या गेटसमोरील फूटपाथवर स्वत:ची पुस्तके विकत होते. तेव्हा ते म्हणाले 'हे घ्या साहेब, या पुस्तकाला पुरस्कार मिळाला आहे. आपल्यासारख्यांसाठी आतमध्ये जागा नाही', असे हे वैती यांचे बोल आजच्या वाङ्मयीन क्षेत्रात आपले स्थान निर्माण करू पाहणाऱ्या आदिवासी लेखकांना आव्हानात्मक स्वरूपाचेच आहेत. आणि आजच्या वाङ्मयीन अभिरूची जोपासणाऱ्या वाचकांचीही दखल

घेणारे आहे. हे आव्हान वैती यांनी स्वीकारूनच वाङ्मयीन क्षेत्रात पाऊल टाकलेले दिसते. त्यांच्या 'भांग' या कथेतून मासेमारी करणाऱ्या कोळी लोकांचे सुख-दुःख साकार होते. 'होडी डुलते वाऱ्यावरी' या कथेत स्वयंचलित होडी घेऊ पाहणाऱ्या नाखवाची महत्त्वाकांक्षा प्रकट होते. 'चारा' या कथेत अगतिक, शोषित, आदिवासी स्त्रीचे चित्रण येते. 'सुटका' कथेत अज्ञान, अंधश्रद्धा, रुढी व परंपरेचे दर्शन घडते. 'लिलाव' कथा अनिष्ट प्रथेला बळी गेलेल्या आदिवासी तरुणींवर प्रकाश टाकते.

अशा प्रकारे वैती यांनी आपल्या कथेतून कोळी, आगरी, आदिवासी समाजातील लोकांच्या दैनंदिन जीवनातील सुख-दुःख आणि चढउतार रेखाटले आहेत. कुठलाही अभिनिवेश, आक्रोश किंवा सांकेतिक दृष्टीकोन न बाळगता त्यांनी आपली कथा सहजस्फूर्त शैलीतून सादर केली आहे. तसेच कथेची मांडणी व तंत्रपद्धत काहीशी लवचिक करून आलेला अनुभव साध्या-सरळ पध्दतीने व प्रभावी भाषेत मांडलेला आहे. अस्सल बोलीभाषेतून कथेतील पात्रे जिवंतपणे साकार करून आदिवासी बोलीचा वाचकांना परिचय घडवून आणला आहे.

शंकर सखाराम यांच्या 'हुटुटी'[२२] कथेत शिकार करणारे दारिद्री, भुकेले कातकरी व त्यांची धडपड दिसते. 'न्याहारी'[२३] कथेत स्वाभिमानी, कष्टाळू व कामाचा हावर असलेला कातकरी आणि पोरींची भूक भागविण्यासाठी, अन्न मिळविण्यास धडपडणारी त्याची बायको आणि तिची उत्कट अवस्था रेखाटली आहे. म्हणजेच कष्टाची कामे करूनही जगण्यासाठी धडपडणाऱ्या कातकऱ्यांचे दुःख यातून जाणवते. तर 'डुक्कर'[२४] कथेत कातकऱ्यांचे अज्ञान व अंधश्रद्धा याचे वर्णन येते. यामध्ये शिकारीसाठी मूल बळी देण्याची प्रथा तसेच भुताने झपाटल्याचा समज व त्याला शांत करण्यासाठी बोकडाचा मान देण्याची रुढी अशा गर्तेत अडकलेल्या व धडपडणाऱ्या कातकऱ्याची भीषण अवस्था मनाला जाणवते. तसेच 'मंज्री'[२५] या कथेत हंगामातील कामाची अनेकांकडून उचल घेणारे, त्यांना चुकवून रोखीच्या रोजंदारीवर जाणारे कातकरी आणि त्यांची होणारी कोंडी याचे चित्रण येते. 'खेप'[२८] ही कथा दैनंदिन जीवनव्यवहारात संघर्ष करणाऱ्या आगरी कोळी समाजातील माणसाच्या दुःख आणि दारिद्र्यावर प्रकाश टाकते. म्हणजेच शंकर सखाराम यांनी आदिवासी जमातीच्या जीवन जगण्याच्या शैलीचे बऱ्याच प्रमाणात आपल्या कथांतून प्रकटन केले आहे. त्यांना आदिवासी समाजात जाणवलेले अज्ञान, अंधश्रद्धा, दैन्य, दुःख व दारिद्र्य यांचे यथार्थ चित्रण त्यांनी आपल्या कथेतून केले आहे.

दादासाहेब मोरे यांच्या 'अजाण'[२७] कथेत पांढरपेशांच्या वासनेला बळी पडलेल्या आदिवासी तरुणींच्या लैंगिक अत्याचाराचे वर्णन केले आहे. सातपुड्याच्या पायथ्याशी राहणाऱ्या भिल्ल जमातीतील निरागस तरुणीवर सरकारी डॉक्टरकडून

कसा लैंगिक अत्याचार होतो याचे उत्कट चित्रण लेखकाने या कथेत केले आहे.

याचबरोबर पांढरपेशा समाजाची या तरुण स्त्रियांकडे पाहण्याची दृष्टी कशी आहे याचे समर्पक चित्र पंढरीनाथ कोळी यांनी आपल्या 'अपूर्ण चित्र'[३०] या कथेत रेखाटले आहे.

भिल्ल समाजातील तरुणीशी प्रेमविवाह करू पाहणाऱ्या तरुणाला त्याचा बाप विरोध करतो. तेव्हा तो तरुण म्हणतो, 'डॅडी, भिल्लाच्या हातची दारूही चालते. झिंगलेल्या वेळी थट्टामस्करीसाठी भिल्लीणही चालते, तर मग लग्नासाठी भिल्लाची मुलगी का चालू नये.' यातून सवर्ण आणि आदिवासी यांच्यातील जातीय विषमतेवर प्रकाश तर पडतोच, पण शरीरभोगासाठी किंवा विरंगुळ्यासाठी एखादी आदिवासी तरुणी चालते तेव्हा तिची जात महत्त्वाची नसते. आणि सून म्हणून स्वीकारण्याची वेळ आली तर तिची जात पाहिली जाते. अशी सवर्णांची परस्परविरोधी मानसिकता लेखकाने यातून प्रकट केली आहे. द. ता. भोसले यांच्या 'कमाई' [२९] कथेत ठाकर या आदिवासी लोकांच्या उपासमारीचा फायदा घेऊन त्यांच्याकडून चोरटी जंगलतोड करणारा सेठ व दरिद्री ठाकर याचे चित्रण येते.

अशाप्रकारे आदिवासी कथा वाङ्मयाची निर्मिती आदिवासी लेखकांपेक्षा आदिवासीतर लेखकांनी अधिक केल्याचे दिसून येते. पंढरीनाथ तामोरे आणि जयवंत वैती यांच्याबरोबर कोणी अदिवासी कथाकार पुढे आलेला दिसत नाही. तरीही उपरोक्त सर्वच कथाकारांनी आदिवासींच्या जीवनातील घटना, प्रसंग, व्यक्ती आणि प्रवृत्ती यांच्या अनुषंगाने कथालेखन केले असल्याने तो एक आदर्श आजच्या नवोदित कथाकारापुढे आहे हे मान्य करावे लागते. म्हणून या लेखकांनी आपले पारंपारिक व आधुनिक जीवन लक्षात घेऊन आपल्या समाजातील प्रश्न कथानुभवाच्या मुशीत बसविण्यास हरकत नाही कारण- 'आदिवासी समाजाच्या काही सामाजिक, सांस्कृतिक धारणा आहेत. त्यांचे जीवन त्यामुळेच रूढी आणि परंपरा, उत्सव आणि समारंभ, श्रद्धा आणि अंधश्रद्धा, निसर्गपूजा आणि पितृपूजा इ. भोवती केंद्रित झाले आहे.'[३०]

नाहीतरी स्वातंत्र्योत्तर काळात त्यांच्यात जागृती होऊन मानवी मूल्यांची जाणीवही त्यांना झाली आहे. तसेच विषमतेची जाणीव होऊन त्यांनी वेदना, विद्रोहाची मनोभूमिका स्वीकारली आहे. संघटना, चळवळी, साहित्य संमेलने व साहित्यिकांचे मेळावे यामुळे त्यांच्या जाणिवा अधिक व्यापक होत आहेत. आजही आदिवासी जमातींला अनेक समस्या व प्रश्नांना तोंड द्यावे लागत आहे. आजच्या भांडवलीकरण, जागतिककीरण, संगणकीकरण युगात आदिवासींचे स्थान कोठे आहे याचे चिंतन करून त्यांच्या विवंचनेचे प्रश्न कथेतून यायला हवेत. विशेषत:

आजही आदिवासी गावं आणि पाड्यांपर्यंत वीज, पाणी यांच्या सुविधा नाहीत, शाळा आणि दवाखाने असले तरी तेथे, दुर्गम भागात शिक्षक व डॉक्टर जायला तयार नाहीत. शहरापासून दूर असलेल्या आदिवासींना जंगलावरच आपली उपजिविका करावी लागत आहे. त्यांचा गायरान जंगल जमिनीचा प्रश्न सुटलेला नाही. शासनाच्या योजनाही काही गावांपर्यंत पोहचलेल्या नाहीत. शिवाय पुनर्वसन, कुपोषण, भूकबळी असे प्रश्न आदिवासी जीवनात अस्तित्वात आहेत. तेव्हा ह्या गोष्टी आजच्या कथाकारांच्या चिंतेच्या आणि चिंतनाच्या होऊन त्यांच्या अस्वस्थतेतूनच कथा प्रसवली तर मराठी वाङ्मयात उद्याचा उज्वल काळ हा आदिवासी कथाकारांचा होऊ शकतो.

संदर्भ :

१. आदिवासी बोलू लागला : ॲड: माधव मोरे, पृ. ८

२. आदिवासी साहित्य : स्वरूप आणि समीक्षा, डॉ. विनायक तुमराम, पृ.१

३. सातपुड्यातील आदिवासी : डॉ. सुदाम जाधव, पृ. २९

४. आदिवासी साहित्य: स्वरूप आणि समीक्षा, प्रा. विनायक तुमराम,पृ.२२०

५. वादळ : पूर्तता, र. वा. दिघे.

६. दर्यातील झुंज : पांडुरंग कांती, र.वा. दिघे.

७. बन्सीधरा!तू कुठी रे जाशील: उपेक्षितांचे अंतरंग, श्री. म. माटे.

८. भुकेली भुते : भावनांची मांडवी, श्री. म.माटे.

९. केवळ वंजारी म्हणून : भावनांची मांडवी,श्री. म. माटे.

१०. बळी : निवडक शांताराम, संपा. प्रा.विलास खोले.

११. मातीची भांडी : संपूर्ण चोरघडे, वामन चोरघडे

१२. सराई : तोरण, मधु मंगेश कर्णिक

१३. गाज : शेलूक, आबाजी नाना पेडणेकर

१४. म्हावरा : शेलूक, आबाजी नाना पेडणेकर

१५. शेलूक : शेलूक, आबाजी नाना पेडणेकर

१६. सूड : काळोख, दे. शि. दुधलकर

१७. भूक : मरण स्वस्त होत आहे: बाबुराव बागूल

१८. रूपा : पहाटस्वप्न, अनंतराव पाटील

१९. भिलाटी : झडीचे दिवस, अनंतराव पाटील

२०. तांडेल : पंढरीनाथ तामोरे

२१. भांगउधाण : जयवंत वैती

२२. हुटुटी : घुगाट, शंकर सखाराम

२३. न्याहारी : घुगाट, शंकर सखाराम
२४. डुक्कर : घुगाट, शंकर सखाराम
२५. मंज्री : घुगाट, शंकर सखाराम
२६. खेप : झोंज, शंकर सखाराम
२७. अजाण : विमुक्त, दादासाहेब मोरे
२८. अपूर्ण चित्र : अपूर्ण चित्र, पंढरीनाथ कोळी
२९. मनस्विनी : कमाई, द. ता भोसले.
३०. आदिवासी कला : डॉ. गोविंद गारे पृ. १०

❖❖❖

१८

बाल साहित्य

सूर्यनारायण रणसुभे

भारतीय भाषेतीलच नव्हे तर एकूणच विश्व साहित्य इतिहासाचा आपण ज्यावेळी वेध घेतो, तेव्हा असे लक्षात येते की, बालसाहित्याचा जन्म हा अगदी अलीकडचा म्हणजे दुसऱ्या महायुद्धानंतरचा आहे, गद्यसाहित्याच्या विविध वाङ्मय प्रकारचा इतिहास हा तसा काही फार जुना नाही. कविता आणि नाटक हे दोन वाङ्मय प्रकार जर सोडले तर इतरांचा इतिहास जास्तीत जास्त दोनशे वर्षांच्या मागे नेता येईल. पण त्या तुलनेने बालसाहित्याचा इतिहास मात्र पन्नास वर्षांच्या मागे नेता येणार नाही. याचा अर्थ असा नव्हे की, तत्पूर्वी मुलांच्या मनोरंजनासाठीचे प्रयत्नच होत नव्हते. जगभराच्या मंडळींना असे वाटायचे की, धर्मग्रंथातील कथा-कहाण्या बालवयात सांगण्याची खूप गरज आहे. बालवयात संस्कार करणे महत्त्वाचे आहे आणि यासाठी धर्मग्रंथ व त्या अनुषंगाने येत असलेल्या कथा याशिवाय दुसऱ्या कोणत्याच साधनाचा वापर होता कामा नये, असा जगभरच्या पालकांचा आग्रह होता. आपल्याकडे रामायण, महाभारत, १८ पुराणे, जातक कथा, पचतंत्राच्या, देवी-देवतांच्या कथा तर युरोपात बायबल आणि त्या अनुषंगाने येशु ख्रिस्ताच्या लहानपणीच्या कथा यांवर भर दिला जात होता. नाही म्हणायला सिंदबादच्या सफरी किंवा अलिबाबा चाळीस चोर या साहसकथा होत्या. धर्मग्रंथ आणि धर्म पुरुषांच्या कथांनी संस्काराची फार मोठी भूमिका पार पाडलेली आहे. केवळ आजच नव्हे तर मानवी संस्कृती जोपर्यंत शिल्लक राहील तोपर्यंत या कथांचे महत्त्व आहे. आणि बालवयावर संस्कार करण्याचे सामर्थ्य या कथांतून आहे. पण एवढ्यावरच आपण समाधान मानणार आहोत काय असा प्रश्न अनेक संवेदनक्षम मंडळींना पडलेला असावा. विशेषत: ज्यावेळी तरुण आणि प्रौढांच्यासाठी विविध प्रकारचे वाङ्मयप्रकार जन्म घेत होते, रुढ होत होते त्यावेळी बालवाङ्मयाबद्दलची नवीन जाण निर्माण होणे स्वाभाविक होते. दुसऱ्या महायुद्धानंतर जीवनाचे संदर्भच बदलून जातात.

जीवनाची मांडणीच नवीन पद्धतीने सुरू होते, जीवनाच्या विविध अवस्थांचा अभ्यास सुरू होतो. वैद्यकीय अभ्यासक्रमात विशेषीकरणाची पद्धत सुरू होते. याच काळात बालमानसशास्त्राचा झपाट्याने विकास होऊ लागतो. या शाखेच्या अभ्यासातून जे निष्कर्ष मिळू लागतात. त्यावरुन या वयातील मुलांच्या भावनिक गरजांची जाणीव नव्याने होऊ लागते. बालसाहित्याच्या उद्‌गम विकासाच्या मुळात बालमानसशास्त्राचा विकास कारणीभूत आहे हे विसरुन चालणार नाही.

याच काळात शिक्षणशास्त्रात नवनवीन प्रयोग सुरू झालेले आहेत. काही संवेदनक्षम शिक्षकांना लहान मुलांच्या भावनिक आणि बौद्धिक गरजांची जाणीव तीव्रतेने होते. अभ्यासक्रमातून त्यांच्या या गरजांची पूर्तता करता येत नाही म्हणून इतर साधनांचा शोध घेण्याचा प्रयत्न सुरू होतो. बालमानसशास्त्र आणि शिक्षणशास्त्र यांच्यांत याच वेळी संवाद सुरू झालेला आहे. शिक्षण म्हणजे नीरस उपदेश किंवा चौकटीत बंद असलेल्या अभ्यासक्रमाची पूर्तता इथपर्यंत मर्यादित असू नये, अभ्यासक्रमाशिवाय इतर वाचनाची गरज आहे हे यावेळी जाणवू लागले.

१९१७ ला रशियन क्रांती झाल्यानंतर १९३०-३५ पासून तत्कालीन रशियन सरकारने वृद्ध आणि मुलांच्यासाठी अनेक कल्याणकारी योजना कार्यन्वित करायला सुरुवात केली. साम्यवाद हा धर्मास खूपच गौण स्थान देत असल्यामुळे, धर्माचे संस्कार अगदी लहानपणापासून केले जात असल्यामुळे नंतरच्या काळात या धर्मसंस्कारातून अनेक असामाजिक गोष्टींची सुरुवात होते, माणसे निष्क्रिय व दैववादी होत असतात असा समज तत्कालीन रशियन राज्यकर्त्यांचा होता. बालकांना जर धार्मिक साहित्य वाचू द्यायचे नाही, तर मग पर्यायी सोय तर करावी लागेल. आणि त्यातूनच रशियन बालसाहित्याची सुरुवात ही रशियन भाषेतून होते. बालमनास आकर्षित करुन घेण्यासाठी सुंदर, सुरेख अप्रतिम बालसाहित्याच्या निर्मितीची सुरुवात रशियन भाषेत झालेली आहे. बालसाहित्याची ती जन्मभूमी आहे. त्यानंतरच्या काळात अमेरिकेने या क्षेत्रात खूप मोठा पल्ला गाठलेला आहे.

दुसऱ्या महायुद्धानंतर जगभराच्या शिक्षणक्षेत्रात क्रांती झाल्याचे दिसून येते. क्रांती या अर्थाने की, समाजातील आजपर्यंतच्या उपेक्षित गटापर्यंत शिक्षणाच्या प्रचार-प्रसारासाठी प्रयत्न सुरू होता. त्यामुळे शिक्षण घेणाऱ्या बालकांची संख्या खूप मोठ्या वेगाने वाढू लागली. त्या प्रमाणात त्यांच्या वाचनाची भूकदेखील वाढू लागली. आणि त्यातून काही मोजक्या मंडळींपर्यंत मर्यादित असलेले बालसाहित्याचे दालन सर्वांसाठी खुले झाले. लक्षावधी बालवाचकांची भर पडू लागली आणि यातून नवनवीन लेखक पुढे येऊ लागले. मागणी वाढली की उत्पादन वाढते हे सूत्र याही ठिकाणी काही प्रमाणात लागू पडते.

दुसऱ्या महायुद्धानंतर वृत्तपत्र व नियतकालिकांच्या दुनियेत झपाट्याने बदल होऊ लागला. भविष्याच्या असुरक्षिततेच्या जाणिवेतून जग जवळ येऊ लागले. आपापल्या बेटात सुरक्षितपणे जीवन जगणाऱ्यांना इतरांबद्दल जाणून घेण्याची उत्सुकता वाढू लागली. माहिती देण्याची जबाबदारी वृत्तपत्रांची, नियतकालिकांची ह्यांची मागणी वाढू लागली. ही माध्यमे मोठ्यांसाठीची, पण हळूहळू या मंडळीच्या लक्षात येऊ लागले की, प्रत्येक घरातून लहान मुले आहेत आणि या वाचंकाची देखील भूक आहे. त्यामुळे आठवड्यातून एकदा का होईना बालकांच्यासाठी सदर सुरू करण्यात आले. त्याला प्रचंड असा प्रतिसाद मिळत गेला. यातून नवीन लेखक पुढे सरसावले. नियतकालिकातून देखील सदर सुरू झाले आणि काही नियतकालिके ही केवळ मुलांच्यासाठी सुरू झाली. यातून बालसाहित्याचे दालन समृद्ध होत गेले. वृत्तपत्रे, नियतकालिके, स्वंतत्र अशी पुस्तके असा त्यांचा व्याप वाढत गेला. १९३० पासून अमेरिकेत बालग्रंथालयाची चळवळ सुरू होते. दुसऱ्या महायुद्धानंतर रशिया, युरोप व अमेरिकेत बालसाहित्याचा स्फोट होतो.

आज जे बालसाहित्य भारतात लिहिले, वाचले व प्रकाशित केले जाते त्याच्या जन्माच्या मुळात युरोपातील बालसाहित्याची चळवळ कारणीभूत आहे हे विसरता कामा नये. याचा अर्थ आपल्याकडे बालसाहित्याची परंपराच नव्हती असा होत नाही. बालसाहित्याबद्दल जगभरच्या ज्या कल्पना रुढ होत्या, त्या आपल्याकडेही होत्या. धार्मिक कथा, लोककथा, पुराणकथांची कधीच कमतरता नव्हती. पण मुद्रित स्वरुपात बालसाहित्य ही कल्पना आपल्याकडे दुसऱ्या महायुद्धानंतरच विकसित झालेली आहे. त्याच्याही थोडेसे मागे आपल्याला जाता येईल. भारतीय भाषेतील बालसाहित्याची सुरूवात बंगाली भाषेपासून, म्हणजे श्री. रवींद्रनाथ ठाकुरांपासून होते. श्री. ठाकुर हे भारतीय बालसाहित्याचे जनक आहेत. बंगालीत बालसाहित्य अनेक अंगांनी फुलले. त्या तुलनने हिंदी, मराठी किंवा इतर भारतीय भाषांतून ते फुलू शकले नाही ही वस्तुस्थिती आहे. बालसाहित्याच्या क्षेत्रात भारतीय भाषा आजही मागासलेल्या आहेत हे मान्य करण्यावाचून दुसरा पर्याय नाही.

बालसाहित्याचा संक्षिप्त इतिहास तपासल्यानंतर त्याच्या स्वरुपासंबंधीचे विवेचन करण्याचा आता प्रयत्न राहील. जी स्थिती बालसाहित्याच्या निर्मितीची आहे. तशीच किंवा त्याहीपेक्षा वाईट स्थिती या साहित्याच्या सैद्धांतिक अभ्यासाची आहे. बालसाहित्य स्वरुप आणि संकल्पनेवर स्वंतत्र असे मराठीतून एकही पुस्तक नाही. काही विद्यापीठातून यासंबंधी संशोधन झाल्याचे ऐकण्यात आले. पण हे संशोधन आज तरी सहजासहजी उपलब्ध नाही. काही नियतकालिकातून या विषयावर अभ्यासपूर्ण लेख छापून आलेले असावेत. पण ते शोधून काढणे खूपच अवघड

आहे. हिंदीतील स्थितीदेखील फारशी समाधानाची नसली तरी मराठीएवढी वाईट नाही, बालसाहित्यावर तेथे किमान दोन ग्रंथ प्रकाशित झालेले आहेत. इंग्रजीतून या विषयावर भरपूर लिहिले व प्रकाशित झालेले आहे. पण ते भारतात सहजासहजी उपलब्ध नाही. अशा अवस्थेत बालसाहित्याच्या स्वंतत्र अशा समीक्षेचे दालन आपल्याकडे अजून उघडले गेलेले नाही. याच्या मुळात या साहित्याकडे फारसे गांभीर्याने पाहिले जात नाही ही वस्तुस्थिती आहे. लेखक आणि समीक्षकांनी या दालनाची उपेक्षा केलेली आहे. साहित्यसमीक्षेचा प्रांत हा त्या विशिष्ट साहित्याच्या अध्यापनातून तयार होत असतो. अध्यापनातून साहित्य संस्कार होतात व या संस्कारामुळे रसिक वाचकांची संख्या वाढत जाते. या साहित्याचे अध्यापन नाही म्हणून समीक्षा नाही आणि समीक्षा नाही म्हणून संस्कार नाहीत आणि संस्कार नाहीत म्हणून सकस बालसाहित्याची निर्मिती नाही असे हे दुष्टचक्र आहे. याचा अर्थ ज्या भाषेत या साहित्याचा गांभीर्याने अभ्यास झालेला आहे तेथे हे साहित्य अभ्यासक्रमातून शिकवले जाते असाही अर्थ कोणी काढू नये. यावर विस्ताराने आणि सूक्ष्मपणे विचार झालेला आहे आणि होत आहे आणि या संस्कारक्षम साहित्यामुळे पिढीच्या पिढी घडत असते म्हणून याकडे गांभीर्याने पाहिले पाहिजे असे तेथील मंडळींना अलीकडे वाटू लागलेले आहे. समीक्षक जर ही जबाबदारी पार पाडत नसेल तर शासन, शैक्षणिक संस्था आणि पालक या तिघांवर या संबंधीची जबाबदारी येते.

आपल्याकडे शिक्षणाच्या प्रचार-प्रसारासाठी केंद्र आणि राज्य सरकारे दरवर्षी कोट्यावधी रुपये खर्च करीत असतात. शिक्षणाचा अर्थ या मंडळींनी केवळ साक्षरता या अर्थानेच घेतला आहे. शिक्षणातून मूल्यांचे संक्रमण होत असते, ही प्रक्रिया वेगाने होत असते त्यामुळे जबाबदार नागरिक जर निर्माण करायचे असतील, समता, बंधुता, मैत्री आणि धर्मनिरपेक्षतेचे विचार जर बिंबवावयाचे असतील तर त्याची सुरुवात प्राथमिक शिक्षणाच्या पाठ्यक्रमातून आणि त्याहीपेक्षा बालसाहित्यातून करावयास हवी ही दृष्टी येथे आजही विकसित होऊ शकलेली नाही, याचा अर्थ बालसाहित्य हे केवळ माध्यम म्हणून पाहिले जावे काय असा प्रश्न निर्माण केला जाऊ शकतो. निखळ आनंद, मनोरंजन आणि त्याच वेळी काही किमान मूल्यांचे संस्कार ही बालसाहित्याची व्यवच्छेदक लक्षणे असायला हवीत. राज्य आणि केंद्र शासनाने याकडे एक जबाबदारी म्हणून पाहिलेले नाही. केंद्र शासनाच्या अखत्यारित "चिल्ड्रन्स बुक सोसायटी" नावाची संस्था कार्यरत आहे. "नॅशनल बुक ट्रस्ट" देखील बालसाहित्य प्रकाशित करते. पण सोसायटीची बहुतेक पुस्तके इंग्रजीतून असतात. जी भारतीय भाषातून येतात ती खूपच महागडी असतात. एन.बी.टी. ची

पुस्तके सुरेख जरी असली तरी ती तालुका-जिल्हा पातळीवर उपलब्ध नसतात. एन.बी. टी. दरवर्षी बालसाहित्याची स्पर्धा जाहीर करते. एवढ्या प्रचंड मोठ्या देशातील कोट्यवधी मुलांपर्यंत पोहोचण्याची यंत्रणाच ट्रस्टकडे नाही. त्यामुळे मोठ्या शहरापर्यंतच ही सर्व प्रकाशने मर्यादित राहतात.

पालकांच्याबद्दल फारसे बोलण्यासारखे नाही, कारण किमान ६५% पालक हे अशिक्षित व गरीब आहेत. जेथे पाठ्यपुस्तके घेण्याची वानवा तेथे इतर पुस्तके विकत घेणे त्यांना परवडत नाही. ज्यांना परवडते, त्यांना आपल्या पाल्यांनी इतर पुस्तके वाचण्याची गरज आहे हे पटत नाही. सुखवस्तु, समृद्ध समाज हा आपल्या मुलांच्या सर्वांगीण विकासाबद्दल फारशी चिंता करीत नाही. परीक्षेत त्यांनी अधिकाधिक गुण मिळवावे एवढीच त्यांची अपेक्षा असते. हे फक्त आपल्या देशातील पालकांचे सत्य नसून, ब्रिटीश पालकांबद्दल देखील हीच ओरड आहे. फ्रँक आयर हा ब्रिटीश संपादक आपल्या एका ग्रंथात (ब्रिटीश चिल्ड्रन्स बुक्स इन ट्‌वेंटिथ सेंचरी पृ. क्र. १५९) म्हणतो, "त्यांना (पालकांना) असे वाटते की, आम्ही आपल्या पाल्यांना उत्तम, दर्जेदार, महागड्या शाळेत प्रवेश दिलेला आहे, अभ्यासासाठी स्वतंत्र अशी खोली दिलेली आहे, भरपूर आणि उत्तम प्रतीचे जेवण आम्ही त्यांना देतो, त्यांच्या विकासासाठी हे भरपूर आहे." पालकांच्या या प्रतिक्रियेत पाठ्यक्रमेतर पुस्तकांचा ओझरतादेखील उल्लेख नाही. जगभरच्या पालकांची जवळपास अशीच स्थिती आहे. बहुतेक पालकांना अभ्यासक्रमाशिवाय इतर काही वाचल्याचे आवडत नाही. फक्त सुट्ट्यांतच इतर वाचन करावे अशी अपेक्षा असते. व्यक्तिमत्त्वाच्या विकासात बालसाहित्य किती महत्त्वाची भूमिका पार पाडत असते हे अजून भल्याभल्यांना उमगलेले नाही.

आपल्याकडील शैक्षणिक संस्थांनी देखील बालकात इतर वाचनाची गोडी लावण्याचा प्रयत्न केलेला नाही. भारतातील जवळपास सर्व प्राथमिक महाविद्यालयात ग्रंथालये नसतात. चौथीपर्यंत अभ्यासक्रमाशिवाय त्याने इतर वाचावे यासाठी कसलीच सोय संस्था उपलब्ध करुन देत नाहीत. यासाठी शासन अनुदान देत नाही अशी त्यांची तक्रार. माध्यमिक विभागात ग्रंथालये असणे नियमानुसार आवश्यक आहे. पण बहुतेक माध्यमिक विभागात ग्रंथालये नसतात. आणि असली तरी तेथे अभ्यासक्रमातील पुस्तके ठेवली जातात. इतर पुस्तके असली तर ती विद्यार्थ्यांपर्यंत पोहोचावीत असा प्रयत्न नसतो. अलीकडच्या काळात सार्वजनिक ग्रंथालये उभी ठाकत आहेत. पण त्यातून बालसाहित्याच्या दालनाची उपेक्षा होत असते. पालक आणि शिक्षक अशा ग्रंथालयात जाण्यासाठी मुलांना प्रवृत्त करीत नाहीत. ग्रंथालये नाहीत म्हणून ग्राहक नाहीत, ग्राहक नाहीत म्हणून प्रकाशनसंस्था नाहीत, प्रकाशनसंस्था

नाहीत म्हणून लेखक नाहीत असे हे दुष्टचक्र आहे. एका विशिष्ट वयात वाचनाचे संस्कार विकसित करावे लागतात. असे संस्कार जर घडू शकले नाहीत, तर पुढील काळात हा मुलगा ज्यावेळी पालक बनतो त्यावेळी तो असे संस्कार आपल्या मुलांत निर्माण करण्याचा प्रयत्न करीत नाही. आणि त्यामुळे पिढ्यान्‌पिढ्या या संस्काराची उपेक्षा होत असते. विविध प्रकारच्या वाचनातून भावनिक विकास होत असतो, मनाच्या विविध कोपऱ्यात बंदिस्त भाव-भावनांचा निचरा होत असतो, परिसर आणि माणसाबद्दलची जाण अधिक रुंदावत असते. अगदी संक्षेपाने सांगायचे म्हणजे बालकातील संवेदनक्षम मन अधिक प्रगल्भ होत असते. विशेषत: संयुक्त कुटुंबव्यवस्था संपुष्टात आल्यापासून तर बालसाहित्याची कधी नव्हती एवढी गरज आज निर्माण झालेली आहे. संयुक्त कुटुंबातून लहान मुलांना एकटेपणाची जाणीव होत नव्हती. त्यांच्या भाव-भावनांचा निचरा सहजपणे होत होता. पण आज विभक्त कुटुंबातून वाढणाऱ्या मुलांच्या भावनिक गरजा पूर्ण होत नाहीत. त्यांची संवेदनक्षम मने हळूहळू बोथट होऊ लागतात आणि त्यामुळेच या वयातील पोकळी भरुन काढण्याची फार मोठी ताकद बालसाहित्यात आहे. बालसाहित्याचा जगभरचा इतिहास पाहिल्यास हे लक्षात येईल की, संयुक्त कुटंबव्यवस्था ढासळू लागल्यापासून या साहित्याची निर्मिती होऊ लागलेली आहे. विभक्त कुटुंबव्यवस्था, महानगरीय संस्कृती, भांडवली व्यवस्था, अर्थमूल्यास सर्वश्रेष्ठ समजणारी जीवनपद्धती यांमुळे आज लहान मुलांच्या भावनिक विकासाकडे फारसे लक्ष दिले जात नाही. शासन, शिक्षणसंस्था व पालक हे तिन्ही घटक जर या बाबतीत उदासीन राहिले तर मग एकाकीपणाचे ओझे घेऊन जगणारी पिढी वेगाने वाढू लागेल. अशावेळी त्यांच्या संवेदनाचे क्षितिज रुंदावण्यासाठी म्हणून बालसाहित्याच्या प्रचार-प्रसाराचा आग्रह धरला पाहिजे.

आनंद आणि मनोरंजनाचे ध्येय घेऊनच बालसाहित्याची निर्मिती व्हावयास हवी. यासाठी त्या त्या वयोगटातल्या बालकांच्या आनंद आणि मनोरंजनाच्या स्वरुपाविषयीची स्पष्ट जाणीव लेखकास असावी लागते हे ओघाने आलेच. निखळ आनंद आणि निखळ मनोरंजनाचे स्वरुप वयोगटाप्रमाणे बदलत असते. यात कल्पनेचे विश्व सर्वाधिक असणार हे उघड आहे. कल्पनेच्या या मुक्त विश्वात साहस, यश- अपयश, विविध आव्हाने देखील असणार. कठोर विज्ञानदृष्टी येथे जरी नसली, तरी पुढील काळात या कल्पना अंधश्रद्धा म्हणून उभ्या राहू नयेत अशी तसदीदेखील घ्यावी लागते. अगदी उघडपणे कसलाच उपदेश या साहित्यातून जरी दिला नसला, इतर कोणत्याही गोष्टीचा प्रचार जरी केला जात नसला (आणि तो दिला किंवा केला जाऊ नये) तरी बालसाहित्याचे आतले पदर मात्र संस्काराशी

निगडित असावे लागतात. अप्रत्यक्षपणे बालसाहित्य हे सभ्यतेचे (कल्चर) संस्कार करत असते. किंबहुना ही त्यावर टाकलेली एक जबाबदारीच असते. हे साहित्य संस्कृतीचा प्रचार करणारे नसते, तर सभ्यतेशी संबंधित असते. कारण या वयात इतर व्यक्तींशी,प्राण्यांशी, निसर्गाशी, परिसराशी बालकांचा संबंध येत असतो. आपल्या अवतीभोवतीच्या घटकांशी आपण कसे वागावे हे हळुवारपणे, अप्रत्यक्षपणे सांगण्याची गरज असते. सहा ते बारा वयोगटातील बालसाहित्याचे स्वरुप हे त्यामुळेच सभ्यतेच्या मूल्याशी संबंधित असते. बारा ते सोळा वयोगटातील साहित्य हे मिश्र स्वरुपाचे असते. म्हणजे सभ्यतेकडून ते हळूहळू संस्कृतिमूल्यांकडे वळू लागते. त्यानंतरच्या साहित्यातून विचारांना, तरल व सूक्ष्म भावभावनांना महत्त्व दिले जाते. सहा ते सोळा वर्षांपर्यंतच्या साहित्याचा समावेश बालसाहित्यात केला जातो. या काळात इतिहासाशी निगडित जे काही लिहिले जाते, त्याच्या स्वरुपाविषयी प्रचंड अशी बेजबाबदारी लेखक आणि पालकात दिसून येते. आपल्याकडील पाठ्यपुस्तकातूनदेखील इतिहासाची अपेक्षित अशी मांडणी केली जात नाही. हे वय खूपच संवेदनक्षम असते. त्यामुळे एखाद्या धर्माबद्दल, तो धर्म बाळगण्याबद्दल, धर्मपुरुषाबद्दल, राज्यकर्त्याबद्दल जर काही विकृत, चुकीचे किंवा अनैतिहासिक मांडले गेले तर या कोवळ्या वयात द्वेष व तिरस्काराचे संस्कार होऊ शकतात आणि एकदा या वयात असे संस्कार झाले की मग मात्र त्यांना काढून टाकणे मोठ्या जिकिरीचे काम असते. द्वेष आणि तिरस्काराचे हे किटाणू फक्त संबंधितांपर्यंतच मर्यादित राहात नाहीत तर पिढ्यान्‌पिढ्या त्यात संक्रमण होत जाते आणि म्हणून बालसाहित्यातून इतिहास कसा डोकावतो याकडे बारकाईने लक्ष ठेवण्याची जबाबदारी शासन, पालक आणि लेखकाची असते. मुख्यत्वे ती लेखकाचीच असते.

बालकांना ''काय आवडते?'' आणि त्यांना ''काय आवडायला पाहिजे'' हे दोन परस्परविरोधी असे प्रश्न आहेत. बालसाहित्याचे बहुतेक लेखक या प्रश्नाबाबत फारसा विचार करीत नाहीत. तर आपण जे लिहितो ते त्यांना आवडायला पाहिजे असा त्यांचा एकतर्फी आग्रह असतो. उलट्या दिशेने विचार केल्यास हे स्पष्ट होईल की, बहुतेक लेखक हे आपली आवड मुलांवर थोपवत असतात. आपल्या आवडीचे साहित्य उपलब्ध होत नाही म्हणून मुले जे उपलब्ध आहे तेच वाचू लागतात आणि आपण जे लिहितो, ते मुले वाचतात म्हणजे त्यांना ते आवडते असा सोयीस्कर अर्थ काढून लेखक याच प्रकारचे साहित्य लिहू लागतात. या सर्व प्रक्रियेत बालकांना काय आवडते या प्रश्नाबाबत विचार करणेच सोडून दिले जाते.

वयोगटाप्रमाणे बालकांच्या आवडी भिन्न असतात, अथवा वाढत्या वयाप्रमाणे त्यांच्या आवडीदेखील बदलत जातात. या आवडी एक लेखक म्हणून कशा काय

समजावून घेता येईल हा पहिला प्रश्न. साहित्याच्या इतर प्रांतात लेखक खूप म्हणजे खूपच स्वतंत्र असतो. अनुभवांना सामोरे जाणे आणि तीव्र अशा अनुभवांना समर्थ भाषेत व्यक्त करणे एवढेच आव्हान त्याच्यासमोर असते. वाचकांना ते आवडेल, रुचेल, न रुचेल हा प्रश्न तेथे अप्रस्तुत आहे. उलट वाचकांच्या आवडीनुसार लिहिणे तेथे लेखकीय जबाबदारीशी प्रतारणा करणे असा होतो. वाचकांची आवड बदलत जाणे, त्यांना स्वत:सोबत घेऊन जाणे हेच तेथे लेखनाचे सामर्थ्य समजले जाते. पण बालसाहित्याच्या लेखनाचा प्रवास हा उलट्या बाजूचा असतो. म्हणजे आपल्या वाचकाला जे आवडेल, रुचेल त्याप्रमाणेच लिहायचे. वाचकाच्या पातळीवर जाऊनच शब्द शोधायचे. या अर्थाने बालसाहित्याचा लेखक हा इतर लेखकांप्रमाणे स्वतंत्र नसतो. बालमनाचा अंकुश त्याच्यावर असतो. किंबहुना असा अंकुश त्याच्यावर असावाच लागतो. म्हणजे ललितलेखनात लेखक हा आपल्या वाचकांना आपल्यापर्यंत येण्याचा आग्रह धरत असतो तर बालसाहित्याचा वाचक हा लेखकाला आपल्या पातळीवर येण्यासाठी खुणावत असतो. ललित लेखकाचा वाचक हा लेखकाच्या पातळीवरच जर आला नाही, तरी त्याचे फारसे बिघडत नसते. कारण अनुभूतीच्या प्रचंड अशा ताण-तणावातून मोकळा होत असतानाच त्या लेखकाला आपल्या लेखनाच्या सार्थकतेची जाणीव होत असते. तेथे लेखन म्हणजे स्वत:सोबत केले गेलेले अघोषित युद्ध असते. त्यामुळे त्या लेखनाचे स्वरुप वेगळे असते. पण बालसाहित्याच्या निर्मितीमागच्या प्रेरणा या खूपच भिन्न असतात. म्हणजे कल्पनेचे एक वेगळे विश्व उभे करायचे, त्यात वय, विचारसरणी सर्व काही विसरुन मुक्तपणे मूल होऊन बागडायचे. हे तसे सोपे नसते. कारण आपण आहोत त्यापेक्षा अधिक उंचीवर जाणे परिश्रमाने शक्य होऊ शकते, पण आपण आहोत त्यापेक्षा अधिक "लहान होणे" तसे खूप अवघड असते. येथे "लहान होणे" म्हणजे बालमनास धारण करणे असा अर्थ आहे. आणि बालमन धारण करणे म्हणजे निष्पाप होणे, भाबडे होणे, डोळ्यातील वाघाची दृष्टी फेकून देऊन हरणाची दृष्टी धारण करणे, जात, धर्म, वंश, लिंग सर्व- सर्व काही विसरुन निसर्गाशी एकरुप होणे असा होतो. निसर्गाशी एकरूप होणे म्हणजे झाडाशी, पक्ष्यांशी, आकाशाशी, मातीशी, रोपांशी, पाण्याशी सजीव- निर्जीवाशी संवाद साधणे असा होतो. आजपर्यंतच्या आयुष्यात झालेल्या सर्व-सर्व संस्कारांना पुसून टाकून निखळ निसर्गाशी अद्वैत साधण्याइतके सामर्थ्य स्वत:त आणणे हे येऱ्या गबाळ्याचे काम नाही. आणि म्हणूनच बालसाहित्याचे लेखन हे जगभराच्या लेखकांना प्रचंड आव्हान म्हणून उभे राहिलेले आहे. एका पातळीवर निसर्गाशी अद्वैत साधण्याची ही प्रक्रिया आहे तर दुसऱ्या पातळीवर स्वप्नांचे, कल्पनांचे, आकांक्षांचे, साहसाचे एक आगळ- वेगळे

विश्व साकार करण्याची प्रक्रियादेखील यात आहे. कल्पनेचे साम्राज्य ललित लेखनात देखील असते. पण तेथे "कल्पना" भावभावनांचा हल्लकल्लोळ किंवा एखादा विचार पोहोचवण्याचे एक माध्यम म्हणून येत असते. तर बालसाहित्यातील कल्पनेचे विश्व हे पूर्णपणे स्वायत्त, स्वतंत्र व स्वत:चे असे वेगळे अस्तित्व घेऊन अवतरत असते. या कल्पनेला वास्तवतेचा कसलाच आधार नसतो. तो नसावादेखील. कल्पनेचे हे विश्व आकर्षक असावे लागते.

ललित साहित्य आणि बालसाहित्याच्या या संक्षिप्त अशा तौलनिक अभ्यासातून हे स्पष्ट होते की, बालसाहित्य हे प्रयत्नपूर्वक, जाणीपूर्वक व अनेक गोष्टीचे भान ठेवून लिहिले जाणारे साहित्य आहे. अनुभूतीच्या ताण-तणावातून हे साहित्य जन्म घेत नसते. जाणीवपूर्वक लिहिल्या जाणाऱ्या या लेखनप्रकारास त्यामुळे आपली उद्दिष्टे स्पष्ट करावी लागतात. किंबहुना अशी उद्दिष्टे समोर ठेवूनच लिहावे लागते. आणि म्हणूनच या साहित्याच्या मूल्यमापनाच्या दिशादेखील स्पष्ट केल्या जाऊ शकतात. "आनंद" आणि "निखळ मनोरंजन" ही या साहित्याची दोन महत्त्वाची वैशिष्ट्ये आहेत. त्यांपैकी "आनंद" हे सर्वच साहित्यकृतीचे किंबहुना सर्वच कलांचे उद्दिष्टे आणि वैशिष्ट्ये आहे. या निखळ मनोरंजनाच्या स्वरुपाबद्दल विस्ताराने चर्चा होऊ शकते. तरुण किंवा प्रौढांच्या मनोरंजनाचे स्वरुप वेगळे असते आणि बालकांच्या मनोरंजनाचे स्वरुप वेगळे असते. या मनोरंजनात स्त्री-पुरुष, सजीव-निर्जिव हे सगळे भेद येथे गळून पडतात. या मनोरंजनात भाषेचे सूक्ष्म सौंदर्य नसते, लक्षणाव्यंजनेचा खेळ नसतो. तर येथे अभिधा आणि अनुप्रासाच्या माध्यमाने भाव-भावनांचा खेळ असतो, रुसवा-फुगवा असतो. निसर्गातील सर्व प्राणी आणि वनस्पती या खेळात भाग घेत असतात. अर्थात् हे झाले चार ते दहा वर्षांपर्यंतच्या साहित्याबद्दल.

नंतरच्या काळातील मनोरंजनाची पातळी बदलते. विविध वस्तु, निसर्ग चमत्कार, व्यक्ती, इतिहास इत्यादींबद्दलची प्रचंड अशी जिज्ञासा या वयात असते. ही जिज्ञासा वाढवत जाणे आणि त्याची मनोरंजन किंवा शास्त्रीय उत्तरे देत जाणे हे नंतरच्या वयोगटातील साहित्याचे वैशिष्ट्य असते. शास्त्रीय उत्तरे देताना ती नीरस होऊ न देता अधिक मनोरंजकपणे कशी दिली जाऊ शकतात याचे भान देखील ठेवावे लागते. हे वय जिज्ञासू, संवेदनक्षम आणि जबरदस्त अशा ग्रहणशक्तीने युक्त असे असते. त्यामुळेच या तीनही बाबींची पूर्तता या साहित्यातून होणे गरजेचे असते. कुठल्याही वयोगटातील साहित्य असेना, बालसाहित्यिकाला जे काही लिहायचे असते ते अगदी ठरवून, बेतून व्यवस्थित आखणी करुनच लिहावे लागते. आणि त्यामुळेच ललित साहित्यिकाच्या तुलनने बालसाहित्यिकांवर खूपच बंधने असतात. बालवाचकाचे मन विसरुन क्षणभरदेखील त्याला पुढे जाता येत नाही.

आपल्या बाल वाचकांची सततची जाणीव ठेवल्याशिवाय तो त्याच्यापर्यंत पोहोचूच शकत नाही. केवळ जाणीव ठेवूनच चालणार नाही, तर त्या त्या वयोगटातील वाचकांच्या शब्द सामर्थ्याची, कल्पनाशक्तीची, जिज्ञासू मनाची, आकलन शक्तीची, आजपर्यंतच्या त्यांच्या माहितीची (स्मृतीची), त्यांच्या सांस्कृतिक आणि कौटुंबिक परिस्थितीची, त्यांच्या अवतीभोवती पसरलेल्या निसर्गाची या व इतर सर्व घटकांची पूर्ण माहिती हा वाङ्मयप्रकार हाताळू इच्छिणाऱ्यांकडे हवी असते. केवळ एवढ्यावरच भागत नसते तर तत्कालीन समाजव्यवस्थेच्या ताण-तणावांचे भानदेखील ठेवावे लागते. ते यासाठी की या बालमनांवर कोणत्या संस्कारांची गरज आहे, उज्ज्वल भवितव्यासाठी कोणत्या प्रकारच्या नागरिकांची गरज आह, याची जाणीव देखील असावी लागते. ही जाणीव अगदीच अस्पष्टपणे, अप्रत्यक्षपणे, मनोरंजनाद्वारे व्यक्त करावी लागते. निखळ मनोरंजन आणि आनंद उधळत असताना संस्कारांची अशी झालर कोठेतरी लावावीच लागते.

ललित साहित्यात ''कलेसाठी कला'' हा आग्रह कधी कधी योग्य असतो. पण बालसाहित्य हे कधीही कलावादी असू शकत नाही. ते असू नये ही अपेक्षा आहे. कारण हे वयच ग्रहण करणारे असते. या वयात अनेक माध्यमातून संस्कार करण्याचे प्रयत्न होत असतात. याला साहित्य अपवाद कसे काय होऊ शकेल? हे संस्कार मात्र खूपच बटबटीतपणे, नीरस आणि उपदेशात्मक होत असतील तर मग त्याचा धिक्कार करायला हवा. अजाणतेपणी संस्कार टाकू शकू असा विश्वास लेखकास हवा. तशी ही तारेवरची कसरत आहे. निखळ मनोरंजनातून संस्कार, ही बाब तशी अवघड आहे. पण जगातील सर्वश्रेष्ठ अशा साहित्यात ''पंचतंत्राच्या कथा'' यात हे साधले गेलेले आहे हे विसरता कामा नये.

वयोगटातील, विषयानुसार, शैलीनुसार बालसाहित्याचे वर्गीकरण केले जाऊ शकते. एक मात्र निश्चित की वयोगटानुसार येथे आवडीचे विषय बदलत जातात. अगदी आरंभीच्या वयोगटातील बालसाहित्यातून ''घर'' आणि ''घरातील विविध संबंध'' डोकावत असतात, डोकावले पाहिजेत. आई, वडील, मोठी बहीण, लहान बहीण, मोठा भाऊ, लहान भाऊ, आजी, आजोबा, त्यानंतर आईकडची नाती मामा, मामी, मावशी, वडिलांकडची नाती काका, काकी, आत्या इत्यादी येत असतात. यासोबतच या वयात परिचित असलेला निसर्गदेखील येतो. कल्पनेचे भव्य दिव्य असे विश्व आहे. समुद्राखालचे किंवा आकाशापलिकडचे विश्व देखील आहे. जंगल, नद्या, विविध प्राणी असे अनेकजण वेगवेगळी रुपे धारण करुन येत असतात. घर आणि निसर्ग या दोघांबद्दलचे जबरदस्त आकर्षण, यांच्याबद्दलची जिज्ञासा, आत्मीयता या वयात असते आणि याचाच उपयोग या वयोगटातील

बालकांच्यासाठी लिहिणारा लेखक करीत असतो.

यानंतरचा त्यांना आकृष्ट करणारा सर्वात महत्त्वाचा विषय म्हणजे ''शाळा'', ''विद्यालय''. जगातील बहुतेक बालसाहित्याच्या टीकाकारांनी हे मान्य केले आहे की ''घर'' आणि ''शाळा'' या दोन घटकांशी निगडित साहित्याला या वयोगटातून खूप मोठी मागणी असते. घर आणि शाळेत आपण स्वतंत्रपणे किंवा सामूहिकपणे काहीतरी करावे असे यांना वाटत असते. हे दोन्ही घटक आपल्या सर्व वैशिष्ट्यांसह आले पाहिजेत. म्हणजे शाळा, शाळेचा परिसर, शिक्षक, शिक्षिका, वर्ग, वर्गमित्र वगैरे सर्व घटक. त्यातही खोडकर मुलांची कशी जिरली आणि कारण नसताना विद्यार्थ्यांना मारणाऱ्या किंवा त्यांच्यात न रमणाऱ्या शिक्षकाची टवाळकी हे देखील आवडते विषय असतात. एका अर्थाने त्यांच्यातल्या अशा अतृप्त किंवा सुप्त भावभावनांचा निचरा अशा गमतीदार प्रसंगातून होत असतो. घर आणि शाळा हे दोन घटक या वयात त्यांच्या व्यक्तिमत्त्वाचा अभिन्न भाग बनलेली असतात, म्हणून त्यात ते अधिक रमतात. आव्हान स्वीकारण्याची खुमखुमी या वयात अधिक असते. आव्हान स्वीकारणाऱ्याला, साहसी कृत्ये करणाऱ्याला विजय मिळायलाच पाहिजे असे या वयात वाटणे स्वाभाविक असते. वास्तवतेपासून ते दूर जरी असले, तरी कथेचा/कवितेचा शेवट याच पद्धतीने करणे आवश्यक असते. पशु, पक्षी, प्राणी, लहान मुले, मोठी माणसे यांच्या माध्यमाने निखळ मनोरंजनासोबत विविध मानवी प्रवृत्तींचा परिचय करुन देण्याचा प्रयत्न या साहित्यातून होत असतो, तो तसा व्हावा ही अपेक्षा असते. साहसग्रंथाच्या सोबत स्वप्न, कथा, परिकथा, ऐतिहासिक कथा, गरिबांची कथा इत्यादी प्रकारातून मनाला भुरळ पाडण्याची गरज असते.

याशिवाय आणखी एक गमतीदार प्रकार असतो. नाही म्हणायला या वयातील मुला/मुलींना बंधनाबद्दल राग असतो. त्यांना वाटत असते की, घरातील व शाळेतील सर्व मंडळी आपल्याला सतत उपदेश करीत असतात, असे कर, तसे कर, यावेळी ऊठ, असचे कपडे कर, इत्यादी. त्यामुळे ही बालगोपाल मंडळी खूप वैतागलेली असतात. निसर्गात बागडणाऱ्या प्राण्यांचा त्यांना हेवा वाटू लागतो. प्राण्यांवर कसलीच बंधने नाहीत. मोठ्या मंडळींवरदेखील बंधने नाहीत. पण आपल्यावर बंधने का? मनातल्या मनात एका वेगळ्या विश्वाची कल्पना करू लागतात. आणि बालसाहित्यकार त्यांच्या नेमक्या याच मानसिकतेचा वापर करुन ''फँटसी आणि कॉमिक्स'' निर्माण करतो. एका वेगळ्या विश्वाचे तो सृजन करतो. दैनंदिन रुढ अशा विश्वापासूनचे हे आगळे वेगळे विश्व त्यांना खूपच आकृष्ट करीत असते. या नव्या विश्वात सर्व सुखसोयी या विश्वाप्रमाणेच असतात, पण बंधने मात्र कसलीच नसतात. भूत, वर्तमान आणि भविष्य यात सुसंगती नसते. भूतकाळ

वर्तमानकाळात जिंवत होऊन वर्तमानाचा एक भाग म्हणून अस्तित्वात येतो आणि भविष्य हा अचानक अवतार घेत असतो. याप्रकारच्या कथा बाळगोपाळांना खूप आकृष्ट करीत असतात. या अशा कथांतून त्यांच्या भावभावनांचा निचरा होत असतो.

या वयात मुले दैनंदिन जीवनात खूप रमत असतात. त्यामुळे या जीवनाशी संबंधित कथा विपुल प्रमाणात लिहिल्या जातात. पण या कथांचे स्वरुप दैनंदिन जीवनापासून खूपच वेगळे असते. रोजच्या जीवनातील कटकटी, नीरसपणा आणि बंधनांना टाळून, जिज्ञासा वाढवत- वाढवत कथा फुलली पाहिजे.

या विविध प्रकारच्या कथांच्याशिवाय परंपरेने आलेल्या कथादेखील महत्त्वाच्या आहेत. लोककथा व पौराणिक कथांचे एक समृद्ध दालन आपल्याकडे आहे. यात बालकांना आकृष्ट करणाऱ्या कथा आहेत. त्या आकर्षक अशा शैलीतून प्रत्येक नव्या पिढीसमोर मांडल्या जात असतात. या लोककथा व पुराणकथांचा वापर प्रत्येक काळातील लेखक वेगवेगळ्या पद्धतीने करीत असतो. या कथांचे तो पुनरसर्जन करीत असतो. काळाच्या गरजेप्रमाणे त्यांचा आशयदेखील तो बदलत असतो. पुराणकथेतील कालपर्यंतचा नायक आता खलनायक म्हणून तो उभा करू शकतो. बालसाहित्यामुळे लोककथा व पुराणकथा मुद्रित स्वरुपात येत आहेत. सांस्कृतिक धन जे कदाचित कायमचे संपणार होते आणि बालसाहित्यामुळे सुरक्षित होत आहे, ही समाधानाची बाब आहे.

अलीकडच्या काळात विज्ञानकथांचे आकर्षण वाढू लागलेले आहे. किंबहुना या कथांच्या माध्यमातून विज्ञान लोकप्रिय करण्याचा जाणीवपूर्वक प्रयत्न होत आहे. बंगालीतून श्री. सत्यजित राय यांनी तर मराठीतून श्री. जयंत नारळीकरांनी सुंदर विज्ञानकथा लिहिलेल्या आहेत. चमत्कार निर्माण करण्याची क्षमता विज्ञानात आहे हे गृहित सत्य स्वीकारुन या कथांचा जन्म होतो. आणि हे गृहित सत्य काही खोटे नसते. कारण आज ज्या वस्तूंचा वापर आपण सहजपणे करीत आहोत, त्या वस्तू तयार होऊ शकतात यावर शंभर वर्षांपूर्वीच्या माणसाचा विश्वास नव्हता. त्या काळात या वस्तूंच्याकडे चमत्कार म्हणूनच पाहिले जात होते. या चमत्कारातून अंधश्रद्धा निर्माण न होता, हे सर्व काही प्रयोगातून शक्य आहे हे बिंबवण्याचा प्रयत्न होत असतो. कल्पना, मनोरंजन आणि वैज्ञानिक सत्य यांच्या समन्वयातून निखळ मनोरंजनाची अभिव्यक्ती होत असते.

कवितेचे आकर्षण अगदी आरंभीच्या वयोगटात असते. नंतरच्या काळात कथांचे आकर्षण वाढत जाते. सुरुवातीला छोट्या कथा आणि नंतर थोड्याशा प्रदीर्घ आणि शेवटच्या गटात (१४-१६) कादंबरिका प्रकार आवडू लागतो. पण या

छोट्या कादबंरीतदेखील वरील सर्व घटकांचा (घर,शाळा, मित्र, निसर्ग, स्वप्न, कल्पनेचे विश्व, साहस इत्यादी) समावेश आवश्यक असतो.

बालसाहित्याच्या भाषेबद्दल मात्र थोडासा विचार झालेला आहे. मराठीतील बहुतेक बालसाहित्य हे शहरी उच्चमध्यमवर्गीय मुला-मुलींना समोर ठेवून लिहिल्यासारखे वाटते. विशेषत: भाषेच्या बाबतीत ही जाणीव खूप तीव्रतेने होते. इंग्रजी शब्दांचा व नव-नवीन अत्याधुनिक वस्तूंच्या नावांचा वापर या कथातून होतो. त्याशिवाय यातून डोकावणारे घर, शाळा, परिसर सर्व काही शहरी असते. याचा परिणाम म्हणून हे बालसाहित्य इतर भागातील मुलांना आकृष्ट करू शकत नाही आणि केले तरी त्यातील बऱ्याच शब्दांचा अर्थ त्यांना कळत नाही आणि जर कळलाच तर त्यांच्या मनात स्वत:विषयी, स्वत:च्या परिसराविषयी न्यूनगंड निर्माण होतो. भाषेच्या संदर्भात बालसाहित्याचे लेखन ही तारेवरची कसरत आहे. सुंदर, आकर्षक कल्पनाशक्ती, उत्तम शैली आणि बालमनाला समजण्याची ताकद असतानादेखील केवळ भाषेमुळे असे साहित्य अनेकदा मुलांच्याकडून नाकारले जाते. प्रत्येक वयोगटातील मुलांची भाषिक क्षमता समजून घेण्याची ताकद लेखकाजवळ हवी असते. केवळ त्या त्या वयोगटातील नव्हे, तर संबंधित भाषा बोलणाऱ्या, समजणाऱ्या व वाचणाऱ्या भाषिक क्षेत्रातील त्या वयोगटातील मुला-मुलींच्या शब्दसामर्थ्याची कल्पनादेखील त्याला असावी लागते. केवळ पुण्यामुंबईची बालके समोर ठेवून लिहिणे म्हणजे त्या त्या शहरांच्या बालकापर्यंत मर्यादित होणे असा याचा अर्थ होतो. ही भाषा विविध अशा प्रतिमांना घेऊन यावी लागते. या प्रतिमा बालमनाच्या जाणिवेशी निगडित असण्याची गरज असते. ज्याला साहित्यात पारदर्शी भाषा म्हणतात तशी ती असणे आवश्यक असते. महाराष्ट्रापुरते बोलायचे झाले, तर या भाषिक प्रदेशातील वेगवेगळ्या विभागात प्रत्येक शब्दास ज्या विविध अर्थछटा आहेत त्याची स्पष्ट जाणीव लेखकास हवी असते. अर्थक शब्दांचा उपयोग करुन येथे चालणार नाही. विनोद, कारुण्य किंवा इतर भावभावनां या घटनातून फुलवाव्या लागतात. शब्द फिरवून किंवा त्यांच्या तिरक्या प्रयोगातून अर्थ साध्य करण्याचा प्रयोग येथे फारसा उपयोगाचा नसतो. वाक्यांची रचनादेखील खूपच सोपी आणि सुटसुटीत असावी लागते. या बाबतीत श्री. साने गुरुजी यांचे साहित्य हे एकमेवाद्वितीय असेच आहे. मराठीत श्री. साने गुरुजींसारखे समर्थ बाल साहित्यकार होऊन गेले, आज इतक्या वर्षांनंतर देखील त्यांचे साहित्य हे बालमनास वेधून घेते याचे रहस्य या क्षेत्रात काही करू इच्छिणाऱ्यांनी समजावून घेतले पाहिजे. कवितेच्या क्षेत्रात अनुप्रास आणि द्विरुक्तीची गरज असते ही बाब तर सर्वांनाच मान्य आहे.

केवळ उत्कृष्ट बालसाहित्याचे लेखन करुन भागत नाही तर त्याची निर्मितीदेखील

आकर्षक असावी लागते. आणि त्यामुळेच लेखनाइतकेच महत्त्व निर्मितीचेदेखील आहे. केवळ शब्द आणि सोपे, आकर्षक शब्द लिहून किंवा छापून चालत नाही, तर विविध रंगातील चित्रेदेखील आवश्यक असतात. लेखक, चित्रकार, व मुद्रक या तिघांच्या प्रयत्नातूनच बालसाहित्याचे सच्चेपण सिद्ध होत असते. त्यामुळे नाटकाप्रमाणेच बालसाहित्य ही एक सामूहिक कलानिर्मिती आहे असे म्हटल्यास वावगे ठरणार नाही. विशेषत: सहा ते बारा वयोगटातील वाचकांसाठी याची खूपच गरज आहे. फक्त अक्षरातून आवश्यक तो अर्थ या वयात मुले-मुली ग्रहण करू शकत नाहीत मुद्रित अक्षरासोबत अप्रतिम रंगीत चित्रे ही देखील आवश्यक असतात. आणि त्यामुळेच शब्दकला व चित्रकला यांची सांगड येथे घालण्याची गरज आहे. लेखनानंतर लेखकाची, कवीची जबाबदारी संपत नाही, तर चित्रकारासोबत त्याला बसावे लागते. शब्दातून साकार होणाऱ्या कल्पना चित्रकारास समजावून सांगाव्या लागतात. रंगसंगती निश्चित करावी लागते. आणि त्यामुळेच बालसाहित्याचा निर्मिती खर्च वाढत असतो. आपल्याकडे साक्षरतेची छापलेली पुस्तके आणि बालकांसाठीची पुस्तके यात फारसा फरक न करणारे काही महाभाग आहेत. हे दोन भिन्न वाङ्मयप्रकार आहेत. या दोंहोचे स्वरुपदेखील भिन्न आहे. रशियन किंवा अमेरिकन बालसाहित्याची पुस्तके पाहिल्यानंतर या क्षेत्रात आपण किती मागासलेले आहोत हे स्पष्ट होते. अर्थात त्या मागासलेपणाच्या मुळात आर्थिक स्थिती कारणीभूत आहे एवढे उत्तर देऊन चालत नाही. कारण प्रचंड खर्च करुन काढलेली पुस्तके बालवाचकांना आकृष्ट करू शकली नाहीत हेही खरे आहे. कल्पना दारिद्र्य किंवा पुरेशा गांभीर्याचा अभाव हेच एक महत्त्वाचे कारण अशा ठिकाणी दिसून येते.

विकसनशील राष्ट्रात यापुढे बालसाहित्याची प्रचंड मागणी होणार आहे. या क्षेत्रात कर्तृत्त्व गाजविणाऱ्यांसाठी खूप मोठे क्षेत्र येथे पडून आहे. आपल्याकडे बालसाहित्य प्रकाशित होऊ लागले आहे. पण प्रकाशित साहित्याची चिकित्सा करणारी मंडळी जवळपास नाहीत. चाकोरीबद्ध दृष्टीनेच या पुस्तकांची समीक्षा होते. अशा पुस्तकांची समीक्षा करण्यासाठीदेखील बालमनापर्यंत जाण्याची गरज आहे. अशा समीक्षकाला बालमानसशास्त्राची पुरेशी ओळख हवी असते. त्यांच्या पातळीवर जाऊन, त्यांच्या चिकित्सक दृष्टीनेच या पुस्तकांचा परामर्श घेतला जाणे आवश्यक आहे.

महाराष्ट्र राज्य साहित्य संस्कृती मंडळ दरवर्षी नवलेखकांसाठी शिबिरे आयोजित करते. काही संस्था आपापल्या पातळीवर नवलेखकांची शिबिरे भरवीत असतात. पण बालसाहित्याच्या लेखकांची लेखन-शिबीरे भरवली जात नाहीत. वस्तुस्थिती अशी आहे की, लेखनाच्या इतर प्रांतांच्या तुलनेने बालसाहित्यकारास

प्रशिक्षणाची आणि मार्गदर्शनाची सर्वाधिक गरज आहे. प्रतिभा तर हवीच, पण केवळ प्रतिभेच्या बळावर उत्कृष्ट बालसाहित्यकार होता येत नाही. श्री. रविन्द्रनाथ ठाकुर किंवा श्री. साने गुरुजी हे अपवादात्मक लेखक असतात. विशेषत: या साहित्यातून मूल्य संक्रमणाची शक्यता अधिक असल्यामुळे आणि कोवळ्या वयात चुकीच्या मूल्यांचे अभिसरण होऊ नये म्हणून प्रशिक्षणाची कधी नव्हे एवढी गरज आज आहे. पुढील काळात संस्कारक्षम आणि संवेदनशील नागरिक आणि वाचक निर्माण करण्यासाठी म्हणून याची गरज आहे.

सकस ललित साहित्याला वाचक मिळत नाहीत, वाचकांची संख्या रोडावत चालली आहे अशी तक्रार सतत केली जात आहे. पण भावी वाचकांसाठी जो पाया तयार करावा लागतो, तोच आपण करीत नाही. आजचा बालवाचक हा उद्याचा गंभीर वाचक होणार आहे. आणि म्हणून त्याची सुरुवात आजपासून करण्यासाठी बालसाहित्याची गरज आहे. एक सांस्कृतिक चळवळ म्हणून याकडे पाहिले पाहिजे. ललित साहित्य प्रकाशित करणाऱ्या प्रकाशकांनी जाणीपूर्वक बालसाहित्याची निर्मिती करावयास हवी. आजच्या सुजाण वाचकांनी आपल्या मुला/मुलीस लहानपणापासूनच वाचनाची आवड निर्माण करण्याचा प्रयत्न केला पाहिजे.

बालसाहित्याच्या स्वरुप आणि संकल्पनेची चर्चा सतत होणे गरजेचे आहे. या चर्चेत बाळगोपाळांना सामावून घेण्याचा, त्यांच्या या संबंधीच्या अपेक्षा जाणून घेण्याचा प्रयत्न झाल्यास कदाचित यापेक्षा अधिक काही आपल्या नजरेसमोर येईल.

❖❖❖

१९

बाल साहित्य

सुजाता महाजन

'बालसाहित्य' ही गेल्या काही दशकांपूर्वी उदयाला आलेली संकल्पना असली तरी मुलांसाठी गोष्टी, गाणी मौखिक परंपरेतून पिढ्यान् पिढ्या चालत आलेली आहेत. प्राथमिक गरजा भागल्यानंतर माणसाला गरज असते ज्ञानाची भूक भागण्याची आणि सभोवतालच्या वास्तवाविषयी असलेली जिज्ञासा शमण्याची. या गरजेतून शास्त्र निर्माण होते, तसेच भोवतालच्या वास्तवाला आपल्या जगण्याशी जोडून घेताना साहित्यादि कला निर्माण होतात. पशु-पक्षी, चंद्र, सूर्य, तारे, ऊन, पाऊस या सगळ्याशी जगण्याचा अनुबंध जोडला जातो बडबडगीतांमधून. जगण्याच्या प्रत्येक टप्प्यावर साहित्य माणसासोबत असते या संबंधाची सुरुवात बालसाहित्यातून होते.

बालसाहित्य म्हणजे लहान मुलांसाठी असलेल्या गोष्टी आणि गाणी, असे असले तरी बालसाहित्याची शास्त्रीय व्याख्या करणे तितकेसे सोपे नाही. मोठ्यांनी मुलांसाठी लिहिलेले साहित्य की मुलांनी मुलांसाठी लिहिलेले साहित्य? मोठ्यांनी लिहिलेले साहित्य बऱ्याचदा मोठ्यांसाठीच लिहिलेले वाटते. मोठ्यांनी लहानांच्या भूमिकेत जाऊन लिहिलेले साहित्य म्हणजे बालसाहित्य का? देशी-विदेशी बालसाहित्यकारांनी आणि बालसाहित्याविषयी चिंतन करणाऱ्यांनी बालसाहित्य म्हणजे काय याविषयी विचार मांडले आहेत. 'मराठी बालवाङ्मय: स्वरूप आणि अपेक्षा' या पुस्तकात डॉ. सुलभा शाह यांनी त्यापैकी काही विचारांचा परामर्श घेतलेला आहे. इंग्रजी लेखक लिलियन स्मिथ यांच्या मते मुलांसाठी जी पुस्तके लिहिली जातात ती सर्व म्हणजे बालवाङ्मय नव्हे. मोठ्यांची मुलांच्या वाङ्मयाबद्दलची कल्पना लहानांच्या कल्पनेशी जुळतेच असे नाही. मोठ्यांचा छोटा अवतार म्हणजे मूल अशी काहींची आगळी समजूत असते. मोठ्यांची छोटी आवृत्ती म्हणजे मूल ही कल्पना गैरसमजुतीवर आधारलेली आहे. कारण मुलांच्या आयुष्याचा अनुभव हा

मोठ्यांच्या आयुष्याच्या अनुभवापेक्षा वेगळाच असतो. मुलांचे जगच वेगळे असते, ज्यामध्ये त्यांची अनुभवमूल्ये ही मोठ्यांच्या जीवनमूल्यांपेक्षा भिन्न असतात.'

पॉल हजार्ड म्हणतात, "जी पुस्तके कलाकृतीशी प्रामाणिक असतात, जी मुलांना सहज व सरळ ज्ञान देतात, त्यातून सौंदर्यकृती सहजपणे आत्मसात केली जाते व ज्यामुळे हृदयात तरल संवेदना निर्माण होतात तीच पुस्तके चांगली."

एवलीनर इस्टेट 'जिंजरपाथ' या ग्रंथात चांगली पुस्तके कोणती याविषयी विचार मांडतात, "जे पुस्तक मुलाला हसवते, रडवते, भावना उचंबळविते, जगातील क्रूरतेचा नायनाट करण्यासाठी धडपडावे असे वाटायला लावते, विचार, भाषा व आचार यांत एकता आणते व सर्व मानवांनी उदार व दयाळू असावे असे वाटायला लावते तेच पुस्तक मुलांना वाचायला द्यावे."

जेफ्री टीझ चांगल्या पुस्तकांविषयी मत व्यक्त करताना सांगतात, "ज्या पुस्तकात भाषा अशी वापरलेली असते की त्याचे मनोरंजन तर होतेच. परंतु त्याचबरोबर सत्यतेचे दर्शन होते. कल्पनाशक्तीला चालना मिळते व भावनांना वळण लागते."

या व्याख्यांमध्ये प्रामुख्याने चांगली पुस्तके कोणती याचा विचार केलेला आहे. पण बालसाहित्याची व्याख्या यातून नेमकेपणाने मांडलेली नाही.

या विदेशी लेखकांबरोबरच भारतीय लेखकांच्या या संदर्भातील विचाराची नोंद डॉ. सुलभा शाह यांनी केलेली आहे.

प्रसिद्ध हिंदी लेखक सोहनलाला द्विवेदी यांच्या मते, जे मुले सहजतेने आत्मसात करतील व ज्यातील भावना त्यांच्याच भाषेत लिहू शकतील तेच खऱ्या अर्थाने बालसाहित्यकार, हिंदीचे सुप्रसिद्ध बालगीतकार श्री. निरंकार देव सेवक बालसाहित्याची खरी व्याख्या कुणीही केलेली नाही याची खंत व्यक्त करून म्हणतात, "मुलांचे मन चंचल असते व त्यांच्या कल्पना इतक्या प्रभावी असतात, की त्यांना नियमांच्या चौकटीत बांधताच येत नाही. म्हणून त्यांच्यासाठी नियमांच्या चौकटीत बसविलेले साहित्य लिहिले जाऊ नये तरच ते मनोरंजन करील, ज्यात त्यांना रस वाटेल व ज्याद्वारे आपल्या भावना व कल्पनांचा विकास ते करू शकतील तेच साहित्य त्यांच्यासाठी लिहावे."

बालसाहित्याचे जाणकार श्री. गोपीनाथ तळवलकर बालसाहित्याची व्याख्या करताना म्हणतात, "बालमनाच्या ज्या गरजा, अपेक्षा व मर्यादा असतील त्याला बालवाङ्मय म्हणता येईल." ते पुढे असेही म्हणतात, "अगदी सोप्या भाषेत लिहिलेले वाङ्मय बालवाङ्मय होऊ शकत नाही. जे वर्णन केले आहे त्याचे चित्र मुलांच्या डोळ्यांपुढे उभे राहिले पाहिजे."

बालसाहित्यकार मालतीबाई दांडेकर यांनी केलेली बालसाहित्याची व्याख्या या सर्वांपेक्षा अधिक नेमकी आहे. त्या म्हणतात,'बालमनाला स्पर्श करणारी आणि त्यांच्या जीवनावर सुसंस्कार करणारी स्फूर्तिदायक रचना म्हणजे बालवाङ्मय.''

या सर्व व्याख्यांचा मागोवा घेताना एक गोष्ट निश्चितपणे जाणवते, की बालसाहित्य म्हणजे फक्त सोप्या भाषेत लिहिणे नव्हे, उपदेशाच्या भाराने वाकलेल्या कथा लिहून मुलांना मार्गदर्शन करणे म्हणजेही बालसाहित्य नव्हे. लिलियन स्मिथ याचे मुलांच्या आयुष्याचा अनुभव मोठ्यांच्या आयुष्याच्या अनुभवापेक्षा वेगळाच असतो' हे मत सहज मान्य होण्यासारखे आहे. मुलांची जीवनमूल्येही मोठ्यांहून भिन्न असतात. 'खोटे बोलणे' ही मोठ्यांच्या जीवनात वाईट गोष्ट असते. पण मुलांना खऱ्याखोट्याच्या सीमारेषा समजत नाहीत. बऱ्याचदा ती एखाद्या घटनेत स्वतःच्या कल्पनेतल्या गोष्टींची सहज गुंफण करून बोलतात. त्यांना ते सर्व खरेच वाटत असते. पण मोठ्यांच्या दृष्टीने ती मोठी चूक असते. मोठी माणसे जाणूनबुजून खोटं बोलतात हा भाग वेगळा. चांगल्यावाईटाच्याही लहान मुलांच्या कल्पना परिवर्तनशील असतात. कथेतले खलपात्र शेवटी सुधारले तर मुले त्यांना चटकन 'चांगले' ठरवू शकतात.

एवलीनर इस्टेट यांच्या सौ. शाह यांनी उद्धृत केलेल्या विचारात बालसाहित्य म्हणजे काय या प्रश्नापेक्षा मुलांना 'काय वाचायला द्यावे' यांचा ऊहापोह दिसतो. परंतु हाही विचार थोडासा एकांगी आहे. मुलांनी फक्त एवढाच संस्कार होईल अशी पुस्तके का वाचायची? काही पुस्तकातून बुद्धीला धार मिळते. काही पुस्तकातून श्रमप्रतिष्ठेचा संस्कार होतो. ती फार भावना उचंबळून टाकणारी नसतीलही, पण ज्यातून सातत्याने प्रयत्न करण्याच्या वृत्तीचा संस्कार होत असेल अशी पुस्तके मुलांनी जरूर वाचावीत. सर्वच पुस्तकातून स्पष्टपणे 'घेण्यासारखे' काही चांगल्यावाईटाचा नियम देणारे, मूल्यविवेक दर्शविणारे असतेच असे नाही, पण जगण्याला आवश्यक अशा प्रयत्नशीलता, उद्योगशीलता, चिकाटी, जिद्द, विधायक प्रवृत्ती या वृत्तींचा अप्रत्यक्ष, खोलवर संस्कार आपोआप रूजतो.

पॉल हजार्ड यांच्या व्याख्येतील कलाकृतीशी प्रामाणिक असणे, सौंदर्यकृती आत्मसात करणे, हृदयात तरल संवेदना निर्माण करणे या सर्व गोष्टींना निदान मुलांच्या बाबतीत तपासून पहाणं खरोखरच अवघड आहे.

मुलांना भोवतालच्या जगाचे प्रचंड कुतूहल असते. ते कुतूहल शमवणे हे काम मोठ्या माणसांना करावे लागते. मुलांचे मनोरंजन होईल आणि केवळ भोवतालच्या वास्तवाचेच नव्हे तर माणसामाणसातल्या परस्परसंबंधाचे, त्यांच्या जीवनव्यवहारातील देवघेवीचे, पेचप्रसंगांचे, त्यातून बाहेर पडण्यासाठी आवश्यक युक्त्याप्रयुक्त्यांचे,

मानवी वर्तनाचे ज्ञान त्यांना मिळेल आणि जगात कसे वागावे याचा एक सहजसंस्कार विनासायास घडेल हेही काम मोठ्या माणसांना करावे लागते. बालसाहित्यातून या गोष्टी सहजगत्या घडू शकतात. निसर्गातील घडामोडींकडे पाहताना मूल त्याची माहिती आईकडून मिळवते. जेव्हा ते ही माहिती गाण्यातून ऐकते तेव्हा त्यालाही एकप्रकारे पुन:प्रत्ययाचा आनंद मिळत असतो. प्रौढांच्या मनोरंजनाच्या कल्पना आणि लहान मुलांच्या मनोरंजनाच्या कल्पना वेगळ्या असतात. प्रौढांना आरामशीर पडून लोळत टी. व्ही पाहणे, चित्रपट पहायला जाणे, हॉटेलिंग, खरेदी, प्रदर्शने पाहणे, यापैकी काहीहीं करणे किंवा काहीही न करता पडून राहणेही आवडू शकेल. पण मुलांचा प्रत्येक क्षण जिज्ञासेने, आतुरतेने भरलेला असतो. ज्ञानग्रहण म्हणजे त्याचे मनोरंजनच असते. अर्थात ते गोष्टी किंवा गाण्याच्या माध्यमातून झाले तर आनंदच आनंद!

बालसाहित्यातून ज्ञान व मनोरंजन बऱ्याचदा एकत्रच होते.

"सुपलीबाई सुपलीबाई काय करता?
गहू मी पाखडते भराभरा
जातेराव जातेराव काय करता?
गहू मी दळतो भराभरा"

यासारख्या गाण्यात गहू पाखडणे, दळणे, पीठ चाळणे, पोळी लाटणे या संपूर्ण प्रक्रियेची माहिती मुलांना मिळते. किंवा मी कोण? सारखी कोडीवजा गाणी.

ज्ञान आणि मनोरंजनाव्यतिरिक्त बालसाहित्याच्या संदर्भात एक मुद्दा वारंवार चर्चिला जातो तो म्हणजे नैतिक शिकवणुकीचा. या वयात बाहेरच्या प्रत्येक गोष्टीला प्रतिसाद कसा द्यायचा हा प्रश्न मुलांपुढे उभा राहत असतो. दैनंदिन वर्तणुकीचे नियम, समाजव्यवहारातील आचार एवढेच नाही तर स्वत:च्या शरीराची काळजी, स्वच्छता या सगळ्यांची सुद्धा मुलांना सवय करावी लागते. 'आरसा हसला' सारख्या गोष्टीतून मुलांच्या ओळखीच्या वातावरणातून स्वच्छतेचा संस्कार नकळत केला जातो. अशावेळी बालसाहित्य पालकांना उपयोगी पडत असते. पंचतंत्र, इसापनीतीच्या गोष्टीतून मानवी वर्तनव्यवहाराची माहिती देण्यासाठी प्रसिद्ध आहेत.

ग्रंथ हे गुरुही असल्याने आपल्या शिष्याला स्वबळावर समर्थपणे जगता यावे असे त्याचे व्यक्तिमत्त्व कणखर सुसंपन्न घडवणे. हे कर्तव्य त्यांना पार पाडावे लागते. त्यामुळे ज्ञान, मनोरंजनाबरोबरच चांगल्यावाईटाची जाण निर्माण करणे हेही कर्तव्य बालसाहित्य पार पाडत असते.

थोडक्यात - १) बालसाहित्यातून मुलांची जिज्ञासापूर्ती होते. २) बालसाहित्यातील कल्पनारम्य वातावरणाने मुलांचे मनोरंजन होते. ३) बालसाहित्यातल्या

नैतिक शिकवणुकीने चांगल्या-वाईटाची जाण मुलांमध्ये निर्माण होऊन त्यांचे व्यक्तिमत्त्व संपन्न होते.

तीन मुद्यांच्या आधारे बालसाहित्याची व्याख्या प्रस्तुत निबंधलेखिकेने अन्यत्र केली आहे. ही अशी:

"मानवी व्यवहार व मानवेतर सृष्टीविषयी मुलांची जिज्ञासापूर्ती करणारे, कल्पनारम्य व चमत्कृतिजन्य वातावरणाने त्याचे मनोरंजन करणारे, त्यांच्यामध्ये चांगल्या वाईटाची जाण निर्माण करून त्यांचे व्यक्तिमत्त्व सुसंपन्न करणारे जे साहित्य ते बालसाहित्य होय."

(पहा: महाजन सुजाता 'बालसाहित्य स्वरूप आणि वाटचाल' यशवंतराव चव्हाण महाराष्ट्र मुक्त विद्यापीठ, नाशिक)

बालसाहित्याचे स्वरूप :

कथानक :

गोष्ट ऐकायला कुणालाहीं आवडते. मुलांना तर गोष्ट म्हणजे जीव की प्राण. त्यामुळे बालसाहित्याचे स्वरूप प्रामुख्याने कथात्म आणि नादमय असते. पुष्कळदा गाण्यातूनसुद्धा गोष्टी सांगितल्या जातात.

"दोन बोक्यांनी आणला हो आणला
चोरून लोण्याचा गोळा"

गद्य बालसाहित्याचे अंतरंग घटनाप्रधान असावे लागते. त्या घटनाही द्रुतगतीने घडणाऱ्या असाव्यात. नाहीतर मुले कथेत रमू शकत नाहीत. गोष्ट तृतीयपुरूषी निवेदनात असावी. मुलांना सहसा प्रथमपुरूषी निवेदन आवडत नाही. याचे कारण प्रथमपुरूषी निवेदनात गोष्ट सांगणाऱ्याची होते. तृतीय पुरूषी निवेदनात पात्राच्या जागी मूल स्वत:ला कल्पू शकते असे असण्याची शक्यता आहे. कथांची रचना कालक्रमानुसार असावी लागते. कारण फ्लॅशबॅक तंत्र मुलांना समजणे कठीण असते. कथेतील आशयाचा व्यापही फार मोठा नसावा, गुंतागुंतीचा नसावा. गोष्टीमध्ये मुलांचे लक्ष वेधून घेणारी संबोधने, त्यांच्या परिचयाचे वाक्यांश 'मग काय झालं?' वगैरे असावेत.

वातावरणनिर्मिती :

बालसाहित्यात वातावरणनिर्मिती फार महत्त्वाची असते. बालवाचकाला/श्रोत्याला कथेत ओढून घेण्यासाठी ती आवश्यक असते. वातावरणनिर्मिती करणारे तीन घटक असतात. १) वर्णने २) पुनरावृत्ती ३) चित्रे. 'राक्षस' हा शब्द उच्चारल्यानंतर शिंगे, भयंकर दात, महाप्रचंड शरीर, आगीच्या लोळासारखे डोळे, लांबलांब नखे वगैरे गोष्टी येत नसतील तर राक्षस शब्द डोळ्यापुढे काय चित्र उभं करणार? जोडीला भयंकर राक्षसाचेच चित्र असेल तर गोष्ट अविस्मरणीय होणार. नुसते राक्षसाचेच नव्हे तर सुंदर हिरव्यागार जंगलाचे वर्णन करावे लागते. धबधब्याचे तुषार अंगावर उठवावे लागतात. परीच्या नाजूक सौंदर्याचे वर्णन करावे लागते. ज्या ज्या गोष्टींचा कथेत प्रवेश होईल त्या त्या गोष्टीचे वर्णन करावे लागते. हे वर्णन बालवाचकाला कथेबरोबर न्यायला तर आवश्यक असतेच. शिवाय ते बालकाचा शब्दसंग्रह वाढवत असते. (अर्थात यात एक धोका असतोच. इथे तो नमूद करायला हरकत नाही. राजकन्येचे चाफेकळीसारखे नाक, हरणासारखे काळेभोर डोळे, कुंदकळ्यांसारखे शुभ्र दात वगैरे भानगडी पुढे सौंदर्याचे ठराविक मानदंड निर्माण करतात ज्यातून बाहेर पडणे मुश्किल असते.)

वर्णनातील मजेशीर पुनरावृत्तीही बालवाचकाला कथेत ओढून घेते उदा : "सात समुद्र ओलांडल्यावर, सात पर्वत चढून गेल्यावर, एका मैदानात सात मजली राजवाडा दिसेल. त्याच्या प्रत्येक मजल्यावर सात दालनं असतील..." असे हे साताचे चक्र चालू राहते. यात समुद्रे, पर्वत, मैदान अशा अनेक गोष्टींशी परिचय होऊन जातो. अर्थात सात समुद्र ओलांडणे ही काय गोष्ट आहे हे बालवाचकाला भौगोलिक अंतर, वेळ यांच्या मेळाच्या दृष्टीने कळणे अशक्य असते. परंतु एवढे नवीन शब्द कळणे, त्यांचे भाषेतले अर्थ कळणे एवढे तिथे पुरेसे असते. मुलांच्या मनावर एखादी गोष्ट बिंबवण्यासाठी आणि नादनिर्मितीसाठी पुनरावृत्ती आवश्यक असते.

वातावरणनिर्मितीतला तिसरा घटक आहे चित्रे. बालसाहित्यात चित्रं असू नयेत असं मानणारा एक वर्ग आहे. चित्रामुळे मुलांच्या कल्पनाशक्तीला वाव मिळत नाही, ते एका परीने बरोबरच आहे. परंतु, चित्र पाहिल्यावर लहान मुलांना जो काही आनंद होतो तो त्यांच्यापासून हिरावून घेणेही तितकेसे बरोबर नाही. चित्रातल्या छोट्या छोट्या तपशीलांमध्ये त्यांचे मन इतके रमते, की ते तासन्तास एकच चित्र निरखून पाहत राहू शकतात. कदाचित पुन्हा पुन्हा बघताना त्यांच्या डोक्यात आणखी कल्पनाही येत असतील. आज बार्बीसारख्या बाहुल्यांच्या निर्मात्यांनी मुलांचे हे चित्रात रमणारे मन ओळखून बार्बीचे घर, स्वयंपाकघर, बेडरूम अशी

अनेक उत्पादने तयार केलीत हे आपण पाहतोच.

पात्र योजना :

बालसाहित्यातील पात्रे (कथासाहित्यातली) पात्रे बहुधा सुष्ट वा दुष्ट, सुंदर वा कुरूप, आवडती वा नावडती असतात. ती कथानायकाला मदत करतात किंवा त्रास देतात. प्रत्यक्ष जीवनात इतके ढोबळ नसते. प्रत्येक व्यक्ती संपूर्ण चांगली वा संपूर्ण वाईट नसते. ती प्रसंगी चागंली वाटते, प्रसंगी वाईट. त्या वागण्यामागे व्यक्तीचा भूतकाळ, पूर्वानुभव, त्या त्या वेळची मन:स्थिती, शारीरिक स्थिती, आसपासचे वातावरण या सर्वच गोष्टी कारणीभूत असतात. बालसाहित्यात मात्र पूर्ण चांगली वा पूर्ण वाईट व्यक्ती दाखवण्यामागे चांगुलपणा आणि दुष्टपणा हे दोन्हीं बालमनावर पूर्ण ठसावेत हा हेतू असतो. पशुपक्षी,डोंगर, नद्या, झाडे हे सर्व बालसाहित्यात पात्रे म्हणून येतात.

भाषा :

बालसाहित्याची भाषा श्रुतिमधुर असावी लागते. भाषेत श्रुतिमधुरता, नाद आाणि तालबद्धता या गोष्टींमुळे निर्माण होते. या दोन्ही गोष्टींसाठी पुनरावृत्ती आवश्यक असते. पुनरावृत्तीमुळे निरर्थक शब्दहीं बालवाचकांना मजेशीर आणि श्रवणीय वाटतात. दुसरं वैशिष्ट्य म्हणजे ती शब्दाच्या वाच्यार्थाला महत्त्व देणारी असते. बालवयात लक्ष्यार्थ, व्यंगार्थ कळणे अवघड जाते.

बालसाहित्याची वैशिष्ट्ये

बालसाहित्याची काही प्रमुख वैशिष्ट्ये सांगता येतील.

१) **कल्पनाशीलता** :

कल्पनारम्य वातावरणाने मुलांचे मनोरंजन होते. बालसाहित्य रंजक बनवण्यासाठी कल्पनाशीलता म्हणजे काय? प्रत्यक्षात अस्तित्वात नसलेल्या गोष्टीचे कल्पनेने चित्र रंगवण्याची, वास्तवात नसलेले एक अद्‌भुत जग निर्माण करण्याची क्षमता म्हणजे कल्पनाशीलता. कल्पनाशीलता सर्वच साहित्यनिर्मितीत, कलानिर्मितीत कार्यरत असते. जगात सौंदर्य, नावीन्य, रस, माधुर्य, जिवंतपणा निर्माण करायला तीच कारणीभूत असते. कल्पनाशीलता बालसाहित्याच्या केंद्रस्थानी असते याचं मुख्य कारण माणसाजवळ सर्वात जास्त कल्पनाशीलता बालवयात असते. कल्पनाशीलता दोन प्रकारे कार्य करते. तिच्या आधारे एक आदर्श स्थिती कल्पिता येते. सगळे

एकमेकांशी चांगले वागतात, कुणीही दुष्टबुद्धीने वागत नाही. सर्वांना उत्तम आरोग्य, प्रेम लाभते यासारखी दुसरे म्हणजे कल्पनाशीलतेच्या आधारे एक अशक्य अतर्क्य स्थिती कल्पिता येते. जसं चॉकलेटचा बंगला. या दोन्ही स्थितीचे उत्तम उदा. पहायचे तर शांता शेळके यांचे 'किलबिल' किलबिल पक्षी बोलती' हे गाणे पहावे. यात -

"कुणी न मोठे कुणी धाकटे कुणी न बसते तिथे एकटे सारी हसती, गाती, नाचती, कोणी रडके नाही" ही आदर्शस्थिती. आणि,

"तिथल्या वेली गाणे गाती, पऱ्या हासऱ्या येती जाती
झाडावरती चेंडू लटकती, शेतामधुनी बॅटी..." ही अतर्क्य स्थिती.

अशाप्रकारे कल्पनाशीलतेतून अद्‌भुतरम्यता निर्माण होते. या दोन्हीमुळे रंजकता निर्माण होते.

अतार्किकता :

बालासाहित्याचे दुसरे प्रमुख वैशिष्ट्य म्हणजे जाणूनबुजून स्वीकारलेली अतार्किकता. बालसाहित्याच्या जगात घडणाऱ्या गोष्टी नुसत्या काल्पनिक नसतात तर अतार्किक, असंभाव्य असतात. सर्वात अतार्किक गोष्ट म्हणजे मानवेतर गोष्टींनी बोलणे. पण ही अगदी प्राथमिक अट आहे. रशियन बालसाहित्यात माणसाचे महत्त्व ठसवणारी दगडफोड्याची एक प्रसिद्ध गोष्टी आहे. हा दगडफोड्या दगड फोडत असताना राजाची स्वारी येते. त्याला काम थांबवून नमस्कार करावा लागतो म्हणून त्याला वाटते दगडफोड्याच्या जीवनाऐवजी राजाच्या हत्तीचे जीवन बरे. आपण हत्ती झालो असतो तर बरे झाले असते. असा विचार मनात येताच तो हत्ती बनतो. राजाला पाठीवर घेऊन हिंडू लागतो. मग त्याला राजा बनावेसे वाटते, बनतो. मग सूर्य, मग ढग, मग वारा, नंतर डोंगर, नंतर उंदीर, नंतर पुन्हा दगडफोड्या. या क्रमात तो जेव्हा सूर्य बनतो. तेव्हा आधीचा सूर्य कुठे जातो हा प्रश्न विचारायचा नसतो किंवा दगडफोड्या हत्ती बनला तर लगेच राजाचा हत्ती म्हणून कसा निवडला गेला हा प्रश्न विचारायचा नसतो. लहान मुलांचा अशा घटनांना विरोध नसतो.

मुलं अतार्किकतेला आव्हान देत नाहीत. अतार्किक गोष्टी स्वीकारूनच जाणीपूर्वक पुढची मांडणी झालेली असते. अतार्किकता म्हणजे काय? बौद्धिक तर्कपरंपरा मोडून अवास्तव गोष्टींची वास्तवाप्रमाणे हेतुपूर्वक मांडणी करून एक वेगळीच कल्पित सृष्टी निर्माण करणे याला अतार्किकता म्हणतात. लहान मुलांनी वास्तव म्हणून स्वीकारलेल्या अवास्तव गोष्टीतूनच वास्तव जगाची माहिती मुलांना

देता येते उदा:

अवास्तव वास्तव जगाची माहिती मांजर खीर बनवते मुलांनी स्वीकारलेले खोटं बोलणाऱ्याला शिक्षा मिळते असा काहीसा आकृतिबंध असतो. अतार्किकतेमध्येही एक आंतरिक सुसंगती असते. बहुधा या गोष्टी आशावादी, चागंल्या वाईटाकडे निश्चिपणे नेणाऱ्या असतात.

बालसाहित्यात 'असंबध्द कथा' नावाचा जो प्रकार आहे. त्याच्याशी या अतार्किकतेचा संबंध नाही. या कथा प्रामुख्याने विनोदी, बुद्धीला खाद्य देणाऱ्या पण वास्तव जगाचा संस्कार न करणाऱ्या असतात.

अतार्किकता नसलेल्या गोष्टीही बालसाहित्यात असतात. छोट्या गटासाठी साहित्यात अतार्किकता आवश्यक असते. किशोर, कुमार गटात आवश्यक नसते. छोट्या जिवांशी संवाद करण्यासाठी त्यांना जे आवडते ते कथेत, गाण्यात येणे आवश्यक आहे. चिऊ, काऊ, माऊ, चंदामामा, मोत्या या सगळ्यांना आमंत्रित केले तर बालवाचक/श्रोता खुश. तोही आपल्या कल्पनाशीलतेने त्या कथेतले एक पात्र होऊ शकतो. कधी कधी आईही त्याला त्या कथेत सहभागी करुन घेते.

अननुमेयता :

बालसाहित्याचे तिसरे वैशिष्ट्य म्हणजे अननुमेयता. एकप्रकारे अतार्किकतेशी संबंध असलेलेच हे वैशिष्ट आहे. बालवाचकांची कथेबद्दलची उत्कंठा वाढवण्यासाठी अनुमान न करता येणाऱ्या गोष्टींची निर्मिती करण्याची क्षमता म्हणजे अननुमेयता. कथा साहित्यात बऱ्याचदा काही घटना आकस्मिक घडतात. काही पात्रांचे कथेत अचानक आगमन होते. पुढे काय होणार सांगता येत नाही. अशा वेळेस बालवाचकांची उत्कंठा वाढत जाते. तो अधिकाधिक गुंतून पडतो. 'मोहिनी आणि भस्मासूर' या NRT च्या कथेला पुराणातल्या विष्णूच्या मोहिनीरूपाच्या कथेची पार्श्वभूमी आहे. इथे मोहिनी एक साधी खेड्यातली पण धीट आणि बुद्धिमान मुलगी आहे. भस्मासूर हा राक्षस असावा तसाच. त्याच्याजवळची जादूची शक्ती. तो ज्याच्या डोक्यावर हात ठेवेल तो माणूस जळून खाक होणार. या शक्तीमुळे उन्मत्त झालेला भस्मासूर, हवालदिल झालेले लोक. अशात छोटीशी शाळकरी मोहिनी भस्मासूराचे संकट दूर करण्याचे आव्हान स्वीकारते. इथे प्रचंड उत्सुकता निर्माण होते. की एवढीशी मोहिनी, अशी जादूची शक्ती असणाऱ्या भस्मासूराला कसं तोंड देणार, ही अननुमेयता कथेचा प्राण बनते. पुढे मोहिनी भस्मासूराला नृत्यात गुंतवून स्वत:चा हात डोक्यावर ठेवायला लावते आणि तो भस्म हातो हे शेवटपर्यंत वाचकाला अनुमान करता येत नाही. तो शेवट जाणून घ्यायला अधीर होतो. बऱ्याचदा त्यांना शेवट चांगला

होणार हे माहीत असते. पण तो कसा? यातच त्यांची गोष्ट सामावलेली असते.

किशोर, कुमारांसाठीच्या साहसकथात, रहस्यकथात तर अननुमेयता फारच महत्त्वाची असते. प्रत्येक प्रकरणाचा शेवट उत्कंठावर्धक करण्याची जबाबदारी लेखकावर असते.

बालमानससंबद्धता :

चौथे महत्त्वाचे वैशिष्ट्य म्हणजे बालमानससंबद्धता. बालसाहित्य लिहिणे जास्त अवघड असते. मुलांच्या भावनांशी एकरूप होऊन, बालमनाचे गुणधर्म लक्षात घेऊन लिहिण्याची क्षमता म्हणजे बालमानससंबद्धता. बऱ्याचदा बालसाहित्यिक जे लिहितात ते मोठ्यांच्या दृष्टीने उत्कृष्ट असते पण लहान मलांना त्याचा अर्थ उमगत नाही. उदा. मुलं किती निष्पाप असतात हे मोठ्यांना सांगायला ठीक आहे. पण लहान मुलांना यात काय सांगण्यासारखे आहे.

थोडक्यात, मुलांना काय आवडते हे बालसाहित्यकाराला चांगले समजले पाहिजे तरच त्याच्या साहित्यात बालमानससंबद्धता हे वैशिष्ट्य येऊ शकेल. रवींद्रनाथ टागोरांची 'चाफा' ही कविता बालमानससंबद्धतेचे चांगले उदा. आहे. कवितेतला लहान मुलगा चाफ्याचे फूल व्हावे आणि आई पोथी वाचताना त्याच पानावर त्याच ओळीवर, त्याच शब्दावर टपकन् पडावे अशी कल्पना करतो. मुलांची अनुकरणप्रवृत्ती, वेगवेगळ्या भूमिकांमध्ये सहजगत्या जाणे, प्राण्यांबद्दलचा जिव्हाळा, आपल्या खेळण्यांमधली त्यांची गुंतवणूक या सगळ्या गोष्टींबद्दलची जाणीव असणे म्हणजे बालमानससंबद्धता. इथे एक साधेसे उदा. घेता येईल. शाळेत मुलांना 'माझ्या आयुष्यातील अविस्मरणीय प्रसंग' हा निबंध लिहून आणायला सांगितला. एका मुलाने लिहिलं, ''आम्ही ट्रीपला चाललो होतो. प्रवासात आमची गाडी एका स्टेशनवर थांबली. बाबा खाऊ आणायला खाली उतरले. गाडी सुटायची वेळ झाली तरी आलेच नाहीत. मी खूप घाबरलो. गाडी सुटणार तेवढ्यात बाबा आले. मला खूप आनंद झाला.'' बालमानस न समजणाऱ्या शिक्षकांनी हा काय अविस्मरणीय प्रसंग आहे का असे म्हणून त्याला शून्य मार्क दिले. त्यांना हे कळू शकले नाही, एका छोट्या जिवाच्या छोट्याश्या आयुष्यात जिवलग दुरावण्याची भीती जेव्हा पाहिल्यांदा तो अनुभवतो तेव्हा तो प्रसंग मनावरून लवकर पुसला न जाणारा आणि या अर्थाने अविस्मरणीय असतो किंबहुना पुढच्या आयुष्याच्या अनेक टप्प्यांवर ती भीती पुन्हा पुन्हा आठवावी इतका तो प्रसंग खोलवर जाऊ शकतो.

याचमुळे लहान मुलांचे मन कळणे हे खूप अवघड असते. त्याला खरोखर तुम्ही त्यांच्या पातळीवरच उतरणे आवश्यक असते. बालमन समजण्यासाठी बालमनाचे

गुणधर्म कोणते हे पाहणे आवश्यक आहे.

बालमनाचे गुणधर्म :

बालमनाचे काही ठळक गुणधर्म सांगता येतील. सर्व मुलांमध्ये हे सर्वच गुणधर्म आढळतील असे नाही. कुणात एखादा गुणधर्म प्रामुख्याने आढळेल. दुसरा आढळणारही नाही.

१) नावीन्यप्रियता :

मुलांना सतत काहीतरी नवे हवे असते, काहीतरी नवीन नवीन घ्यायला हवे असते, नवीन खेळ हवा असतो. 'गुब्बारे और मैं' या -CBT च्या एका पुस्तकात बालनायक फुग्यांशी किती प्रकारे खेळतो हे लेखिका सांगते. मूल नेहमी खेळण्यांशीच खेळते असे नाही. कुठल्याही गोष्टीत ते रमते. फक्त क्षणाक्षणाला त्यांना नवीन अनुभव हवा असतो. साहजिकच रोज नवी गोष्ट वाचायला मुलांना आवडणारच. मुलांचा हा गुणधर्म बालसाहित्यकारांना आव्हान देणारा आहे. त्यामुळे 'गोड गोष्टी!' 'अबब, गोष्टीच गोष्टी!' '१००१ गोष्टी' वगैरे गोष्टींचे संच निघतात. जाता जाता एक गोष्ट नमूद करणे आवश्यक वाटते. अशा गोष्टींच्या संचामध्ये मुलांना हव्या तशा, गोष्टी रंगवून सांगितलेल्या नसतात. कथानक थोडक्यात मांडावे असे या गोष्टीचे स्वरूप असते. अशा गोष्टी मुलांना काय कामाच्या? असे संच काढणाऱ्यांनी 'नगाला नग' भावना न ठेवता मुलांना आवडतील अशा गोष्टी देण्याचे आव्हान पेलले पाहिजे.

२) मानवीकरण :

अतिशय आश्चर्यकारकरीत्या मुले निर्जीव गोष्टीला सजीव मानतात. संपूर्ण सृष्टीचे मानवीकरण करण्याची प्रवृत्ती बालवयात अत्यंत तीव्र असते. जाता जाता मूल सहज कुणाला तरी हात करते. कुणाला, विचारलं तर, 'वारूळाला' असं भयंकर उत्तर येऊ शकतं. सगळा निसर्ग त्यांच्याशी बोलतो, हसतो, मूल दोन दिवस खेळलं नाही तर त्याची सायकल रडते. निर्दयपणे मुलीची जुनी बाहुली फेकून देणाऱ्यांना लहान मुलांचे मन कळूच शकत नाही. जुन्या व्यक्तीला फेकून देऊन नवी आणता येत नसते हे त्यांना समजत नाही, कारण मानवीकरण करण्याचा गुणधर्म संपलेला असतो. खरं म्हणजे सूक्ष्म रूपात हा गुणधर्म मोठ्या माणसातही टिकायला हवा. म्हणजे निसर्गाचा विध्वंस करण्याच्या प्राण्यांना छळायच्या प्रवृत्ती नष्ट होतील. लहान मुलं बालसाहित्यातली अतार्किकता सहज स्वीकारतात याचं

कारण मानवीकरणाचा गुणधर्म.

३) जिज्ञासा :

लहान मूल भोवतालच्या जगाकडे अत्यंत जिज्ञासेने पाहत असते. अगदी स्वत:चा हात जरी पुढे आला तरी ते त्याच्याकडे खूप वेळ पाहत बसते. त्याला हा स्वत:चा अवयव आहे हे कळत नसते. वाऱ्याने हलणारी एखादी चिंधीही ते तासन्‌तास पाहू शकते. थोडं मोठं झालं की जिज्ञासेचे क्षेत्र वाढते. येणाऱ्याजाणाऱ्यांचे, पशुपक्ष्यांचे, वाहनांचे,वाऱ्याने हलणाऱ्या पानांचे निरिक्षण ते करू लागते. आणखी मोठे झाल्यावर जिज्ञासातृप्तीची प्रक्रिया सुरू होते. मूल प्रश्न करू लागते. जिज्ञासेपोटी येणारे प्रश्न थेट, स्वच्छ, निर्भिड, मुक्त असतात. मुलांचे प्रश्न आणि कल्पनाशक्तीच्या आधारे दिलेली उत्तरं यातूनही अनेक बालगीतांचा जन्म झालेला आहे.

४) कल्पनाप्रियता :

बालसाहित्याचे कल्पनाशीलता हे महत्त्वाचे वैशिष्ट्य आहे आणि मुलांचे कल्पनाप्रियता. कल्पनेच्या विश्वात रमायला मुलांना फार आवडते. बालसाहित्यकार मुलांपुढे विविध कल्पनांचे विश्व उभे करतात.

''एकदा काय झाले, एकदा काय झाले
पक्षी उडून गेले, म्हणून झाड उडून गेले.''

ही विंदा करंदीकरांची कविता मुलांना आवडते ती कल्पनाप्रियतेमुळेच.

५) अनुकरणप्रियता :

लहानपणी बाबांसारखं हफिशात जायचं. बाबांसारखा चष्मा डोळ्यांवर ठेवायचा किंवा आईसारखं डॉक्टराची बॅग घेऊन 'हॉस्पिटलात' जायचं हा मुलांचा खेळ असतोच. आईवडील, शिक्षक, ताई,दादा, यांचे अनुकरण तर ती करतातच. शिवाय समाजातल्या इतर लोकांचेही बारीक निरिक्षण करतात आणि त्यांची नक्कल करतात.

६) अद्‌भुताची आवड :

अद्‌भुतरम्य, कल्पनारम्य अशा विश्वात मुले रमून जातात. अद्‌भुताची आवड माणसाच्या मनाला मोठे झाले तरी असतेच. यात अपूर्व, आश्चर्यकारक, सनसनाटी,

थरारक, विलक्षण असं काहीही समाविष्ट असते. अर्थात इथे पुन्हा लहान मुलांच्या दृष्टीने जे अद्भुत असेल ते मोठ्यांच्या दृष्टीने असेलच असे नाही. उदा. मांजरीची नवीन जन्माला आलेली पिल्ले ही मुलांच्या दृष्टीने अद्भुत गोष्ट असते. मोठ्या माणसांच्या दृष्टीने नव्हे. आता मुलांसाठी अद्भुतरम्य वातावरण निर्माण करणारे जुने वाडे, ज्यातली तळघरं अनेक अद्भुतरम्य गोष्टींचे जन्मस्थान असू शकतात. पडव्या, अंधारी माजघरे, घरामागचं अंगण, झाडी, ओसऱ्या, खऱ्याखुऱ्या भुताच्या गोष्टी सांगणारा दादा, काका, मामा हे काहीच वातावरण राहिले नाही. छोटी छोटी गावेही शहरीकरणाच्या दिशेने चालली असताना मुलांना पोकिमान, बेब्लेड, सुपरमॅन अशा कार्टूनचे जग अद्भुतरम्य जगात घेऊन जाताना दिसते.

७) कृतिप्रधानता :

लहान मुले अतिशय चंचल असतात. एका जागी स्थिर बसणे त्यांना नको वाटते. ज्या खेळात जास्त शारीरिक हालचाली, जास्त कृती असतील असे खेळ आवडतात. त्यांच्यामध्ये असलेल्या प्रचंड उर्जेला अशा खेळात वाव मिळतो. बालसाहित्यातला नायकसुद्धा त्यामुळे कृतिप्रवण असा असतो. तुडतुड्या फास्टर फेणे मुलांमध्ये एवढा लोकप्रिय होतो यात नवल ते काय? त्यांना स्वस्थ बसून विचारा करणारा गंभीर नायक नको असतो. त्याच्याकडून कृति अपेक्षित असते तीही लगेच. राजकन्येला राक्षस पळवून घेऊन गेला तर लगेच पुढच्या प्रकरणात नायक तिला सोडवायला गेलेला हवा. त्यामुळे बालसाहित्यात मोठ्या प्रमाणावर कृतिप्रधानता दिसते.

सूक्ष्मावलोकनक्षमता :

मुलं भोवतालच्या जगातील घडामोडींचं सतत निरिक्षण करत असतात. मोठ्या माणसाच्या नजरेतून सुटून जाणाऱ्या अनेक बारीक सारीक गोष्टी ती टिपतात. त्यांच्या जीवनात त्या गोष्टीचे तेवढे महत्त्वही असते. बारीक-सारीक घटनांचे, माणसांचे, त्यांच्या वर्तनाचे, त्यांच्या बारीक-सारीक लकबींचे, बोलण्याच्या पद्धतीचे ती निरिक्षण करतात. बालसाहित्यकारालाही मुलांसारखी सूक्ष्म निरिक्षणशक्ती असणे आवश्यक असते.

९) विनोदप्रियता :

लहान मुलांना विनोद अतिशय आवडतो. अगदी लहान वयात काहीही कारण नसताना त्यांना हसू येते. खुर्चीमागे लपून पुन्हा पुन्हा त्यांच्याकडे बघितलं

तर त्यांच्या दृष्टीने ती मोठीच गंमत असते. पुढे पुढे त्यांना प्रासंगिक विनोदांनी हसू येते. म्हणजे कुणाची फजिती, कुणी घसरून पडलेलं पाहून, माकडाच्या लीला, विदुषकी चाळे व अतिशयोक्तीपूर्ण वर्णने, खलपात्राची फजिती, नावांचे अपभ्रंश हे साहित्यातले विनोदाचे विषय. पुढे पुढे विनोदांमध्ये बौद्धिकता, मिस्किलपणा आणि सूचकता येत जाते तसतसे मुलांना एखादे कोडे सोडवण्याचा आनंद मिळतो.

१०) संघर्षप्रियता :

नकारात्मक असला तरी हाही मुलांच्या मनाचा गुणधर्म आहे. नुसते गोड गोड प्रसंग फार काळ करमणूक करू शकत नाहीत. कुठला तरी संघर्ष, काहीतरी तणाव, समस्या काहीतरी आव्हान देणारे असावे लागते. सगळे ठीक चाललेले असताना मुलांमध्ये भांडणे होतात ती या गुणधर्मामुळेच.

११) उत्कटता :

लहान मुले प्रत्येक गोष्टीचा अनुभव उत्कटतेने घेतात. मोठ्या माणसांप्रमाणे त्यांच्या सर्व भावना कोमट झालेल्या नसतात. आपला आनंद, दुःख, निराशा, भीती काहीही नी लपवून ठेवत नाहीत. उड्या मारून, नाचून, भोकांड पसरून, हातपाय आपटून काहीतरी शारीरिक हालचाल करून ते आपल्या भावना प्रकट करतात. बालसाहित्याकारालाही या वृत्तीने सुखदुःखाचे, क्षोभजनक प्रसंगांचे तीव्र भाषेत वर्णन करावे लागते.

१२) निरपेक्ष प्रेमभाव :

लहान माणसांच्या मनात माणसांविषयी, मानवेतर सृष्टीविषयी निरपेक्ष प्रेमभाव असतो. त्यांचे प्रेम फायद्यातोट्यावर अवलंबून नसते. या प्रेमाच्या असंख्य छटा मुलांमध्ये पहायला मिळतात. प्राण्याविषयी, किडामुंगीविषयीसुद्धा, वात्सल्य, सोबती आणि खेळण्याविषयी स्नेह, अनोळखी लोकांबद्दलही जिव्हाळा, आस्था इ. पाण्यात पडलेल्या मुंगीबद्दल कबूतराला दया वाटते. दयेची भीक मागणाऱ्या उंदराला सिंह सोडून देतो. हे मुलांच्या मनाला पटणारेच आहे. खलपात्रांनासुद्धा खूप वाईट शिक्षा झालेली त्यांना आढळत नाही. फजिती चालते. बऱ्याचदा मुलांच्या या पैलूचा विचार केला जात नाही. कविताही आश्चर्यकारकरित्या क्रौर्य प्रकट करणाऱ्या असतात. उदा. पाणी आणायला गेलेले जॅक आणि जिल केवळ यमक जुळावं म्हणून का पडावेत? किंवा लहान माझी बाहुली गाण्यातील बाहुली केळीचं शिकरण करायला जाते तर तिचे दात पडतात. आडाचं पाणी काढायला जाते तर आत पडते. का?

मुलांना असलं का शिकवायचं? हा प्रश्न पडत नाही. यमक महत्त्वाचं ठरतं असं होऊ नये. बालसाहित्य ही फार जबाबदारीची गोष्ट आहे.

मुलांच्या मनाचे हे गुणधर्म वयानुरूप बदलणारे असतात. बालसाहित्य लिहिताना कोणत्या वयोगटाच्या मुलांसाठी लिहायचे हा विचार करावा लागतो. साधारणत: वयाच्या ३-४ वर्षापर्यंत शिशुगट मानला जातो. यासाठीचे साहित्य म्हणजे शिशुसाहित्य. यात गोष्टीपेक्षा चित्रांना महत्त्व, मोठी मोठी अक्षरे, जोडाक्षरविरहित सोपी सोपी २-४ शब्दांची वाक्ये. पुनरावृत्तीला प्राधान्य. गेयताअधिक ५ ते १० वर्षापर्यंतचा बालगट त्यासाठी बालसाहित्य असते. शिशुगटात क्रिडाप्रवृत्तीला प्राधान्य असते. बालगटात भोवतालचा परिसर, पशुपक्षी, आईवडील, भावंडं पाळीव प्राणी हे त्याच्या विश्वात समाविष्ट असणे आवश्यक असते. याच काळात क़ाल्पनिक गोष्टींना खरे मानण्याकडे (make believe) त्यांचा कल असतो. पशुपक्षी, झाडे या सगळ्यांना या जगात बोलता येते, कथेतले पात्र बनता येते.

११ ते १४ वर्षापर्यंतच्या वयोगटातील लिहिलेले साहित्य म्हणजे कुमारसाहित्य. कुमारवयात पशुपक्षी बोलणे वगैरे गोष्टी सत्य नाहीत हे मुलांना समजलेले असते. त्यांना आता वास्तवाची ओढ लागलेली असते. हा काळ कुणाला तरी आदर्श मानण्याचा असतो. त्यामुळे इतिहास-पुराणातील नायकांच्या कथा या काळात मुलांना आवडतात. शौर्य, साहस, चातुर्य, मोठे मनोबल दाखवणे मुलांना या काळात आवडते.

वयोगटांविषयी विचारवंतांमध्ये मतभेद आहेत. हे टप्पे अभ्यासासाठी सोयीचे असले तरी त्यांच्यावर काटेकोर भेद दाखवता येत नाही. कारण मूल एका अवस्थेतून दुसऱ्या अवस्थेत जाताना पहिल्या अवस्थेचे सर्व गुणधर्म सोडून देत नाही.

बालसाहित्याचे प्रयोजन :

बालसाहित्याचे प्रयोजन नेमके काय असावे याविषयी अनेक विचारवंतांनी विचार मांडलेले आहेत. उदा. मराठीत पहिल्यांदाच बालांसाठी लेखन करणाऱ्या स.का. छत्रे यांनी बार्क्वेसच्या 'द चिल्ड्रेन्स प्रोन्ड' या पुस्तकाचा 'बाळमित्र' हा अनुवाद केला. बाळमित्राच्या प्रस्तावनेत, मुलांना वाचनाची आवड निर्माण व्हावी व त्यांच्या विश्वातील गोष्टी त्यांच्या साहित्यात असाव्या या हेतूने 'बाळमित्र' लिहिल्याचे ते सांगतात. 'नीतिदर्पण' कार विष्णुशास्त्री बापट मुलांना राजनीतीचे ज्ञान व्हावे म्हणून लिहिल्याचे सांगतात. 'बालबोध'कार ओक संपादकीयामध्ये मुलांच्या मनाला करमणूक व्हावी आणि त्यांच्या अंगचे सद्‌गुण वाढावे यासाठी हे मासिक सुरू करत असल्याचे सांगतात. बालपुस्तकाच्या आणि बालमासिकांच्या सुरुवातीच्या काळात

मुलांचे मनोरंजन व्हावे, उन्नयत व्हावे नीतिबोध व्हावा, ज्ञान मिळावे ही अपेक्षा असे.

बालसाहित्याची तीन प्रमुख प्रयोजने सांगता येतील.

१) मनोरंजन :

लहान मुलांचे मनोरंजन करणे हे बालसाहित्याचे प्रमुख प्रयोजन होय. हालचाल, गती, प्रकाश, ध्वनी, लय या गोष्टी प्रथमत: जीवाला आकर्षून घेणाऱ्या असतात. त्या मुलांचे मनोरंजन करतात. घटनाप्रधानता, कृतिप्रधानता, रहस्यप्रधानता, हास्यप्रधानता या वैशिष्ट्यांमुळे गोष्ट मनोरंजक ठरते. तर नादमधुरता, श्रुतिमधुरता, तालबद्धता या वैशिष्ट्यांमुळे बालगीत मनोरंजक ठरते.

२) ज्ञानविस्तार :

भोवतालच्या परिसराचे ज्ञान, सृष्टीची ओळख, सृष्टी विषयी स्नेहभाव, माणसाच्या सामाजिक जीवनाचे ज्ञान मुलांना बालसाहित्यातून होते. ल. म. कडू यांनी निसर्गाच्या उत्पत्तिक्रमावर 'झाड' हे सुंदर पुस्तक लिहिले आहे. झाड मोठं कसं होतं याविषयी मुलांना अत्यंत जिज्ञासा असते. ती या गीतातून पूर्ण होते. स्वच्छता, एकमेकांशी समायोजन, समानता, मानवता, कारुण्य, जगाविषयी आस्था, निसर्गप्रेम अशा अनेक मूल्यांचा खोल संस्कार बालसाहित्यातून उपदेशकाची भूमिका न घेता बालसाहित्यकाराला करता येतो.

३) आनंदनिर्मिती :

बालसाहित्यामागे असणारे आनंदाचे प्रयोजन दुहेरी असते म्हणजे ते वाचकालाहीं आनंद देणारे असते आणि लेखकालाही लहान मुलांची निरागसता, स्वाभाविकता, वर्तमानात रममाण होण्याची वृत्ती, स्वेतरांशी तादात्म्य पावण्याची वृत्ती अंगी बाणवता आली तर उत्तम बालसाहित्य लिहिता येते. प्रत्यक्ष निर्मितीक्षणातही मुलांसाठी प्रतिसृष्टी निर्माण करताना होणारा आनंद हा उच्च पातळीवरचा बौद्धिक आनंदच असतो.

साहजिकच बालसाहित्यकारावर फार मोठी जबाबदारी असते. हे उघडच आहे. मुलांना गोष्टी तर सांगायच्या, त्यांचे मनोरंजन करायचे, पण त्यातून जगण्यासाठी आवश्यक ते संस्कारही रूजवायचे. तेही उपदेशकाची भूमिका न घेता. खलपात्रांचा शेवट दाखवतानाही ही विकृती येऊ न देणे महत्त्वाचे असते. विनोदनिर्मिती करताना कुणाच्या व्यंगाला हसण्याचा हीनपणा न दाखवणे महत्त्वाचे असते. कारुण्य आणि

क्षमाशीलतेचे टोक गाठले गेले की अन्यायाचा प्रतिकार न करण्याची वृत्ती निर्माण होऊ शकते. सर्वात तरल अशा वयात घडवला जाणारा संस्कार बालसाहित्यकारावरही अवलंबून असतो. पुढे चांगले वाईट कळण्याची विवेकबुद्धी याच काळात तयार होत असते. ती तयार होताना काचेच्या भांड्याप्रमाणे जपावे लागते. जातीयता, धर्मांधता, स्त्री-पुरुष भेदभाव, विषमता, अंधश्रद्धा या सगळ्याचे विषारी खतपाणी या वाढणाऱ्या रोपाला घातले जाऊ नये याचीही काळजी घ्यावी लागते.

आपला समाज अनेक जातीजमातींचा बनलेला आहे. समाजाच्या अनेक दुखऱ्या नसा आहेत. अजून मोठ्या माणसांनासुध्दा त्या सर्वांतून समायोजन करणे अवघड जाते तर बालकांचे काय. अशा वेळेस अत्यंत कौशल्याने, नाजूकपणे हे गुंते बालसाहित्यकाराला सोडवावे लागतात. रशियन, चिनी बालपुस्तके काही वर्षांपूर्वी भारतात येत होती. त्या पुस्तकात जिव्हाळा, प्रेम, आपुलकी,सहकार्य हे समाजव्यवहारात परस्परसंबंध दृढ करणारे गुणधर्म कळायचे. कष्ट, प्रयत्नांचे सातत्य, जिद्द, चिकाटी यांचे महत्त्व कळायचे. अत्यंत आकर्षक चित्रे असलेली ही पुस्तके, राजा-राणी, चेटकीण, जादूगार, जादूच्या गोष्टी या अद्‌भुतरम्य कल्पनाविश्वातल्या गोष्टी त्यात नव्हत्या तरी रोजच्या जगण्यात मुलांना कसं वागावं याचं ज्ञान सुंदर गोष्टीतून (प्राण्यांच्या) दिले जात असे.

आपल्याकडच्या बालसाहित्यकारांनी या दृष्टीकोनातून बालसाहित्यनिर्मिती का करू नये? जादूच्या गोष्टी आपल्याकडे जेवढ्या प्रमाणात निर्माण झाल्या त्या प्रमाणात असे विषय आढळत नाहीत. चिल्ड्रेन्स बुक ट्रस्ट, नॅशनल बुक ट्रस्ट, नेहरू बाल पुस्तकालयाच्या पुस्तकातून हे विषय आढळतात. उदा. बी गुलाबो चूहिया और गुब्बारे - कल्पनारम्यता, दुसऱ्याला मदत करण्याच्या वृत्तीचा संस्कार, तारा ऑन शिकारा मुलगी मुलाइतकीच महत्त्वाची असते हा संस्कार, एना गोज टु लायब्ररी- लहान मुलांचा अक्षरांशी, पुस्तकांशी असलेला संबंध, चुमकी पोस्टस् अ लेटर- लहानगी चुमकी पहिल्यांदा एकटी पोस्टाच्या पेटीत पत्र टाकायला जाते तेव्हा तिला येणारे छोटे छोटे अनुभव अशा अनेक सुंदर कथा. मराठी बालसाहित्याचा प्रवास आता या दिशेने व्हायला पाहिजे.

सध्याच्या एकूण परिदृश्याचा विचार केला तर काही प्रश्न विचारात घ्यावे लागतील.

१) मुलं वाचन करतात का? २) मुलांना पुस्तकं सहजासहजी उपलब्ध होतात का? ३) मराठी बालपुस्तकं मुलांना कितपत आवडतात? ४) त्यात काय सुधारणा होण्याची आवश्यकता आहे? ५) पालक, लेखक, प्रकाशक, वाचनालये, वितरक या सगळ्यांची भूमिका काय असावी?

मुलं वाचन करतात का? या प्रश्नाचे उत्तर, करतात, पण मोठ्या प्रमाणावर नाही असे द्यावे लागेल. याचे कारण सर्वांनाच ठाऊक आहे. लिखित माध्यमापेक्षा दृकश्राव्य माध्यम सहजगत्या उपलब्ध असल्याने मुलांना समोर पहायला मिळतंय तर ती वाचनाचे कष्ट कशाला घेतील? यासाठी पालकांची जबाबदारी मुलांना वाचनाची सवय लावण्याची आहे. बालसाहित्यकारांची जबाबदारी मुलांना अत्यंत प्रिय होतील अशी पुस्तके लिहिण्याची आहे आणि प्रकाशकांची जबाबदारी ही राहील की प्रत्येक बालपुस्तकाची निर्मिती उत्कृष्ट झाली पाहिजे, त्यात उत्तम आकर्षक चित्रे असली पाहिजेत हे पाहणे. शहरातल्या मुलांना पुस्तके उपलब्ध होण्यात अडचण नाही. ती खेड्यातल्या मुलांना आहे. त्यांना ती उपलब्ध करून दिली पाहिजेत. काही शाळांमध्ये वाचनाचा तास असतो तेव्हा मुलांना पुस्तके वाटतात. पण अजूनही बऱ्याचशा शाळात बालपुस्तकांचे वाचन मुलांच्या वाढीसाठी अत्यावश्यक गोष्ट आहे. त्याची सवय आपण लावली पाहिजे. याची जाणीव दिसत नाही. मुलांसाठी जिथे वाचनालये आहेत तिथे जाऊन स्वत: पुस्तक निवडण्याची सवय मुलांना लावली पाहिजे.

वेगवेगळ्या परिस्थितीतील बालवाचक गृहीत धरून पुस्तकं निघाली पाहिजेत. उदा. खेड्यातल्या वाचकाला त्याच्या परिसरात आढळणाऱ्या गोष्टींशी निगडितअशी पुस्तकं मिळावीत, त्याचबरोबर मोठ्या शहरात मोठ्या प्रमाणावर मराठी मातृभाषा असणाऱ्या पण इंग्रजी माध्यमातून शिकणारा बालवाचकांचा वर्ग आहे. हा वर्ग इंग्रजी पुस्तकं वाचतो. पण मातृभाषेतले पुस्तक कुठल्याही मुलाला जास्त आवडते. अशा वेळेस या मुलांसाठी जर अत्यंत अवघड मराठी शब्दप्रयोग असलेले पुस्तक असेल तर ते त्यांना समजणारही नाही आणि ते त्यांचा आनंदही घेऊ शकणार नाहीत. या दृष्टीने सोप्या मराठीतली पण चांगला संस्कार करणारी, उत्तम निर्मितीमूल्ये असलेली बालपुस्तके मराठीत येणे आवश्यक आहे. अन्यथा काही काळानंतर मुलांना मराठी पुस्तके वाचावीशी वाटणार नाहीत.

एका मराठी बालपुस्तकातला हा मजकूर पहा. ''दूरवर एक देश होता. तिथे एक राजा राज्य करीत होता. त्याला अकरा मुलं आणि एकच मुलगी होती.'' ही सुरुवात पुढे या मुलीला सावत्र आई. ती मुलीला शेतकऱ्याला देते, मुलांचे पक्षी करते. शेवट गोड - तिचं लग्न राजकुमाराशी, सावत्र आई मरणं, बाराही मुलं सुखरूप.

आपण किती वर्षे अशा प्रकारची पुस्तके लिहिणार आणि छापणार? या काळात १२ मुलं हे ऐकायला कसं वाटतं! थोडं तरी काळाबरोबर का असू नये आपण. हेच B+ ची 'हा नवा खेळाडू कोण?' हे पुस्तक पहा ''बेलानं पायानं

जोरात फुटबॉल उडवला. तो हिरवळीवरून खूप दूर गेला. इतर खेळाडू बॉलवर चढाई करण्याच्या प्रयत्न करत असताना बेलानं त्याचा चांगलाच बचाव केला. आणि संधी साधून असा काही पायाने उडवला की बॉल बागेच्या शेवटी असलेल्या दोन चाफ्याच्या झाडांच्या 'गोल पोस्ट' मध्ये पडला...'' ही कथा उत्तम फुटबॉल खेळणाऱ्या पण मुलगी म्हणून टीममध्ये समाविष्ट न केल्या गेलेल्या एका मुलीची आणि तिने लोकांना आपण कुठेही कमी नाही हे कसे दाखवून दिले याची आहे. समकालीन वास्तव कुठल्या गोष्टीत आढळतं? मूल कुठल्या पुस्तकाची निवड करेल?

मराठी बालपुस्तकाचे रूप बदलण्याची वेळ आलेली आहे. त्यांचा गाभा बदलणे आवश्यक आहे. एकेकाळी भा. रा. भागवतांचा फास्टर फेणे, ना. धों. ताम्हनकरांचा गोट्या, साने गुरूजींचं 'श्यामची आई' ही पुस्तके अशी होती ज्यांनी समकालीन वास्तवाचे कायम भान ठेवले. आजही सरिता पदकी, सुधाकर प्रभू, बाबा भांड, ल. म. कडू, सतीश तांबे अजूनही बरेच बालसाहित्यकार काळाच्या बरोबर राहून बालवाचकांना आवडेल अशा गोष्टी लिहित आहेत पण अजूनही खूप लेखन होणे, चांगले लेखन होणे, आणि उत्कृष्ट निर्मिती व वितरण होणे गरजेचे आहे असे म्हणावेसे वाटते.

❖❖❖

२०

कामगार साहित्य

नारायण सुर्वे

कामगार साहित्य संमेलन ही केवळ महाराष्ट्राच्याच नव्हे तर एकूण भारतीय साहित्याच्या व भारतीय कामगारवर्गाच्या आणि परिवर्तनवादी आंदोलनाच्या इतिहासातील घटना होय. हे संमेलन कामगारवर्गीय आणि वर्ग म्हणून एकूण राष्ट्रीय प्रवाहात स्वतःची मौलिक भूमिका अदा करू इच्छिणाऱ्यांचे आहे.

तशी आपली कामगारवर्गाची म्हणजे आधुनिक कष्टकरी संस्कृतीची गौरवशाली-सांस्कृतिक परंपरा ठळकपणे महात्मा ज्योतीराव फुले यांच्या 'अंखडा'पासूनची काव्यरचना, त्यांचे 'आसूड' मारणारे निबंध व क्रियाशील विचारवंत म्हणून त्यांचे प्रत्यक्ष कार्य इथून सुरू होते. त्याकाळच्या एकूण मराठी जीवनात आढळणाऱ्या वैषम्यावर, अंधरूढी व कर्मकांडावर त्यांनी केवळ कोरडेच ओढले नाहीत, तर स्वतःच्या कर्तबगार भूमिकेने काही गोष्टी सिद्धही केल्या. त्यासाठी त्यांनी सर्व काही सोसले. न्यायमूर्ती रानड्यांना ग्रंथोत्तेजक सभेच्या निमित्ताने दिलेल्या पत्रात ग्रंथसभेच्या व्यासपीठावर खरेखुरे प्रतिनिधित्व कुणाचे हवे, शूद्रातिशूद्रांना स्थान नसेल तर मला या सभेस येण्याचा उत्साह नाही असे त्यांना बजावलेले होते. तो हा तळागाळातील सर्व समाज आज स्वतःच्या सांस्कृतिक अस्मितेसाठी व विविध वाङ्मयीन प्रवाहांना समृद्ध करीत, त्यात भर घालीत, विस्तारत आहे व स्वतःची ऐतिहासिक भूमिका पार पाडीत आहे. फुल्यांच्या विचारांची व कर्तृत्त्वाची थोरवी हा आपला अखंड वारसा आहे, हे विसरता कामा नये. आपली थोर सांस्कृतिक लढाई, मानवी लोकमंगलाची सद्‌भावना व साहित्याच्या विविध अंगाने घेतलेली अभिव्यक्तीची नाना रूपे इथूनच सुंदराचा सुदृढ विचार सुरू होतो. सौंदर्य प्रत्यक्ष संघर्षातून, विचारांना संवेदनाच्या पातळीवर आणून निर्मितीक्षम बनवते ते असे.

लोकमान्य टिळक तर भारतीय स्वातंत्र्यलढ्याचे नेतृत्व करत होते व त्यांच्या आयुष्याच्या अंतिम कालखंडात बोल्शेविक पद्धतीची क्रांती व्हावी, ह्या

विचारापर्यंत येऊन ठेपले होते, असे नवे संशोधन आता इतिहासकारांनी सिद्ध केलेले आहे. १९१८ सालच्या भाषणात ते म्हणाले होते. 'ह्या हिंदुस्थानचे राजे कोण? कामगार आणि शेतकरी जनता हेच या देशाचे राजे होत!'

त्यांचे ब्रिटीश राजवटीविरोधाचे जळजळीत अग्रलेख व कार्य हा आपला प्रखर देशाभिमानी लेखनाचा वारसाच आहे. आगरकरांनी रूढीग्रस्त व अगतिक बनलेल्या समाजावर व एकूण तत्कालीन भारतीय जीवनाचा घेतलेला प्रखर वेध पाहिला की, आपण आश्चर्यचकित होतो. त्यांनी विचारकलहांना सुरुवात झालेली आहे ही घोषणाच दिलेली होती व आयुष्यभर त्यासाठी सर्व काही भोगले. ह्याच नवजागरणाच्या कालखंडात केशवसुतांची कविता व हरिभाऊंचे लेखन एका वेगळ्या अनुभूतीतूनच नव्हे तर समोरच्या प्रश्नांना कलात्मक रूप देत प्रकाशित होत होते. त्यातील एकूण बीजभूत भाग हा मानवी दु:खांचाच आहे. माणसाला भागधेय आहे हे सांगणारा आहे. 'एक तुतारी द्या मज आणुनी' अशी गर्जना करणारा हा कालखंड आहे. आज संख्येने कोट्यवधी असलेला कामगारवर्ग त्याकाळी इतका मोठा नव्हता, तो फार लहान व नुकताच कुठे भारताच्या नकाशावर उदयमान होत होता. तरीही 'मजुरावर उपासमारीची पाळी' किंवा 'अंत्यजाच्या मुलाचा पहिला प्रश्न' ह्या कविता केशवसुतांनाच कशा स्फुरल्या, त्यांच्या संवेदनांनी हा भाग काव्यरूपात कसा टिपला हे पाहणे, शोधणे आवश्यक आहे. (केशवसुतांच्या ह्याच दोन कविता श्रेष्ठ आहेत असे मला सुचवायचे नाही.) इथूनच आधुनिक साहित्याचा पट अधिक रुंदावत गेल्याचे व त्यावर भवती-न-भवती चर्चा घडत राहिल्याचे आपणास स्पष्टपणे दिसते. संस्कृत अथवा युरोपियन अनुवादावर व अनुकरणावर, छंदांच्या रचनाबंधांवर व केवलानंदांच्या स्वान्त:सुखाय वृत्तीतच एकूण साहित्यप्रकार रुंजी घालत होते. ह्या दोघा थोर लेखकांनी त्यांना प्रथम जमिनीवर आणले व अवतीभोवतीच्या जगाकडे पाहायला शिकवले.

तरीही चातुर्वर्ण्यांच्या भाराखाली रुढीग्रस्त कर्मकांडे, ईश्वरादी मंत्रांचा धाक, प्रारब्धाची आळवणी व उच्चनीचतेचे भयानक ओझे वागवत आपला समाज आजही त्यातून बाहेर पडल्याचे दिसत नाही. आजही धर्माच्या नावावर प्रगत मानवी मूल्यांना आव्हान दिले जाते, ही किती शोचनीय घटना आहे, तर त्या काळी ती किती भयानक रूपात वावरत असेल याची स्पष्ट कल्पना येते. म. फुल्यांनी, डॉ. बाबासाहेब आंबेडकरांनी सामाजिक समतेसाठी मोठा लढा दिला व प्रचंड धडक मारली असताही हे सर्व ओझे अद्यापही आमच्या मानगुटीवर बसलेले आहे. आमची मानसिकता ह्या मणामणाच्या भाराखाली वाकलेली आहे. त्याचा परिणाम मराठी साहित्यात असा झाला की, मध्यमवर्गीय लेखकातील निर्मितीचा एक प्रगत लहानसा

विभाग सोडला तर एकूण साहित्याची मानसिकता वरील ओझ्याखाली वाकलेली राहिली. त्यांना स्वत:च्या वर्गापलीकडे कोट्यवधी माणसे विविध दु:खांनी, गांजलेली होती हे दिसूच आले नाही. गावकुसाबाहेरचा आमचा दलित बांधव, आदिवासी, शेतकऱ्यातील विविध थर, शेतमजूर व उदीयमान कामगारवर्ग आणि विशेषत: मध्यमवर्गाचीच खालच्या थरात होत जाणारी घसरण हा सर्व समाज साहित्यक्षेत्राच्या सदैव बाहेरच राहिला. ह्यात आधुनिक कालखंडात ह्या थरातील सर्व वर्गांच्या लहानमोठ्या, विविध स्वरूपाच्या, तर काही ठिकाणी अगदी मवाळ धोरणांच्या संघटनाही उभ्या राहिल्या. परंतु त्याचा अस्पष्ट प्रतिध्वनी सोडल्यास, त्यांना साहित्यात कुठेही प्रवेश मिळाल्याचे दिसत नाही.

आपल्या राष्ट्रीय स्वातंत्र्याच्या संदर्भातही मराठीत किती नाणावलेल्या कलाकृती किंवा त्या त्या कालखंडाचे विविधांगांनी चित्रण केले आहे व ह्या राजकीय प्रश्नांना सखोलपणे साहित्यात व्यक्त केले आहे असे आढळत नाही. हे असे का घडले किंवा पुढे घडू नये ह्यासंबंधी आपणाला विचार करावा लागेल. तरीही आपला हा सर्व पिडला, नाडला गेलेला समाज धडका मारत नव्हताच असे नाही, त्याची लढाई चालूच होती. ही लढाई सदैव चालू असते. मग तुमचे वाङ्मय असो, अथवा नसो. तुमचे साहित्य ह्या वादळी संवेदनांची, संभावनांची आणि आक्रोशांची दखल घेवो अथवा न घेवो, ही झुंज आदिम काळापासूनची आहे व तिचा इतिहास हाच खराखुरा मानवी प्रगतीचा इतिहास आहे. तक्रार एवढीच आहे की, लिखित स्वरूपात, कलाकृतीच्या रूपात त्यावर लिहिले गेले नाही. यात आपल्या डाव्या चळवळींचाही दोष आहे. महाराष्ट्रातही हे सर्व वर्ग उपस्थित असतानाही आपण त्यांच्या सांस्कृतिक संचितांना व त्यांच्या मानसिक बदलांना प्रेरक ठरेल असा वारसा असतानाही काहीही करू शकलेलो नाही. ह्या सर्वांना साहित्य व कलांच्या रूपात व्यक्तवू शकलो नाही, ही गोष्ट प्रांजळपणे नमूद करावीशी वाटते. सांस्कृतिक व साहित्यिक किंवा शैक्षणिक वातावरणात आपण आजतागायत कायम नगण्यच राहिलो ही शोकांतिका मी म्हणू का? सामाजिक लढ्यातही आपण अपुरे पडतो ही देखील नमूद करण्यासारखीच गोष्ट आहे. महान बोधिसत्त्व डॉ. बाबासाहेब आंबेडकरांचा सामाजिक समतेसाठी चाललेला महान लढा व त्याभोवती गोळा होणारा दलित बांधव जो बहुसंख्येने कामगारवर्गात ढकलला जात होता, नव्हे होताच त्याचा वारसाहीं प्रेरणा देणारा आहे. ह्या त्रुटीमुळे आपण कष्टकरी कलेची व तिच्या सांस्कृतिक संचितांची तिला एक शिस्तबद्ध व मूल्यात्मक अर्थ देत फळी उभी करू शकलेलो नाही ही गोष्टदेखील खरीच आहे.

आधुनिक मराठी साहित्याचे वय आणि कामगारवर्गाचे वय जवळपास

सारखेच आहे. फारतर ते शंभर-सव्वाशे वर्षांचे आहे. महाराष्ट्राच्या नकाशावर कारखान्यांची धुरांडी उभी राहिली व त्यांच्या दारावर समाजातील सर्व थरांतील श्रमिकांचे जत्थे श्रम विकण्यासाठी उभे राहू लागले. त्यांचे हात यंत्राशी बांधले गेले, अशा रीतीने श्रम विकणाऱ्यांची एक फौज जी पूर्वी असंटित किंवा संख्येने कमी होती ती इथे संघटितपणे उभी राहिली; आणि ती सर्व जातीजमातीतील होती. श्रम विकताना त्यांच्यापाशी धर्म नसतो, प्रांताभिमान नसतो, तो हिंदू, दलित, मुसलमान, ख्रिश्चन असा नसतो. तो त्यावेळेस कामगार असतो. एका अर्थाने 'सेक्युलर' सारखे रूप दिसते, असेही म्हणता येईल. परंतु पूर्णार्थाने तो 'सेक्युलर' नसतो. कारण, तो घरात गेला की हा हिंदू तरी असतो, अथवा मुस्लिम वा ख्रिश्चन असतो. कारखान्यात तो सर्वांशी एकवटलेला असतो व घरी परतल्यावर पुन्हा आपापल्या चाकोरीत जाऊन बसतो व जुनाट कर्मकांडाच्या आधाराने वावरतो, असेही खेदपूर्वक नमूद करावेसे वाटते. तराही त्यांच्या रूपाने भारतात इतिहासाने एक नवा क्रांतिकारक नायक जन्माला घातला ही वस्तुस्थिती आहेच.

मागे ह्या नव्या उदीयमान वर्गाचे चित्रण आपल्या मराठी साहित्यात तुरळकरूपाने का होईना पण ते झालेले आहे. यात सर्वांचा मोठा वाटा मामा वरेरकर व ग. त्र्यं. माडखोलकरांचा आहे. वरेरकरांचा 'धावता धोटा' व माडखोलकरांची 'चंदनवाडी' या दोन्ही कादंबऱ्या यात प्रामुख्याने मोडतात. या दोघांही श्रेष्ठ कादंबरीकारांना महाराष्ट्रात मोठे नाव होते. तरीही वरेरकरांचा 'सर्वोदयी' आशय व माडखोलकरांचा रोमँटिकपणा याही ठिकाणी प्रकर्षाने जाणवतो. मात्र कमालीची सहानुभूती असलेले हे लेखन आहे, यात शंका नाही. पिळवणुकीविरूद्ध बोलणारे लेखन अधूनमधून मराठी साहित्यात आहे. एकूण जागतिक साहित्य हे दु:खाविरुद्ध बोलत होते. त्याचा तोंडवळा इथेही उमटलेला आहेच, परंतु मुख्य गोष्ट अशी की, उत्पादनाशी संघटितपणे बांधला गेलेला व तो बदलवून नवी व्यवस्था आणणारी प्रमुख शक्ती व वर्ग म्हणून त्याकडे पाहिले गेलेले नाही. ''बाबा जग हे बदलायाचे'' हा केशवसुती बाणा धारण करणारा व विराट ताकद असणारा हा वर्ग होता ही भूमिका नव्हती.

आपण अशा एका वातावरणात जगत आहोत की हे वातावरण मोठे संमिश्र स्वरूपाचे आहे. आपल्या देशावर संकटाचे मोठे सावट जातीयवादाच्या रूपाने विघटन शक्तींना एकवटत, फुटीरता, निर्माण करणाऱ्या राक्षसांना संघटित करत आहेत. धर्मांध शक्ती वाढतच आहेत. इतकेच नव्हे तर आपल्या देशाची सत्ता हातात घेण्यासाठी मिळेल त्या साधनाने स्वत:चे बळ वाढवित आहेत. कर्मठ धर्म व त्यांच्या सत्ता आणि पिळवणुकीवर आधारलेली शोषण व्यवस्था या संकल्पना

आजच्या नव्या युगात कालबाह्य व्हाव्यात ही आपली इच्छा असली तरी तीच प्रभावी व बलदंड शक्ती म्हणून वाढते आहे.

स्वातंत्र्य मिळाले खरे परंतु ते फक्त धनदांडग्या शक्तीच्या पाशातच जखडलेले राहिले. याच कालखंडात सर्व दलित, भटक्या व आदिवासी शक्तींमध्ये नवे जागरण, नवी अस्मिता उभारली खरी, परंतु त्यांच्यातही स्वत:पुरुताच मर्यादित दृष्टीकोन व एकंदर प्रगत शक्तींशी, प्रागतिक विचारांशी व लढ्यांचा दीर्घकाळ अनुभव असलेल्या राष्ट्रीय मूलभूत प्रवाहांशी स्वत:ला जोडून घेणे त्यांना जमलेले नाही. किंवा डाव्या व लोकशाही शक्तींनाही हा आपला खरा मित्र कळला नाही असे धुसर चित्र याही बाबतीत लक्षात येते. आपल्या देशाचा आर्थिक इतिहास इतर मागासलेल्या व वासहातिक देशांपेक्षा प्रगत औद्योगिक विकासापर्यंत म्हणजे थोडा स्वावलंबनापर्यंत झाला असला तरी त्याच्या भोवतीचे विळखेही देशी व परदेशी भांडवलदारांचेच आहेत हे चित्र काही बदलले नाही. तात्पर्य काय? तर धन सर्व थरांतील कष्टकऱ्यांनी निर्माण केले व लाभ कायम स्वरूपात धनदांडगे व त्यांची घराणीच घेत राहिली. स्वाभाविकच देशाची वर वर्णन केलेली अवस्था अशीच निर्माण न होती तरच नवल वाटले असते. मंदगतीने वाढलेली साक्षरता, खेड्यात पोचलेली एस.टी. व काही कॉलेजे आणि सहकारी साखर कारखाने, नव्या प्रचंड इमारती व रस्ते, काही लघुउद्योग, व नवनवे छोटे मोठे कारखाने, काही सवलती बस्स. वाढते धन राष्ट्रीय मालकीचे न होता ज्या धनिकांकडे ते पोचायचे, त्यांच्याकडे पोचते व वाढते. बेकारी किंवा भिकारी अवस्था ज्याचे घरी पोचवायला हवी त्या गोरगरीब जनतेच्या पदरी सुखरुपपणे पोचवण्यात येते. आपल्या हातानेच आपण धनाच्या राशी निर्माण करतो व आपण म्हणजे कामगारवर्गासह सर्व गोरगरीब जनता मात्र सदैव उपाशीपोटी राहते, असे हे कमालीचे भीषण व असह्य जीवन लादले जाते. हे भीषण चित्र हाहीं आजच्या वास्तवाचा एक भाग आहे.

तसेच आत्मकेंद्रित व केवळ ऐहिक भोगाला वाहिलेले एक बाजारू अर्थ तत्त्वज्ञान वाढते आहे. त्यामुळे पिळवणुकीची एक नवीच व्यवस्था तयार होते आहे ह्याकडेही लक्ष वेधावे लागेल. कारण ह्या ऐहिक तत्त्वज्ञानामुळे कमालीची संभ्रमावस्था वाढते आहे. माणसे गोंधळात आहेत व हा गोंधळ वाढता राहण्यासाठी पद्धतशीरपणे रचना करण्यात येत आहे. ह्या कोलाहलात वैचारिक गोंधळलेल्या अवस्थेत समाजवादाविषयी लोकांना आस्थाच नाही असेही चित्र दिसत आहे. जागतिक संस्कृतीची केंद्रस्थानी असलेल्या व विकसित रूपात व्यक्त झालेल्या ह्या शास्त्रीय तत्त्वज्ञानाविषयी कमालीची अनास्था वाढीस लागते आहे. त्याकडेही आपणाला डोळेझाक करता येणार नाही.

ह्या प्रचंड ताणतणावातून एक कमालीची प्रचंड असुरक्षितताच वाढत आहे. द्वेषभाव, माणसामाणसातील गैरसमज, आपल्याच इतिहासाविषयी व प्रगत परंपरांविषयीचा अपसमज आणि विकृतीकरण, विचारातून नवा विचार घडत राहण्याऐवजी, नव्या प्रगत बांधिलकीतून एकवटलेपणा येण्याऐवजी एक प्रकारचा उदासवाणा सूर व तुच्छतावाद, आपल्या देशाविषयीचा कंटाळवाणा नाराजीचा सूर, खोटा अहंकार, वाढता द्वेष आणि सर्वत्र खोट्या मूल्यांचा वाढता जोर, एकूण नीरस व कोडगेपणा. या दुर्दैवी वास्तवाविषयी एक लेखक, कलावंत म्हणून व समतोल विचार करणारा नागरिक म्हणून आपणाला पाहावे लागेल. आजच्या सर्व वस्तुस्थितीच्या मूळ दुखण्याशी भिडून ह्या सर्व मतामतांच्या गलबल्यातून कार्यकारण भाव शोधून, चित्रित करून सांगावा लागेल. दुःख वाटून घेण्याची शक्ती कामगारवर्गातच आहे, तोच सर्व पिळल्या जाणाऱ्या थरांतून अधिक एकवटलेला व अशा खऱ्या वास्तवाशी भिडणारा वर्ग आहे. आपल्या भारतीय कामगारवर्गाचा स्वतःचा गतिशील इतिहासही आहे. ह्या वर्गाला स्वतःचा चेहरा आहे. स्वतःची अस्मिता आहे. राष्ट्रींय स्वातंत्र्याच्या चळवळीत त्याचा सिंहाचा वाटा होताच व पुढल्या सर्व घटनांमध्ये तो अग्रदूतासारखा पुढाकार घेणारा राहणारच आहे हेही पुढील इतिहास सांगेलच. अशा ह्या वर्गाला आता स्वतःचे एक नवे सांस्कृतिक भान येते आहे ही देखील भारतीय संस्कृतीच्या संदर्भात महत्त्वाची घटना आहे.

आजचा कामगार हा कालच्या कामगारापेक्षा अधिक शिकलेला, कुशल, विविध कारखान्यांतून काम करणारा, विविध जाती-थरातला, भारतीय प्रांताप्रांतातून इथे एकवटलेला व बराचसा शिक्षित असलेला आहे. उद्योगधंदे वाढल्याने व शिक्षणाचे दरवाजे खेड्यापाड्यापर्यंत अधिक रूंद होत गेल्याने हे घडले आहे, याचीही नोंद घेणे आवश्यक आहे. त्यामुळेच त्याच्यातील स्वयंप्रेरणा, नवी अस्मिता जागी होत आहे. समाजातील इतर थरांमध्ये शिक्षणाचे लोण पोचले तेव्हा त्यांच्यामध्येही जशी सजगता, जागरूकता निर्माण झाली तशी ती आपल्या कामगारवर्गातही आलेली आहे. स्वतःचे हात व सर्व बौद्धिक कौशल्य यंत्राशी जोडलेले आहे याचे भान त्याला जसे आहे, तसेच नवनिर्माण करणारी प्रचंड शक्ती म्हणूनही आपण आहोत याचे आत्मभानही त्याला आहे. ही नवी अस्मिताच त्याला लेखनासही प्रवृत्त करत आहे व साहित्याच्या व इतर कलांच्या प्रांतातही तो नव्या आत्मविश्वासाने सहभागी होत आहे ही आनंदाची गोष्ट आहे.

आणि म्हणूनच कामगार साहित्य म्हणजे काय? त्याची संस्कृती म्हणजे काय? असा एक कुतूहलाचा प्रश्न सर्वांच्या मनात डोकावत असणारच. असा प्रश्न उपस्थित होणे साहजिकच आहे. आजच्या भारतीय साहित्यात किंवा मराठी साहित्यात

अनुपस्थित असलेले, दबलेले,वंचित राहिलेले सर्व सामाजिक थर शिक्षणाच्या व स्वत:च्या अस्मितेच्या रूपाने वेगाने उपस्थित होत आहेत. आणि संस्कृती, साहित्य किंवा शैक्षणिक केंद्रस्थानी स्वत:चे जीवन, त्यातील ताणतणाव, स्वत:ची भाषा व अभिव्यक्ती, आपापल्या स्थानी दबून राहिलेली मौखिक परांपरा आणि कला यांचा मनोज्ञ अविष्कार घडवीत आहेत. हा इतिहासानेच घडवलेला अपूर्व बदल आहे. कामगार साहित्यही त्यातीलच एक महत्त्वाचे, बिनीचे किंबहुना समाजातील सर्वच थरांना एकवटून मुखरित होणारे अधिक वास्तवलक्षी व गतिमान होणारे साहित्य राहणार आहे. ते एकूण मराठीच्या सर्व प्रवाहासोबत वाढणारे, ह्या प्रवाहाची कथा अधिक रूंद करणारे, स्वअस्मितेसह सर्वच प्रागतिक परंपरांना, डोळसपणा देत विकसित होत जाणारे साहित्य असेल. ह्या साहित्याचा श्रम हा केंद्रबिंदू आहे. श्रमच दुसरी सृष्टी निर्माण करतात. आणि ही सृष्टी निर्माण करण्यात समाजातील सर्व कष्टकरी वर्गाचा सहभाग असतो. यात शास्त्रज्ञ व कलावंतांचाहीं मोठा सहभाग असतो. मानवी बुद्धी व त्याचे कौशल्य, त्याचे त्या कारणी लागणारे श्रम वेगळी सृष्टी निर्माण करतात व त्या अनुषंगाने समग्र मानवजातीच्या वैचारिक बदलात, तिच्या जगण्यावागण्यात लाक्षणिक बदल घडवून आणतात. मानवजातीच्या मागील पिढ्यांचा, त्यांच्या आचारविचारांचा, व त्यांच्या सर्व बदलांचा इतिहास हेच सांगतो. स्वत:च्या इच्छेच्या आणि मनाच्या बळावर दुसरा निसर्ग निर्माण करण्याच्या मानवाच्या प्रयत्नांची फलश्रुती म्हणजे संस्कृती असे म्हटले जाते ते त्यामुळे.

'तीन माणसे संस्कृती घडवतात. शास्त्रज्ञ, कलावंत व कामगार' असे थोर कामगारवर्गीय लेखक गोर्की आपल्या एका लेखात म्हणतात हे खरेच आहे. (संस्कृती - १९२८- मॅक्झीम गोर्की)

तेव्हा माणूस हा सर्व सृजनशील शक्तींचा निर्माता आहे. हे एकदा ध्यान्यात आले व ते पक्के मनावर बिंबले गेले तर मग संस्कृती म्हणजे काय हा भ्रम, हा गोंधळ मनात निर्माण होण्याचे काहीच कारण वाटत नाही. मानव निसर्गाच्या हातचे खेळणे आहे. हा विचार आपली भारतीय संस्कृती करते ते सकृतदर्शनी दिलासा देणारे वाटले तरी मानवाने केलेला एकंदर प्रवास व विकास पाहिला की ध्यानात येऊ लागते ती गोष्ट ही की, मानवी बुद्धी व श्रम हाच सर्व सृजनशील शक्तींचा निर्माता आहे.

तसेच खरा 'कामगारवर्गीय लेखक कोणत्या लक्षणावरून ओळखायचा?' ह्या मॅक्झीम गोर्कींना विचारण्यात आलेल्या प्रश्नाबाबत त्यांनी दिलेले उत्तरही मोठे चिंतनीय आहे. ते म्हणाले, "अशी खूप लक्षणे आहेत असे मला वाटत नाही." तरीही त्याच लेखातील पुढील एका परिच्छेदात त्यांनी साहित्यिक गुणवत्ता सांगितली

ती अशी, ''जीवनाबाबत वाचकांचा क्रियाशील दृष्टीकोन जागा करण्याचे, स्वत:च्या सामर्थ्याबाबत त्यांच्यात विश्वास बिंबवण्याचे, जीवनाच्या महान आशयाला व श्रमातील आनंदाच्या महान महत्त्वाला समजून, जाणून घेण्यास-आतून बाहेरून प्रतिबंध करणाऱ्या प्रत्येक गोष्टींवर ते विजय मिळवू शकतील असा विश्वास त्यांच्यात निर्माण करण्याचे लेखकाचे प्रयत्न.'' (कामगारवर्गीय लेखक : १९२८)

आपणालाही हाच 'बीजभूत' विचार ध्यानात ठेवून किंबहुना आपल्या अनुभवानुसार त्यात भर घालून पुढची वाटचाल करावी लागेल. जगातील विविध घटनांकडे वैज्ञानिक दृष्टीकोनाने पाहा व साहित्य आणि कलेच्याद्वारा समग्र मुक्तीच्या लढाईत गुंतलेल्या माणसाला, सर्व जीवनच बदलवू पाहाणाऱ्या संग्रामाला मुखरित करा, त्याला बळ मिळेल आणि नवी समतावादी संस्कृती तो जो निर्माण करण्यात गुंतला आहे, त्या नायकाचे विजयी चित्र रंगवा. त्याच्या पराभवातच त्यांचा विजयही चित्रित करा. त्याच्या हताश अवस्थेतहीं 'पुन्हा एकदा नेटाने उभे राहून हे सर्व बदलू', हा जगण्याचा प्रत्यय आपण त्याला द्या. शब्दांचे, रंगाचे, अभिनयाचे, अशी कितीतरी कलांची सर्वच सामर्थ्ये माणसासाठी असतात व ती माणसाला जगण्यासाठी, त्याच्या आत्म्याला घडविण्यासाठी व प्रगतीचे एक पाऊल पुढे पडावे म्हणून सदैव झटत असतात.

म्हणून आमच्याही सर्वच लेखनाला वैज्ञानिक दृष्टीकोनाच्या प्रकाशातच वाटचाल करावी लागेल. आपला लेखक हा मुळात अंतर्बाह्य बदलला पाहिजे. तो बाहेरून कामगार आणि परिवर्तनवादी व आतून मात्र परंपरावादी ही भूमिका टाकून द्यावी लागेल. त्याला जात, रुढी, कर्मकांडे, प्रारब्ध व ईश्वर आणि शोषण करणाऱ्या सर्व व्यवस्थांविरूद्ध व जुनाट सडलेल्या विचारांविरूद्ध उभे राहावे लागेल.

मानवी समाजाचा व संवेदनांचा इतिहास अनेक स्थित्यंतरातून घडत घडत इथवर आलेला आहे. साहजिकच सर्वच कलांचा उगम व विकासही त्यांच्याच सोबत विकसित झालेला आहे. मग ओघानेच ह्या सर्वांनाचा अभ्यास करणे, त्यांचा नव्या दृष्टीने अर्थ लावणे, संगती लावणे क्रमप्राप्तच आहे. आपणाला जागतिक साहित्य व भारतीय साहित्य आणि मराठी साहित्य व इतर कला यांचाही अभ्यास करावाच लागेल नाहीतर आपण मूळ कोणाच्या खांद्यावर व कोणत्या मौलिक घडामोडींच्या ठिकाणी उभे आहोत हे कळणार नाही. तेव्हाच प्रगत साहित्याची थोर परंपरा आपल्या आधारासाठी आहे हे लक्षात येईल.

आपण केवळ कामगारवर्गीय लेखकच नाही तर समग्र मानवजातीच्या सुखदु:खांशी बांधील व तिच्या गतिशील आणि संघर्षमय जीवनाचे यथार्थपणे चित्रण करणारे, जनतेकडून शिकत व जनतेला शिकवत विकासशील भूमिका

घेणारे तिचे अग्रदूत आहोत. म्हणून आपल्या अभिव्यक्तीचे मूलस्त्रोत मोकळे वाहू द्या. कलाकृतीला तिच्या गतीने व अंगभूत सामर्थ्याने प्रगटू द्या. निर्मितीक्षम साहित्याचे सगळे प्रदेश आता मोकळे होत आहेत म्हणून सर्वोत्कृष्ट कलाकृतींना सामोरे जाऊ या.

सांगण्यासाठी आपणाशी अंत:करणाच्या तळघरात कितीतरी अनुभवाचे जिवंत झरे उपलब्ध आहेत. त्यांना साहित्य व कलांच्या रूपाने मोकळे करू या. आपल्यासकट भोवताली कितीतरी वैविध्यपूर्ण जीवन पसरलेले आहे. त्यातील सुखदु:खांना, खऱ्या मानवी संबंधांना, वास्तववादी व अर्थपूर्ण घटनांना व त्यातील जिवंत मानवी संवेदनांना कलारूप देऊ या.

यंत्राच्या काळजातील आर्त स्वर
तुझ्या कंठात आकार घेऊ दे
उडणाऱ्या नाडीचे जागते ठोके
त्यांचा घंटारव अंतरात घुमू दे.

(अध्यक्षीय भाषण : पहिले कामगार साहित्य संमेलन, पुणे.)
३-१-१९९२

❖❖❖

२१

विज्ञान साहित्य

जयंत नारळीकर

विज्ञान साहित्यलेखनातील समस्यांचा विचार करण्यापूर्वी विज्ञान साहित्य कशाला म्हणायचे याचा खुलासा करणे आवश्यक आहे आणि या संदर्भात मी असे म्हणू इच्छितो की, मी हे लिहित असताना, माझ्या मनाशी जे काही आडाखे बांधले होते त्याप्रमाणे मी हा निबंध लिहिलेला आहे. 'विज्ञान साहित्याचे स्वरूप' ह्या विषयावर चर्चा झाली असल्याने त्या मुद्द्याची माझ्या वैयक्तिक दृष्टिकोनातून थोडक्यात चर्चा करतो.

विज्ञानाबद्दलचे लेखन एकंदरीत खालील स्वरूपाचे असते -

१) वैज्ञानिक विषयावरील संशोधनात्मक प्रबंध हे बहुतकरून विज्ञानाला वाहिलेल्या नियतकालिकातून बाहेर येतात.

२) विज्ञानाच्या एखाद्या शाखेतील, उपशाखेतील किंवा उप-उपशाखेतील जागतिक प्रगतीचा आढावा - ज्याला इंग्रजीमध्ये "Review Article" असे म्हणतात. अशा तऱ्हेचे लेख, एका विशेष प्रकारच्या नियतकालिकांमधूनच बाहेर येत असतात.

३) एखाद्या वैज्ञानिक मुद्द्याची सामान्य वैज्ञानिकांना समजेल अशा पातळीवर चर्चा करणारा लेख (किंवा पुस्तक). आता ह्या भागाचे उदाहरण जे माझ्या डोळ्यासमोर येत आहे ते सायंटिफिक अमेरिकन ह्या नियतकालिकाचे. आपण बऱ्याच जणांनी हे मासिक वाचलेलेही असेल. मी हे नियतकालिक वाचीत असताना, मी असे समजत होतो की हे नियतकालिक सर्वसामान्य सुशिक्षितांसाठी लिहिलेले आहे. परंतु मी जेव्हा काही विज्ञान न वाचलेल्या लोकांना त्याबद्दल विचारले तर ते म्हणाले की ते मासिक आम्हाला फार अवघड वाटते. म्हणून या गोष्टीला मी नंबर ३ मध्ये घातलेले आहे.

४) त्यानंतर विज्ञानकोश, ज्यात पाहिजे त्या वैज्ञानिक विषयाची तपशीलवार माहिती मिळते. ती माहिती फार खोलपर्यंत जात नाही. परंतु एखाद्याला जर सर्वसाधारण

माहिती पाहिजे असेल तर ती त्याला तिथे मिळू शकते. अनेक लेखकांनी त्यात सहभाग दिलेला असतो आणि त्याला एनसायक्लोपिडिआ असे म्हणायला हरकत नाही.

५) त्यानंतर पाचवा प्रकार म्हणजे सामान्य सुशिक्षितांसाठी वैज्ञानिक माहिती पुरविणारे लेख (मासिके आणि पुस्तके). याबाबत मराठीमध्ये उदाहरण द्यावयाचे म्हणजे गो. रा. परांजपे किंवा कर्वे, सोहोनी व इतरही या प्रकारचे लिखाण करीत असतात आणि त्याला महत्त्व आहे. कारण त्यांच्या वाचनामध्ये एकात्मता असल्यामुळे समाजाला विज्ञानाची चांगली माहिती करून द्यायला अशा तऱ्हेचे लेख बाहेर येणे फार आवश्यक आहे.

६) सहावा प्रकार जो आहे तो कथा-कादंबरी- कविता आणि नाटकेसुद्धा यात घालायला हरकत नाही. ह्या प्रस्थापित साहित्यिक माध्यमांतून एखाद्या वैज्ञानिक कल्पनेचे चित्रण.

वरील सर्व स्वरूपात लेखन करायची संधी मला वेळोवेळी मिळालेली आहे. इतरांनी केलेले लेखन मी थोड्याफार प्रमाणात वाचले आहे. थोड्याफार प्रमाणात या शब्दप्रयोगातील 'थोड्या' ह्या शब्दावरच जास्त भर दिला पाहिजे. या विषयावरती एकंदर लेखन इतके झालेले आहे की कोणीही असे विधान करू शकणार नाही की मी फार वाचले आहे. या लेखन-वाचनाच्या बाबतीतील माझे काही अनुभव आहेत त्यावरून माझी विधाने मी करतो,आणि थोडक्यात, प्राध्यापक कुलकर्णी यांनी जे सांगितले, की ह्या सहा प्रकारात त्याच अनुक्रमात विज्ञानाचे प्रमाण कमी कमी होत जाते आणि माहिती ज्या माध्यमांतून पुरविली जाते त्या माध्यमाचे महत्त्व वाढत जाते. संशोधनात्मक प्रबंधांत वैज्ञानिक मुद्द्यांची अचूकता जास्ती आहे आणि ते मुद्दे मांडणारी भाषाशैली सुगम आहे का दुर्गम आहे, तांत्रिकदृष्ट्या चूक आहे का बरोबर हे प्रश्न गौण मानले जातात, तर माझा स्वत:चा अनुभव असा की, माझ्या स्वत:च्या विषयावरती जेव्हा मला यातील पहिल्या भागातील गोष्टीसंबंधी भाषण करावयाचे असते ते मला फार सोपे वाटते. कारण श्रोतेसुद्धा ते विषय जाणणारे असतील आणि तो विषय मुद्दाम जाणीवपूर्वक समजावून सांगावयाची आवश्यकता नाही म्हणून आपण लगेच जसे आहे तसे त्यांच्या समोर मांडतो; परंतु जसजसा विज्ञानाचा भाग कमी कमी होत जातो आणि माध्यमाचे महत्त्व वाढत जाते तसतसे त्या भाषणावरती आपणाला जास्त मेहनत करावी लागते. लोकांचा असा समज असतो की, ज्याला आपण पॉप्युलर लेक्चर म्हणतो ते देण्याला जर आपणाला बोलावले तर काही मेहनत करावी लागणार नाही, पण खरोखरच त्याच्यातच जास्त मेहनत असते. टेक्निकल लेक्चर देण्यात तेवढी मेहनत करावी लागत नाही. तसेच,

थोड्याफार प्रमाणात हे लिखाण करतानासुद्धा हा अनुभव येतो. तर या उलट पाचव्या प्रकारात वैज्ञानिक माहिती शक्य तितक्या सोप्या मार्गाने वाचकांपुढे आणण्यासाठी लेखकाचे कसब पणाला लागते, एखाद्या वैज्ञानिक सिद्धांत सोपा करून सांगताना 'ध' चा 'मा' होत नाही ना याची काळजी घ्यावी लागते; त्याप्रमाणे सिद्धांताची मूळ कल्पना वाचकाच्या डोक्यावरून जात नाही ना याची पण दक्षता बाळगणे आवश्यक असते. ही तारेवरची कसरत फार थोड्या विज्ञान लेखकांना साध्य होते. तर या ठिकाणी थोडे बाजूला जाऊन मी असे म्हणू इच्छितो की, कधीकधी माझ्या स्वतःच्या अनुभवावरून सांगतो की, मी जेव्हा एखादे पॉप्युलर लेक्चर देणार असतो तेव्हा बरेच श्रोते असा समज करून घेतात की, नारळीकर जे काही आज सांगणार आहेत ते आपल्या डोक्यावरून जाणार, तर हा जो एक प्रकारचा डिसअॅडव्हॅन्टेज अथवा हॅन्डिकॅप असतो, त्याखाली मी काम करीत असतो. एक उदाहरण सहज मला आठवले म्हणून सांगतो. पुण्याला वसंत व्याख्यानमालेत मी व्याख्यान देणार होतो. व्याख्यानाचा विषय होता, 'शंभर वर्षांनंतरचे मानवी जीवन कसे असेल?' आता ह्याच्यामध्ये खरे म्हटले तर अवघड असे काही नाही आहे. निदान या शीर्षकावरून मी काहीं अवघड बोलणार आहे असे काही मला वाटले नाही तरी पण पुण्यातील एक प्राध्यापक माझे कौतुक करण्याच्या हेतूने म्हणाले, 'मी येणार आहे तुमच्या व्याख्यानाला. तुम्ही काय बोलणार आहात ते माझ्या डोक्यावरून जाईल'. तर मला असे म्हणावयाचे आहे की, त्यांनी हा पूर्वग्रह माझ्या व्याख्यानासंबंधी अगोदरच करून ठेवलेला होता. तर ही एक समस्या म्हणा ती माझ्यासमोर मी जेव्हा लेखन करायला बसतो तेव्हा येऊन उभी राहते, की श्रोत्याच्या मनात जो एक दूषित पूर्वग्रह लेखकाबद्दल झालेला असतो, तो मी कसा दूर करू. तर मी जे पाच प्रकार आधी सांगितले त्या पाचही प्रकारांत ही माहिती वाचकांपर्यंत पोचवायचा लेखकाचा हेतू असतो. जरी पाचव्या प्रकारात ही माहिती पोचवताना लेखकाने उपमा, उदाहरणे, आख्यायिका वगैरे वापरल्या असल्या तरी त्याचा उद्देश एखादी वैज्ञानिक माहिती लेखनाद्वारे वाचकाच्या मनात बिंबवणे हाच असतो. परंतु, माझ्या मते सहाव्या प्रकारचे तसे नाही. कथा-कांदबऱ्या-कविता वाचकांचे मनोरंजन करतात आणि त्यांना वैचारिक खाद्यसुद्धा पुरवतात. तर हे वैचारिक खाद्य सरळ सरळ समोर मांडले तर वाचकांना ते रूचणार नाही किंवा पचणार नाही. त्याला मनोरंजनाचा मुलामा लावणे आवश्यक आहे. उदाहरण आपल्या वाङ्मयात, पुराण वाङ्मयात द्यायचे म्हणजे व्यावहारिक ज्ञान आत्मसात करण्यात अपयशी ठरलेल्या मुलांना पंचतंत्रातल्या गोष्टी सांगून विष्णु शर्म्याने शहाणे केले. धार्मिक कल्पना रुचकर स्वरूपात मांडण्याचे काम संतवाङ्मयाने केले. आपण इतिहास कादंबऱ्या

आवडीने वाचतो. हीच बाब विज्ञानाला पण का लागू पडू नये? विज्ञान म्हणजे आपल्याला न समजणारा विषय असे गृहीत धरून चालणारा वाचक विज्ञानकथेतून कळत नकळत एखादी वैज्ञानिक कल्पना पचवू शकणार नाही का?

ह्या प्रश्नांच्या 'हो' कारांती उत्तरातून विज्ञान लेखाचा हा सहावा प्रकार अस्तित्वात आला असावा. ह्या निबंधाला अभिप्रेत असलेले विज्ञान साहित्य म्हणजे हा सहावा प्रकार असे मी गृहीत धरून चाललेलो आहे.

याची काही उदाहरणे मी आधी देतो.

असे साहित्य लिहिताना कुठल्या कुठल्या समस्या उद्‌भवतात याची कल्पना येण्यासाठी या लेखनाची काही उदाहरणे आपण प्रथम पाहू.

पृथ्वी आपल्या अक्षाभोवती २४ तासात एक चक्कर मारते, म्हणजे २४ तासात ३६०° चा कोन पुरा करते... म्हणजे १५° इतक्या कोनीय वेगाने फिरते. याचा अर्थ असा की, जर दोन ठिकाणांच्या रेखांशात १५° फरक असेल तर तेथील सूर्योदयाच्या वेळेत एका तासाचा फरक असेल. कलकत्त्यात सूर्योदय आणि सूर्यास्त मुंबईच्या आधी होतात ते याच कारणाने. म्हणून एक माणूस जर मुंबईहून कलकत्त्याला गेला, म्हणजे इथून पूर्वेला गेला आणि तो जर सूर्योदयाला मुंबईहून निघाला आणि सूर्यास्ताला कलकत्त्याला पोचला तर त्याने मोजलेल्या दिवसाची लांबी मुंबईतील किंवा कलकत्त्यातील दिवसाच्या लांबीपेक्षा कमी असेल. अर्थात जर तो पूर्वेकडे जात जात संपूर्ण पृथ्वी प्रदक्षिणा करून आला तर हा फरक वाढत वाढत २४ तासांचा होईल. ह्या कल्पनेला कथेचे स्वरूप देऊन जूल्स व्हर्नने आपली यशस्वी कादंबरी 'ऐंशी दिवसात पृथ्वी-प्रदक्षिणा' ही लिहिली. ऐंशी दिवसात पृथ्वी प्रदक्षिणा करण्याची पैज मारून निघालेला कथानायक लंडनहून सतत पूर्वेकडे जात परत येतो तेव्हा त्याच्या कालगणनेप्रमाणे ८०दिवस उलटून काही तास झालेले असतात,व पैज हरलो असे त्याला वाटत असते. वास्तविक लंडनमधील घड्याळाप्रमाणे केवळ ७९ दिवसच पूर्ण झालेले असतात. आणि त्याला शेवटी कळते की आपल्याला अजून काही मिनिटे उरलेली आहेत आणि तो तेवढ्यात जाऊन पैज जिंकतो.

तर या कथानकाच्या वैज्ञानिक कल्पनेची ही खुबी अगदी शेवटी उजेडात येते तोपर्यंत वाचक कथानायकाच्या प्रवासातीर अनेक साहसांत आणि रोमांचकारी अनुभवांत रंगून गेलेला असतो.

परंतु विज्ञानकथा केवळ काही माहीत असलेल्या किंवा प्रस्थापित झालेल्या वैज्ञानिक तथ्यांवर आधारलेली असावी असे नाही. जर लेखक स्वत: विज्ञानात मुरलेला असेल तर स्वत:च्या अनुभवावरून 'पुढे विज्ञान कुठे जाईल?' ह्याचा अंदाज बांधून त्यावर कथा रचू शकतो. याचे उदाहरण म्हणजे आपली यशस्वी

विज्ञान कादंबरी 'कृष्णमेघ'या कादंबरीमध्ये प्राध्यापक फ्रेड हॉयेल यांनी अंतराळातील रेणूंचा सजीव मेघ सूर्यमालेत आल्यावर काय काय घडू शकेल याची कल्पना करून एक उत्तम चित्र रंगवलेले आहे. हे पुस्तक १९५६ च्या सुमारास लिहिले गेले. १९६०-७० या दशकामध्ये रेडिओ आणि सूक्ष्म लहरींच्या वेधांद्वारे कार्बनिक रेणू असलेले मेघ अंतराळात सापडले. पृथ्वीवरील जीवसृष्टीच्या मुळाशी असलेल्या डी.एन.ए. चे अनेक घटकरेणू अंतराळात सापडल्यामुळे हॉयेल यांनी केलेली सजीव मेघाची कल्पना आता तितकी अवास्तव वाटत नाही. तर ह्या संदर्भात असेही सांगावेसे वाटते की, हॉयेल यांनी पुढे असे म्हटलेले आहे की, १९५६ च्या सुमाराला त्यांना त्यांच्या शास्त्रीय संशोधनातून एक कल्पना सुचली की अंतराळात रेणू-कार्बनिक रेणू असू शकतील. परंतु त्यांनी असे पाहिले की, ह्या कल्पनेतून एक संशोधनात्मक प्रबंध लिहिला, व त्यातील प्रकार सांगितले, तो मान्य व्हायचा नाही, त्यावेळी त्यांचे जे वैज्ञानिक सहकारी होते त्यांना ती माहिती अवास्तव वाटली असती आणि त्यांनी तो प्रबंध उजेडात येऊ दिला नसता. म्हणून त्यांनी हा मार्ग वापरला.

तर, प्रस्थापित विज्ञानातून पुढले भाकीत करणे किंवा याही पुढे जाऊन केवळ कल्पनेच्या भराऱ्यांवर अनेक विज्ञानकथा रचल्या जातात. तथ्यापासून फॅण्टसीकडे जाताना सर्वच लेखक यशस्वी होतात असे नाही. आर्थर सी. क्लार्क यांच्या 'सन २००१ -अंतरिक्षपुराण' ह्या कथानकावर चित्रपट पुष्कळ गाजला. यातील फॅण्टसीचे भाग सर्वांनाच पटतील असे नाही. पण त्यातील अंतराळ वसाहतींचे व गणक यंत्रांचे चित्रण पुष्कळ वास्तववादी झाले आहे.

माझे स्वत:चे अनुभव मी येथे मांडतो. १९७४ साली मी माझी पहिली विज्ञानकथा 'कृष्णविवर' ही लिहिली. मराठी विज्ञान परिषदेच्या विज्ञानरंजक कथा-स्पर्धेसाठी ती लिहिली असल्याने स्पर्धेची शब्दमर्यादा २००० शब्दांची होती. ती पाळणे आवश्यक होते. माझ्यासारख्या प्राथमिक अवस्थेतील लेखकाच्या हे पथ्यावरच पडले. कारण, कथा सांभाळून आणि अनेक पात्रे घालून ही कथा मला मोठी करून फुलवता आली असती की नाही ही शंकाच आहे. ह्या मुद्द्याची थोडीफार चर्चा मी पुढे करीन.

आजपर्यंत मी सुमारे वीस विज्ञानकथा आणि एक विज्ञान-कादंबरी असे लेखन केलेले आहे. ते लेखन करताना मला स्वत:ला कोणत्या समस्या आल्या त्यांची प्रथम थोडक्यात चर्चा करतो.

खगोलशास्त्र आणि जीवनशास्त्र हे दोन विज्ञानाचे भाग विज्ञानकथांसाठी बरेच उपयोगी पडतात. त्यापैकी खगोलशास्त्राशी माझा निकटचा संबंध असल्याने

त्या बाबतीत माझी सोय झाली. विशाल विश्वात पृथ्वीचे स्थान किती स्वल्प आहे हे खगोलशास्त्राच्या अभ्यासामुळे लक्षात येते. त्याचप्रमाणे पृथ्वीवासियांना मोठ्या वाटणाऱ्या घटना, भूकंप, वादळ, अणुबाँबस्फोट इत्यादी, विश्वात घडणाऱ्या प्रचंड नैसर्गिक घटनांपुढे किती फुसक्या आहेत हे अंतराळातील वेधांवरून दिसून येते. सध्या नेहरू प्लॅनिटोरियममध्ये जो Violent universe म्हणून प्रोग्रॅम चाललेला आहे, त्याच्यामध्ये अशा काही अंतराळातील घटनांचे वर्णन आहे.

जरी अशा घटना अति विशाल, चमत्कृतिपूर्ण, काहीशा अनाकलनीय असल्या तरी तो त्यांचा संबंध वाचकाला माहीत असलेल्या पार्श्वभूमींशी जोडल्याखेरीज त्या मनोवेधक ठरत नाहीत. असे मला वाटते. 'स्फोट' ही माझी विज्ञानकथा महाराष्ट्र टाईम्स वार्षिक अंक १९७९ मध्ये प्रसिद्ध झाली. ती लिहीताना मला याची जाणीव झाली. पृथ्वीजवळ जर एखादा सुपरनोव्हा (स्फोट होणारा तारा) उद्‌भवला तर किती हाहा:कार उडेल याचं चित्र ह्या गोष्टीत रंगवलेले आहे. पण त्याला वास्तवतेचे स्वरूप द्यायला अनेक गोष्टींचा विचार करावा लागला.

उदाहरणार्थ, १०५४ साली पृथ्वीवासियांना एक सुपरनोव्हा स्फोट होताना पाहायला मिळाला. त्यानंतर आपल्या आकाशगंगेत असे दोन स्फोट झाले, की त्यांची खगोलशास्त्रज्ञांनी नोंद केली. तेव्हा गोष्टीतल्या काल्पनिक सुपरनोव्हाचा स्फोट १०५४ पूर्वी असावा आणि त्यातून, जर तो पृथ्वीपासून फार लांब असेल तर कथेच्या दृष्टीने त्याचा फारसा उपयोग नाही, कारण त्याच्या स्फोटाचे परिणाम येथे जाणवणार नाहीत. स्फोटातून जे काही मलकण बाहेर पडतात ते फार वेगाने इकडे येतात असे त्याच्यात लिहिलेले आहे. आणि अंतर जर फार लांब असेल तर त्या कणांचा येण्याचा वेग पुष्कळच कमी होतो. पण जर तो स्फोट जवळ झालेला असेल तर त्याचे परिणाम लगेच जाणवतील. गोष्टीच्या दृष्टीने पृथ्वीवर उडालेला हाहा:कार भविष्यकाळात पुढील काही शतकांत घडावा अशी अपेक्षा होती. ह्या सर्व गोष्टींचा विचार करून त्या स्फोटाचे अंतर आणि काळ ठरवावे लागले.

अखेर या ज्या कंडिशन्स आहेत त्या जर आपण पाळल्या तर ते गणितच होते. त्या गणितावरून या सर्व गोष्टींचा विचार करून त्या स्फोटाचे अंतर आणि काळ ठरवावे लागले. यावरूनच मला ठरवता येत होते की हा स्फोट केव्हा व्हायला हवा होता.

तर त्याप्रमाणे कथानकाचे तीन भाग झाले. भूतकाळ हा काळ हर्षवर्धन सम्राटाच्या वेळचा अर्थात जेव्हा स्फोट पाहिल्याची नोंद झाली. वर्तमानकाळ आधुनिक काळात अवशेषांत सापडलेल्या नोंदीवरून पुढे येणाऱ्या संकटाची मिळणारी सूचना आणि भविष्यकाळात स्फोटावशेषांमुळे नष्ट झालेल्या मानवसंस्कृतीचा पुन्हा झालेला

उदय. तर 'स्फोट' ही ताऱ्याच्या दृष्टीने 'क्षणिक' घटना समजली जाते, ताऱ्याचा एकंदर जीवनकाळ कित्येक अब्ज वर्षांचा असतो आणि त्या अब्ज वर्षांच्या आयुष्यात पुढे हजार वर्षांचा कालखंड म्हणजे क्षणिक, अल्प समजला पाहिजे. परंतु या कार्याच्या दृष्टीने ही घटना जरी क्षणिक असली तरी मानवी जीवनाच्या कितीतरी पिढ्या त्याच्याशी संलग्न असतात, ही मूळ कल्पना वाचकांपुढे मांडायचा तो एक प्रयत्न होता.

विज्ञान कथानक कल्पना-शक्ती वापरून कितीतरी फुलवलेले असले तरी वैज्ञानिक तथ्यांची कास सोडून असू नये. उदाहरणार्थ, प्रकाशाची वेगमर्यादा ओलांडता येत नाही. असे गृहीत धरले तर मानवी आयुष्याच्या अवधीत अंतराळयानांना फार लांबचे पल्ले गाठता येणार नाहीत. 'प्रेषित' कादंबरी लिहिताना मला ही मर्यादा सांभाळावी लागली आणि त्यामुळे कथानकावरती काही निर्बंध आपोआप आले.

ही उदाहरणे देण्यामागे माझा हेतू हा की, जर विज्ञान कथानक वास्तववादी आणि सुसंगत करायचे असेल तर विज्ञानाने ठरवून दिलेल्या काही मर्यादा आपोआपच पाळाव्या लागतात. आपल्या साहित्याकडे विज्ञानसाहित्य म्हणून बघितले जावे अशी जर अपेक्षा असेल तर लेखकाने प्रस्थापित विज्ञानाचा पाया गोष्टीसाठी वापरला पाहिजे.

हा निकष लावल्यास विज्ञानकथा आणि परीकथा किंवा निव्वळ फॅण्टसी यांच्यातला फरक कळून येतो. उदाहरणार्थ, भयकथा म्हणजे काही विज्ञानकथा असे म्हणता येणार नाही. विज्ञानाची चांगली माहिती असणे हे जरी उत्तम विज्ञानकथेकरिता आवश्यक असले तरी पर्याप्त नसते. कथानक रंगवण्यासाठी जरुरी असणारे इतर गुण त्याच्यात पाहिजेत. उदाहरणार्थ, 'सस्पेन्स' हा प्रकार पुष्कळ विज्ञानकथा रंगवण्यासाठी उपयोगी पडतो. आणि हा प्रकार वापरणे सर्वांनाच जमते असे नाही. मला स्वत:ला त्याबाबतीत पुरते यश मिळालेले नाही, हे प्रांजलपणे कबूल करणे भाग आहे. विज्ञानकथा न लिहिणाऱ्या पण उत्तम सस्पेन्स असलेल्या कथा लिहू शकणाऱ्यांचा मला ह्याबाबतीत हेवा वाटतो.

विज्ञान हे जिज्ञासेतून निर्माण झाले, विज्ञानामुळे अनाकलयीन गोष्टी समजायला मदत झाली. त्याचप्रमाणे पृथ्वीबाहेरील अफाट अंतराळात ज्या घटना घडतात आणि ज्यांचे आकलन विज्ञानाद्वारे झालेले आहे अशा घटना पृथ्वीवर घडल्या तर सामान्य माणसाला त्या अनाकलनीय वाटतील. उदाहरणार्थ, सूर्याच्या आंतरिक समतोलात सूक्ष्म असा बदल झाला आणि त्याचे तापमान थोडे खाली आले तर पृथ्वीवर हिमयुग येऊ शकेल. सकृत्दर्शनी अनाकलनीय वाटणाऱ्या पण विज्ञानाच्या कारणमीमांसेत बसणाऱ्या घटनांसाठी पृथ्वीबाहेर जायला नको. 'जेनेटिक इंजिनियरिंग'ह्या

विषयात जीवशास्त्रात सध्या जे प्रयोग चाललेले आहेत ते अशा कितीतरी घटनांसाठी काल्पनिक कथानके पुरवू शकतील.

परंतु विज्ञानाचा पाया नसेल तर अशा अनाकलनीय घटनांवर आधारलेले कथानक केवळ भयकथा म्हणूनच ओळखले जाईल. मराठीत विज्ञानसाहित्य कमी असल्यामुळे अशा कधीकधी भयकथाच विज्ञानकथा म्हणून गणल्या जातात, हे मात्र चुकीचे आहे. उलट जर वाचकाला विज्ञाननिष्ठ करावे हा विज्ञान-साहित्यामागचा हेतू असेल तर तो अशा भयकथांनी साध्य न होता त्यांचा वाचकाला अंधश्रद्धेकडे प्रेरित करायला उपयोग होतो.

आता आणखी एक-दोन प्रश्नांची मी येथे दखल घेतो.

विज्ञानकथानकाच्या मुळाशी एखादी वैज्ञानिक कल्पना असावी असे जर गृहीत धरले तर ती कल्पना वाचकाला नीट कळली पाहिजे. कथानकाच्या ओघाओघातून ती स्वाभाविकरित्या स्पष्ट झाली तर उत्तमच. जसं मघाशी मी 'राऊंड दी वर्ल्ड इन एटी डेज' या कादंबरीचे उदाहरण दिले. त्यात जशी ती कल्पना स्पष्ट होते, तशी स्पष्ट झाली पाहिजे, नाही तर ती विशद करून सांगण्याची जबाबदारी कथेतल्या पात्रांवर येते, रहस्यकथांमध्ये हे रहस्य कसे उलगडले हे बरेच वेळा शेवटी रहस्य उलगडणाऱ्याकडून स्पष्ट केले जाते. कॉनन डॉयलच्या रहस्यकथांमध्ये शेरलॉक होम्स हे काम करतो, पण ती केवळ लेक्चरबाजी ठरू नये म्हणून वाचकांतर्फे प्रश्न विचारावयाचे काम त्याचा मित्र वॉटसन करतो. विज्ञानकथांतही हा प्रकार वापरला जातो. मात्र फरक इतकाच की, सामान्य वाचक 'विज्ञान आपल्याला कळणार नाही' असा ग्रह करून असल्याने हा शेवटचा उलगडा अत्यंत कुशलतेने करावा लागतो.

म्हणून विज्ञानकथानकांतील पात्रांना 'सजीव' करणे आवश्यक असते. कितीही मोठा शास्त्रज्ञ असला तरी तो मुळात तुमच्या-आमच्यासारखा माणूस असतो हे वाचकाला पटले पाहिजे. इतकेच नव्हे तर काही अंशी वाचकाने स्वत:चे त्याच्याशी तादात्म्य साधले पाहिजे. अशा वर्णनाकरता लेखकाचा वैज्ञानिकांशी जवळचा संबंध आला असेल तर उत्तमच. कारण प्रत्यक्षात पाहिलेल्या व्यक्तिरेखांतून कथेतील व्यक्तिचरित्र उमटवायला मदत होते. पाश्चात्त्य देशांतील बहुतेक यशस्वी विज्ञान साहित्यिकांच्या बाबतीत (ते तरी स्वत: वैज्ञानिक नसले तरी) अशी परिस्थिती आढळते.

ह्या बाबतीत माझा स्वत:चा अनुभव सांगून हा माझा निबंध संपवतो.

विज्ञानकथा आणि विज्ञानकादंबरी याच्यातला फरक मला पात्रे रंगवताना जाणवला. शब्दमर्यादेमुळे विज्ञानकथा मात्र पूर्णपूणे रंगवता येत नाही. काही निवडक वाक्यांतून व सूचक व्यवहारातून पात्र सजीव केले जाते. या उलट कादंबरीत

लहानमोठ्या घटनांतून पात्र सजीव करायला पुष्कळ वाव असतो. मला स्वत:ला ह्या दृष्टीने कथेचे माध्यम कादंबरीपेक्षा अधिक सोपे वाटते. कारण पात्रांच्या व्यक्तिरेखा आखण्याचे कसब मला अजून साध्य झालेले नाही. कदाचित पुढे-मागे अनुभवांती होईलही म्हणून मला असे वाटते की ज्या प्रस्थापित कादंबरीकारांना ही देणगी लाभलेली आहे त्यांनी विज्ञानकथानकावर कादंबऱ्या लिहाव्यात. त्यांतून मराठीत उत्कृष्ट विज्ञान-साहित्य निर्मिती होईल.

❖❖❖

२२

विज्ञान साहित्य

निरंजन घाटे

मी जेव्हा विज्ञान कथा लिहू लागलो तेव्हा माझा मराठी साहित्य विचारांशी परिचय नव्हता. नंतर भालबा केळकरांची पुस्तके वाचनात आली तेव्हा 'विज्ञान काल्पनिका' हा शब्द कळला. भालबांशी पुढे ज्या चर्चा झाल्या त्यात भालबांनी 'काल्पनिका' हा शब्द 'फँटसी' ह्या अर्थाने वापरल्याचे स्पष्ट झाले.

विज्ञान नवलिका किंवा विज्ञान नवलकथा असाहीं एक शब्द अधूनमधून कानावर पडत असे. द. चिं. सोमण हे नवलचे लेखक हा शब्द आवर्जून वापरीत असत. असं त्यांच्याशी झालेल्या पत्रव्यवहारातून त्याकाळी म्हणजे १९७० च्या सुमारास स्पष्ट होत गेलं. त्यांनीही फँटसी म्हणजे पूर्वी ज्याला 'चित्तचक्षुचमत्कारिक कथा' असं म्हणत त्याच अर्थी हा शब्द उपयोजिला होता. मी विज्ञान कथांचा किंवा विज्ञान साहित्याचा अथवा विज्ञान वाङ्मयाचा अभ्यास करीन असे मला कधीही वाटले नव्हते. तशी मला गरजही भासली नव्हती. ह्याचं कारण मी जेव्हा लिहावयास सुरूवात केली, तेव्हा विज्ञान वाङ्मय हे अत्यंत उपेक्षित होते. त्याबद्दल कुणी चर्चा करीत नसेच पण विज्ञान कथा (म्हणजे एस. एफ. सायन्स फिक्शन) लिहिणाऱ्या लेखकाकडे रहस्य कथेच्या लेखकापेक्षा जास्त तुच्छतेने बघितले जात होते; हा अनुभव मी घेतलेला आहे.

मराठी वृत्तपत्रे आणि इतर नियतकालिके विज्ञान विषयांचे लेख छापत असत, पण ते बहुधा एखाद्या महाविद्यालयीन किंवा विद्यापीठीय प्राध्यापक महोदयांचेच लेख प्रसंगानुरूप मागवून छापले जात होते.

१९७४ साली डॉ. जयंत नारळीकर यांना मराठी विज्ञान परिषदेच्या विज्ञान कथा स्पर्धेत पहिले बक्षीस मिळाले. ही कथा त्यांनी ना. वि. जगताप ह्या नावाने लिहिली होती. एवढेच नव्हे तर त्यांचे अक्षर ओळखले जाईल म्हणून ती वेगळ्या व्यक्तीकडून लिहून घेतली होती. नारळीकरांनी त्यांना झुकते माप मिळू

नये म्हणून ही जी काळजी घेतली ती खरोखरच स्पृहणीय अशी होती. पण त्यानंतरच्या ज्या विज्ञान कथेबद्दल समीक्षा प्रसिद्ध झाल्या त्या समीक्षकांनी मात्र अस्पृहणीय अशी घाई केली होती. कसलाही विचार न करता या मंडळींनी नारळीकरांनी मराठीत विज्ञान कथेची सुरूवात केली. इथपासून नारळीकर हे वैज्ञानिक असल्यामुळे त्यांची कथा हींच मराठीतील एकमेव विज्ञान कथा आहे, इथपर्यंत अनेक धाडसी विधाने केली. त्यानंतर जेव्हा इतरही कथाकारांनी विज्ञान कथा लिहिल्या आहेत हे ह्या विद्वानांच्या लक्षात आणून दिलं गेलं, त्यावेळी मग नारळीकरांची मराठीत विज्ञान कथा हीच एकमेव विज्ञान कथा कशी, हे ठरविण्यासाठी इतरांना हिणकस ठरविण्याचा एक उद्योग सुरू झाला. नारळीकरांचा ह्यात काहीच दोष नव्हता. किंबहुना त्यांना ह्याची कल्पनाही नसावी.

मराठीतील विज्ञान वाङ्मय ही इंग्रजांची महाराष्ट्रास देणगी आहे. भारतीयांच्या मनातील अंधश्रद्धा दूर करण्याच्या हेतूने एल्फिन्स्टन साहेबाने ज्ञानाचा प्रसार साधनस्वरूप वापरावयाचे ठरविले. अंधश्रद्धा दूर झाल्या की धर्माच्या नावाखालील दुराचारांना मूठमाती देणे सोपे जाईल असे त्याला वाटत होते. उघड रीतीने ह्या चालींवर हल्ला चढविल्यास जनमत इंग्रज राज्यकर्त्यांविरुद्ध जाईल आणि अनर्थ ओढवेल, असे त्याला वाटत होते. त्याऐवजी पाश्चात्य ज्ञान तसंच विज्ञान ह्यांच्या प्रभावामुळे हळूहळू भारतीय समाजातून ह्या अंधश्रद्धा दूर होतील ह्याची त्याला खात्री वाटत होती.

सुरूवातीच्या काळात गणिताच्या प्रत्येक शाखेवर स्वतंत्र तसेच अनुवादित पुस्तकांची निर्मिती झाली. त्यातून मध्येच एखादे लोकार्थी विज्ञानाचे (पॉप्युलर सायन्स) पुस्तकही तयार केले जात होते. त्या काळात पदार्थ विज्ञान, रसायन, शरीरशास्त्र, वनस्पतीसृष्टी अशा शुद्ध विज्ञानांच्या पुस्तकांबरोबरच प्रायोजित विज्ञानाची (अप्लाइड सायन्सेस) आणि तंत्रज्ञानाची पुस्तकेही लिहिली गेली. त्यामध्ये भूमापन, शिल्पविद्या, सर्वेक्षण, यंत्रशास्त्र आदी विषयांचा समावेश झाल्याचे दिसून येते. विज्ञानविषयक एखादी महत्त्वाची घटना घडताच त्यावर लिखाण करणे हे त्या काळापासून सुरू झाले होते, असे दिसते. मुंबईत आगगाडी सुरू होताच लगेच आगगाडीसंबंधी दोन पुस्तके त्याकाळी बाजारात आली होती. मराठी नकाशा पुस्तकही छापले गेले होते. विज्ञान प्रगतीला हातभार लावण्यासाठी मातृभाषेतून विज्ञान प्रसार व्हावा, ह्या कारणाने मराठीत बरीच विज्ञान नियतकालिके वेळोवेळी जन्माला आली.

विसाव्या शतकातील विज्ञानाला पूर्णपणे वाहिलेले पहिले नियतकालिक म्हणजे 'ज्ञानमित्र.' हे पुण्याहून प्रसिद्ध होत होते. श्री. नारायण बळवंत चव्हाण

नावाचे गृहस्थ याचे मालक, मुद्रक, प्रकाशक व संपादक होते. ह्याचा पहिला अंक ऑगस्ट १९०६ मध्ये निघाला तर अखेरचा अंक डिसेंबर १९१३ चा निघाला.

मराठी विज्ञान वाङ्मयात मोलाची भर घालणारे महत्त्वाचे नियतकालिक म्हणजे (दुसरे) सृष्टीज्ञान होय. 'सृष्टीज्ञान' मधील अनेक लेखमालांची पुस्तकं छापून बाजारात आली आहेत. दीर्घकाळ प्रकाशित झालेलं पण आता ३३ वर्षं प्रकाशनानंतर २००१ मध्ये बंद पडलेलं मासिक म्हणजे 'विज्ञानयुग.' १९६८ मध्ये सुरू झालेल्या ह्या मासिकाचे टेलिव्हिजन, महासागर, वसुंधरा, विज्ञानाचे शतक, उत्क्रांती, आपली पृथ्वी, चमत्कारांचे विज्ञान असे अनेक विशेषांक निघाले. त्यात भर घालून ह्या विषयांची पुस्तकेही 'विज्ञानयुग'च्या मातृसंस्थेने - अनिरूद्ध प्रकाशनाने प्रसिद्ध केली. असंच दीर्घकाळ प्रकाशित झालेलं आणखी एक मासिक म्हणजे 'उद्यम' १९१९ ते १९८६ डिसेंबर ते नियमितपणे दरमहा प्रकाशित झाले.

'उद्यम' शिवाय 'उद्यम-प्रकाश' आणि 'उद्योग' ही दोन मासिके प्रायोजित विज्ञान व तंत्रज्ञान विषयक माहिती प्रसाराच्या उद्देशाने निघाली आणि अनुक्रमे एक वर्ष आणि चार महिने प्रकाशित होऊन बंद पडली. चित्रशाळा छापखान्याने 'चित्रमय जगत्' आणि 'शालापत्रक' ह्या मासिकांच्या अंकात प्रसंगानुरूप विज्ञान-तंत्रज्ञानविषयक लेख छापले होते. चित्रशाळेनेच 'चित्रमय कृषीवल' नावाचे एक मासिक जुलै १९३१ मध्ये सुरू केले होते. ते जुलै १९३३ पर्यंत चालवले असे दिसते. ह्याशिवाय 'शोध', 'विज्ञान जगत्', 'विश्वविज्ञान' अशी मासिके निघाली आणि बंद पडली. सध्या 'मराठी विज्ञान पत्रिका' आणि 'सृष्टीज्ञान' ही दोनच मासिके निघतात. 'मराठी विज्ञान पत्रिका' १९६७ मध्ये मराठी विज्ञान परिषदेचे वार्तापत्र ह्या स्वरूपात सुरू झाली.

मराठी विज्ञान नियतकालिकांमध्ये बरेचदा विज्ञानलेख छापताना संपादकीय संस्करणाचा अभाव दिसतो. ह्या आधी 'विज्ञानयुग' मध्ये मजकुरात चुका असत असे म्हटले होते. इतर नियतकालिकांच्या बाबतीतही थोड्याफार प्रमाणात हेच म्हणावे लागेल. कमी वर्गणीदार, मराठीतील नियतकालिकांचा कमी खप, वृत्तपत्रसाखळीतील साप्ताहिकांची स्पर्धा ह्यामुळे मराठीत विज्ञान नियतकालिके एखाद्या व्यक्तीने चालविणे अवघड होऊन बसते. संस्थेच्या बळावर चालणारी मासिके हाही एक हौशी प्रयत्न असतो. क्लिष्ट भाषा, बऱ्याच लेखकांना वाचकाला समजेल असा मजकूर लिहिण्यात यश न येणे, मराठीत विज्ञानलेखन हे अवघड भाषेतच असणार आणि ते आपल्याला कळणारच नाही, अशी वाचकांची पूर्वग्रहदूषित वृत्ती अशी बरीच कारणे इथे विज्ञान नियतकालिकांच्या पडझडीची कारणे म्हणून देता येतील.

विज्ञान नियतकालिकांचे दोष दाखविणे सोपे असले, तरी ह्याच विज्ञान नियतकालिकांनी बरेच मराठी विज्ञान-लेखक उघडकीस आणले हेही विसरून चालणार नाही. ह्याबाबत 'सृष्टीज्ञान', 'विज्ञानयुग', आणि 'मराठी विज्ञान पत्रिका' ह्यांचे कार्य वाखाणण्याजोगे आहे. इथे काही वैद्यकविषयक आणि शेतीविषयक नियतकालिकांचा उल्लेखही अपरिहार्य ठरतो. ह्या नियतकालिकांचं वैशिष्ट्य म्हणजे त्यातल्या काही नियतकालिकांना मोठा वाचकवर्ग लाभलेला आहे आणि ह्या नियतकालिकांमधील बहुतेक लेख उपयोजित विज्ञानाचे असल्यामुळे त्यासाठी त्या त्या विषयातील तज्ज्ञ व्यक्ती लेखन करीत असतात.

मराठीत विपुल खपाच्या नियतकालिकांमध्ये वैद्यकविषयक आणि आरोग्यविषयक नियतकालिकांचाही खप भरपूर असल्याचे दिसून येते. मराठीतील पहिले वैद्यकीय पुस्तक 'औषध कल्पनाविधी' डॉ. जॉन मॅक्लेनन यांनी १८२८ साली लिहून प्रसिद्ध केले. त्यानंतर बऱ्याच काळाने वैद्यकशास्त्रातील एक महत्त्वाचे पाऊल र. धों. कर्वे यांनी १९३३ साली 'समाजस्वास्थ्य' सुरू करून उचलले. हे मासिक प्रामुख्याने लैंगिक प्रश्नांची वैज्ञानिक माहिती देणारे होते.

स्वातंत्र्यानंतर आयुर्वेद विद्या शिकविणाऱ्या महाविद्यालयामधून मराठीमधून वैद्यकाचे शिक्षण देण्यात येऊ लागले. त्यामुळे बरीच पाठ्यपुस्तके मराठीतून निघाली. याचा परिणाम वैद्यकीय परिभाषा तयार होऊन रूजण्याकडे झाला. रक्तदाब, विषमज्वर, हिवताप आदी शब्द जनसामान्यांच्या मुखी रूळले. त्यामुळेच हळूहळू मराठी नियतकालिकांमध्ये सोप्या भाषेत वैद्यकीय प्रश्नांची उत्तरे, वैद्यकीय स्तंभलेखन सुरू झाले. किर्लोस्कर प्रेसने चालविलेल्या 'किर्लोस्कर', 'स्त्री' व 'मनोहर' ह्या नियतकालिकांनी बरेच वैद्यकविषयक लेख छापले.

१९८० च्या सुमारास मासिकांचा जमाना संपू लागला. वृत्तपत्राच्या अनेक पुरवण्या आणि साप्ताहिके वाढू लागली. तेव्हा सामान्य माणसाचे आरोग्यविषयक वाचन किंबहुना अशा नियतकालिकांतून मिळणारा मोफत सल्ला हा मराठी माणसाला मोहवू लागला. बऱ्याच वृत्तपत्रांमधून आरोग्यविषयक सदरे येऊ लागली. 'स्त्री' मासिकांमध्ये १९७५ च्या सुमारास डॉ. प्रदीप खाडिलकर यांनी दात आणि दातांचे आरोग्य ह्यावर लेखमाला लिहिली. पुढे दात, डोळे, नाक-कान असे एक एक अवयव वेगवेगळ्या मासिकात लेखांचे विषय बनले. हृदयविकार का व तो टाळण्याचे उपाय, मधुमेह आणि रक्तदाब तसंच मन:शांती हे नियतकालिकांच्या संपादकांचे आवडते विषय ठरले.

१९७८ साली 'शतायुषी' हे वार्षिक दिवाळी अंक ह्या स्वरूपात निघू लागले. त्यानंतर 'दीर्घायू' हा आयुर्वेद विषयाला वाहिलेला अंक निघू लागला.

'शतायुषी'चा अंक काही काळ दिवाळी अंकांमध्ये सर्वाधिक खपाचा अंक होता. आता त्याची नवलाई ओसरली असली तरी तो चांगल्यापैकी खपणाऱ्या दिवाळी अंकात गणला जातो. डॉ. दिलीप देवधर यांचे मासिक 'ओराग्य तेथे' १९८७ पासून नियमितपणे निघते. ह्याशिवाय 'लोकस्वास्थ्य', 'फॅमिली डॉक्टर' हीं नावंही दिवाळीत झळकतात. पण वर्षभर निघणारी ही नियतकालिके एरवी मात्र विक्रेत्यांकडे दिसत नाहीत.

टिकून राहिलेली अनेक मासिके आणि साप्ताहिके बरेचदा 'आरोग्यविशेषांक' प्रसिद्ध करीत असतात. मेंदी विशेषांकाप्रमाणे हे विशेषांक पुन्हा छापावे लागले नाहीत तरी ते विक्रेत्यांकडून हातोहात उचलले जातात. वैद्यक वाङ्मयास इतका उठाव असूनही रक्तदाब, हृदयविकार व मधुमेही रुग्ण संख्येनं वाढतच आहेत हे आश्चर्यकारक आहे. इथे मुद्दाम उल्लेख करावासा वाटतो तो डायबेटिक असोसिएशन प्रसिद्ध करीत असलेल्या 'मधुमित्र' ह्या नियतकालिकाचा. हे फक्त मधुमेहासंबंधी तज्ज्ञांचे लेख छापतेच पण मधुमेही रूग्णांचे अनुभवही छापते.

इंग्रजीत विज्ञान साहित्य म्हणजे काय ह्याबद्दल इंग्रजी समीक्षकांत एकमत नाही. डॉ. व. दि. कुलकर्णी आणि मी संपादित केलेल्या 'विज्ञान साहित्य आणि संकल्पना' ह्या ग्रंथात मी इंग्रजी अमेरिकन साहित्यामधल्या विज्ञान साहित्याच्या व्याख्यांचं संकलन केलेलं आहे. अलीकडे 'सायन्स फिक्शन' ऐवजी बरेचदा 'स्पेक्युलेटिव्ह फिक्शन' असा एक पर्याय याबाबत अमेरिकन समीक्षक वापरतांना आढळतात. बरेचदा हे दोन्ही शब्द एकमेकांना पर्यायी शब्द म्हणून वापरलेले दिसतात.

डॉ. व. दि. कुलकर्णी यांच्या मते विज्ञान साहित्यात सृजनशीलता असायला हवी. कथा, कादंबऱ्या, एकांकिका, नाटकं आणि कविता म्हणजे विज्ञान साहित्य. इंग्रजीत हे सर्व 'एस-एफ' ह्या गाठोड्यात बांधलं जातं. मराठीत विज्ञान कथा, विज्ञान कादंबरी, विज्ञान नाटक, विज्ञान -कविता असं विज्ञान हे विशेषण वापरून ह्या साहित्यप्रकाराचं वर्णन केलं जातं. डॉ. बाळ फोंडके यांच्या मते ह्यात विज्ञान-निबंधाचा समावेश व्हायला हवा. डॉ. व. दि. कुलकर्णी 'केवळ माहिती पुरविण्यासाठी आणि वाचकाला विज्ञान प्रशिक्षित करण्यासाठी लिहिलेल्या लेखनास विज्ञान साहित्य म्हणणं योग्य ठरणार नाही', असं म्हणत असत.

स्टोव्हची आत्मकथा, मी सायकल, विमानाचे आत्मवृत्त म्हणजे विज्ञान कथा नव्हे, हे वारंवार समजावून सांगूनही बरेच लेखक आम्ही याला विज्ञान कथाच म्हणणार असं ठासून सांगून 'विज्ञान कथा' ह्याच नावाची पुस्तके प्रसिद्ध करवून घेतातच, पण बरेचदा विज्ञान कथेविषयी परिसंवादात आम्हालाही बोलवायला हवं,

असा आग्रह धरताना दिसतात.

विज्ञान कथेला (म्हणजे सायन्स फिक्शनला,कारण मराठीत विज्ञान कथा, कादंबऱ्यांपलीकडे फारसं विज्ञान साहित्य नसल्यानं) सायन्स फिक्शनला ह्या लेखात मी विज्ञान कथा असंच संबोधणार आहे. तत्पूर्वी मराठीतल्या काही अल्पसंख्य विज्ञान साहित्यावर नजर टाकूया. मराठीत केवळ 'विज्ञान नाटक' म्हणता येईल असे नाटक नाही. आकाशवाणीवर अधूनमधून होणाऱ्या विज्ञान एकांकिका सोडल्या तर रंगमंचावरही फारशा विज्ञान-एकांकिका झाल्याचे ऐकिवात नाही. त्यामुळे विज्ञान साहित्यात हे अंग नाहीच असं म्हणावं लागेल.

अलीकडे शिरीष गोपाळ देशपांडे यांचा एक विज्ञान कवितासंग्रह प्रसिद्ध झाल्याचे ऐकिवात आहे पण तो कुठे पाहावयास मिळालेला नाही; पण १९६८-६९ च्या सुमारास त्यांनीच 'लिटमस्' नावाचा एक कवितासंग्रह प्रसिद्ध केल्याचे स्मरते. ते स्वत:ला जगातले पहिले 'विज्ञान कवी' म्हणवून घेतात; पण त्यांचा हा दावा फोल असल्याचे मी १९८६ मध्ये 'युगवाणी' त पुराव्यासहित सिद्ध केले होते. मराठीत विंदा करंदीकरांच्या विज्ञान कवितांबद्दल सुबोध जावडेकर यांनी लिहिलेले आहे. प्रा. भालबा केळकर 'पृथ्वीचे प्रेमगीत' ह्या कुसुमाग्रजांच्या कवितेस विज्ञान कविता म्हणत असत. १९८६ साली नागपूर येथे विदर्भ साहित्य संघातर्फे एक (पहिले आणि अखेरचेही) जागतिक मराठी साहित्य सम्मेलन भरले होते. त्यावेळी 'युगवाणी'चा (मे-जून १९८५) जो अंक निघाला होता. त्यात उषा मा. देशमुख यांनी विज्ञान कवितेविषयी ऊहापोह केला होता. माझा कवितेचा अभ्यास नाही आणि कविता हा माझा प्रांत नाही तरी त्या लेखात न आलेली काही उदाहरणे मी इथं देत आहे; असं असलं तरी मराठीत विज्ञान कविताही अत्यल्पच आहे असं म्हणावं लागेल. इंग्रजी अमेरिकन विज्ञान साहित्य प्रकाशन करणाऱ्या नियतकालिकात बऱ्याच विज्ञान कविता प्रसिद्ध होतात. अनेक लिमरिक्स म्हणजे (वाह्यात) चारोळ्याही असतात. त्या प्रमाणात मराठी विज्ञान कविता नाही आणि तेच बरं आहे, असं म्हणावं लागेल. इथं एक लिमरिक वानगी दाखला देतो.

देअर वॉज अ लेडी नेम्ड ब्राईट,
व्हू ट्रॅव्हलड फास्टर दॅन लाईट ।
शी स्टार्टेड वन डे इन अ रिलेटिव्ह वे
अँड आराईव्हड द प्रीव्हिअस नाईट ॥

ह्या तोडीची विज्ञान कविता मला तरी मराठीत आढळली नाही. केवळ अणू- रेणू असे शब्द आले किंवा एखादा वैज्ञानिक पारिभाषिक शब्द कवितेत वापरला म्हणून एखाद्या कवितेला विज्ञान कविता म्हणणे योग्य ठरणार नाही.

रामायण, महाभारत काळापासून दारिद्र्याच्या कथा आपण ऐकत आलो आहोत. जागतिकीकरणात बरेच नवे प्रश्न समोर येताहेत. ह्यातही विज्ञान-तंत्रज्ञानाच्या प्रगतीनं निर्माण होणारे प्रश्न वेगळ्याच प्रकारे सामाजिक परिणाम घडवणारे ठरत आहेत. स्त्री-पुरुष संबंध आणि आई मुलाचं नातं ह्या सनातन गोष्टींवर आता आघात होऊ लागले आहेत. ह्या गोष्टी तुमच्या आमच्या परिसरात घडू लागल्या आहेत. मानवी क्लोनिंग आज चर्चेत आहे, उद्या घडण्याची शक्यता आहे. लैंगिक सुख सत्याभासाचे द्वारे (व्हर्च्युअल रिॲलिटी) आणि यंत्रमानवांच्या (स्त्री आणि पुरुष) सहाय्याने उपलब्ध होऊ लागलंय. ह्या परिस्थितीत पारंपरिक साहित्य आपोआपच मागं पडेल. लेखक/साहित्यिकांना ह्या नव्या वास्तवाचं भान ठेवावं लागेल. ह्यामुळं साहित्याची मूलभूत फेररचना होणं अपरिहार्य आहे. पूर्वी ज्या गोष्टी अद्‌भुत होत्या त्या आता वास्तव बनू लागल्या आहेत. ह्याचा मराठी साहित्यिक विचार कधी करणार? विज्ञान साहित्यिकांनी तो केलाय म्हणून तर प्रकाशक इतर प्रकारच्या साहित्यिकांचे कथासंग्रह काढायला तयार नसताना विज्ञान कथा संग्रह बाजारात येत आहेत. त्यांच्या आवृत्त्याही निघत आहेत; हे दुर्लक्षून चालणार नाही.

हे सांगितल्यावर आणखी एक सांगावसे वाटते ते म्हणजे काही लेखक-लेखिकांनी विज्ञान साहित्य म्हणून जे निर्माण केले ते तपासून घेणे गरजेचे आहे. नव्या पिढीचा वाचक फार चिकित्सक आहे. हेही लक्षात ठेवायला हवे. घोषित विज्ञान साहित्यिकांनी जर भेसळ केली तर ते या नव्या पिढीसमोर टिकणार नाहीत. खड्यासारखे वगळले जातील.

हे सर्व पाहून झाल्यावर आता आपण विसाव्या शतकातील विज्ञान साहित्य म्हणजे सायन्स फिक्शनचा विचार करू.

'केरळकोकिळ' ने इ.स. १९०० च्या जून महिन्यात 'चंद्रावर प्रवासा'ची हकीकत छापायला सुरूवात केली. ज्यूल्स व्हर्नच्या 'मेन इन द मून' वरून ती घेतली होती. ती सहा वर्षे अधूनमधून 'केरळकोकिळ' मध्ये 'चंद्रलोकची सफर' या नावानं प्रसिद्ध होत होती. त्यावर लेखक किंवा अनुवादकाचे नाव नाही तेव्हा ती 'केरळकोकिळ' च्या संपादकांच्या लेखणीतून उतरली असावी, असे आपण गृहीत धरू शकतो. ह्यानंतरच्या काळात वामन मल्हार जोशींच्या नवपुष्पकरंडकात 'अप्रकाश किरणांचा दिव्य प्रकाश' आणि 'वामालोचना' ह्या दोन कथा; श्री. बा. रानडे यांची 'तारेचे हास्य' ही कथा; त्यांचीच 'रेडियम' हीं उद्यान मासिकात प्रकाशित झालेली कथा ह्या १९१६ साली प्रकाशित झाल्या. नाथ माधव यांची 'श्रीनिवासराव' नावाची कादंबरी विज्ञान कादंबरी असावी. ह्या कादंबरीतून त्यांनी बहुधा इंग्रज सरकारवर टीका केलेली असावी, कारण तिच्यावर बंदी घालण्यात आली होती;

पण ह्या १९०८ मध्ये प्रसिद्ध होऊन जप्त झालेल्या कादंबरीची प्रत दुर्दैवाने पाहावयास मिळत नाही.

त्र्यं. र. देवगिरीकरांनी 'चित्रमय जगत' मध्ये १९२३ साली '२०१८' ही दीर्घ कथा लिहिली होती. १९३६ च्या सह्याद्रीच्या खंडात ना.वा. कोगेकर लिखित 'मृत्यूकिरण' ही कथा प्रसिद्ध झाली होती. ह्याच वर्षी देवगिरीकरांची 'शरद लोकची सफर' ही कथा प्रसिध्द झाली होती. (राम कोलारकर यांनी देवगिरीकरांच्या दोन्ही कथांची माहिती दिली.)

१९४२ नंतर भा.रा. भागवत विज्ञानकथा लिहू लागले. 'उडती तबकडी' या त्यांच्या विज्ञान कथांच्या संग्रहाच्या प्रस्तावनेत भा. रा. भागवत म्हणतात, "भा. रां. नी त्यांच्या बालमित्र ह्या मासिकातून एच. जी. वेल्स आणि ज्यूल्स व्हर्न यांच्या विज्ञान कादंबऱ्या मालिका रूपात छापल्या. नंतर त्या पुस्तकरूपाने बाजारात आल्या. बालमित्र हे मुलांसाठीचे मासिक आणि 'भारा' हे बालकुमाराचे लेखक असा शिक्का असल्यामुळे विज्ञान कथा हा प्रकार प्रौढ वाचकांसाठी नाही, असा एक गैरसमज त्या काळात रुढ झाला आणि अजूनही तो पूर्णपणे संपलेला नाही."

त्या काळातच द. पां. खांबेटे, द. चिं. सोमण आदी लेखक गूढ आणि रहस्य कथांबरोबर विज्ञान कथा लिहित होते. १९५८ मध्ये अंतरकरांनी 'नवल' चे डायजेस्ट स्वरूप बदलून 'प्रवाहबाह्य' कथाप्रकारांसाठी 'नवल' मासिक स्वरूपात सुरू केले. ह्या मासिकात यशवंत रांजणकर, धनंजय जोशी, ग. रा. टिकेकर, दि. बा. मोकाशी, प. गं. सुर्वे, श्रीनिवास शारंगपाणी, शुभदा गोगटे आणि इतरांनीही कथा लिहिल्या.

मराठीतल्या काही चांगल्या विज्ञान कादंबऱ्याही 'नवल' ने छापल्या. विज्ञान कादंबऱ्यांची सुरूवात मात्र त्याही आधीची आहे. विज्ञान तंत्रज्ञान प्रगतीची भविष्यकालीन प्रगती कशी असेल आणि त्याचा मानवी समाजावर कोणता परिणाम होईल; अशा प्रगत भविष्यकाळात मानवा-मानवातील संबंध कसे असतील, ह्याचे दर्शन घडवणारी कलाकृती म्हणजे विज्ञान साहित्य हे गृहीत धरलं, तर वि. वा. शिरवाडकर यांची 'कल्पनेच्या तीरावर' आणि ना. के. बेहरे यांची 'ध्येयाकडे' ह्या दोन युटोपियन (utopian) कादंबऱ्यांकडे आद्य विज्ञान कादंबऱ्यांचा मान जातो. त्या साधारणपणे एकाच वेळी प्रकाशित झालेल्या आहेत.

मराठीत मोठ्या प्रमाणावर विज्ञान कथा लिहिणारे लेखक म्हणजे नारायण धारप. त्यांनी आफ्रिकेतून भारतात परतल्यानंतर १९५२-५३ च्या सुमारास विज्ञान कथा लिहियला सुरूवात केली. १९ कादंबऱ्या आणि तीन कथासंग्रह त्यांच्या नावावर आहेत; पण त्यांनी नंतर गूढ कथा लिहियला सुरूवात केली. ह्याचं कारण

तेव्हा त्यांच्या विज्ञान कथा छापायला प्रकाशक मिळत नव्हता. नारायण धारप आणि त्यांच्या समर्थ कथांनी वाचकांना मोहिनी घातल्यानंतर त्यांच्या विज्ञान कादंबऱ्या छापल्या गेल्या. त्यामुळे विज्ञान कथा आणि गूढ कथा यांच्यात वाचकांची आणि समीक्षकांची गल्लत झाली. खरंतर धारपांचे आणि इतर बऱ्याच लेखकांचे विज्ञान कथा संग्रह त्या काळात म्हणजे १९६० ते ७० च्या दशकात बाजारात आले. खांबेटे यांचा 'माझं नाव रमाकांत वालावलकर' किंवा दि. बा. मोकाशींचा बालचंद्र, भा. रा. भागवतांची 'उडती तबकडी' असे संग्रह खपले. त्यांच्या आवृत्त्या निघाल्या पण विज्ञान कथेला आता बाल विभागातून वाचकांनी 'गूढ, रहस्य किंवा तत्सम' दालनात ढकललं. हे दालन प्रतिष्ठेचं नव्हतं.

१९७१ मध्ये माझी पहिली विज्ञान कथा प्रसिद्ध झाली. मला १९७१,७२ व ७४ मध्ये मराठी विज्ञान परिषदेच्या स्पर्धेत पारितोषिकं मिळाली. 'सृष्टिज्ञान', 'साप्ताहिक मनोहर' मध्ये माझ्या विज्ञान कथा प्रसिद्ध होत होत्या. पण तरीही त्या काळात 'धनंजय', 'निशाचर' अशा रहस्य मासिकांतून विज्ञान कथा छापून आणणे याशिवाय दुसरे गत्यंतर नव्हते. भालबा केळकरांच्या विज्ञान कथा अधूनमधून वाङ्मयशोभात येत पण त्या काळात मी नवा होतो. रहस्य कथांच्या मासिकात खून, मारामारीच्या कथा लिहिता लिहिता एखाद दीड पान हट्टानं विज्ञान कथांसाठी मागून घेत होतो. मासिकात जागा उरली तरच ती कथा छापली जाई, नाही तर मागं ठेवली जात असे.

विज्ञान कथेबद्दल (त्यात कादंबऱ्याही आल्याच) दोन गैरसमज पसरलेले आहेत. त्यातला एक म्हणजे विज्ञान कथा ही भविष्यदर्शी असते. तसे ते नाही हे बऱ्याच उदाहरणांनी स्पष्ट करता येईल. उदा. कालप्रवासाची संकल्पना. ही संकल्पना अनेकांनी वापरलेली आहे पण ती खरं होणं अवघड आहे, हे सर्वच जण मान्य करतात पण ती एक कागदोपत्री गणितानं सिद्ध करता येते, अशी संकल्पना आहे. विज्ञान कथेला जी कल्पना सुचली नाही आणि तरी ती प्रत्यक्षात आली ती म्हणजे अगदी छोट्या आकाराचे संगणक आणि इंटरनेट. ज्या झपाट्यानं इंटरनेटनं जग काबीज केलं त्या झपाट्याचा आवाका लक्षात येऊन त्यावर कथा निर्माण होण्यापूर्वीच इंटरनेटनं त्याचं मोहजाल जगावर पसरवलं होतं.

दुसरा गैरसमज मराठीत पसरला त्याला कारण नारळीकरांनी 'यक्षाची देणगी' या त्यांच्या प्रथम संग्रहात ते विज्ञान जनसामान्यांपर्यंत पोहोचविण्याचा एक मार्ग म्हणून एक विज्ञान कथा लिहितात, असं त्यांनी म्हटलेलं आहे. त्यामुळे साहजिकच विज्ञान कथा विज्ञान शिकविण्यासाठी लिहिल्या जातात असा एक घट्ट गैरसमज मराठी समीक्षकांमध्येही पसरला. नारळीकर सोडले तर मराठीतले इतर बरेच लेखक

मात्र 'स्वांतसुखाय' विज्ञान कथा लिहितात, असं म्हणावं लागतं. डॉ. फोंडके, सुबोध जावडेकर, डॉ. मांडे, मेधश्री दळवी, शुभदा गोगटे आदी अनेक विज्ञान कथाकारांशी वेळोवेळी झालेल्या बोलण्यातून मी हे मत मांडतो आहे.

सध्या लिहित असलेल्या, ज्यांना समकालीन लेखक म्हटलं जातं त्यांच्या लेखनाविषयी चर्चा करणं हे अवघड काम आहे पण ते करणं भाग आहे. मात्र ह्या लेखात मी माझ्या विज्ञान कथांवरच्या टीकेची दखल घेऊन त्याला उत्तरही देणार आहे. परिसंवादात 'शब्द बापुडे केवळ वारा' अशी परिस्थिती असते; म्हणून ही संधी साधून घेतो पण त्या आधी डॉ. नारळीकरांच्या कथांचा विचार करूया.

माझ्या मते नारळीकरांच्या कथा वाचताना दोन गोष्टी जाणवतात ते म्हणजे नारळीकरांच्या प्रत्येक कथेबरोबर आणि कादंबरीत त्यांची भाषा हळूहळू अधिकाधिक मराठी वळणाची झालेली दिसते. अलीकडच्या त्यांच्या कथा-कादंबऱ्यांतून त्यांची विज्ञान शिकवणी थोडी कमी झाली असून त्यात चिंतन अधिक वाढल्याचं जाणवतं.

अभयारण्य ही नारळीकरांची अगदी अलीकडची कादंबरी वाचताना मानवी प्रगतीच्या इतिहासात लोहयुग अश्मयुगानंतर आले आणि मग ताम्रयुग आले असा माझा समज झाला; कदाचित तो चुकीचा असेल पण प्रथमदर्शनी तरी तसे दिसते. ह्या कादंबरीची जी परीक्षणे प्रसिद्ध झाली आहेत त्यात ह्या समजुतीस कुणी आक्षेप घेतलेला नाही. पण शालेय पाठ्यपुस्तकांत आणि नंतरही जी माहिती उपलब्ध होती त्यानुसार अश्मयुगानंतर ताम्रपाषाणयुग मग लोहयुग आले, ही माहिती मला होती; त्यामुळे ह्या कादंबरीत सुरूवातीसच थोडा धक्का बसला. प्रत्यक्षात हीं कादंबरी हे नारळीकरांचे भविष्यकाळाबद्दलचे प्रकट आत्मचिंतन वाटते.

माझ्या मते मराठी विज्ञान साहित्यास सकस बनविण्याच्या दृष्टीने महत्त्वाचे योगदान केलेले दोन साहित्यिक म्हणजे सुबोध जावडेकर आणि (डॉ) अरूण मांडे. ह्या दोघांपैकी सुबोध जावडेकर यांच्या 'गुगली', 'वामनाचे चौथे पाऊल' आणि 'आकाश भाकिते' ह्या तीनही कथासंग्रहातील कथाविषय पाहता त्यातल्या वैविध्यपूर्णतेने मन थक्क होते. सुबोध जावडेकर यांची वैचारिक बैठक किती सर्वसमावेशक आहे, हे त्यांच्या कथासंग्रहांतून स्पष्ट होते. जावडेकरांची 'झिरो कॅलरी डाएट' नावाची एक कथा आहे, किंवा त्यांच्याच 'संगणकाची सावली' ह्या कथासंग्रहात 'आतला आवाज' ही कथा आहे. ह्या कथा शक्यतेच्या इतक्या जवळ जातात की आपण विस्मयचकित होतो. विज्ञान कथा वाचकाला 'असं घडलं तर?' ह्या शक्यतेचा विचार करायला लावते, असं विज्ञान कथेचे अभ्यासक म्हणतात, त्याचा जावडेकरांच्या कथा प्रत्यय आणून देतात. भविष्य सांगणे हे विज्ञान कथेचे काम नव्हे; तर विज्ञानामुळे निर्माण होण्याच्या शक्यतांचा विचार हा विज्ञान कथेचा गाभा असतो. जावडेकरांची ही

विज्ञान कथा वाचताना हे आपल्याला अनुभवण्यास मिळते.

जावडेकर यांनी विज्ञान कथेच्या संदर्भात जे भाष्य केलंय ते फार महत्त्वाचं आहे. मराठी विज्ञान कथेच्या संदर्भात बोलताना ते म्हणतात, ''विज्ञान कथा ही विज्ञानाबद्दल नसून विज्ञानयुगातल्या माणसांबद्दल आहे; त्यांच्यातल्या परस्पर संबधांबद्दल आहे.''

जावडेकर यांची 'अर्थशून्य भासे मज हा...' ह्या शीर्षकाची एक कथा आहे. ज्यांना शक्य असेल त्यांनी ती मुळातून वाचावी. जावडेकर विज्ञानकथा लिहितात ती अतिशय वास्तव असते. त्यात विज्ञानाची चमत्कृती नसते तर मानवी मन आणि विज्ञान यांचा परस्पर संबंध असतो. जावडेकरांना विज्ञान-तंत्रज्ञानाच्या प्रगतीची यथोचित जाण आहे. त्यामुळेच आजमितीस मानवाने ज्या पद्धतीने विज्ञान-तंत्रज्ञान वापरलं आहे ते पाहता उद्याचा भोगवादी-चंगळवादी माणूस विज्ञान-तंत्रज्ञान कसं वापरेल ह्याचं ते दर्शन घडवतात. त्याचबरोबर त्या येणाऱ्या काळातही सर्वच व्यक्ती संवेदनाशून्य नसतील, ज्या संवेदनाशील व्यक्ती असतील त्यांची मानसिक कुचंबणा मात्र नक्कीच होईल. अशा व्यक्तींच्या मन:स्थितीचं जावडेकर परिणामकारक वर्णन करतात. जावडेकर म्हणतात- 'विज्ञानाला मध्यवर्ती स्थान असलेल्या ललित-कृतीतसुद्धा विज्ञानविषयक वर्णनांना आणि वैज्ञानिक शैलीला स्वतंत्र असे स्थान नसते, मूल्य नसते. खरे महत्त्व असते ते लेखकाच्या विज्ञानाकडे बघण्याची दृष्टीकोनाला आणि तो नातेसंबंध आविष्कृत करणारी ही रीत जितकी वैशिष्ट्यपूर्ण अन् वेगळी तितकी ती कलाकृतीसंपन्न! तिची ही कलात्मकता, संपन्नता आणि तिच्यातील विज्ञानविषयक वर्णनांची संपन्नता यांची आपण गल्लत करता कामा नये.'

जावडेकर केवळ वैज्ञानिक नाहीत तर साहित्याचे जाणकार अभ्यासकही आहेत. ह्या अभ्यासामुळेच त्यांचे विज्ञान कथा लेखन सकस बनले आहे. आज ते आघाडीचे विज्ञान साहित्यिक म्हणून ओळखले जातात; आणखी काही वर्षांनी त्यांच्यासह अनेक विज्ञान साहित्यिक हेच आघाडीचे साहित्यिक म्हणून ओळखले जातील यात शंका नाही.

अतिशय कसदार पण वेगळ्या धर्तीचे विज्ञान कथा लेखन करणारे एक विज्ञानकथा लेखक म्हणजे डॉ. अरूण मांडे. ते काहीसे दुर्लक्षित राहिले आहेत. त्यांचं वैशिष्ट्य म्हणजे त्यांच्या लेखनाला विनोदाची झालर आहेच पण व्यवसायाने डॉक्टर असल्याने असेल कदाचित त्यांना मानवी स्वभावाची उत्कृष्ट जाण आहे. ते निसर्गप्रेमीही आहेत. ही सर्व वैशिष्ट्ये त्यांच्या लेखनात उतरलेली दिसतात. त्यांच्या 'अमाणूस' आणि 'रोबो कॉर्नर' ह्या दोन्ही कथासंग्रहातील कथा याचा प्रत्यय आणून

देतात. कुठलाही प्रचारकी आक्रस्तळेपणा आणि भडकपणा टाळून ते त्यांना काय म्हणायचंय ते वाचकांच्या गळी व्यवस्थित उतरवतात. 'अमाणूस' ही त्यांची कथा सनातन राजकीय प्रवृत्तींवर विदारक भाष्य करते. 'चंद्र, ताजमहाल आणि चहा' ही कथा मानवी वृत्ती कशी आहे, ह्यावर भाष्य करणारी आहे. इथे एक स्पष्ट करायला हवे, की मांडे यांच्यासह बहुतेक विज्ञान कथाकार परिस्थितीत कितीही बदल होवो आणि मानवी वैज्ञानिक प्रगती कितीही मोठा टप्पा गाठो, मानवाचा मूळ स्वभाव बदलू शकत नाही, हे मान्य करताना आढळतात. अगदी रामायण, महाभारतापासून मानवी मूलभूत भावना बदललेल्या नाहीत आणि भविष्यकाळातही त्या बदलणार नाहीत, हे चिरंतन सत्य मान्य करूनच विज्ञान कथा फुलते. 'कनेक्शन' ही मांडे यांची एक कथा एक उत्कृष्ट विज्ञान कथा म्हणून कुठल्याही प्रातिनिधिक विनोदी-कथासंग्रहात मानाचे स्थान मिळवेल याच शंका नाही.

डॉ. बाळ फोंडके हे नारळीकरांच्या आसपासच विज्ञान कथा लिहू लागले. त्यांनी 'नवल' आणि 'हंस' मध्ये अनेक कथा लिहिल्या. त्यांच्या कथासंग्रहांना विविध पुरस्कार मिळालेले आहेत. 'अमानुष', 'गुडबाय अर्थ', 'व्हर्च्युअल रिॲलिटी', 'गोलमाल' आणि 'कालवलय' हे कथासंग्रह आणि वैज्ञानिक लेखसंग्रह त्यांच्या खाती जमा आहेत. सुरूवातीस सरळसोट विज्ञान कथा लिहिणारे डॉ. बाळ फोंडके पुढे शैली आणि अलंकारिक भाषेकडे वळले. ह्या सोसामुळे असेल पण त्यांच्या अलीकडच्या कथा परिणामकारक वाटत नाहीत. त्या पसरट बनतात, असं मला वाटतं.

यानिमित्तानं आणखी एक विचार मनात येतो; मराठीत साहित्यिक म्हणून मान्यता मिळविलेल्या अरूण साधू, मिलिंद बोकील ह्या अलीकडच्या बुजुर्ग लेखकांनी आणि दि. बा. मोकाशींसारख्या गतकालीन लेखकांनीही विज्ञान कथा लेखन केलं आहे.

विज्ञान कथा लेखक म्हणून नाव झालेले आणखी एक लेखक म्हणजे लक्ष्मण लोंढे. त्यांचा 'देवासी जीवे मारियले' (२५ जुलै १९९४), 'दुसरा आईन्स्टाईन' आणि 'रिमोट कंट्रोल' तसेच 'गिनिपिग' अशा कथा-कादंबऱ्या प्रसिद्ध आहेत. 'देवासी जीवे मारियले' ही कादंबरी त्यांनी चिंतामणी देशमुख यांच्यासह तर 'गिनिपिग' ही अशाच एका (बहुधा डॉ.कशाळकर) सहलेखकाच्या भागीत लिहिली आहे. लक्ष्मण लोंढे यांच्या सहलेखकांच्या मदतीने लिहिलेल्या दोन्हीही कादंबऱ्यांमधील विज्ञान सकस आहे पण त्यांच्या कथांतले विज्ञान मात्र बरेचदा अपरिपक्व आणि प्रचारकी थाटाचे वाटते. डॉ. फोंडके हे लोंढे यांच्या कथांबद्दल लिहिताना, त्या कथांचे वर्णन 'अळणी विज्ञान कथा' असे करतात. त्यांच्या मते 'लोंढे यांच्या

कथांतील विज्ञान तुटपुंजे आणि अशक्त असते. त्या कथा म्हणून उत्तम आहेत परंतु त्यांना विज्ञानाचे अगदीच तोकडे अस्तर लावल्यासारखे वाटते. त्यामुळे त्यांच्या 'मला फाशी द्या', 'दधिची', 'कबुतर' आदी कथांना विज्ञान कथा म्हणावे की नाही असा संभ्रम पडतो. 'पुरूषसुक्त' ही तर कथा म्हणूनही फसलेली आहे; पण तरीही माझ्या मते लोंढे यांनी त्यांच्या नंतरच्या कथांमध्ये फोंडके यांनी दाखविलेले दोष कमी करायचा जाणीवपूर्वक प्रयत्न केल्याचे प्रत्ययास येते.

ह्या लेखात मी माझ्या लेखनाची चिकित्सा केलेली नाही. ती कुणीतरी कधीतरी करणं आवश्यक आहे पण इथं मी माझी भूमिका थोडक्यात मांडतो. 'मी विद्यार्थीदशेत क्रीडाविषयक लेखनाने केवळ पैसे मिळविण्याच्या उद्देशाने महाविद्यालयात असताना लिहू लागलो. १९६७ च्या कोयना भूकंपाचे वेळी मी पहिला विज्ञान लेख लिहिला. नंतर मी 'मनोहर' आणि इतर मासिकांतून कथा लिहू लागलो. आज ज्याला तरुणाईच्या कथा म्हणतात तशा त्या कथा होत्या. १९७१ मध्येच मी 'सृष्टीज्ञान' मध्ये वैज्ञानिक लेखन करू लागलो. १९७५ पर्यंत माझ्या विज्ञानेतर कथांनाही स्पर्धांमधून बक्षिसं मिळू लागली होती. नंतर मात्र माझ्यावर विज्ञान कथा लेखक हा शिक्का बसला.

मी लेखन करीत होतो त्या काळात माझ्या आधीचे लेखक हळूहळू वयोमानपरत्वे कमी कमी लिहू लागले होते. ह्यातले लोकार्थी विज्ञान लेखक बहुतेक प्राध्यापकी वळणाचं लेखन करणारे होते. त्यांची शैली हीं पाठ्यपुस्तकी असे. तर विज्ञान कथा लेखकांपैकी धारप समर्थ कथांच्या अतिमानवी आकर्षणानं विज्ञान कथेस दुरावले होते. गजानन क्षीरसागरांना 'विज्ञानयुग'च्या व्यापामुळे लेखनास वेळ मिळत नव्हता. द. पां. खांबेटे, द. चिं. सोमण ह्यांनी वृद्धापकाळामुळे लेखणीस हळूहळू विश्रांती दिलेली होती. भा. रा. भागवत 'फास्टर फेणे' समवेत साहसांमध्ये गुंतले होते आणि प्रतिष्ठित मासिके विज्ञान कथांना 'आपल्या' म्हणत नव्हती.

अशावेळी 'मनोहर' साप्ताहिकात आणि 'रहस्य कथा' मासिकात जी पाचसातशे शब्दांची जागा मिळेल त्यात मी विज्ञान कथा कोंबू लागलो. बऱ्याच दिवाळी अंकात मासिकांच्या शब्दांच्या अल्पसंख्येची अट स्वीकारून मी लिहित होतो. ते विज्ञान कथा छापताहेत, ह्यातच समाधानी होतो. पुढे विज्ञान कथेला राजमान्यता मिळाल्यानंतर मात्र मी ऐसपैस विज्ञान कथा लिहिल्या आहेत.

आत्ताच्या काळात जर विज्ञान कथा वाचली जायची असेल तर विज्ञान समजणारा वाचकवर्ग निर्माण करायला हवा, हे माझ्या लक्षात आले. विज्ञानाचा नियमितपणे स्तंभ लिहिणारा, मला वाटतं मी पहिला किंवा आद्य लेखकांपैकी एक आहे. हळूहळू विज्ञानवर्ग वाढला तर विज्ञान कथांचा वाचक वाढेल ही माझी

अटकळ होती. माझ्या पुस्तकांच्या चार-चार, पाच-पाच आवृत्त्या निघाव्यात तसेच माझ्या बरोबरीने आणि नंतर लिहिणाऱ्या विज्ञान लेखकांचीही २५-३० पुस्तके बाजारात असावीत ह्यावरून विज्ञान लेखनाचा वाचकवर्ग वाढला असल्याचे स्पष्ट होईल. माझ्या लेखनाचे मूल्यमापन मी करणे योग्य नव्हे. प्रत्येकालाच आपण सर्वश्रेष्ठ लेखक आहोत किंवा सर्वश्रेष्ठांमधील एक आहोत असे वाटणे स्वाभाविक असते. मी तो दावा आजमितीस कधी केलेला नाही तर एक विद्यार्थी ह्या भूमिकेतून मी लोकार्थी विज्ञानासाठी कष्ट घेतले आहेत आणि कथालेखनाबद्दल म्हणाल तर माझ्यात सुधारणेस भरपूर वाव आहे, हेही मी मान्य करतो.

दरमान्यानच्या काळात १९९० नंतर जी संगणक क्रांती आपल्या दारी आली. त्यामुळे मूलभूत विज्ञान शाखांच्या ऐवजी तंत्रज्ञान आणि प्रायोजित विज्ञानाची चलती सुरू झाली. त्याचा परिणाम विज्ञान लेखनावरही झाला आहे. मासिकांची रोडावलेली संख्या, साप्ताहिके आणि वृत्तपत्र पुरवण्यांचा 'फास्ट फूड' जमाना ह्याचा जसा सर्वच मराठी साहित्यावर परिणाम झाला तसाच तो विज्ञान साहित्यावरही झाल्याचे जाणवते. तरीही ह्या सर्व माध्यमांना विज्ञानसाहित्याची आवश्यकता भासू लागली. विशेषत: १९९० नंतर पूर्वी ज्या असंभाव्य वाटत होत्या त्या अनेक घटना शक्यतेच्या परिघात आल्या. इंटरनेट, जागतिकीकरण ह्यांनी मानवी जीवनात प्रचंड उलथापालथ झाली. बौद्धिक संपत्तीचा हक्क आपल्या नरड्याला भिडला. आज आपण जो घास खातोय त्याचं स्वामित्व शुल्क कुणाला द्यायचं हा प्रश्न नव्यानं उद्भवला. वैद्यकीय सुविधांनी आयुर्मान वाढलं पण लोकसंख्या नियंत्रण करावं हे सुचलं नसल्यामुळं लोकसंख्या अमाप वाढली. कृत्रिम अवयव, भावनांवर नियंत्रण, क्लोनिंग आपल्या उंबऱ्यातून डोकावू लागले तर एडस्‌सारख्या रोगांनी आपली झोप उडवली. पंडित विद्यासागर ह्या प्राध्यापकांनी त्यांच्या 'सुपरक्लोन' ह्या कांदबरीत क्लोनिंगवर भाष्य केलंय. क्लोनिंग, जीववैविध्य, माणूस आणि यंत्रमानव यांचा संकर, कृत्रिम बुद्धिमत्ता, संगणक-मानव परस्परसंबंध असे अनेक नवे विषय पुढे आले. ह्यामुळे विसाव्या शतकाच्या अखेरच्या दशकात विज्ञान कथा अवकाशातून उतरून जमिनीवर आली; परग्रहवासियांबरोबर आंतर्मानवी संबंधांचा विचार करू लागली, हे महत्त्वाचे.

+++

२३

भटक्या-विमुक्तांचे साहित्य

दादासाहेब मोरे

स्वातंत्र्योत्तर कालखंडात नवनवीन वाङ्मयीन जाणिवा विकसित झाल्या. समाजातील विविध स्तर आपले जीवनाभुव शब्दांच्या माध्यमांतून मांडू लागले. वेगवेगळ्या जीवनजाणिवा घेऊन निर्माण झालेल्या या साहित्यामुळे दलित साहित्य, ग्रामीण साहित्य,जनवादी साहित्य, बाल साहित्य, स्त्रीवादी साहित्य, आदिवासी साहित्य, भटक्या-विमुक्तांचे साहित्य असे विविध वाङ्मयप्रवाह निर्माण झाले. या प्रवाहांमध्ये भटक्या-विमुक्तांच्या साहित्याकडे दलित साहित्य-प्रवाहाचा एक भाग म्हणूनच पाहिले गेल्यामुळे, भटक्या-विमुक्तांच्या साहित्याविषयी सैद्धांतिकपणे तर सोडाच, पण वेगळ्या स्वरूपाचे साहित्य म्हणूनही फारशी चर्चा झालेली नाही. वास्तविक आदिवासी जमातींचे साहित्य, स्त्रियांचे साहित्य व्यापक अर्थाने 'दलित' या संज्ञेतच समाविष्ट होते. मात्र आदिवासी साहित्याच्या वेगळेपणाबाबत, मूल्यमापनाबाबत चर्चा झाली. त्याविषयी मांडणी करणारे लेखनही काही प्रमाणात लिहिले गेले. 'स्त्रीवादी' साहित्य म्हणूनही सैद्धांतिक मांडणी होऊ लागली आहे. या साहित्याचा स्वतंत्र प्रवाह म्हणून देखील मोठ्या प्रमाणावर विचारमंथन होत आहे. त्यामुळे 'स्त्रीवादी' साहित्य प्रवाहाच्या गुणात्मक वाढीला चालना मिळाली आहे. भटक्याा-विमुक्त जमातीच्या साहित्याबाबत मात्र अशी चर्चा किंवा वेगळी मांडणी होताना दिसत नाही. या साहित्याच्या विकासाच्या, गुणात्मक वाढीच्या दृष्टीने अशी चर्चा होणे अतिशय आवश्यक वाटते. त्या अनुषंगाने भटक्या-विमुक्तांच्या साहित्याची प्रेरणा, प्रयोजन, स्वरूप आणि दिशादर्शन या मर्यादित स्वरूपात प्रस्तुत लेखाची मांडणी करीत आहे.

भटक्या विमुक्त जमाती म्हणजे काय हे थोडक्यात स्पष्ट करणे, विषय विवेचनाच्या दृष्टीने येथे उपयुक्त ठरू शकेल असे वाटते.

भटक्या जमाती - उदरनिर्वाहाकरिता निवडलेल्या अगर वाट्यास आलेल्या

व्यवसायानिमित्त अगर उदरनिर्वाहाच्या साधनांच्या शोधार्थ भटकत राहाणाऱ्या समाज गटांना 'भटक्या जमाती' असे म्हणता येईल.

विमुक्त जमाती - परिस्थितीच्या दबावामुळे किंवा आर्थिक विपन्नावस्थेमुळे काही भटक्या जमाती गुन्हेगारीकडे वळल्या. त्यांना गुन्हेगार जमाती म्हणून ओळखले जाते. ब्रिटिशांनी १८७१ साली 'क्रिमिनल ट्राईब्ज ॲक्ट' केला. या कायद्यान्वये गुन्हेगार पूर्वजांचे वंशजही गुन्हेगार ठरवून जन्मतः गुन्हेगारीचा शिक्का मारण्यात आला. ब्रिटीश सरकारने १९२४ साली गुन्हेगार जमाती वसाहतीकरण कायदा करून, या गुन्हेगार जमातींवर कडक निर्बंध लादले. तारेच्या कुंपणात व पोलिसांच्या पहाऱ्यात त्यांना डाबून ठेवले. स्वातंत्र्य प्राप्तीनंतर वरील दोन्ही कायदे ३१ ऑगस्ट, १९५२ रोजी सरकारने रद्द केले. या जमातींना विशेष मुक्त म्हणून सोडून देण्यात आले. त्यामुळे या गुन्हेगार जमातींना 'विमुक्त' असे संबोधले जाऊ लागले.

भटक्या-विमुक्त जमाती शेकडो, हजारों वर्षांपासून उपेक्षित, दुर्लक्षित, अस्थिर आणि असुरक्षित जीवन जगत आहेत. समाजाच्या मुख्य प्रवाहापासून तुटलेल्या या जमाती अज्ञान, रूढी-परंपरा, अंधश्रद्धा, अगतिकता, दैवाधिनता यांच्या दुष्ट चक्रात अडकलेल्या आहेत. केवळ महाराष्ट्रातच नव्हे तर भारतभर या भटक्या-विमुक्त जमाती उदरनिर्वाहासाठी भटकताना दिसतात. पारंपरिक गावगाड्याच्या उत्पादन व्यवस्थेत या भटक्या-विमुक्त जमातींना कोठेच स्थान मिळाले नाही आणि आधुनिक शहरी व ग्रामीण औद्योगिक संस्कृतीच्या उत्पादन व्यवस्थेतही या जमातींना सामावून घेतले गेले नाही. त्यामुळे चोऱ्या करणे, स्थिर समाजाचे मनोरंजन करणे, त्यांची दयाबुद्धी जागृत करण्यासाठी प्राणावर बेतणारी कसरत करणे यांसारखी कामे करावी लागत आहेत. या भटक्या-विमुक्त जमाती आपल्या भटक्या प्रवृत्तीमुळे जंगलात किंवा निर्सगाच्या कोणत्याच पट्ट्यात आदिवासी जमातींप्रमाणे एका ठिकाणी स्थिर राहिल्या नाहीत. या जमातींना गावगाड्याच्या आश्रयाने जरी आपली गुजराण करावी लागत असली तरी 'रानटी', 'टोळी' संस्कृतीमधील बऱ्याच परंपरा अवशेष रूपाने का होईना त्यांनी अद्याप जपून ठेवलेल्या आहेत. त्यातूनच त्यांच्यातील प्रत्येक जमातींना आपले स्वतंत्र, अलग अस्तित्व टिकविण्यासाठी,दंतकथा रचल्या. त्या दंतकथा मौखिक परंपरेने टिकवून ठेवल्या आहेत. प्रत्येक जमातीनी आपली गुप्त, सांकेतिक भाषा निर्माण केली. जात पंचायतीसारखी स्वतंत्र व भक्कम न्यायपद्धती अंमलात आणली. जमातीअंतर्गत विशिष्ट प्रकारची व्यवस्था निर्माण केली. नीतिअनितिचे संकेत निर्माण केले. परिणामी प्रत्येक जमात आपापल्या कोषात गुरफटत गेली. त्यामुळे या विविध जमातींना व्यापक समाजापासून नव्हे तर परस्परांपासूनही आपली नाळ तोडली.

भारतीय समाजव्यवस्थेतील वर्णव्यवस्थेत आणि जातिव्यवस्थेत या भटक्या-विमुक्त जमातींचा समावेश केलेला नाही. या जमाती 'अवर्ण' आहेत. जातिव्यवस्थेच्या उतरंडीमध्ये या जमाती येत नसल्यामुळे या जमातींना अस्पृश्य मानले गेले नाही. मात्र येथील विषमताधिष्ठित समाजव्यवस्थेने या जमातींचे मानवतेचे हक्क हिरावून घेतले आहेत. जगण्यासाठी या जमातींना हजारो वर्षे स्थिर समाजाचा, गावगाड्याचा आश्रय घ्यावा लागत असल्याने, या जमातींना जातिव्यवस्थेच्या दाहक वास्तवाला सतत सामोरे जावे लागत आहे. गावगाड्यातील स्थिर समाजाच्या सततच्या संपर्काने आणि/अथवा अनुकरणाने गावगाड्यातील जातिव्यवस्थेची वैशिष्ट्ये या जमातींनी अंगिकारली आहेत. त्यामुळे भटक्या-विमुक्त जमाती हिंदू धर्मातील जातिव्यवस्थेचा भाग आहेत आणि नाहीतही. या पार्श्वभूमीचा विचार करून भटक्या-विमुक्तांच्या साहित्याकडे पाहावे लागते.

ब्रिटिशांनी १८७१ साली 'क्रिमिनल ट्राईब्ज ॲक्ट' द्वारे गुन्हेगार पूर्वजांचे वंशज गुन्हेगार असतात असा अमानवी, अशास्त्रीय कायदा केला. या कायद्यान्वये फिरस्त्या, भटक्या जमातींना गुन्हेगार ठरविण्यात आले. काही जमातींच्या मुलांवर जन्मतःच गुन्हेगारीचा शिक्का मारण्यात आला. या काळ्या कायद्याने फिरस्त्या जमातींना जगणे अशक्य केले. त्यातून महाराष्ट्रातील चौदा जमातींच्या जीवनात हाहाःकार माजला. पण या कालखंडातील साहित्यात त्याचे पुसटसेही प्रतिबिंब दिसत नाही.

वास्तविक याच कालखंडात (१८७५ ते १९२५) अनेक भयंकर दुष्काळ पडण्याची नोंद महाराष्ट्राच्या इतिहासात आहे. या दुष्काळामुळे ग्रामीण समाजाची मोठ्या प्रमाणावर वाताहत झाली. रोगराईने किड्यामुंग्यांप्रमाणे माणसं मरण पावली. गावे ओसाड पडली, जगण्यासाठी माणसांचे तांडे इतस्ततः भटकू लागले. तशातच सरकारी नोकर आणि सावकार सर्वसामान्य लोकांना लुबाडू लागले. ग्रामीण समाजातील बलुतेदार, मजूर, दलित, फिरस्ते या वर्गातील काही लोक पोटासाठी ख्रिस्ती धर्म स्वीकारू लागले. गावगाड्यातील स्थिर समाजाच्या मनोरंजनात्मक, वैद्यकीय, आध्यत्मिक, कृषीविषयक आणि वस्तु विनिमयाच्या गरजा भागविणाऱ्या या फिरस्त्या भटक्या जमाती निसर्गनिर्मित आणि मानवनिर्मित आपत्तीत होरपळू लागल्या. त्यांच्या जीवघेण्या हलाखीचे चित्रण या कालखंडातील मराठी साहित्यात दिसून येत नाही. 'गावगाडा' या त्रिंबक नारायण अत्रे यांच्या ग्रामरचनेवरील पहिल्या ग्रंथात या फिरस्त्या, भटक्या जमातींची वरवरची माहिती येते.

ब्रिटीश सरकारने, १९२४ साली 'गुन्हेगार जमाती वसाहतीकरण कायदा' करून गुन्हेगार जमातींवर कडक निर्बंध लादले. तारेच्या कुंपणात व पोलिसांच्या

पहाऱ्यात त्यांना डांबून ठेवले. माणुसकीला काळीमा फासणाऱ्या या कायद्यामुळे महाराष्ट्रातील सुमारे चौदा जमातींना अमानवी अत्याचारग्रस्त जीवन जगावे लागत होते. त्यांचा आक्रोश, त्यांची पिळवणूक, त्यांची मानसिक कुचंबणा, त्यांच्यावरील दिवसाढवळ्या होणारे अत्याचार मराठी साहित्याच्या सारस्वतांना दिसले नाहीत.

सामाजिक सुधारणेच्या पातळीवर मात्र महर्षी विठ्ठल रामजी शिंदे यांनी २५ मे १९१७ रोजी पुणे येथील वसंत व्याख्यानमालेत 'गुन्हेगार जातीची सुधारणा' या विषयावर व्याख्यान दिले. गुन्हेगार जमातींच्या प्रश्नांची या निमित्ताने प्रथमच चर्चा सुरू झाली. १९२५ ते १९४५ या कालखंडात ग्रामीण जीवनावरील साहित्याची निर्मिती होऊ लागली. परंतु याही कालखंडात या फिरस्त्या व भटक्या जमातींची दखल मराठी साहित्याने घेतल्याचे दिसून येत नाही. उलट या कालखंडातील मराठी साहित्यात सुधारणावादाचाच फारसा प्रभाव दिसत नाही. या काळातील मराठी साहित्याने कलावादी, सौंदर्यवादी आणि काही प्रमाणात जीवनवादी प्रवृत्ती जोपासली. रोमॅन्टिक साहित्याला बहर आला. गांधीवादाच्या प्रभावातून ग्रामीण जीवनाचे चित्रण मराठी साहित्यात येऊ लागले. शहरी, पांढरपेशी साहित्यिक, ग्रामीण जीवनाचे काल्पनिक, विकृत चित्रण करू लागले. या कालखंडातही फिरस्त्या जमाती, भटक्या जमाती मराठी साहित्यवर्तुळाच्या बाहेरच राहिल्या. याला अपवाद फक्त श्री. लालजी पेंडसे यांच्या गुन्हेगार (१९३४) या ग्रंथाचा करावा लागेल. गुन्हेगार जाती-जमातींच्या जीवनाववर प्रकाश टाकण्याचे कार्य या ग्रंथाने केले.

ब्रिटीश सरकारच्या शैक्षणिक धोरणामुळे शिक्षणाचे सार्वत्रीकरण झाले. तसेच महात्मा फुले, महर्षि विठ्ठल रामजी शिंदे, राजर्षि शाहू महाराज, डॉ. बाबासाहेब आंबेडकर यांनी सुरू केलेल्या शैक्षणिक व सामाजिक कार्यामुळे शूद्रातिशूद्र समाजातील अनेक तरुण शिक्षण घेऊ लागले. नव्या शैक्षणिक व ओद्योगिक क्रांतीमुळे दलित शोषित अशा कष्टकरी वर्गातीलच एक सुशिक्षित वर्गही निर्माण होऊ लागला. इंग्रजी शिक्षणामुळे जागतिक ज्ञानाची कवाडे खुली झाली. शूद्रातिशूद्र या समाजातील सुशिक्षित तरूण विचार करू लागला. शूद्रातिशूद्र समाज जे जीवन जगतो, भोगतो ते जीवन साहित्यात येत नाही. हे शूद्रातिशूद्र समाजातील नवसुशिक्षितांना तीव्रतेने जाणवू लागले. या पार्श्वभूमीवर आपल्या दु:खाला, अवनतीला कोण जबाबदार याची ते चिकित्सा करू लागले. आपल्यावरील अन्याय, अत्याचारांची त्यांना जाणीव झाली. आपल्या शोषणाला परमेश्वर जबाबदार नाही तर येथील कृत्रिम, विषमताधिष्ठित समाजव्यवस्था जबाबदार आहे. याचे त्यांना भान आले. आपल्या वाट्याला आलेले दु:ख, व्यथा, वेदना, शूद्रातिशूद्र समाजातील शिक्षित लोक व्यक्त करू लागले. कविता, कथा, लेख, अशा स्वरुपात हे सुरुवातीचे लेखन

निर्माण झाले. मला काही सांगायचे आहे... या आत्माविष्काराच्या भावनेतून हे प्रारंभीचे साहित्य येत होते.

याचा परिणाम थोड्याफार फरकाने भटक्या आणि विमुक्त जमातींवरही होऊ लागला. ब्रिटिशांनी लादलेल्या गुन्हेगार जमाती वसाहतीकरण कायद्यामुळे गुन्हेगार जमातीच्या वसाहतीत शिक्षणाची काही प्रमाणात व्यवस्था झाली. त्यातून या जमातींतील काही मुले शिक्षण घेऊ लागली. विविध ठिकाणी स्थापन केलेल्या वसतिगृहांमधून भटक्या व फिरत्या जमतींची मुलं तुरळक प्रमाणात का होईना शिकू लागली. ती समाजजीवनातील या बदलांकडे डोळसपणे पाहू लागली.

१९४५ ते १९६० या कालखंडात मात्र मराठी साहित्याच्या कक्षा काहीं प्रमाणात विस्तारल्या. विविध सामाजिक स्तर साहित्याचे विषय बनले. शिक्षणामुळे नवे आत्मभान आलेला शूद्रातिशूद्र समाजातील नवशिक्षित वर्ग आपले अनुभव, भावविश्व साहित्याद्वारे व्यक्त करू लागला.

या कालखंडात विभावरी शिरूरकर यांची बळी (१९५०) ही गुन्हेगारी जमातींपैकी सोलापूरच्या गुन्हेगार वस्तीतील मांगगारूडी जमातीच्या जीवनावर लिहिलेली भटक्या फिरस्त्या जमातींवरील पहिली कादंबरी प्रकाशित झाली. या कादंबरीने मराठी वाचकांना अस्वस्थ केले. गुन्हेगार जमातींच्या जीवनातील विविध बारकावे या कादंबरीत आणण्याचा लेखिकेने प्रयत्न केलेला आहे. गुन्हेगार जमातीच्या व्यथा-वेदना व गुन्हेगार जमातींमधील अंतर्गत संघर्ष सामाजिक संदर्भासह या कादंबरीत येतो. गुन्हेगार म्हणून नव्हे तर माणूस म्हणून आपल्या जमातीमधील लोकांनी जगावे यासाठी धडपडणाऱ्या आबाची शोकांतिका ही या जमातीचीही शोकांतिका बनते. या कादंबरीमुळे गुन्हेगार जमातींच्या प्रश्नांबाबत,त्यांच्या जगण्याबाबत थोड्याफार प्रमाणात का होईना चर्चा सुरू झाली.

भटक्या आणि गुन्हेगार जमातीच्या इतिहासात नोंद घ्यावी अशी घटना याच कालखंडात घडली. स्वतंत्र भारताचे पहिले पंतप्रधान पंडित जवाहरलाल नेहरू यांनी १९५२ साली ब्रिटिशांनी केलेले क्रिमिनल ट्राईब्ज ॲक्ट आणि गुन्हेगार जमाती वसाहतीकरण कायदा हे दोन्ही कायदे अमानवी व अशास्त्रीय आहेत म्हणून ते रद्द करीत असल्याची घोषणा करून, गुन्हेगार जमातींना तीन तारांच्या कुंपणातून विशेष मुक्त म्हणून सोडून देण्यात आले. तेव्हापासून या जमातींना विमुक्त म्हणून संबोधण्यात येऊ लागले. या घटनेची दखल मराठी साहित्याने घेतली नाही. मात्र भटक्या-विमुक्त जमातींमध्ये जागृती निर्माण होण्याला, त्यांच्या समस्यांना वाचा फुटण्याला या घटनेचा फार उपयोग झाला.

मराठी साहित्य १९६० नंतर अधिक व्यापकपणे जीवनवादी बनले. याच

काळात दलित साहित्याची सैद्धांतिक मांडणी सुरू झाली. त्यानिमित्ताने दलित साहित्यासंबंधी मोठ्या प्रमाणावर चर्चा होऊ लागली. ग्रामीण साहित्य, प्रादेशिक साहित्य, मार्क्सवादी साहित्य अशा विविध साहित्य प्रवाहांच्या समर्थकांनी आपापली भूमिका मांडण्यास सुरुवात केली. डॉ. बाबासाहेब आंबेडकरांच्या विचारांमुळे आणि कार्यामुळे दलितांमध्ये जाणीवजागृती झाली. वर्णव्यवस्थेमुळे शेकडो वर्षे दबलेला हुंकार दलित साहित्याच्या रूपाने आविष्कृत होऊ लागला. नव्या जीवनजाणिवा धर्मव्यवस्थेच्या, वर्णव्यवस्थेच्या जोखडातून मुक्त झाल्या. या जीवनजाणिवांतून नवा आशय व्यक्त होऊ लागला. उपेक्षित वंचित, दुर्लक्षित समाजगट लेखनाचा विषय होऊ लागले. त्याचा परिणाम म्हणून भटक्या-विमुक्त जमातींच्या जीवनावर कांहीं प्रमाणात लेखन झाले. त्याचे स्वरूप ढोबळ मानाने पुढीलप्रमाणे स्पष्ट करता येईल.

कादंबरी - यामध्ये 'बळी', विभावरी शिरूरकर, 'बारी', रणजित देसाई, 'माकडीचा माळ', अण्णाभाऊ साठे, 'वस्ती', महादेव मोरे, 'कातळ', आणि 'वाघीण', व.धा. बोधे, 'पारधी', शंकरराव खरात, 'व्याध', देवदत्त पाटील यांचा समावेश होतो.

कथासंग्रह - यामध्ये 'उपेक्षितांचे अंतरंग', श्री.म. माटे, 'गावशीव', 'तडीपार' आणि 'टिटवीचा फेरा', शंकरराव खरात, 'नागीण' चारूता सागर यांचा समावेश होतो. हे सर्व लेखन भटक्या-विमुक्त जमातीतेर लेखकांनी केलेले आहे.

उपरोक्त कादंबरी लेखनात 'बळी' मध्ये मांगगारूडी या गुन्हेगार जमातीचे जीवन लेखनविषय झालेले आहे. 'बारी' या कादंबरीत बेरड या गुन्हेगार जमातीचे जीवन तर 'बेरड'या कादंबरीत माकडवाले, फासेपारधी, डवरी, गोसावी या भटक्या आणि विमुक्त जमातींच्या जीवनाचे चित्रण आले आहे. 'कातळ' या कादंबरीत कैकाडीं तर 'वाघीण' या कादंबरीत कानफाटे गोसावी आणि कंजारभाट या अनुक्रमे भटक्या आणि विमुक्त जमातींचे चित्रण आलेले आहे. 'पारधी' आणि 'व्याध' या दोन्ही कादंबरीत फासेपारधी या विमुक्त जमातींच्या जीवनाचे चित्रण येते.

वरील कादंबऱ्यांपैकी 'बळी' आणि 'पारधी' या दोन्ही कादंबऱ्यांमध्ये गुन्हेगार जमातीचे वास्तव ताकदीने चित्रित करण्याचा प्रयत्न केलेला आहे. अन्य कादंबऱ्यांच्या बाबतीत मात्र रंजनवादी प्रवृत्तीच प्रबळ बनलेली आहे असे जाणवते. वास्तविक या काळातील ललित लेखक -कलावंतावर पूर्वसुरींच्या कादंबरीकारांचा प्रभाव होता. कादंबरी या वाङ्मय प्रकारासंबंधी जी एक धारणा पूर्वसुरींनी मराठी साहित्यात रूजविली होती, तीच धारणा या लेखकांचीही दिसून येते. कादंबरी ही वाचकांच्या मनोरंजनासाठी लिहावयाची असते, हा विचार प्रबळ होता. म्हणूनच तत्कालीन मराठी कादंबरीमध्ये अद्‌भुतरम्यता, कल्पनाविलास, उत्कंठावर्धक प्रसंगांची मांडणी,

उग्र आणि प्रक्षोभक प्रसंगांनी गतीमान झालेले कथानक, नखरेल व चित्तवेधक भाषा, श्रृंगारीक भडक आविष्कार, भूक, क्रौर्य, शोषण आणि वासनाविकारांचा अतिशय तीव्र परिणाम साधणारी दृश्ये अशीच रचना कादंबरीची केली जात होती. त्याचा परिणाम या जमातींच्या जीवनावरील कादंबरी लेखनावरही झालेला दिसतो. या भटक्या जमाती केवळ वास्तवाचा आभास निर्माण करण्यासाठी पार्श्वभूमीला घेतल्या आहेत की काय, अशी शंका यावी इतपत रंजनप्रधानतेचा,कल्पनाविलासाचा प्रभाव या कादंबऱ्यातून दिसून येतो. परिणामी भटक्या विमुक्त जमातीचे वास्तव जीवन त्यातून निसटते ही त्या कालखंडाचीच मर्यादा होती.

या जमातींच्या जीवनावर लिहिलेल्या कथासंग्रहांमध्ये पुढील जमातींचे जीवन लेखनविषयी झालेले आहे. त्यामध्ये 'उपेक्षितांचे अंतरंग' मध्ये 'कातकरी', 'गावशीव', मध्ये भामटा, फासेपारधी, चित्रकथी, कुडमुडे जोशी, गोसावी, वासुदेव, गोंधळी, होलार या विमुक्त आणि भटक्या जमातींचे चित्रण एकूण चौदा कथांतून आलेले आहे. 'तडीपार' या कथासंग्रहातून कोल्हाटी, वडार, भामटा, डोंबारी, वैदू, माकडवाले, बेलदार, कैकाडी, मांगगारूडी या जमातीचे एकूण बारा कथांतून चित्रण आलेले आहे. 'टिटवीचा फेरा' या कथासंग्रहात रामोशी, मांगगारूडी, फासेपारधी इत्यादी जमातींचे चित्रण येते. 'नागीण' या कथासंग्रहातही फासेपारधी आणि इतर जमातींचे चित्रण येते.

कादंबरी या वाङ्मय प्रकाराप्रमाणेच कथा वाङ्मय प्रकारातही कल्पनेला वाव असतो. तत्कालीन रचनातंत्राचा पगडा कादंबरीप्रमाणेच या कथांवरही दिसून येतो. घटना-प्रसंगांची गुंफण, उत्कंठावर्धक मांडणी, परिणामकारक शेवट या रचनातंत्राच्या रूढ संकेतांचा प्रभाव या कथांतून जाणवतो. यातील काही कथा घटना प्रधान तर काही पाल्हाळीक बनलेल्या आहेत. या कथांतून भटक्या विमुक्त जमातींच्या समस्या, त्यांचे वास्तव जीवन, त्यांचे ताण-तणाव प्रभावीपणे येत नाहीत. हे चित्रण वरवरचे आणि माहितीपर स्वरूपाचे झालेले आहे. वास्तविक हे लेखन भटक्या विमुक्त जमातीतेर लेखकाने केलेले आहे. त्यामुळे त्यांना या जीवनाची नीट माहिती नाही. आणि हे स्वाभाविकही आहे. त्यामुळे त्यांचे चित्रण अशा स्वरूपाचे झाले असण्याची शक्यता आहे. पण या लेखकाने लेखनासाठी या जमातींची निवड केली आणि आपल्या परीने त्यांच्या जीवनाचे चित्रण करण्याचा प्रयत्न केला हे अत्यंत महत्त्वाचे आहे.

या लेखनामुळे भटक्या-विमुक्त जमातींच्या समस्यांवर प्रकाश पडला. महाराष्ट्रातील आदिम, रानटी अवस्थेत जीवन जगणाऱ्या जमातींची जाणीव मराठी वाचकांना झाली. या लेखनामध्ये कथा, कादंबरी आणि संकलनात्मक लेखन यांचा

समावेश आहे. सुरुवातीच्या काळात भटक्या विमुक्त जमातींवर झालेले हे लेखन व्यापक मानवतावादी भूमिकेतून भूतदयेपोटी झालेले आहे.

भटक्या-विमुक्त जमातींपैकी काही जमातीचे बाह्यांगी दर्शन या साहित्यातून घडते. या जमाती गावकुसाबाहेर राहतात कशा, जगतात कशा, त्यांचे उघड्यावरचे जीवन, त्यांची जगण्याची साधने, त्यांची वेषभूषा यांच्यासारख्या घटकांवरच या साहित्यात अधिक भर दिसून येतो. त्यामुळे उपरोक्त लेखनापैकी बऱ्याच लेखनकृतीत भटक्या-विमुक्त जमातींच्या वास्तव जगण्यापेक्षा, त्यांच्यातील सामाजिक, सांस्कृतिक, आर्थिक, मानसिक तपशीलापेक्षा रचनातंत्रालाच अधिक महत्त्व आल्याचे दिसून येते. जीवनानुभव संवेदनात्मकतेने व्यक्त करणे आणि दयेपोटी किंवा मानवतेच्या कळवळ्याने आपला अनुभव संकल्पनात्मक पातळीवरच मांडणे यामध्ये मूलभूत फरक आहे याची जाणीव उपरोक्त साहित्याचा अभ्यास करताना सतत होते.

भटक्या-विमुक्त जमातींमधील नवशिक्षित तरुणांना या जमातींच्या मागासलेपणाची, त्यांच्या आदिम, रानटी जीवनाची, त्यांच्यातील अज्ञान, दारिद्र्य, अंधश्रद्धा, रूढीपरंपरा, अस्थिरता व त्यातून वाट्याला आलेली अगतिकता यांची जाणीव झाली. विविध जमाती-पोटजाती यांच्यात विभागलेल्या असंघटित व अस्थिर अशा या जमातींच्या समस्यांना वाचा फोडावी, त्यांचे प्रश्न हे एकूण समजाव्यवस्थेने निर्माण केलेले प्रश्न आहेत, याची जाणीव स्थिर समाजाला व बुद्धिजीवी वर्गाला करून द्यावी, असे या नवशिक्षित तरुणांना प्रकर्षाने वाटत राहिले. स्वतंत्र भारतात फार मोठ्या समाजगटांना दोन वेळच्या भाकरीसाठी भिक्षा मागावी लागते, चोरी करावी लागते, त्यासाठी लाचार, अगतिक व्हावे लागते, आपला संसार पाठीवर घेऊन रानोमाळ भटकावे लागते. हे या देशाला आणि येथील व्यवस्थेला लांच्छनास्पद आहे. त्यासाठी आपणच आवाज उठविला पाहिजे. या अज्ञानी, रुढीग्रस्त, परंपराप्रिय आणि रानटी जीवन जगणाऱ्या जमातींमध्ये जागृती निर्माण केली पाहिजे. या भूमिकेतून श्री. दौलतराव भोसले, श्री. बाळकृष्ण रेणके, लक्ष्मण माने यासारख्या तरुणांनी १९७२ साली 'भटक्या-विमुक्तांची चळवळ' सुरू केली. भटक्या-विमुक्तांच्या प्रश्नांकडे लक्ष वेधण्यासाठी चळवळीच्या माध्यमातून महाराष्ट्रात ठिकठिकाणी परिषदा, मेळावे, मोर्चे आयोजित करण्यात आले. त्यामुळे भटक्या-विमुक्त जमातींच्या समस्यांकडे स्थिर समाजाचे, शासनाचे, बुद्धिजींचे लक्ष वेधले गेले. चळवळीसाठी पोषक म्हणून चळवळीतील काही कार्यकर्त्यांनी जाणीवपूर्वक लेखन केले. त्याचे स्वरूप वाङ्मयीन प्रतवारीच्या दृष्टीने फुटकळ असले तरी, या लेखनामुळे भटक्या-विमुक्त जमातींचे प्रश्‍न शासन, समाज, विचारवंत यांच्यासमोर आले. या जमातींमध्ये जागृती निर्माण होण्याला त्याची मदत झाली.

भटक्या-विमुक्तांच्या चळवळीमुळे अशा जमातींमधील शिक्षित तरुणांना आत्मभान आले. आपल्या आजच्या स्थितीला जबाबदार कोण? या देशात आपले नेमके स्थान काय? आपल्या आणि आपल्या जमातीच्या वाट्याला इतके अस्थिर, अमानवी, जीवन का आले? आपण का भिकारी, गुन्हेगार बनलो? अशा प्रश्नांनी या तरुणांना अस्वस्थ केले. आपले हे पशुतुल्य, लाचार अगतिक जीवन शब्दबध्द करावे. आपल्या व्यथा, वेदना आपली अवहेलना, कुचंबणा व्यक्त करावी, या आत्माविष्काराच्या प्रबळ प्रेरणेतून भटक्या-विमुक्त जमातींमधील तरुण साहित्य निर्मिती करू लागले.

महात्मा फुले, राजर्षि शाहू महाराज, डॉ. बाबासाहेब आंबेडकर यांचे मानव मुक्तीचे, माणसाला प्रतिष्ठा देणारे वैचारिक अधिष्ठानच या भटक्या-विमुक्त जमातींच्या साहित्याला आणि चळवळीला लाभलेले आहे. मानवी मूल्यांना श्रेष्ठ मानणारी आणि जाती विरहित, समताधिष्ठित नवसमाज निर्मितीचे ध्येय बाळगणारी ही वैचारिक भूमिका घेऊनच भटक्या-विमुक्तांच्या साहित्याला वाटचाल करावी लागणार हे उघडच आहे. भटक्या-विमुक्त जमातींचा चातुर्वर्ण्यव्यवस्थेत कोठेच समावेश नाही. त्यामुळे या जमाती अवर्ण राहिल्या आहेत. मात्र येथील विषमताधिष्ठित समाजव्यवस्थेने या जमातींचे मानवतेचे हक्क हिरावून घेतले आहेत. आपण माणूस आहोत याची जाणीवही त्यांना होऊ दिलेली नाही. त्यामुळे विषमताविरोधी, मानवी मूल्यांची प्रतिष्ठा जोपासणारे वैचारिक अधिष्ठानच भटक्या-विमुक्तांच्या साहित्याचा आणि चळवळीचा आधार असणार आहे.

जे जीवन आपण जगतो, उपभोगतो त्या जीवनातील चढ उतार, त्या जीवनाचा वस्तुनिष्ठ वृत्तांत, कलात्मकतेने रेखाटणे, म्हणजेच साहित्य होय. जीवनाशी नाते सांगणारे, बहुजन समाजाच्या सुख-दुःखाशी समरस होणारे साहित्य हे खऱ्या अर्थाने जीवनाची बांधिलकी मानणारे साहित्य ठरेल. या पार्श्वभूमीवरच्या भटक्या-विमुक्तांच्या साहित्याचे प्रयोजन व स्वरूप पाहता येईल.

भटक्या-विमुक्त जमातींचे साहित्य हे आजही मौखिक परंपरेचे साहित्य आहे. एका पिढीकडून दुसऱ्या पिढीकडे सांगणे आणि ऐकणे या स्वरूपातच हे साहित्य संक्रांत झाले आहे. गाणी, कहाण्या, कथा, समारंभ प्रसंगी गावयाची गीते इत्यादी. असे मौखिक साहित्य भटक्या विमुक्त जमातींमध्ये पिढ्यान्‌पिढ्या आईपासून मुलीकडे, बापापासून मुलाकडे संक्रमित होत आहे. अद्याप हे साहित्य लिखित स्वरूपात फारसे उपलब्ध झालेले नाही. हे मौखिक साहित्य त्या त्या जमातींच्या किंवा समूहाच्या बोलीभाषेत असल्यामुळे त्याचे प्रमाणित स्वरूपही तयार झालेले नाही. प्रत्येक जमातीची बोलीभाषा भिन्न आहे. त्यांचे रीतीरिवाज, समारंभ वेगवेगळे

आहेत. हे मौखिक साहित्य लिखित स्वरूपात मराठी साहित्यात येणे आवश्यक आहे. परंतु हे मौखिक साहित्य मराठीमध्ये आणण्याचे फारसे प्रयत्न झालेले नाहीत.

आजच्या गतिमान आणि आधुनिक समाज जीवनात, मानवी प्रवृत्तीनुसार आपले जीवन दुसऱ्याला सांगावे असे प्रत्येक माणसाला वाटते. ज्यांच्या जीवनात दुःख, दारिद्र्य, अगतिकता, वेदना,अन्याय,अत्याचार, लाचारी, अवहेलना अधिकाधिक असते. त्यांना तर ही जाणीव तीव्रतेने होते. आपण जगत असलेल्या जीवनाचे वर्णन करावे, त्यातील आनंदाचे, दुःखाचे प्रसंग नोंदवावेत, आपल्या व्यथा-वेदनांना शब्दरूप द्यावे, आपल्या दरिद्री, कष्टमय आयुष्याचे प्रसंग एकमेकांना सांगावेत, कुटुंब जीवनातले भावबंध शब्दबद्ध करावेत, त्याला मूळचाच एक नाद व लय असेल तो द्यावा, थोड्या फार फरकाने असेच आजच्या भटक्या-विमुक्तांच्या साहित्याचे ठळक प्रयोजन दिसून येते.

भटक्या-विमुक्त जमातीमध्ये जागृती निर्माण होते आहे. आपल्या दैन्य, दुःखातून, अमानुष जीवनातून बाहेर पडण्यासाठी या जमाती संघर्षाच्या पावित्र्यात आहेत. आपल्या वाट्याला आलेले हे दरिद्री, लाचार, दुःखमय जीवन हे काही पूर्वपिढीचे ऋण नाही की देवाधर्माचा शाप नाही, ही एक जाणूनबुजून निर्माण केलेली मानव निर्मित समाजव्यवस्था आहे. ती अज्ञानाचा, रुढी-परंपरेचा, अगतिकतेचा फायदा घेऊन आपले शोषण करीत आहे, याची जाणीव भटक्या-विमुक्त जमातींना झालेली आहे. त्यांच्या या संघर्षाला, या जाणिवेला उपयुक्त ठरेल असे भटक्या-विमुक्तांच्या साहित्याचे प्रयोजन असले पाहिजे. तरच भटक्या-विमुक्तांचे साहित्य चळवळीचे हत्यार बनेल. साहित्य आणि चळवळ परस्परांना पूरक ठरू शकेल. त्यातूनच या साहित्याचा आणि भटक्या-विमुक्त जमातींचा उत्कर्ष साधता येईल.

भटक्या-विमुक्तांच्या चळवळीतील कार्यकर्त्यांनी लिहिलेले साहित्य हे मला काही सांगावयाचे आहे या आत्माविष्काराच्या भावनेतूनच आलेले आहे. या साहित्यामध्ये आत्मकथनांची संख्या अधिक आहे.

या आत्मकथनांमध्ये 'उपरा', लक्ष्मण माने (१९७८), 'गबाळ', दादासाहेब मोरे,(१९८३), 'उचल्या' लक्ष्मण गायकवाड (१९८४), 'ऐरणीच्या घणा' वैजनाथ कळसे, (१९८४) 'बेरड', भिमराव गस्ती, 'रानभैरी', गुलाब वाघमोडे (१९८६), 'तांडा' आत्माराम राठोड' 'भटक्या' कचरू गिऱ्हे (१९९१), 'कोल्हाट्याचं पोर' किशोर काळे, 'मरणकळा', जनाबाई गिऱ्हे, 'तीन दगडाची चूल', विमल मोरे (२०००) यांचा प्रामुख्याने समावेश करता येईल.

जे जीवन आपल्या वाट्याला आले ते जीवन जसेच्या तसे शब्दबद्ध करावे, त्यातून आपल्या बरोबरच आपल्या जमातींच्या दुःखाचा, व्यथा, वेदनांचा आलेख

मांडावा, या भूमिकेतून ही आत्मकथने त्या त्या जमातीचे प्रतिनिधित्व करतात. या आत्मकथनांतून व्यक्तिमनाबरोबर समूहमनाचा जिवंत व ज्वलंत अनुभवाविष्कार घडतो. प्रत्येक आत्मकथनांत लेखकाने आपल्या जमातीच्या व्यथा, वेदना, अंधश्रद्धा, रुढीपरंपरा यांचे जसे प्रत्ययकारी दर्शन घडविले आहे, तसे त्या त्या जमातींच्या मर्यादा, उणिवा, जातपंचायतीकडून होणारी पिळवणूक, जमातीअंतर्गत असणारे संघर्ष यांचेही तितकेच प्रत्ययकारी चित्रण केलेले आहे. त्यामुळे या आत्मकथनांतून परखड आत्मपरीक्षणही आलेले आहे. या प्रत्येक आत्मकथनाला सामाजिक, सांस्कृतिक, आर्थिक, शैक्षणिक संदर्भही आहेत. हे संदर्भ या आत्मकथनांचे अविभाज्य भाग बनले आहेत.

भटक्या-विमुक्त जमातींमधील या आत्मकथनात केवळ त्या त्या जमातींच्या जीवनाचे सामूहिक, सांस्कृतिक, आर्थिक तपशीलच येतात असे नव्हे तर त्या त्या जमातीच्या बोलीचेही संदर्भ येतात. उदाहरणार्थ, 'उपरा' मधील कैकाडी जमातीची बोली, 'गबाळ' मधील कुडमुडे जोशी जमातीची बोली, 'उचल्या' मधील टकारी जमातीची, 'ऐरणीच्या घणा' मधील गाडीलोहार जमातीची, 'बेरड'मधील बंजाराची, 'भटक्या' मधील गोपाळांची, कोल्हाट्याचं पोर मधील कोल्हाटी जमातीची, 'तीन दगडाची चूल' मधील गोंधळी जमातीची बोली येते. त्या त्या जमातीच्या बोलीबरोबरच त्या त्या प्रदेशातील बोलीच्या लकबीही या आत्मकथनांतून येतात. या आत्मकथनांनी मराठी भाषेत मोलाची भर घातलेली आहे. त्यांना सामाजिक दस्तऐवजांचे स्वरूप प्राप्त झालेले आहे. या आत्मकथनांचा जसा वाङ्मयीन अंगाने अभ्यास होईल. तसाच समाजशास्त्रीय, मानववंशशास्त्रीय, भाषाशास्त्रीय या दृष्टीनेही अभ्यास होईल.

याशिवाय संकलनात्मक, संशोधनात्मक, आणि ललित साहित्यातही बऱ्याच प्रमाणात लिहिले गेले आहे. त्यामधील प्रामुख्याने 'एक्स गुन्हेगार जमाती' मोतीराज राठोड (१९८४), 'बंद दरवाजा', लक्ष्मण माने, (१९८२), 'भटक्यांचे लग्न', उत्तम कांबळे (१९८८), 'भटक्या-विमुक्तांचे अंतरंग', रामनाथ चव्हाण (१९८९), 'जाती जमाती', रामनाथ चव्हाण (१९९०), 'गोपाळ समाज परंपरा आणि इतिहास', (१९८६), 'गुप्त व सांकेतिक भाषा', प्रभाकर मांडे, 'भटक्या-विमुक्तांचे प्रश्न व लढे', मोतीराज राठोड, 'भटक्यांच्या एल्गार येत आहे', बाळकृष्ण रेणके, 'पालावरचे जग', लक्ष्मण माने, 'भटक्यांचा भग्न संसार आणि संस्कृती', लीनकुमार बावने (१९९२), 'आक्रोश', भिमराव गस्ती (१९९३), 'विमुक्त जमातींचे संशोधन', लक्ष्मण माने (१९९३), 'महाराष्ट्रातील भटका समाज: साहित्य आणि संस्कृती', ना.धो. कदम (१९९३), 'तांड्यावरचे दिवस', मोतीराज राठोड, 'विमुक्त', दादासाहेब मोरे (१९९४) 'वंजारा समाज आणि संस्कृती', मोतीराज राठोड, 'वडार वेदना',

लक्ष्मण गायकवाड यांचा समावेश आहे.

भटक्या-विमुक्त जमातींच्या समस्यांचा, त्यांच्या सद्य:कालीन स्थितीचा, त्यांच्या रुढीपरंपरांचा, जीवनपद्धतींचा, लग्नविधींचा, त्यांच्या न्याय्य मागण्यांचा, या जमातींनी केलेल्या संघर्षाचा या साहित्यातून आढावा तर घेतलेला आहेच, त्याचबरोबर या जमातीच्या विकासासाठी उपायही सुचविलेले आहेत. बदलत्या परिस्थतीत या जमातीची होणारी कुंचबणा, परिस्थितीच्या रेट्याखाली या जमातींना करावे लागणारे व्यवसाय परिवर्तन, पारंपरिक कलाकौशल्ये कालबाह्य झाल्याने या जमातींची होणारी उपासमार आदि अंगांनी या साहित्यातून विचार केला आहे. शिवाय या जमातीपैकी काही जमातीच्या लग्नविधीचा, सांकेतिक व गुप्त भाषांचा स्वतंत्रपणे अभ्यास करून त्याच्यावर सर्वेक्षण, संशोधन माहितीवजा साहित्यनिर्मिती केलेली आहे. या जमातींचा सामाजिक, सांस्कृतिक, आर्थिक अंगाने अभ्यास करण्याच्याा दृष्टीने या लेखनाला निश्चितच महत्त्व आहे. कविता, नाटक या वाङ्मयप्रकारांच्या आकृतिबंधातूनही या जमीतींच्या समस्या, त्यांचे जीवन साहित्यात आणण्याचा प्रयत्न झालेला आहे. मात्र त्याचे प्रमाण अत्यल्प आहे.

भटक्या-विमुक्त जमीतींची जीवनप्रणाली, त्यांचे प्रश्न, ते सोडविण्याचे मार्ग पूर्णपणे भिन्न आहेत. त्यांच्या रुढीपरंपरा, रीतीरिवाज, सणवार, जगण्याविषयीच्या त्यांच्या धारणा, जातपंचायतीचे स्थान, निसर्गाच्या सान्निध्यात असुरक्षित-अस्थिर जीवन जगावे लागत असल्याने, त्यांच्यामध्ये आलेला दैववाद, त्याच्या पोटी निर्माण झालेल्या अंधश्रद्धा, यासारख्या असंख्य गुतागुंतीच्या प्रश्नांनी भटक्या-विमुक्त जमातींचे जीवन ग्रासलेले आहे. त्यामुळे भटक्या-विमुक्तांच्या साहित्याचे स्वरूप भिन्न असणार आहे. तसे पाहिले तर कोणत्याही साहित्याचे स्वरूप एकसंध असत नाही. कोणताही समाज कधीही नित्य, स्थितीशील नसतो. तो सतत बदलत असतो. स्थलकालानुसार त्याच्या मूल्यसंकल्पनाही बदलत असतात. समाजातील वेगवेगळे स्तर आपल्या अनुभवांची, भाषेची, प्रतिमा, प्रतिकांची, पुराण कथांची भर साहित्याद्वारे सतत टाकत असतात. भटक्या-विमुक्त जमातींमध्ये तर अनेक पोटजाती, प्रत्येक पोटजातींची भाषा, आचार-विचार, रुढीपरंपरा, जगण्याची साधने यांमध्ये भिन्नता आहे. त्यामुळे त्यांच्या साहित्यनिर्मितीच्या कक्षा रुंदावण्यास बराच वाव आहे.

आदिमतेशी नाते सांगणाऱ्या, मध्ययुगाच्या परंपरा जोपासणाऱ्या या जमाती जागृत होत आहेत. त्यांना आता कुठे शब्द गवसले आहेत. आपले परंपरेने जखडलेले जीवनानुभव त्या शब्दबद्ध करीत आहेत. आपले जिवंत व रसरशीत अनुभवविश्व, आपला तिरस्कार साहित्याद्वारे व्यक्त करीत आहेत. अशा जाती-

जमातींच्या, समूहगटांच्या, साहित्याचे स्वरूप एकसंध असणे, बंदिस्त असणे शक्य नाही. या जाती-जमातींमधील प्रत्येक साहित्यकृती आपला वेगळा आकार, वेगळे प्रश्न, वेगळ्या जीवनजाणिवा घेऊनच अभिव्यक्त होणार. त्याचे स्वरूपही भिन्न असणार आहे. मात्र काही सर्वसमावेशक तत्त्वांनी भटक्या-विमुक्तांच्या साहित्याचे स्वरूप काही मर्यादेपर्यंत निश्चित करण्याची गरज आहे.

महाराष्ट्रातील भटक्या-विमुक्त जमातींची संख्या त्रेचाळीस (४३) असून त्यांच्या पोटजातींची संख्या सुमारे दोनशेपर्यंत आहे. त्यांपैकी फारच कमी जमातींचे /पोटजातींचे जीवन हे साहित्यविषय झाले आहे. उर्वरित जमातींमध्येही जागृती निर्माण होत आहे. त्यामुळे त्यांचे वेगळे अनुभवविश्व, वेगळ्या जाणिवा अभिव्यक्त करणारे साहित्य मोठ्या प्रमाणावर लिहिले जाणार आहे. या जमातींमधील मौखिक साहित्यही ग्रंथरूपाने येणार आहे.

आधुनिकतेमुळे, विज्ञानाच्या क्रांतीमुळे गावगाड्याचे पारंपरिक स्वरूप वेगाने बदलते आहे. पारंपरिक ग्राम आज राहिलेले नाही. गावाच्या गरजा बदललेल्या आहेत. पारंपरिक कलाकौशल्यावर गुजराण करणाऱ्या या भटक्या-विमुक्त जमातींना या बदलत्या आधुनिक समाजजीवनात कसलेच स्थान राहिलेले नाही. त्यांची कलाकौशल्ये कालबाह्य झालेली आहेत. गावगाड्याच्या आश्रयाने,त्यांच्या दयाबुद्धिवर उदरनिर्वाह करणे या जमातींना अशक्य झाल्याने, त्या जगण्याचे नवे मार्ग शोधण्यासाठी शहराकडे धावताहेत. स्थिरता नाही, शिक्षणही नाही. परिणामी आधुनिक कलाकौशल्ये आत्मसात केलेली नाहीत. अंगमेहनतीच्या, कष्टाच्या कामांना शहरातून फारसा वाव नाही आणि काही अपवाद वगळता या जमातींमध्ये अशा कामांची सवयही नाही. परिणामी शहरी संस्कृतीत आणि शहरी व्यवस्थेत या जमाती कोठेच सामावल्या जात नाहीत. बकाल झोपडपट्ट्यांतून या जमाती स्थिरावू लागल्या आहेत. जगण्यासाठी भंगार, प्लॅस्टिक, चिंध्या गोळ्या करणे, हॉटेलमध्ये, दारूच्या दुकानात काम करणे, भिक्षा मागणे यांसारखी हीन, निकृष्ट; अप्रतिष्ठित आणि गुन्हेगारी स्वरूपाची कामे त्यांना करावी लागत आहेत. शिवाय झोपडपट्टीच्या संस्कृतीने या जमातींसमोर अनेक प्रश्न निर्माण झालेले आहेत. त्यामुळे या भटक्या-विमुक्त जमातींचा जीवनसंघर्ष तीव्र आणि गुंतागुंतीचा बनलेला आहे. हे दाहक, स्फोटक जीवनानुभव व जगण्यासाठीचा संघर्ष साहित्यातून येणे अपेक्षित आहे. भटक्या-विमुक्तांच्या साहित्याचा हा उदयकाळ ठरणार आहे.

भटक्या-विमुक्त जमातींविषयी सध्या जे साहित्य लिहिले जात आहे. त्यामध्ये आत्मकथनांची संख्या लक्षात घेण्यासारखी आहे. या आत्मकथनाचे मराठी वाचक, समीक्षक, विचारवंत यांनी उत्स्फूर्त स्वागत केले. समाजमान्यतेबरोबरच राजमान्यताही

या आत्मकथनांना लाभली. विविध विद्यापीठातून ही आत्मकथने अभ्यासक्रमांमध्ये देखील समाविष्ट झाली आहेत. या आत्मकथनांखेरीज त्यांच्या अन्य साहित्याचेही बऱ्यापैकी स्वागत वाचक समीक्षकांनी केले. हा प्रतिसाद रुचिपालट म्हणून मिळतो की, उपेक्षित, दुर्लक्षित समाज गटांच्या व्यथा, वेदना समजून घेण्याच्या, त्यांच्यावरील अन्याय, अत्याचारांबाबत अंतर्मुख होऊन विचार करण्याच्या भूमिकेतून मिळतो, हा महत्त्वाचा प्रश्न आहे. समाजव्यवस्थेपासून तुटलेल्या, बदलत्या, गतिमान समाज जीवनात संभ्रमावस्थेत असलेल्या अशा या जमातींना माणूस म्हणून सन्मानाने जगता आले पाहिजे. त्यांच्या मनुष्यत्वाची जोपासना झाली पाहिजे. त्यांना आपला विकास साधता आला पाहिजे. तशी सामाजिक, सांस्कृतिक, आर्थिक पार्श्वभूमी निर्माण झाली पाहिजे. या विचार धारणेतून साहित्य निर्माण झाले पाहिजे. अशी भूमिका वाचक/समीक्षक/विचारवंत यांची असेल तरच या साहित्याच्या आणि जमातींच्या विकासासाठी ती उपकारक ठरू शकेल. अन्यथा वेगळे जीवन, वेगळे अनुभव, चित्तथरारक घटना प्रसंग, उघड्यावरचे जीवन व्यवहार, रूचिपालट म्हणून वाचण्यासाठी जर हा प्रतिसाद असेल तर या साहित्याच्या विकासाला तो हानिकारक ठरणार आहे.

या साहित्याच्या लेखकांनीही आपल्या लेखनाची भूमिका, उद्देश या सुरुवातीच्या काळातच निश्चित करण्याची गरज आहे. या जमातींच्या न्याय-हक्कांसाठी, विकासासाठी आपले लेखन उपयुक्त ठरले पाहिजे. या बांधिलकीच्या भूमिकेतून जर लेखन केले तरच त्याचा या जमातींच्या चळवळीसाठी, विकासासाठी उपयोग होईल. मध्यमवर्गीय पांढरपेशा वाचकांच्या रंजनासाठी, प्रसिद्धीचा आणि प्रतिष्ठेचा हव्यास म्हणून भडक अवास्तव, विपर्यस्त लेखन भटक्या विमुक्त जमातींच्या नावाखाली प्रसिद्ध होऊ लागले तर ते या साहित्याला मारक ठरेल. तसा धोका सध्या काही प्रमाणात निर्माण झालेला दिसून येतो आहे. काही आत्मकथनांतून असे भडक अवास्तव आणि विपर्यस्त लेखन वाचकांची सहानुभूती मिळविण्याच्या दृष्टीने झालेले आहे. त्याचा अंतर्मुख होऊन विचार करण्याची वेळ आलेली आहे. या जाती-जमातींविषयीचे संशोधनही मूलगामी, वस्तुनिष्ठ आणि विचारपूर्वक होण्याची गरज आहे. कारण अशा संशोधनाच्या आधारे या जमातींचा सामाजिक, सांस्कृतिक इतिहास लिहिला जाणार आहे. या जमातींविषयी आता होणाऱ्या संशोधनावर पुढील काळात या जमातींचा विविध अंगांनी अभ्यास होणार आहे. सध्या मात्र काही संशोधक, संशोधनाच्या नावाखाली या जमातींसंबंधी चुकीची, विपर्यस्त माहिती देत आहेत. असे संशोधन आणि लेखन भटक्या-विमुक्त जमातींवर अन्याय करणारे तर आहेच. पण त्याचबरोबर या साहित्याच्या विश्वासार्हतेबाबतच साशंकता निर्माण करणारे

आहे.

भटक्या-विमुक्तांविषयी सध्या जे साहित्य लिहिले जात आहे ते वास्तव चित्रणाच्या स्वरूपातच येताना दिसते. सुरुवातीच्या काळात जे अपरिहार्यही आहे. मात्र या साहित्याच्या गुणात्मक विकासासाठी ते पुरेसे नाही. भटक्या-विमुक्तांचे साहित्य शुद्ध साहित्य असणार नाही. या साहित्याचा पाया मुळात सामाजिक आशय हाच आहे. कलावादाला या साहित्यात महत्त्वाचे स्थान असणार नाही. याचा अर्थ कलात्मकतेला पूर्णपणे डावलून साहित्य निर्मिती करता येईल असा नव्हे. तसे झाले तर केवळ नीरस अनुभवांची जंत्री असेल तर त्यालाही साहित्य म्हणावे लागेल. भटक्या-विमुक्तांच्या साहित्याच्या विकासाला आणि त्याच्या गुणवत्तेला ते उपकारक आणि पोषक ठरणार नाही. सध्या तरी या साहित्यात कलात्मकतेचा फारसा विचार केलेला दिसत नाही. कलात्मकतेचे भान अशी साहित्य निर्मिती करणाऱ्यांना असावे लागेल.

वास्तव चित्रणाबरोबरच त्या त्या वास्तवाची कारण परंपरा शोधण्याचा, त्याचा अन्वयार्थ लावण्याचा प्रयत्न या जमातींमधील लेखकांनी करणे आवश्यक आहे. रुढी, परंपरा, जातपंचायत, दैववाद यांची मुळं या जमातींमध्ये इतकी घट्ट का रूतली आहेत. त्याचा शोध घेतला पाहिजे. तरच त्याचे उच्चाटन करण्याच्या दृष्टीने मार्ग काढणे शक्य होणार आहे. त्यातून या साहित्याचा विकास तर होईलच, त्याच बरोबर या जमातींचाही विकास होईल.

भटक्या-विमुक्तांच्या साहित्याला उज्वल भविष्यकाळ आहे. मात्र आजच्या उदय काळातच या साहित्याची सैद्धांतिक मांडणी होणे, या साहित्याला वैचारिक दिशा देणे आवश्यक आहे. त्या दृष्टीने प्रयत्न होणे गरजेचे आहे असे वाटते.

+++

२४

जन साहित्य

सुभाष सावरकर

पार्श्वभूमी :

सत्तर नंतरच्या दशकाअखेरीस मराठी जनसाहित्याची चळवळ विदर्भात सुरू झाली. गेल्या दशकात स्वत्वाचा शोध घेत घेत ती वाढली. अल्पावधीतच साहित्यविचारकांचे आकर्षणकेन्द्र बनली आणि आजमितीला एक स्वतंत्र मूल्यविचार म्हणून मराठीच्या साहित्यक्षेत्रात ती मान्यताही पावत आहे. 'जन साहित्य' ही संज्ञा व तिच्यामागची अनघड संकल्पना ज्या काळात पुढे आली, त्या काळात मराठीच्या साहित्यविश्वात पुढील साहित्यप्रवाह अस्तित्वात होते: १) प्रस्थापित अभिजनवादी साहित्य, २) दलित साहित्य, ३) ग्रामीण/ आधुनिक ग्रामीण साहित्य, ४) गिरिजनादी भटक्यांचे साहित्य, ५) स्त्रीमुक्तिवादी साहित्य, ६) ख्रिस्ती-मुस्लिम-जैन आदींचे साहित्य, ७) हिंदीतील प्रगतीशील लेखक संघाद्वारे प्रवर्तित झालेले 'जनवादी' साहित्य व ८) लघु-अनियतकालिकांनी निर्माण केलेल्या वातावरणातून पुढे येणारे नवसाहित्य हेच ते प्रवाह होत.

याशिवाय, विदर्भात ज्याप्रमाणे मधूनच वऱ्हाडी साहित्य हे आपली उपस्थिती जाणवून देत होते, त्याचप्रमाणे मराठवाडा, पश्चिम महाराष्ट्र व कोकणपट्टी तसेच अन्यत्रही प्रादेशिक भाषांतील साहित्याची निर्मिती तुरळक प्रमाणावर होतच होती. ह्या वेळेपर्यंत मार्क्सवादी कलाविचार प्रमाण मानणारी मध्यधारा क्षीण होत गेली असली तरी अस्तित्ववाद, आदिबंधवाद, अधिवास्तववाद आदी आधुनिक पाश्चात्य कलाविचार अनुसरणारे तंत्रनिष्ठ प्रयोगही तुरळक सुरू होतेच.

मात्र निर्मितीचे सातत्य लक्षात घेतल्यास स्थूलमानाने एकीकडे यथास्थितिवादी 'अभिजन साहित्य' व दुसरीकडे परिवर्तनवादी दलित-ग्रामीण-जनवादी इ. साहित्यप्रवाह असे सरळ दोन भाग या काळातील साहित्यनिर्मितीत आढळून येतात. पहिल्याची- स्थितीशीलता, व्यक्तिकेन्द्रितता व आकृतिनिष्ठा ही ठळक वैशिष्ट्ये तर दुसऱ्याची-

परिवर्तनोन्मुखता, उत्स्फूर्तता व देशी जीवनक्रमाबद्दल आत्मीयता ही ठळक वैशिष्ट्ये होत.

अभिजन साहित्य व तंत्रनिष्ठ साहित्य यांचा भर प्रस्थापित कलाविचारास अनुसरत 'ल्हादैकमयता', 'प्रतीतिविश्रान्ती', 'प्रेरणांची समधातता' आदी प्रचलित कलावादी मूल्यनिकषांवर होता, तर वरील (२) ते (८) मधील सर्व साहित्यप्रवाहांचा भर स्थूलमानाने समाजपरिवर्तनावर असून, साहित्य हे अशा परिवर्तनासाठी भरीव योगदान देऊ शकते अशी त्यांची धारणा होती. त्यामुळे एका अर्थी या शतकाच्या आरंभी साहित्यविचारात उपस्थित झालेले जीवनवाद × रंजनवाद हे द्वैत या शतकाच्या अखेरीसही वेगळ्या संदर्भ व तपशिलांसह उपस्थित असल्याचे स्थूलमानाने म्हणता येते.

'जन साहित्य' ही संकल्पना संदर्भासह स्पष्ट होण्याच्या दृष्टीने वरील पार्श्वभूमी लक्षात घेणे आवश्यक आहे.

जन साहित्य : प्रवाह ? नव्हे मूलादर्श

ज्या अर्थाने दलित, ग्रामीण, गिरिजनादी भटके, स्त्रीवादी, अल्पसंख्याक, जनवादी, नव तथा प्रादेशिक या विविधांगी साहित्यनिर्मितीची संभावना 'स्वातंत्र्योत्तरकालीन वाङ्मयप्रवाह' म्हणून करता येते, त्या अर्थाने जन साहित्य हा स्वातंत्र्योत्तर वाङ्मयप्रवाह नव्हे. कारण, एकतर वरील प्रवाहांप्रमाणे जन साहित्य हे 'स्वातंत्र्योत्तर' या विवक्षेत पुरतेपणी बसत नाही आणि दुसरे म्हणजे वरील प्रवाहांप्रमाणे जन साहित्य हे केवळ साहित्यनिर्मात्यांच्या चळवळीचे फलित नव्हे.

'जन साहित्य' हा एक मौलिक साहित्यविचार असून, सार्वकालिक असला तरी निदान मराठी साहित्याच्या संदर्भात तो स्वातंत्र्योत्तर काळातच स्पष्ट संकल्पनेच्या रुपात पुढे आला आहे. आणि आपापल्या समाजविभागांच्या वैशिष्ट्यपूर्ण जीवनजाणिवा अभिव्यक्त करण्याच्या निकडीतून लेखनास प्रवृत्त झालेल्या कविलेखकांची निर्मिती ही देखील याच काळात प्रवाहरुपाने अस्तित्वात आली असल्यामुळे, जनसाहित्याचाही विचार 'एक वाङ्मयप्रवाह' म्हणूनच करण्याचा मोह विचारकांना होत आहे.

वस्तुत: 'जन साहित्य' हा एक समावेशक मूल्यविचार असून वरील साऱ्या वाङ्मयप्रवाहांना वर्णवर्गपरिसरनिरपेक्ष एकात्मतेच्या सूत्रात गोवण्याचा त्याचा आवाका आहे.

वर्णवर्गपरिसर विवक्षांच्या पलीकडे एकात्मतेच्या कक्षेत आस्वादकाला नेऊ पाहाणाऱ्या जन साहित्याची कोटी ही तर वरील वाङ्मयप्रवाहांतून भिन्न आहेच, शिवाय या गुणवैशिष्ट्यामुळे एक आगळे साहित्यमूल्यत्वही जनसाहित्य या संज्ञेस

प्राप्त झाले आहे. तेच 'दलित', 'ग्रामीण', 'जनवादी', 'स्त्रीवादी', 'गिरिजन' आदि समूहसापेक्ष प्रवाहसंज्ञांना लाभलेले नाही. अधिक स्पष्ट शब्दांत सांगायचे म्हणजे अमुक एक साहित्यकृती ही 'दलित'/'ग्रामीण'/'जनवादी' अगर 'स्त्रीवादी' आहे. या विधानावरुन त्या कृतीत समाविष्ट असलेली अनुभवाची विवक्षा, त्या विवक्षेनुरुप जाणिवेची प्रत व या दोहोंना अनुरुप असे त्या त्या साहित्यकृतीचे स्वरुप यांबाबत आस्वादकाला आगाऊ अंदाज बांधता येऊ शकेल; परंतु एक साहित्यकृती म्हणून तिचे महत्त्व अगर श्रेष्ठत्व याबाबत कुठलाही अंदाज बांधता येऊ शकत नाही. मात्र, अमुक एक साहित्यकृती 'जनसाहित्य' कृती आहे. या विधानातच तिची सार्वत्रिक आवाहनक्षमता व वाङ्मयीन श्रेष्ठता अध्याहृत आहे. कारण गटविवक्षेच्या मर्यादा उल्लंघूनच एखादी साहित्यकृती ही 'जनसाहित्य' कृती होऊ शकते. जसे - महाभारत, शाकुंतल, मृच्छकटिक, लीळाचरित्र, नामदेव-ज्ञानदेवांचे अभंग, तुकाराम- बहिणाबाईचे अभंग, फुल्यांचे अखंड, तुकडोजींची भजने, सानेगुरुजींची श्यामची आई, विश्राम बेडेकरांची रणांगण, उध्दव शेळके यांची धग, बाबुराव बागुलांची सूड, नारायण सुर्वे यांचा जाहीरनामा, सुधाकर गायधनी यांचे देवदूत इत्यादी. तसेच वाङ्मयीन गुणवत्तेची शिखरे आक्रमीतच एखादी साहित्यकृती प्रदीर्घ कालपटावर स्वत:ची नाममुद्रा उमटवू शकते. 'जन साहित्य' या संज्ञेस पात्र होऊ शकते.

'जन साहित्य' हा अशा प्रकारचा मूल्यगर्भ साहित्यविचार आहे. या साहित्यविचाराची उपस्थिती तशी अगदी अलीकडेच जाणवू लागली असली तरी सुप्तपणे हा विचार लोकसाहित्याच्या निर्मितीकाळापासूनच अस्तित्वात आला आहे व तेव्हापासून थेट आतापर्यंत जी काही विविध सांस्कृतिक परिवर्तने या देशात घडून आली, त्या परिवर्तनांच्या टप्प्याटप्पावर जनसाहित्याला प्रस्तुत असलेली सार्वत्रिकतेची तथा एकात्मतेचीही प्रेरणा प्रभावी होत आलेली आहे. अर्थात जनसाहित्य हा चिरंतन असा साहित्यविचार असून समाजाच्या संभ्रमावस्थेत तो विस्मृतीच्या पडद्याआड जात असल्याने प्रत्येक सांस्कृतिक परिवर्तनपर्वात त्याला नव्याने जाग आणावी लागते. आणि साठोत्तरीच्या विविध साहित्यप्रवाहांच्या उदय व विस्ताराबरोबर तर तो 'जन साहित्य' या अन्वर्थक संज्ञेमागे स्पष्टपणे संकल्पितही केला जात आहे, कारण ही या काळाची निकडच आहे.

साहित्य हे निर्मात्याच्या अगर त्याच्या गटसमूहाच्या रंजनतुष्टीकरिता नसून एकंदर समाजाच्या समुचित धारणेकरिता असते. एकंदर समाजाला नवे विकासोन्मुख वळण देण्याची क्षमता त्यात असते आणि म्हणूनच व्यापक जनसहभागाच्या अभावी साहित्यवस्तूचे साहित्यकृती म्हणून अस्तित्वच खऱ्या अर्थाने शक्य नसते ही जनसाहित्य विचाराची प्राथमिक बैठकच आहे.

साहजिकच दलित, ग्रामीण, जनवादी, स्त्रीवादी, गिरिजन आदी साहित्यप्रवाह हे देशकालिक महत्त्वाचे वाङ्मयीन उद्रेक असून जनसाहित्य हा मात्र चिरंतन असा साहित्यविचार होय. या साहित्यविचाराला अभिप्रेत असलेला मूलादर्शक हा देशकालिक जाणिवांच्या उन्नयनातून साकार होत असल्यामुळे अभिजन साहित्यासकट वरील सारेच वाङ्मयप्रवाह हे जन साहित्याला 'आपले' वाटतात.

सारांश, वरील सारेच साहित्यप्रवाह म्हणजे जन साहित्याच्या मूलादर्शाला विविध विवक्षांचे जीवनरस पुरविणाऱ्या चळवळी होत.

जनवादी, बहुजन, गिरिजन - साहित्य

सत्तरीनंतर पुढे आलेल्या 'जनसाहित्य' या संज्ञेबद्दल विचारकांमध्ये देखील काही अपसमज दृढमूल झालेले दिसतात.

जन साहित्य = जनवादी साहित्य

जन साहित्य = बहुजनांचे साहित्य / कष्टकरी बहुजनांचे साहित्य

जन साहित्य = गणसाहित्य / गिरिजन साहित्य

अशा प्रकारे 'जन साहित्य' या संज्ञेला आपापल्या आवडीच्या विवक्षेशी बांधण्याचा प्रयत्न हा अशा अपसमजांचाच निर्देशक आहे. अशा प्रयत्नांकडे अभ्यासकांनी सावधपणेच पाहिले पाहिजे व अन्य सर्व प्रचलित प्रवाहांच्या उपस्थितीत 'जन साहित्य'ची आगळी वेगळी संकल्पना नीट समजून घेतली पाहिजे. मात्र त्याच वेळेस हेही समजून घेतले पाहिजे, की वरील साहित्यप्रवाहांमध्ये जन साहित्याला अभिप्रेत असणारे काही घटक या ना त्या पातळीवर आढळून येत असल्यामुळेच 'जन साहित्य'चा वरीलप्रमाणे अर्थसंकोच करण्याचा मोह तसेच, पर्यायाने अपसमजांचा प्रसार करण्याचा मोह या क्षेत्रातल्या कार्यकर्त्यांना होणे साहजिकच आहे.

हिंदीतील 'कलम', 'उत्तरार्ध', आदी नियतकालिकांद्वारा पुरस्कृत 'जनवादी' साहित्यधारा ही मार्क्सवादी दर्शनाच्या आधारे विकसित झालेली एक परोगामी साहित्यधारा असून, विस्थापितांच्या जीवनजाणिवांची अभिव्यक्ती मार्क्सवादी दृष्टीतून सादर करण्याची व त्याद्वारे इष्ट समाजपरिवर्तन साधण्याची तिची प्रतिज्ञा आहे. मराठीतही तिसऱ्या दशकापासून मार्क्सवादी साहित्य म्हणून जी काही एक निर्मिती साहित्यप्रांती रुजू होत गेली, तिच्या प्रेरणा व तिचा तोंडवळा या 'जनवादी' साहित्याशी थोडाफार मिळताजुळताच होता. हे ध्यानात घेतल्यास या चळवळीने प्रस्थापित पांढरपेशांच्या अभिजनवादी साहित्याचे प्रतिद्वंद्वी म्हणून जवळपास अर्धशतकापर्यंत एक सशक्त प्रगतीशील वातावरण मराठी साहित्यविश्वात जिवंत ठेवले हे मान्य करावे लागते. वरील प्रगतिशील साहित्याची पाळेमुळे मार्क्सच्या

दर्शनात असली, तरी या प्रवाहाशी निगडित असलेली मुन्शी प्रेमचंद किंवा या प्रवाहाचे समर्थक रवीन्द्रनाथ टागोर यांच्या लेखी मात्र ही चळवळ म्हणजे जनतेची लोकशाही निर्माण करणारी साहित्यिक आघाडी होय. तेच, 'जनवादी' साहित्यधारेची अधिकृत भूमिका पाहिल्यास ती मार्क्सवादी दिसते- जे साहित्य शोषित-पीडित वर्गाशी संबंधित असलेले प्रश्न वास्तवतेच्या पृष्ठभूमीवर उभे करुन शोषण तथा त्यातून मुक्तीच्या मार्गांचे दिग्दर्शन करील व ते मार्ग अनुसरण्याची भूमिका पार पाडील ते साहित्य जनवादी साहित्य होय.'[१] अशी ही Socialistic Realism सारखी भूमिका आहे.

वरील भूमिका ध्यान्यात घेता भा. वि. वरेरकर, गोदावरी परुळेकर, विभावरी शिरुरकर, अनंत काणेकर, अण्णाभाऊ साठे, शरच्चंद्र मुक्तिबोध, बाबुराव बागुल, सदा कऱ्हाडे, नारायण सुर्वे, अनिल बर्वे, गो. पु. देशपांडे, विजय तेंडुलकर, लक्ष्मण माने, वाहारु सोनवणे, बा. ह. कल्याणकर, सुधाकर गायधनी, यशवंत मनोहर, वि. स. जोग, भगवान ठग, उत्तम राठोड इत्यादी लेखक-कवी हे 'जनवादी' साहित्यप्रवाहात समाविष्ट होण्यास हरकत नाही. या प्रवाहातून तुरळक का होईना पण सकस असे साहित्य मराठीच्या साहित्यदालनात दाखल होत आले असून त्या 'जनवादी' साहित्यप्रवाहामुळे काही विधायक स्वरुपाचे बदलही मराठी साहित्यात झालेले दिसून येताहेत. जसे-

साहित्याचे स्वातंत्र्यपूर्वकालीन प्रारुप रद्दबादल ठरुन आकृतिनिष्ठ साहित्याऐवजी जिवंत बांधणीचे उत्स्फूर्त आशयनिष्ठ साहित्य पुढे येऊ लागले. दुसरे म्हणजे संकेतांऐवजी वास्तवदर्शनाला व तंत्राऐवजी मंत्राला निर्णायक प्रतिष्ठा लाभत गेली. तिसरे, लैंगिकता व हिंसाचार यांच्यावर गुजराण करणाऱ्या व्यवसायवादी दृष्टीऐवजी आगळ्या अन्वेषक दृष्टीच्या योगाने वास्तविक जीवनातील भयावह व अमानुष असे नाट्य टिपण्याची ईर्षा लेखकांमध्ये निर्माण होऊ लागली. त्याचबरोबर अस्सल प्राकृतिक अनुभवाकार ग्रहण करण्यायोग्य व भाषिक माध्यमातून अभिव्यक्त करण्यायोग्य तंत्र व शैली क्रमाने विकसित होत गेली. चौथे म्हणजे उथळ रसिक रंजनी वृत्ती हळूहळू मावळत जाऊन जनअनुभव, जनमानस व ते अभिव्यक्त करण्याची रीती तसेच या साऱ्यामागचे सामाजिक, नैतिक अधिष्ठान यांच्या अनुरोधाने अस्सल साहित्यबीज विकसित करण्याचे नवे भान या प्रवाहाने मराठी साहित्यात आणले आहे. (अर्थात १९५० नंतरच्या लघुअनियतकालिकांच्या चळवळीचा व १९६० नंतरच्या दलित साहित्य चळवळीचाही वरील उपलब्धींमध्ये वाटा आहे, हे नाकारुन चालणार नाही.) लालजी पेंडसे, शेष, शरच्चंद्र मुक्तिबोध, दि. के. बेडेकर, गं. बा.सरदार, सदा कऱ्हाडे, रावसाहेब कसबे, वि. स.जोग, कॉ. शरद पाटील इ.

विचारक-समीक्षकांनी ‘जनवादी’ जीवनदृष्टीची जोड मराठी साहित्यविवेकाला दिली आहे हे बाकी मान्य करावेच लागेल.

परंतु वरील सर्व बाबी मान्य करीत असतानाच आपण हेदेखील नेमकेपणाने लक्षात घेतले पाहिजे की, ‘जनवादी साहित्य’ व ‘जन साहित्य’ एक नव्हते. दोहोंमध्ये विवक्षाभेद, कार्यभिन्नता व कोटिभिन्नता असूनही आजवर अनेक विचारकांनी मात्र या दोन संज्ञांच्या वापरामध्ये सतत गल्लत केलेली आहे.[२] अर्थात काही अभ्यासकांनी या दोन संज्ञांमधला भेद गृहीत धरुन योग्य तो विवेकही केला असल्याचे दिसते. उदा. डॉ. सदा कऱ्हाडे यांनी ‘जन साहित्य’ ही संकल्पना दलित, ग्रामीण, व मार्क्सवादी या प्रवाहांना व्यापण्याइतकी समावेशक असल्याचे स्पष्ट केले आहे.[३] तर डॉ. सुरेंद्र बारलिंगे यांनी ग्रामीण साहित्य, नागर साहित्य किंवा दलित साहित्य या सर्व प्रवाहांमधून दिसून येणाऱ्या जन साहित्याचाच पक्ष घेऊन त्याचा यथोचित गौरव केला आहे.[४]

वस्तुस्थिती अशी आहे की, ‘जनसाहित्य’ या संज्ञेमागची संकल्पना ही ‘जनवादी साहित्य’ संकल्पनेहून अधिक व्याप्तीची एकात्म संकल्पना असून तिचे एक वैशिष्ट्य म्हणजे ती साहित्यमूल्यात्म आहे आणि दुसरे वैशिष्ट्य म्हणजे ती सार्वकालीन आहे. दलित, ग्रामीण, जनवादी, स्त्रीवादी, गिरिजन याच नव्हे तर मध्यमवर्गीय नागर जनविभागातूनसुद्धा निर्माण होणाऱ्या साहित्यापैकी जे साहित्य आपापल्या जनविभागांची कुंपणे ओलांडून व्यापक ‘जनां’चे होईल तेच ‘जन साहित्य’ ठरेल आणि उघडच ते एकंदर साहित्यप्रांताला ललामभूत ठरेल. अशा पद्धतीने वरील विविध साहित्यप्रवाहांमधून आलेले व जनसाहित्यत्व पावलेले अलीकडच्या काळातील साहित्य शोधू जाता अगदी सहज लक्षात भरतील अशा कलाकृती म्हणजे -

सूड, जेव्हा मी जात चोरली, पोखरण, आठवणींचे पक्षी इ. (दलित)

धग, बनगरवाडी,गोतावळा, पाचोळा, बहिणाबाईंची गाणी इ. (ग्रामीण)

बळी, फकिरा, जेव्हा माणूस जागा होतो, क्षिप्रा-सरहद्द, माणूस, थँक्यू मिस्टर ग्लाड, उद्ध्वस्त धर्मशाळा, कमला, जाहीरनामा, देवदूत, कोसला, आत्मा इ. (जनवादी)

उपरा, अक्करमाशी, गोंधळ, उचल्या, तांडा इ. (आदिवासी, भटक्यांचे)

कळ्यांचे नि:श्वास, मला उद्ध्वस्त व्हायचंय, काळा सूर्य, एकेक पान गळावया, चित्तरकथा इ. (स्त्रीवादी)

स्मृतिचित्रे, श्यामची आई, रणांगण, अरे संसार संसार, रथचक्र, सुरवंट इत्यादी. (अभिजनवादी)

वरील विविध गटसाहित्याचे उपस्थितीत जन साहित्याचे वेगळेपण आता स्पष्टपणे ध्यानात येते व जन साहित्य = जनवादी साहित्य किंवा जनसाहित्य = ग्रामीण वा बहुजनांचे साहित्य[५] किंवा जन साहित्य = गिरिजनांचे साहित्य [६] अशा विपरित धारणांना आपोआपच उत्तर मिळते. वरील सर्व विपरित धारणा या विविध साहित्यप्रवाहांचा जन साहित्याशी असलेला अंग-अंगी संबंध ध्यानात न घेतल्यामुळे उद्‌भवत आहेत हेही सहज ध्यान्यात येते. वरील विविध साहित्यप्रवाह हे त्या त्या जनविभागातील प्रतिभावंत साहित्यनिर्मात्यांच्या चळवळींचे फलित असून या साऱ्या चळवळी म्हणजे जन साहित्याला जीवनरस पुरविणाऱ्या जणू धमन्याच होत. जन साहित्य हा वरील सर्व प्रवाहांना व्यापक 'जननिष्ठे'चा आयाम देऊ पाहणारा विचारसंप्रदाय असून जन साहित्याचा मूलादर्श म्हणून, या सर्व प्रवाहांच्या विवक्षा ओलांडून व्यापक जनसमष्टीला आवाहन करणारा अशा श्रेयसपूर्ण वाङ्मयसंभाराकडे (अक्षर वाङ्मय) बोट दाखविता येते.

जनसाहित्याचा सरळ संबंध जिवंत प्रवाही जनजीवनाशी व त्याच्या अनुभवातून वर येणाऱ्या जाणीव-नेणिवांशी आहे. या देशातील गतिशील जनजीवनाची संस्कारसमष्टी (= जनसंस्कृती) हीच जन साहित्याची मायकूस होय. जन साहित्य हे इथल्या जनसंस्कृतीचेच अपत्य होय.

प्रयोजन व पृथगात्मता

समाजातील सत्ताधारी गटांच्या वृत्ती-उक्ती-कृतींनी समाजजीवन नेहमीच प्रभावित होत आले आहे. त्यांच्या विशेषाधिकार हव्यासापायी समाजातील केंद्रीय गतिविधींचा लंबक एकारला जाऊन जनजीवनाचा सहज प्राकृतिक ओघ अवरुद्ध होत जातो. अशा विपरित परिस्थितीत एकेका प्रज्ञावंताला आपापल्या आयुष्याचा होम करुन काळाचा बिघडलेला तोल पुन्हा केंद्रस्थानी स्थापन करावा लागतो.

वेदपूर्व काळापासून थेट आजच्या काळापर्यंत लोककलांचे उद्‌गाते, वैदिक ॠषी, उपनिषदातले दार्शनिक, लोकायत-विज्ञानवादाचे पुरस्कर्ते ॠषी, बुद्ध-महावीरासारखे धर्मसंस्थापक, मच्छिंद्र-गोरक्षासारखे समाजसुधारक-धर्मसुधारक नेते, चक्रधर-नागदेवासारखे जनसंस्कृतीचे नायक वा पक्षधर, ज्ञानदेव-नामदेवासारखे जननेते, एकनाथ-तुकारामासारखे जननिष्ठ संत, फुले-आंबेडकरांसारखे निर्भ्रान्त कर्मयोगी, गांधी-तुकडोजींसारखे जननिष्ठ महात्मेयांनी त्या त्या युगातील अशा अवरोधांविरुद्ध संघर्ष देत देत इथल्या जन संस्कृतीचे सत्त्व टिकवून ठेवले आहे व जन संस्कृतीचा व त्या अनुरोधाने त्यातील सामान्यजनाच्या सत्त्वाचा उद्‌घोष केला आहे. कारण युगायुगात हे लढे लढले गेले तेच समाजशील सामान्य माणसाला

सत्त्वभ्रष्ट करू पाहणाऱ्या सत्तांध, धर्मांध, अर्थांध प्रभावांच्या विरोधात!

अशा या विविधांगी लढ्यांमधून मानवी सारतत्त्वाची एकेक कडा उजळून पुढे येत गेली. श्रद्धा-बुद्धी-तप, प्रज्ञा-करुणा-शील, प्रेम-भक्ती-आत्मविलोप, स्वातंत्र्य-समता-विश्वबंधुता असे बहुआयामी सत्त्वघटक त्यांच्या त्या क्रांतिकार्यांचे नवनीत म्हणून क्रमाक्रमाने मानवजातीच्या दृष्टीपेक्षात येत राहिले.

या देशात होऊन गेलेले सारेच प्रज्ञावंत महात्मे काही विश्वचैतन्यवादी नव्हते. त्यातले काही तर प्रखर जडवादीही होते. त्यात आस्तिक होते तसे काही नास्तिकसुद्धा होते आणि काही होते अज्ञेयवादी. पण युगरोगाचे अचूक निदान करुन त्या रोगावर नेमके उपचार करण्याची त्यांची वृत्ती, उक्ती व कृती हीच या देशी परंपरेतील डोळस बंडखोरी आहे आणि नेमकी हीच बंडखोरी जन साहित्याला भक्कम नैतिक अधिष्ठान व जीवनचैतन्य पुरविणारी वस्तुस्थिती आहे. या देशातील जनसामान्यच काय, जनविशेषदेखील तिच्यापुढे सदैव नतमस्तक झालेले आहेत. बौद्धजातक, व्यासांचे महाभारत, कालिदासाचे शाकुंतल, शूद्रकाचे मृच्छकटिक, चक्रधरांचे दृष्टांत, ज्ञानदेवांच्या विराण्या, नामदेवाची आर्तभक्ती, एकनाथांचे भारुड-संवाद, तुकारामाचे अभंग, कबीराचे दोहे, फुल्यांचे अखंड, प्रेमचंद-शरच्चंद्रांच्या कादंबऱ्या, टागोरांच्या कथा, तुकडोजींची भजने या साऱ्यांमधून हीच जीवनचेतना आम्हाला भरभरुन मिळत असते. म्हणूनच श्रेष्ठ अविष्कारांसाठी इथल्या जनजीवनात पुरेशा आधारशिला उपलब्ध आहेत असे म्हणता येते.

या देशातल्या उत्तुंग प्रज्ञाप्रतिभेच्या जननेत्यांनी दैववादाच्या विळख्यात जखडलेल्या जनमानसालाही तप:पूत प्रयत्नवादाची शिकवण दिली, वस्तुपाठही दिला व त्यामागे निहित असलेली कृतीच्या स्वातंत्र्याची सनदही जनसामान्यांपुढे अनेकदा उलगडून दाखविली- ही वस्तुस्थिती नजरेआड केल्यामुळे परंपरेतल्या एका फार मौल्यवान ठेव्याला आपण मुकत आलो आहोत आणि मग या कृतीच्या स्वातंत्र्याच्या सनदेसाठी निष्कारणच पाश्चात्य तत्त्ववेत्त्यांच्या कच्छपी लागलो आहोत. 'जन साहित्या'ची भूमिका याबाबत अशी, की परिस्थिती व व्यवस्था बदलविता येऊ शकते, त्यासाठी तप:पूत प्रयत्न करावे लागतात, मानवी मूल्यांच्या बाजूने उभे राहून संघर्ष द्यावे लागतात. हीं बाब निदान महात्मा बुद्धापासूनच्या जननेत्यांनी आम्हाला शिकवली आहे. याउप्परही कधी कुठे मूल्यसंभ्रम उद्भवलाच तर त्या जननेत्यांची धवल चरित्रे दीपस्तंभासारखी मार्गदर्शनार्थ उभी आहेतच.

इथला सामान्य माणूस हा मुळात श्रद्धाशील आहे. या देशात जन्म घेऊन जनकल्याणार्थ उज्ज्वल कार्य करुन गेलेल्या प्रज्ञावंतांच्या उक्ती-कृतींच्या शिवत्व-सामर्थ्यावर त्याची अपार श्रद्धा आहे. अशा या श्रद्धाशाली जसामान्यांच्या संस्कृतीच्या

अनुरोधानेच आपल्याला जन साहित्याचे प्रयोजन समूजन घेता येऊ शकेल. या श्रद्धेला वाकुल्या दाखवून नव्हे किंवा तिचा विद्ध्वंस करुन नव्हे, तर अधिक डोळस बनवून तिचे उन्नयन साधूनच त्यांच्या मानसिकतेत व पर्यायाने जनसंस्कृतीत काही उज्ज्वल उत्तुंग आणता येऊ शकेल.

या जनसंस्कृतीची मान्यता अशी आहे की, निव्वळ आनंद, आल्हादप्राप्ती हे काही खऱ्या साहित्याचे प्रयोजन असू शकत नाही. अन्य कलावस्तूंच्या संदर्भात नसला तरी साहित्यवस्तूच्या आस्वादात तरी आनंद/आल्हाद हा दुय्यम आहे. जन साहित्याचीही मान्यता हीच आहे की आनंद = विकास, समृद्धी[७] असा अर्थ उत्पन्न होत असेल तर आणि तरच 'आनंद' हा साहित्यकृतीचे प्रयोजन होऊ शकेल. तसे नसता, केवळ रंजनतुष्टी, व्यावहारिक प्राप्ती किंवा एखाद्या विचारप्रणालीची पुष्टी यांच्यासाठी साहित्याचा वापर करणे म्हणजे क्रमाने साहित्याला त्याच्या सामर्थ्यापासून हद्दपार करणेच होय. अशा प्रयोजनांच्या दावणीला बांधलेले साहित्य हे एकांगी, कृत्रिम व प्रचारकी व अंततः निकृष्ट होत जाते आणि साहित्य हे श्रेष्ठ तेव्हाच होते जेव्हा उच्च मानवी मूल्यांनी अनुप्राणित झालेल्या समग्र व्यक्तिमत्त्वाचा सहज आविष्कार म्हणून ते आकारास येते. असेच साहित्य मूल्यगर्भ होते. 'व्यापक जनसमष्टीला अनुप्राणित करण्यास समर्थ होते.' असे साहित्य म्हणजेच 'जन साहित्य' होय.

नेमकी या ठिकाणी जन साहित्याची पृथगात्मता आपल्या ध्यानात येते. अन्य साहित्यप्रवाहांतील साहित्याचे आवाहन हे सीमित गटांपुरते असते तर जन साहित्य हे अशा विभिन्न गटांशी एका व्यापक पातळीवर सहज संवाद साधू शकते. अर्थात् 'जन साहित्य' या संज्ञेतील 'जन' हे पद 'बहुजन' अगर 'गण' अगर 'गिरिजन' अथवा 'विशिष्टजन' या अर्थाचे नसून जन म्हणजे विविध जातिजमाती, वर्गवर्ण, पंथपक्ष, धर्म वा परिसरविशिष्ट गटांमध्ये विखुरलेली; पण त्या गटांच्या मर्यादांपलीकडल्या निखळ निरुपाधिक मानवीयतेची प्रतीती घेऊ शकणारी व्यापक लोकसमष्टी होय.

वैध परिक्षेत्र व व्यवच्छेदक जाणीवकक्षा

वर्तमान परिवर्तनवादी साहित्यप्रवाहांना अगदी स्वत:चे असे अनुभवक्षेत्र आहे तशीच स्वत:ची अशी जाणीवकक्षाही आहे. तसे जन साहित्याचे अनुभवक्षेत्र कोणते? जाणीवकक्षा कोणती? हा प्रश्न जन साहित्याच्या प्रारंभीच उपस्थित करण्यात आला होता. संकल्पनात्मक स्पष्टतेच्या दृष्टीने त्याचे समाधान शोधणे आवश्यक आहे.

दलित साहित्याचे अनुभवक्षेत्र प्राधान्याने सामाजिक (व गौणत्वाने आर्थिक) शोषणाचे आहे तर जाणीवकक्षा शोषणविरोधातल्या प्रखर विद्रोहाची आहे. ग्रामीण साहित्याचे अनुभवक्षेत्र प्राधान्याने ग्रामीणांच्या आर्थिक (व गौणत्वाने सांस्कृतिक) नागवणुकीचे असून जाणीवकक्षा ग्रामीणांच्या अस्मिताहरणाविरोधात वैताग-नैराश्य यांनी व्यापली आहे. जनवादी साहित्याचे अनुभवक्षेत्र श्रमिकांच्या आर्थिक (व गौणत्वाने सांस्कृतिक) पिळवणुकीचे असून जाणीवकक्षा ही त्यांच्या अस्तित्वलोपाशी निगडित आहे. स्त्रीवादी साहित्याचे अनुभवक्षेत्र हे पुरुषी व्यवस्थेतील स्त्रीच्या सर्वांगीण शोषणाचे असून जाणीवकक्षा ही स्त्रीच्या आत्मशोधनाची आहे. आदिवासी व भटक्यांच्या साहित्याचे अनुभवक्षेत्र हे त्यांच्या सांस्कृतिक पृथकतेचे असून जाणीवकक्षा ही शोषणमुक्ती व अस्मितारक्षणाच्या जाणिवेने भारली आहे.

वरील पार्श्वभूमीवर पाहता जन साहित्याच्या अनुभवक्षेत्राची व्याप्ती ही जनांच्या जीवनानुभवांएवढी (किंवा जनसंस्कृतीएवढी) असून त्याची जाणीवकक्षा ही कालप्रवाहात सांस्कृतिक बंडखोरांनी घडविलेल्या जननिष्ठ जाणिवांची आहे. जनसाहित्याचा रोख केवळ आर्थिक, सामाजिक वा सांस्कृतिक-धार्मिक शोषणाविरुद्ध नसून तो या सर्वांविरुद्ध आहे. संपूर्ण समतेचा उद्घोष जन साहित्यात निहित आहे. थोडक्यात, जन साहित्याचे वैध परिक्षेत्र निर्देशित होते ते त्याच्या सर्वसमावेशकतेने. पृथकता नव्हे, तर सर्वसमावेशक एकात्मता हे जन साहित्याचे गुणवैशिष्ट्य निर्देशित करते. जनसाहित्याचे आवाहन हे या किंवा त्या समाजगटाला नसून ते त्या त्या मर्यादांपलीकडच्या निखळ माणसाला म्हणजे जनसामान्याला असते.

तात्त्विक अधिष्ठान

जन साहित्याच्या तात्त्विक अधिष्ठानाचा प्रश्न पुढील दोन दृष्टींनी स्पष्ट करता येईल -

१) इतर परिवर्तनवादी साहित्यप्रवाह आपापल्या आघाड्या सांभाळीत असताना 'जन साहित्य' पुढे आणण्याची आवश्यकता -

२) मानवी जीवनवास्तवाचे आकलन करण्यासाठी जन साहित्याच्या दृष्टिकोनाची अपूर्वता -

वरीलपैकी (१) चे स्पष्टीकरण पुढीलप्रमाणे :

आजच्या विविध साहित्य चळवळींत जनविभाजनाची प्रेरणा = निहित आहे. त्यातून अखेरीस 'सवर्ण × अस्पृश्य', 'शहरी × ग्रामीण', 'शेतकरी × शेतमजूर', 'पुरुष × स्त्री', 'संस्कृत × आदिम' असे दोन समाजगट परस्परांविरुद्ध धुमसत वा लढत ठेवणे हीच निष्पत्ती दिसून येत असून, त्यातून समृद्ध साहित्याची निर्मिती

होणे मात्र हळूहळू दुरापास्त होत चालले आहे. अशा परिस्थितीत वरील सर्व साहित्यप्रवाहांचा त्यांच्या अनुभवक्षेत्रातला नैसर्गिक विकास न रोखता त्यांचे सुसूत्र एकात्मीकरण साधणारा साहित्यविचार ही आजच्या काळाची गरजच आहे. अशा एकात्मीकरणाच्या विचाराअभावी परिवर्तनवादी साहित्यांची एकात्म आघाडी निर्माण होणेही शक्य नाही, मग ती मजबूत होणे दूरच.

जन साहित्य हे विभाजनाविरुद्ध एकात्मीकरणाची प्रेरणा शिरोधार्य मानते. साहजिकच, वरील सर्व प्रवाहांमधला जो भाग जातजमात - वर्णवर्ग - वंश पक्ष - पंथधर्म वा प्रदेश यांच्या निरपेक्ष निखळ मानवतेला आवाहन करील तोच जन साहित्याला प्रस्तुत असेल. अर्थात विविध प्रवाहांच्या विस्तार-विकासातून निष्पन्न होणारी उत्कट-तीव्र व सूक्ष्म जाणीव ही जन साहित्याला उपकारकच ठरते, कारण याच सखोल जाणिवेतून क्रमाक्रमाने वर्णवर्गातील मानवतेचे अस्सल नवनीत बाहेर येत असते.

अर्थात, वरील सर्व परिवर्तनादी प्रवाहांच्या उपस्थितीत त्यांच्या सुसूत्र एकात्मीकरणाचे महत्त्वाचे कार्य जन साहित्याला प्रस्तुत आहे. हे कार्य आस्वाद, समीक्षा या पातळीवर जसे करता येऊ शकते, त्याप्रमाणे निर्मितीच्या पातळीवरही जन साहित्याला करता येईल.

वरील प्रवाहांपैकी काहींचे काम काळाच्या ओघात गतार्थ झाले तरी इतरांच्या एकात्मीकरणाची निकड राहाणारच. इतकेच काय, पण वरील सर्वच प्रवाहांचे कार्य जरी काळाच्या ओघात गतार्थ झाले तरी रंजनतुष्टिवादी, आकृतिवादी, मूल्यहीन, तंत्रनिष्ठ अशा साहित्यनिर्मितीचा प्रतिवाद करण्याचे कार्य विधायक भूमिका घेऊन जनसाहित्याला पार पाडावेच लागणार आहे.

एकदंरित, वरील प्रवाहांच्या उपस्थितीत किंवा अनुपस्थितीतही, मानवी उत्क्रांतीच्या मार्गावरील वाटाड्या म्हणून जन साहित्य विचाराची गरज अबाधितच आहे.

वरीलपैकी (२) चे स्पष्टीकरण -

जन साहित्यात मानवी जीवनाचे ज्या एका नव्या दृष्टिकोनातून आकलन प्रस्तुत आहे ती सामान्य जनजीवनाची प्रवाही व जिंवत मूल्यदृष्टी होय. विशेषाधिकाररहित जनतेचा जीवनसंघर्ष व त्यातून आकारास- आलेली विकसित झालेली जनसंस्कृती यांमधून ही जीवनदृष्टी विशिष्टता पावली असून युगायुगात अवतरत आलेल्या सांस्कृतिक बंडखोरांच्या क्रांतिकार्याच्या आचेनेच ही दृष्टी इथल्या जनमानसात ढाळली गेली आहे.

वेदपूर्व काळापासून जी काही संस्कारसमष्टी भारतात जनमान्य होती तिच्यावर

आर्य, म्लेंच्छ, मोगल, पोर्तुगीज, इंग्रज इत्यादिकांची आक्रमणे होत आली असून आजमितीसही धनदांडगे सत्ताधीश व सांस्कृतिक भांडवलशहा यांचे आक्रमण त्या संस्कारसमष्टीवर सुरुच आहे. एकेका आक्रमणाअंती आपापल्या सोयीच्या स्मृतिसंहिता लादून सत्तामत्तेच्या बळावर त्या जनमानसावर ठसविण्याचा उद्योगही प्रत्येक जेत्या आक्रमकाने केलेला आहे. परंतु एवढे सगळे घडूनही जनसामान्यांमधील नैसर्गिक शहाणपण समूहमनाच्या अंत:स्तलावर झुळझुळतच राहिले आहे. हे शहाणपण म्हणजेच मानवनिष्ठ-जननिष्ठ नैतिक संस्कारसमष्टी होय. प्रत्येक युगातल्या सांस्कृतिक क्रांतिकारकांनी या सुंस्कारसमष्टीत नवे नवे चैतन्यओघ व नवे आयाम समाविष्ट करुन ही समष्टी अधिकाधिक समृद्ध करीत आणली आणि शासकांच्या विधिनिषेधात्म व्यवस्थेच्या बरोबरीने परंतु गुप्तगंगेसारखा सुप्तपणे हा प्रवाह जनजीवनात झुळझुळत ठेवला. ही गुप्तगंगा म्हणजे इथल्या अठरापगड कलावंतांच्या कलासृजनाची सनद होय. (अनेकदा तर या मूळच्याच झऱ्यातून उसनवारी करुन शासकांच्या हस्तकांनी तथा 'लौकिक' कलावंतांनीहीं आपापले नामांकित कलाविष्कार घडविले आणि परिष्कृत संस्कृत रुपांसह तथा नागररीतींसह त्यांची पुन:स्थापना केली!) परन्तु प्रत्येकच युगात जननिष्ठ नैतिक संस्काराची ही गुप्तगंगा जनसामान्यांचे आत्मिक पोषण करीत आली व त्या त्या युगातील जन साहित्य कृतींनाही फुलवीत-फळवीत आली. याचाच अर्थ, जन साहित्य म्हणजे प्रज्ञावंत सांस्कृतिक नायकांनी जनसामान्यांची अस्मिता प्रस्थापित करण्यासाठी त्या त्या युगात जो काही संघर्ष दिला त्याचाच शब्दप्रतिमारुप आलेख होय. जनसामान्यांचे पक्षधर असणारे कृष्ण, बुद्ध, नाथ, सिद्ध, महानुभाव, संत, शाहीर, सुधारक, महात्मे, जननेते - हे जन साहित्याला सदैव प्रेरक, कारक व पायाभूत ठरलेले आहेत.[८] या सर्व जननायकांनी घडविलेल्या मूल्यदृष्टीतून वर्तमान वास्तवाकडे पाहाणे ही जन साहित्यामागची धारणा आहे. ही साकल्यात्मक दृष्टी आजवर प्रभावी असलेल्या प्रस्थापित अभिजनवादी (एकांगी) दृष्टीहून अगदी भिन्न असून सामान्यजनांच्या अस्मितेचा शोध व त्या अस्मितेची प्रतिष्ठापना ही अभिजन साहित्याने आजवर अव्हेरलेली बाबच जन साहित्यात मूल्यात्म होऊन येते.

'जन साहित्य' हा जनसंस्कृतीचाच एक नवा व समावेशक असा आविष्कारधर्म आहे. त्यात परिवर्तनाचे सामर्थ्य यायचे असेल तर जनसामान्यांच्या संस्कारसमष्टीच्या सोबतच संतादी सांस्कृतिक क्रांतिकारकांच्या क्रांतीचा आशय व शैली आजही अव्हेरुन चालणार नाही. विज्ञानाच्या पोकळ वल्गना करीत जनसामान्यांच्या श्रद्धा-शहाणपणाची हेटाळणी करण्यातून जनसंस्कृतीच्या या सर्जक क्षेत्रात नवे काहीही घडवून आणता येणार नाही, अशी 'जन साहित्या'ची धारणा आहे.

म्हणूनच या साहित्यविचाराने प्रत्येक युगातील भिन्न भिन्न आशयशैलीच्या एकात्मवादी क्रांतिकार्यामधून चैतन्यकण वेचून साकल्यात्मक एकात्मतेची भूमिका स्वीकारली आहे. त्या त्या काळातील जननायकांनी संस्कृतीच्या विवक्षित अंगांवरच भर दिलेला असला, तरी त्यांची प्रेरणा साकल्यात्मक एकतेचीच असून त्यांचा रोख हा सदैव जनसंस्कृतीकडेच राहिला आहे, हे या ठिकाणी लक्षात घेतलेच पाहिजे.

एकूण, विशेषाधिकाररहित जनसामान्यांचा जीवनसंघर्ष,त्यांची (जन) संस्कृती व साकल्यात्मक जननिष्ठा हीच त्रिसूत्री जनसाहित्य दृष्टीत केंद्रीय महत्त्वाची ठरते.

अर्थात 'जन साहित्याचे तात्त्विक अधिष्ठान कोणते?' असा प्रश्न उपस्थित करणाऱ्यांच्या मनात वरील (१) व (२) व्यतिरिक्त वेगळेही काही असू शकते ते म्हणजे (३) जन साहित्याला नेमक्या कुठल्या तत्त्वव्यूहाचा आधार आहे? अर्थात याहीविषयीचे स्पष्टीकरण वर आलेले आहेच.

जन साहित्यनिर्मितीमागची प्रेरणा ही मार्क्सवाद, फुलेवाद, गांधीवाद, आंबेडकरवाद, विज्ञानवाद अशा कोणत्याही एका तत्त्वविचाराशी बांधील नाही. जनांच्या सार्वभौमत्वावर निष्ठा, त्यांच्या कल्याणाबद्दल आस्था, तसेच समताधिष्ठित समाजरचनेची ईर्ष्या हाच जन साहित्याचा मूलाधार आहे. या देशातील बंडखोरांच्या परंपरेनेच हा मूलाधार पुरविला आहे. लोकसाहित्यातील जननिष्ठ क्रांतिवादी कथा-गाथा-नाट्यरुपांपासून तहत विसाव्या शतकातील जननिष्ठ क्रांतिवादी कथा-कादंबऱ्या-कविता-नाटके या साहित्यरुपांपर्यंत जन साहित्याची जी संचित ठेव आहे तीसुद्धा याच मूलाधाराकडे अंगुलिनिर्देश करताना दिसते. निर्मात्याच्या भूमिकेतून या साऱ्या साहित्यसंभारातून ठळकपणे जाणवणारे मूल्यसूत्र म्हणजे जनसामान्यांच्या कल्याणाचा कळवळा. तेच आस्वादकाच्या भूमिकेतून पाहता समतेसाठी संघर्ष/आहुती देणारे समृद्ध शहाणपण हे या साहित्यसंभारातून उमटून येते. उघडच, वर्णवर्गपरिसरादी विभाजनाच्या भिंती उभारणाऱ्या विचारधारांशी किंवा संकुचित व्यक्तिवादी विचाराधारांशीही जनसाहित्य हे कधी तडजोड करुच शकणार नाही. जन साहित्य म्हणजेच जननिष्ठेने ओतप्रोत जाणीवनेणिवेच्या गुंफणीतून आकारास येणारे साहित्य होय.

संदर्भ

१) 'उत्तरार्ध' - जून १९७८ - (पाहा - 'जनवादी साहित्य व जनसाहित्य'- प्र.मा. हातिवलेकर, अक्षरवैदर्भी- ऑगस्ट १९८७, पृ. ५)

२) 'जनसाहित्याच्या दिशेने' (१९८९) - (मेहता पब्लिशिंग हाऊस, पुणे) या लेखसंग्रहात प्रा. या. वा. वडस्कर यांनी 'जनवादी' हे पद विशेषण म्हणून वापरले आहे.

'जनसाहित्य : स्वरुप व मर्यादा' (१९८९) - (६२ वे अ. भा. म. सा. संमेलन अम. 'स्मरणिका') मध्ये जर्नादन वाघमारे यांनी 'जन' चा 'विस्थापित जन' असा अर्थसंकोच केला असून 'जनवादी' साहित्य म्हणणेच अधिक अर्थपूर्ण ठरु शकते' असा अभिप्राय दिला आहे. त्यांचा हा अभिप्राय १९८६ मार्चमधील त्यांच्या 'जनसाहित्य संमेलन काटोल' च्या अध्यक्षीय भाषणाशी विसंगत ठरतो.

डॉ. जर्नादन वाघमारे यांच्या उपरोक्त अभिप्रायाचा प्रतिवाद प्रस्तुत लेखकाने त्याच अंकात केला आहे.

'अस्मितादर्श : दिवाळी १९९२' मधील 'स्वांतत्र्योत्तर काळातील साहित्यप्रवाह : प्रवास व सहप्रवास'या परिसंवादातील प्रा. या. वा. वडस्कर - (पृ. १८), डॉ. निर्मलकुमार फडकुले (पृ. १४२)

३) 'मार्क्सवादी साहित्य व जनसाहित्य' - डॉ. सदा कऱ्हाडे, अक्षरवैदर्भी, जा. फे. १९८७

'अस्मितादर्श दिवाळी ९२' डॉ. अनिल गजभिये (पृ. १९), यादव गायकवाड, (पृ. १३०)

४) 'तृतीय जनसाहित्य संमेलन' - (शेंदूरजनाघाट डिसें. १९८६ येथील अध्यक्षीय भाषणाचा निष्कर्ष - डॉ. सुरेंद्र बारलिंगे.

५) अक्षरवैदर्भी : वर्धापन विशेषांक १९८५ (अमरावती) उद्घाटनाचे भाषण - प्रा. या. वा. वडस्कर (पृ. ४)

६) 'केसरी' दि. ३१-१०-८८ 'जनसाहित्याची संकल्पना'- प्रा. ता. रा. भोसले.

७) 'अक्षरवैदर्भी दिवाळी १९८५' - 'आनंदमीमांसा - श्री. पु. हिर्लेकर (पृ. १७)

८) 'अक्षरवैदर्भी एप्रिल १९८४' - 'जनसाहित्याची परंपरा' - डॉ. सुभाष सावरकर (पृ. ३०)

❖❖❖

२५

अनुवादित साहित्य

दामोदर खडसे

(मराठी अनुवाद - चंद्रकांत भोंजाळ)

सगळं जग आज एका छोट्या खेड्यामध्ये परावर्तित झालेलं आहे. विज्ञान आणि व्यापार ह्याचं महत्त्व असलेल्या या युगात अनुवादाचं महत्त्व पूर्वीपेक्षा कितीतरी अधिक प्रासंगिक झालेलं आहे. विसाव्या शतकामध्ये पाश्चिमात्य देशातून ज्ञान आणि विज्ञान आपल्या देशात इंग्रजी भाषेतून आलं. इंग्रजी साहित्याचा अनुवाद हिंदीमध्ये आणि इतर भारतीय भाषांमध्ये होऊ लागला. आणि कालांतराने भारतीय भाषेतील साहित्याचा आणि हिंदी साहित्याचा अनुवादही इंग्रजीमध्ये आणि अन्य युरोपीय भाषांमध्ये होऊ लागला. ही प्रक्रिया भारतीय भाषांमध्ये ही परस्पर आदानप्रदान या स्वरूपात गतिशील होत राहिली. त्यामुळे शरदच्चंद्र, रवींद्रनाथ टागोर, विमलामित्र, महाश्वेतादेवी, शंकर इत्यादी बंगाली लेखक हिंदीमध्ये तितकेच लोकप्रिय झाले. अमृता प्रीतम पंजाबी पुरत्या मर्यादित राहिल्या नाहीत. वि. स. खांडेकर, कुसुमाग्रज, जयवंत दळवी, गंगाधर गाडगीळ, भालचंद्र नेमाडे, विजय तेंडुलकर, शिवाजी सावंत, नारायण सुर्वे, दया पवार, शरणकुमार लिंबाळे, आनंद यादव, अभिराम भडकमकर इत्यादी लेखकही मराठी प्रदेशातून अखिल भारतीय स्तरावर पोहचले. याचं श्रेय अनुवादालाच दिलं पाहिजे. अनुवाद हे दोन भाषांमध्ये सांस्कृतिक, वैचारिक देवाणघेवाण करण्यासाठी एखाद्या पुलासारखं काम करीत असतात. हिंदीतून मराठीमध्ये अनुवाद होण्याचं प्रमाण तुलनेनं कमी आहे कारण मराठी वाचक देवनागरी लिपीतील मूळ हिंदी भाषेतील साहित्य सहज वाचू शकत असल्यामुळे कदाचित हे प्रमाण कमी असावं. तरीसुद्धा प्रेमचंद, निर्मल वर्मा, जैनेन्द्रकुमार, कमलेश्वर, मन्नू भंडारी, मोहन राकेश, धर्मवीर भारती, भगवतीचरण वर्मा इत्यादी लेखकांच्या साहित्यकृती मराठीमध्ये उपलब्ध आहेत. पद्माकर जोशी यांच्यासारख्या अनुवादकाने ४० पुस्तकांपेक्षाही जास्त हिंदी साहित्यकृतींचा अनुवाद मराठी भाषेमध्ये समर्पित भावनेनं केलेला आहे. त्याचप्रमाणे चंद्रकांत भोंजाळ

यांनीही जवळजवळ १५ हिंदी साहित्यकृतींचा मराठीमध्ये अनुवाद केला आहे. त्यांचे अनुवाद हे मूळ भाषेतील साहित्यकृतींचा अनुभव वाचकांना देतात. विलास गिते मराठीतून इतर भाषेत आणि बंगालीतून मराठी भाषेत अनुवाद करीत आहेत.

विजय तेंडुलकर, शिवाजी सावंत यासारख्या काही मराठी लेखकांच्या सगळ्या साहित्यकृती हिंदीमध्ये आलेल्या आहेत. जयवंत दळवी यांच्याही अनेक साहित्यकृती हिंदीमध्ये उपलब्ध आहेत. मराठीतून हिंदीमध्ये अनुवाद करण्याचे काम अनेकांनी केलेलं आहे. त्यात डॉ. चंद्रकांत बांदिवडेकर, लीला बांदिवडेकर, प्रकाश भातंब्रेकर, चंद्रकांत पाटील, वसंत देव, मो. ग. तपस्वी, सूर्यनारायण रणसुभे, मुरलीधर जगताप, पद्मजा घोरपडे, मृणालिनी सावंत, आनंद प्रकाश दीक्षित, रामजी तिवारी, केशव प्रथमवीर, गजानन चव्हाण, विजय बापट, सरोजिनी वर्मा, अरुंधती देवस्थळी, ओम शिवराज, निशिकांत ठकार, वेदकुमार वेदालंकार, सूरजप्रसाद मिश्र, आसावरी काकडे, बलवंत जेऊरकर, दामोदर खडसे, प्रफुल्ल शिलेदार यांचा प्रामुख्याने उल्लेख करावा लागेल.

अनुवादाच्या माध्यमातून कितीतरी महत्त्वपूर्ण मराठी साहित्यकृती हिंदीमध्ये गेल्यामुळे तिथून त्या अन्य भारतीय भाषांमध्ये, तसेच विदेशी भाषांमध्ये जाऊन पोहचल्या आहेत. यासाठी प्रकाश भातंब्रेकर यांचा उल्लेख विशेष गौरवाने करायला हवा. गंगाधर गाडगीळ यांनी लिहिलेल्या लोकमान्य टिळकांच्या जीवनावर आधारित 'दुर्दम्य' या कादंबरीचा अनुवाद प्रकाश भातंब्रेकर यांनी केला आहे. त्यांनी साहित्यातील अनेक प्रकाराच्या साहित्याचा अनुवाद केला आहे. त्यांनी ४ पुस्तकांचा हिंदीतून मराठीमध्ये तर ५ पुस्तकांचा गुजराथीमधून मराठीमध्ये अनुवाद केलेला आहे.

अनुवादामध्ये स्वत:चं अस्तित्व दिसणार नाही, याची काळजी अनुवादकाला घ्यावी लागते. ते एक पुनर्सृजन आहे ह्याचेही भान ठेवावे लागते. अनुवादकाला स्वत:ला विसरावं लागतं. आपली शैली विसरून, आपल्या विचारांची वस्त्र उतरून नवीन कपडे अंगावर चढवावे लागतात. या प्रक्रियेला परकाया प्रवेशही म्हटलं जातं. एका भाषेतील आत्मा कायम ठेवत त्याची पुनर्स्थापना करण्यासारखंच हे काम आहे. संवेदनशीलता, संदेश, प्रगल्भता, संस्कृती आणि वातावरण सुरक्षित ठेवून ते दुसऱ्या भाषेतील वाचकांपर्यंत पोहचवण्याचं काम अनुवादकाला करावं लागतं. सगळ्या साहित्यप्रकारांमध्ये कवितेचा अनुवाद करणं मला खूप आव्हानात्मक वाटत आलेलं आहे. या आव्हानाबाबत आसावरी काकडे यांनी म्हटलंय- ''कवितेचा अनुवाद करणं मला खूप आवडतं. कारण यात दुहेरी आव्हान आहे. पहिलं म्हणजे दुसऱ्याने रचलेल्या शब्दांचा व्यूह तोडून त्यात प्रवेश करणं... आणि शब्दांना घायाळ न करता किंवा आपण घायाळ न होता... त्या चक्रव्यूहातून सहीसलामत

बाहेर येणं... इतकंच नाहीतर शब्दांच्या आत-बाहेर, आसपास, वर-खाली लगटून आलेला आशय बरोबर घेऊन बाहेर येणं हे एक आव्हान. दुसरं आव्हान असतं या आशयाच्या बाहेर जाऊन तो आशय आपल्या शब्दांत उतरवणं.'' आसावरी काकडे यांनी केलेले अनुवाद त्यांनी उल्लेख केलेल्या या आव्हानांच्या कसोटीवर उतरतात. त्या स्वत: कवयित्री आहेत. पण त्यांची वैचारिक भूमिका त्यांच्या कोणत्याही अनुवादावर मात करीत नाही. त्यांच्यासाठी 'अनुवाद' हा शब्दच इतका महत्त्वपूर्ण झालेला आहे की, त्यांनी आपल्या हिंदी कविता संग्रहाचं नाव 'मौन क्षणोंका अनुवाद' असंच ठेवलेलं आहे.

मी सुरुवातीलाच म्हटल्याप्रमाणे अनुवाद प्रक्रियेदरम्यान अनुवादकाला त्यातून स्वत:ला वजा करावं लागतं. जर अनुवादक स्वत: साहित्यिक असेल, तर त्याच्या आत्म्याचा दबाव मूळ लेखकाच्या आत्म्यावर पडणार नाही याची त्याला काळजी घ्यावी लागते. कारण वाचक अनुवादकाच्या साहित्यिक प्रतिभेचा परिचय व्हावा म्हणून कधीच अनुवाद वाचत नाही, तर तो मूळ लेखकाची साहित्यकृती समजून घेऊ इच्छितो. श्रेष्ठ अनुवादक मूळ रचनेला धक्का लागणार नाही याची काळजी घेतो. काव्यात हा धोका खूप असतो. कारण त्यातील एक-एक शब्दाला, स्वल्पविरामासारख्या चिन्हांनासुद्धा एक अर्थ असतो. म्हणून स्वत:ला वगळून पुनर्सृजन करणं अधिक जिवंतपणा आणतं. जर बारकाईने या गोष्टीकडे लक्ष दिलं नाही, तर मूळ लेखकाला जे काही सांगायचंय ते अनुवादातून पुढे येत नाही. किंवा ते खंडित स्वरूपात वाचकांपर्यंत पोहचतं आणि त्यामुळे चुकीचा संदेश जातो. आणि कवीवर आणि कवितेवर अन्याय केल्यासारखेच होते.

मी कुसुमाग्रजांच्या एका कवितेचा हिंदी अनुवाद वाचला तेव्हा तो मला खटकला. मी मूळ कविता शोधली. मूळ कविता अशी आहे.

'तुम्ही जेव्हा
माझ्या कवितेशी बोलता
तेव्हा माझ्याशी बोलू नका
कारण माझ्या कवितेत
मी असेन बराचसा
बहुदा
पण माझ्याशी बोलण्यात मात्र
तुम्हीच असाल पुष्कळदा'

याचा हिंदी अनुवाद जो मी वाचला तो ही मी पुढे देतो.

'आप जब कवियोंसे बातचीत कर रहे होते है
मुझसे उस वक्त मत बोलीए
क्योंकी कविता में
मैं होऊंगा बहुत कुछ
बहुधा
लेकिन मुझसे बोलते वक्त केवल
आप ही होंगे
जादा तर'

मूळ कवितेचा आशय कवितेशी संवाद असा आहे, कवीशी संवाद असा नाहीये. आणि कवी कवितेच्या माध्यमातून जो संवाद करू इच्छितो. त्यात तो स्वत: असतोच... या दृष्टीने जेव्हा तो अनुवाद वाचला जातो, तेव्हा केवळ चुकीचा आशयच त्यातून प्रतिध्वनित होत नसून सगळी कविताच क्षतीग्रस्त होते. त्यामुळे ज्या भाषेत वाचक कविता वाचतोय त्याला ती समजून घेताना त्रास होणार आहे. कवीचा मूळ मुद्दाच सुटून गेलेला आहे. कवीचं आणि कवितेचं मूल्यांकनच वादग्रस्त होतंय. अनुवादकावर केवळ कविता पोहचवणं एव्हढीच जबाबदारी नसते, तर मूळ भाषेची आणि कवीची प्रतिष्ठा सांभाळण्याची जबाबदारीही त्याच्यावर असते.

प्रत्येक अनुवादकाच्या सादरीकरणामध्ये, शब्दांच्या निवडीमध्ये वेगळेपण असू शकते. पण आशयाच्या बाबतीत तडजोड करणं हे त्या काव्याची हत्या केल्याप्रमाणेच आहे.

त्या कवितेचा अनुवाद अशा तऱ्हेने केला जाऊ शकतो.

'आप जब
मेरी कवितासे बतियाते है
तब मुझसे न बोले
क्योंकी अपनी कवितामें
मै होऊंगा बहुतसा
अक्सर
परंतु मुझसे बोलते समय तो
आप ही होंगे
अधिकतर'

खरं म्हणजे अनुवादकाच्या दृष्टीने ही एक सरळ कविता होती. गेयता, लयात्मकता, अनुप्रास पौराणिक आणि प्रादेशिक संदर्भ असतील आणि कवितेची अभिव्यक्ती गूढ असेल, तर अनुवादकापुढची आव्हानं किती मोठी असतील याचा

अंदाज यावरून येऊ शकेल. कोणत्याही भाषेत लिहिलं गेलेलं साहित्य हे त्या भाषेच्या सांस्कृतिक वारशाचं प्रतीक असतं. त्या साहित्याचं उचित चित्रं अनुवादात प्रतिबिंबित करणं ह्यातच अनुवादकांची सार्थकता असते. स्त्रोत भाषा आणि लक्ष्यभाषा यातील पर्यावरण, संस्कृती, प्रथा, परंपरा इत्यादी गोष्टी मिळत्या-जुळत्या असतील, तर अनुवादकाचे काम खूप सोपे होते. पण जर त्यात फरक असेल, तर त्याच्या पुढील अडचणी वाढतात. विशेषतः प्रादेशिक साहित्याचा अनुवाद करण्याचा प्रश्न येतो, तेव्हा हिंदीच्या व्यापक प्रदेशातील कोणत्या भाषेमध्ये त्याचा अनुवाद करायला हवा हे आव्हान समोर उभे राहते. प्रमाण भाषेतील अनुवाद हा तुलनात्मकदृष्ट्या कमी अडचणीचा असतो. दया पवारांच्या 'बलुतं' या मराठी पुस्तकाचा अनुवाद करताना ह्या गोष्टीचा मी अनुभव घेतला. त्याच्या शीर्षकाचा अनुवाद करतानाच हे आव्हान समोर उभे ठाकले. 'बलुतेदार' म्हणजे 'जमानेदाराने दिलेल्या धान्याच्या वाट्यावर जगणारे' अनेक खालच्या जातीतले लोक. 'बलुतं' ही महार जातीतील माणसाच्या जीवनाची कथा आहे. त्याला आत्मकथनात्मक कादंबरी असंही म्हटलं गेलेलं आहे. गावाच्या वेशीबाहेर, ह्या जातीतील माणसांच्या वाट्याला जी उपेक्षा आली, त्याला जे अपमान सहन करावे लागले, त्याच्या वाट्याला जी गरिबी, शोषण आलं ते सगळं त्या समाजाच्या विशिष्ट भाषेत दया पवारांनी अभिव्यक्त केलेलं आहे. त्यातून त्या दुःखाची तीव्रता व्यवत झालेली आहे. त्यांच्या शब्दांना प्रतिशब्द शोधताना आणि पर्यावरणाचा ताळमेळ बसवताना मला खूप कष्ट करावे लागले. पण इतकं करूनही काही ठिकाणी माझं समाधान झालंच नाही. त्याचं शीर्षक हिंदीमध्ये करताना थोडं स्वातंत्र्य घेतलं आणि कमलेश्वरांच्या साक्षीने दया पवार यांच्या अनुमतीने 'बलुतं' या शीर्षकाचं 'अछूत' असं शीर्षक हिंदीमध्ये केलं. नंतर इंग्रजामध्ये ते 'अनटचेबल' म्हणून स्थिर झालं. हिंदी अनुवाद प्रकाशित झाल्यावर सात भारतीय भाषांमध्ये त्याचा अनुवाद झाला.

हिंदीमध्ये 'अछूत'चं स्वागत झालं. त्याचे भाग अनेक नियतकालिकांतून प्रकाशित झाले. खूप समीक्षा छापून आली. अनुवादाच्या स्वरूपातलं हे माझं पहिलंच पुस्तक होतं. डॉ. प्रभाकर माचवे यांचा दीर्घ समीक्षात्मक लेख छापून आला. त्यांनी 'बलुतं' आणि 'अछूत' ही दोन्ही पुस्तके वाचली होती. बहुतेक समीक्षकांनी दया पवार यांच्या पुस्तकावर छान लिहिलं होतं. पण अनुवादाविषयी त्यांनी काहीही लिहिलेलं नव्हतं. अनुवादावर लिहिलं गेलं नाही याचा अर्थ अनुवाद मूळ पुस्तकाबरहुकूम झाला असावा, अनुवादाने मूळ पुस्तक वाचल्याचा आनंद दिला असावा, त्यामुळेच अनुवादाविषयी कुणालाही फारसं लिहावं असं वाटलं नसावं, असा मी समज करून घेतला. पण डॉ. प्रभाकर माचवे यांचा समीक्षात्मक

लेख माझ्यासाठी विशेष होता. कारण त्यांनी मूळ पुस्तक आणि अनुवाद दोन्हीही वाचले होते. ते लिहितात, "मूळ लेखनातील दाहकता यात यावी, असा प्रयत्न केला गेला आहे. पण काही ठिकाणी मात्र केवळ शब्दाला 'शब्द' असा अनुवाद केला गेला आहे. याला काही इलाज नसावा. आपल्या देशात एका प्रदेशातील संस्कृतीविषयी बारकाईने इतर प्रादेशिक भाषेत लिहिली गेलेली किती कमी पुस्तके उपलब्ध आहेत. ह्या सर्व गोष्टी आपल्या समाजाची जिज्ञासा जशीजशी वाढत जाईल तशातशा वाढत जातील... या पुस्तकाच्या बाबतीत सगळ्यांत चांगली गोष्ट म्हणजे यातील सूक्ष्म कविताचा धागा..."

'बलुतं' चा अनुवाद ही माझ्यासाठी एक चांगली सुरुवात होती. आणि साहित्यक्षेत्रात, दलित साहित्याविषयी प्रदीर्घ चर्चेचा तो पायाच होता. ग्रामीण, प्रादेशिक आणि महानगरीय जनजीवनातील वर्ग आणि वर्णसंघर्षाच्या त्या महागाथेनं मला खूप काही शिकवलं. अनुवादाचं काम हे भलेही दुय्यम दर्जाचं मानलं जात असेल पण त्याची सार्थकता ज्यावेळी सिद्ध होते त्यावेळी आनंद द्विगुणित होतो. 'बलुतं' च्या अनुवादाच्या बाबतीत मला असाच अनुभव आला. काही वर्षांनी दया पवार यांना 'पद्मश्री' नं सन्मानित करण्यात आलं. त्यावेळी मी त्यांचं अभिनंदन करणारं पत्र पाठवलं. तर त्यांचं तात्काळ उत्तर आलं- 'बलुतं' चा हिंदी अनुवाद करून आपण मला प्रादेशिकतेच्या तलावातून राष्ट्रीय सागरात पोहचवलं आहे.' मला खूप बरं वाटलं. दया पवार यांच्या सारख्या धीरगंभीर आणि रचनात्मक ऊर्जेने ओतप्रोत भरलेल्या लेखकाच्या या प्रतिक्रियेत मला खूप काही दिलं. आणि आतून आवाज आला...'कोण म्हणतं अनुवाद हे दुय्यम दर्जाचं काम आहे?'

हे खरंच की, अनुवादकाच्या कामाची चर्चा मूळ लेखकाप्रमाणे होत नाही. कारण चर्चा मुद्द्यांवर होते, प्रश्नांवर आणि त्यांच्या उत्तरावर होते, लेखकाच्या प्रतिभेसंबंधात आणि त्यांच्या काळातील चांगल्या वाईटावर होते. समाजातील घटनाक्रमांचे चित्रीकरण आणि मानवी संवेदना यावर चर्चा होते. वैचारिक, सांस्कृतिक, सामाजिक आणि राजनैतिक वादविवादावर चर्चा होते. अशा चर्चेमध्ये अनुवाद हा अनुवादकाप्रमाणे मागे राहतो. तरीही अनुवादकाचं योगदान हे दुय्यम दर्जाचं कधीच असत नाही. एखादं पुस्तक आलं चर्चेत असेल, तर त्याच्या अनुवादकाचं त्यातील योगदानही तितकंच महत्त्वाचं समजलं पाहिजे.

अनुवाद प्रक्रियेमध्ये 'शैली' हे एक आव्हान आहे. मूळ लेखकाची एक शैली असते. त्याची कथनाची एक पद्धत असते. एखाद्या रचनेतले धागे जितके महत्त्वाचे असतात तितकेच त्यातील ताणेबाणेही महत्त्वाचे असतात. त्याची बांधणी कायम ठेवत जेव्हा मूळ रचनेचं भाषांतर केलं जातं, तेव्हा कुठे ते भाषांतर योग्य

तऱ्हेने होतं. विशेषत: भाषेचं वैशिष्ट्य असलेली, लालित्यपूर्ण आणि कलात्मक शैलीतली अभिव्यवती असलेली साहित्यकृती अनुवादित करताना खूप सावधगिरी बाळगावी लागते. कित्येक वेळा उपहासात्मक/विनोदी लेखनाला अनुवादात पकडणं अत्यंत कठीण जातं. आणि मग त्यातून काही गोष्टी वजा होत जातात. ज्या लेखकांच्या शैलीमध्ये व्यंगात्मक शैली मुख्य रूपात असते त्याचा अनुवाद करताना अतिरिक्त प्रतिभेची आणि श्रमाची आवश्यकता असते. पु. ल. देशपांडे यांचं साहित्य अशा साहित्यामध्ये मोडतं. त्यामुळेच मराठीतील सर्वांत लोकप्रिय लेखक असूनही त्यांच्या साहित्याचे हिंदी अनुवाद मोठ्या प्रमाणावर उपलब्ध नाहीत. या संबंधात रेखा देशपांडे यांनी खूप प्रयत्न केले आहेत. पण तरीही त्यांच्या विपुल साहित्यकृतींच्या तुलनेत हिंदी अनुवाद खूप कमी आहेत. त्यांचा विनोद हा शब्दनिष्ठ असतो हेच त्याचे एकमेव कारण आहे.

'रामनगरी' या राम नगरकर यांच्या पुस्तकाचा अनुवाद मी जेव्हा करीत होतो, तेव्हा या गोष्टींचा मी तीव्रतेने अनुभव घेतला. विनोदाच्या माध्यमातून राम नगरकर आपली जीवनगाथा सांगतात. ह्या पुस्तकाचा अनुवाद करण्यापूर्वी मी ते सादर करीत असलेला 'रामनगरी' हा एकपात्री प्रयोग पाहिला होता. राम नगरकर स्वत: कथन करीत साभिनय ही आत्मकथा रंगमंचावर सादर करीत. त्यामध्ये लोकभाषेतील तसेच स्थानिक भाषेतील प्रचलित म्हणींचा, वाक्प्रचारांचा मोठ्या प्रमाणावर उपयोग केलेला होता. ते श्रोत्यांना आपल्या कथनाने आणि अभिनयाने हसवत असत. त्यातील उपहास लोकांच्या मनांपर्यंत जाऊन भिडे. जेव्हा अशा साहित्यकृतींचा अनुवाद करायचा असतो, त्यावेळी उपहासात्मक शैलीमध्ये लिहिलेला विनोद केवळ वरवरचा न राहता, त्यातील आशय भेदकपणे पोहचण्यासाठी हिंदीतील जिवंत म्हणींचा, वाक्प्रचारांचा उपयोग करायला हवा ही गोष्ट ध्यानात घ्यावी लागते.

अनुवादाच्यादृष्टीने मला त्या लेखनात अनेकवेळा सुधारणा करावी लागते. राम नगरकर यांच्या स्वत:वरच विनोद करणाऱ्या आत्मउपहासात्मक शैलीशी जुळवून घेण्यासाठी आणि त्यातील सामाजिक विसंगती, आत्मवंचना हिंदीमध्ये उतरवण्यासाठी मला मोठ्या आव्हानाला तोंड द्यावं लागलं. जेव्हा हे पुस्तक प्रकाशित झालं त्यावेळी त्यावर खूप लिहिलं गेलं. डॉ. विजय मोहन सिंह यांनी त्याची तुलना चार्ली चॅप्लीनच्या सिनेमांशी केली. राजकुमार गौतम यांचं मत होतं की, 'राम नगरकर स्वत:च्या आत्मकथेच्या निमित्ताने आपल्या समाजातील जुन्या संस्कारांवर आणि मागासलेल्या सामाजिक रूढींवर विनोदाच्या शस्त्राने प्रहार करतात. एखादी घटना सांगणे आणि ती क्लायमॅक्सपर्यंत घेऊन जाणे ही त्यांच्या लेखनातली शक्ती आहे. व्यंगात्मक शैलीमधील त्यांची अभिव्यक्ती विशेष सावधगिरीची मागणी करते. दोन्ही भाषेंचं ज्ञान असलेला

अनुवादकही मूळ लेखनाला न्याय देऊ शकणार नाही असं वाटतं.'

मागील तीस-पस्तीस वर्षांपासून मराठीमध्ये शहरी भागांपेक्षा ग्रामीण भागातून लेखनाचा जणू पूरच आला. मागासलेल्या भागातून त्या भागाचे प्रतिनिधित्व करणाऱ्या लेखकांनी भरपूर लेखन केले. काही लोक सामाजिक क्षेत्राशी संबधित होते. त्यांनी त्यांच्या अनुभवाद्वारे जीवनातील कितीतरी गोष्टी समोर आणल्या. बहुतेक आत्मकथांमधून अशा लोकांचे जीवन साहित्याच्या आकाशात एखाद्या नक्षत्रासारखे प्रकट झाले. दया पवार यांची आत्मकथा या सगळ्याची सुरुवात होती. लक्ष्मण गायकवाड यांचे 'उचल्या' ची आत्मकथा, डॉ. शरणकुमार लिंबाळे यांची आत्मकथा - 'अक्करमाशी', मल्लिका अमरशेख यांचे 'मला उद्ध्वस्त व्हायचंय', लक्ष्मण माने यांची आत्मकथा- 'उपरा', प्र. ई. सोनकांबळे यांची आत्मकथा - 'आठवणींचे पक्षी', माधव कोंडविलकर यांची आत्मकथा 'मुक्काम पोष्ट...' अशा आत्मकथांमधून स्थानिक संस्कृती, परंपरा, स्थानिक समस्या, बोलीभाषा यांचा समावेश मोठ्या प्रमाणावर असतो. या साऱ्या गोष्टी प्रमाण हिंदीमध्ये आणण्यासाठी वैशिष्ट्यपूर्ण भाषेचा, शब्दसंग्रहाचा उपयोग करावा लागतो. अकादमी पुरस्कृत लक्ष्मण माने यांच्या 'उपरा' या पुस्तकाचा अनुवाद करताना मला महाराष्ट्रातील सातारा जिल्ह्याच्या दूरवरच्या गावातील भाषा समजून घ्यावी लागली. त्यातले कित्येक शब्द अद्याप मराठी शब्दकोशातही आलेले नाहीत. त्यासाठी मी त्या भागातील एका मित्राची मदत घेतली. तो प्रमाण हिंदी आणि मराठी भाषेचा जाणकार होताच, याशिवाय त्याला त्या प्रदेशातील भाषेची आणि त्या समाजातील रीतिरिवाजांचीही त्याला चांगली माहिती होती. त्याच्या मदतीने मी त्या पुस्तकाच्या अनुवादातील अनेक अडचणींवर मात करू शकलो. 'उपरा' चा इंग्रजीत अर्थ 'आऊट साइडर' असा होतो. पण मी त्याचे 'पराया' असे शीर्षक निश्चितपणे केले. लक्ष्मण माने यांचा आग्रह 'उपरा' हेच शीर्षक हिंदीत देखील ठेवावे असा होता. अशा स्थितीमध्ये त्या मागची पार्श्वभूमी समजून सांगणे आवश्यक असते. आता त्याचा 'पराया' हा हिंदी अनुवाद लोकांनी स्वीकारला आहे.

काळानुसार शब्दांच्या छटा बदलतात. त्यांना नवेच अर्थ प्राप्त होतात. त्यासाठी वर्तमानातील संदर्भ, सामाजिक मान्यता आणि प्रथा परस्परांशी नातं ठेवणं आवश्यक असतं. फ्रान्सच्या एक अनुवादक आहेत. - डॉमनिक विटालिओस. त्या मल्याळममधून सरळ फ्रेंचमध्ये अनुवाद करतात. त्या केरळमध्ये राहून कथकली शिकल्या. तसेच मल्याळम भाषा बारकाव्यासकट आत्मसात करून अनुवादासाठी आवश्यक ते ज्ञान त्यांनी मिळवले. दरवर्षी केरळला येऊन त्या मल्याळम भाषेचं आपलं ज्ञान अद्ययावत करतात. त्यांनी मल्याळम लेखक मोहमद बशीर यांच्या साहित्यकृतींचा फ्रेंचमध्ये अनुवाद केला आहे. अशा प्रकारे इंग्रजीमध्ये अनुवाद

करणारे डॉ. रुपर्ट स्नेल वेळोवेळी भारतात येतात आणि हिंदी वातावरणात राहून हिंदी भाषेची जाण ताजीतवानी ठेवतात. हरिवंशराय बच्चन यांच्या आत्मकथेचा त्यांनी इंग्रजीमध्ये अनुवाद केला आहे.

ही दोन उदाहरणे एव्हढ्यासाठी दिली, की मराठीतून हिंदीमध्ये अनुवाद करताना मराठीच्या प्रभावापासून स्वत:ला मुक्त ठेवावं लागतं. शब्दकोशाबरोबरच हिंदी समाजात असलेले वाक्प्रचार आत्मसात करावे लागतात. तसंच अनुवाद प्रक्रियेतून स्वत:ला वगळावं लागतं. सध्या अनेक अनुवादक ह्या गोष्टी आत्मसात करून चांगला हिंदी अनुवाद करण्याचा प्रयत्न करीत आहेत.

मराठीतून हिंदीत आलेली नाटके महत्त्वपूर्ण आहेत. विशेषत: वसंत देव यांनी केलेल्या अनुवादात ते संवादांना एका उंचीवर नेऊन ठेवतात. अन्य साहित्य प्रकारांपेक्षा नाटकाचा अनुवाद करताना वेगळ्या प्रकारचा विचार करावा लागतो. विशेषत: संवादातील प्रवाहीपण जपावं लागतं. उच्चारणासाठी योग्य शब्दांची निवड आणि त्यासाठी योग्य अशी वाक्यरचना करावी लागते. जयवंत दळवी यांच्या 'कालचक्र' या नाटकाचा अनुवाद मी जेव्हा हिंदीमध्ये केला, तेव्हा तो वाचून पाहाण्याचा आग्रह दळवी यांनी धरला. हाच अनुभव शिवाजी सावंत यांच्या 'छावा' बाबतही आला. ऐतिहासिक पात्रांचे संवाद अनुवादित स्वरूपात आणताना कितीतरी बदल करावे लागतात. अभिराम भडकमकर यांच्या 'ज्याचा त्याचा प्रश्न' या नाटकाचा अनुवाद मी 'सवाल अपना अपना' ह्या नावाने केला. कलावंतांना रंगमंचावर संवाद म्हणताना एक एक शब्द उच्चारत नाटकाची लय बांधावी लागते. तेव्हा पात्रांच्या मुखातून निघणाऱ्या प्रत्येक शब्दाइतकाच अनुवाद ही जिवंत व्हायला हवा असतो.

अनुवाद म्हणजे खरंच एक पुनर्सृजनच आहे. अनुवाद हा अनुवाद न वाटणे ह्यातच त्याचे यश आहे. मूळ लेखनातील प्रवाहीपण त्यात उतरायला हवे. अनुवादक हा मूळ लेखकांचा मुद्दा, त्याला जे काही सांगायचं आहे तो संदेश यांचा चांगला संवाहक असायला हवा. त्यात त्याने गडबड करता उपयोगाचे नसते. अनुवादित साहित्यकृती जर मूळ साहित्यकृती वाचल्याचा आनंद वाचकाला देत असेल, तर ते काम प्रथम दर्जाचे आहे की दुय्यम दर्जाचे हा मुद्दाही विचारात घ्यायचे फारसे कारण नाही. पण अनुवादाकडे पाहण्याच्या दृष्टिमध्ये परिवर्तन व्हायला हवं हे मात्र निश्चित. अनुवादकाला मूळ लेखकाइतका मान देऊ नका; पण त्याच्या प्रतिभेकडे डोळेझाकही करू नका. बदलत्या काळानुसार आणि जागतिकीकरणाच्या रेट्यात अनुवादाचे वाढलेले महत्व जाणले की अनुवादाला दुय्यम समजणारी प्रवृत्ती आपोआपच मागे पडेल असे वाटते.

www.ingramcontent.com/pod-product-compliance
Ingram Content Group UK Ltd.
Pitfield, Milton Keynes, MK11 3LW, UK
UKHW042101021026
15589UKWH00001B/100

9 788172 946104